தமிழர் உணவு

தமிழர் உணவு
பக்தவத்சல பாரதி (பி. 1957)
தொகுப்பாசிரியர்

நாற்பது ஆண்டுகளாக மானிடவியல் புலத்தில் பங்காற்றி வருபவர். இதுவரை 19 நூல்களை எழுதியும் 11 நூல்களைப் பதிப்பித்தும் மொழி பெயர்த்தும் உள்ளார்.

'பாரதியின் பண்பாட்டு மானிடவியல்', 'தமிழ் மானிடவியலின் விவிலியம்'. 'தமிழர் மானிடவியல்', 'திராவிட மானிடவியல்', இன்றைய தமிழ்ச் சமூகம் ஆகிய நூல்கள் தமிழ்ச் சமூகத்தின் இருத்தலைப் பேசுபவை. தமிழகப் பழங்குடிகள், தமிழகத்தில் 'நாடோடிகள்', 'மலைவாசம்', 'வரலாற்று மானிடவியல்' ஆகியவை விளிம்புநிலை, பின்காலனியம் சார்ந்தவை. 'தமிழர் உணவு', 'சாதியற்ற தமிழர்–சாதியத் தமிழர்', 'பண்பாட்டு உரையாடல்' ஆகிய நூல்கள் தமிழ்ச் சூழலில் புதிய விவாதங்களைப் பேசு பொருளாக்கியுள்ளன.

'இலங்கையில் சிங்களவர்' எனும் பாரதியின் மிக முக்கியமான நூல் சிங்கள மரபு தமிழ் மரபிலிருந்து கிளைத்துப் பிரிந்த உருவ நீட்சி என்பதை நிறுவியுள்ளது. *இலங்கை–இந்திய மானிடவியல்* இந்தப் புலத்தில் மேற்கொள்ளப்பட்ட முதல் ஒப்பியல் ஆய்வாகும். 'இலக்கிய மானிடவியல்', 'பாணர் இனவரைவியல்', 'கி.ரா.வின் கரிசல் பயணம்' ஆகிய நூல்கள் தமிழிலக்கியப் பரப்பில் மானிடவியல் சொல்லாடலை முன் வைக்கின்றன. *சோழமண்டல மீனவர்,* நரிக்குறவர் பற்றிய பாரதியின் இரண்டு ஆங்கில நூல்கள் மேற்குலக அறிஞர்களின் கவனத்தைப் பெற்றுள்ளன. இவருடைய பங்களிப்பிற்காக இதுவரை பன்னிரண்டு விருதுகள் வழங்கப்பட்டுள்ளன.

தொகுப்பாசிரியரின் பிற நூல்கள்

- ❖ பண்பாட்டு மானிடவியல் (1990)
- ❖ தமிழர் மானிடவியல் (2002)
- ❖ மானிடவியல் கோட்பாடுகள் (2005)
- ❖ தமிழகப் பழங்குடிகள் (2008)
- ❖ பாணர் இனவரைவியல் (2012)
- ❖ வரலாற்று மானிடவியல் (2013)
- ❖ இலக்கிய மானிடவியல் (2014)
- ❖ இலங்கை இந்திய மானிடவியல் (இணையாசிரியர் –2004)
- ❖ பெண்ணிய ஆய்வுகள் (பதிப்பாசிரியர் – 1998)
- ❖ தமிழகத்தில் நாடோடிகள் (பதிப்பாசிரியர் – 2003)
- ❖ பண்டைத் தமிழர் சமய மரபுகள் (பதிப்பாசிரியர் – 2010)
- ❖ தமிழர் உணவு (தொகுப்பாசிரியர் – 2011)
- ❖ சமூக – பண்பாட்டு மானிடவியல் (மொழிபெயர்ப்பு – 2005)
- ❖ துர்க்கையின் புதுமுகம் (மொழிபெயர்ப்பு – 2013)
- ❖ Coromandel Fishermen (1999)
- ❖ Vagri Material Culture (2009)
- ❖ திராவிட மானிடவியல் (2014)

குறுநூல்கள்

- ❖ பிற்சங்ககாலச் சமய விழாக்கள் (2012)
- ❖ இன்றைய தமிழ்ச் சமூகம் (2013)

தமிழர் உணவு

தொகுப்பாசிரியர்
பக்தவத்சல பாரதி

காலச்சுவடு பதிப்பகம்

அன்பார்ந்த வாசகருக்கு,

வணக்கம்.

காலச்சுவடு நூலை வாங்கியமைக்கு நன்றி.

நூலின் உள்ளடக்கம், உருவாக்கம், அட்டைப்படம் இன்ன பிற அம்சங்கள் பற்றிய உங்கள் கருத்துகளையும் ஆலோசனைகளையும் காலச்சுவடு வரவேற்கிறது. தகவல், எழுத்து, வாக்கியப் பிழைகள் தென்பட்டால் கட்டாயம் தெரிவித்து உதவுங்கள். நூல் தயாரிப்பில் கடும் குறைபாடு இருப்பின் மாற்றுப் பிரதி உங்களுக்குக் கிடைக்கக் காலச்சுவடு ஏற்பாடு செய்யும்.

மின்னஞ்சல்: *publisher@kalachuvadu.com*

காலச்சுவடு நாகர்கோவில் தலைமையகத்துக்கும் கடிதம் அனுப்பலாம்.

தங்கள்
எஸ்.ஆர். சுந்தரம் (கண்ணன்)
பதிப்பாளர் — நிர்வாக இயக்குநர்

தமிழர் உணவு ✦ உணவு பற்றிய கட்டுரைகள் ✦ தொகுப்பாசிரியர்: பக்தவத்சல பாரதி ✦ பதிப்புரிமை © பக்தவத்சல பாரதி ✦ முதல் பதிப்பு: டிசம்பர் 2011, பதினொன்றாம் பதிப்பு: மார்ச் 2023 ✦ வெளியீடு: காலச்சுவடு பப்ளிகேஷன்ஸ் (பி) லிட்., 669 கே. பி. சாலை, நாகர்கோவில் 629001

tamizar uNavu ✦ Essays on Culinary Culture of Tamils ✦ Compiler: paktavatcala paarati ✦ Editorial © Bhakthavatsala Bharathi ✦ Language: Tamil ✦ First Edition: December 2011, Eleventh Edition: March 2023 ✦ Size: Demy 1 x 8 ✦ Paper: 18.6 kg maplitho ✦ Pages: 416

Published by Kalachuvadu Publications Pvt. Ltd., 669 K.P. Road, Nagercoil 629001, India ✦ Phone: 91-4652-278525 ✦ e-mail: publications@kalachuvadu.com ✦ Printed at Clicto Print, Jaleel Towers, 42 KB Dasan Road, Teynampet Chennai 600018

ISBN: 978-93-81969-20-5

03/2023/S.No. 465, kcp 4352, 18.6 (11) uss

பொருளடக்கம்

என்னுரை — 11

நூன்முகம் : உணவின் உரையாடல்கள் — 13
— பக்தவத்சல பாரதி

நிலமும் உணவும்

1. காவேரியின் வண்டல் உணவு — 37
   — சோலை சுந்தர பெருமாள்

2. எங்கள் காய்கள்; எங்கள் குழம்புகள் — 63
   — த. பழமலய்

3. முல்லை நதிச் சமையல் — 74
   — மு. செல்வக்குமார்

4. சோழர் காலத்து உணவு — 82
   — பொ. பரமேஸ்வரி

5. சங்க இலக்கியத்தில் நாட்டார் உணவு — 101
   — ஞா. ஸ்டீபன்

6. ஈழத்தின் உணவு முறைகள் — 114
   — பத்மாசனி குலராஜசிங்கம்

7. புலம் பெயர்ந்தோர் சமையல் — 128
   — சு. சிவசந்திர குமார்

சமூகமும் உணவும்

8. சுட்ட கருவாடு, சுண்டவைத்த மீனு — 135
   — ஆர்.என். ஜோ டி குருஸ்

9.	பிரிந்த தாய் – மேலாண்மை பொன்னுச்சாமி	144
10.	கஞ்சியும் வெஞ்சனமும் – கழனியூரன்	157
11.	கள்ளும் ஓர் உணவே – தமிழ்நாடன்	167
12.	நிலாவைக் காட்டி அமுது ஊட்டி – போப்பு	182
13.	செட்டி நாட்டு உணவு – முத்தையா வெள்ளையன்	204
14.	கம்மங் கஞ்சிக்கு ஏங்குது மனசு – ம. தவசி	214
15.	உணவு – சமூகம் – கி.இரா. சங்கரன்	224
16.	உண்டியும் பெண்டிரும் – சீ. சியாமளா கௌரி	231
17.	இலைக் குணம் – புதுமைப்பித்தன்	242
18.	வெற்றிலை அமுது – பழனிவேள்	247
19.	முனியாண்டி விலாஸ் – ரெங்கையா முருகன்	257
20.	புற்றீசல் பிடித்துப் பொரியாக்கி – தொ. பரமசிவன்	272
21.	மொரமொரெனவே புளித்த மோர் – அ. முத்துலிங்கம்	278
22.	தந்தூரி தொடாத தமிழ் உணவு – சஞ்சய் சுப்பிரமணியம் (தமிழில் : ஆ.இரா. வேங்கடாசலபதி)	289
23.	வாசச் சமையலும் ஊசக் கறியும் – நாஞ்சில் நாடன்	294

24. பரோட்டாவின் அமைப்பியல் — 308
 – நெய்தல் கிருஷ்ணன்

25. கரிக்காய் பொரித்தாள் கன்னிக்காயைத் தீய்த்தாள் — 313
 – ம.இலெ. தங்கப்பா

26. கம்பங்கஞ்சியும் உளுந்தங்களியும் — 319
 – ஆ. சிவசுப்பிரமணியன்

27. உள்ளது கொண்டு உண்ணுதல் — 326
 – பெருமாள்முருகன்

28. சாப்பாட்டு மன்னர்கள் — 333
 – பொ. வேல்சாமி

29. ஆயுர்வேத உணவு — 336
 – டாக்டர் எல். மகாதேவன்

30. 'இந்த உள்ளம் கேட்கட்டுமே மோர்!' — 359
 – ஜி. சிவராமன்

சமயமும் உணவும்

31. சுடலை கேட்ட படைப்புச் சோறு — 367
 – அ.கா. பெருமாள்

32. கோயில் – வழிபாடு – படையல் — 379
 – ச. நவனீத கிருஷ்ணன்

33. இஸ்லாமியர் உணவு — 393
 – தாழை மதியவன்

34. மிளகாயைப் போன்ற பாண்டுரங்கன் — 400
 – பி.ஏ. கிருஷ்ணன்

35. சொர்க்கத்தில் கட்டெறும்பு — 408
 – குமாரசெல்வா

என்னுரை

தமிழர் குறித்த *காலச்சுவடு சிறப்பிதழ்* செப்டம்பர் *2005*இல் வெளிவந்தவுடன் அதற்குப் பெரும் வரவேற்பு கிடைத்தது. அதனால் அத்தலைப்பில் விரிவான தொரு தொகுப்பினைச் செய்து தருமாறு பேராசிரியர் ஆ. இரா. வேங்கடாசலபதி அவர்கள் என்னிடம் கூறினார். திரு. கண்ணன் இதனை உறுதிப்படுத்திக் *காலச்சுவடி*ன் மறு இதழிலேயே அறிவித்தார். இதனையடுத்து கண்ணன் இத்தொகுப்பு எவ்வாறு மேற்கொள்ளப்பட வேண்டும் என்பதற்கான விரிவான ஆலோசனைகளையும் கருத்துக்களையும் தொடர்ந்து என்னிடம் பகிர்ந்துகொண்டார். புதுச்சேரிக்கு ஒரு முறை வந்தபோது இது பற்றி விரிவாக ஆலோசனையும் நடத்தினார்.

நான் உறுதிகூறியபடி இத்தொகுப்பினைக் காலத்துடன் செய்து முடிக்கவில்லை. வேலைப் பளுவும் கட்டுரையாளர்கள் கூறியபடி எழுதிக் கொடுக்காததாலும் வருடங்கள் ஓடின. கண்ணன் முகம் சுளிக்காமல் அன்புடன் என்னைத் தொடர்ந்து நினைவுபடுத்தி வந்தார். பல ஆக்கங்களையும் கருத்துகளையும் அனுப்பிக்கொண்டிருந்தார். இத்தொகுப்பைச் செய்து முடிப்பதில் அவருடைய ஊக்கமே மிக முக்கியக் காரணமென்பதை நான் இங்குப் பதிவு செய்வதில் மகிழ்ச்சியடைகிறேன். சலபதி அவர்களும் தொடர்ந்து நினைவூட்டியும் ஊக்கப்படுத்தியும் வந்தார்.

தமிழ்ச் சூழலில் ஒரு நல்ல தொகுப்பைக் கொண்டு வருவது அவ்வளவு எளிதான செயலல்ல. கட்டுரைகள் கேட்டு நான் அனுப்பிய குறிப்பு மடல்கள் எண்ணற்றவை. தொலைபேசியில் விடுத்த நினைவூட்டல்கள் கணக்கில் அடங்காதவை. எல்லோரும் என் மீது அன்பு பாராட்டினாலும் அவர்களால் கட்டுரைகளை விரைந்து அனுப்ப

இயலவில்லை. கட்டுரைகளை ஒவ்வொன்றாகச் சேகரித்தேன். எதிர்பார்த்தபடி சில கட்டுரைகள் அமையாததால் புதிய கட்டுரைகள் கேட்கக் காலங்கடந்தது. ஐந்தாம் ஆண்டில்தான் இக்கட்டுரைகளை ஒன்றாக்க முடிந்தது. படைப்புகளை ஆக்கித் தந்த அனைவருக்கும் நான் நன்றி கூறுதல் வேண்டும்.

இத்தொகுப்பை உருவாக்கும் சூழலில் எனக்கு உதவியவர்கள் பலர். தமிழர் உணவு பற்றி பேராசிரியர் ஆ. சிவசுப்பிரமணியன் அவர்களும் பொ. வேல்சாமி அவர்களும் தொடர்ந்து என்னிடம் உரையாடி வந்தனர். இந்நூலின் தொடர்ச்சியான பணியில் என்னிடம் முனைவர் பட்ட ஆய்வை மேற்கொண்டு வரும் யாழ்ப்பாணப் பல்கலைக்கழக மானிடவியல் ஆசிரியர் ச. சிறிகாந்தன் பல நிலைகளில் செயல்பட்டார். மேலும் சென்னை வளர்ச்சி ஆராய்ச்சி நிறுவனத்தின் ரெங்கையா முருகன் அவர்கள் தேவையான கட்டுரைகளையும் நூல்களையும் கொடுத்துதவினார். நாட்டார் வழக்காற்றியல் ஆய்வாளர் அ.கா. பெருமாள் இந்நூல் பற்றிய ஆக்கத்திற்கான கலந்துரையாடலில் பல முறை பங்கு கொண்டார். பேராசிரியர் ஞா. ஸ்டீபன் அவர்களும் இளம் ஆய்வாளர்கள் ச. நவநீதகிருஷ்ணன், மு. செல்வக்குமார், சா. விஷ்ணுதாசன் போன்றவர்களும் பல நிலைகளில் உதவியுள்ளனர்.

இந்நூலிலுள்ள கட்டுரைகளை எழுதிய படைப்பாளிகளுடன் எனக்கேற்பட்ட அனுபவம் அலாதியானது. அவர்கள் அனைவரும் என்னுடன் உரையாடிய பொழுதுகள் இனியவை; மறக்க முடியாதவை. இவ்வளவு பெரிய படைப்பாளிகளுடன் நான் பேசுவேன் பழகுவேன் என எண்ணிப்பார்த்ததில்லை. 'தமிழர் உணவு' இதனைச் சாத்தியப்படுத்தியுள்ளது. இந்நூல் வெளிவரும் இத்தருணத்தில் ஐந்தாண்டு கால நினைவுகளை நன்றியுடன் பதிவு செய்ய விரும்புகிறேன். இறுதியாக இருவருக்கு நன்றி சொல்லுதல் என் கடமை. என்னுடைய பணிகளுக்கு ஆதார சுருதியே மனைவி விஜயாவும் மகள் வைஷ்ணவியும்தான். 'தமிழர் உணவு' எப்போது தயாராகும் என்று அவர்கள் கேட்ட கேள்விகள் ஏராளம். இப்போது உணவு தயாராகிவிட்டது. அனைவரும் பகிர்ந்துகொள்ளலாம்.

புதுச்சேரி
13.12.2011

பக்தவத்சல பாரதி
bharathianthro@gmail.com

நூன்முகம்

உணவின் உரையாடல்கள்

காலச்சுவடு செப்டம்பர் *2005 (இதழ் 69)* இதழ் 'தமிழர் உணவு' குறித்த சிறப்பிதழாக வெளிவந்தது. படைப்பாளிகள் பலரும் நுட்பமான, விரிவான பார்வை யுடன் தமிழர் உணவின் பல்வேறு பரிமாணங்களை அணுகியிருந்தார்கள். அதனால் அவ்விதழ் பெரும் கவனத்தையும் வரவேற்பையும் பெற்றது. இவ்வர வேற்பையும் அதையொட்டி எழுந்த எதிர்வினைகளையும் *காலச்சுவடு* ஆசிரியர் குழுவினர் கருத்தூன்றி நோக்கி னார்கள். தமிழர் உணவு பற்றிய விரிவானதொரு தொகுப்பைச் செய்ய வேண்டுமென முடிவு செய்து, அதனைப் பதிப்பிக்கும் பணியை என்னிடம் ஒப்படைத் தார்கள். இத்தொகுப்பில் தமிழர் உணவு குறித்து விரிவாக அறிவதற்குரிய ஆக்கங்கள் இடம்பெற்றுள்ளன. தமிழர் உணவென்பது கடலென விரிந்த ஒரு பரப்பாகும். எனினும் கருத்தூன்றி அறிவதற்குரிய பன்முகப்பட்ட வாசிப்பை இத்தொகுப்பு கொண்டிருக்கிறது. நூன்முக மாக அமையும் இந்த நுழைவாயில் பண்பாட்டியல் சார்ந்த சில குறிப்புகளை நம் சிந்தனைக்கு முன்வைக்கிறது.

2

பசி என்பது ஒரு உடல்சார்ந்த தூண்டுதலாகும். இது உலகில் உள்ள எல்லா உயிரினங்களுக்கும் பொது வானதும்கூட. எனவே, உலகில் வாழும் மனிதன் உள் ளிட்ட உயிரினங்கள் ஒவ்வொன்றும் ஒவ்வொரு நாளும் தமக்குப் போதுமான உணவினைப் பெறுவதற்குக் குறிப்பிட்டளவு நேரம், சக்தி, ஆற்றல் போன்றவற்றினைச் செலவிடுகின்றன. ஆரம்பகாலப் புதை படிவங்கள், மனிதனுடைய தொல் மூதாதையரான 'ஹோமோ'கூடத் தன்னுடைய உணவுத் தேவையினை நிறைவு செய்வதற்கு

வேட்டையாடத் தூண்டப்பட்டுள்ளமையை வெளிப்படுத்து கின்றன. இதனைக் குறிப்பிட்ட சூழமைவுக்கு மனிதன் தன்னைத் தகவமைத்துக்கொள்ள மேற்கொண்ட முதல் முயற்சியாகவும் கூறலாம். பௌதீக மானிடவியலர்கள் உணவுக் கான தேடலின் ஆரம்பத்தினை மனித மூளையின் வளர்ச்சி நிலையுடன் தொடர்புபடுத்துகின்றனர். அதாவது மனித மூளையில் காணப்படும் மென் மேற்படிவுகள் (திசுக்கள்) மிகவும் நிலையான குளுக்கோசினால் நிரப்பப்படுகின்றன. எனவே அங்கு குளுக்கோசினைக் கொடுக்கக்கூடிய உணவு என்பது இன்றியமையாதனவாகிவிடுகின்றது. மனித மூளையின் வளர்ச்சியில் இந்த உணவின் அளவு தொடர்ந்து உயர்ந்து வந்துள்ளதைக் காண முடிகிறது.

மனித உணவுப் பண்பாட்டின் பரிணாம வளர்ச்சியில் மனித மூளையினுடைய அளவின் அதிகரிப்பும் தாக்கம் செலுத்தியுள்ளது. அதாவது ஹார்வர்டு பல்கலைக்கழகத்தைச் சேர்ந்த எட்வர்டு வில்சன் மனிதனுடைய மூளையானது கடந்த 2 மில்லியன் வருடங்களுக்குள் ஒவ்வொரு 1,00,000 வருடத்திற்கும் 1 தேக்கரண்டி அளவு அதிகரித்துள்ளதாகத் தன்னுடைய ஆய்வில் கண்டறிந்துள்ளார். இம்மாற்றம் மனித னுடைய மூளைத் திறனில் மாற்றங்களைக் கொண்டு வந் துள்ளது என்றும் இதுவே மனிதன் பரிணாம வளர்ச்சியில் பல்வேறு காலகட்டங்களில் வெவ்வேறு தொழில் நுட்பங்களை உணவு சேகரிக்கும்போது பயன்படுத்துவதற்கு அடிப்படையாக இருந்துள்ளது என்றும் அவர் விளக்குகிறார்.

இன்றைக்கு 1,00,000 வருடங்களுக்கு முன்னர்வரை உலகில் விவசாயம், விலங்கு வளர்ப்பு இருந்துள்ளமைக்கான ஆதாரங்கள் மிகக் குறைவாகவே உள்ளன. கிடைக்கப்பெற்ற கருவிகள் குறிப்பாக வேட்டையாடி உணவு சேகரித்து வாழ்ந்த மனிதர்கள் குறிப்பிட்ட சுற்றுச்சூழலில் காணப்பட்ட தாவரங்கள், விலங்குகளின் தன்மைக்கேற்பவே உணவு சேகரிக்கும் நுட்பத் தினைப் பயன்படுத்தியுள்ளனர் என்பதனை வெளிப்படுத்து கின்றன.

3

தமிழ்ச் சமூகம் நீண்ட, நெடிய, அறுபடாத வரலாற்றைக் கொண்டது. அது தன் நீண்ட கால வெளியில் இந்தியத் துணைக் கண்டம் முழுவதிலும் அதற்கப்பாலும் வாழ்ந்து வந்துள்ளது. இன்றுங்கூட வட இந்தியாவில் எண்ணற்ற திராவிடப் பழங்குடியினர் பூர்வ பண்பாட்டின் மரபுகளைக் காத்து வருகின்றனர். கோண்டுகள், இந்தியாவிலுள்ள 464

பழங்குடிகளிலேயே எண்ணிக்கையில் அதிகமானவர்கள். இவர்கள் வட இந்தியாவில் ஆறு மாநிலங்களில் பரவி வாழ் கிறார்கள்; 52 மலைகளில் கோட்டைகள் அமைத்து சிற்றரசர் களாக ஆட்சிபுரிந்துள்ளனர். வரலாற்றில் இவர்களின் பகுதி 'கோண்டுவானா' என்றே அழைக்கப்பட்டது.

இவ்வாறாக, வடஇந்தியாவில் பில்லர், கந்தர், குடுஹ் (ஒராவ்ன்), பெங்கோ, மண்டா, கூயி, பார்ஜி, கோலாமி, மால்டோ, நய்க்கி, கோயா, சவரர், பூஞ்சியா போன்ற இன்னும் பல திராவிடப் பழங்குடியினர் ராஜஸ்தான் தொடங்கி ஒரிசா வரை பரவி வாழ்கின்றனர். இவர்களிடம் தொல் திராவிடப் பண்பாட்டின் கூறுகளை அறிய முடிகிறது. தொல் தமிழ்ப் பண்பாட்டின் ஏராளமான கூறுகளை இப்பழங்குடிகளிடம் காண முடியும் (பக்தவத்சல பாரதி, 'தமிழகப் பழங்குடிகள்', 2007). சங்க இலக்கியங்களில் கூறப்பட்டுள்ள பல்வேறு வாழ்வியல் முறைகளை வடஇந்திய திராவிடப் பழங்குடிகளிடம் இன்றும் காண முடிவது தமிழ்ச் சமூகத்தின் நீண்ட நெடிய அறுபடாத வரலாற்றைக் காட்டுவதாகும்.

இந்த மிக நீண்ட மரபில் தமிழ்ச் சமூகம் குறிஞ்சி, முல்லை, நெய்தல், பாலை, மருதம் எனத் தன்னுடைய பண்பாட்டுப் படிமலர்ச்சியில் ஐந்து பெரும் வாழ்வியல் முறைகளை ஏற்படுத்தி வந்துள்ளது. இந்த ஐந்து பெரும் வாழ்வியல் முறைகளில் உணவு முறைகளும் தனித்துவம் பெற்று வந்துள்ளது. மேலும் தமிழ்ச் சமூகம் வரலாற்றின் மிக நீண்ட காலப் பகுதியில் அயற்பண்பாடுகளோடு வினை புரிந்தும் வந்துள்ளது. இத்தகைய வினைபுரிதலில் மற்ற கூறுகளைவிடவும் சமயத்தின் தாக்கம் பெரும் பங்கு வகித் துள்ளதை வெளிப்படையாக அறிய முடிகிறது.

பண்டைத் தமிழர்களின் தொல் சமயம் பல்வேறு வகை களாக இருந்துள்ளன. ஆவி வழிபாடு, உயிரிப்பாற்றல் வழிபாடு *(animatism)*, கானுறை தெய்வங்கள், மலையுறை தெய்வங்கள், நீருறை தெய்வங்கள், மரத்தில் உறையும் தெய்வங்கள், கந்து ஆகியவற்றின் வழிபாடு, இயற்கை வழிபாடு, குலக்குறி வழிபாடு எனத் தொல் தமிழரின் வழிபாட்டு முறைகள் பன்முக நிலை யில் பரிணமித்துள்ளன. இவற்றோடு பழையோள், கானமர் செல்வி, காடமர் செல்வி, காடுகிழாள், கொற்றவை என விரிந்தன. பின்னர் நிறுவனச் சமயங்களாக வடிவம் பெற்றன. ஆசீவகம், சாக்தம், கௌமாரம், சமணம், பௌத்தம், சைவம், வைணவம் எனத் தமிழர்களின் சமய வாழ்வு தொடர்ந்து மாறி வந்துள்ளது. இதில் தொடர்ச்சியையும் மாற்றத்தையும்

காண முடிகிறது. சமயத்தின் செல்வாக்கினை உணவு உள்ளிட்ட பண்பாட்டின் மற்ற கூறுகளில் காண முடிகிறது. ஆக, தமிழர் களின் உணவு முறையானது அதன் நீண்ட நெடிய சமய வரலாற்றைப் போன்றே ஒரு தொடர்ச்சியான மரபைக் கொண்டிருக்கிறது. இந்த நீண்ட மரபில் தமிழ்ச் சமூகம் அயற் பண்பாடுகளோடு வினைபுரிந்தும், கொண்டு கொடுத்தும், தன்னளவில் மாறியும் வந்துள்ளது.

4

சங்க இலக்கியப் பதிவுகளிலிருந்து இந்த நீண்ட மரபினை இனங்காண முடியும். பண்டைத் தமிழர்கள் உணவைப் பல பெயரிட்டு அழைத்து வந்துள்ளனர். உணா, வல்சி, உண்டி, ஓதனம், அசனம், பதம், இரை, ஆகாரம், உறை, ஊட்டம் எனப் பத்தும் உணவின் பிற பெயர்களாகும் என்கிறது பிங் கலந்தை. இவையன்றி விழாக்களின்போதும் விசேட நாட்களின்போதும் பலவகையான பதார்த்தங்களோடு செய்யப் படும் 'பேருண்டி' என்பதும் வழக்கிலிருந்துள்ளது. கூடவே, கொண்டி, புகா, மிசை எனும் பெயர்களாலும் உணவு சுட்டப் பெற்றுள்ளது. சங்க காலத்தில் வீடுகளில் தேறல் அமைத்து வருவோருக்கு மொந்தையிலிட்டு உபசரிக்கத் தனியொருவர் நியமிக்கப்பட்டிருந்ததையும் அறிய முடிகிறது. அத்தகைய சான்றிலிருந்து உணவென்பது பசியாறுவதற்கான உயிரியல் கூறாக அல்லாமல், சமூக வினையாற்றலுக்கு உரியதாகப் பரிணமித்துவிட்டதைக் காண்கிறோம்.

நாம் பயன்படுத்துகின்ற பொருட்கள் சாப்பிடுவதற்கு, உடுப்பதற்கு, தங்குவதற்கு நல்லவை என்பதை நாம் அறிவோம். இதனை ஒரு கணம் மறந்துவிட்டு அவை கொண்டுள்ள பண் பாட்டு அர்த்தங்களைக் காண்போம். பொருட்களின் அன்றாடப் பயனை விடுத்துப் பார்த்தால், பொருட்கள் 'சிந்தனையின் ஊடகம்' என்ற பூடகம் தெரிய வரும். மனிதர்கள் அவர்க ளுடைய சிந்தனைகளையும் அர்த்தங்களையும் வெளிப்படை யாகவோ குறியீட்டு நிலையிலோ பொருட்களின் வழி வெளிப்படுத்துவார்கள். நாம் பயன்படுத்தும் பொருட்கள் வாழ்க்கைக்கு அடிப்படைத் தேவைகள் என்ற பொதுப் புரிதலி லிருந்து விடுபட்டு, மற்ற பண்பாடுகளிலிருந்து நாம் எவ்வாறு வேறுபட்டு நிற்கிறோம் என்பதைப் பொருட்களே வெளிப்படுத்து கின்றன. அதனைக் காலங்காலமாக அவை நிலைப்படுத்தியும் வருகின்றன.

ஒவ்வொரு சமூகத்திற்கும் உரிய பல்வேறு பொருட்கள் உலகில் மற்ற பண்பாடுகளிலும் காணக்கூடியதாக இருக்கும்.

இந்நிலையில் அவை உலகளாவிய பொதுமைப்பாட்டினைக் காட்டக்கூடும். என்றாலும், உலகளாவிய பொதுமைப்பாட்டி னூடே ஒவ்வொரு பண்பாடும் அதற்கான தனித்துவத்தையும் காட்டி நிற்கும். திருமணம் உலகில் எல்லாப் பண்பாடுகளிலும் நடக்கிறது. இது உலகளாவிய தன்மை. ஆனால் ஒவ்வொரு சமூகத்திலும் திருமணமானது யாருடன், எப்போது, எப்படி, எவ்வாறு நடைபெறுகிறது என்பதன்வழி அதன் தனித்து வத்தை வெளிப்படுத்தும். உணவும் அப்படித்தான். உலகளாவிய பண்புகள் ஒருபுறமிருந்தாலும் தனித்துவக் கூறுகளின் வழி அதற்கான அடையாளத்தைக் காட்டும்.

சமைத்தல் / உண்ணுதல், சைவம் / அசைவம், சாதாரண உணவு / விருந்து உணவு, விருப்பம்/விலக்கு, புனிதமானது / புனிதமற்றது என்பன போன்ற எண்ணற்ற கூறுகள் உணவு முறையின் உலகளாவிய பண்புகளாக இருப்பதைக் காண் கிறோம். ஒவ்வொரு சமூகத்தின் உணவுமுறையானது பொதுத் தன்மைகளைக் கொண்டிருந்தாலும் அதனதன் தனித்துவத்தைக் காலங்காலமாக நிலைநிறுத்தியும் வந்துள்ளது. தமிழ்ச் சமூகம் போன்ற நீண்ட நெடிய பழமைச் சமூகங்களில் உணவு வரலாறும் உணவுப் பண்பாடும் தனித்துவமான மரபுடையது.

5

'உணவும் சமூகமும்' அல்லது 'உணவும் பண்பாடும்' என்பது நாணயத்தின் இரு பக்கங்கள் போன்றவை. ஒன்றை யொன்று ஊடாடுபவை. மனித குலம் ஒன்றாயினும் மனித இனங்கள் பலவாகும். ஓர் இனத்திற்குள்ளும் ஒவ்வொரு வருக்கும் உருவ அடையாளம் தனித்துவமானது; வேறானது. அவ்வாறே ஒவ்வொரு பண்பாட்டிற்கும் சமூகத்திற்கும் குழு விற்கும் தனிநபருக்கும் உணவு வழித் தனித்தனியான அடை யாளம் ஏற்படுகிறது.

தமிழர் உணவென்பதும்கூட ஒரு பொது அடையாளம் சார்ந்ததுதான். இன்று தமிழகத்தில் 364 அகமணச் சாதிகள் உள்ளன. இச்சாதிகளில் தமிழரல்லாத சாதிகளின் எண்ணிக்கை 155 ஆகும். மீதமுள்ள 209 அகமணச் சாதிகளே தமிழ்ச் சாதிகள் என்று சொல்ல வேண்டும். இந்தியச் சமூகம் சாதியச் சமூகம் என்பதால் இந்தியப் பண்பாட்டைச் சாதியப் பணபாடாகவே காண வேண்டிய ஒரு வரலாற்று நெருக்கடி நமக்குண்டு. இந்நிலையில் 209 அகமணச் சாதிகளும் 209 பண்பாடுகளைக் கொண்டுள்ளன. இந்த 209 சாதிகளின் கூட்டுப் பண்பாடே 'தமிழ்ப் பண்பாடு' என்பதாகக் கொள்ள வேண்டும். உண்மை யில் 209 தனிமரபுகள் இங்குண்டு.

இந்த நீண்ட கால வெளியில் உணவு முறைகள் வழி ஏற்படுத்தி வந்துள்ள அறிதிறன், உணர்வுகள், பொருண்மைகள், குறியீடுகள், பண்புகள், தன்மைகள், வேறுபாடுகள் இன்னும் பிறவெல்லாம் அவர்களுடைய பண்பாட்டில் பிரதிபலிக்கக் காணலாம். இவை வாழ்வு, சாவு, சமயம், சடங்கு, விழா, மருத்துவம் போன்ற எண்ணற்ற தளங்களின் ஊடாக வெளிப்படுகின்றன. மேலும், இவையாவும் வட்டாரம், சாதி, சமய, இன, மொழி சார்ந்த பன்முகப்பட்ட அடையாள உருவாக்கங்களோடு வந்துள்ளதையும் காண்கிறோம். பிராமணர் தொடங்கி அருந்ததியர்வரை ஒவ்வொருவரும் சாதி, மத, வட்டார வேறுபாடுகளுக்கேற்ப பல்வேறு தனித்துவங்களைக் காட்டுகின்றனர்.

6

உயிரினங்களிடையே தொடர்ந்து வளர்ந்து வந்த 'பொது நலம் பேணும் பண்பு' *(altruism)* மனித குலத்தில் மேலும் விரிவடைந்து அது உணவு வழி வெளிப்பட்டது. சமூகத்தை ஒன்றிணைக்கும் கூறாகவும், பொது நலம் பேணும் பண்பை வளர்க்கும் கூறாகவும் தமிழ்ச் சமூகத்தில் உணவு ஒரு முக்கிய குறியீடாக உருவெடுத்து வந்துள்ளது. மனித இனத்துக்குக் கீழுள்ள உயிரிகளிடையேயும்கூடப் பொது நலம் பேணும் பண்பு இருப்பதைக் காண்கிறோம். இரத்தம் உறிஞ்சும் வௌவால்கள் இதற்கு முக்கிய சான்றாகும். கூட்டம் கூட்டமாக வாழும் வௌவால்கள் இரவில் வெளியே பறந்து சென்று மாட்டின் இரத்தத்தை உறிஞ்சுகின்றன. ஒவ்வொரு வௌவாலும் உயிர் வாழ மூன்று நாட்களுக்கு ஒரு முறையேனும் இரத்தம் குடிக்க வேண்டும். இரத்தம் உறிஞ்ச வரும் வௌவால்களை மாடுகள் வாலினால் தள்ளிவிடும்போது சில வௌவால்களால் இரத்தம் உறிஞ்ச முடிவதில்லை. வயிறு வற்றும் வௌவாலுக்கு வயிறு நிறைந்த வௌவால்கள் தாம் அருந்திய இரத்தத்தில் ஒரு பகுதியை மீண்டும் வாய்க்குக் கொணர்ந்து தருகின்றன. இவ்வாறு கொண்டு கொடுக்கும் பொது நலப் பண்பு படிப்படியாக வளர்ந்து மனித சமூகத்தில் அது சமூகத்தை ஒன்றிணைக்கும் கூறுகளில் மிக முக்கியமானதாக அமைந்துள்ளது.

தமிழகத்தில் வேட்டையாடி உணவு சேகரிக்கும் பழங்குடிகளின் பண்பாட்டைக் கருத்தூன்றி நோக்கும்போது பொதுநலம் பேணுதலின் தோற்றுவாயை நன்கு அறிய முடியும். பெண்கள் தினந்தோறும் வனங்களுக்குச் சென்று காடுபடு பொருட்களைச் சேகரித்து நிரந்தர உணவு ஆதாரத்தை ஈட்டுகின்றனர்.

ஆண்களின் பணி வேட்டையாடுதலாகும். வேட்டையானது அடிப்படையில் குழு சார்ந்த நடவடிக்கையாகும். அதனால்தான் வேட்டையில் கிடைத்த இறைச்சியைக் குடியிருப்புக்கு வந்தவுடன் அனைவரும் சமமாகப் பாதீடு செய்துகொள்கின்றனர்.

ஆதியில் ஒரு குடும்பத்தில் இறப்பு நிகழுமானால் அந்தக் குடியிருப்பைச் சேர்ந்த எந்தப் பெண்ணும் வனப் பொருட்கள் சேகரிப்பதற்குச் செல்வதில்லை. சாவுச் செய்தியை அறிந்த தூரத்துக் குடியிருப்புகளைச் சேர்ந்தோர் உடனடியாகச் சாவு வீட்டுக்குக் கிளம்பாமல் உணவுப் பொருட்களைச் சேகரித்துக் கொண்டு செல்வார்கள். அங்கு சென்றதும் அவற்றைச் சமைத்து உணவு கொடுப்பார்கள். பழங்குடிச் சமூகத்தில் தொடங்கிய அந்த ஓர்மை நிலை இன்று 'அம்மான் சோறு போடுதல்' எனும் வடிவத்தில் தொடர்வதைக் காணலாம். அம்மான் கொண்டு வரும் உணவுப் பொருட்களைச் சமைத்து உண்ணுதல் இன்றும் கிராமங்களில் இழவு வீடுகளில் காணக் கூடிய காட்சியாக இருக்கிறது. குறிஞ்சியில் தோன்றிய ஓர் ஆதித் தொல் வடிவம் தமிழரின் கிராமிய நாகரிக வாழ்வு வரை நீண்ட காலவெளியில் பயணித்து வந்துள்ளது. உணவு வழி அறியப்படும் இந்தப் பொது நலம் பேணும் பண்பு சமூகத்தின் கூறுகளில் மிகவும் முக்கியமானதாகும்.

தமிழகத்தில் பழங்குடிகளிடம் இன்னும் பல்வேறு வகையான பாதீடு முறைகள் அடுத்தடுத்த கட்டங்களுக்குத் தொடர்ந்து வந்துள்ளன. ஆதிக்குடியினர் அவர்களின் மூப்பன் ஒதுக்கித் தரும் மலைப் பகுதிகளில் பயிர் செய்து மகசூலை மீண்டும் மூப்பனிடம் ஒப்படைப்பார்கள். மலைச் சரிவின் ஒரு பகுதியில் வாழை விளையலாம். இன்னொரு பகுதியில் சாமை விளையலாம். மற்றொரு பகுதியில் கனிகள், கொட்டைகள், பட்டைகள் கிடைக்கலாம். வேறொரு பகுதியில் இன்னும் பிற பொருட்கள் கிடைக்கலாம். இவையாவும் நடுநாயகமாக விளங்கும் மூப்பனிடத்தில் வந்து சேரும். இவற்றை மூப்பன் அனைவருக்கும் 'மறுபங்கீடு' (redistribution) செய்வான். இதன் வழி உணவு ஆதாரம், உணவுச் சமநிலை அப்பழங்குடி வாழ்வில் ஓர் உயர்ந்த நிலையில் பேணப்பட்டது. மலையும் காடும் சமூக உடைமையாக இருந்த அக்காலகட்டத்தில் மறுபங்கீடு என்பது ஒரு தலையான பண்பாக இருந்துள்ளது.

இன்று 'மயானக் கொள்ளை' போன்ற கிராமத் திருவிழாக்களில் மக்கள் நேர்ந்துகொண்டவாறு அதிக விளைச்சல் கண்ட உணவுப் பொருட்களைக் கோவிலின்முன் கொட்டிவிட அவற்றை இல்லாதவர்கள் எடுத்துச் செல்கின்றனர். தொல்குடிப்

பண்பாட்டின் மறுபங்கீட்டு அம்சம் ஒன்று இன்றைய வாழ்வு முறைவரை தொடர்ந்து வருவது தமிழ்ச் சமூகத்தின் நீண்ட நெடிய அறுபடாத மரபைக் காட்டுகின்றது. பாதீடும் மறுபங்கீடும் சமூக வாழ்வில் ஒன்றியத்தையும் ஒருமைப்பாட்டையும் பொது நலம் பேணுதலையும் ஊக்குவிக்கும் காரணிகளாக இருந்தாலும் அவை ஆதிப் பொதுவுடைமை, ஆதிச் சமூகவுடைமை ஆகிய தன்மைகளிலிருந்து மெல்ல மெல்ல மாறி உபரி சார்ந்த, உடைமை சார்ந்த படிநிலைக்கு வந்து சேர்ந்துவிட்டதைக் காட்டுகின்றது.

7

உணவு பற்றிய தமிழ்ச் சமூகத்தின் அறிதிறன் பார்வை, நோக்கு நிலை, அர்த்தப்படுத்துதல் போன்ற பரிமாணங்கள் யாவும் சமூகம், பண்பாடு, பிரபஞ்சம், தேவகணம் உள்ளிட்ட அத்தனையையும் ஊடுருவிச் செல்கின்றன. ‘சூடு’, ‘குளிர்ச்சி’, என்ற இருபெரும் எதிரிணை மண்ணியல் கூறுகளையும் உடலியல் கூறுகளையும் இணைக்கின்றன. ‘பித்தம்’, ‘வாயு’, ‘கபம்’ எனும் மூன்று கூறுகள் உணவினை உடற்கூறுகளோடும் நோயியல் கூறுகளோடும் ஒருங்கிணைக்கின்றன. ‘இனிப்பு’, ‘புளிப்பு’, ‘உவர்ப்பு’, ‘துவர்ப்பு’, ‘உறைப்பு’, ‘கசப்பு’ எனும் ஆறு புலனுணர்வு கூறுகள் உடல்சார்ந்தும் உணர்வு சார்ந்தும் ஒருங்கிணைக்கின்றன. உணவு உணர்வுகளையும், உணர்வுகள் மனிதனின் குணாதிசயங்களையும் நிர்ணயிக்கின்றன என்னும் கருத்தினங்கள் இன்னொருபுறம் உருவாக்கம் பெற்றுள்ளன.

சாத்விகம், ராசதம், தாமசம் ஆகிய மூன்றும் உணவு வழி அமையும் குணாதிசயங்களாகவே கருத்தினம் பெற்றுள்ளன. சமூகக் கருத்தினங்களுக்கும், பண்பு நலன் சார்ந்த கருத்தினங்களுக்கும் உணவு சார்ந்த கருத்தினங்களுக்கும் பிரிக்க முடியாத தொடர்பும் அர்த்தங்களும் தமிழ் மரபில் தொடர்ந்து விரிவுபெற்று வந்துள்ளன. இதன் தொடர்ச்சியாகவே பருவ காலங்களுக்கும், உடற்கூறுகளுக்கும், இரசவாதத்திற்கும் உள்ள உறவுகள் மென்மேலும் தமிழ்ச் சமூகத்தில் நுண்மையாக்கம் பெற்று வந்துள்ளன. ஒரு வேளை உண்பவர் ‘யோகி’, இரு வேளை உண்பவர் ‘போகி’ (வாழ்வை அனுபவிப்பவன்), மூன்று வேளை உண்பவர் ‘ரோகி’ (நோயாளி) எனும் நிலையில் உணவை மையப்படுத்தி மனிதர்கள் வகைப்படுத்தப்படுகின்றனர். தேரில்லாத திருவிழாவா, இனிப்பில்லாத விருந்தா, பருப்பில்லாத கல்யாணமா போன்ற மரபுத் தொடர்கள் உணவின் சமூகப் படிநிலையைக் காட்டுவனவாகும். ஒவ்வொரு பிரதேசத்திலும் வட்டாரத்திலும் சமூகப் படிநிலைகளுக்கேற்ப உணவுப் படிநிலையும் காணக்கிடக்கின்றன.

8

மனித சமூகத்தில் உணவு மருந்தியலோடும், உடலியலோடும், சடங்கியலோடும், தெய்வங்களோடும், சமூகத்தோடும், மொழியோடும் இவ்வாறாக இன்னும் பல தளங்களோடும் உறவு பெற்றிருக்கின்றன. இவ்வுறவானது அர்த்தங்களாகவும் குறியீடுகளாகவும் பரிணமித்துள்ளன. இதனை எந்தவொரு தளத்திலிருந்தும் நோக்க முடியும்.

சாமிகளுக்கான படையல் பொருண்மைகள் நிறைந்தவை. ஒரு விரிவான கோயிலின் தேவகணத்தை உற்று நோக்கினால் அங்குள்ள அர்த்தக் குறியீடுகள் தமிழ்ச் சமூகத்தின் ஆழ் நிலைப்பட்ட மனவடிவங்களைக் காட்டுகின்றன. உள்ளே / வெளியே, அமர்ந்த நிலை / நிற்கும் நிலை, கற்பக்கிரகம் / பிரகாரம், மூலவர் / முன்னடியான், வடபுலம் / தென்புலம், சைவப் படையல் / அசைவப் படையல், பொன்னிற தெய்வம் / கருமைநிற தெய்வம், அன்பான தெய்வம் / துடியான தெய்வம் என்பன போன்ற எதிரிணைகள் தமிழர்களுடைய தேவ கணத்தின் அமைப்பாக்கத்தின் உள்ளீடுகளாகும். குறியீடுகளாக இவை உணர்த்தும் அர்த்தங்கள் தமிழ்ச் சமூகத்தின் சமூகக் கட்டமைப்பைச் சமயமெனும் தளத்தில் மறுபடைப்பாக்கம் செய்யும் மானிட உற்பத்தியாகவே உள்ளது. கிராமத் தலைவர் முக்கியமானவர். பஞ்சாயத்தில் உயரமான மேடையில் அமர்ந்திருப்பவர். அவருக்குத் துணைசெய்யும் ஓடும்பிள்ளை, பரியாரி போன்றவர்கள் கீழே நின்றுகொண்டிருப்பவர்கள். இவர்களையொட்டி சமூகத்திலுள்ள அத்தனை படிநிலைகளையும் கணக்கிலெடுத்துக்கொண்டு பார்த்தால் அங்கு செயல்படும் அத்தனை எதிரிணைகளும் தேவகணத்தில் பிரதியாக்கம் செய்யப்பட்டிருப்பதை அறிய முடியும்.

சமூகத்தைக் கற்பித்த மனமே தேவகணம் பற்றியும் சிந்தித்து இருக்கிறது. தேவகணத்தை மனித உருவேற்றமாகவும் மனிதப் பண்பேற்றமாகவும் கொண்டு சென்றமை மனிதப் படைப்பே அன்றி வேறொன்றுமில்லை. இத்தகைய மானிட உருவாக்கத்தில் சமூக அமைப்பில் காணக்கூடிய அத்தனை எதிரிணைகளையும் முன்வைத்தே தேவகண அமைப்பில் எதிரிணைகள் ஒரு நனவிலி நீட்சியாக அமைப்பாக்கம் பெற்றுள்ளது. இதனூடே உணவு பற்றிய கருத்தினங்களும் அமைப்பாக்கம் பெற்றுவிட்டன. மாரியம்மனுக்குக் கூழ் (கஞ்சி) வார்த்தல், பெருமாளுக்குப் புளியோதரை இடுதல், கிருஷ்ண பகவானுக்கு வெண்ணை படைத்தல் முக்கியமானவை. கூடவே கடவுளர்களுக்கேற்ப பூசைமுறைகளும் வேறுபடுகின்றன. பால் பூசை, பலி பூசை இரண்டும் முறையே

சைவ, அசைவக் கடவுள்களுக்குப் படைக்கப்படுவதைக் காணலாம். பிரசாதம், தீர்த்தம் இரண்டும் இருவேறு எதிரிணை கள். தேங்காய், பழம் இரண்டும் உணர்த்தும் குறியீடுகளின் தொடர்ச்சியாக இது நீள்கிறது.

பங்குனி உத்திரத்தின்போது கொங்கு நாட்டின் அஞ்சு சாதியினர் கொடுமுடியில் தீர்த்தம் எடுத்துக் காவடி தூக்கிப் பழனி முருகனுக்கு நீர் வார்க்கின்றனர். தைப்பூசத்தின்போது நாட்டுக்கோட்டை நகரத்தார் முருகனுக்கு விருப்பமுடன் வெல்லத்தை அமுதாக ஏந்திப் பழனிக்குச் செல்கின்றனர். பழனி முருகனைத் தரிசிக்கும் இந்த யாத்திரையில் தமிழ்ச் சமூக மனத்தின் எதிரிணைகள் நம் கவனத்தை ஈர்க்கின்றன. கொடுமுடியில் எடுக்கும் தீர்த்தம் பங்குனி வெய்யிலின் வெப்பத்தைக் குறைப்பதற்காக ஆகும். நாட்டுக்கோட்டையி லிருந்து வரும் வெல்லம் தைக் குளிரில் வாடும் முருகனுக்கு வெப்பத்தை ஏற்படுத்தும் படையலாகும்.

இவ்வாறு இருவேறு பிரதேசங்களின் ஒருங்கிணைவில் சாமியும் சமூகமும் ஏற்படுத்திக்கொண்டுள்ள குறியீட்டுத் தன்மை உணவுப் பொருள்களோடும் ஒன்றிணைவதை சமயத் தினூடாகக் காண முடிகிறது. இடாறிதியில் (கொங்கு, நாட்டுக் கோட்டை), சமூக ரீதியில் (வேளாளர், நகரத்தார்), சாதி ரீதியில் (வலங்கை, இடங்கை), கால ரீதியில் (பங்குனி, தை), பருவ ரீதியில் (கோடை, குளிர், காணிக்கை ரீதியில் (தீர்த்தம், வெல்லம்) ஒரு தர்க்க ஒழுங்கைத் தமிழ்ச் சமூகத்தின் சமய விழைவில் காண்கிறோம். இதன் நீட்சியினைப் பண்பாட்டின் இன்னும் பிற தளங்களிலும் காண முடியும். அத்தகைய தளங்களில் எல்லாம் தமிழர் உணவு பற்றிய கருத்தினங்கள் நேரடியாகவோ மறைமுகமாகவோ பொதிந்து நிற்கின்றன.

தமிழர் வழிபாட்டில் கோவிலுக்குச் செல்லும்போது தேங்காய் பழம் கொண்டு போவதன் குறியீட்டினை ஃபெர்ரோ லூசி விளக்கும்போது இவற்றில் அடங்கியுள்ள எதிரிணைகளை இனங்காண்கிறார். அமைப்பியம் (**structuralism**) நோக்கில் அவர் கண்டுள்ள விளக்கங்கள் நமக்கு ஏற்புடையதா, இல்லையா என்பது பிரச்சினை இல்லை. ஆனால் அக்குறியீடுகள் உணர்த் தும் பொருண்மைகள் நமக்கு முக்கியமானவை. தேங்காய் உருண்டையானது, கடினமானது, காய் வகையைச் சேர்ந்தது, சமைத்துச் சாப்பிட வேண்டியது. இதற்கு மாறாக, வாழைப்பழம் நீளமானது, மிருதுவானது, பழ வகையைச் சேர்ந்தது, சமைக்கா மல் அப்படியே சாப்பிடக்கூடியது. ஃபெரோ லூசி தமிழர்களின் பஞ்ச பதார்த்தங்களால் சமைக்கப்படும் அறுசுவை உணவில் இடம்பெறும் வடை பாயசத்திற்கும் மேற்கூறிய வகையில்

அமைப்பியம் சார்ந்த விளக்கங்களைக் காண்கிறார். வடை யானது திட உணவு வகையாகும், கார வகை சார்ந்தது, எண்ணெயில் பொரிக்கப்படுவது. பாயசமானது திரவ வகை உணவு, இனிப்பு வகை சார்ந்தது, சர்க்கரையுடன் பொங்கப் படுவது. இத்தகைய விளக்கங்களைத் தொடர்ந்து, தென்னிந்தியச் சமூகத்தினர் தெய்வங்களுக்குப் படைக்கும் எண்ணற்ற படையல் வகையினங்களை அமைப்பியம் நோக்கில் ஆராய்ந்துள்ளார்.

ஃபெரோ லூசி சடங்கியல் உணவுகளைச் சமூகத்தின் மொழியாகக் காண்கிறார். மொழி என்பது ஒரு பேசும் ஊடகம். பண்பாட்டில் மொழி தவிர மற்ற எல்லாக் கூறுகளும் பேசா ஊடகங்கள். உணவு, உடை, பொருள்சார் கூறுகள், கட்டடங்கள், கலை வடிவங்கள், நிகழ்த்துக் கலைகள், செய்பொருட்கள் போன்ற அனைத்தும் பேசா ஊடகங்களே. இவையிருக்கும் இடத்தில் அவற்றிற்கான இருப்பையும் பொருண்மையையும் வெளிப்படுத்துகின்றன. குங்குமம் நெற்றியில் வைத்தால் பொட்டு. அதையே எலுமிச்சம்பழத்தை அல்லது நீர்த்துப் பூசணியை (கல்யாணப் பூசணி) வெட்டித் தடவினால் வேறு அர்த்தம். இவ்வாறாகச் சடங்குகள், வழிபாடுகள், விழாக்கள் ஆகியவற்றில் தேவகணங்களுக்கு இடப்படும் சடங்கியல் உணவுகள் பேசா ஊடகமாக நின்று பல்வேறு பொருண்மைகளை அர்த்தப்படுத்துகின்றன. தமிழர் உணவில் சடங்கியல் உணவு ஒரு முக்கியமான இடத்தை வகிக்கிறது.

9

உணவு உடல்சார்ந்தது மட்டுமல்ல சமூகம் சார்ந்தது. வாகனங்களுக்கு எரிபொருள் நிரப்புவதுபோல் உணவு உண்ணுதலை எடுத்துக்கொள்ள முடியாது. உண்ணுதல் அடிப்படையிலேயே சமூகம் சார்ந்த செயல். தமிழ்க் குடும்பங்களில் உணவு ஊட்டுதல், உணவு உண்ணுதல், சாப்பாடு போடுதல், கஞ்சி வார்த்தல், இப்படியான எல்லா செயல்களிலுமே சமூகவயமாக்கம் *(socialization)* நிகழ்கிறது. தமிழர் பண்பாட்டில் பிறந்த குழந்தைக்கு முதன்முதலில் உணவினை ஊட்டுதல் என்பதைப் பண்பாட்டுவயப்பட்ட சடங்காக இன்றுவரை மக்கள் பின்பற்றி வருகின்றனர். இதனைச் ‘சோறு தீத்துதல்’, ‘பால் பருக்குதல்’, ‘அன்னபிரசன்னம் செய்தல்’ போன்ற வழக்குகளில் குறிப்பிடுகிறார்கள். இங்கு தாய்மாமன் கையால் சோறு ஊட்டுதல் தாய்வழி மரபின் தொடர்ச்சியாகக் காணப்படுகிறது.

கைக்குழந்தைகள் முதல் மழலையர்வரை அவர்களுக்கு உணவு ஊட்டுதலின்போது அம்மாக்கள் நிலவைக்

காட்டுதல், கதை சொல்லுதல், பாட்டு பாடுதல், விளையாட்டு காட்டுதல் அல்லது பயமுறுத்துதல் எனப் பல்வேறு உத்தி முறைகளின் வழி குழந்தைக்கு உணவு ஊட்டுகிறார்கள். சமூக வயமாக்கலின் பங்குபணி இங்குதான் வலுவாக வேரூன்றுகிறது.

சிறார்களாக வளர்ந்த பின்னரும்கூட அவர்கள் தானாக உணவு உண்ணத் தொடங்கினாலும் அங்கும்கூடச் சமூகவய மாக்கல் இன்னொரு வடிவத்தில் தொடர்வதைக் காண்கிறோம். தமிழ்ச் சமூகத்தில் உணவு உண்ணுதல் என்பது குடும்பத்தார் அனைவரும் சேர்ந்து உண்ணுவதையே குறிக்கும். இத்தகைய சூழலில் பேசுவதும், கருத்துக்களைப் பரிமாறிக்கொள்வதும் மிக முக்கியமாக நிகழ்கின்றன. பேசுவதன் வாயிலாகச் செய்தி கள் தொடர்ந்து குடும்ப உறுப்பினர்களிடையே பரிமாறிக் கொள்ளப்படுகின்றன. உண்ணும் முறை தொடங்கிப் பல்வேறு நடத்தை முறைகளை ஒழுங்கு செய்யும் களமாகச் சேர்ந் துண்ணுதல் அமைகிறது.

சமூகத்தின் விழுமியங்கள், மதிப்பீடுகள், பால்நிலை போன்ற எண்ணற்ற கருத்துகள் உணவு உண்ணுதலின் வழியே வெளிப்படுவதைக் காண்கிறோம். அப்பாவுக்குச் சோறு போடும்போது அம்மா நின்றுகொண்டுதான் போடுகிறாள். கணவன் சாப்பிட்ட பின் மனைவி இறுதியில் அத்தட்டிலேயே சாப்பிடும் பழக்கமுள்ளது. ஆணுக்குப் பெண் இரண்டாம் தரம் என்பது விழுமிய மதிப்பீடாக உள்ளது. மாமனாருக்கு உணவு படைக்கும் மருமகளின் நிலை இன்னும் சற்று வித்தியாச மானது. அங்கு கணவனுடன் அல்லது கொழுந்தனுடன் காட்டும் 'நெருக்க உறவு' வெளிப்படுவதில்லை. மருமகன் வீட்டுக்குள்ளிருந்தால் மாமியார் கண்ணில்படாமல் விலகிச் செல்லக்கூடிய 'தவிர்ப்பு உறவு' (avoidance relationship) நிலவுகிறது. மாமன்-மச்சான் உறவு உள்ளவர்கள் 'கேலி உறவு' (joking relationship) பேசி மிகையாக உண்ணுவது வரை செல்கிறது. பெரிய கூட்டுக் குடும்பங்களில் பாகப் பிரிவினை செய்துகொள்ள வேண்டும் என்ற எண்ணம் ஏற்படுகின்ற கட்டத்தில் மருமகள் காட்டும் 'சலிப்பு உறவு' இன்னொரு நிலை. இறுதியில் புது அடுப்பு வைத்துத் தனியாக சமைத்தலே குடும்பப் பிரிவினை ஏற்படுவதன் தொடக்கமாக அமைகிறது. இப்படியாக உணவு மையமிட்ட சமூகவயமாக்கலும் சமூகச் செயல்பாடுகளும் எண்ணற்றவை.

10

சமைப்பதிலும் உண்பதிலும் ஆண் பெண் தொடர்பான நடைமுறைகள் கருத்தூன்றி ஆராயத்தக்கவை. வீட்டில் பெண்

தான் சமைக்க வேண்டும். அம்மாவோ மனைவியோ சமைப்பது தனி ருசி, மூக்கு முட்டச் சாப்பிடலாம். ஆனால் தமிழ்ச் சமூகம் பெண்களைப் பொது இடங்களில் சமைக்க அனுமதிப்பதில்லை. கல்யாணமண்டபத்திலோ அன்னதான விழாக்களிலோ மற்ற பொதுவிடங்களிலோ பெண்கள் சமைப்பதில்லை. இதில் பண்பாடு சார்ந்த ஆழமான உளவியல் கூறுகள் புதைந்துள்ளன.

நாட்டார் கதைகளிலும் பாடல்களிலும் நடைமுறை வாழ்க்கையிலும் இதனை அறிந்துகொள்வதற்கான செய்திகள் நிரம்ப உள்ளன. விருந்துண்ணும்போது பரிமாறும் பெண்ணின் தலையிலிருந்து மயிர் இலையில் விழுந்தால் அதன் பொருள் என்னவென்பது நமக்குத் தெரியும். உணவு சமைத்த பெண்ணின் தலைமயிர் உணவில் கிடைத்தால் என்ன பொருள் என்பதும் நமக்குத் தெரியும் அல்லது உணவில் மயிர் கிடைத் தால் உறவு பலப்படும் என்பதும் நமக்குத் தெரியும். ஒரு பெண் தன்னந்தனியாக வீட்டிலிருக்கும்போது சாப்பிடலாமா என்பதை ஒருவித தொனியில் பேசினால் பாலியல் விழைவினை வெளிப்படுத்துதல் என்பதும் நமக்கும் தெரியும். இத்தகைய நாட்டார் வழக்காறுகள் கன்னியாகுமரி தொடங்கி காஷ்மீரம் வரை இந்தியத் துணைக் கண்டம் முழுவதும் பரவியுள்ளது. உணவில் மயிர் கிடைக்கும்போது உணர்த்தப்படும் பாலியல் குறியீடு காஷ்மீரின் நாட்டார் கதைகளில் இருப்பதை ஜவகர் லால் ஹண்டு 'சனிகிசார் கதை' மூலம் விளக்குகிறார். இவ் வாறாக உணவு பற்றிய நாட்டார் வழக்காறுகள் நனவிலி விழைவுகளையும் பண்பாட்டுக் குறியீடுகளையும் சுமந்து நிற்கின்றன. தமிழ்த் திரைப்படங்களில் பெண்களைக் கற்பழிக் கும் காட்சிகளைப் பழைய இயக்குநர்கள் உணவுக் குறியீடு களைப் பயன்படுத்தியே காட்டியுள்ளனர். உறியில் தொங்கும் பாலை பூனை குடித்துவிட்டு ஓடுதல், பூனை அடுப்பிலுள்ள பால் பானையை உருட்டுதல் போன்ற குறியீடுகளைப் பெரிதும் பயன்படுத்தியுள்ளனர்.

11

உணவு தொடர்பான விதிமுறைகளும் விலக்குகளும் அவரவர் பண்பாடு, சமூக, சமய சூழமைவுடன் இணைத்து நோக்க வேண்டிய ஒன்று. எவற்றை உண்ணலாம், எவற்றை யெல்லாம் உண்ணக் கூடாது என்பன தொடர்பாகச் சில கட்டுப்பாடுகள் காணப்படுகின்றன. இதனையே 'உணவு விலக்கு' ***(food taboo)*** என்கிறோம். உணவு விலக்கு என்பது ஒவ்வொரு பண்பாட்டிலும் மிகக் காத்திரமான இடத்தினைப் பெறுவதுடன் அது அப்பண்பாட்டின் சமூக அடையாளங்களாகவும் விளங்கு கின்றது. தமிழகச் சூழலில் குலதெய்வத்திற்குப் பலியிடப்படும்

விலங்கினுடைய இறைச்சியைப் பங்காளிகள் மட்டுமே பங்கிட்டு உண்ண முடியும், அவற்றைத் தமது மணவுறவினர்க்குக் கொடுத்தல் விலக்கப்பட்டுள்ளது. இதனைவிட யாழ்ப்பாணத்தில் ஆடி அமாவாசையன்று இறந்த ஆண் ஆத்மாக்களுக்காகப் பிதிர்க்கடன் நிறைவு செய்யும்போது 'காத்தோட்டிக் காய்' சேர்ப்பது மரபு. அதனைத் தந்தையுள்ளவர்கள் உண்ணுதல் விலக்களிக்கப்பட்டுள்ளது; கண்டிப்பாக உண்ணக் கூடாது.

தமிழகப் பழங்குடிகள் மத்தியில் இன்றும் தமது குலத்தின் குறியாக உள்ள விலங்கினை உண்ணுதல் விலக்களிக்கப்பட்டுள்ளது. அவ்வாறு உண்ணுதல் என்பது குறிப்பிட்ட சமூக விதிமுறையை மீறுதலுக்கு ஒப்பானதாகும். இன்னும் சில சமூகங்களில் தெய்வங்களுக்குப் படைக்கப்பட்ட உணவுகள் எல்லோரும் உண்ணுவதற்கு விலக்கப்பட்டுள்ளது. நிறைமாத கர்ப்பிணிப் பெண்கள் தெய்வங்களுக்குப் பலியிட்டு படைக்கப்பட்ட உணவினை உண்ணுதல் கர்ப்பத்தில் இருக்கும் குழந்தைக்குக் கூடாது என்ற நம்பிக்கையும் காணப்படுகிறது.

இந்தியாவின் பசிக்கும் வறுமைக்கும் முதலாவது முக்கிய காரணம் பசுவை வணங்குவதுதான் என்று பல வல்லுநர்கள் கூறுகிறார்கள். இந்துக்கள் பசுவைக் கும்பிடுவதால் அவற்றைக் கொல்லுவதில்லை. உபயோகமில்லாத பலகோடிப் பசுக்களை வெட்டிச் சாப்பிடாமல் உயிரோடு வைத்திருப்பதால் உணவுப் பற்றாக்குறை காணப்படுகிறது என மேலை வல்லுநர்கள் கூறுகிறார்கள். இந்துக்கள் கடைப்பிடிக்கும் இத்தகைய உணவு விலக்கை இந்தியப் பண்பாட்டைச் சார்ந்தே அணுக வேண்டியுள்ளது.

ஒரு பண்பாட்டை இன்னொரு பண்பாட்டின் அளவுகோலுடன் அல்லது மதிப்பீடுகளுடன் ஒப்பிட்டுப் பார்க்கக் கூடாது. இந்தியாவில் காளை மாடுகளை உருவாக்குவதே வீட்டுப் பசுவின் முக்கியப் பொருளாதார வேலையாக இருக்கும் போது, அதனைப் பால் கொடுப்பதற்காகவே பண்ணைகளில் வளர்க்கப்படும் அமெரிக்கப் பசுக்களோடு ஒப்பிடுவது சரியல்ல. அமெரிக்காவின் இயந்திர உழு வண்டி மையமிட்ட பண்ணை விவசாயமும் இந்தியாவின் எருது கொண்டு உழும் சிறு விவசாயமும் வெவ்வேறானவை. இங்கு பசுக்கள் 'சேங்கன்னு' (ஆண் கன்று), 'கிடேரி' (பெண் கன்று) இரண்டையும் ஈனுகின்றன. இரண்டுமே வீட்டுக்கு நல்லவைதான். ஆனால் சேங்கன்னுகளே விவசாய வேலைகளுக்குப் பயன்படுகின்றன. (யாழ்ப்பாணத்தில் ஆண் கன்று 'நான்பன்' என்றும் பெண் கன்று 'பைக்கன்று' என்றும் கூறப்படுகின்றன).

இந்துக்கள் பசுக்களின் சாணத்தை வீட்டினைச் சுத்தமாக வைத்திருக்க மெழுகும் பொருளாகவும், அடுப்பு எரிக்க உதவும் விரட்டியாகவும், பயிர்களுக்கு இடும் எருவாகவும் பயன் படுத்துகின்ற நிலையில் பசுக்களைக் கொல்வது தவறில்லை எனும் அவர்களின் முடிவினை இந்துக்கள் ஏற்கவில்லை. இந்தியாவில் பாதியளவு பசுக்கள் வீட்டுத் தீவனம் இல்லாமலே உயிர் வாழ்கின்றன என்பதே உண்மை. இவை பற்றியெல்லாம் மிகச் சிறந்த மானிடவியல் அறிஞர் மார்வின் ஹாரிஸ் 'பசுக்கள், பன்றிகள், போர்கள், சூனியக்காரிகள் ஆகிய கலாச்சாரப் புதிர்கள் '(இரண்டு தொகுதிகள், எனி இந்தியன் பதிப்பகம், 2006) எனும் நூலில் 'பண்பாட்டுப் பொருள்முதல்வாதம்' (cultural materialism) நோக்கு நிலையில் நின்று விவாதிக்கிறார்.

தமிழ்ச் சமூகத்திற்கென தனித்துவமான உணவு விலக்கு கள் உண்டு. இங்குப் பன்றியை விரும்புபவர்களும் உண்டு, வெறுப்பவர்களும் உண்டு. சீனர்கள் நாய் மாமிசத்தை விரும்பிச் சாப்பிடுகிறார்கள். ஆனால் பசும்பாலை வெறுக்கிறார்கள். இந்தியர்கள் இதற்கு நேர்மாறானவர்கள். நாய்க்கறியை அறவே வெறுக்கிறார்கள். பால் இல்லாமல் உணவேயில்லை. பிரேசி லில் சில பழங்குடியினர் எறும்புகளை விரும்பிச் சாப்பிடுகிறார் கள். ஆனால் மான் கறியை வெறுக்கிறார்கள். யூதர்களும் முஸ்லிம்களும் பன்றி இறைச்சியை வெறுக்கிறார்கள். இப்படி யாக உலகம் முழுவதும் சமூகத்திற்குச் சமூகம் உணவு விலக்கும், உணவு விருப்பமும் பரவிக் காணப்படுகின்றன. பெரும் புகழ்பெற்ற மானிடவியல் அறிஞர் ஜேம்ஸ் பிரேசர் உலகில் எண்ணற்ற பண்பாடுகளை ஒப்பியல் ஆய்வு செய்தவர். அவர் சொல்கிறார், "அசுத்தமான விலங்குகள் என்று இன்று கூறப்படுபவை எல்லாமே முன்பு புனிதமான மிருகங்களாக இருந்தன. அவைகளைத் தின்னாமல் இருப்பதற்குக் காரணம் அவை முன்பு புனிதமானதாக இருந்ததேயாகும்".

தமிழர்களின் நீண்ட நெடிய வரலாற்றில் புனிதம், புனித மற்றது இரண்டையும் வரலாற்று நோக்கில் ஆராய வேண்டியது அவசியமாகும். பண்டைத் தமிழர்கள் தொடங்கி இன்றுவரை எண்ணற்ற சமூகத்தினர் தாவர இனங்களையும் விலங்கினங் களையும் குலக்குறிகளாகக் (totems) கொண்டுள்ளனர். குலக்குறி கள் அனைத்துமே புனிதம் என்பதால் அவற்றைக் கொல்வதும் உண்பதும் தவறு என எண்ணி விலக்குக் கடைப்பிடித்தனர். இன்று பரிசுத்த சைவர்களாக அறியப்படுகின்ற பிராமணர்கள் ஆதியில் சோம பானத்தையும் மாட்டுக் கறியையும் உண்டவர் கள்தான். சமணத்தை அழித்துத் தங்களுடைய வைதீகத்தை நிலைநாட்ட முயன்றபோது சமணர்களின் சைவ முறையை

27

அப்படியே ஏற்றுக்கொண்டார்கள். அப்போதுதான் மக்கள் தங்கள் சமயத்தை ஏற்றுக்கொள்வார்கள் என நம்பினார்கள்.

12

தமிழ்ச் சமூகத்திற்கென்று மொழி மரபு, இலக்கிய மரபு, சமய மரபு, தத்துவ மரபு, மருத்துவ மரபு, கலை மரபு, இன்ன பிற மரபுகளெல்லாம் வரலாற்றின் ஊடாகத் தொடர்ச்சியோடும் மாற்றங்களோடும் வந்துள்ளன. இவர்களின் சிந்தனைவழி உணவு தொடர்பான மரபு ஒன்றும் இங்குண்டு. 'உணவே மருந்து, மருந்தே உணவு' என்பதாக இதனைப் பலரும் அர்த்தப்படுத்துகிறார்கள். இது உண்மைதான். எனினும் தமிழ்ச் சிந்தனை மரபில் இன்னும் ஆழமான கருத்தினங்கள் உணவு வழி வெளிப்படுவதை இனங்காண முடியும். நாம் ஏற்கனவே அறிந்ததுபோல உணவென்பது உடல் இயங்குவதற்கான எரிபொருள் அல்ல. அது ஒரு சமூகம் சார்ந்த, பண்பாடு சார்ந்த, சமயம் சார்ந்த, இன்னும் பலவகையான தளங்க ளோடும் இணைந்த ஒன்றாகும்.

தமிழ்ச் சமூகத்தில் உணவின் ஊடாக அவர்களது சிந்தனை முறை எவ்வாறெல்லாம் இழையோடி இருக்கிறது என்பதைக் காண்போம். இதனைத் தமிழர்களின் எண்ணற்ற தொன்மங்களைக் கவனிக்கும்போது அறிய முடியும். உலக இலக்கியங்களிலேயே தமிழ் இலக்கியத்தில்தான் 'பிள்ளைத் தமிழ்' என்பது ஒரு தனி வகையினமாக உள்ளது. இறைவனைக் குழந்தையாக்கி அன்பு பாராட்டும் தமிழ் மனம் தனி வகை யானது. அதுபோல இறைவனைக் காதலனாக உருவகித்து அன்பு பாராட்டும் வகையினமும் தனித்துவமானது. ஆண்டாள் மெய்யுருகிப் பாடும் பாடல்கள்வழி நாம் இதனை அறிந்து கொள்கிறோம்.

அவ்வாறாகவே தமிழ்ச் சிந்தனைவழி உருவாகியுள்ள அர்த்தங்களும் குறியீடுகளும் சில களங்களில் தனித்துவ மானதாக உள்ளது. அவற்றைத் தொன்மங்களிலிருந்து (myths) தான் அறிய முடியும். காரணம் தொன்மங்கள் கவிதை களோ பாடல்களோ அல்ல. அவை ஆழ்மனச் சிந்தனையின் ஒரு வேறுபட்ட வடிவம், நனவிலியின் வெளிப்பாடுகள். அதில் இயல்பாகச் சொல்லப்படாதவையெல்லாம் இடம்பெறக்கூடும். புகையிலையைத் தீயில் சுட்டுத்தான் உட்கொள்ள வேண்டும். தீயில் சுடாமல் பயன்படுத்த முடியாது. அவ்வாறே தேனை அதன் இயல்பு நிலையிலேயே பயன்படுத்த வேண்டும். தேனைச் சுடுவதோ சமைப்பதோ அதனைத் தவறான முறையில் கையாளுவதாகும். தமிழ்த் தொன்மங்களில்

தேனைச் சமைப்பது முறையற்ற புணர்ச்சியோடு இணைக்கப் படுகிறது. மேலும் தேனை ஒருவருக்குத் தர மறுப்பதும் முறையற்ற புணர்ச்சியோடு தொடர்புபடுத்தப்படுகிறது.

தமிழ்ச் சிந்தனை மரபில் குறிஞ்சியில் உணவுகளைச் சுடுவதும், முல்லையில் வேகவைத்தலும், நெய்தல், மருதத்தில் பொரித்தல், சமைத்தல் எனும் வகையில் பண்பாட்டு வளர்ச்சி காணப்பெறுகிறது. தமிழ் இலக்கியங்கள் விலங்குகளின் உணவுக்கும் மனிதர்களின் உணவுக்கும் வேறுபாட்டைக் காட்டு கின்றன. விலங்குகள் உண்ணும் உணவு சமைக்கப்படுவதன்று, மனிதர்களோ உணவைச் சமைக்கின்றார்கள். சமையல் கண்டு பிடிப்பே பண்பாட்டின் தோற்றத்திற்கு மிக முக்கியமான அடித் தளமாகும்.

விலங்குகள் முறையின்றி ஒன்றோடொன்று கூடும். மனிதர்களோ மண முறையை அமைத்துக்கொண்டுள்ளனர். யார் யாருடன் மணவுறவுகொள்ளக் கூடாது எனும் விதிகளை ஏற்படுத்தி மணமுறைகளைக் கண்டுபிடித்ததன் வழியே பண்பாடு தோன்றியது என்ற விளக்கமும் உண்டு. இத்தகைய மணவுறவில் உணவுவழி ஏற்படுத்தியுள்ள சிந்தனை முறை தமிழ்ச் சமூகத்தில் ஆழ்ந்த அர்த்தங்களைக் கொண்டுள்ளன. மணநிகழ்வுக்குப் பின் நடைபெறும் 'சம்பந்தம் கலத்தல்' பலகாரங்களைப் பரிமாறிக்கொள்வதன் வழி உறுதி பெறுகிறது. இந்த உறவு மறுவீடு செல்லுதல், பால் காய்ச்சுதல் என வளர்ந்து தீபாவளி சீர், பொங்கல் சீர் எனத் தொடர்ந்து, ஆண்டாண்டு காலம் சம்பந்தி உறவென்பது பல்வேறு பரி மாற்றங்களின் வழி தொடர்ந்து மதிப்பு மிக்கதாகப் பேணப்படு கிறது. இங்கு பந்தத்தைப் பிணைக்கும் உறவாகவே உணவுப் பொருட்கள் அமைகின்றன.

பங்காளி உறவு, சம்பந்தி உறவு எனும் வகையினங்கள் தமிழர் உறவுமுறையில் மிகவும் இறுக்கமானதாகும். இறந்தவருக்கு வாய்க்கரிசி இடுதல், குலதெய்வத்திற்குப் படைத்த கறி உணவைப் பங்காளிகள் மட்டுமே உண்ணுதல் என்பன போன்று கடைப்பிடிக்கப்படும் பலவகையான நடைமுறைகள் கால்வழிக் குழவினரின் இரத்த உறவைப் பேணுவதாகும். சம்பந்தி உறவைப் பேணுவதில் வேறு வகையான நடைமுறைகள் உள்ளன. வாழ்வு, சாவு உள்ளிட்ட எண்ணற்ற தளங்களில் சம்பந்தி உறவைப் பேணுதல் வலுவாக இருந்து வருவதையும் காண்கிறோம். இதில் தாய்மாமனுக்குத் தனியிடம் உண்டு. இவ்வாறு உணவையும் உணவுப் பொருட் களையும் மையமிட்டுச் சமூக வாழ்வில் பல்வேறு குறியீடுகள் தமிழ்ச் சமூகத்தில் காலங்காலமாய் அர்த்தப்படுத்தப்பட்டுள்

ளன. இதனால்தான் உணவும், உணவுப் பொருட்களும் வெறும் உடல்சார்ந்த கூறுகளாக இல்லாமல் சமூகம் சார்ந்ததாக விளங்குகின்றன.

13

தமிழ்ச் சமூகம் ஏனைய பண்பாடுகளுடன் நீண்ட காலமாகவே உறவாடி, கொண்டு கொடுத்தல் செய்து வந்துள்ளது. இதனால் வெவ்வேறு காலகட்டங்களில் பல்வேறு தானிய வகைகளும் பயிர்வகைகளும் காய்கறி வகைகளும் தமிழர்களுக்கு அறிமுகமாயின. சங்க இலக்கியம் தொடங்கி கல்வெட்டுக் குறிப்புகள் ஊடாக வரலாறு நெடுகப் பார்க்கும்போது அயல் கூறுகள் தமிழ்ச் சமூகத்திற்குள் நுழைந்துள்ளதைக் காண முடிகின்றன.

சங்க இலக்கியத்தில் தினை, சாமை வகைகள், மிளகு, நெய், புளி, கீரை, இறைச்சி, கும்மாயம் பற்றிய உணவுக் குறிப்புகள் கிடைக்கின்றன. போர் வீரர்களுக்கான பெருஞ்சோறு பற்றியும் அறிய முடிகிறது. பக்தி இயக்கத்தின் எழுச்சியோடு தமிழர் உணவுவகையில் பெரிய மாற்றம் நிகழ்ந்திருப்பதைத் தொ. பரமசிவன் தன் 'பண்பாட்டு அசைவுகள்' (காலச்சுவடு பதிப்பகம், 2001) நூலில் விளக்கியிருக்கிறார் (ப. 15). பக்தி இயக்கக் காலத்தில்தான் லட்டு (இலட்டுவம்), எள்ளுருண்டை, அப்பம் போன்றவை பிரபல்யம் அடைந்துள்ளன என்கிறார்.

சோழர்கால கல்வெட்டுகளில் சருக்கரைப் பொங்கல் (அக்கார வடிசில்), பணியாரம் ஆகிய உணவுகள் பற்றிப் பேசப் படுகின்றன. விஜயநகர ஆட்சிக்கால கல்வெட்டுகளில் இட்டளி (இட்டிலி), தோசை, அதிரசம் போன்ற உணவு வகைகள் பதிவாகியுள்ளன. தமிழகத்தில் இட்டிலி என மருவிவிட்ட நிலையில் யாழ்ப்பாணத்தில் இன்றும் இட்டளி என்றே வழங்கு கின்றனர். பழந்தமிழ்ச் சொற்களைப் பேணிவரும் பகுதிகளில் ஒன்றாக யாழ்ப்பாணத்தைக் கருத முடியும்.

பண்டைத் தமிழர்கள் பயன்படுத்திய காய்கறி எனும் சொல் காய்களையும் மிளகையும் மட்டுமே குறித்தன. கி.பி. 15ஆம் நுற்றாண்டில்தான் சிலி நாட்டிலிருந்து மிளகாய் தமிழ் நாட்டிற்குள் புகுந்தது. அதுவரை தமிழர் சமையலில் உறைப்புச் சுவைக்காகக் கருப்பு மிளகினை (கருங்கறி) மட்டுமே பயன் படுத்தி வந்தார்கள். இறைச்சி உணவிற்கு அதிகமாக இந்தக் கறியினைப் (மிளகு) பயன்படுத்தியதால் இறைச்சியே 'கறி' எனப் பின்னர் வழங்கப்பட்டது (தொ. பரமசிவன், 'பண்பாட்டு அசைவுகள்', ப. 16). சிலியிலிருந்து தமிழகத்திற்கு வந்த மிளகாய் பன்னெடுங்காலமாக யாழ்ப்பாணத்திற்குக் கொச்சித்

துறை முகம் வழியாக அவர்களுக்கு கிடைத்ததால் அதனைக் 'கொச்சிக்காய்' என்று அழைத்தார்கள். இப்போது 'பச்ச மிளகாய்', 'செத்தல் மிளகாய்' (காய்ந்த மிளகாய்) என்ற வழக்கு மிகுந்துள்ளது.

இந்தியாவில் அரேபியர்கள், துருக்கியர்கள் வரவால் அறிமுகமான உணவு வகைகள் ஏராளம். அவ்வாறே போர்த்துக்கீசியர், டச்சுக்காரர், ஆங்கிலேயர் உள்ளிட்ட மேலைநாட்டினர் வருகையால் தமிழர்களுக்கு ஏராளமான புதிய வகைகள் அறிமுகமாயின. அவர்களுடைய காய்கறிகள் அறிமுகமான பின்னர்தான் 'நாட்டுக் கத்தரிக்காய்', 'நாட்டு முள்ளங்கி', 'நாட்டு முட்டை', 'நாட்டுக் கோழி', 'நாட்டு மாடு' போன்ற இனம்சார் வகைமைகளை அடையாளப்படுத்தும் சொல் வழக்குகள் உருவாகின. அயற்கூறுகளின் வரவுக்குப் பின்னரே 'சீமை', 'நாட்டு' எனும் முன்னொட்டுக்கள் பிறந்தன.

நீலகிரி 'மலைகளின் அரசி'யாகும். ஆங்கிலேயர்கள் தங்கள் நாட்டுக்கு இணையான தட்பவெப்பச் சூழல் நீலகிரியில் நிலவியதால் இங்கு விரும்பிக் குடியேறினார்கள். அவர்களின் வரவால் நீலகிரியில் அறிமுகமான காய்கறிகளும் மர இனங்களும் அதிகம். ரப்பர், தேயிலை, காப்பி போன்ற பணப் பயிர்களும் வந்து சேர்ந்தன.

நீலகிரியில் ஜான் சுலிவன் 1822இல் தென் அமெரிக்காவின் உருளைக்கிழங்கினை உதகையில் அறிமுகப்படுத்தினார். 1830இல் காப்பித் தோட்டங்கள் அறிமுகமாயின. தேயிலைப் பயிரின் முதல் விதை 1832இல் கேத்தி எனும் ஊரில் நடப்பட்டது. யூகாலிப்டஸ் 1842இல் ஆஸ்திரேலியாவிலிருந்து இங்கு அறிமுகப்படுத்தப்பட்டது. நீலகிரியில் வழங்கும் வாய்மொழிக் கதைகளின்படி 1859, 1869 ஆகிய ஆண்டுகளில் நீலகிரி மலைகளில் நடுவட்டத்திலும் தாய்சோலையிலும் ஒதுக்கப்பட்ட காடுகளில் சீனக் கைதிகள் சிறைவைக்கப்பட்டனர். இக்கைதிகள் தேயிலை வளர்ப்பதிலும், தேயிலைத் தூள் தயாரிப்பதிலும், சில உணவுமுறைகள் தயாரிப்பதிலும் பயனுள்ள பல செய்திகளைக் கற்றுக்கொடுத்துள்ளனர்.

ஆங்கிலேயர்களின் முயற்சியாலும் இந்திய – ஜெர்மன் கூட்டுத் திட்டத்தின் மூலமும் நீலகிரிப் பழங்குடியினர் ஐரோப்பிய காய்கறிகளைப் பயிரிடும் புதிய வாழ்க்கை முறைக்கு மாறினார்கள். இன்று முட்டைக்கோஸ், நூல்கோல், ராடிஷ், கேரட், பீட்ருட், காலிஃபிளவர், பட்டாணி, பீன்ஸ், உருளைக் கிழங்கு போன்ற காய்கறிகளை விளைவிக்கின்றனர். நீலகிரியின் பூர்வ தாவர, விலங்கினங்களையும், பின்னர் அங்கு ஏற்பட்ட

பண்பாட்டுச் சூழலியல் மாற்றங்களையும், அங்கு அறிமுகமான தாவரங்கள், பயிரினங்களையும் ஹான்ஸ் லெங்கெர்க், ஃபிரான்ஸ்சுவா பிளாஸ்கோ ஆகிய இருவரும் மிக விரிவாகப் பதிவு செய்திருக்கின்றனர் *(காண்க : Blue Mountains ed. by Paul Hockings, OUP, 1989).*

14

இன்று தமிழர் உணவு எனும் ஒரு தனித்துவ மரபானது உலகமயத்தின் விளைவாகப் பெரும் தாக்குதலுக்கு ஆளாகி இருக்கிறது. இன்றைய சூழல்களில் நாடுகள், தேசங்கள், கண்டங்கள் என எல்லாவற்றின் வாயில்களும் உலகமயம் எனும் பெயரில் திறந்துவிடப்பட்டுள்ளன. இவற்றினூடாக மக்களின் இடப்பெயர்வும் தேசங்களுக்கிடையே சென்று வருவதும் முன் எப்போதுமில்லாத அளவிற்கு மிகவும் அதிகரித் துள்ளது.

பண்பாடுகளுக்கிடையிலான தொடர்பும் தாக்கமும் தகவல் ஊடகங்களின் ஊடாக ஒவ்வொரு நிமிடமும் இந்த உலகையே ஒரு சிறு கிராமமாகச் சுருக்கி வைத்துள்ளது. இந்தத் தகவல் தொடர்பு யுகத்தில் பன்னெடுங்காலம் பேணப்பட்டு வந்த வட்டார, சமூக, இன, மொழி, சமய, தேசிய அடையாளங்கள் எல்லாம் அல்லது எல்லைகள் எல்லாம் கரையத் தொடங்கி விட்டன. பன்னாட்டு மூலதனங்கள் அசுரத்தனமான நுகர்வுப் புயலை ஏற்படுத்தியிருக்கிறது. இந்த நுகர்வுப் பண்பாடானது மனித சமூகங்கள் இதுவரை ஏற்படுத்தி வந்துள்ள வாழ்வியல் நெறிகளையும் விழுமியங்களையும் மிக வேகமாக மாற்றி வருகிறது. இச்சூழ்நிலையில் உணவும், உணவு முறைகளும், உணவுப் பண்பாடும் மாற்றத்திற்கு ஆட்பட்டுள்ளன. இம்மாற்றத் தில் வட்டாரப் பண்பாடுகள் தொடங்கி தேசிய இனங்களின் பண்பாடுகள்வரை பெரும் தாக்கத்திற்கு உட்பட்டுள்ளன.

ஒருபுறம் செட்டிநாடு சமையல் மாநகர ஐந்து நட்சத்திர ஹோட்டல் உணவாக அங்கீகாரம் பெற்றுள்ளது. இந்த வட்டார – மாநகர தொடர்ச்சியானது நுகர்வுப் பண்பாட்டில் புதிய அசைவியக்கமாக உருவாகி இருக்கிறது. வட்டார உணவு கள் மாநகரங்களில் சில உணவகங்களில் பிரசித்தி பெற்ற ஒன்றாக வியாபாரம் செய்யப்படுகின்றன. தெருவோரங்களில் கேழ்வரகுக் கூழ் தட்டு வண்டிகளில் விலை மலிவாக விற்கப் படும் காட்சிகளும் நம் கண்ணில்படுகின்றன. மறுபுறம் பன்னாட்டு நுகர்வுப் பண்பாடு குட்டிக் குடியரசுகளாக விளங்கி வந்த தமிழகக் குக்கிராமங்கள்வரை சென்று சேர்ந்துள்ளது. கொகோ கோலா முதல் கைபேசிவரை எண்ணற்ற கூறுகள்

கிராமங்களுக்கு ஊடுருவியுள்ளன. இந்த மாநகர – கிராமியத் தொடர்ச்சி மேலிருந்து கீழான அசைவியக்கத்தைச் சார்ந் துள்ளது. இந்த இருவழி நுகர்வு அசைவியக்கங்களும் எல்லோ ரையுமே நுகர்வுப் பண்பாடு எனும் வலைக்குள் கொண்டு வந்து சேர்த்துள்ளது.

பன்னாட்டு மூலதனத்தை நுகர்வுப் பண்பாடாகச் செயல் படுத்தும் இன்றைய போக்கு கிராமங்களை மையமிட்ட சுதேசிப் பண்பாடுகளுக்கு மிகப் பெரும் நெருக்கடிகளை ஏற்படுத்தியுள்ளது. அதேவேளையில் வட்டாரத் தனித்துவங் களுக்கும் அச்சுறுத்தலை ஏற்படுத்தியுள்ளது. நாட்டுப்புற மக்க ளின் தற்சார்புடைய உணவு முறை பெரும் அச்சுறுத்தலுக்கு ஆட்பட்டுள்ளது. நாட்டுப்புறத்து மக்கள் அருங்காட்சியக விலங்குகள்போல் தனிமைப்பட்டிருந்த பழைய சூழலை நுகர்வுப் பண்பாடு உடைத்து அவர்களையும் நுகர்வோராகக் குறிவைத்துள்ளது. நவீன யுகத்தின் உலக முதலாளித்துவம் ஒரு தேசத்தின் மூலை முடுக்குகளில் உள்ள அடித்தள மக்கள் வரை நுகர்வுப் பண்பாட்டுக்குள் இழுக்க வேண்டும் என்ற இலக்கோடு செயல்படுவதால் அவர்கள் இன்று சர்க்கஸ் கம்பெனியின் கோமாளிகளாக ஆக்கப்பட்டுள்ளனர். அவர்களின் தற்சார்பும் தன்னிறைவும் மெல்ல மெல்ல நலிந்துவருகிறது. பாரம்பரியத்தை மீட்டெடுத்தல் அல்லது மாற்றத்தினூடே அதனைத் தொடரச் செய்தல் இவர்களின் வாழ்வாதாரத்திற்கு உகந்தாகும்.

புதுச்சேரி பக்தவத்சல பாரதி
11.12.2011 *bharathianthro@gmail.com*

நிலமும் உணவும்

1

காவேரியின் வண்டல் உணவு

சோலை சுந்தர பெருமாள்

'உண்ட வீட்டுல கன்னக்கோல் சாத்தாதே! தின்ன வீட்டுக்கு ரெண்டகம் பண்ணாதே!' இப்படியான எச்சரிப்புகள் காலம் காலமாக எம்மண்ணில் புழக்கத்தில் உள்ளன. இம்மொழிகளை ஒரே எட்டில் சாய்த்து விட்டது இன்றைய முதலாளித்துவச் சமூகம். அது தொட்டிலையும் ஆட்டி, பிள்ளையையும் கிள்ளிவிட்டுத் தொப்புள்கொடி உறவை எளிதாய்த் தீய்த்து எறிந்து விட்டது.

காவிரிக்கரையை ஒட்டி, வண்டல் மண்ணில் வாழும் மக்களின் உணவுப் பண்பாட்டுக் கூறுகள் முற்றிலும் இயற்கையைச் சார்ந்தே அமைந்திருந்தன. இவை வேளாண் வாழ்க்கையோடு பின்னிப்பிணைந்து வளர்ந்தவையே. வளர்ச்சி அடைந்த ஆதிவாசி சமூகம் பெற்று இருந்த உணவுப் பண்பாட்டை ஒட்டிய பொதுமை, நிலஉடைமைச் சமூகத்திலும் மேன்மை அடைந்திருக்கிறது. அதுவே தொடரவும் செய்திருக்கிறது. நிலஉடைமைச் சமூகம் உள்வாங்கிக்கொண்டு, கொழுத்து வளர்ந்ததை நாம் மறுப்பதற்கில்லை.

'சுவர் இருந்தால் தானே சித்திரம் வரைய முடியும்'. உடல் வலிமையும் உழைப்பும் ஒன்றோடு ஒன்று தொடர்பு உடையது. என்பதை, தெளிவாக உணர்ந்த சமூகமே அது. உழைப்பைச் செய்யும் களத்திலேயே அமைந்திருக்கும் உயிர் இனங்கள், அவர்களின் உணவுக்கு ஆதாரமாக அமைந்து போயின.

உணவைப் பதப்படுத்தும் செய்முறையில் அவரவர் சுவையைப் பொறுத்தும் பொருளாதாரப் பின்னணியைக்

கொண்டும் சமைத்துக்கொண்டார்கள். அவற்றை மன நிறைவோடு உண்டார்கள். நிலஉடைமைச் சமூகம் உருவாக்கிய சுரண்டலை எதிர்த்துப் போராடும் வாழ்வுக்கு, உடலைச் சமனப்படுத்திக்கொண்டார்கள். கூடவே பருவகாலத்துக்கு ஏற்பக் கிடைக்கும் உணவாகும் இயற்கை உயிரினங்களும் அவர்களுக்குக் கிடைக்கும் கால ஓய்வும் அவகாசமும் அவர்கள் வாழ்வில் முக்கியப் பங்கு வகித்தன.

எல்லா இயற்கை வளமான உணவுப் பொருட்களும் எக்காலத்தும் அம்மக்களுக்கு ஏற்றதாகவும் இல்லை கிடைப்பதாகவும் இல்லை. நிரந்தரமாக நெல்லரிசிச் சோறே எல்லாச் சமூகத்திற்கும் அதாவது உழைக்கும் சமூகத்திற்கும் உடைமைச் சமூகத்திற்கும் பொதுமையாக இருந்தது. சில நேரங்களில் ஒட்டுமொத்தச் சமூகத்திற்குமே நெல்லரிசிச்சோறு கிட்டாமல் இயற்கை அழித்துவிடுவதும் உண்டு. அதனால்தான் 'உழுதவனுக்கு உழக்குத்தான் மிஞ்சும்' என்னும் பழமொழி கிட்டியிருக்கிறது. சில நேரங்களில் உடைமைச் சமூக அடக்குமுறைக்கு, உழைக்கும் சமூகம் எகிருவது உண்டு. அக்காலத்தில் அவர்களை உடைமைச் சமூகம் முடக்கிப்போடுவதும் நடந்தேறிவிடுகின்றன.

பெரும்பான்மையாக வாழும் உழைக்கும் சமூகம், சுரண்டலை எதிர்த்து விடாத வாழ்முறையை, உடைமைச்சமூகம் உழைக்கும் சமூகத்தின் மீது சுமத்தியிருக்கிறது. அதற்கு வாகாய் நிலஉடைமையை ஆட்டிவைக்கும் வைதீகம், 'தர்மசாத்திரம், மனுசாத்திரம், காமசாத்திரம்' என்பதானவை உழைக்கும் சமூகத்தின் வாழ்முறையைத் தீர்மானிக்கிற இடத்தைக் கைப்பற்றிக்கொண்டிருந்தன. அவற்றை உழைக்கும் சமூகம் மீறிடும்போது, கொடிய தண்டத்திற்கும் வழி வகுத்தன.

இகவாழ்வுக்குப் பின் மோட்ச வாழ்வு உண்டு என்றும் அதுவே இந்த இகவாழ்வைத் தீர்மானிக்க உதவுகிறது என்றும் உழைக்கும் மக்களை எளிதாக நம்பவைத்தன. 'கோவில் இல்லா ஊர்களில் குடியிருக்க வேண்டாம்' என்று வாய்மொழியைப் பரப்புதல் செய்து வைத்திருந்தனர். இதுவே சமூக வடிவத்தை வளமைப்படுத்தும் என்று தங்களை நடுவண்படுத்திக்கொண்டனர்.

இதனால், பிரதான உணவான நெல்லரிசிச் சோறு, உழைக்கும் மக்களிடம் இருந்து வெகுவாய்ப் பறிக்கப்பட்டது. அல்லது பின்னுக்குத் தள்ளப்பட்டு இருந்தது. இயற்கை வளர்த்த உயிர்இனங்களே அவர்களுக்கு உணவாகி இருந்தன. இதிலும் உடைமைச் சமூகம் 'தன்பங்கு தலைப்பங்கு' என்று தலை நிமிர்த்திக் கொண்டது. இதனால் 'தலை, வலை நாட்டாமைக்கு'

என்ற வழக்கு நடைமுறைக்கு உட்படுத்தப்பட்டது. (அதாவது பொது நீர்நிலைகளில் ‘வலை’ கொண்டு பிடிக்கும் மீனில் ‘வரால்’ போன்ற சுவைமிக்க மீன்களை உடைமையாளர்களுக்குக் கொடுக்க வேண்டியிருந்தது) உணவாகும் இவ்வகை உயிரினங் களைப் பதப்படுத்துதலிலும் வாழ்முறைக்கு ஏற்ப உணவாகும் பக்குவத்திலும் மேல், கீழாக அமைந்துபோயின.

இம்மண்ணில் அறுதிப்பெரும்பான்மையாக வாழ்வோர், சிவமதத்தைப் பின்பற்றி வருவோரே. சிவமதம் புலால் உணவைத் தவிர்க்க வலியுறுத்தும் கொள்கை கொண்டிருந்தது. இருந்தாலும் இந்த வேளாண் சமூகம் பயன்படுத்தும் உணவுப் பொருட்களில் ‘புலால்’ உணவு, பிரதான இடத்தைப் பிடித்துக்கொண்டது. காரணம், பெரும் நில உடமையாளர்களிடம் ‘வாரம்’ பெற்று வேளாண்மை செய்வோரும் சிறுநில உடமையாளர்களும் உழைக்கும் மக்களும் ஒன்றாய்ச் சேற்றில் உழல்பவர்களே. (வாரம் என்பது நிலத்தின் விளைச்சலில் மூன்றில் ஒரு பகுதியை நிலஉடைமையாளருக்கு அளந்துவிடும் முறையாகும்) புலால் உணவே உடல் வலிமையைத் தருகிறது என்ற நம்பிக்கையை அனுபவத்தில் அவர்கள் பெற்று இருந்தார்கள். இப்படியான கருதுகோளும் பொதுமை வேட்டைச் சமூகத்தில் பெற்றவையே.

இம்மண்ணில் புத்தமும் சமணமும் வேர் ஊன்றி, அவை அதிகாரத்துவம் பெற்றதும் இந்த மண்ணைப் பூர்வீகமாகக் கொண்ட சிவமதமும் வைணவமதமும் அவற்றுடன் போட்டி போட, கொல்லாமைப் பண்பாட்டை நடைமுறைப்படுத்த வேண்டிய நிர்ப்பந்தத்திற்கு உள்ளாயின. பெரும் நில உடைமை யாளர்கள், புலால் மறுப்புக் கொள்கையைப் பின்பற்றலானார் கள். இவர்கள் தாவர வகைப் பொருட்களை மட்டுமே உணவாகக் கொண்டிருந்தனர். அதே நேரத்தில், தாவர வகைப் பொருட்களை உண்பது புலால் உணவைவிட ஊட்டம் மிக்கது என்ற சொல்லச் சித்தர்களைத் துணைக்கழைத்துக்கொண்டார்கள். அதற்குப் பெரிவாரியான ஆதரவு கிட்டவில்லை.

காரணம், உடலுக்கு உகந்த அளவு கொழுப்புச் சத்தை, நேரிடையாகக் கிடைக்கும் தாவரங்களில் இருந்து பெறமுடியா மல் போனது. அக்காலத்தில்தான் ‘வைத்தியனிடம் கொடுக்கி றதை வாணியனிடம் கொடு’ என்ற வாய்மொழி புழக்கத்தில் வந்திருக்க வேண்டும். வாணியனிடம் தருவதற்கு உழைக்கும் மக்களிடம் மிஞ்சிய பொருள்கள் – ஊதியம் கிடைக்கவில்லை. காரணம், இந்த நிலஉடைமைச் சமூகமே உழைக்கும் மக்களின் உழைப்பைச் சுரண்டிக்கொண்டு, ‘கூலிப்படி’யைச் சுருக்கிப் போட்டது. அதனால் வயிற்றுக்கும் வாய்க்கும் போராட வேண்டிய கட்டாயத்திற்கு உட்பட்டுப் போனார்கள். அவர்

களால் தாவர வகைப் பொருட்களை உண்டு கடுமையான உழைப்பைக் கொடுத்து வாழ முடியாது போயிற்று. ஊட்டம் மிக்க புலால் உணவே, அவர்களுக்கு எளிதாகக் கிட்டியது. அடிமைப்பட்டு உழைத்துக்கொண்டு இருக்கும் உழைப்பாளிகள் தாங்கள் அடிமைப்பணி செய்யும் வேளாண் களத்திலேயே எளிதாகக் கிடைக்கும் நீரில் வாழும் உயிரினங்களே உணவாகிப் போயின.

சிவமதம் உள்ளடக்கி வைத்திருந்த பெருவாரியான உழைப் பாளி மக்கள், சிறு தெய்வ வழிபாட்டைக் கொண்டிருந்தார்கள். அவர்கள், அத்தெய்வங்களுக்குப் புலால் உணவையே வைத்து வழிபாடு நடத்தினர். சிவமதம், பெருவாரியான உழைக்கும் மக்களையும் வேளாண்மையைக் கொண்டிருந்த சிறு நில உடைமையாளர்களையும் நிராகரிக்க விரும்பவில்லை. இதனால் வண்டல் நிலத்தில் வாழும் மக்களிடம் புலால் உணவே, உணவுப் பண்பாடாக நிலைபெற்று இருந்தது.

இம்மண்ணின் பாதிக்கு மேல் சாகுபடி நிலங்கள் கோவில் களுக்கும் மடங்களுக்கும் ‘பட்டா’ உரிமையோடு இருந்தன. தவிரவும் நிலஉடைமையுடன் வேளாண்மையைத் தொழிலாகக் கொண்டவர்கள் – வேதமதத்தவர்கள் என்று தங்களைச் சொல்லிக்கொண்ட பிராமணர்கள், உடையார்கள், முதலி யார்கள், பிள்ளைமார்கள், நாயுடுக்கள், நாடார்கள் என்ற உயர்சாதியினர் தங்களை உயர்ந்தவர்கள் என்று அடையாளப் படுத்திக்கொண்டார்கள். பிள்ளைமார்களின் உட்பிரிவாக இருக்கும் பலரைப் போலச் சோழிய வெள்ளாளர்கள் பெரும் நிலஉடைமையாளராக இருக்கவில்லை. குறிப்பிட்ட சிலரே நிலஉடைமையாளராக இருந்தார்கள். இப்படியானவர்களே பண்ணை மாகாணங்கள் என்று நிறுவனமாகச் செயல்பட் டார்கள். சாதிச் சமூகத்தில் இவர்கள் மிகச் சிறுபான்மையினரே.

மீதமிருக்கும் பெரும்பான்மையினரில் மூன்றில் ஒரு பகுதி யினர் கோவில் நிலங்களையும் மடங்களுக்கு உரிய நிலங்களை யும், உரிமையாகக்கொண்டு இருப்போரும் பட்டா உரிமை உடைய நிலஉடைமையாளர்களில் பலரும் தங்களை வளர்ந்து வரும் முதலாளித்துவச் சமூகச் சக்திகளாக உருமாற்றிக்கொண்டு தங்கள் நிலங்களை, தங்களுக்கு வேண்டப்பட்டவர்களுக்குக் குத்தகை முறையாகவோ வாரமுறையாகவோ துண்டு துண்டு களாகப் பிரித்துப் பயிர் செய்யக் கொடுத்திருந்தனர். இப்படிச் சாகுபடிக்கு நிலங்களைப் பெற்றவர்கள் அவர்களே நிலத்தில் உழைப்பவர்களாக இருந்தார்கள். இப்படியானவர்கள் அந்தந்த நிலஉடைமையாளர்களின் அண்டையில் – மனையில் வீடு

கட்டிக்கொள்ள உரிமை பெற்று இருந்தனர். மற்றவர்கள் அனைவரும் அன்றாட விவசாயக் கூலிகளாக வாழ்பவர்கள். இருந்தாலும் உயர்சாதி விவசாயக் கூலிகள் என்ற அடையாளத்தைப் பெற்றார்கள். இப்படியான அடையாளம்தான் இந்தக் கூலித் தொழிலாளிகளை நிலஉடைமையாளர்களின் பக்கம் சார்புகொள்ளச் செய்திருந்தது. இதுவே சாதிச் சமூகத்தை இன்றையவரைக்கும் இறுக்கமடையச் செய்திருக்கிறது.

தவிரவும் பள்ளர், பறையர்களின் மிகச் சிலர் மேற்கண்ட வடிவத்தில் அடங்கி இருப்பவர்களும் உண்டு. மற்றைய தாழ்த் தப்பட்ட சாதியினர் அனைவரும் அன்றாடம் காய்ச்சிகளே, பண்ணை அடிமைகளே. இவர்களைப் போலவே உயர்சாதிக் காரப் பண்ணை அடிமைகளும் அன்றாடம் காய்ச்சிகளே. 1960கள் வரையிலும் இவர்கள் அனைவரும் எந்த உரிமையையும் பெறமுடியாத பண்ணை அடிமைகளாகத் தான் இருந்தார்கள்.

அதற்குப் பிறகு அம்மக்கள் எழுச்சி பெற்று நடத்திய சனநாயகப் போராட்டங்கள் மூலம் பண்ணை அடிமைத் தொழிலில் இருந்து விடுவிக்கப்பட்டார்கள். இந்தப் பின்னணிகளை எல்லாம் கணக்கில்கொண்டுதான் அவர்கள் வாழ்முறையைப் பண்பாட்டு உணவு முறையை வகைப்படுத்த முடியும்.

1

உழைப்புக்குரிய ஊதியம் பெற்றாலும் எக்காலத்தும் ஊதியம் பெற்றுவிடக்கூடிய நிலையில் வேளாண்மைத் தொழில் மாறிவிடவில்லை. நெல் படிக்கூலி முறை மாறிக் கூலியைப் பணமாகப் பெறும் நடைமுறையும் வந்தது. இதற்கு முன்னும் பின்னுமே அவர்களின் ஈட்டுக்கும் பாட்டுக்கும் அல்லாடித்தான் போனார்கள். இயற்கையாக மழைமொழியும் காலங்களிலும் உழைக்க முடியாமல் போகும் காலங்களிலும் அவர்களுக்கு அரிசிச் சோறு என்பது முதன்மையான இடத்தில் இருந்து பின்னுக்குத் தள்ளப்பட்டுவிடும். அரிசிச்சோறு, துணை உணவாகிவிடும். அதை ஈடுகட்ட எதிர்ப்பின்றிக் கிடைக்கும் இயற்கை உணவை நாட வேண்டியிருந்தது.

அவர்கள், பயிர்களை நாசம் செய்யும் எலிகளை முக்கிய உணவாகக் கொள்ள வேண்டியிருந்தது. பயிரிடும் காலங்களில் எலிகளைப் பிடிக்க மூங்கில்களால் ஆன கிட்டிகளைக் கொண்டு, நெல்பொரியை வைத்துப் பிடிப்பார்கள். கோடைக்காலங்களில் வரப்புகளை உடைத்து அதில் பதுங்கியிருக்கும் எலிகளைப் பிடித்துக்கொள்வார்கள். கீழெலி, சுண்டெலி, பில்லெலி,

வெள்ளெலி என்ற வகைப்பாடு எலிகளில் உண்டு. இதில் கீழெலி மட்டும் ஒன்று அரைக்கிலோ எடை வரையிலும் தேறும். மற்றவை எடைக் குறைவாகச் சிறிதும் பெரிதுமான அளவில் கிடைக்கும். வெள்ளெலி என்பது தும்பைப்பூ நிறத்தைக் கொண்டு இருக்கும். இவை மிகுந்த சுவையும் சத்தும் கொண்டன. இவை அதிகமாகக் கிடைப்பதுமில்லை. அனைத்து வகை எலிகளும் விளைச்சல் காலங்களில், வரப்புகளில் வளை ஏற்படுத்தித் தானியங்களைச் சேகரித்துக்கொண்டுவிடும். தை மாதங்களில் இனவிருத்தி செய்துகொள்ளும். இந்த எலிகளைத் தவிர்த்து வீடுகளில் வாழும் எலிகளை யாரும் உண்பதில்லை.

'உடும்பு' ஊர்வன இனத்தைச் சேர்ந்தது. ஒவ்வொன்றும் இரண்டு கிலோ எடைக்குக் குறைவில்லாமல் ஐந்து கிலோ வரையிலும் கிடைப்பன. இவை பெரும்பாலும் வரப்போரங்களின் வளைகளிலும் திடல் திட்டுகளில் உள்ள வளைகளிலும் வாழும் தன்மை உடையன. மரங்களிலும் தங்கும் தன்மை கொண்டன. இவற்றைப் பிடிப்பது அவ்வளவு எளிதல்ல. இந்த உடும்புகள் மனிதர்களைக் கண்டு அவ்வளவாக அச்சம் கொள்ளாது. நின்று திரும்பிப் பார்க்கும் இயல்பு கொண்டவை. அந்த நேரங்களில் அதன்மீது துணியை வீசினால் அந்தத் துணிக்குள்ளேயே சிக்கிக் கொள்ளும். அது தங்கும் வளைகளைக் கண்டறிந்து மண்ணைக் கிளறிப் பிடிப்பதும் உண்டு. எப்படி இருந்தாலும் இந்த உடும்புகளைப் பிடிக்கும்போது எச்சரிக்கையாக இருக்க வேண்டும். இல்லாவிட்டால் பிடிப்பவர்களைக் கவ்விப் பிடித்துக்கொள்ளும். இரத்தத்தை உறிஞ்சிவிடும். அதன் பிடியில் இருந்து விடுபடுவதும் எளிதல்ல, அதனால்தான் உடும்புப்பிடி என்ற சொல்லாடல் இருக்கிறது. தற்காப்புக் கலையான குத்து, கம்பு இவற்றில் 'உடும்புப்பிடி' என்ற ஒரு கட்டுமானம் உண்டு. இந்தக் கட்டுமானம் உடும்பின் தன்மையில் இருந்துதான் உருவாகி இருக்க வேண்டும்.

உடும்புகளின் மேல் தோல் காத்திரமானது. பிரமிப்பை வெளிப்படுத்தும் 'குறும்பறை'க்கு இந்தத் தோல்களைத்தான் பயன்படுத்துகிறார்கள். இந்தத் தோல்களைப் பயன்படுத்தும் பறை துல்லியமான ஒலியை வெளிப்படுத்தக்கூடியது. இதன் கறி, 'பொன்கறி' என்ற சிறப்பைப் பெற்று இருக்கிறது. இரும்புச் சத்தும் சுண்ணாம்புச் சத்தும் கூடுதலாகக் கொண்டு இருக்கும். இன்னும் தங்கபஷ்பம் போன்றது என்ற பேச்சும் உண்டு. இந்தக் கறியைப் பெரியவர்கள் மட்டுமே உண்பார்கள். குழந்தைகளுக்குக் கொடுப்பதில்லை. இந்தக் கறியை உண்டால் இரண்டு நாட்களுக்கு உணவின்றிக்கூட வாழ முடியும். உடம்பு அவ்வளவு

திமுதிமுப்புடன் இருக்கும். இந்தக் கறியை உண்பவர்களுக்கு 'எதிர்க்களித்தல்' கூடாது. அப்படி ஆகிவிட்டால் செரிப்பு ஏற்படாமல் வயிறு உப்பி மரித்து விடக்கூடிய அபாயமும் ஏற்பட்டுவிடும். அப்படியான உணர்வைப் பெற்றால் உடனேயே 'முறி' இலையை மென்று சாற்றை இறக்கிக்கொள்வார்கள்.

இம்மண்ணில் மிதமிஞ்சிக் கிடைப்பவை நண்டும் நத்தையும் என்று சொல்லுவது மிகையாகாது. இவை கூடுதலான சதைப்பற்றும் சுவையும் ஊட்டச்சத்து மிக்க உணவாகின்றன. இவை இரண்டும் ஒரே நேரத்தில் மிகுதியாகக் கிடைப்பதில்லை. ஆனி, ஆடி மாதங்களில் வேளாண் பணி தொடங்கும்போதே உணவாகும் நண்டுகள் கிடைக்க ஆரம்பித்துவிடுகின்றன. ஆவணி மாதம் பயிர் நல்ல பருவம் கட்டி வளரும் காலங்களில் நத்தைகள் வளர்ந்து உணவாகின்றன. இதற்கு முன்னும் இந்த நத்தைக் கூடுகள் புதைந்து கிடக்கும். இதை ஊமைச்சி என்பார்கள். இந்த ஊமைச்சியை உணவாகக் கொள்வதில்லை. வயல் வரப்புகளில் பசுமை கட்டிய காலம் முதல் நண்டும் நத்தையும் ஏகமாகச் சம அளவில் கிடைக்கின்றன. இந்தக் காலத்தில் கிடைக்கும் நண்டுக்கும் நத்தைக்கும் மக்களிடையே பெரும் மவுசு உண்டு. அதே காலங்களில் நீர் நிரம்ப வாய்க்கால்களில் ஓட ஆரம்பிக்கும். அதில் ஏராளமான மீன்கள் வரும். நட்ட பயிர் வயல்களிலும் வாசம்கொண்டு வதியளிகின்றன. அதிலும் குறிப்பாகச் சுண்டுவிரல் மொத்தத்திற்கு மேல் பெருக்காத 'சார்முட்டிப் பொடிகள்' பாய்விரித்தாற்போல மொய்த்துக் கிடக்கும்.

கெளுத்தி, குரவை, உளுவை, கண்ணாடிக்கெண்டை, சாணிக்கெண்டை என்ற பலவகை மீன்கள் சரளமாக வயல்களிலும் வாய்க்கால் கண்ணிகளிலும் கிடைப்பவை. இதில் சாணிக்கெண்டை மீன் மட்டும் அரைக் கிலோ எடையில் இருந்து இரண்டு கிலோ எடை வரை சர்வசாதாரணமாகக் கிடைக்கும். இம்மீன்களைப் பிடிப்பது மிக எளிது. சார்முட்டிப் பொடிகளை, தங்கள் முந்தியைக்கொண்டே ஏந்தி ஒரு கட்டுக் கட்டினால் போதும் அதற்குள் ஏகமாகக் குவிந்துவிடும். எந்த நேரத்திலும் தேவைக்கு ஏற்பப் பிடித்துக்கொள்ள வாய்ப்பாகக் கிடைப்பன. ஆறுகளிலும் வாய்க்கால்களிலும் நீர்ப்பெருக்கு ஏற்படும் காலமாக ஐப்பசி இறுதியில் இருந்து கார்த்திகை மாதக் கடைசி வரை ஏகமான வாளை மீன்கள் இம்மண்ணை வந்தடைகின்றன. இம்மீன்கள் ஒரு முழத்தில் இருந்து அரைப் பாக நீளமும் கை மொத்தத்தில் இருந்து தொடை மொத்தப் பருமன் வரையிலும் கிடைக்கக்கூடியவை. இம்மீன்களைக் 'குழிவலை'கொண்டே பிடிக்கிறார்கள்.

தமிழர் உணவு

'மடையான்' என்ற பறவையினம் இவ்வண்டல் மண்ணுக்கு உரியன அல்ல. நெற்பயிர்கள் கார்த்திகை மாத இறுதியில் சூல் கொள்ளும் காலத்தில் இப்பறவைகள் வந்தேறிகளாக வந்து இம்மண்ணில் வாழ்கின்றன. இப்பறவைகள் நூற்றுக்கணக்கான கிலோமீட்டர் தூரம் கடந்து இங்கே வந்து தங்கி இனவிருத்தி செய்துகொண்டு பங்குனிமாத இறுதியில் பயணப்பட்டுவிடுகின்றன. எந்த நேரத்திலும் கூட்டம் கூட்டமாக வாழ்பவை. வெண்மையும் சாம்பல் பூத்த நிறமுங்கொண்ட இப்பறவைகளின் அலகும் கால்களும் சற்று நீளமானவை. வயல்களிலும் வாய்க்கால் வரப்புகளிலும் அதற்கான உணவைப் பெறுகின்றன. இதன் கறி மிகுந்த சுவை உடையது. ஊட்டச்சத்து மிக்கது. உழைப்பாளிமக்கள் வயல்வெளிகளிலும் திடல்திட்டுகளிலும் குச்சிக் கண்ணிவலை கட்டிப் பிடிக்கிறார்கள். அதற்காக அவர்கள் காத்துக்கொண்டு இருப்பதுமில்லை. விடியலில் வலைவிரித்துப் போனால் திரும்ப வந்து பார்க்கும்போது சில நேரங்களில் பத்துப் பதினைந்து மடையான்கள்கூட வலையில் சிக்கிக்கிடக்கும்.

விடியலிலும் அந்திசந்தியிலும் விவசாயத் தொழிலாளர்களின் குடியிருப்புகளின் மேல் கூட்டம் கூட்டமாகப் பறந்து செல்லுவது ரசனைக்குரியது. இவ்விடம் வாழும் சிறுவர் சிறுமியர்களின் மகிழ்ச்சியைக் கூட்டுபவை அப்பறவைகள். அவை அணிவகுத்துப் பறந்து போகும்போது அதன் பின்னாலே மகிழ்வு பொங்க ஓடும் அப்பிள்ளைகள். 'மடையான் மடையான் பூப்போடு' என்று பாட்டாகப் பாடிக்கொண்டு ஓடுவார்கள். அம்மடையான்கள் அந்த நேரத்தில் இடும் எச்சம் அவர்கள் மீது வெள்ளையாக விழுவதைப் பெருமையாகக் கருதி மகிழ்ச்சியடைகிறார்கள்.

பறவை இனமான 'கொக்கு' மடையானைப்போலத் தோற்றம் காட்டினாலும் இவற்றைத் தனித்து அடையாளப்படுத்த முடியும். இது வெண்மை நிறத்துடன் நீண்ட அலகையும் சிவந்த கால்களையும் உடையது. மடையான் கறியைப்போலவே இதன் கறியும் சுவை மிக்கது. இவற்றை ஒட்டிய பறவை இனமே 'வாத்து'. நீரில் வாழ்வன. கோழியைப்போலவே வாத்தை வளர்ப்பதும் உண்டு. கௌதாரி பறவையின் கறி மென்மையானது; மான்கறியைப்போலவே பஞ்சுபோல இருக்கும். இவை எதிரிகளுக்கு அதிகமாகப் பயப்படுபவை; பெரும்பாலும் அடர்ந்த புதர்களிலேயே வாழும் தன்மையுடையவை. ஆனால் இவை வாழ்வதை எளிதாகக் கண்டுகொள்ள முடியும்; மனித வாடையை உணர்ந்து கத்த ஆரம்பித்துவிடும். அதனால்தான் 'வாயால் கெட்டதாம் கௌதாரி' என்ற வழக்கு மக்களிடையே புழக்கத்தில் உள்ளது.

வேளாண் தொழிலோடு மிகவும் நெருக்கம்கொண்டு இருப்பவை கால்நடைகள். குறிப்பாகப் பசுவும் எருமையும் பிரதான இடத்தில் உள்ளன. இவற்றைப் பராமரிக்க என்றே நில உடைமையாளர்கள், தங்களுக்கு அடிமைச் சேவகம் செய்யும் விவசாயத் தொழிலாளர்களின் எட்டு வயதைக் கடந்து பதினான்கு வயது உள்ள பிள்ளைகளான ஆணையும் பெண்ணையும் அரை ஆள் 'படி' கொடுத்து அவர்களைக் கொண்டு பாதுகாத்துக்கொள்கிறார்கள்.

வயது முதிர்ந்த மாடுகளையும் இறந்து போகும் மாடு களையும் உணவாகக்கொள்கிறார்கள். அன்றைய தேவைக்கு மிதமிஞ்சி இருக்கும் கறியை மஞ்சள், உப்பு, எண்ணெய் கலந்த மசாலாவில் புரட்டி வெயிலில் காயவைத்து மண்பானையில் வைத்துத் துணியால் வேடுகட்டிப் பாதுகாத்துக்கொள்வார்கள். இதுதான் உப்புக்கண்டம்.

வேளாண் நிலங்களைக் பெருவுடைமையாளர்களிடம், வாரத்திற்கோ குத்தகைக்கோ பெற்று வெள்ளாமை இடுவது போலவே ஆடுகளையும் வளர்ப்பார்கள். அவை குட்டிகளை ஈன்று வளர்ந்த பின்னர் அவ்வாடுகளுக்கு உரிய விலையில் மூன்றில் ஒரு பங்கை வளர்ப்புக் கூலியாகப் பெறுவார்கள். இவ்வாடுகளை உணவுக்காகவே வளர்த்துவருகின்றனர்.

பறவை இனமானதுதான் பழந்தின்னி வௌவால். இவை பெரும்பாலும் நிலாக்காலங்களில்தான், வெளிப்படையாகப் பறந்துசெல்லும். அவை பறந்துபோகும்போதே வீசும் பழவாடை யைக்கொண்டே அதன் நடமாட்டத்தைக் கண்டுகொள்வார்கள். இவற்றைத் தோப்புகளிலும் தோட்டங்களிலும் வலைகட்டிப் பிடிப்பார்கள். இவற்றின் கறிப் பழச்சுவைகொண்டது. அவை வாழிடங்களில் எந்தப் பழவகை மிகுதியாக இருக்கிறதோ அந்தப் பழவாடை கறியில் இருக்கும். உயர்சாதி மக்கள் இந்த வௌவாலை விரும்பி உண்கிறார்கள்.

பூசணிக்காயை, பிராமணர்கள்தான் உண்ண வேண்டும் மற்றவர்கள் உண்ண எப்படித் தடை இருந்ததோ அதைப் போலவே இந்த வௌவால் கறியைத் தாழ்த்தப்பட்ட மக்கள் உண்ணத் தடை இருந்தது. மீறித் தின்பவர்கள் பாவச்செயலைச் செய்தவர்களாக ஆகிவிடுவார்கள் என்றும் நோய் குடிகொண்டு விடும் என்றும் பரப்பிவைத்துள்ளது.

வண்டல் மண்ணில் வாழும் அனைத்து வேளாண் தொழி லாளர்கள் குடியிருப்புகளிலும் கோழிப் பஞ்சாரம், கோழிக்கூடு, கோழிப்பிறை என்பவை கோழியை வளர்க்க உதவும் கூண்டுகள். அவை இல்லாமல் இருக்காது. இவற்றை வளர்ப்பதற்கு அவர்கள்

தனித்த நேரம் ஒதுக்குவதில்லை. இன்னும் அவற்றுக்கான தீனியை அக்கோழிகளே தேடிப் பெற்றுக்கொள்கின்றன.

இந்தக் கோழிகள் பலதரப்பட்ட கீரை வகையையும் மூலிகைகளையும் சேர்த்தே உணவாகக்கொள்கின்றன. இவை இடும் முட்டை செறிவான ஊட்டச்சத்தைக்கொண்டு இருக்கின்றன. முட்டைகளை அவித்தும் மிளகாய் செலவு சாந்தோடு வெங்காய நறுக்குகளையும் சேர்த்து முட்டைகளை உடைத்து அவற்றோடு ஊற்றிக் கலந்து 'அடை' வார்த்தும் துணை உணவாகக்கொள்கிறார்கள். கோழியின் கறியும் மிகச்சிறந்த உணவாகிறது.

அனைத்து மக்களும் 'கோழிக்கறிக்கொதி' செய்து உண்கிறார்கள். இந்தக் கறியில் மிளாகாய்ச் செலவுச் சாந்தைப் புரட்டித் தணலில் வாட்டி, உழைக்கும் மக்கள் உண்பதுபோல அல்லாமல் சில உயர்சாதிக்கார உழைக்கும் மக்கள் எண்ணெயில் பொரித்து உண்பதையே விரும்புகிறார்கள்.

2

'ஆடிப்பட்டம் தேடி விதை' என்ற மொழி காய்கறி விதைப்புக்கும் விதையாகும் கொடிகளையும் கரணைகளையும் விதைப்பதற்கும் ஆடிமாதமே ஏற்ற பருவம் என்பதைக் குறிக்கிறது. அதாவது குறுவை நடவு முடிந்து சம்பா சேறு பண்ணி, சேறு புளிப்புக்காகக் கிடக்கும் காலமே ஆடிமாதம். அம்மாதத்தில் அமாவாசை நாளில் பெரும்பாலும் விதை போடுவார்கள். நன்செய் நிலங்களுக்கு இடையில் உள்ள திடல் திட்டுகளிலும் வடிகால் கரைகளிலும் வரப்புகளிலும் மகசூல் புழங்கும் களத்தோரங்களிலும் வெண்டை, கத்திரி, கொத்தவரை, சோளம், மரவள்ளிக்கிழங்கு, சர்க்கரைவள்ளிக் கிழங்கு, பரங்கி, பூசணி, வெள்ளரி, உளுந்து, துவரை போன்றவற்றில் தேர்வு செய்து வைத்திருக்கும் விதைகளை விதைப்பார்கள். பொதுவடையாக உள்ள தோப்புகளிலும் தனிமரங்களின் அடியிலும் குடிசைகளின் மேலும் ஏற்றும் சுரை, பீர்க்கன் போன்றவற்றைப் பயிர் செய்வார்கள். இப்படியாய் விளையும் காய்கறிகளும் கிழங்கு வகைகளும் கிடைப்பதில் ஏற்ற இறக்கம் இருந்தாலும் அனைவருக்கும் கிடைத்துவிடும்.

உயர்சாதி உடைமைச் சமூகத்தினர் விருந்தளிப்பதைப் பிரதானப் பண்பாடாகக் கொண்டிருக்கிறார்கள். அவ்விருந்தில் அறுசுவை உணவு அளிக்கிறார்கள். இனிப்பு, காரம், உவர்ப்பு, துவர்ப்பு, கசப்பு, புளிப்பு எனும் சுவைகளைக்கொண்ட உணவுகளைப் படைத்தளிக்கிறார்கள். இதற்கு எதிரிடையாக உழைக்

கும் சமூகத்தினரும் விருந்தளித்தலைச் செய்யத் தவறுவதில்லை. ஆனால், புலால் உணவுகளைக்கொண்டே விருந்தளிக்கிறார்கள்.

சாதியால் தாழ்த்தப்பட்டவர்களுக்கும் உயர்சாதியில் பிறந்த உழைக்கும் சமூகமாக இருப்பவர்களுக்கும் உணவாகும் புலாலோ மற்றவை அனைத்தும் கிடைப்பதிலும் அவற்றை உணவாகச் சமைப்பதிலும் உண்பதிலும் பெரிதான பண்பாட்டு இடைவெளி இருக்க வாய்ப்பில்லை. சமைக்கும் பாத்திரங்கள் அனைத்துமே சுட்ட மண் உருவங்களே. (சுட்ட மண்பாத்திரங் களில் சமைக்கும் உணவிற்கும் உலோகப் பாத்திரங்களில் சமைக்கும் உணவுக்கும் சுவையில் வேறுபாடு ஏற்படுகிறது.) இந்த மண்பாத்திரங்கள் தட்டுப்பாடின்றி வழங்க என்று, 'ஊர்ப்பொதுவடை' நிலத்தில் குறிப்பிட்ட அளவு 'குயவன் காணி' என்று ஒதுக்கி இருப்பார்கள். அந்தக் குயவர்கள் நிலங்களை ஆண்டு அனுபவித்துக்கொண்டு தங்களிடம் ஒப்பளிப்புச் செய்த பணியைச் செய்யத் தவறுவதில்லை. கூடவே விவசாயத் தொழிலாளிகள் அறுவடை நெல் கூலி பெறும்போது 'சேரை' நெல்லைச் சேர்த்துக் கொடுத்திடுவார்கள். இப்படியான விவசாயத் தொழிலாளிகளின் குடும்பங்கள், உலோகப் பாத்திரங்களைப் பயன்படுத்தத் தடையே இருந்தது. 1960கள் வரையிலும் இப்படியான போக்குகளைப் பார்க்க முடிந்தது.

வேளாண் வாழ்வில் உள்ள மக்கள் விடியல் பொழுதையும் அந்திசாயும் பொழுதையும் வேளாண் நிலங்களிலேயேதான் சந்திக்க வேண்டியிருந்தது. பெரும்பாலும் இவர்கள் இருட்டு வாழ்க்கையையே வாழ்ந்துகொண்டிருந்தனர். இரவு நேரத்தில் தான் அவர்கள் சூடான உணவைத் தயாரித்து உண்ண முடிந்தது. இரவில் உண்ட மிச்சமீதியில் காலை வயிற்றுப் பசியைப் போக்கிக்கொண்டார்கள். வேலைத் தலைப்புகளில் உழைத்துக்கொண்டிருக்கும்போது நண்பகல் உணவை உண்பதில்லை. அதே நேரம் பச்சைக் கிழங்குகளும் பச்சைக் காய்கறிகளும் அவர்களின் பசியைப் போக்கிக்கொள்ள உதவின.

நவீனக் காலத் தொடக்கம் முதல் நாட்டுச் சர்க்கரை கலந்த தேநீரும் கார உணவுகளும் அங்காடிச் சுடுவோர் வழியே கிடைத்துக்கொண்டிருப்பதை இப்போதும் பார்க்க முடிகிறது.

நத்தைக்கறிக் குழம்புக்குக் 'காரம்' குறைவாகப் போடு வார்கள். புளி சேர்க்க மாட்டார்கள். அன்றாடம் 'மிளகாய்ச் செலவு' வாங்கும்போதே 'கறிச்செலவு' கொடுங்க என்று வாங்குவார்கள். இந்தச் செலவில் மிளகாய் குறைவாகவும்

தமிழர் உணவு   ❋ 47 ❋

மல்லி சற்றுக் கூடுதலாகவும் சோம்பு, மஞ்சள், மிளகு கலந்தே கொடுப்பார்கள். இவற்றை இளஞ்சூடுகாட்டி வதக்கி, இடித்தோ அரைத்தோ கொள்வார்கள். உயிருடன் பிடித்து வந்த நத்தைகளை மண்சாலில் கொதிக்கவைத்து இருக்கும் தண்ணீரில் கொட்டினால் நத்தை மாண்டு அதன் ஓடுகளில் இருந்து ஒதுங்கிச் சதைப்பகுதி மட்டும் தண்டாமல் இருக்கும். ஓட்டைத் தனியாக எடுத்துவிடுவார்கள். மிளகாய்ச் செலவு சாந்தைக் கொதிக்கவைத்து வாங்கி வந்திருக்கும் வெங்காயத்தைத் தனியாக வதக்கிச் சுரைக்காய், பரங்கிக்காய், கிடைக்கும் கிழங்குகளையும் நத்தைக் கறியோடு சேர்த்து ஒன்றாகக் கொட்டிக் கொதிக்கவைப்பார்கள். கொதி வரும்போதே அதன் மணம் பரவிடும். இந்த நத்தைகறிக்குக் கூடுதலான மருத்துவக் குணம் உண்டு. மூலநோய்க்கு அருமருந்து. புலால் உணவைக் கொள்ளாதவர்களுக்கும் நத்தைக்கறி என்று சொல்லாமல் மறைமுகமாகப் புளியில்லாக் கறியோடு கலந்து கொடுத்து நோயைக் குணப்படுத்துதலும் உண்டு.

இந்த நத்தைக் கறி போன்றே எலிக்கறி, மாட்டுக்கறி, ஆட்டுக்கறி, உடும்புக்கறி, பறவைகளின் கறி போன்றவற்றைக் காய்ச்சிக்கொள்வார்கள். கிழங்கு, காய்கறிகளோடு போடப்படும் கறிகளும் ஒன்றை ஒன்று ஈடுகொடுத்துச் சுவையைக் கூட்டி வைக்கும். நெல்லரிசிச்சோறு கிடைக்காமல் போகும் நேரத்தில் கிடைக்கும் காய்கறிகளையும் கிழங்குகளையும் பதக்கப் போட்டுக் குழம்பாகச் செய்யாமல் கறியும் காய்கிழங்குகளும் ஒன்றை ஒன்று பின்னிக்கிடப்பதுபோலப் பிசரி வைத்துக் கொண்டு இதையே உணவாக உட்கொள்வார்கள்.

இப்படியான கறிக் கொதிகளை உண்ணும்போது சில நேரங்களில் திகட்டல் ஏற்பட்டுச் செரிமானம் ஆகாமல் வலியை உண்டு பண்ணிவிடும். இப்படியான நிலையை முன் கூட்டியே உணர்ந்து, உழைக்கும் மக்கள் புகையிலைக் காம்பு களையும் தென்னைக் குரும்பைகளின் கண்பாகத்தையும் கடித்து மென்று அதன் சாற்றை இறக்கிக்கொள்வார்கள். உயர்சாதிக்காரர்கள் வெற்றிலைப் பாக்கோடு புகையிலைக் காம்பையும் மென்று உள்ளுக்குள் இறக்கிக்கொள்வார்கள். இந்தச் சாறு எப்படியாப்பட்ட திகட்டலையும் முறித்துச் செரிமானப்படுத்திவிடும்.

பிடித்து வரும் நண்டுகளை, கால் வேறாகவும் உடல் வேறாகவும் உடைத்து வைத்துக்கொள்வார்கள். நண்டுக் குழம்புக்குக் கூடுதலான உறைப்பும் புளிப்பும் தேவைப்படு கின்றன. அதற்கான மிளகாய்ச்செலவு வாங்கிச் சாந்தாக்கிக் கொள்வார்கள். வெங்காயத்தை எண்ணெய் விட்டோ விடா

மலோ வதக்கிப் புளியையும் மிளகாய்ச்செலவுச் சாந்தையும் கலக்கி ஊற்றி மிதமாகக் கொதி போடுவார்கள். அந்தக் கொதி வந்ததும் நண்டோடு, மாங்காய், கிலாக்காய் போன்ற புளிப்புச் சுவை கொண்ட காய்கறிகளையும் ஈட்டுக்காகச் சேர்த்துக் கொதிக்கவைத்துவிடுவார்கள். பூண்டும் மிளகும் கூடுதலாகச் சேர்த்துக்கொள்வதுண்டு. உடம்பு வலி காய்ச்சல் என்று வரும்போது நண்டுகளைப் பிடித்து வந்து அப்படியே இடித்து மிளகு, பூண்டு சேர்த்து கொதிக்கவைத்த சாற்றைக் கொடுப்பார்கள். நோய் பறந்துபோகும்.

'மீன்கொதி' என்றே மீன்குழம்பைச் சொல்லுகிறார்கள். குறிப்பாய்ச் சார்முட்டிப்பொடி மீன் கொதியை மிகவும் விரும்பிச் சாப்பிடுகிறார்கள். இந்தச் சார்முட்டிப்பொடிமீன் மிதமிஞ்சிக் கிடைப்பவை. சுண்டு விரல் மொத்தத்திற்கு மேல் பருக்காத இந்த மீனைப் பிடித்து வந்து, மூக்கையும் வாலையும் கிள்ளி எறிந்துவிட்டுச் சாலில் கொட்டி அப்படியே அலைஞ்சி எடுப்பார்கள். இப்படிச் செய்யும் போது அந்த மீன்களில் கண்ணுக்குப் புலப்படாதவாறு இருக்கும் செதில்கள், கஞ்சி போலத் திரண்டு வந்து விடும். மீன்களை மட்டும் அலசி எடுத்துப் புளிச்சாற்றோடு உப்புக் கலந்து சிறிதுநேரம் ஊறல் போட்டு வைப்பார்கள். அப்போது அம்மீன்கள் விறைப்பாகி விடும். மிளகாய்ச்செலவுச் சாந்தோடு, அரைத்து வைத்திருக்கும் தேங்காய் சாந்தையோ இந்தத் தேங்காய்ச் சாந்துக்கு வழி இல்லாத நேரத்தில் அரிசியைக் களையும் நீரைக் கலந்தோ குழம்பை நீர்த்துப்போகச் செய்யாத காய்கறிகளையும் கிழங்கு வகைகளையும் போட்டுக் கொதிக்க வைப்பார்கள். தேங்காய்ச் சாந்து போடாமல் வெறும் மிளகாய்ச்செலவுச் சாந்தை மட்டும் போட்டுப் புளிப்புச் சுவையுடைய மாங்காய், கிலாக்காய்களை மட்டும் போட்டுச் செய்யப்படும் கொதியை மிகவும் விரும்பி உண்கிறார்கள்.

இந்த மீன்கொதியை மட்டும் தனிஉணவாகக் கொள்ளும் போது இந்த மீனுடன் புளிச்சக்கீரை, வெந்தயக்கீரை, முருங்கைக் கீரை போன்ற கீரைகளையும் பதக்கச் சேர்த்துக்கொள்ளுவார்கள். கூடவே பரங்கிக்காய்க் காய்ப்பு முடியும்போது ஏராளமாகப் பழங்கள் போட்டு வைப்பார்கள். இப்பழங்களை வைக்கோல் போரைப்போலவே பாதுகாத்து வைப்பார்கள். இந்தப் பரங்கிப் பழத்தைத் துண்டம் துண்டமாக வெட்டிப்போட்டுப் பெரும் சாலில் இந்தச் சார்முட்டி மீனையும் கொட்டி, கொதி செய்து கொள்வார்கள்.

இந்தச் சார்முட்டிப்பொடி மீன்கொதியைப்போலவே பெரிய மீன்களையும் மீன்கொதி செய்து உண்கிறார்கள்.

இப்படியான பெரிய மீன்களை வயிற்றுப் பகுதியை வகுந்து சுத்தம் செய்து அதனுள் கொதிக்குப் பயன்படுத்தும் சாந்தை வைத்து மீன் முழுவதும் புரட்டி எடுத்து வைத்துக்கொள்வார்கள். தனியாகத் தணலை உண்டாக்கி அதில் பொசுக்கி எடுத்து உண்பதும் உண்டு.

உயர்சாதிக்காரர்கள் இப்படியான முறையில் செய்து உண்பதுடன் தனியாக எண்ணெய்க் கொதியில் பொரித்தும் உண்கிறார்கள். கூடவே இவர்கள் கார்த்திகை வாலை, விரால், குரவை போன்ற பெரிய மீன்களை, 'பொரிச்சக் குழம்பு' என்ற ஒருவகை குழம்பு செய்வார்கள். இந்தக் குழம்புக்கு வடகம் போட்டுத் தாளிப்புச் செய்யும்போது அதன் சுவையும் மணமும் கூடிப்போகிறது. (கோடைக் காலங்களில் வெங்காயம் அதிகமாகவும் மற்ற மிளகாய்ச் செலவுகளையும் சேர்த்து வேகவைத்துக் கூடுதலாக எள்ளெண்ணெயை ஊற்றிப் பிசரிச் சின்னச்சின்ன உருண்டையாக உருட்டி வெயிலில் காயப்போடுவார்கள். மீண்டும் அந்த உருண்டைகளை உதிர்த்துத் திரும்ப எண்ணெய் கலந்து உருண்டைபிடித்துக் காயப்போட்டு எடுப்பார்கள். இப்படிப் பலமுறை செய்து வைத்திருக்கும் உருண்டைகளே வடகமாகிறது.)

இந்த வடக உருண்டைகளை உதிர்த்து எந்தவிதக் கொதிக்கும் தாளிப்புச் செய்யும்போது கூடுதலான சுவையும் மணமும் கிடைக்கின்றன. பொரிச்சக் குழம்புக்கென்று தனித்த சாந்து அரைத்து அதில் மீனைப் போட்டுக் கொதிக்க விட்டுக் குழம்பு செய்வார்கள். இதில் உறைப்பும் புளிப்பும் குறைவாகச் சேர்ப்பார்கள். சிலர் புளியே சேர்க்காமல் தேங்காய்ப் பருப்பை அரைத்துச் சேர்த்துக் கொதிக்கப் போடுவார்கள். புளிப்புத் தேவைப்பட்டால் எலுமிச்சைச் சாற்றைக் கலந்து உண்பார்கள்.

3

உழைக்கும் மக்களிடையே கீரைக்கஞ்சியே பெரும்பாலும் அன்றாட உணவாக அமைகிறது. அதாவது அரிசியை அலைஞ்சி உலையில் போடும்போதே கீரைகளையும் போட்டுக் காய்ச்சுவதே கீரைக்கஞ்சி. வேலைத்தலைப்புக்கு எடுத்துச்செல்ல வேண்டுமானால் தண்ணீரைக் குறைவாக வைத்து அரிசியையும் கீரையையும் கொட்டி வேகவைத்து அப்படியே நிறைகட்டி விடுவார்கள். சோறும் கீரையும் கலந்து கெட்டியாக இருக்கும். அதை எடுத்துச் சென்று கஞ்சி குடிக்கும்போது தேவையான அளவு தண்ணீர் விட்டு உப்புச் சேர்த்துக் குடிப்பார்கள். இதற்குத் துணை உணவாகப் பச்சை மாங்காய், வெங்காயம், நெருப்பில் சுட்ட மிளகாய் போன்றவற்றைச் சேர்த்துச் சுவை கூட்டிக்கொள்ளுவதும் உண்டு.

கீரைச் சூப்பும் முக்கியத் துணை உணவாகி இருக்கிறது. கிடைக்கும் கீரைகளைத் தனித்தனியாகவோ சிலவற்றைக் கலந்தோ அரிசி அலையும் கழனி நீரில் வேகவைக்கும்போது தேவையான அளவு வெங்காயம் சேர்த்துக்கொள்வார்கள். கொஞ்சமாகக் கூலச் செலவுகளையும் அரைத்துப் போட்டு மணம் கூட்டிக்கொள்வார்கள். இந்தக் கீரைச் சூப்பையும் தனி உணவாகக் கொள்வதுண்டு. அப்படித் தனி உணவாகும் போது, ஒன்று சேரும் கீரைகளைச் சேர்த்துக் குழைய வேக வைத்துச் சாந்து கலந்து கொதிபோடுவார்கள்.

கீரைஅடை – நோய் தீர்க்க என்றே செய்யப்படும் அடைகளில் முக்கியமானது முடக்கத்தான் கீரை அடை, வாதமடக்கிக் கீரையும் அடையாகும். இவற்றைத் தவிர்த்து மற்ற கீரைகளையும் அடைக்குப் பயன்படுத்துவது உண்டு. அரிசியை ஊறல் போட்டு அதனோடு இந்தக் கீரைகளையும் சேர்த்து அரைப்பார்கள். சுவைக்காகத் தேவையான அளவு மிளகாய் சேர்த்துக்கொள்வார்கள். இதில் புளியைச் சேர்ப்பதில்லை. ஏன் என்றால் புளியானது மருத்துவக் குணத்தை முறித்துவிடும் தன்மை கொண்டது. அரைத்த மாவைக்கொண்டு மண் ஏந்தலை அடுப்பில் ஏற்றி எண்ணெய் தடவியோ தடவாமலோ அதன் மேல் இந்த மாவை அடையாகத் தட்டிப்போட்டுப் புரட்டிப் புரட்டி வேக வைப்பார்கள். இப்படி அடையாகச் சுடுவதோடு குழிப்பணியார மண்சட்டியில் ஊற்றி ஆவியில் வேக வைப்பதை அப்பம் என்கிறார்கள்.

சில நேரங்களில் கிழங்குகளே தனி உணவாகக் கொள்ள வேண்டிய நிலை ஏற்படுவதுண்டு. பொதுவாகக் கிழங்குகளை வகுந்து மஞ்சள் உப்புத்தூள் சாந்தை அளவான நீரில் கலந்து கொதிக்கவைத்து அதில் கிழங்கைப் போட்டு வேகவைத்து உண்கிறார்கள். இப்படிச் செய்வதால் காலநேரத்தை அதிகம் கொள்ளாத உணவாகிவிடுகிறது. புஞ்சையில் விளையும் மரவள்ளிக் கிழங்குகள் ஐப்பசி மாதம் தொடங்கி அதிக அளவில் மகசூலுக்கு வருகின்றன. அந்த நேரம்தான் விவசாயத் தொழிலாளர்களுக்கு அரிசித் தட்டுப்பாடு ஏற்படும். அந்த இடத்தை இந்தக் கிழங்கு, அம்மக்களுக்கு உணவாகி சமனப் படுத்துகிறது. பல பஞ்சக் காலங்களில் இந்தக் கிழங்கு மட்டும் இல்லாவிட்டால் ஏராளமான மக்கள் மாண்டு போயிருக்கக் கூடும்.

‘ஐப்பசி அடை மழை’ என்ற வழக்கு உண்டு. பெரும்பாலும் சூரியக்கதிரையே உணர முடியாத காலம் என்று சொன்னால் மிகையில்லை. இக்காலத்தில் அந்தக் கிழங்கை மகசூல் செய்வது சற்று எளிது. மரவள்ளிக் கிழங்கு கட்டையைப் பிடித்து மேலே

தூக்கினால்போதும் வேர்களாக உள்ள கிழங்குகள் பொதபொத வென்று மண்ணோடு பிடுங்கிக்கொண்டு வெளிவந்துவிடும்.

இந்தக் கிழங்கை விளைவிக்கும் சிறுநில உடைமையாளர் கள் பண்டமாற்றிலேயே பெரும்பாலும் விற்பனை செய்து விடுவார்கள். அதாவது ஒரு எடைத் தூக்குக் (சுமார் பத்துக் கிலோ) கிழங்குக்கு ஒருமரக்கால் நெல்லைத் தரவேண்டும் அதுவும் அப்போதே இல்லை. சம்பாப்பட்ட அறுவடைக் காலங்களில் கொடுத்துவிட வேண்டும் என்பதே. 1980கள் வரையிலும் இம்முறை நடைமுறையில் இருந்தது. இந்தக் கிழங்கைக் கெட்டியாக அரைத்து, அத்தோடு மிளகாய்ச் சாந்தோ பனைவெல்லத்தையோ கலந்து அடையாகச் சுட்டுச் சாப்பிடுவது உண்டு. இந்த அடை மறுநாள் வரையிலும்கூட நூல்விடாமல் அதாவது ஊசல் கண்டுவிடாமல் சுவையாக இருக்கும். இந்த மரவள்ளிக்கிழங்கு பயிராகும் கொல்லை யிலேயே பிடுங்கி இலை தழைகளைப் போட்டுத் தழல் உண்டாக்கி அப்படியே சுட்டுச் சாப்பிடுவது தனிச் சுவையாக இருக்கும். இப்படிச் சுட்டக் கிழங்கு வவுண்டுபோய் வாயில் போட்டதும் மணல்போலக் கரைந்துபோகும். அதேசமயம் இந்தக் கிழங்கைக் கொதியில் அவித்துவிடும்போது கிழங்கு அழுத்தமாக இருக்கும்.

இந்தக் கிழங்கை வேகவைத்துக் கண்டம் துண்டமாக நறுக்கி மீன் கொதியிலும், கறிக்கொதியிலும் போட்டுக் காய்ச்சித் தின்னும்போது கறி, மீனின் சுவையும் கூடும்.

இதே கிழங்கு வகையான சர்க்கரைவள்ளிக் கிழங்கு கொடியில் வேரில் விடுவது. இது இனிப்புச் சுவை கொண்டது. இதைச் சுட்டுத்தின்றால் அதன் முழுச் சுவையையும் பெற முடியாது. அவித்து அப்படியே தின்னும்போதும் அவித்த கிழங்கை மசியப் பிசைந்து தேங்காய்த் துருவலையும் பனை வெல்லத்தையும் கலந்து தின்னும்போது அலாதியான சுவை யைத் தரும். இந்தக் கிழங்கு உணவைச் சிறு குழந்தைகள் வரையிலும் விருப்பத்துடன் உண்பார்கள். மிகச்சிறந்த ஊட்டச் சத்தாகவும் அமைந்துபோய்விடுகின்றன.

பெருவள்ளிக் கிழங்கு சற்றுத் தடியான கொடியின் வேரில் கிழங்கு விட்டு இருக்கும். ஒரு கொடிவேரில் ஒன்று இரண்டு கிழங்குகள்தான் விட்டு இருக்கும். அதேசமயம் இந்தக் கிழங்கு ஒன்று ஒரு ‘எடை’ கனத்திற்குப் பருத்து இருக்கும். மண்ணைக் கெல்லித்தான் கிழங்கை எடுப்பார்கள். இந்தக் கிழங்கு கொடியை மரங்களில் படரவைப்பார்கள். இந்தக் கிழங்கைப் பெரிய அளவில் ஒரே இடத்தில் பயிரிடுவதில்லை. பெரும்பாலும்

அவரவர் குடியிருப்புகளின் பக்கத்தில் உள்ள மரங்களை நம்பி விதைத்து வைப்பார்கள். சர்க்கரைவள்ளிக்கிழங்குபோல் அதிக இனிப்புச் சுவை இருக்காது. அந்தக் கிழங்கை எப்படி மசியப் பிசைந்து தின்பார்களோ அப்படித் தின்பதும் பெரும் பாலான நேரங்களில் மீன்கொதியையோ கறிக்கொதியையோ ஊற்றி பிசைந்து தின்பார்கள். இந்தக் கிழங்கும் மக்கள் பசியைப் போக்கிக்கொண்டு இருந்தது. மணற்பாங்கான வண்டலில் நல்ல விளைச்சலைத்தரும். விதைத்து 45 நாட்களில் மகசூலைப் பெறலாம். புரட்டாசி மாதம் பயிரிடச் சிறந்த பருவமாக இருக்கும். கார்த்திகை மாதப் பஞ்சத்தைப் போக்கிக்கொண்டு இருந்தது.

தமிழர் திருநாளான பொங்கலின்போது ஐந்து வகைக் கிழங்குகளோடு, ஐந்து வகைக் காய்கறிகளையும், கூட நெல்லிக் காயையும் சேர்த்துச் செய்யப்படும் கறிக்கூட்டை வழிபாட்டில் வைத்துப் படையல் செய்து உண்பார்கள். வெல்லப் பொங்க லுக்கும் வெண்பொங்கலுக்கும் சுவையான துணை உணவா கிறது. இன்றைக்கும் மக்களிடையே புழக்கத்தில் உள்ள கூட்டுக் கறி போசாக்கானது.

கடுங்கோடையின் வெக்கையைச் சமாளிக்கத் தக்க கிழங்கு அல்லிக்கிழங்காகும். குளத்தின் அடியில் கொத்துக் கொத்தாகக் கிழங்கு வேர்கொண்டு இருக்கும். எவ்வளவு உயர நீர்மட்டமாக இருந்தாலும் நீர்மட்டத்தில் இலைவிட்டுப் பூத்து நிற்கும்படியான தண்டின் இணைப்பைப் பெற்ற கிழங்கு வகையே இது. இந்தக் கிழங்கை யாரும் விதைப்புச் செய்வதில்லை. பாதுகாப்பது மில்லை. குளத்தில் நீர்வற்றும்போது அதன் வேர்த்தண்டுகள் சேற்றோடு புதைந்து கிடக்கும். எவ்வளவு வறட்சியையும் தாங்கும் வல்லமை கொண்டது அதன் விதைவேர். குளத்தில் தண்ணீர் தேங்கினதும் துளிர்விட்டு வளர்ந்து கிழங்கு விடும் தன்மை கொண்டது. சிறுவர்கள் குளத்தில் நீந்திவிளையாடும் போது இந்தக் கிழங்குகளைத் தோண்டி மேலே கொண்டு வருவார்கள். பெரும்பாலும் சுட்டும் அவித்தும் தின்கிறார்கள். சில சமயங்களில் அடையாகச் செய்தும் சாப்பிடுகிறார்கள். அல்லிப்பூவின் மையத்தில் இருக்கும் சூழ்குப்பியைச் சிறுவர் களும் சிறுமியர்களும் விரும்பித் தின்பார்கள். குளிர்ச்சியானவை. இந்தக் கிழங்கை மருந்தாகவும் பயன்படுத்துகிறார்கள். ஏழை களின் தங்கபஷ்பம் என்று அழைக்கப்படுகிறது.

உழைக்கும் மக்களின் உணவுகளில் தானியங்கள் முக்கிய இடத்தைக்கொண்டுள்ளன. மக்காச்சோளம், பட்டாணி, மொச்சை, அவரை, துவரை, உளுந்து, பயறு, காராமணி ஆகிய தானியங்கள் உழைக்கும் மக்களுக்கு உழைப்பீடாகக்

தமிழர் உணவு

கிடைப்பவையாகும். இத்தானியங்களை ஆண்டு முழுமைக்கும் பாதுகாத்துப் பயன்படுத்துவார்கள். நெல்லரிசிச்சோறு கிட்டாத நேரங்களில் இவை முதன்மை உணவாக இருக்கின்றன. பெரும் பாலும் அவியல் செய்து உண்கிறார்கள். மிளகாய் போட்டும் பனைவெல்லம், நாட்டுச்சர்க்கரை இவற்றில் ஒன்றைத் தங்கள் சுவைக்கு ஏற்பக் கலந்துண்ணுகிறார்கள். அடையாகவும் அப்ப மாகவும் செய்கிறார்கள். பாசிப்பயறு வகையில் நரிப்பயறு கடுகு போன்று இருக்கும். இதில் புட்டுச் செய்து உண்பது சிறப்பு. உயர்சாதிக்காரர்கள், இந்தப் பயிரைக் கொண்டு பணியாரம் செய்கிறார்கள். பணியாரம் என்பது இறுகலாக மாவை அரைத்து எண்ணெயில் வேகவைப்பது. இந்தப் பணி யாரத்தைக் காய்கறிகளைக்கொண்டும் செய்கிறார்கள். பயறு பணியாரம், சுரைக்காய்ப் பணியாரம், அரிசிப் பணியாரம் போன்றவை குறிப்பிடத்தக்கன.

மக்காச்சோளம் இம்மண்ணில் ஆற்றுப்படுகைகளில் அதிகமாக விளைகின்றது. இந்தச் சோளக்கதிர்கள், பால்கட்டு, அரைக்கட்டு, நிறைகட்டு என்ற கதிர் முதிர் பருவத்தைக் கொண்டு சோளச் செடியில் இருந்து ஒடித்து இளந்தணலில் சுட்டுத் தின்பது. அவித்துத் தின்பது, முதிர்ந்த சோளக் கதிர்களை உதிர்த்துப் பாதுகாப்பாக ஆண்டு முழுதும் வைத்து, மாவாக்கிச் சோளக்களி, சோளப்புட்டு, சோள அடை என்ற வகைப்பாட்டில் உணவாகின்றன. கூடவே சோளத்தை நொய் யாக உடைத்துச் சோறு வடித்து மீன்கொதியை ஊற்றியும் தின்கிறார்கள்.

குழாய்ப் புட்டு என்ற உணவு பேர்பெற்றது. அனைத்து வகைத் தானியங்களும் குழாய்ப் புட்டாக வடிவம் கொள்கின் றன. மூங்கில் கணுவில் இருந்து குழாயைச் சாண் உயரத்தில் வெட்டி ஒழுங்குபடுத்திக்கொள்வார்கள். இந்தக் குழாயில் அரைத்து வைத்திருக்கும் தானியக் கூழில், மணத்திற்கு என்று ஏலக்காயும் சுவைக்கென்று பனைவெல்லமும் கலந்து குழாயில் நிரப்பி மண்சாலில் மூன்றில் ஒரு பங்கு நீர் வைத்துச் சூடாக்கி விடுவார்கள். அந்தச் சாலில் குறுக்கிலும் நெடுக்கிலும் மூங்கில் சிம்புகளைப் போட்டு அதன் இடைகளில் இந்தக் குழாய்களை நிறுத்தி மூடிவைப்பார்கள். ஆவியில் வெந்த பின்னர் எடுத்து உண்பார்கள்.

சத்துமாவு உருண்டை பெரும்பாலும் பலவகைத் தானியங் களையும் ஒன்றாகக் கலந்து ஈடாக அரிசியையும் சேர்த்துச் சட்டியைக்கொண்டு இளவறுவல் செய்து அப்படியே மாவாக்கி விடுவார்கள். இந்த மாவே கமகமக்கும். இதில் பனைவெல்லம், ஏலக்காய் போன்றவற்றைப் பொடியாக்கிக் கலந்து கொஞ்சமாக

பக்தவத்சல பாரதி

வெந்நீர் இட்டுப் பிசைந்து உருண்டையாக உருட்டித் தின்பது. இந்த மாவை நீண்ட தூரம் பயணிக்கும் காலங்களில் எடுத்துச் சென்று உணவாகக்கொள்வார்கள்.

உயர்குடி மக்களால் கொண்டாடப்படும் பண்டிகைகளில், தீபாவளிப் பண்டிகை பேர் பெற்றது. ஆதிகாலம் தொட்டு இந்தப் பண்டிகையை இம்மண்ணில் கொண்டாடுவது பற்றி மாற்றுக் கருத்துகள் உண்டு. நில உடைமையைப் புராணிகப் பெட்டிப் படுத்தும்போது ஏற்படுத்தப்பட்ட, பண்டிகையாகக் கூட இருக்கலாம். இந்தப் பண்டிகையின்போது பலவகையான பண்டங்களைச் செய்கிறார்கள். அதில் மிகவும் குறிப்பிடத்தக்கது அதிரசம். பச்சரிசியை ஈரப்பதப்படுத்தி உரலில் இட்டு இடித்து மாவாக்குகிறார்கள். பனை வெல்லத்தையோ நாட்டு வெல்லத்தையோ தனியாகக் காய்ச்சிப் பாகாக்கிக்கொள்கிறார்கள். அதோடு ஏலக்காய்ப் பொடியை கலந்து மாவில் ஊற்றிப் பிசைந்து வைத்துவிடுவார்கள். மறுநாள் எடுக்கும்போது அதன் மணம் அள்ளிக்கொண்டு போகும். உள்ளங்கை அகலத்திற்கு வட்டமாகத் தட்டி எடுத்து கொதி எண்ணெயில் போட்டுப் பொரிப்பதே அதிரசம். சுட்ட உடன் தின்பது அவ்வளவாகச் சுவையைத் தராது. மண்சாலில் வைத்து மூடி வேடுகட்டி வைத்துவிடுவார்கள். மறுநாள் எடுத்துப் பிட்டு வாயில் போட்டால் பொசுபொசுவென்று மென்மையாகவும் சுவையாகவும் இருக்கும்.

பச்சரிசியோடு உடைத்த உளுத்தம் பருப்பைக் கலந்து பதப்படுத்தி மாவாக்கிக்கொள்வார்கள். அதோடு எள் கலந்து பிசைந்து உருட்டி, துணியைக்கொண்டு கையாலேயே சுற்றுவதும் அச்சில் போட்டுப் பிழிவதும் உண்டு. இப்படிச் செய்யப்பட்ட முறுக்கு மொறுமொறுப்புடன் சுவையைத் தருவது.

கெட்டி உருண்டை – இன்றைக்கு இந்த உருண்டையின் சுவையை அறிந்தவர்கள் குறைவாகவே இருப்பார்கள். இவ்வுருண்டை மறைந்துபோய்க்கொண்டு இருக்கும் துணை உணவுகளில் ஒன்று. பச்சரிசியையும் பச்சைப் பயிரையும் சம அளவில் எடுத்துப் பழுக்க வறுத்து அரைத்துக்கொள்வார்கள். வறுகடலையையோ வேர்க்கடலையையோ படிக்குக் கால்படி அளவு கலந்து ஏலக்காய் தூளைத் தூவி மாவைப் பக்குவப்படுத்திக்கொள்வார்கள். நாட்டு வெல்லத்தில் காய்ச்சிய பாகைக் கைப்பதத்தில் வைத்துக்கொண்டு மாவைக் கிளறி அவ்வப்போது ஊற்றித் திரட்டி உருட்டி வைப்பார்கள். பல நாட்கள் இந்த உருண்டை கெட்டுப்போகாது.

வேளாண்மை தீவிரமாக நடக்கும் காலங்களில், உழைக்கும் மக்களுக்குக் கஞ்சி வைத்தல், சோறு வடித்தல், குழம்பு

காய்ச்சுதல் போன்றவற்றைச் செய்துகொள்ளவே பெரும்பாலும் நேரம் இருக்கும். எளிதில் நேரம் வாய்க்காத காலங்களில், அங்காடிச் சுட்டு வணிகம் செய்யும் பெண்களிடம் பண்டமாற்று முறையில் வாங்கியே உண்கிறார்கள். தானியச் சுண்டல், அப்பம், கிழங்கு அடை, கீரை அடை, பணியார வகைகள் போன்றவற்றைத் தாழம் பெட்டியிலோ பனைஓலைப் பெட்டியிலோ மூங்கில் சிம்பு பெட்டியிலோ வைத்துத் தலையில் சுமந்து சென்று வேலைத் தலைப்புக்கே கொண்டுசென்று விற்கிறார்கள். ஆழாக்குச் சுண்டு, படி அடுக்குகள் ஆகியவற்றை அளவையாகக்கொண்டு இத்தனை பணியாரத்திற்கு இந்த அளவை நெல் என்ற வகைப்பாட்டில் பெற்றுக்கொள்கிறார்கள்.

ஒவ்வொரு சாகுபடிக்காரர்களின், சிறு நில உடைமை யாளர்களின் வீடுகளில் மாட்டுக் கொட்டகையோடு இணைந் தாற்போல ஆட்டுக் கொட்டகையும் இடம்பெறும். மாடு களையும் ஆடுகளையும் பராமரிக்க என்று மாட்டுக்காரர்கள் உண்டு. பண்ணை ஆட்களாகவோ தினக்கூலிக்காரர்களாகவோ அமர்வதற்கு முன் இவர்கள் அரையாள் அரைப்'படி' என்ற பகுப்பில் எட்டு வயது தொடங்கிப் பதின்மூன்று வயது வரையிலும் உள்ள அவ்வீட்டுப் பிள்ளைகள் மாட்டுக் கொட்ட கைக்கும் ஆட்டுக் கொட்டகைக்கும் வேலைக்குப் போக வேண்டும்.

ஆடுகளையும் மாடுகளையும் ஊரில் உள்ள மேய்ச்சல் நிலங்களான ஆற்றுப்படுகை, வடிகால் படுகைகளுக்கும் மேய்க்க ஓட்டிச் செல்வார்கள். மாடுகளையும் ஆடுகளையும் ஓட்டிப் போகும் சிறுவர்கள் விடியலில் போனால் அந்திசாயும் நேரத்தில் தான் உரிமைஉடைய மாட்டுக் கொட்டகைக்குத் திரும்பி வருவார்கள். அதுவே அவர்களுக்குக் கட்டளையாக இருந்தது. மேய்ச்சலுக்குப் போகும் மாடுகளிலும் ஆடுகளிலும் பால் கறவைகொண்டவை இருக்கும். அவற்றுக்கு நல்ல மேய்ச்சல் கிடைப்பதனால், பாச்சிக் காம்புகள் பால் சுரந்து நிற்கும். மேய்ப்பவர்கள், கறவைக்குரிய எருமைமாடுகள், ஆடுகள் போன்றவற்றில் அதன் கன்றும் குட்டியும் இல்லாமல் பால் கறந்துவிடுவார்கள். அதேசமயம், பசுக்களிடம் இந்தப் பாட்சா பலிக்காது. கறந்த பாலில் உறையிலையினைப் பறித்துப் போட்டுப் புதைத்துவிடுவார்கள். சற்று நேரம் கழித்து அந்தப் பாலை எடுத்துப் பார்த்தால் உறைந்துபோய் இனிப்புச் சுவைவோடு கூடிய மணம் வீசும். இன்றைக்குப் பனிக்கூழ் உண்பதுபோலத் தின்பார்கள். இம்மக்களிடையே தாய்ப்பாலுக்கு உள்ள செல்வாக்கு இந்த உறை கூழுக்கும் உண்டு.

56 பக்தவத்சல பாரதி

தேங்காயை உரித்துக் குடுமியை எடுத்துவிட்டு அவ்விடத்தில் ஓட்டை போடுவார்கள். அதன் வழியே வறுத்த பயறையோ வறுகடலையையோ எடுத்துக்கொண்டு சமஅளவு நாட்டுச் சர்க்கரையைக் கலந்து அந்த ஓட்டை வழியாகக் கொட்டிப் பிய்த்த குடுமியைக் கொண்டே அந்த ஓட்டையை இறுக்கமாய் அடைத்துவிடுவார்கள். நெருப்பை உண்டாக்கி அதில் போட்டுப் புரட்டிப் புரட்டி எடுப்பார்கள். கொட்டாங்கச்சி கருகிப்போகும். தேங்காய் விண்டு வரும்போது எடுத்துப் பார்த்தால் மணம் கமகமக்கும். ஒன்றுக்கு மேற்பட்ட சுடுதேங்காய்கள் மாடு மேய்ப்பவர்களுக்கு நல்ல உணவாகிவிடும். அனைவருக்குமே இது சிறந்த உணவாகிறது.

அரிசிப் பயன்பாட்டை அதிகமாகக்கொண்ட உயர் சாதிச் சமூகம் இறை வழிபாட்டிற்குத் தனித்துச் செய்வது அரிசிப் பாயாசம். பச்சரிசியைப் பொன்முறுவலாக வறுத்து அதை குறுநொய்யாக உடைத்துவிடுவார்கள். பனைவெல்லம் அல்லது நாட்டுவெல்லம் இவற்றைப் போட்டுக் காய்ச்சுவார்கள். கூட உலர் திராட்சை, முந்திரிப்பருப்பு, குங்குமப்பூ, நெய், ஏலக்காய் போன்றவற்றைப் பக்குவமாய் அதோடு கலப்பார்கள். அதையே திடமாகச் செய்து சாப்பிடுவதும் உண்டு. உழைக்கும் மக்களிடையே இம்முறையான பக்குவம் வாய்ப்பதில்லை. அவர்கள் பயறை வறுத்து உடைத்து அரிசிக்கஞ்சி காய்ச்சுவதுபோலக் காய்ச்சுவார்கள். மேல் இடும் பொருட்கள் அவர்களுக்குக் கிட்டுவது அரிது. தேவைக்கு ஏற்ப ஏலக்காயை மட்டும் பயன்படுத்துவார்கள். இந்தப் பயறு கஞ்சி அரிசிக்கஞ்சியை விடச் சுவை மிகுந்தது. இந்தப் பயறு கஞ்சியை இறந்தவர்களின் நினைவைக்கொண்டு செய்து குடிப்பது வழக்கத்தில் உள்ளது.

தமிழர் திருநாளான பொங்கலின்போது இனிப்புப் பொங்கல், வெண்பொங்கல் என்று தனித்தனியாகப் பொங்குவார்கள். சர்க்கரைப் பொங்கலை அரிசிக்கஞ்சி செய்வது போலவே பொருட்களை இட்டுப் பொங்குகிறார்கள். வெண்பொங்கலில் முந்திரியை மட்டும் சேர்ப்பார்கள்.

பதநீர்ப்பொங்கல் அம்மக்களிடையே விரும்பத்தக்க உணவாக இருக்கிறது. தென்னை, பனைமரங்களில் வடிக்கும் பதநீரைக் கொண்டே தண்ணீர் கலக்காமல் செய்வது. அளவாகக் கருப்பட்டியைச் சேர்ப்பதோடு வாய்ப்புக்கு ஏற்ப அரிசிக் கஞ்சிக்குச் சேர்ப்பவற்றையும் போட்டுப் பொங்குவது. இந்தப் பதநீரையை இறக்குபவர்கள் கட்டும் பானையில் அந்தியே கொஞ்சம் சுண்ணாம்பு பூசி வைப்பார்கள். இப்படிச் சுண்ணாம்பு பூசினால் அது இனிப்பான பதநீராகிறது. வெறும் பானையாகக் கட்டினால் புளிப்பையும் மயக்கத்தையும் தரும் ‘கள்’ ஆகிறது.

எந்த உணவாகும் பொருளும் அதன் கலவையும் சூட்டுப்பதமும் தான் சுவையை மாற்றித் தருகிறது என்று கவனம்கொள்ள வேண்டியிருக்கிறது.

செவ்வாய்ப்பிள்ளையார் என்பது பெண்கள் மட்டுமே நள்ளிரவில் கூடி நடத்தும் வழிபாடு. பச்சரிசி மாவில் உப்புச் சேர்க்காமல் தேங்காய்த் துருவலைச் சமபங்கு சேர்த்து பிசைந்து சாண் அளவு குறுக்கில் அடை தட்டுவார்கள். சின்னச்சின்ன வடிவங்களில் பலவிதங்களில் செய்து அடையின் மீது அடுக்கிக் கொள்வார்கள். மண்சட்டியில் நீர் நிறைத்து அதன் மேல் வைக்கோல் சுருணையை வைத்துச் செய்து வைத்திருப்பதை அடுக்கி அவற்றை ஆவியில் வேகவைப்பதுதான் இந்தச் செவ்வாய்ப் பிள்ளையார். பெண்களின் காமதாபங்களை வெளிப்படுத்தும் வழிபாடாக அமைகிறது. அப்போது செய்யப் படும் அடையை ஆண்களுக்குத் தரமாட்டார்கள். ஆண்கள் தின்றால் பலமிழந்து போவார்கள் என்ற நம்பிக்கை அப்பெண் களிடம் இருக்கிறது.

கோவில் மடப்பள்ளிகளில் செய்யும் சோறுகளில் பல வகை உண்டு. அனைத்தையும் பச்சரிசியைக்கொண்டே செய் கிறார்கள். பனைவெல்லப் பொங்கல், புளிச்சோறு, தேங்காய்ச் சோறு, தயிர்ச்சோறு, எலுமிச்சைச் சோறு, பருப்புச்சோறு, எள்ளுச்சோறு அதன் அதன் தேவைக்கு ஏற்பத் துணைப் பொருட்களைச் சேர்த்து வழிபாட்டுக்கென்று செய்கிறார்கள். அதே வகை உணவை வீட்டில் செய்யும்போது பெரும்பாலும் புழுங்கல் அரிசியையே பயன்படுத்துகிறார்கள். பெண் சூல் கொண்ட ஐந்தாம் மாதமோ ஏழாம் மாதமோ சாப்பிடும் போது இப்படியான சோறுகளைச் செய்கிறார்கள். எத்தனை சோறு செய்கிறார்களோ அத்தனை வகைத் துவையல்களையும் செய்கிறார்கள்.

'கோட்டை' கட்டிப் பாதுகாக்கும் விதையை மூணாம் கொம்பாகவோ இரண்டாம் கொம்பாகவோ மூட்டம் போட்டு முளைகட்டி விதைப்பார்கள். அதில் ஒரு பகுதி விதையைக் கொண்டு அவல் இடித்தெடுப்பார்கள். விட்ட விதைக்கு முளைப்புத்தண்ணி கட்டுகிற நாட்களில் இந்த அவலை நொதிப்பு செய்து நாட்டுச்சர்க்கரையையோ பனைவெல்லத் தையோ கலந்துவைத்து வழிபாடு செய்வார்கள். இந்த அவல் உணவு பல நேரங்களில் கைகொடுக்கிறது. பயணத்தின்போது முடிச்சாக எடுத்துப்போய் உணவு தேவைப்படும் இடங்களில் தண்ணீரில் பதக்கி இனிப்புக் கலந்து உண்கிறார்கள். மேற் சொல்லப்பட்ட சோறு வகைகளையும் பனைக்கொட்டா

னிலோ தாழைக்கொட்டானிலோ அடைத்து எடுத்துச் செல்லும் போது எளிதில் கெட்டுவிடாமல் இருப்பதை வழிப்பயணத் திற்குப் பயன்படுத்துகிறார்கள்.

புலால் வகைகளான கறி, மீன் இவற்றில் தேவைக்கு மேல் தேறும்போது உப்புக் கண்டமாகவோ கருவாடாகவோ பக்குவப்படுத்தி நீண்ட நாட்களுக்குப் பயன்படுத்துவதுபோல அனைத்து வகைக் காய்கறிகளையும் வற்றல் போட்டு வைத்துக் கொண்டு மழைக்காலங்களிலும் காய்கறித் தட்டுப்பாடு வரும் காலங்களிலும் பயன்படுத்துகிறார்கள். இதில் அரிசிக் கூழில் செய்யப்படும் வடகமும் வெங்காயத்தோடு, கடுகு, வெந்தயம் சோம்பு, சீரகம் போன்ற கூலப் பொருட்களைக் கொண்டு தாளிப்புக்கென்று செய்யப்படும் வடகமும் இப்படியான காலங்களில் அவர்களுக்குக் கைகொடுக்கின்றன.

நீராகாரம் என்றுச் சொல்லப்படும் பழையசோற்று நீர் வண்டல் நிலமக்களின் விடியல் குடி உணவாகிறது. இதை நில உடைமையாளர்கள் வரையிலும் நீர் உணவாக அருந்து கிறார்கள் என்பது குறிப்பிடத்தக்கது. உழைக்கும் மக்கள் இரவில் சமைத்து உண்ட சோற்றில் மிஞ்சியிருப்பதில் தண்ணீர் ஊற்றி வைத்திருந்து விடியலில் அந்நீரோடு கொஞ்சம் சோற்றைப் போட்டுக் கரைத்து, உப்புக் கலந்து குடித்துவிட்டு வேலைத் தலைப்புக்குப் போகிறார்கள். உயர்சாதிச் சாகுபடியாளர்களும் நில உடைமையாளர்களும் பழைய சோற்று நீருக்கென்று தனித்தே மண்பானையில் ஆக்கி இளஞ்சூடு பக்குவத்தில் நீர் ஊற்றி வேடுகட்டி வைத்துவிடுவார்கள். இப்படித் தனியாகச் சோறு ஆக்குவதற்கு அவர்கள் பயன்படுத்தும் அரிசியும் வேறா கவே இருக்கிறது. அதைக் ‘கார் அரிசி’ என்று அழைக்கிறார்கள்.

இந்த அரிசியைப் பெறும் நெல்லானது வழக்கமாக நெல் விளையும் நஞ்சைக் காணியில் விளைவதில்லை. நீரோடை களிலும் குட்டைகளிலும் நீர் தேங்குவதற்கு முன்னமேயே மழை பெய்ததும் கருஞ்சிவப்பு நிறம் கொண்டதும் சற்று நீளமானதும் பருமனானதுமான கார்நெல் விதையை விதைத்து விடுவார்கள். அது முளைத்து வளர்ந்துவரும். நீர்மட்டம் உயர உயர அந்தப் பயிரும் சட்டென்று உயர்ந்து வளரும் தன்மை கொண்டது. ஓடைகளிலோ குட்டைகளிலோ குறிப் பிட்ட உயரத்திற்கு மேல் நீர் தங்காது. அதன் நீர்மட்டத்திற்கு மேல் வளர்ந்த அந்தக் கார்நெற் பயிரில் கதிர்விடும், முற்றிய கதிர், தொங்கல் விட்டதும் கதிரை மட்டும் அறுத்து நெல்லைச் சேகரித்துவிடுவார்கள். இந்த நெற்பயிர் பத்துநாள் பதினைந்து நாள் வரையிலும் நீரில் மூழ்கிக் கிடந்தால்கூட முளை கண்டு விடாது. நிறமும் குணமும் மங்கிடாது.

இந்தக் கார் அரிசியைக்கொண்டு தனித்து வடித்து நீர் ஊற்றி வைத்துவிடுவார்கள். காலையில் நீராகாரமாகப் பயன் படுத்துகிறார்கள். நான்கைந்து நாட்கள் வரையிலும் அப்படி வடித்து நீர் ஊற்றிய சோறு நொதித்து நூலாகிப் போவதில்லை. சோறு முழிப்பு முழிப்பாக அப்படியே இருக்கும். அந்தச் சோறு இறக்கும் சாறு தான் நீராகாரமாகிறது. அளவான புளிப்புச் சுவையைக்கொண்டு இருக்கும் நாள்பட நாள்பட அந்தச் சோறு வடிக்கும் சாற்றை அருந்தும்போது மிதமான போதையைத் தருகிறது. குறிப்பிட்ட நாட்களுக்குப் பின்னர் அந்தச் சோற்றை உண்பார்கள். அப்படி உண்பதற்கென்றே துணைக்கு மீன்கொதியைப் பயன்படுத்துகிறார்கள்.

மீன்கொதியைச் சூடான சோற்றில் போட்டுச் சாப்பிடுவது ஒருவகைச் சுவை என்றால் அந்த மீன்கொதியை மறுநாள் பயன்படுத்தும்போது மீன்கொதியின் சுவையும் மணமும் பன்மடங்கு கூடியிருக்கும். குறிப்பாக வரால், குரவை மீன் கொதிகளையே இந்தப் பழைய சோற்று உணவுக்குத் துணையாக வைத்துக்கொள்கிறார்கள். கூடவே இந்த மீன்களின் கூலப் பொருட்களின் சாந்தைக்கொண்டு துண்டங்களை எடுத்து எண்ணெயில் புரட்டி எடுத்து உண்கிறார்கள். மறுநாள் இந்தச் சோற்றுக்கும் அம்மீன் துண்டங்களையும் துணையாக்கிக் கொள்கிறார்கள். ஆக, மீன் கொதியும் வறுவலும் போதையைக் கூட்டவும் வரம்பு மீறி அந்தச் சோற்றைத் தின்னவும் துணை புரிகிறது என்று சொன்னால் மிகையில்லை.

இவ்வண்டல் மண்ணின் மக்கள் கொண்டிருந்த உணவுப் பண்பாடு காலப்போக்கில் அனைத்து முறைகளையும் ஏதோ ஒரு வகையில் சடங்கு சம்பிரதாயங்களோடு பின்னிப் பிணைக் கப்பட்டு இருக்கின்றன என்று வேண்டுமானால் நாம் சற்று ஆறுதல் அடையலாம். முன் சொல்லப்பட்ட வாழ்வியல், உற்பத்தி உறவுகளோடு இழை அறுபடாமல் தொடர்புகொண்டு இருந்தது. உணவுமுறைகள் தொல்குடி வேட்டைச் சமூகத்தில் தொடங்கி நில உடைமைச் சமூகத்தால் செழுமை அடைந் திருக்கின்றன.

இந்தப் பண்பாட்டு உணவுமுறைகளைத் தமிழகம் முழுமையும் வாழும் மக்கள் கைக்கொண்டு இருந்தாலும் அந்தந்த மண்ணின் குணத்திற்கு ஏற்பச் செய்நேர்த்தியில் மாறுதல் பெற்றுச் சுவையின் வீச்சம் கூடுதல் குறைவோடு உண்டு வந்திருக்கிறார்கள். இப்படியான தனித்த அடையாளத் துடன் ஆளுமைகொண்டு இருந்த உணவுப் பண்பாட்டின் மீதான படையெடுப்பை முதலில் நடத்தியது வேத மதமே. அது தொடங்கி முகலாயர்கள், ஆங்கிலேயர்கள், பிரஞ்சுக்

காரர்கள், போர்ச்சுக்கீசியர்கள், அவர்களின் உணவுப் பண் பாட்டை இம்மண்ணின் பண்பாட்டோடு கலந்து தங்களுக்கு ஆனதாக ஆக்கிக்கொண்டுவிட்டனர். அப்படியான நெருக்கடி யிலும் இம்மண்ணின் உணவுப் பண்பாட்டம்சங்கள் தன் முழுமையான தன்மையை அவர்களிடம் இழந்து நிற்கவில்லை.

இந்த வந்தேறிகள் அறிமுகப்படுத்திய சீமைச்சர்க்கரை, தேநீர், காபி முதலியனவும் கோதுமைப் பயன்பாட்டை உட்படுத்திய குணரீதிய அம்சங்களையும் இம்மண்ணின் மக்கள் ஏற்றுக்கொண்டுவிட்டனர். முதலாளித்துவத் தொடக்கக் காலம் வரையிலும் அடிப்படையில் பெரிய மாற்றம்கொள்ள வில்லை என்ற முடிவுக்கு நாம் வர முடியும்.

அதேசமயம் இந்தியாவின் ஆளும் வர்க்கம் தங்களின் சுயதேவைக்காக நாட்டின் இறையாண்மையையும் பலி கொடுக்கக் கூச்சப்படவே இல்லை. உலகமயம், தனியார்மயம், தாராளமயம் என்ற கூரிய ஆயுதங்களோடு உலக முதலாளிகள் இம்மண்ணைக் குறிவைத்து நகரும்போது இந்தியப் நாடாளு மன்ற சனநாயகம் அந்தக் குறிக்கு இலக்காகி வீழ்ந்துபோனது. மான்சாண்டோ என்ற அமெரிக்கப் பெருமுதலாளி இந்தியா வோடு ஒரு ஒப்பந்தம் செய்துகொண்டான். அதன்படி இந்த மண்ணில் காலம்காலமாகப் பயன்படுத்தி வந்த மரபார்ந்த விதைகளை நீக்கிவிட்டு அவன் தரும் வீரிய வித்துக்களைக் (அலித்தன்மைக்கொண்ட விதைகளை) கொண்டு வேளாண் மையைத் தொடரும்படியான சூழ்ச்சியான ஏற்பாட்டை ஏற்றுக்கொண்டார்கள்.

இந்த ஒப்பந்தத்தில் உள்ள அனைத்துக் கட்டுப்பாட்டு அம்சங்களையும் அந்தப் பெருமுதலாளி, நடைமுறைப்படுத்த வில்லை என்று வேண்டுமானால் ஆறுதல் அடையலாம். ஆனால் அந்த ஒப்பந்தத்தில் கண்டுள்ளபடி நடைமுறைக்குக் கொண்டுவந்தால் இம்மண்ணின்மீது ஆழ்ந்த பற்றுக்கொண் டிருக்கும் வேளாண் மக்கள் பலர் சிறைப்பட்டு இருப்பார்கள் என்று சொன்னால் வியப்பில்லை. இம்மண்ணில் சுவாதீன உரிமையோடு வேளாண்மை செய்துவரும் வெள்ளாமைக் காரர்கள் மரபார்ந்த வேளாண் முறைகளோடு மரபான விதைகளை விதைத்திருப்பதை அந்த நிறுவனக் கையாட்கள் கண்டுவிட்டால்போதும் இம்மண்ணிற்குரிய விவசாயியை அவனது கூலிப்படைகளே கைதுசெய்யலாம். மரண தண்டனை யும் தரலாம். இதற்கு மக்கள் எதிர்ப்புத் தெரிவித்துக் கலகம் விளைவித்தால் அமெரிக்க முதலாளியையும் அவனின் கூலிப் படையையும் காப்பாற்ற, இந்தியப் படை இம்மண்ணின் மக்களை ஒடுக்க அம்மக்கள்மீது துப்பாக்கியைத் திருப்பிவிட

வேண்டும். இதுதான், 'நம் அரசு மக்கள் அரசு' என்று பீத்திக் கொள்பவர்கள் செய்திருக்கும் ஒப்பந்தமாகும். நம் நாடாளு மன்றப் பிரதிநிதிகளில் பெரும்பாலோர் அந்த ஒப்பந்தத்தைப் படித்தே இருக்கமாட்டார்கள். அப்படிப் படித்து விவாதிக்கவா அவர்கள் அந்தப் பதவியைத் தேடிக் கோடிக்கணக்கான பணத்தை வாரி இறைத்து இருக்கிறார்கள்?

இப்படியான அரசியல் சூதாடிகள் ஒரு பக்கம் என்றால் இந்துத்துவாவை முன்னிறுத்திடுவோர் இந்தியா முழுமைக்கும் ஒற்றைப் பண்பாட்டை நடைமுறைக்குக் கொண்டுவரப் பூர்வாங்கப் பணிகளைத் தொடங்கிவிட்டார்கள். இப்படியான ஆதிக்கங்கள் எல்லாம் ஒருமுனையில் நின்று தாக்கிக்கொண்டு இருக்கின்றன. இந்த வல்லளவில் இம்மண்ணின் உணவுப் பண்பாட்டு அம்சங்கள் எல்லாம் பறிபோய்க்கொண்டு இருப்பதைப் பார்த்துக்கொண்டுதான் இருக்க முடிகிறது.

என் மாணவி ஒருத்தி, 'அய்யா! உங்களுக்கு என்ன தீபாவளிப் பலகாரம் பிடிக்கும்?' என்று கேட்டாள். நான் எந்தத் தயக்கமும் இன்றி, 'அதிரசமும் கெட்டியுருண்டையும்' என்று சொன்னேன். வகுப்பே சிரிப்பொலியில் இருந்து விடுபட நீண்ட நேரமாயிற்று.

2

எங்கள் காய்கள்; எங்கள் குழம்புகள்

த. பழமலய்

3.2.1943இல் பிறந்த நான் என் சிறு வயதில் ஊராட்சி மன்றப் பள்ளியில் அய்ந்தாவது படித்து முடிக்கும் வரையில் (1955) எங்கள் அழகிய குழுமூரில் (இந்நாள் செந்துறை வட்டம், அரியலூர் மாவட்டம்) இருந்தேன்.

நன்செயும் புன்செயுமாகச் சில காணி நிலங்களுக்கு உரிய 'பட்டாதாரர்' எங்கள் தந்தையார்.

நடுத்தர விவசாயக் குடும்பம்.

எங்கள் பங்காளிகள் ஓடைக்கரைக் கறுப்புக்கு (குடிசாமி) ஆடு, கோழி, பன்றி என முக்காவு இட்டுப் பொங்கல் வைப்பவர்கள். எங்கள் அப்பாவும் தங்கள் குடியினர் பழக்கத்தை மறக்காதவர். கறுப்பு கோபக்கார சாமி! துஷ்டதேவதை! சாராயமும் குடிப்பது!

எங்கள் அப்பா (வி. தங்கவேல் படையாட்சி) உள்ளூர் கார்காத்த வேளாளர்களை – வெள்ளாளப் பிள்ளைமார் – பார்த்தும் அவர்களோடு பழகியும் சைவ உணவுக்கு (அருகத உணவு) மாறிவிட்டவர்.

பள்ளிகள் எனவும் படையாட்சிகள் எனவும் வழங்கும் நாங்கள் நாமதாரிகள். பாதம் வைத்த நாமம் போடுபவர்கள். தென் கலையினர் வைணவத்திற்கு மாறியவர்கள்.

எங்கள் தாயார் குடிவழியினரில் எங்கள் பாட்டனார் (கோபால படையாட்சி) இவர்களுக்குக் கம்பளி கறுப்பு குலசாமி. பக்கத்து ஊரில் இருப்பது.) 'கிருஷ்ணார்ப்பணம்'

செய்து உண்பவர். ஒவ்வொரு உருண்டைச் சோற்றையும் நெற்றிக்கு மேலாகத்தூக்கி அர்ப்பணம் செய்வார்.

எங்கள் தாய்வழிப் பாட்டியார் போன்ற, எப்போதாவது கிடைத்தால் உறவினர்கள் வீட்டில் மறைவாகக் கறி, மீன் தின்பவர்கள்கூட 'முத்திரைதாரணம்' (தீக்கை, விரத நியமம், தோளுக்கு ஒன்றாகச் சங்கு, சக்கர முத்திரைச் சூடு) பெற்றுக் கொண்ட பிறகு அவற்றைத் தொடுவதில்லை.

இந்தக் காரணங்களால் எங்கள் வீட்டில் கறி, மீன் கிடையாது. எங்கள் பங்காளிகள் எனக்குக் கறி, மீன், சாராயம் கொடுத்துப் பழக்கப் படாதபாடுபட்டார்கள். இழுத்துவைத்து வாயில் திணித்துவிடுவார்கள்.

'நாமதாரிக் கூட்டம் – நாங்க – நண்டு திங்க மாட்டம்' என்பது எங்கள் குடும்பத்தைப் பொறுத்தவரை மெய்யானது.

எங்கள் அம்மா வைத்தது எல்லாம் காய்கறிக் குழம்பு தான்.

"எளியதுதான் என்றாலும் அம்மா வைக்கும் குழம்பு உயிர் கலந்து உவட்டாமல் இனிப்பது" என்று எழுதியுள்ளேன்.

எங்கள் அப்பாரோ அம்மையோ அன்றாடக் குழம்பைப் பற்றிப் பெரிதாக அக்கறை எடுத்துக்கொண்டதில்லை. எங்கள் குடும்பம் 'தின்று அழிந்தது' இல்லை!

சனங்களின் கதையில் (கவிதைத் தொகுதி) எங்கள் அத்தை யாருக்குக் குழம்பை ஒரு கலையாக வைக்கத் தெரியாது. தடாலடிதான் என்று எழுதியிருக்கிறேன். என்றாலும் எங்கள் அத்தை விருத்தாசலம் மேட்டுத்தெரு வீட்டுத்தோட்டத்தில் கிணற்றடியில் இருந்த ஒரு முருங்கை மரம் பூத்துக்குலுங்கும் – நாள்களில், பூ – பருப்பு – தேங்காய் எனச் சேர்த்து வைக்கும் குழம்பை நான் மறப்பதில்லை. நன்றாக இருக்கும்!

மேட்டுத்தெரு பக்கத்துவீடு (மொட்டைய நாயுடு வீடு) "தில்லை வைத்த முள்ளங்கிச் சாம்பார் மணத்த வீடு" என்று எழுதி நெகிழ்ந்திருக்கிறேன்.

"இப்பிடிக் கேக்றான்!" என்று சொல்லி அத்தை திட்டுவார். குழம்பு, ரசம் கொடுத்து உதவியவர் தையல் நாயகி. இவர் இளமையில் அறுத்துவிட்டு மன்னார் நாயுடுவுக்கு வைப்பாக இருந்தவர். மாப்பிள்ளை நாயுடு – என் உடன் சாலை மாணவன் மணவாளன் அப்பா – வீடு பற்றுத் தேய்க்கப் போய்வருபவர். அத்தை வீட்டுத் தோட்டத்தில் கூரை வீட்டில் குடிக்கூலிக்கு இருந்தவர்.

என் நண்பன் கோ.வெங்கடேனிசன் (குப்புசாமி கோனார் பேரன்) அம்மா கடலம்மா வைக்கும் ரசம் அக்கத்துப் பக்கத்து வீடுகளில் பேசப்படுவது.

“எப்படி அவர்கள் மட்டும் இப்படி வைக்கிறார்கள்?” என்று வியந்தவன் நான்.

கிளியப்பட்டு ஆயி ‘கம்பான்’ என்று சொல்லி முருங்கைக் காய் கொண்டுவந்து குழுமூர் ஆயிக்குக் கொடுப்பதும், “முருங்கக்கா கொழம்பு வப்பாங்க! அப்பிடி இருக்கும்!” என்று அப்பார் தன் தாயாரை அடிக்கடி நினைத்துக்கொள் வதும் உண்டு.

“போங்கடி அந்தாண்டே” என்று சொல்லி மகளை, மருமகளை விலக்கிவிட்டுக் குழம்பு வைப்பவராம் எங்கள் தந்தைவழிப் பாட்டியார்.

அடுத்தவர் வைக்கும் குழம்பை யாரை வைத்துக்கொண்டு புகழ்ந்தாலும் பக்கத்தில் மனைவியை வைத்துக்கொண்டு மட்டும் புகழ்ந்து பேசிவிடக் கூடாது. ‘அடிசிற்கினியாள்’ அவள் ஒருத்தியே அல்லவா! ஆனாலும் எங்கள் அன்னையார் தன் மாமியார் வைக்கும் குழம்புகளை மனதார மெச்சியவர். “அஞ்சும் இருந்தா அறியாத பெண்கூட நல்லா கொழம்பு வைப்பா” என்பதையும் சொல்ல மறக்கமாட்டாள். அஞ்சறைப் பெட்டியைப் பற்றியோ அந்த அறைகளுக்கு உரியவற்றைப் பற்றியோ கவலைப்படாத அப்பா அமைதிகாக்கும் நேரங்களில் ஒன்றாக அது இருக்கும். குற்றஉணர்வு!

அப்பா – ஆயி வைத்த குழம்பை நான் தின்றிருக்கலாம். என் அய்ந்தாறு வயதில் இறந்துவிட்டாள். அந்தப் பெயர் பெற்ற குழம்புகளின் சுவை என் நாவில் – நினைவில் – இல்லை.

எங்கள் அம்மா – ஆயி விருத்தாசலத்தில் இருந்த எங்கள் அம்மான் – மாமியோடு ஒட்டாமல் குழுமூரில் தனியாக இருந்து பொங்கித்தின்ற நாள்களில், எனது விடுமுறை நாள் களில் என்னைக் குழுமூரில் கண்டுவிட்டால் எனக்காக மெனக்கட்டுக் குழம்பு, ரசம் வைப்பாள்!

இந்த ஆயி “கீரத்தண்டு வேருக்கும் / கெதி மாறீ நிக்கிறனே!” என்று புலம்பியவள். பின் நாள்களில்” சோத்துக்கும் குழம்புக்கும் / சொல்லிச் சொல்லி . . . சொல்லிச் சொல்லி . . ! வேற்று மனை ஏறி வீதி சிரிக்க வைத்தாள்.”

எங்கள் பங்காளிகள் நீர்நிலைகளைக் கலக்கி மீன் பிடிப் பார்கள் ‘ஊத்தா’ (இருபுறமும் திறப்புள்ள உயரமான கூடை) வைத்திருப்பார்கள்.

முக்காவு கொடுப்பதற்குக் (மொட்டை அடித்துக் காது குத்திப் பெயர்வைக்கும்போது) கோழி, ஆடு, பன்றி வளர்ப்பார்கள். ஆட்டுக்கறி, பன்றிக்கறியை ஒரு கூறு, இரண்டு கூறு எனக் காசு கொடுத்தோ கடன் சொல்லியோ வாங்கிடுவார்கள்.

மீன் வெயிலில் கிடந்தும் கறி கயிற்றில் தோரணமாய்த் தொங்கியும் காயப் பார்த்திருக்கிறேன்.

அம்மா சுக்கங்காய், கத்தரி, கொத்தவரை, பாகல், பறங்கி, பூசணி, வள்ளிக்கிழங்கு வற்றல் போட்டிருக்கிறாள். காய்ந்த வள்ளிக்கிழங்கு வற்றலைத் தின்பதும் உண்டு. இனிக்கும்!

பஞ்சக் காலத்தில், விளாந்துறை பிள்ளையின் – வெளாந் தொடி பிள்ளை – வாழைத் தோட்டத்தில் வாழைக்குலை வெட்டித் தோட்டம் அழித்த காலத்தில் வாழைக்கிழங்கு பெயர்த்து வந்து தின்றார்கள். அதை வற்றல் போட்டு நான் காவல் காத்திருக்கிறேன். பெரிய காட்டுக் கொடியால் முடைந்த தட்டில் காயப்போடுவார்கள். இன்று அந்தத் தட்டு இல்லை. பண்ணுபவர்கள் இல்லை. வாங்குபவர்களும் இல்லை!

வாழைக்காய்ப் பொரியல் செய்வாள் அம்மா. அவை பிஞ்சுகளாக இருந்ததாக நினைவு. பிள்ளைத்தோட்டத்துக்குக் காய்கள் முற்றினால்தான் விற்பனைக்கு வெளியே போய் விடுமே!

என் இரண்டாவது தம்பியும், கடைக்குட்டி தங்கையும் பிறந்த ஆண்டுகளில், அம்மாவுக்கு வைக்கும் மருந்துக் குழம்பை நான் தின்றிருக்கிறேன். நன்றாக நினைவில் இருக்கிறது. இன்றைக்கும் அந்தக் குழம்பின் மணத்தை நான் விரும்புகிறேன்.

அம்மா வைக்கும் குழம்புகளுக்கு உள்ளூர்க்கடைகளில் (செட்டியார் கடை, பிள்ளைகடை) உப்பு, பூண்டு, மிளகு, சீரகம் . . . போன்றவற்றை வாங்குவோம். உப்பு, பூண்டு, மிளகாய் வற்றல் வண்டிகளில் வந்து தெருவில் நின்று விற்பனை ஆவதும் உண்டு.

மற்றபடி காய், பழங்கள், வீட்டுத்தோட்டத்திலோ நன்செய், புன்செய் நிலங்களிலோ கிடைப்பன.

கொத்துமல்லி பெரிய அளவிலும், மிளகாய், வெங்காயம், வள்ளி, கரணை சிறிய அளவிலும் பயிரிடுவது உண்டு.

கொழுந்து, கொத்துமல்லி, பிஞ்சு வெங்காயம் தாள் பசிக்குத் தின்பது உண்டு. தெற்கத்திச் சீமையில் மிளகாய்ப் பழம் தின்ன மயில்கள் வருமாம். குழூமூருக்கு வந்ததில்லை!

வெங்காயச் சாம்பார் வைப்பார்கள். கொத்துமல்லித் துவையல் பல நாள்கள் கெடாமல் இருக்கும். புளிச்சைக் கீரை (புளிப்புக் கீரை, காய்ச்சற கீரை) துவையலும் இப்படி இருக்கும். 'வரகரிசிச் சோறும், புளிச்ச கீரையும்' என்பார்கள். 'வரகரிசிச்சோறும், கருவாட்டுக் குழம்பும்' என்பதும் உண்டு.

பல விட்டங்கள் கொண்ட எங்கள் பெரிய கூரை வீட்டுக்கு மூன்று கைத் தாழ்வாரங்கள் இருந்தன.

நான்காவது கைப்புறம் மொட்டைச்சுவர். மழையில் கரைந்துவிடாமல் இருக்கக் காய்ந்த செடிகளைப் பரப்பி மேலே கல், மண்ணை வைத்திருப்பார்கள். 'ஆரச்சுவர்' என்பது அது.

சுவரை ஒட்டிய உள்புறத்தில் பாதி திறந்த வெளியை முடி உயரத்திற்கு உயர்த்தி அதில் ஆறு மாதக் கீரைத் தண்டு வளர்ப்போம். கீரை, தண்டு, வெள்ளைவோ என அம்மா பகுதிகள் யாவற்றையும் குழம்புக்குப் பயன்படுத்துவார். தண்டில் நாரையும் வேரில் பட்டையையும் எடுப்பார்கள். "யானைக்கு வாழைத்தண்டு ஆம்பளைக்குக் கீரைத்தண்டு" என்று எங்கள் அத்தை – மாமா கீரைத் தண்டைத்தான் மறுத்து வந்தார். மதம் அடங்கிவிடுமாம்! பிள்ளைப் பேற்றிற்காக ஏங்கியவர் மாமா. கோளாறு அத்தையிடம்தான் என்று நினைத்திருந்தவர். அத்தை சாம்பல் தின்னக் கூடாது என்பார். கீரைத் தண்டைத் தின்னாமல் இருந்து தன் ஆண்மையை நிலைநாட்டி வந்தார்! அத்தை முருங்கை வளர்த்துக் காத்து இருந்ததும் இக்காரணத்திற் காக இருக்கலாம்!

தாழ்வாரத்தில் அவரைப் பந்தல் கட்டியிருந்தார் அப்பா. நிழலாக இருக்கும். பூச்சிக்கு (அசுவிணி) சாம்பல் தெளிப்பார்கள். வெள்ளை, சிவப்பு என இருவகை உள, பட்டை, கொம்பு எனவும் இருவகை.

இவற்றைக் குழம்புக்கு அறுத்துக் கீற்றுப்போடும்போது அம்மா மறக்காமல் விதைகளைச் சாம்பலில் புரட்டிக் காய வைத்துத் துணியில் முடிந்துவைப்பாள். விதை ஊன்றியவர்களுள் ஒருவராய்த் தவறாமல் நானும் இருப்பேன்.

வீட்டுத் தோட்டம். பிறகு எங்கள் கீழைக்காடு எனும் கீழைவெளி. அந்நாளில் கீழைவெளி புன்செய்யாக இருந்தது. வரகு, கம்பு, சோளம், கடலை, துவரை, மொச்சைப் பயற்றங்காய், தட்டைப் பயற்றங்காய் எனப் பயிர் ஏறும்.

கொல்லை வெளியில் நிற்கும் வன்னி, ஆத்தி மரங்களில் பீர்க்கங் கொடிகள் படர்ந்திருக்கும். தொங்கும் பீர்க்கங்காய்

களைச் சிறுவர்கள் பிஞ்சில் பச்சையாகத் தின்போம். இன்றும் எனக்குப் பிடித்தது பீர்க்கங்காய்க் கூட்டு.

இதே மரங்களில் வாள் அவரைக்காய் என்று முழ நீளத்திற்குக் காய்த்திருக்கும்.

பாகல்காயைப் பழமாகப் பார்க்க வியப்பாக இருக்கும். பச்சை எப்படிச் சிவப்பாக மாறுகிறதோ! உள்ளே அழுத்தமான சிவப்பு!

புடலங்காய்க்கு நுனியில் கல் கட்டுவது விளையாட்டு. எவ்வளவுக்குத்தான் நீளும் என்று பார்ப்போம். தொட்ட கை மணக்கும்! முழங்கை நீளக் காய்கள் இன்று எனக்குப் புடலங்காய்களாகவே தோன்றவில்லை!

வெண்டை, கொத்தவரை எனவும் நான்கைந்து செடிகள் இருக்கும். வெண்டைக்காய்க் குழம்பு நாள்களில் காயின் அரிந்து ஒதுக்கும் அடிப்பகுதியை நெற்றியில் ஒட்டவைத்துக் கொண்டு திரிவோம். வெண்டைக்காய் – பருப்பு, வெண்டைக் காய் – புளி எனச் சேர்த்துச் செய்வார்கள்.

வீட்டுக் கூரைமீது சுரை, பறங்கி, பூசணி என ஏற்றி விடுவது உண்டு. எந்தக் காய் எந்த இடத்தில் எவ்வளவு பெருத்துள்ளது என்பது எங்களுக்குத் தெரியும். எங்களுக்குத் தெரியாமல் அவை பெருக்க முடியாது!

பொதுவாக இலைமறைக் காய்களைக் கண்டுபிடித்துப் பறிப்பது சிறுவர்களுக்கு – ஏன்? பெரியவர்களுக்கும்கூட ஆர்வம் மிகுவிப்பது.

சுக்கங்காய்க் கொடிகள் வரகுக் கொல்லையிலும் கரும்புத் தோட்டத்திலும் தானே முளைத்துப் படர்ந்திருக்கும். மஞ்ச ளாய்ப் பழுத்துவிட்டிருப்பவற்றைப் பறிக்கும்போதே தின்று விடுவோம். சுக்கங்காய், பாகல், கொத்தவரை வற்றல்களைக் காரம் சேர்த்து வறுப்பார்கள். கசப்புக் குறைப்பதற்குத் தயிரில் ஊறவைத்துக் காயவைப்பார்கள்.

கீழை வெளியில் புளிச்சக்கீரை (புளிக்கீரை) விதை ஊன்ற முளைப்பது என்றால், பண்ணைக் கீரை – வெண்ணெய்க் கீரை, காடாக, களையாகத் தானே முளைப்பது.

வேலை முடிந்து வீடு திரும்புகையில் அம்மா மடி நிறையப் பறிப்பாள். சிறுவர்கள் பறிக்கும் புளிக்கீரை பாதி அவர்கள் பச்சையாய்த் தின்பதாய் இருக்கும். நிறையவும் தின்ன முடியாது. பசியுடன் வீடு திரும்பும் மாலை நேரங்கள் அவை.

எலிக்காது என்று ஒரு சிறுகொடி தரையை ஒட்டிப் படர்ந்திருக்கும். கணுக்கள் தோறும் வேர் விட்டிருக்கும். வீட்டுக்குத் திரும்பியதும் முதல் வேலையாக இந்தக் கீரையை எங்களுக்கு வதக்கித் தருவாள் அம்மா. சுடச் சுடத் தின்போம்!

மழைக் காலத்தில் சிறுவர்கள் தேடிப் பிடுங்கி வரும் சிறு காளான்களும் இவ்வாறு வதக்கித் தின்பதற்கு உரியன. "இப்படித்தான் இருக்கும் கோழிக்கறி!" என்பார்கள். சமைத்து உண்ணக் கூடிய காளான்களைப் பிடுங்கிப் பல மணிநேரம் வைத்திருந்து காலதாமதமாகச் சமைத்தால் அதில் நச்சுத் தன்மை ஏற்படுகிறதாம்! வாந்தி, பேதி எனப் பாதிக்கப்படுவது உண்டு. நிலத்திலும் சுற்றுச் சுவர்களிலும் – ஆரச் சுவர்கள் – படர்ந்திருக்கும் கோழிப் பசலைக் கீரையையும் பறித்துக் கடைவது உண்டு. எள் போன்ற சிற்றிலை. 'மொழுமொழு' வென்று இருக்கும்.

முடக்கொற்றான் (கொற்றான் – செல்லப் பெயர்) கொடியில் கீரையை ஆயும் போது காய்களைச் சிறுவர்கள் நெற்றியில் குத்திவெடிப்பது ஒரு விளையாட்டு. முடக்கொற்றான் கீரைத் தோசை இளம் பச்சையாக மெல்லிய கசப்புடன் இருக்கும். அதற்கு அதன் நிறமும் ஒரு சுவை! வாயுப் பிடிப்பு – முடக்கு எடுக்கும் என்பார்கள்.

முடக்கொற்றான் கொடிகளோடு தன் தொண்டைப் புகைச்சலுக்கு மருந்தாக அப்பா கள்ளி வேலிகளில் இருந்து கொண்டு வரும் தூதுவளைக் கீரையைக் கொடியிலிருந்து நாங்கள் ஆயும்போது அதன் இலை முள்கள் விரல்களில் குத்தும். கரண்டியில் எண்ணெய் விட்டுச் சுடச்சுட வதக்கித் தின்னும்போது அண்ணம், நா எனக் குத்தும். என்றாலும் அப்பாவுக்கு ஏதோ அதில் கிடைக்கும்!

எங்கள் மாட்டுக்கொட்டகைத் தோட்டத்தில் பூவரசுடன் வாத நாராயணன் இருந்தது. அதன் மரத்தழையைத் தோசைக்குச் சேர்ப்பது உண்டாம். நாங்கள் செய்தது இல்லை. நன்செய் உழவில் தழையை உரமாகப் போட்டுக் கொம்புகளைக் கழிப்பார்கள். கொப்புளம் பழுப்பதற்குக் கீரையை வதக்கி வைத்துக் கட்டுவார்கள்.

இங்கு விழுப்புரத்தில் ஒரு தொட்டியார் வீட்டு அம்மா பூவரசம் பூக்களைப் பறித்துச் சென்றார். "அழகுக்கு வைத்திருக்கிறேன்!" என்றேன். "கூட்டுச் செய்யலாம்!" என்றார். மேனி, பூவின் நிறத்துக்குப் பொன்னாகுமாம்! 'பொன்னாம் காண நீ' கீரை எனக்குப் பிற்காலத்தில்தான் அறிமுகம். பூவரசின் இலையில் பீப்பீ, கீரை, காய் என மாற்றி மாற்றி அதையே

குழம்பு வைத்துவிடுவார்கள். என்றார். எங்கள் அப்பா கத்தரி நட்டபோதும் அதுதான் நடந்தது!

வேலூர் முள்ளுக் கத்தரிக்காய் அந்த வட்டாரத்தில்தான் விளையுமா? கேள்விப்பட்டு நண்பர்கள் வாங்கி வந்தோம்.

குமுழூரில் புளியந்தளிரைப் பலரும் மூட்டையாக உருவி வந்தார்கள். சாறு – ரசம் – வைத்தார்கள். “பொங்கும் காலத்தில் புளி, மங்கும் காலத்தில் மா” என்பார்கள். அது வளம் பொங்காத மழை மாரி இல்லாத – வறண்ட காலம். ரேசன் காலம் 1950. அப்போது நாங்கள் வடக்கு வெளிக்குப் போய்க் காட்டுப் பசலைக் கீரை பறித்து வந்து வதக்கித் தின்றது உண்டு.

உயிர் வேலியான சதுரக் கள்ளிகளின் மேல் கோவைக் கொடி படர்ந்திருக்கும். பயல்கள் பழங்களைத் தேடிப் பறித்துத் தின்போம். மொக்கில் பம்பரம், பூவில் குடை எனத்தான் விளையாடுவோம்.

அப்பா முருங்கைக்குப் புகழ்ச்சிகள் சொன்னவர். என்றாலும் வீட்டில் மாட்டுக் கொட்டகையில் முருங்கை வளர்க்கவில்லை. கீழைவெளிக் கொல்லைத் தோட்டத்தில் நட்டிருந்தார். அம்மா – தாத்தா வீட்டுத் தோட்டத்தில் ஒரு பெரிய முருங்கை. அவ்வளவு பெரிய மரத்தை நான் வேறு இடங்களில் பார்த்ததில்லை. எள் எண்ணெய் ஆடும் காலத்தில் பிண்ணாக்கோடு சேர்த்து முருங்கைக் கீரையை வதக்குவார்கள். கேழ்வரகுக் கூழுக்கும் முருங்கைக் கீரைக் குழம்புக்கும் சூடும் ஒரு சுவை! குழம்பு முருங்கைக் காய்த் துண்டுகளைக் கடைவாயில் மென்று சக்கையைக் கீழே துப்புவோம். பல்லால் வழிப்பது இல்லை. கட்டை விரலால் வழிப்பது பொது இடங்களில் நாகரிகம் கருதிய தாக இருக்கிறது. மெல்லும்போதுதான் முழுச் சுவையை அனுபவிக்க முடிகிறது. இவ்வாறான காரணங்களுக்காகத் தான் சிலர் மேல் துணியால் முகத்தை மறைத்துக்கொண்டும் கதவை அடைத்துவிட்டும் சாப்பிடுகிறார்களோ!

விழுப்புரத்தில் கட்டிய வீடுகளில் மரம் வளர்ப்பதைப் பற்றிப் பேராசிரியர்கள் பேசிக்கொண்டிருந்தோம். ஒருவர் (வள்ளுவர் குடி) முருங்கையை மட்டும் வைக்கவே கூடாது என்றார். கம்பளிப் பூச்சிகள் வரும் தொல்லையைக் கருதுகிறார் என்று நினைத்தேன்.

கிளி கலருக்குக் கிடையாது! நகரங்களில் கோவைக் காய்களைப் பொரியல் செய்கிறார்கள். நான் என் வேலியில் ஒரு கோவையை வளரவிட்டேன். என் வற்புறுத்தலால் துணைவியார் செய்த பொரியல் வாயில் வைக்க முடியாததாய் இருந்தது.

70 பக்தவத்சல பாரதி

ஒரே கசப்பு! அப்போது விழுப்புரம் வந்திருந்த எங்கள் அத்தை சொன்னவை; அப்ப கோவை, அம்ம கோவை என இருக்கின் றன. அப்ப கோவை கசப்பானது. அம்ம கோவை தான் கசக்காதது. குழூரில் பிறந்து வளர்ந்த அத்தைக்கு இது அனுபவத்தில் தெரிந்திருக்கிறது. குழூரில் நிலவிய ஒரு மங்கிய காலத்தில் பறித்துப் பொரித்திருப்பார்கள்!

இன்று நான் வெள்ளைக் கரிசலாங்கண்ணி என அடை யாளம் காணும் கீரை எங்கள் கரும்புத் தோட்ட வாய்க்காலில் வெள்ளையாய்ப் பூத்துக்கிடக்கப் பார்த்திருக்கிறேன். மஞ்சள் கரிசலாங் கண்ணியைவிடவும் மருத்துவப் பயன் மிகுந்ததாம் வெள்ளை. ஆனால், நாங்கள் அதன் அருமை பெருமை தெரியாத வர்களாய் இருந்தோம். அதற்கு ஓர் அறிவு வேண்டும். ஒரு கல்வி வேண்டுந்தானே!

இவ்வாறு எங்கள் ஆயிகள் (பாட்டிகள்) அத்தை, அம்மா வைத்த குழம்புகள் எங்கள் வீட்டுத் தோட்டம் புன்செய் வெளி நன்செய் வெளி (கரும்புத் தோட்டம்) என உள்ளூரில் கிடைத்தவற்றைக் கொண்டு செய்தனவே ஆகும்.

உப்பை ஊருக்குள் மாட்டு வண்டிகளில் வரும் வணிகர் களிடம் வாங்கிக்கொள்வார்கள். புளி, மிளகாய் வற்றல் ஊருக் குள்ளேயே கிடைத்தன.

பின் நாளில் (1955க்குப் பிறகு) விருத்தாசலம் என வழங்கும் திருமுது குன்றத்தில் காய்கறி மார்க்கெட்டிலும் வாரச் சந்தை யிலும் நான் பார்த்த இங்கிலீசு காய்கறிகளில் ஒன்றைத்தானும் குழூரில் எங்கள் வீட்டில் நான் பார்த்து இல்லை. நினைவு இல்லை!

பறங்கிக் காய், வெள்ளைப் பரங்கியரைப்போல ஒரு "பரதேசி" எனப் பிறகு தெரிய வந்தது. அதனால்தான் அப்பெயர்! விருத்தாசலத்தில் இருந்த தன் மைத்துனர் – எங்கள் அம்மான் வீட்டுக்கு மாப்பிள்ளையாய்ப் போனவர் – வீட்டுக்கும், தான் ஒரே தங்கை – எங்கள் அத்தை – வீட்டுக்கும் போய் வந்த எங்கள் அப்பார் இவற்றைப் பார்த்திருக்கலாம். "தின்று அழிந்து விடக் கூடாது" என்பது அவர் எச்சரிக்கை உணர்வாக இருந்தது. அவர் தவறாமல் விரதங்கள் – பஞ்சாங்கம் பார்த்து – இருந்ததும் கூட இதற்காகத்தானோ!

விருத்தாசலத்தில் வீட்டுக்குக் கடையிலிருந்து அத்தை வாங்கி வந்த காய்கறிகளில் – பெரும்பாலும் கூறு கட்டியவை – புதியன இருந்தன. அவை எங்கே விளைகின்றன? எப்படி விளைவிக்கிறார்கள்? என நான் எண்ணுவது உண்டு.

அத்தை ஆணாகப் பிறந்திருக்க வேண்டியவள். அவள் வெளியூர் செல்ல நேரும் நாட்களில் மாமா “வண்டிக்காரன் குழம்பு” வைப்பார். அத்தை உள்ளூர் திரும்பாமலே இருக்கலாம் என்று நான் நினைப்பேன்! வண்டிக்காரன் குழம்பு என்பது கிடைக்கிற காய்கறிகளை எல்லாம் போட்டு, 21 வகைக் காய்கறி வைகுண்ட ஏகாதசிக் குழம்புபோல வைப்பது. இவை கார அளவில் வேறுபாடு உடையவை. ஒண்டிக்கட்டை களாகப் பேராசிரியர்கள் சே. கோச்சடை, பா. கல்யாணி இருந்த காலத்தில் இதில் கரை கண்டார்கள்! எங்கள் தோழர் பலரும் இதில் பல சுரண்டல்கள் கண்டார்கள்! அப்படி ஒரு சுவை! அது பொதுவாக வேளை தப்பிய வேளைகளில் சுவைத்தது!

அண்ணாமலைப் பல்கலைக்கழகத்தில் மாணவர் இல்லத் தில் தங்கியிருந்த ஆறு ஆண்டுகளில் குழம்புகளின் வகைகள், சுவைகள் அறிமுகம் ஆயின. சமையல் ஒரு கலை என்பதையும், என் மாமாவைப் போன்ற ஆண்கள் அதில் வல்லவர்களாய் இருக்கிறார்கள் என்பதையும் அறிந்தேன். நள பாகம், வீமபாகம் என வழங்குவது இதனால்தான் போலும்! சோற்றுக் கடை களிலும் பெருவிருந்துகளிலும் ஆக்கிப் படைப்பவர்கள் ஆண்கள். கலை என்பதோடு கடின உழைப்பையும் வேண்டுவது இது.

“அறுசுவை விருந்து வைப்பது எளிய செயல் அன்று.” “அறுசுவை அரசு” பட்டம் பெறுவதும் அப்படித்தான். பிராமணர் களைப் போசனப் பிரியர்கள் என்பார்கள். சிலர் சாப்பிடுவது ஒரு வேள்வி நடத்துவது போல இருக்கும் என்று படித்திருக் கிறேன். வாயுணர்வின் மாக்கள் (திருக்குறள் 420) என்பவர்கள் இவர்கள் தாமோ! இரவு உணவு முடிந்து அண்டை வீட்டார், எதிர் வீட்டார் வீட்டின் முன்வந்து அமரும் நிலவு நாள்களில் பெரியவர்கள் சிறியவர்களைப் பார்த்துக் கேட்பது. “ஒங்க வூட்ல இன்னக்கி என்ன கொழம்பு?” இது உரையாடலைத் தொடங்கும் ஒரு நெறிமுறை எந்தக் குழம்பாக இருந்தாலும் விடை அதன் பெருமையைப் பேசுவதாகவே இருக்கும்!

“சாப்பிட்டுவிட்டேன்!” என்பதை மெய்ப்பிப்பதற்கு மோப்பம் பிடித்துக்கொள்ள உள்ளங்கையைக் காட்டும்போது மணக்கும் குழம்பு அந்த ஓர் உண்மையை மட்டுமா சொல்லும்? தான் தயாரிக்கப்பட்டதில் உள்ள யாவற்றையும் சொல்லும்! அம்மா உண்ண, உடுக்க, தின்ன மெல்ல ஆசைப்பட்டவள். பாவம்!

எனக்குக் குழம்புகளில் ஆர்வமோ ஆராய்ச்சியோ இல்லை. கல்லைத்தான் மண்ணைத்தான் காய்ச்சித்தான் குடிக்கத்தான் கற்பித்தவன் ஆயிற்றே எங்கள் தந்தை!

புதுச்சேரி சின்ன மணிக்கூண்டு – சின்ன மார்க்கெட் – இன்னாசி மேஸ்திரி தெருவில் பிறந்து வளர்ந்த என் துணைவியரின் குடும்பத்தினர் (தந்தையார் கவுண்டர், தாயார் நாயக்கர்) கறி மீனை, காய்கறியை வீட்டுக்குப் பக்கத்திலேயே வாங்கிப் பழக்கப்பட்டவர்கள். ஏரி மீனை மதிக்காதவர்கள்.

என் துணைவியாரும் பாவம்! அந்தத் தங்கவேலு மகன் தானே இந்தப் பழமலய்? பாவிகள்! படுபாவிகள்! அனுபவிக்கப் பிறக்காதவர்கள்!

“எங்கள் வாழ்வும் எங்கள் வளமும் “என்பதுபோல” எங்கள் காய்கறிகளும் எங்கள் குழம்புகளும்” இவை தாம்.

“எல்லாம் யோசிக்கும் வேளையில் பசி தீர உண்பதும் உறங்குவதும் ஆக முடியும்” என்றார் தாயுமான “பிள்ளை” அவர்கள். நாங்கள் பசி தீரவும் உண்டவர்கள் இல்லை; ருசி தீரவும் உண்டவர்கள் இல்லை; முழு உறக்கம் உறங்கியவர்களும் இல்லை. இந்தச் சனங்களுக்கு வாழக் கிடைத்திருக்கும் வாழ்க்கை “சமகால அனுபவ இழப்புகளால்” சிறுமைப்பட்டது. இவர்களும் “பாற்சோறு மூட நெய் பெய்து முழங்கை வழி வாரக் கூடியிருந்து குளிர” வேண்டியவர்கள் அல்லவா! அப்பா, அம்மா நோம்புகள் – விரதங்கள் – இருந்து வந்தது இதற்காகத்தானோ? இருக்கலாம்!

3

முல்லை நதிச் சமையல்

மு. செல்வக்குமார்

கடந்துபோன வாழ்க்கையில் இரண்டு விசயங்களுக்காக ஏக்கப் பெருமூச்சுவிட வேண்டியிருக்கிறது. ஒன்று, கவலைகளற்ற குழந்தமைப் பருவம். மற்றொன்று, வாசம் நிரம்பிய 'அப்பத்தா'க்களின் சமையல். இந்த உணவு குறித்த நினைவுகள், வெறும் பதிவுகள் மட்டுமல்ல. அவை நமது மரபின் வேர்களில் ஒன்று. மற்ற வேர்களைப் போலவே, இன்று அதுவும் அற்றுப் போகத் தொடங்கியுள்ளது.

இன்றைய நாட்களில் அறிஞர்களால் கவனப்படுத்தப்படும் 'உள்ளூர் வரலாறு' போன்ற 'நுண் வரலாறு'களில் *(micro history)* பிரிக்க இயலா ஓர் அங்கம், மக்களுடைய உணவு வரலாறும் ஆகும். காரணம், வெகுசன மக்களின் கூட்டுமன நனவிலியில் இருந்து மரபார்ந்த உணவுகள் பல மறைந்துவருகின்றன. இந்த மறதியிலிருந்து மீளுவதற்காகவாவது வட்டார உணவுகளின் வரலாற்றை நாம் கட்டாயம் பதிவுசெய்ய வேண்டியுள்ளது. இவ்வகையில், இந்தக் கட்டுரையானது நான் சார்ந்த தேனி வட்டாரத்தின் கம்பம் பள்ளத்தாக்குப் பகுதிகளில் உள்ள சிற்சில சிறப்பார்ந்த உணவு வகைகளை இங்குக் கவனப்படுத்த முயல்கிறது.

கம்பம் பள்ளத்தாக்கு நதிவளமும் மலைவளமும் மிக்க பகுதியாகும். என்றாலும்கூட, இங்குள்ள உணவு முறைகளின் வேறுபாடு இருவித நிலங்களையே மையப்படுத்தியிருக்கிறது. ஒன்று, மருதநிலம் சார்ந்த நன்செய் உணவு முறைகள். மற்றொன்று, மேய்ச்சலும் மானாவரி விவசாயமும்கொண்ட புன்செய் உணவு முறைகள். இரண்டின் சுவையும் இருவேறு தன்மையுடையன.

எங்களின் சிறுவயது முதலே இவ்விரண்டையும் உண்டு களித்தே வளர்ந்திருக்கிறோம்.

கிராமத்துச் சமையலானது மக்களின் அதிகமான உழைப்பு நேரம் போகக் குறுகிய நேரத்தை மட்டுமே வேண்டுவது. எனவேதான், இப்பகுதி மக்கள் கறிவிருந்தே சாப்பிட்டுவிட்டு வந்தாலும், 'இப்பதேன் கஞ்சி குடிச்சிட்டு வந்தேன்' என்றே சொல்வார்கள். இந்தக் 'கஞ்சி' என்ற சொல் அவர்களின் பண்பாட்டு அடையாளங்களுள் ஒன்று. இது திட, திரவ உணவுகளுக்குரிய பொதுச் சொல்லாக விளங்குகிறது. கிராமத்து உழைக்கும் மக்களுடைய உணவுகள் விரைந்து செய்யப்படுபவை. ஆனாலும், இன்றைய 'பாஸ்ட் புட்' கலாச்சாரம் அளித்ததைப் போன்ற 'நோய்க் கூறாக' அது என்றும் இருந்ததில்லை. இருபது வருடங்களுக்கு முந்தைய எங்களின் கிராமங்கள் இவ்வகையில் 'அசல் தன்மை' மிக்கதாக இருந்தன எனலாம்.

நெல்லரிசி நன்கு அறிமுகமான பின்னருங்கூடச் சோளம், கம்பு, வரகரிசி, சாமை, கேப்பை, குதிரைவாலிச் சோறுகளின் வாசமே எங்கும் நிறைந்திருந்தது. கூடவே, கருவாட்டின் வாசமும். பத்து வீடு தள்ளியிருப்பவர்கள் வீட்டில் என்ன சமைக்கிறார்கள் என்பதை, அயலார்கள் 'மூக்கால்' கண்டுபிடித்துவிடுவார்கள். ஒவ்வொரு வீட்டுச் சமையலும் மணமும் 'கதம்பமாய்' மாறிக் காற்றினூடே அலைந்து, மனதை நிறைக்கும். ஏனெனில், தானியங்கள் விளைந்த மண் அப்படி வாசமிக்கதாய் இருந்தது. அந்நாட்களை 'வாசங்களின் காலம்' எனல் உயர்வு நவிற்சி யில்லை. இன்று சட்டிக்குள் தலையை விட்டு முகர்ந்து பார்த் தாலும் வாசம் ஏதும் வருவதில்லை. ரசாயன உரங்களால் மண் செத்துப்போனதைப்போல், மனிதர்களின் மூக்கும் நாக்கும் செத்துப்போய்விட்டன.

கிராமத்து மக்கள் சாமைச் சோற்றுக்கு ரசமும் வரகஞ் சோறு, குதிரைவாலிச் சோற்றுக்குப் பருப்புக் கூட்டும் வைத்து உண்பார்கள். வெஞ்சனத்துக்குத் துவையலோ கருவாடோ கத்தரிக்காய்க் கூட்டோ ஏதோவொன்று இருக்கும். இவற்றை வயிறுமுட்ட உண்டால், சாப்பிட்ட தினவு மறுநாள் வரை போகாது. உண்டு பார்த்தவர்களால் மட்டுமே இதை உணர முடியும்.

கேப்பைக் களியோ சோளக் களியோ கிண்டினார்கள் என்றால் அதற்குக் காணக் கூட்டுச்சாறும் கீரைக் கூட்டுச் சாறும் வைத்துச் சாப்பிடுவார்கள். சோளப் பணியாரம், தினையரிசிப் பணியாரம் என்றிருக்கும், அவர்களின் 'டிபன்'.

கர்நாடகாவிலிருந்து இடம்பெயர்ந்து, பல தலைமுறை களாக ஒக்கலிக காப்பிலியக் கவுண்டர்கள் இங்கு வந்து

வாழ்கின்றனர். இவர்களின் சாப்பாட்டில் 'காணப்பயறுக்கு'த் (கொள்ளு) தனியிடம் உண்டு. எந்தச் சோறு ஆக்கினாலும், ஊற்றிக்கொள்ளக் 'கட்டுத்தண்ணி' என்ற ஒன்றை வைத்து விடுவார்கள். இந்தக் கட்டுத் தண்ணி காணம் அல்லது தட்டாம் பயறு போன்றவற்றால் வைக்கப்படும் குழம்புமல்லாத, ரசமு மல்லாத ஒருவகைப் பண்டம். இதைப்போல் 'காணத்தொக்கு' எனும் வெஞ்சனத்துக்கு இவர்கள் அடிமை என்றே சொல்ல லாம். இதன் காரணமாகவே, இவர்களைப் பிற பிரிவினர் 'தொக்குத் தின்னிக் கவுண்டன்' என்று 'எகடாசி' (பகடி) பேசுவார்கள். ரசம் வைப்பதிலும்கூட இவர்களிடம் தனித்துவம் உண்டு. தக்காளி ரசம், புளி ரசம் மட்டுமே அறிந்த நமக்கு, இவர்களின் காணரசம், மொச்சைக்கொட்டை ரசம், தட்டாம் பயறு ரசம் போன்றன வியப்பளிக்கும்.

கூடலூர் பகுதியில் வாழும் கவுண்டர்களின் சாப்பாட்டில் சீவங்கீரைக்குச் சிறப்பிடம் உண்டு. தாளித்து, கடைந்து சாப்பிடப் படும் இக்கீரை மலைப்பகுதிகளில் 'இண்டமுள்ளு மரத்தின் மேல் கிடைக்கும்' அரிய கீரையாகும். முந்தைய நாட்களில் அரைவீசைச் சீவங்கீரைக்கு அரைப்படி நெல்லரிசி கொடுத்தால் தான் தருவார்கள். இதுதவிர, பாலாங்கீரை, மகிளிக் கீரை, சனம்புக் கீரை, பூசணிக் கொழுந்து, பிரண்டைக் கொழுந்து போன்றவற்றையும் கூட்டாகவோ குழம்பாகவோ வைத்துச் சாப்பிடுவார்கள்.

பிற இடைத்தட்டு மக்களின் சமையலில் வைக்கப்படும் 'வெள்ளைக் குழம்பு' சற்று வித்தியாசமான அசைவக் குழம் பாகும். இதனை மசாலாப் பொருட்கள் சேர்க்காமல், சிறு சேர்மானங்களைக்கொண்டே செய்வார்கள். முக்கியமாக, கறித்தண்ணியை தனியே எடுக்காமல் செய்யப்படும் இக்குழம்பு, நாம் வைக்கும் கறிக்குழம்பைவிட மிகச் சுவையானது.

எங்கள் கிராமங்களில் எந்த இறைச்சியையும்விட, காளா னுக்கு ரசிகர்கள் அநேகர் உண்டு. புரட்டாசி, ஐப்பசி மாத அதிகாலை நேரங்களிலேயே மக்கள் 'காளான் வேட்டை'க்குத் தோட்டக் காட்டுக்குக் கிளம்பிவிடுவார்கள். காளான் ஒரு குறிப்பிட்ட காலத்திற்குரிய உணவு என்பதால், அதற்கு மக்க ளிடையே 'அரும்பண்டம்' என்னும் மதிப்பு உண்டு. இதன் அடிப்படையில் காளான் குறித்த பல்வேறு நம்பிக்கைகள் மக்களிடையே வழங்கிவருகின்றன.

உற்று, உற்றுப் பார்த்தாலும் ராசியுள்ளவர்கள் கண்களுக்கு மட்டுமே காளான் அகப்படும் என்பார், எங்கள் தாத்தா. அவர் காட்டுக்குப் போய்த் திரும்பிவருகையில், தோள் துண்டு அல்லது குட்டிச் சாக்கு நிறையக் காளான் கொண்டுவருவார்.

என்றும் வெறுங்கையாய்த் திரும்பாத ராசிக்காரர் என்ற பேரும் பெருமிதமும் அவருக்கு நிறைய உண்டு. அடுத்தபடியாக, கிடைத்த காளானைக் குழம்பு மட்டுமே வைக்க வேண்டும், வறுத்துச் சாப்பிடக் கூடாது என்பார்கள். மீறி வறுத்துச் சாப்பிட்டால் மறுவருடம் கிடைக்காது என்பதும் அவர்களின் நம்பிக்கை. இதேபோல், நம் கைக்கு வந்த காளானை 'அங்காளி, பங்காளி' கேட்டாலும் இரவல் தரக் கூடாது. 'எடுத்ததைக் கொடுத்தால்' காளான் ராசி கைமாறிவிடும் என்பன போன்ற தொன்மங்கள் காளானுடைய அருமையை உணர்த்துபவை.

காளானுக்கு மேலும் ஒரு பண்பாட்டுப் பரிமாணம் உண்டு. அதாவது, காளான் ஒரு 'வேட்டைப் பண்டம்' என்பதாலும் அதன் மணமும் ருசியும் அசைவத்தின் தன்மையைக் கொண்டிருப்பதாலும் உயர்சாதியினர் இதனை உண்பதில்லை. மாறாக, உழைக்கும் மக்களின் விருப்ப உணவாகவே இது என்றும் இருந்து வருகிறது. இந்தக் காளானைக் குழம்பாகவோ வறுவலாகவோ வைப்பது மாதிரி வைத்துச் சாப்பிட்டால் எந்த இறைச்சியின் ருசியும் அதற்கு ஈடாகாது. சும்மா கிடைத்துக் கொண்டிருந்த இந்த இயற்கைக் காளான் (முட்டைக் காளான், மலர்ந்த காளான்) இன்று ரூ. 250க்கு மேல் கொடுத்து வாங்கிச் சாப்பிட வேண்டிய பொருளாகிவிட்டது.

கிராமத்தில் 'பல் உள்ளவர்கள்' விரும்பி உண்ட தின்பண்டம் ஒன்று உண்டு. அதன் பெயர் 'வெடிதேங்காய்'. ஓரளவு முற்றியிருக்கும் தேங்காயின் சகல முடிகளையும் முதலில் 'மொட்டையடித்து' விடுவார்கள். காயின் மூன்று கண்களில் ஒன்றைத் துளையிட்டு, நீரை முழுவதும் வடித்துவிடுவார்கள். தனியாக மண்டைவெல்லம், பொரிகடலை, ஏலக்காய் இவற்றைப் பொடித்துத் துளை வழியாக நிரப்பித் தக்கையை வைத்து மூடிவிடுவார்கள். எரியும் விறகடுப்பிலே தேங்காயைப் போட்டுத் தணலிலே சூடேற்றுவார்கள். ஆவலுடன் காத்திருக்கும்போது, ஒரு கட்டத்தில் 'டொப்' எனும் சத்தத்தோடு தேங்காய் வெடித்து, அதன் ஓடு மட்டும் பிளந்துவிடும். கைமாற்றி, சூடு ஆற்றித் தேங்காய்ப் பருப்போடு வெல்லக் கலவையைச் சேர்த்துத் தின்ன, வரும் ருசியே அலாதியாய் இருக்கும்.

மேற்கண்ட வரையிலான கிராமத்தின் 'அப்புராணிச் சமையலுக்கு' எதிரிடையான 'பகுமானச் சமையலும்' இதே பகுதியில் உண்டு. முன்னது, நாங்கள் பிறந்த தந்தையரின் கிராமம். பின்னது, அம்மாவழி உறவினர்களின் நகரம். எளிய உணவுப் பழக்கம் கொண்ட கிராமவாசிகளுக்கு, இங்குத் தயாராகும் சமையல் 'பகுமானமாய்த்' தெரிந்ததில் தப்பேதுமில்லை. இவ்வகைச் சமையல், சின்னமனூர் போன்ற சிறு

நகரங்களில் செய்யப்படுவது. முல்லைப் பெரியாறு நதி பாய்ந்து செழித்த வயல்களோடும் கொடிக்கால்களோடும் வாழ்வு நடத்தும் 'கொடிக்கால் வேளாளர்' போன்ற பிரிவினரின் வீடுகளில் இச்சமையல் வெகு பிரசித்தம்.

பணக்கார வீடுகளில் மட்டுமல்லாது, சாதாரண வாழ்நிலை கொண்டவர்களின் வீடுகளில்கூடப் பற்பல பதார்த்த வகைகள் செய்துண்பதைக் காண முடியும். இதற்கு, இங்குப் பெருகியிருந்த வெற்றிலைக் கொடிக்கால்கள் ஒரு முக்கியக் காரணம். இவற்றில் வெற்றிலை மட்டும் பயிராகவில்லை. ஊடு பயிராக வளர்ந்த அகத்தியும் முருங்கையும் தினம் வீடு தேடி வரும். வெள்ளை, மஞ்சள் நிறங்களுடைய மிளகாய்களும் 'கைநீட்டமுடைய' கத்தரிக்காய்களும் வந்துவிடும். மண்டைக் கிழங்கு, வெத்தலை வள்ளிக் கிழங்கு, பிடி கிழங்கு, சேமக்கிழங்கு எனக் கிழங்குகளும் பலவகை.

புடலும் பீர்க்கும், பூசணியும் தினமும் ஒன்றாக வந்து விடும். சாம்பிராணி, மொந்தன், கற்பூரவள்ளி, செவ்வாழை, வயக்காட்டுப் பழம், சக்கை, பச்சை, பூவன் என வாழைகளும் வகை வகையாய் இருந்தன. வாழைப் பூவும் தண்டுக் கறியும் உணவில் இல்லாத நாளே இருந்ததில்லை. இவை போதாதா சமையலுக்கு? கூடவே, சமையலின் ருசிக்கு அன்று மாசு படாதிருந்த முல்லை ஆற்று நீரும் உத்தரவாதம் தந்திருந்தது. அந்தத் தண்ணீரின் மணத்திற்காகவே சொம்புச் சொம்பாய்க் குடித்த நாட்கள் நினைவிலேயே நிற்கின்றன.

வெற்றிலைக் கொடிக்கால் எனும் 'வெஞ்சனக் கிடங்கி' லிருந்து வந்த காய்கறிகளைக்கொண்டே அம்மக்கள் வருடம் முழுவதும் சமைப்பார்கள். 'மார்க்கெட்' என்பதே அன்று பெரிதும் தேவைப்பட்டதில்லை. கொடிக்கால் காய்களுக்கு அப்படி ஒரு மகிமை இருந்தது. நான்கு நாட்கள் ஆனாலும் கெட்டுப் போகாத 'சேமந்தண்டுப் பொரியல்' இதற்குச் சிறந்த உதாரணம். எங்களின் அப்பாயி (அம்மாவின் அத்தை) கொடிக் கால் மிளகாயைக் கீறி, புளிக்கரைசலுடன் வெல்லமிட்டுக் கொதிக்கவைத்த 'புளி மிளகாய்க்கு' ஈடான ஒரு வெஞ்சனத்தை எங்கும் உண்டதில்லை.

சாப்பிடுகின்ற உணவிலும் அவர்களின் 'பவுசைக்' காட்டு வார்கள். தினமும் விதவிதமாய் உண்பதையே விரும்பியவர் களாக இருந்தனர். குறிப்பாக, பெரியகோவில் தேர்த்திருவிழா, ஊஞ்சல் உற்சவ மண்டகப்படி, முத்தாலம்மன் கோயில் விழா போன்ற நாட்களில், எல்லா வீடுகளும் 'விருந்தாளியும் விருந்துமாய்' அமர்க்களப்படும். களி என்றால்கூட, பல தினுசாய்ச் செய்வார்கள். பச்சரிசி மாவாட்டி, சுக்குடன்

வெல்லம் சேர்த்த 'சுக்குக் களி', சிறிது அரிசியோடு வெந்தயத்தை நன்கு ஆட்டி, வெல்லம் கலந்து செய்த 'வெந்தயக்களி' என்றெல்லாம் செய்வார்கள். இவை, வயிற்றுக்கு மிக நல்லது என்பதால் காலையில் வெறும் வயிற்றில் உண்ணச் சொல்வார்கள். இவற்றின் ருசியும் அபாரமாயிருக்கும். உளுந்தோடு, பனங்கருப்பட்டியும், பாலும் சேர்த்து எண்ணெய் விட்டு 'உளுந்தங்களி' செய்து, நெஞ்சு பலத்திற்காகச் சாப்பிடுவார்கள்.

புட்டு என்றால் உளுந்தம் புட்டு, நிலக்கடலை சேர்த்த கேப்பைப் புட்டு, அரிசிப் புட்டு, சவ்வரிசிப் புட்டுப் போன்ற வற்றைச் செய்து 'இடைப்பசிக்குத்' தின்பார்கள். டீ, காபி இவற்றிற்கு அடிமையாகாத வரை, உடலுக்கு நலம் பயக்கும் பானங்கள் அவர்களின் உணவுப் பட்டியலில் இருந்தன. பருத்தி விதையை ஆட்டிப் பாலெடுத்து, சிறிது பச்சரிசி மாவுடன் வெல்லம் சேர்த்துக் காய்ச்சிய 'பருத்திப்பால்' இப்பகுதிக்குரிய சிறப்புப் பானம். இதேபோல், சித்தரத்தை, பனங்கற்கண்டு, திப்பிலி இவற்றுடன் காய்ச்சிய 'சித்தரத்தைப் பால்' போன்றவையும் பெரிதும் விரும்பப்பட்ட பானங்களாகும். இவை மார்புக்குப் பலம் தந்து, சளி தொடர்பான தொல்லைகளைப் போக்கும் வல்லமை பெற்றவையாகும்.

விசேச நாட்களில் பலவிதக் கொழுக்கட்டைகள் எங்களுக்குக் கிடைக்கும். இனிப்புக் கலவையை உள்ளே அடைத்துச் செய்யப்படும் எரிக்கலங் கொழுக்கட்டை, இனிப்புக் கரைசலில் வேகவைத்த பால் கொழுக்கட்டை, மிளகாய், கடுகு போட்டுத் தாளித்த காரக் கொழுக்கட்டை, சீனி, தேங்காய்த் துருவலுடன் சேர்த்துப் பிரட்டிய சீனிக் கொழுக்கட்டை எனப் பல வகைகள் இதில் உண்டு.

இட்லி, தோசையைவிட, அன்றெல்லாம் பணியாரம்தான் மிகச்சிறந்த காலை உணவாக இருந்தது. பசும்பாலில் போட்டுத் தரும் பால் பணியாரம், ஊற்றிக்கொள்ளக் கருப்பட்டிப் பால், சட்னியுடன் வெள்ளைப் பணியாரம், வெல்லப் பாகுடன் மாவு கலந்தூற்றிய இனிப்புப் பணியாரம், வெங்காயம், மிளகாய் போட்ட காரப் பணியாரம் என ஒவ்வொன்றும் ஒவ்வொரு ருசியாய் இருக்கும். ஆப்பச் சட்டியில் வெள்ளாப்பமும் இனிப்பாப்பமும் தயாராகும் காலைப்பொழுதுகள் மிக இனிமையானவையாக இருந்தன.

எங்களின் அப்பாயி கைமணத்தில் செய்யப்படும் 'உருண்டைச் சோறு' தனித்த சுவையுடையது. பச்சரிசியைப் பொங்கி, கஞ்சியை வடிக்காமல் இறக்கிவிடுவார்கள். பின்பு, யானைக்குக் கவளம் பிடிப்பதுபோல் கையால் சுடச்சுட உருண்டை பிடிப் பார்கள். உரைக்க, புளிக்க இருக்கும் வெந்தயக் குழம்புடன்

தமிழர் உணவு

ஊற்றிச் சாப்பிட்டால், உண்ணும் கவளங்களின் எண்ணிக்கை கூடிக்கொண்டே போகும். மீந்த சோற்றுக் கவளங்களைப் 'புளிச்ச தண்ணியில்' இரவு முழுவதும் ஊறப் போட்டுவிடுவார்கள். காலையில், சுண்ட வைத்த பழைய குழம்போடு ஊற்றிச் சாப்பிடுவது 'தேவாமிர்தமாய்' இருக்கும் என்பார்கள் கிழவர்கள்.

தீபாவளி போன்ற நாட்களில், எங்கள் அப்பாயி 'இனிப்பு வடை' எனும் பலகாரத்தைச் சுட்டுத் தருவார்கள். உளுத்த வடையை உருட்டாக இல்லாமல், தட்டையாகவும், மிக அகலமாகவும் சுட்டுப் போடுவார்கள். பின்னர், கருப்பட்டிப் பால் இருக்கும் சட்டிக்குள் வடைகளை ஊறப்போட்டு விடுவார்கள். இது மூன்று, நான்கு நாட்கள் வரைகூடக் கெட்டுப் போகாமல் இருக்கும். ஊறிய வடையை, வெல்லப் பாகு கைகளில் வழியத் தின்பது வித்தியாசமான அனுபவமாக இருக்கும்.

இதுபோன்று, சற்று வசதியான வீடுகளில் செய்யப்படுவது 'சிரட்டைப் பலகாரம்' ஆகும். மைதாவையும் பச்சரிசி மாவையும் சில சேர்க்கைகளுடன் கரைத்துக்கொண்டு வைத்திருப்பார்கள். தேங்காய்ச் சிரட்டையின் மூன்று கண்களையும் ஓட்டையிட்டு, அந்தத் துளைகள் வழி இக்கரைசலை ஊற்றி எண்ணெயில் பொரித்தெடுக்கும் பலகாரமாகும் இது.

சைவ உணவுகள் போல், அசைவ உணவுகள் இவர்களிடம் சிறப்புப் பெறுவதில்லை. ஆயினும், இங்கு வாழும் இஸ்லாமியர்களின் தொடர்பால், சில உணவு வகைகள் செய்துண்ணும் பழக்கத்தை இவர்களிடம் காண இயலும்.

அவற்றில் ஒன்று, 'கஞ்சி வெல்லம்' எனப்படுவதாகும். பச்சரிசியுடன் பூண்டு, கசகசா, மிளகாய், சீரகம், ஈருள்ளி, வெல்லம் ஆகியவற்றைப் போட்டுக் காய்ச்சியதே கஞ்சி வெல்லம் ஆகும். இது இசுலாமியர்களின் 'நோன்புக் கஞ்சியை' நினைவூட்டுவதாக இருக்கும். இதேபோன்று மற்றொரு பண்டம் 'திக்கட்டிக் குழம்பு' என்பதாகும். இதற்கு முதலில், வேகவைத்த ஆட்டுக்கறியை மசால் பொருட்களோடு பிசறி வைத்துக் கொள்வார்கள். பின், தட்டையாக்கிய பச்சரிசி மாவிற்குள் கறிப்பிசறலைப் பொதிந்து மற்றொரு மாத்தட்டையால் மூடிவிடுவார்கள். இதைக் கொதிக்கின்ற குழம்பில் போட்டு வேக வைத்துச் சாப்பிடுவார்கள்.

மேற்கண்டவை தவிர, ஆற்றுப் பாசனச் சம்சாரிகளின் திண்பண்டங்களும் குறிப்பிடத்தகுந்தவையாகும். அவற்றில் சிற்சில பண்டங்களை மட்டும் இங்கு எடுத்துக்காட்டலாம். இலவங்காயின் உள்ளிருக்கும் விதைகளை உளுந்தம்பயறு, சோளம் இவற்றுடன் கலந்து வறுத்துப் பொரியாக்கிச் சாப்பிடு

வார்கள். பச்சைச் சோளத்துடன் தட்டாம்பயறை வேகவைத்து வெல்லம் போட்டுத் தின்பார்கள்.

பால் செழிப்பாகப் புழங்கும் வீடுகளில், கடைந்த வெண்ணெயுடன் முருங்கை இலையும் பூவும் போட்டு மணக்க, மணக்க நெய் காய்ச்சுவார்கள். அப்பொழுது இறுதியில் எஞ்சியிருக்கும் கசடோடு கேப்பை மாவையும், சர்க்கரையும் கலந்து உண்பார்கள். உடல் எடையைக் கூட்ட, இளந்தாரிகளுக்கு இதைவிட நல்ல தீனி வேறில்லை என்பார்கள் பெரியவர்கள்.

உடல் சூடு தணிவதற்கும் உடல் தெம்பிற்கும் பானம் ஒன்றைத் தயாரிக்கும் பழக்கம் இவர்களிடம் இருந்தது. இந்தப் பானம் இளநீரில் செய்யப்படுவது. துளையிடப்பட்ட இளநீர்க் காயினுள்ளே பார்லி அரிசியையும் பனங்கற்கண்டையும் போட்டு, அப்படியே பனி விழுகின்ற வெட்டவெளியில் இரவு முழுவதும் வைத்துவிடுவார்கள். காலையில் எழுந்தவுடன் இதைக் குடிப்பதற்குக் குழந்தைகளிடையே பெரும் போட்டியே நடக்கும். இதன் ருசி 'மதுரைப் புகழ்' ஜிகர்தண்டாவை நினைவூட்டுவதாய் இருக்கும்.

இதுவரை கண்ட உணவு வகைகள் சிற்சில எடுத்துக் காட்டுகள்தாம். சொல்லப்படாதவை ஏராளம் இருக்கின்றன. நன்செய்யோ புன்செய்யோ கடந்த சில பத்தாண்டுகளுக்கு முன்பான காலம் வரை உணவே மருந்தாய் இருந்தது. பசியும் ருசியும் கொண்டிருந்த மனிதர்களுக்கு உணவுகள் விஷமாய் மாறியிருக்கவில்லை. கழுத்துவரை தின்றாலும் கடும் உழைப்பை மேற்கொண்டதால் நோய்களும் அண்டவில்லை.

இன்றைய தலைமுறையும் எங்கள் சூழலும் தலைகீழாய் மாற்றப்பட்டிருக்கின்றன. செயற்கை உரங்களாலும் பூச்சிக் கொல்லிகளாலும் நிலம் பாழ்பட்டு, கொடிக்கால்கள் அற்றுப் போய்விட்டன. முல்லை நதி நீரின் மணமும் ருசியும் 'மெல்லக் கனவாய், பழங்கதையாய்' மாறிவிட்டது. நவீனக் காலத்தில் நஞ்சையே உணவாய் உண்ணும் பரிசோதனை எலிகளாகி விட்டோம்.

செயற்கைச் சுவையூட்டிகள் வந்த பின்பு, கிழவிகளின் 'கைமணம்' காற்றில் கரைந்துபோய்விட்டது. 'வெந்ததைத் தின்போம், விதி வந்தால் சாவோம்' என்றாகிவிட்டது, மக்களின் மனநிலை. இதனால், உணவுமுறைகளின் 'பன்முகத் தன்மை' அழிந்து ஒரே விதமாய், தட்டையாய் ரசனை மாறிவிட்டிருக்கிறது. மிக துயரார்ந்த இச்சூழலில் 'முல்லை நதிச் சமையலுக்கோர் இரங்கற்பா' பாடுவதைத் தவிர வேறொன்றும் செய்யத் தோன்றவில்லை எமக்கு.

4

சோழர் காலத்து உணவு

பொ. பரமேஸ்வரி

சோழர்காலக் கல்வெட்டுகள் (கி.பி. 850 – 1250) கோயில்களில் எத்தகைய உணவு வகைகள் கடவுளுக்குப் படைக்கப்பட்டன என்பது பற்றிப் பேசுகின்றன. இவற்றைக் கொண்டு சோழர்காலச் சமுதாயத்தின் உணவு முறையை முற்றிலும் அறிந்துகொண்டதாகக் கூற முடியாது. சோழர் காலத்தில் யாகங்களுக்குப் பதிலாகத் தானங்கள் அதிகமாக வழக்கில் வந்தன. கோயிலின் முக்கியத்துவமும் அதிகரித்தன. நற்பயன்களைத் தானங்களின் மூலம் அடையலாம் என்ற எண்ணத்தில் தானங்களைச் செய்யும் முறை மிக வேகமாக மக்களிடையே பரவியது. இத்தகைய தானங்களில் ஒன்றாகத் துறவிகள், சிவயோகிகள், பிராமணர்கள் ஆகியோருக்கு உணவிடுதல் முக்கியத்துவம் பெற்றது, இதற்காக நிலங்கள், பொன் ஆகியவை கொடையாக அளிக்கப்பட்ட செய்திகள் கல்வெட்டுகளில் உள்ளன. விஜயாலயன் (850 – 970) காலம் முதல் சமைக்கப்பட்ட உணவுப் பொருள்களைக் கடவுளுக்குப் படைத்தல் என்பது வழக்கமாகி, முதலாம் பராந்தகன் (907 – 955) காலத்தில் முக்கியத்துவம் பெற்றுத் தொடர்ந்து உணவு வகைகளின் எண்ணிக்கை அதிகரித்துக்கொண்டே சென்றது.

சங்க காலத்தில் தமிழரிடையே உணவு பெற்றிருந்த முக்கியத்துவத்தை இலக்கியச் சான்றுகள் மூலம் அறியலாம். புலவர் குடபுலவியனார், பாண்டியன் நெடுஞ்செழியனைப் பற்றிப் பாடும் புறநானூற்றுப் பாடலில்,

உண்டி முதற்றே உணவின் பிண்டம்
உணவெனப்படுவது நிலத்தோடு நீரே

என உணவோடு இணைத்துப் பார்க்கிறார். மணிமேகலையும் உணவைப் பற்றிப் பேசுகிறது. 'ஈதல் இசைபட வாழ்தல்' என்ற குறளுக்குப் பரிமேலழகர் உரை கூறுகையில் ஈதல் என்பது உணவிடுதலை மறைமுகமாகக் குறிப்பதாகக் கூறுகிறார்.

சோழர் காலக் கல்வெட்டுகளில் கூறப்பட்டுள்ள உணவு தொடர்பான செய்திகளை இருபிரிவுகளாகப் பிரிக்கலாம் :

1. சமைக்கப்படாத உணவுப் பொருள்கள் நெய், பால், தயிர், அரிசி, பருப்பு, வெற்றிலை போன்றன.

2. சமைக்கப்பட்ட உணவுப் பொருள்கள் அக்கார அடிசில், கும்மாயம், பயற்றுப் போனகம், அப்பம், பிட்டு போன்றன.

விஜயாலயன் காலம் தொடங்கி முதலாம் ஆதித்தன் காலம் (கி.பி. 850 – 907) வரை சமைக்கப்பட்ட உணவுப் பொருள்களைக் கடவுளுக்குப் படைத்த செய்திகள் அதிகம் இல்லை. முதலாம் பராந்தகன் காலத்திலிருந்து சமைக்கப்பட்ட உணவுப் பொருள்களைக் கடவுளுக்குப் படைத்ததனைக் கல்வெட்டுகள் குறிப்பிடுகின்றன.

முதலாம் பராந்தகனின் தொடக்கக் காலக் கல்வெட்டுகளில் பெரும்பாலானவை நந்தா விளக்கிற்காக ஆடுகள் கொடுக்கப்பட்ட செய்தியைக் குறிப்பிடுகின்றன. விளக்கெரிப்பதற்கு நெய் பயன்படுத்தப்பட்டது. விளக்கெரிக்கத் தேவைப்படும் நெய் தயாரிப்பதற்காக, இந்த ஆடுகள் தானமாகக் கொடுக்கப்பட்டன. உத்துங்கப்பல்லவராயன் என்பவரால் திருமறைக்காட்டு மகாதேவர்க்கு விளக்கெரிக்க 90 ஆடுகள் கொடுக்கப்பட்டன. இவ்வாறு நெய் பெறுவதற்கெனக் கோயிலுக்குக் கொடுக்கப்பட்ட ஆடுகளை ஆட்டு இடையர்களிடம் ஒப்படைத்து அவர்களிடமிருந்து மாதந்தோறும் நெய் வாங்கப்பட்டது. மேற்கூறிய செய்திகள் மூலம் பசுவின் நெய் போன்று ஆடுகளிலிருந்து பெறப்பட்ட நெய்யும் விளக்கெரிக்கப் பயன்பட்டது என்பதை அறியலாம். திருவீழிமிழலை (நன்னிலம் தாலுகா) கல்வெட்டில் நெய் தவிரப் பிற சமைக்கப்படாத பொருளைக் கோயிலுக்காகக் கொடுத்த செய்தி உள்ளது. அமரபுஜங்கன் முப்புளி என்ற கண்டப்பல்லவராயன் என்பவன் திருத்தான்தோன்றி மகாதேவர் கோயிலில் நான்கு பிராமணர் உண்பதற்கு நூற்றிருபது கழஞ்சு பொன் கொடுத்ததாகவும்

இப்பொன்னைக் கொண்டு ஒரு பிராமணருக்கு இருநாழி அரிசி, மூன்று கறி, நெய், பாக்கு வெற்றிலை ஆகியவை கொடுக்க வேண்டும் என்றும் கல்வெட்டுக் குறிப்பிடுகிறது. தென்னவன் இளங்கோ வேளாயின மறவன் பூதியார் தேவியார் நங்கை கற்றளிப்பிராட்டியார் திருப்பாலத்துறை மகாதேவர்க்காக அரிசி, பருப்பு, கறி, அடைக்காய் ஆகியவற்றிற்கு நெல் கொடுத்த தனை ஒரு கல்வெட்டுக் கூறுகிறது. இது முதலாம் ஆதித்தன் காலத்தைச் சார்ந்தது. தாமர்கோட்டத்துத் திருவேகம்புறத்து ராஜமல்ல சதுர்வேதிமங்கலத்துத் திருப்போந்தைச் சோமாசியார் தீபோந்தைப் பெருமானடிகள் கோயிலில் தினமும் ஒரு பிராமணர் உண்பதற்காக இருநூற்று அறுபத்திரண்டரைக் குழி நிலம் வழங்கியதை முதலாம் ஆதித்தனின் இருபதாவது ஆட்சியாண்டுக் கல்வெட்டு குறிக்கிறது. திருப்பாலத்துறை பெருமானடிகளுக்குத் தென்னவன் இளங்கோ வேளார் மறவன் பூதியார் என்பவன் முதலாம் ஆதித்தன் காலத்தில் பழவரிசி, பருப்பு, வாழைப்பழம், கறி, தயிர், அடைக்காய், வெற்றிலை ஆகியவற்றிற்காக நிலம் கொடுத்தான். கடவுளுக்குப் படைக்கப் படும் உணவு வகையில் வெற்றிலையும் முக்கிய இடத்தை வகித்ததனையும் மக்களிடையே உணவிற்குப் பின் சேர்த்துக் கொள்ளப்படுவதனையும் கல்வெட்டுகளிலிருந்து அறியலாம்.

வைதீக சமய வளர்ச்சியின் ஓர் அம்சமாகப் பிராமணருக்கு உணவிடும் வழக்கம் அதிகரித்தது. கோயில்களுக்குக் கொடை கள் அளிக்கப்படுவது கூடியது. இதனைக்கொண்டு சமுதாயத்தில் வைதீக சமயம் வளர்ந்ததனை அறிய முடிகிறது. இவ்வாறு கோயில்களில் பல வகையான உணவு வகைகளைப் படைப்பது அதிகரித்து விஜயநகர ஆட்சிக் காலத்தில் மிக உச்ச நிலையை அடைந்ததனைக் கல்வெட்டுகளின் மூலம் அறியலாம். முதலாம் பராந்தகன் காலக் கல்வெட்டுகளில் அக்கார அடிசில் (பொங்கல்) பயற்றுப்போனகம், அப்பம், கும்மாயம், கறி வகைகள் போன் றவை குறிப்பிடப்பட்டுள்ளன. இத்தகைய உணவு வகைகளின் தயாரிப்பிற்கான சேர்க்கைப் பொருள்களின் அளவுகளை நோக்கும்பொழுது சுவைகளை அறிந்து இவை மிக நேர்த்தியாகத் தயாரிக்கப்பட்டனவாகத் தெரிகின்றன.

உத்தமசோழன்காலக் கல்வெட்டுகள் உணவுப் பொருள் களின் பங்கு கோயில்களில் அதிகரித்ததனை எடுத்துக்காட்டும் சான்றுகளாக உள்ளன. திருமால்புர மகாதேவர்க்கு மதுராந்தகன் கண்டராதித்தன் சங்கராந்தி தோறும் நூற்றெட்டுக் கலசத்தில் தேன், நெய், பால், தயிர் ஆகியவற்றில் ஒவ்வொன்றிலும் நானாழியும், பொரி, கடுகு, எள்ளு, உளுந்து, தினை, கரும்பு (சாறு), இளநீர், திருச்சுண்ணம், பயறு ஆகியவையும் கொடுத்

தான். இந்த வளர்ச்சியானது சோழர் ஆட்சியின் இறுதிக் கட்டம்வரை செல்கிறது.

சமைக்கப்படாத உணவுப் பொருள்கள்

சோழநாடு சோறுடைத்து என்பதனைச் சோழர்காலக் கல்வெட்டில் காணப்படும் நெல்லைப் பற்றிய செய்திகள் நிரூபிக்கின்றன. சோழநாட்டின் கீழ்ப்பகுதி காவிரி பாயும் வளமான இடத்தில் அமைந்துள்ளது. மிக அதிகமாக நெல் விளைவதால் அது உணவுப் பொருளாக மட்டுமின்றிப் பண்ட மாற்று முறையிலும் மையப்பொருளாக விளங்கியது. முதலாம் பராந்தகனின் முப்பத்து மூன்றாவது ஆட்சியாண்டுக் கல்வெட்டு நீர்நிறைந்த இரண்டு வேலி நிலத்தில் போகமாக முந்நூறுகலம் நெல் விளைந்ததனைக் குறிக்கிறது. உத்தமசோழனின் ஐந்தாவது ஆட்சியாண்டில் பொறிக்கப்பட்ட திருக்கருகாவூர் கல்வெட்டு மூன்றுவேலி நிலத்தின் ஆண்டு உற்பத்தி அளவு எழுநூற்றுப் பத்துக் கலம் என்று குறிப்பிடுகிறது.

நெல் வகைகள்

உத்தமசோழனின் கோனேரிராஜபுரம் கல்வெட்டில் செந்நெல் என்ற நெல் குறிப்பிடப்படுகிறது. இங்குச் செந்நெல் என்பது செம்மையான நெல் என்ற பொருளில் சிறந்த நெல்லைக் குறிக்கிறது. நீர் நிறைந்த நன்கு உழப்பட்ட நிலத்தில் விளைந்த நெல் சுவையுடையதாகவும், சூட்டை அதிகரிக்கும் தன்மை உடையதாகவும், சற்றுச் சிவந்த நிறத்தை உடையதாகவும் இருக்கும் என்று போஜனகுதூகலம் குறிப்பிடுகிறது. இதனை நோக்கும் பொழுது செந்நெல் சிவந்த நிறத்தைக் கொண்டதாக இருந்திருக்கக்கூடும் என எண்ணலாம். பொதுவாகச் சிவப்பு நிற நெல் தரம் குறைந்ததாக எண்ணப்பட்டாலும், இராஜ நிகண்டு செந்நிற நெல் சிறந்தது என்றும், உடல் உறுதியைத் தருகிறது என்றும் கூறுகிறது. பல்லவர்காலக் கல்வெட்டுகளில் இறைநெல், நார்நெல் என்கிற வகைகள் சுட்டப்பட்டுள்ளன. இதில் உணவிற்குப் பயன்பட்டதனை இறைநெல் என்றும் விதைப்பதற்குப் பயன்படுத்தியதை நார்நெல் என்றும் குறித்தனர். ஆதித்தன் காலக் கல்வெட்டில் பழநெல் என்ற சொல் பயன்படுத்தப்பட்டுள்ளது. பழநெல் என்பது பழைய நெல்லைக் குறிக்கிறது. புதிய நெல்லைவிடப் பழைய நெல் தரத்தில் சிறந்தது. இந்தத் தன்மை மக்களால் அறியப்பட்டிருந்த தால் பழைய நெல்லைப் பயன்படுத்தினர். இதன் மூலம், எவ்விதமான பாதிப்பும் இன்றி நெல்லைப் பாதுகாக்கும் முயற்சியைச் சோழர் காலத்து மக்கள் மேற்கொண்டிருக்கக் கூடும் எனக் கருத இடமுண்டு.

சோழர் காலத்தில் மக்கள் நெல்லைப் பலவழிகளில் பயன்படுத்தினர். பணியாட்களுக்குக் கூலியாக நெல் கொடுக்கப் பட்டது. அறிஞ்சிகைச் சதுர்வேதி மங்கலத்துச் சபையாரிட மிருந்து விலைக்குப் பெற்ற நிலத்தைக்கொண்டு கோதண்ட ராமராயன் என்பவன் குளத்தில் மண் கொண்டு வந்து இடுவார்க்குத் தினமும் கல நெல்லும் மண் அட்டுவிக்கும் கண்காணிக்குத் தினமும் குறுணி நானாழி நெல்லும் தச்சனுக் கும் கொல்லனுக்கும் ஆண்டிற்கு இருகலனே தூணிப் பதக்கு நெல்லும் மரமிடும் வலையர்க்கு இரு கலம் நெல்லும் கூலியாகக் கொடுத்த செய்தியை நங்காவரம் கோப்பரகேசரி கல்வெட்டு கூறுகிறது. திருமுக்கூடலில் விடுதியில் தங்கிப் பயின்ற 60 மாணவர்களுக்கு ஆண்டிற்கு 1402 கலம் 6 குறுணி நெல் செலவிடப்பட்டது.

அரிசி

உலகில் உள்ள ஒவ்வொரு இனமும் ஏதாவது ஒரு தானியத்தை முதன்மையான உணவாகக்கொண்டிருக்கிறது. தமிழ்நாட்டில் சங்க காலம் தொடங்கி அரிசி முதன்மை உணவாக உள்ளது. சோழர்காலக் கல்வெட்டுகளில் காணப் படும் பத்தெட்டுக்குத்தல் பதக்காறுகுத்தல் என்ற சொற்கள் நெல்லைக் கைக்குத்தலால் அரிசியாக்கிப் பயன்படுத்தினார்கள் என்பதனைக் குறிக்கிறது. மூன்றாம் இராசராசனது பதினோ ராம் ஆட்சியாண்டில் திருவொற்றியூர் நாயனாருடைய நெல் குற்றுச் சாலைக்கு ஐந்து பெண்களைத் திருவேகம்பமுடையான் செந்தாமரைக் கண்ணனான வைணாதராயன் கொண்டு போய்விட்டான்.

பழவரிசி

சோழர்காலக் கல்வெட்டுகளில் பழவரிசி என்ற சொல் குறிக்கப்படுகிறது. பழவரிசி என்பது பழைய அரிசியைக் குறிக் கின்றது. புதிய அரிசி சமைக்கப்படும் பொழுது எளிதில் குழைந்துவிடும்; பழைய அரிசி குழைவதில்லை. புதிய அரிசி யையும், பழைய அரிசியையும் தனித்தனியே ஒரே நேரத்தில் சமைக்கும்பொழுது பழைய அரிசியில் சமைத்த சோறு அதிகமாக இருக்கும். இத்தகையத் தன்மையைப் பெற்றிருந்த காரணத்தால் அனைத்துவகை உணவுத் தயாரிப்புகளுக்கும் பழைய அரிசியைப் பயன்படுத்தினர். பல்லவர்காலக் கல்வெட்டு களிலும் பழவரிசி என்ற சொல் பயன்படுத்தப்பட்டிருப்பதனைக் கொண்டு பல்லவர் காலத்திலும் இம்முறையில் அரிசி பயன்

படுத்தப்பட்டதனை அறியலாம். நிருபதுங்கவர்மன் காலத்தில் சித்திரை விஷுவத் திருவிழாவிற்கு மட்டுமின்றிப் பிற தேவைகளுக்கும் இவ்வரிசி பயன்படுத்தப்பட்டது. பிராமணர்களுக்கு உணவிற்காக இவ்வரிசி கொடுக்கப்பட்டது. மேலும் அக்கார அடிசில், பயற்றம்போனகம், அப்பம் போன்ற உணவு தயாரிப்பதற்கும் பழவரிசியே பயன்பட்டது.

பழவரிசியைத் தவிர, சுந்தர சோழன் காலத்துக் கல்வெட்டு பூரிக்குத்தலரிசி என்ற பெயரைக் குறிப்பிடுகிறது. பூரி அரிசி என்பது தரம் குறைந்த அரிசி என்ற பொருளில் மட்டையரிசி எனப்படுகிறது. கூலி கொடுக்கப்படும்பொழுது இந்த அரிசி கொடுக்கப்பட்டதனைக் கல்வெட்டின் மூலம் அறியலாம். திட்டக்குடிக் கல்வெட்டு ஒன்று அங்குள்ள புக்கனூரில் ஸ்ரீபூமி பிராட்டியார் அமுதுபடிக்குத் தேவையானவற்றைத் தவறாமல் கொண்டுவந்து செலுத்துபவர்க்கு வெள்ளையரிசி, தூணிப் பதக்கும், பூரியரிசி கலமும், பாக்கு வெற்றிலை கொடுப்பதனையும் குறிக்கின்றது. வெள்ளையரிசியும் தரத்தில் குறைந்தது. இவ்வரிசி எல்லாப்பருவங்களிலும் பயிராவதும் இரண்டு அல்லது மூன்று மாதங்களில் விளையக்கூடியதுமான குறுவை நெல்வகை. இது வெள்ளைக் குறுவை என்றும் அழைக்கப்படுகிறது.

நெல்லைக் குற்றி அரிசி பெறும் முறையில் எந்த அளவிற்கு நெல்லைக் குற்றுவதன் மூலம் சிறந்த அரிசியைப் பெற முடியும் என்பதனை அறிந்துகொள்வதற்கு ஏற்றவாறு சில சொற்கள் பயன்படுத்தப்பட்டன. ஐந்திரண்டு வண்ண நெல்லாக்கி என்ற தொடரில் ஐந்து பங்கு நெல்லிற்கு இரண்டு பங்கு அரிசி கிடைக்கும் என்ற கருத்து உள்ளது. இத்தகைய முறையில் பெறப்பட்ட அரிசி தரமானதாகக் கருதப்பட்டது.

உத்தமசோழனின் கோனேரிராஜபுரம் கல்வெட்டு,

> அரிசி தூணிக்கு குறுவாள் கூலியுட்பட ஐந்திரண்டு
> வண்ணத்தால் செந்நெல் இருதூ ணிப்பதக்கு

என்று குறிப்பிடுகிறது. நான்கு நாழி அரிசிக்காக, ஒரு குறுணி இரண்டு நாழி நெல் கொடுத்ததை வீரராஜேந்திரனின் திருமுக்கூடல் கல்வெட்டுக் குறிப்பிடுகிறது. இரண்டு நாழி அரிசி என்ற அளவு ஒரு குறிப்பிடத்தக்க நிர்ணயிக்கப்பட்ட அளவாகப் பல கல்வெட்டுகளில் குறிக்கப்பட்டுள்ளது. பிராமணர் ஒருவர்க்கு ஒரு வேளைக்கு இரண்டு நாழி அரிசி உணவுக்காகக் கொடுக்கப்பட்டதனை விஜயாலயன் காலக் கல்வெட்டுக் குறிப்பிடுகிறது. ஒரு சட்டிச்சோறு என்ற அளவிற்கு இரண்டு

நாழி அரிசி தேவைப்பட்டது. சிறுகாலைச் சந்தியாகவும் இரண்டு நாழி அரிசி கடவுளுக்குப் படைக்கப்பட்டது. பங்குனித் திருவோணத்தன்று கணபதிக்கு அவல் படைக்கும் வழக்கம் இருப்பதனைத் திருவோலந்துறை கோப்பரகேசரிக் கல்வெட்டுக் கூறுகிறது.

மற்ற பொருள்கள்

நெல், அரிசி இவற்றிற்குப் பிறகு கல்வெட்டில் முக்கியத் துவம் பெறும் பொருள் பருப்பு ஆகும். சிதம்பரத்திலுள்ள பரகேசரிக் கல்வெட்டு அக்கார அடிசில் செய்வதற்கு நானாழி அரிசிக்கு இரண்டு நாழி பருப்புத் தேவைப்பட்டதனைக் குறிப்பிடுகிறது. முதலாம் பராந்தகனின் 41ஆவது ஆண்டுக் கல்வெட்டு அப்பத்திற்குப் பருப்புச் சேர்க்கப்பட்டதனைக் குறிப்பிடுகிறது. கும்மாயம் தயாரிப்பதற்குப் பயற்றம் பருப்புச் சேர்க்கப்பட்டதனைத் திருவடி திருவீரட்டானேஸ்வரர் கோயிலில் காணப்படும் கல்வெட்டு மூலம் அறியலாம். வீரராஜேந்திரனின் திருமுக்கூடல் கல்வெட்டுக் கும்மாயத்தில் பச்சைப் பயறு சேர்க்கப்பட்டதனைக் குறிப்பிடுவதனால் பயற்றம்பருப்பு, பச்சைப்பயறு என்ற இரண்டும் ஒரு பொருளைக் குறிக்கப் பயன்படும் இருவேறு சொற்கள் எனலாம்.

குலோத்துங்கன் காலக் கல்வெட்டில், முளைப்பயறு என்ற பயறு குறிக்கப்பட்டுள்ளது. பயறு வகைகளை முளைகட்டிப் பயன்படுத்தும்போது ஏராளமான உயிர்ச்சத்துக் கிடைக்கிறது. விலைமிகுந்த பழங்கள், பசுங்காய்க் கறிகள் ஆகியவற்றில் கிடைக்கக்கூடிய சத்துகளை இவ்வாறு எளிதில் பெறலாம். முளைக்கட்டுதல் என்பது பயறினை நீர் தெளித்து மூன்று நாட்கள் வைத்திருந்தால் பயறில் முளை தோன்றும். அதன்பின் பயறைக் காயவைத்து உடைக்கும்பொழுது மிக எளிதாகத் தோல் நீக்கம் பெற்று உடைத்த பயறு கிடைக்கிறது. இந்த முறை பயறைக் கெடாமல் நீண்ட நாட்கள் சேமித்து வைப்பதற்கு உதவுகிறது.

இராஜராஜன் காலத்தில் பிள்ளையார் என்ற கடவுளுக்குக் கறியமுது செய்வதற்கு அலசந்திப்பயறு நாளொன்றுக்கு நாழி அளவாகக் கொண்டு வருடத்திற்கு நாற்பது கலம் தேவைப் பட்டது. பருப்பு என்பது உடைக்கப்படாத முழுப் பருப்பைக் குறிக்கிறது. பயறு என்பது உடைத்த பயறைக் குறிக்கிறது. வீரராஜேந்திரனின் திருமுக்கூடல் கல்வெட்டில் ஒரு பதக்கு நெல்லிற்குப் பருப்பு என்றால் நான்கு நாழியும் பயறு என்றால் எட்டு நாழியும் தேவைப்படும் அளவாகக் குறிக்கப்பட்டது.

சர்க்கரை

சர்க்கரை அக்காரம், கருப்பக்கட்டி, கண்டசர்க்கரை போன்ற சொற்களால் குறிக்கப்பட்டது. ஆயிரத்தளி மத்யஸ்தன் சோழப் பெருங்காவிதி என்பவன் திருச்சோற்றுத்துறை மகா தேவர்க்கு அக்காரடலை செய்வதற்குக் கொடுத்த பொன்னைக் கொண்டு தேவையான பொருள்களை வாங்கும்பொழுது சர்க்கரையும் வாங்கப்பட்டது. முதலாம் பராந்தகனின் முப்ப தாவது ஆட்சியாண்டுக் கல்வெட்டுத் திருச்சடைமுடி மகாதேவர் கோயிலில் ஆழ்வார்க்கு அமுது செய்வதற்குச் சர்க்கரை பத்துப் பலம் வாங்கப்பட்டதனைக் கூறுகிறது. உத்தமசோழனின் திருமால்புரக் கல்வெட்டில் கரும்பு (சாறு) என்ற சொல் காணப்படுகிறது. ஆவூர்க் கூற்றத்துப் பட்டமுடையான் உத்தமன் சந்திரனாகிய செம்பியன் பல்லவதரயன் என்பவர் பிராமணர் உண்பதற்கு நிலத்தை நிவந்தமாக அளித்தான். இதனைக் கொண்டு பிராமணர்க்கு உணவு அளிக்கையில் அக்காரம் இரண்டு பாத்திரம் வட்டுக் கொடுக்கப்பட்டது. கரும்பிலிருந்து எடுக்கப்படும் சர்க்கரையை அக்காரம் என்ற சொல் குறிக்கிறது. இந்தச் சர்க்கரை இனிப்பும் கரிப்பும் கொண்டது. பயற்றுப் போனகம், கும்மாயம், அக்கார அடிசில் ஆகியவற்றிற்கும் சர்க்கரை சேர்க்கப்பட்டது. குலோத்துங்கன் காலக் கல்வெட்டில் கண்டசர்க்கரை என்றும், இரண்டாம் ராஜராஜனின் பதினைந் தாவது ஆட்சியாண்டுக் கல்வெட்டுக் கருப்புக்கட்டி என்றும் குறிப்பிடுகிறது. மதுரைக்காஞ்சியில் நச்சினார்க்கினியர் உரையில் தீவுளி என்ற சொல்லிற்கு, கருப்புக்கட்டி என்ற பொருள் கூறப்படுகிறது.

உப்பு, உணவிற்கு இன்றியமையாத பொருளாகும். சேர்க்கப் படும் அளவு சிறிதாயினும் அதன் பயன் பெரிது. வள்ளுவரும் இதனை உவமையாகக் குறிப்பிடுகிறார். பிறபொருள்களைப் போலவே உப்புக்கு விலையாக நெல் கொடுக்கப்பட்டது. இரண்டு நாழி உப்புக்கு நான்கு நாழி நெல் கொடுக்கப்பட்டது. திருச்சோற்றுத்துறை மகாதேவர்க்கு அக்காரடலைக்குத் தேவையான பொருள்களைக் குறிப்பிடுகையில் உப்புச் சேர்க்கப் பட்டுள்ளது. இனிப்புடன் உப்புச் சேர்க்கப்படும்பொழுது அதன் சுவை சற்றுக் கூடுதலாக இருக்கிறது. ஜெயங்கொண்ட சோழநல்லூரில் உப்பளங்கள் இருந்தச் செய்தியைக் குலோத் துங்கச் சோழனின் கல்வெட்டுக் கூறுகிறது. சங்க காலம் தொடர்ந்து உப்பு வளம் நாட்டின் உயர்வளங்களில் ஒன்றாக எண்ணப்பட்டது. வீரராஜேந்திரனின் திருமுக்கூடல் கல்வெட் டில் ஐப்பசித் திருநாளிற்கு ஒரு உழக்கு உப்பிற்கு ஒரு உரி நெல் கொடுக்கப்பட்டது. வேட்டைத் திருநாளிற்கு இரண்டு

நாழி உப்பிற்கு நான்கு நாழி நெல் கொடுக்கப்பட்டது. அனைத்து வகை வாசனைப் பொருள்களும் சோழர்கால மக்களால் பயன்படுத்தப்பட்டதைக் கல்வெட்டுகளிலிருந்து அறிய முடிகிறது. மிளகு, சீரகம், கடுகு, எள்ளு, உளுந்து ஆகிய அனைத்தும் பயன்படுத்தப்பட்டன. முதலாம் பராந்தகனின் நாற்பத்து ஒன்றாம் ஆண்டுக் கல்வெட்டுப் பங்குனித் திருவிழாவிற்கு அப்பத்திருவமுதிற்காக மிளகும் சீரகமும் வாங்கப்பட்டதனையும் குறிப்பிடுகிறது. எண்ணெய், நெய்யால் செய்த பண்டங்கள் செரிக்க மிளகு அதிகம் பயன்படுகிறது. திருப்பதிக் கோவிலில் தயாரிக்கப்படும் அனைத்து வகைப் பலகாரங்களிலும் மிளகு சேர்க்கப்பட்டது. (எ.கா.) சந்தித்திருப்போனகம், பருப்பவியல் திருப்போனகம் போன்றவற்றைக் கூறலாம்.

கி.பி. ஒன்பதாம் நூற்றாண்டில் ஐங்காயம் என்ற சொல் மிளகு, மஞ்சள், ஓமம், சீரகம், கொத்தமல்லி (தனியா) ஆகிய ஐந்தைக் குறிக்கும் சொல்லாகப் பயன்பட்டது. நிருபதுங்க வர்மனின் திருவடிக் கல்வெட்டுக் 'கறிக்குக் காயம் இரு செவிடு' என்று பெருங்காயத்தைக் குறிப்பிடுகிறது. காயம் என்ற சொல் காரம் என்பதைக் குறிக்கும் பொருளில் சீவக சிந்தாமணியில் 'காயத்தின் குழம்பு தீற்றி' என்று பாடப் பட்டுள்ளது. முதலாம் பராந்தகனின் 34ஆவது ஆட்சியாண்டு தொண்டை நாடு கல்வெட்டில் 'புளிப்பழவடை' என்ற சொல் தூய்மையான புளியைக் குறிக்கிறது. புளிப்பழவடை எட்டு என்று எண்ணிக்கையால் குறிப்பிடப்படுகிறது. மஞ்சள் உணவுப் பொருளாகவும் மங்கலப் பொருளாகவும் பயன்பட்டது.

பாலிலிருந்து பெறப்படும் உணவுப் பொருள்கள்

'பஞ்சகவ்யம்' என்று கூறப்படும் பசுவிலிருந்து பெறப்படும் ஐவகைப் பொருள்கள் கடவுளுக்கு அபிஷேகத்திற்கு உரியன. 'மதுவர்க்கம்' எனப்படும் பால், தயிர், நெய், வெல்லம், தேன் ஆகிய ஐந்தும் கடவுளுக்கு உரியன. முதலாம் பராந்தகன் காலத்தில் இடையாற்று நாட்டுத் திருச்சடைமுடி மகாதேவர்க்குப் பழுவேட்டரையன் மகளார் நம்பிராட்டியார் அருண் மொழிநங்கையார் வைத்த இருபது கழஞ்சு பொன்னைக் கொண்டு நெய், பால், தயிர், ஆகியவை வாங்கப்பட்டன. முதலாம் பராந்தகனின் திருத்துறைப்பூண்டிக் கல்வெட்டுத் திருமறைக்காட்டு ஆழ்வாருக்குத் தயிரமுதிற்காக இராஜகேசரி என்ற அலகால் தினமும் முந்தாழி தயிர் கொடுப்பதனைக் குறிக்கிறது. திருப்பராய்த்துறை பெருமானடிகளுக்குத் தென்னவன் இளங்கோ வேளார் மறவன் பூதியார் என்பவன்

முதலாம் ஆதித்தன் காலத்தில் பழவரிசி, பருப்பு, வாழைப்பழம், கறி, தயிர், அடைக்காய், வெற்றிலை ஆகியவற்றிற்காக நிலம் கொடுத்தான்.

நெய் : எரிபொருளாக

விஜயாலயன் காலம் தொடங்கி விளக்கெரிப்பதற்காக நெய் கொடுக்கப்பட்ட செய்திகள் கல்வெட்டுகளில் உள்ளன. நந்தா விளக்கெரிப்பதற்கு என நெய்யிற்காகப் பொன் கொடுக்கப் பட்டது. முதலாம் பராந்தகனின் காலத்தில் வெண்குன்றக் கோட்டத்துப் பொன்னூர் நாட்டு ஸ்ரீதண்டபுரத்துச் சித்தப் பெரும்பள்ளிக்கு நாளொன்றுக்கு நெய் இரு நாழி என 10 நாழி நெய் பெறுவதற்கு 200 ஆடுகள் கொடுக்கப்பட்டன. உத்துங்கப் பல்லவராயன் என்பவரால் திருமறைக்காட்டு மகாதேவர்க்கு விளக்கெரிக்க 90 ஆடுகள் கொடுக்கப்பட்டன. வெள்ளாடு, செம்மறி ஆடு என்ற வகைகளும் குறிப்பிடப் பட்டுள்ளன. நெய், பால் இவற்றிற்காகப் பசு கொடுத்த செய்தியும் கல்வெட்டில் குறிக்கப்பட்டுள்ளது.

நெய் : உணவாக

அன்றாட வாழ்க்கையில் உணவுப் பொருளாக நெய் பயன்பட்டது. உணவின் முக்கியப் பொருளாக நெய் ஏற்றுக் கொள்ளப்பட்டது. கண்டராதித்யன் கல்வெட்டு ஒன்று பத்துப் பிராமணர்கள் உண்பதற்கு ஒருவேளை உணவிற்கு அரைப்படி நெய் செலவிடப்பட்டதனைக் குறிப்பிடுகிறது. பொரிக்கறி பொரிப்பதற்கு நெய் பயன்பட்டதனைப் பொரிக்கறி பொரிக்க நெய் ஒரு பிடி என்ற தொடர் தெளிவாக உணர்த்தும். தமிழக மக்களிடையே சங்ககாலம் முதற்கொண்டு நெய் மிகுதியாகப் பயன்பட்டதனைச் சங்க இலக்கியங்கள் கூறுகின்றன.

சமைக்கப்பட்ட உணவுகள்

சோழர் காலத்தில் மக்கள் சுவை மிகுந்த உணவு வகை களுக்குச் சிறப்பிடம் தந்தனர் என்பதனைக் கல்வெட்டுச் சான்றுகள் புலப்படுத்துகின்றன. ஐம்புலவுணர்வுகளுள் முதற் கண் உணவுச்சுவை எண்ணப்படுவதை அழகுற உணர்த்தியுள் ளது திருக்குறள். கடவுளுக்குப் படைக்கும் உணவுப் பொருள்கள் அனைத்துமே மக்கள் விரும்பிய சுவைக்கேற்ப தயாரிக்கப் பட்டவையே. ஊதியமாகக் கொடுக்கப்படும்பொழுதும் பிராமணருக்கு உணவிட்டதனைக் கூறும்பொழுதும் 'சோறு' என்ற சொல் பயன்படுத்தப்பட்டது. சோறு என்பது குறிப்பிட்ட

அளவு நீருடன் தானியத்தைச் சேர்த்து வேகவைக்கப்படுவதனைக் குறிக்கும் சொல்லாகும். எந்தெந்தத் தானியங்கள் வேகவைத்துச் சோறாக்கப்படுகிறதோ அவற்றின் தன்மையே அவற்றைக் கொண்டு சமைக்கப்படும் உணவுப் பொருள்களிலும் இருக்கும் என்பது பொது விதி. சில சமயங்களில் அவற்றில் செய்யப் படும் மாறுதலால் அவற்றின் தன்மை மாறுபடுவதும் உண்டு. பெரும்பாலும் பழைய அரிசியே சோறு சமைக்கப் பயன்பட்டது. முதலாம் பராந்தகன் காலத்தில் திருவிடைமருதூரில் ஸ்ரீமூலஸ் தானத்துப் பெருமானடிகளுக்கு நம்பிராட்டியார் சேக்கிழான் அடிகள் முப்பது கழஞ்சு பொன் கொடுத்ததாகவும் அதைக் கொண்டு தினமும் உழக்கு எண்ணெய் இடுவார்க்குச் சோறு கொடுப்பதாக ஊர்ச்சபை ஏற்றது. முதலாம் பராந்தகனின் பல்குன்றக்கோட்டத்துப் பங்கள நாட்டு வைக்காவூர்த் திரு மலைப்பள்ளியில் தினமும் ஒரு சோற்றுக்கென நாற்கழஞ்சு பொன் கொடுக்கப்பட்டது. அதேபோல் கோயிலுக்குரிய பொன்னைக் கொடுக்க வந்தவர்களுக்குத் தினமும் இரண்டு சட்டிச் சோறு கொடுக்கப்பட்டது. குளத்தில் மண்கொண்டு வந்து கொட்டுபவர்களுக்குச் சோறும் புடவையும் கொடுக்கப் பட்டதனை நங்காவரம் கல்வெட்டுக் குறிப்பிடுகிறது. ‘சட்டிச் சோறு’ என்ற சொல் இருபொருளில் கையாளப்படுவதனைக் காணலாம். மண் சட்டியுடன் கூடிய சோறு என்ற ஒரு பொருளிலும் இரண்டு நாழி அரிசியைக் கொண்ட அளவு சோறாகவும் பொருள்கொள்ளப்படுகிறது. முதலாம் பராந்தக னின் திருவெண்காடு கல்வெட்டுச் சட்டி ஒன்றுக்கு ராஜகேசரி யால் நெல் நானாழி எனச் சட்டிச்சோறு இரண்டிற்குத் தினம் ஒரு குறுணி நெல் என்று ஆண்டுக்கு 30 கலம் நெல் தேவைப்பட்டதனைக் குறிப்பிடுகிறது.

அக்கார அடிசில்

இனிப்புச்சுவை கொண்ட ‘அக்கார அடிசில்’ சோழர் காலத்தில் அன்றாடம் கடவுளுக்குப் படைக்கும் உணவு வகையில் ஒன்றாக இடம்பெற்றிருந்தது. ‘அக்காரம்’ என்பது சர்க்கரையைக் குறிக்கும். அடிசில் என்பது அடுதல் என்ற சொல்லிலிருந்து பிறந்தது. அடுதல் என்றால் சமைத்தல் என்று பொருள். அக்கார அடிசில் என்பது சர்க்கரையுடன் சேர்த்துச் சமைக்கப்பட்ட உணவு என்று பொருளாகும். இது ‘அக்கார அடலை’ என்றும் குறிப்பிடப்பட்டது. உடையார்குடியைச் சேர்ந்த கோப்பரகேசரி கல்வெட்டு அக்கார அடிசில் செய்வதற்கு நாராயண விழுப்பரையன் நிலம் கொடுத்ததனைக் குறிக்கிறது. அதனைக் கொண்டு அக்கார அடிசிலுக்காக,

அரிசி	நான்கு நாழி
பருப்பு	இரண்டு நாழி
பால்	நான்கு நாழி
வாழைப்பழம்	பத்து
சர்க்கரை	14 பலம்
நெய்	உழக்கு

ஆகியவை வாங்கப்பட்டது. இராஜராஜன் காலத்தில் அக்கார டலைக்கு உப்புச் சேர்க்கப்பட்டதனைக் கொண்டு தனத்தனிச் சுவைகளைத் தவிர உப்பும் இனிப்பும் கலந்த கலப்புச்சுவையும் விரும்பப்பட்டதனை அறிய முடிகிறது. இராஜராஜன் காலத்து நாற்பத்தொன்றாவது ஆட்சியாண்டில் திருச்சோற்றுத்துறை மகாதேவர்க்கு அக்காரடலைக்கு நூற்று நாற்பத்தைந்து கழஞ்சு பொன் கொடுக்கப்பட்டது. இதனைக் கொண்டு பத்தெட்டுக் குத்தல் பழவரிசி, பருப்பு, பால், சர்க்கரை, வாழைப்பழம், நெய் ஆகியவை வாங்கப்பட்டன. இதனுடன் உப்பும் சேர்க்கப் பட்டுள்ளது. திருவிசலூர் கல்வெட்டு இராஜராஜன் அக்கார டலைக்குத் தேவையானவற்றை வாங்குவதற்காகக் காசு கொடுத்ததனைக் குறிப்பிடுகிறது. திருவிடைமருதூர் கோயிலுக்கு அக்கார டலைக்கு என்று மூன்று வேலி நிலம் கொடுக்கப் பட்டது. இராஜேந்திரனின் மூன்றாவது ஆட்சியாண்டில் அக்காரடலைக்கு என,

அரிசி	4 நாழி
பருப்பு	4 நாழி
பால்	8 நாழி
நெய்	1 உழக்கு
சர்க்கரை	10 பலம்

ஆகியவை வாங்கப்பட்டன. வீரராஜேந்திரனின் திருமுக்கூடல் கல்வெட்டில் அக்காரமலைக்கு வாழைப்பழமும் சேர்க்கப் பட்டது.

அரிசி	4 நாழி
பருப்பு	4 நாழி
பால்	6 நாழி
வாழைப்பழம்	எட்டு
சர்க்கரை	32 பலம்
நெய்	1 நாழி

மேற்கூறிய செய்திகளிலிருந்து ஏற்ற சுவையுடைய பொருட்களை ஏற்ற அளவில் சேர்த்துச் சுவையை மிகைப்படுத்தும் உபாயங்கள் பலவற்றையும் சோழர் கால மக்கள் அறிந்திருந்தனர் என்பதனை அறியலாம்.

பயற்றுப் போனகம்

அரிசியுடன் சேர்க்கும் சர்க்கரையின் அளவைவிடப் பருப்பின் அளவு அதிகமாகக் கொண்டு தயாரிக்கப்படும் உணவு பயற்றுப் போனகம். கடவுளுக்குப் படைக்கும் முக்கிய அமுது வகைகளில் பயற்றுப் போனகம் செய்வதற்கு என ஆதித்த பிடாரன் என்பவரால் நிலம் கொடுக்கப்பட்டது. அதனைக் கொண்டு பயற்றுப் போனகத்திற்காக,

அரிசி	ஆறுநாழி
பருப்பு	இரண்டு நாழி
நெய்	ஒரு உரி
வாழைப்பழம்	பத்து
சர்க்கரை	மூன்று பலம்

ஆகியவை வாங்கப்பட்டன. இதே போல் பிரம்மதேயக்கிழவன் மானந்தை ஸ்ரீகண்டன் பட்டாலகன் என்பவன் திருச்சோற்றுத் துறை மாகாதேவர்க்குத் தினமும் பயற்றுப் போனகம் செய்வதற்காக நிலம் கொடுத்தான். அதிலிருந்து பயற்றுப் போனகத்திற்கு,

அரிசி	நான்கு நாழி
பருப்பு	ஒரு நாழி
நெய்	(அளவு குறிப்பிடப்படவில்லை)

ஆகியவை வாங்கப்பட்டன. உத்தமசோழனின் கோனேரிராஜ புரம் கல்வெட்டில் சிறுகாலை அமுதமாகப் பயற்றுப் போனகம் செய்வதற்குத் தேவையான பொருள்களை வாங்குவதற்குத் தேவையான நெல்லின் அளவு குறிப்பிடப்பட்டுள்ளது.

பருப்பு	நான்குநாழி	குறுணி நெல்
சர்க்கரை	இரண்டு பலம்	இரண்டு நாழி நெல்
பழம்	இரண்டு	ஐந்து நாழி நெல்

கண்டராதித்தன் காலத்திலும் சிறுகாலை அமுதாகப் பயற்றுப் போனகம் படைக்கப்பட்டது. இதற்காகக் கவினியன் கீர்த்தி மார்த்தண்ட பிரம்மாதிராஜன் என்பவரால் 1 மா

நிலம் அளிக்கப்பட்டது. சர்க்கரை, பருப்பு இவற்றின் அளவில் ஏற்படும் மாறுபாட்டைக்கொண்டு அக்கார அடிசிலும் பருப்புப் போனகமும் வேறுபடுத்தப்படுகின்றன.

கும்மாயம்

பொதுவாக விருந்துகளில் பல்வேறு சுவைகளை நல்கு கின்ற பதார்த்தங்கள் விதவிதமாகப் பரிமாறப்படுவதுபோல் சோழர்காலத்தில் கும்மாயம் என்ற இனிப்புச் சுவையுடைய உணவு பரிமாறப்பட்டது. திருக்குடமூக்கில் உள்ள கோராஜகேசரி கல்வெட்டில் சிவயோகி ஒருவர்க்கு உணவிற்காக அரயன் கலங்காமலை என்பவரால் நிலம் கொடுக்கப்பட்டதை அறிகி றோம். இந்த உணவில் இடம்பெறும் வகைகளைக் குறிப்பிடு கையில் கும்மாயமும் குறிப்பிடப்படுகிறது. திருவெள்ளறையில் உள்ள கோராஜகேசரிக் கல்வெட்டில் திருவானை கற்பெருமான் அடிகளுக்கு அமுது செய்யும்பொழுது வேதம்வல்ல பிராமணர் ஒருவர்க்கு உணவு கொடுப்பதற்குக் கஞ்சன் தாமோதரன் என்பவரால் எழுபது கழஞ்சு பொன் கொடுக்கப்பட்டது. இதனைக்கொண்டு பிராமணர்க்குக் கொடுக்கப்பட்ட உணவு வகையில் கும்மாயமும் இடம் பெற்றதை அறிகிறோம். அன்றாட உணவில் கும்மாயம் முக்கியப்பங்கு வகிப்பதனை,

கும்மாயம் உள்ளிட்ட அஞ்சுகாய்

கும்மாயம் உள்ளிட்டுக் கறி நாலும்

என்ற கல்வெட்டுத் தொடர்கள் உணர்த்துகின்றன. வரகுண மகாராஜாவின் அம்பாசமுத்திரம் கல்வெட்டுக் கும்மாயத் திற்குப் பயற்றம் பருப்புச் சேர்க்கப்பட்டதைக் குறிப்பிடுகிறது. இப்பொழுது மலபாரில் நன்கு வேக வைக்கப்பட்ட பச்சைப் பயறுடன் சர்க்கரையைச் சேர்த்துச் செய்யப்படும் உணவு புழுக்கல் எனப்படுகிறது. மார்கழி, திருவாதிரை, மாசிமகம், வைகாசி விசாகம் ஆகிய நாட்களில் இந்த உணவு முக்கியத் துவம் பெறுகிறது.

கும்மாயம், பயற்றுப் போனகம் இரண்டும் ஒரே உணவு அல்ல. பயற்றுப் போனகத்தில் அரிசி சேர்க்கப்படுகிறது. கும்மாயத்தில் அரிசி சேர்க்கப்படவில்லை. உத்தம சோழனின் கோனேரிராஜபுரம் கல்வெட்டுப் பயற்றுப் போனகத்திற்குத் தேவையான அரிசிக்காக, செந்நெல் கொடுக்கப்பட்டதனைக் குறிப்பிடுகிறது. அதே கல்வெட்டுக் கும்மாயத்திற்குப் பயறும் சர்க்கரையும் மட்டுமே சேர்க்கப்பட்டதனையும் குறிப்பிடுகிறது.

மற்ற உணவு வகைகள்

உத்தம சோழன் காலக் கல்வெட்டு 'வெண்போனகம்' என்ற சொல்லைக் குறிப்பிடுகிறது. இது சர்க்கரை சேர்க்கப்படாத பொங்கலாகும். சுந்தரசோழனின் திருப்பாலாற்றுத்துறைக் கல்வெட்டு ஆதனூர் பாலாசிரியன் பட்டன் சிவன் கூத்தன் மதிய உணவாகப் பாற்போனகம் செய்வதற்கு நிலம் கொடுத் ததனைக் குறிப்பிடுகிறது. இராஜராஜனின் 14ஆம் ஆட்சியாண்டு திருநாகேஸ்வரம் திருவிழாவில் 'பருப்புப் போனகம்' படைக்கப் பட்டது. பருப்புப் போனகம் தயாரிப்பதற்கு மூன்று நாழி தூப்பருப்பும் ஐந்துநாழி பூரிக்குத்தல் அரிசியும் தேவைப்பட்ட தனைக் கல்வெட்டின் மூலம் அறியலாம்.

அப்பம்

முதலாம் பராந்தகனின் நாற்பத்து ஒன்றாம் ஆட்சியாண் டில் விளைநாட்டுப் பிரம்மதேயம் பெருவெங்கூர் பிரம்மாதி ராஜன் ஆச்சியன்பட்டன் பங்குனித் திருநாள் அன்று அப்பத் திற்காக மூன்றரைமா நிலம் கொடுத்ததாகச் செய்தி காணப் படுகிறது. முதலாம் பராந்தகனின் முப்பத்தாறாவது ஆண்டு விளாநாட்டுப் பிரம்மதேயம் ஆச்சியன்பட்டன் இராஜகேசரி யால் 144 கலம் நெல்லைக் கொண்டு அப்பம் செய்வதற்கு நிவந்தமாக நிலம் கொடுத்தான்.

அப்பம் செய்வதற்குப் பயன்படுத்தப்பட்ட பொருள்கள்

பத்தெட்டுக்குத்தல்

பழவரிசி	2 கலம்
நெய்	தூணிப்பதக்கு
பருப்பு	தூணி
சர்க்கரை	அளவு குறிக்கப்படவில்லை.
வாழைப்பழம்	எண்ணிக்கை கொடுக்கப்படவில்லை.

ஆகியவையாகும். சுவைகளை மாற்றித்தரவல்ல பொருள்களை விரும்பி, அதனால் பதார்த்தங்களின் செய்முறையில் மாற்றங் களை ஏற்படுத்தியதனையும் அறிய முடிகிறது. இரண்டாம் குலோத்துங்களின் திருவாரூர்க் கல்வெட்டிலிருந்து அப்பம் தயாரிப்பதற்கான உட்பொருள்களின் எண்ணிக்கை அதிக

மாவதை அறிய முடிகிறது. அப்பத்திற்காகப் பழவரிசி, சர்க்கரை, மிளகு, நெய், சீரகம், கருவாழைப்பழம், தேங்காய், வாழைப்பழம் ஆகியவை சேர்க்கப்பட்டதனை அறியலாம்.

பிட்டு

வீரராஜேந்திரனது ஏழாவது ஆட்சியாண்டைச் சேர்ந்த கல்வெட்டில் குலோத்துங்கச் சோழ இருங்கோவேளர் பெண்டுகள் பிட்டமுதுக்கு நிவந்தம்விட்ட செய்தியுமுள்ளது.

பண்ணியாரம்

பண்ணியாரம் எனப்படும் இனிக்கும் உணவு விக்கிரம சோழன் ஆட்சியில் சின்னக்காஞ்சிபுரம் அருளாளப் பெரு மானுக்குரிய நிவேதன அமுதுகளில் ஒன்றாக நிவந்தம் பெற்றது.

திருக்கண்ணாமடை

இது இறைவனுக்குக்காகப் படைக்கப்பெறும் சிறப்புப் பிரசாதம். இதனைத் தயாரிப்பதற்கு,

அரிசி	இரண்டு நாழி
நெய்	ஒரு உழக்கு
சர்க்கரை	20 பலம்
வாழைப்பழம்	பத்து

ஆகியவை தேவைப்பட்டதனை விக்கிரமசோழன் காலத்துக் கல்வெட்டு குறிப்பிடுகிறது.

திருப்பிண்டி

பிண்டி என்ற சொல்லிற்குத் தினைமா என்று பொருள். இராஜாதிராஜதேவர் காலத்து நங்கவரம் கல்வெட்டு திருப் பிண்டிக்கு உரி நெல் செலவிட்டதைக் குறிப்பிடுகிறது. இது சுந்தரராஜபெருமாள் கோவிலிலுள்ள கல்வெட்டாகும். இதிலி ருந்து கடவுளுக்குப் படைக்கும் பொருளில் தினைமாவும் இடம்பெறுகிறது என்று அறியலாம்.

கறிவகைகள்

சோழர்காலக் கல்வெட்டில் முதன்மையான உணவுடன் பிற உணவு வகைகளும் காணப்படுகின்றன. விஜயாலயன் காலத்துத் திருவீழிமிழலைக் கல்வெட்டுத் தினமும் மதிய

உணவிற்கு இரண்டு நாழி அரிசி, மூன்று கறி, நெய் ஆகியவை உணவாகப் பயன்பட்டதனைக் குறிப்பிடுகிறது. முதலாம் பராந்தகனின் கி.பி. 914ஆம் ஆண்டுக் கல்வெட்டு, திருக்குட மூக்கில் திருக்கீழ்க்கோட்டத்துப் பரமசுவாமி கோயிலில் 80 கழஞ்சு பொன்னைக் கொண்டு இரண்டு பிராமணர்களுக்கு உணவிட்டதாகக் கூறுகையில் அவ்வுணவில் காய்கறி, புளிங்களி ஆகியவை சேர்க்கப்பட்டதனை அறிய முடிகிறது.

சிதம்பரம் திருச்சிற்றம்பலமுடையான் கோவிலுக்கு நிர்வாகிகள் நிவந்தமாக அளித்த நிலத்தைக் கொண்டு தைப்பூசத் திருநாளில் திருப்பாவாடைச் சிறப்பிற்காக அமுதுபடிக்கு ஊர் இளங்காலால் பத்துக்கலம் போனகப்பழவரிசியும் இரண்டு கலம் மணிப்பருப்பும் நாலுநிறைச் சர்க்கரையும் நூறு தேங்காய், பலாக்காய், இருநூறு வழுதலைக்காய் கத்தரி ஆகிய காய்களும் கொண்டு அமுது செய்வதாகச் சொல்லப்படுகிறது. இக்கல் வெட்டு இராஜராஜசோழன் காலத்தைச் சார்ந்தது. இக்கல் வெட்டில்தான் காய்கறிகளைப் பற்றிய குறிப்புகள் காணப்படு கின்றன. இதில் வழுதலை என்பது கண்டங்கத்தரி வகையைச் சார்ந்தது. வறுத்தல், புழுக்கல் (வேகவைத்தல்) போன்ற முறையில் தயாரிக்கப்படும் கறிவகைகளுக்கு இந்தக் காய்கள் பயன்படு கின்றன. பலாக்காயைச் சமைக்கும் முறையையும் சோழர் காலத்தில் மக்கள் அறிந்திருந்தனர்.

பொரித்தல் என்பது காய்கறிகளை நெய்யில் பொரித்து எடுத்துத் தயாரிக்கப்படும் கறிவகை. பொரிப்பதற்கு நெய் பயன்படுத்துவது வழக்கமாக இருந்தது. 'கறி அமிக்கச் செவிட்டு நெய்யும்' என்று நிருபதுங்கவர்மன் கல்வெட்டிலும் பொரிக்கறி அமுது பொரிக்க நெய் ஒரு பிடி என்ற தொடரும் பொரிக்கறிக்கு நெய் பயன்பட்டதைக் குறிப்பிடுகின்றன.

'புழுக்குக்கறி' என்பது வேகவைக்கப்பட்ட கறிவகையைச் சார்ந்தது. புளிங்கறி என்பது புளிப்புச் சுவைக்காக விரும்பப் பட்டது. சங்க காலத்திலும் மக்களால் விரும்பி உண்ணப்பட்ட தைக் குறுந்தொகை வர்ணிக்கிறது. புளிங்கறிக்கு உழக்குத் தயிர் சேர்க்கப்பட்டதை நிருபதுங்கவர்மனின் திருவடிக் கல்வெட்டுக் குறிப்பிடுகிறது.

முதலாம் பராந்தகனின் திருச்சென்னம் பூண்டிக் கல் வெட்டில் மாசிமகத் திருவிழா நடந்த ஏழு நாட்களும், பிராமணர்களுக்குக் காய்கறி, புளிங்கறி, பொரிக்கறி, தயிரமுது ஆகியவை கொண்டு உணவிட்டதாகச் சொல்லப்படுகிறது. கோயிலுக்குக் கொடுத்த நிலத்தைக்கொண்டு சிவயோகி

ஒருவர்க்கு மதிய உணவாகக் கும்மாயம், காய்கறி, வெம்புழுக்கு, புளிங்கறி, பொரிக்கறி, தயிர், நெய், சர்க்கரை, வாழைப்பழம், பாக்கு ஆகியவை கொடுக்கப்பட்டதையும் அறிய முடிகிறது.

கல்வெட்டில் குறிப்பிடப்படும் மரங்கள்

தென்னை, கமுகு ஆகிய தாவரங்களைப் பற்றிய செய்திகள் கிடைக்கின்றன. மக்களின் பயன்பாட்டிற்காக இவை வளர்க்கப் பட்டன. கோயில்களில் நித்திய வழிபாட்டிற்காகவும் விழாக் களின்போதும் சிறப்பு வழிபாட்டிற்காகவும் தென்னை பயிரிடப் பட்டது. தென்னைத் தோட்டங்கள் கோயிலுக்குத் தானமாகக் கொடுக்கப்பட்டன. தென்னை, தெங்கு என்றும், தெங்கம் பிள்ளை என்றும் கல்வெட்டில் குறிப்பிடப்பட்டுள்ளது. முதலாம் பராந்தகனின் திருவாவடுதுறைக் கல்வெட்டில் தென்னந்தோப்பைப் பராமரிப்பதற்குக் கூலியாக ஆயிரம் தேங்காய் விளைச்சலுக்கு நூறு தேங்காய் வீதம் கூலி கொடுக்கப் பட்டது. திருவண்ணாமலைக் கோயிலுக்கு எழுநூறு தெங்கம் பிள்ளைகள் கொண்ட நந்தவனத்தைச் சங்கையனெற்றி என்பவன் தானமாக அளித்தான். திருவண்ணாமலைக் கோயி லுக்கு மங்கையர்க்கரசி என்ற பெண் நாற்பத்தொன்றாயிரம் தெங்கம் பிள்ளைகள் இருந்த தோட்டத்தைத் தானமாகத் தந்தார். கோயில்களுக்கு உரிய தோப்புகள் திருத்தோப்புகள் எனப்பட்டன. திருமடைப்பள்ளிப் பண்டாரங்களுக்குப் பலாக் காய், வாழைக்காய் உள்ளிட்ட பலகாய்களும் பழங்களும் இத்தோப்புகளிலிருந்து வந்தன.

கமுகு நந்தவனம்

பாக்கிற்காகக் கமுகுமரங்கள் சோழர் காலத்தில் பயிரிடப் பட்டன. கல்வெட்டுகளில் பாக்கு, அடைக்காய், சொழிகக்காய், வெறுங்காய் என்ற பெயர்களில் குறிப்பிடப்படுகிறது. இறை வனுக்குத் திருவமுதுக்காக இது வெற்றிலையுடன் சேர்த்துப் படைக்கப்பட்டது. முதலாம் பராந்தகனின் திருவிடைமருதூர்க் கல்வெட்டு கமுகந் தோட்டத்தைப் பற்றிய செய்தியைத் தருகிறது. உத்தமசோழன் காலத்தில் ஆரூர்ச்சேரி மகாசபைப் பெருமக்கள் கமுகுத்தோட்டம் ஒன்றை இறையிலியாகத் திருமயானத்துப் பரமசாமிக்கு விற்றுக் கொடுத்தனர். திருச் சிற்றம்பலமுடையார்க்கு, திருக்காமக்கோட்டமுடைய நாச்சி யார்க்கும் பூவாலையில் கமுகு நந்தவனம் ஒன்றிருந்தது. சிறுவாகரில் வல்லவராயன் சோமதேவன் என்ற தனிப்பட்ட நபருக்குக் கமுகுத்தோட்டம் இருந்ததனைத் திருவதிகைக் கல்வெட்டுத் தெரிவிக்கிறது.

வெற்றிலை

சுவைப்பதற்காகவும் சிறப்பு நாட்களில் கோயில்களிலும் வீடுகளிலும் மங்கலப் பொருளாகவும் பழங்காலத்திலிருந்து தமிழ்நாட்டில் வெற்றிலை பயன்பட்டு வந்துள்ளது. சோழர் காலத்திலும் வெற்றிலை பெற்றிருந்த முக்கியத்துவத்தைக் கல்வெட்டுகள் மூலம் அறிய முடிகிறது. வெற்றிலையைக் குறிப்பதற்கு வெற்றிலை, பற்றிலை, அடைக்காயமுது, இலையமுது, தெரியிலை, வெறுவிலை என்ற சொற்கள் பயன்பட்டுள்ளன.

உணவிற்குக் கொடுக்கப்படும் முக்கியத்துவம் வெற்றிலைக்கும் கொடுக்கப்பட்டது. பிராமணர், சிவயோகி ஆகியோரின் உணவில் வெற்றிலையின் பங்கும் குறிப்பிடத்தக்கதாக இருந்தது. அடைக்காயமிர்து என்ற சொல் வெற்றிலையைக் குறிக்கும் பொதுச் சொல்லாகவும் பாக்கை மட்டும் குறிக்கும் தனிச் சொல்லாகவும் குறிக்கப்பட்டது. ஆதித்தன் காலக் கல்வெட்டில் 200 கழஞ்சு பொன் கொண்டு 12 பிராமணர் உண்பதற்குரிய பொருள்களைக் குறிப்பிடும்பொழுது இரண்டு வெற்றிலைப் பாக்கு ஒவ்வொரு நபருக்கும் தேவைப்பட்டதைக் குறிப்பிடுகிறது. முதலாம் பராந்தகனின் கல்வெட்டில் சிற்றிங்கூர் திருப்புலி பகவர் ஆழ்வார்க்கு உத்தராயணம், தட்சிணாயனம், ஐப்பசி விஷு போன்ற நாட்களுக்கு 16 கழஞ்சு பொன்னைக் கொண்டு வாங்கப்படும் பொருள்களில் வெற்றிலையும் உள்ளது. அங்காடிக் கூலியாக வெற்றிலைக் கூடை ஒன்றுக்கு ஒரு பற்று என்றும் கூடைப்பாக்கிற்கு இரண்டு பாக்கு என்றும் ஆதித்தன் காலத்தில் வசூலிக்கப்பட்டது.

5

சங்க இலக்கியத்தில் நாட்டார் உணவு

ஞா. ஸ்டீபன்

மனித இனப் படிமலர்ச்சியின் ஊடாக உணவும் பல்வேறு நிலைகளைக் கடந்து வளர்ச்சி அடைந்து வந்துள்ளது. அது பண்பாட்டின் அடையாளமாகவும் சமூகத் தகுதியை உணர்த்துவதாகவும் அமைந்துள்ளது. மனிதனின் உயிரியல் தேவையோடு தொடர்புடைய ஒன்றாக இருந்தாலும் அது பண்பாட்டால் வரையறுக்கப்பட்டது என்பதை வெவ்வேறு பண்பாடுகளில் காணப்படும் உணவு சார்ந்த பழக்கவழக்கங்களின் மூலம் அறியலாம். பண்பாட்டோடும் சுற்றுச்சூழலோடும் நெருக்கமான உறவுகொண்டிருப்பதால் எல்லாப் பண்பாடுகளிலும் ஒரே மாதிரியான உணவு வழக்கில் இல்லை எனலாம். பரிமாறும் முறைகளிலும் ஒவ்வொரு பண்பாடும் தனக்கே உரிய மரபுகளைக் கொண்டுள்ளன. உணவு சார்ந்த மரபுகளை அறிந்து கொள்வதன்மூலம் ஒரு குறிப்பிட்ட பண்பாட்டைப் புரிந்துகொள்ள இயலும். ஆனால், இலக்கியங்களில் பதிவாகியுள்ள உணவு குறித்த தகவல்களைக்கொண்டு ஒரு பண்பாட்டை முழுமையாகப் புரிந்துகொள்ள இயலுமா என்பது கேள்விக்குரியது. பல்வேறு கால அடுக்குகளுக்கு முன்னால் உள்ள தரவுகளைச் சமகாலத்தளத்தில் நின்றுகொண்டு எவ்வாறு பார்ப்பது என்பதும் கோட்பாட்டு அடிப்படையில் சிக்கலான ஒன்றாகவே அமையும். இந்தச் சிக்கல் சங்க இலக்கியங்களில் பதிவாகியுள்ள உணவு குறித்த செய்திகளுக்கும் பொருந்தும் என்பதை மனம்கொள்ள வேண்டும். சங்க இலக்கியம் ஒரு நீண்டகாலப் பரப்பைப்

பிரதிநிதித்துவம் செய்கிறது என்ற அடிப்படையில் சங்ககால உணவுத் தொடர்பான செய்திகளைக்கொண்டு உணவு சார்ந்த பண்பாட்டுப் படிமலர்ச்சியை விளக்க முயல்வதே இக்கட்டுரை யின் நோக்கமாகும்.

சங்க இலக்கியங்கள் முன்நிறுத்தும் ஐவகைத் திணைகளும் அவை சார்ந்த மரபுகளும் வெவ்வேறு பண்பாட்டு நிலைக் களன்களைச் சுட்டிக்காட்டுகின்றன எனலாம். உணவு, உடை, வாழ்க்கைமுறை ஆகியவற்றில் காணப்படும் வேறுபாடுகள் ஒவ்வொரு திணையையும் வெவ்வேறு பண்பாட்டு நிலைக் களன்களாக அடையாளப்படுத்துகின்றன. இரு வேறு பண் பாட்டு நிலைக்களன்கள் அருகருகில் இருக்கும்போது பண் பாட்டுக் கலப்பு இயல்பானது. பண்பாட்டு நிலைக்களன்களில் காணப்படும் கலப்பு அல்லது மயக்கங்கள் திணை மயக்கம் என்ற பெயரில் இலக்கணங்களில் சுட்டப்படுகின்றன. உணவு மரபும் ஐந்து திணைகளிலும் வெவ்வேறாகக் காணப்படு கின்றன. இருப்பினும் ஒரே உணவு ஒன்றுக்கு மேற்பட்ட திணைகளிலும் வழக்கில் இருந்துள்ளது என்பதற்குரிய சான்றுகள் உள்ளன. ஒரு குறிப்பிட்ட உணவு ஒரே ஒரு திணைக்கு மட்டும் உரியதாக அடையாளப்படுத்த இயலுமா என்பது சந்தேகத்திற்குரியது. உற்பத்திமுறை, இயற்கைவளம், கருவிகளின் கண்டுபிடிப்பு ஆகியவற்றைப் பொறுத்தே உணவு மரபுகளும் அமைய இயலும். உணவுப் பழக்கவழக்கங்களைக் கொண்டு எத்தகைய கருவிகள் வழக்கில் இருந்திருக்க முடியும்? உணவு தயாரிப்பு முறைகள் எவ்வாறு இருந்திருக்க முடியும்? போன்றவற்றை ஊகித்து அறியும் வாய்ப்புகள் உள்ளன. மேலும், பண்டமாற்றுமுறையும் உணவு உற்பத்தியும் எத்தகைய பொருளாதார உறவுகளை ஒரு குறிப்பிட்ட பண்பாடு தன் னகத்தே கொண்டிருந்தது என்பதை அளவீடு செய்யத் துணை செய்யும்.

சங்க இலக்கியங்கள் குறிஞ்சி நில மக்களின் உணவாகத் தேன், கிழங்கு வகைகள், இறைச்சி ஆகியவற்றைக் குறிப்பிடு கின்றன. இம்மூன்றும் குறிஞ்சி நிலத்தில் இயற்கையாகக் கிடைப்பவை என்பது குறிப்பிடத்தக்கது. சோழநாட்டுக் குறிஞ்சி நில மக்கள் கிழங்கையும் தேனையும் உண்டுமகிழ்ந்த செய்தியைப் பொருநராற்றுப்படை *(214, 215)* பதிவுசெய்துள்ளது. இனக்குழு மக்களின் இன்றியமையாத உணவு வழக்கம் வேட்டை யாடுதலும் உணவு சேகரித்தலுமாகும் என்பதை மானிடவிய லார் சுட்டிக் காட்டுவர். குறிஞ்சி நில உணவு வகைகள் இனக்குழு வாழ்க்கையையே பிரதிபலிக்கின்றன. ஆனால், அவர்கள் இயற்கையாகக் கிடைத்த உணவைச் சமைத்து உண்ணவும் அறிந்திருந்தனர். பலாக்கொட்டை, மா, புளிநீர்,

மோர் ஆகியவற்றைக்கொண்டு தயாரிக்கப்பெற்ற குழம்பைச் சமைக்கப்பட்ட மூங்கிலரிசிச் சோற்றுடன் கலந்துண்ட செய்தியை மலைபடுகடாம் (171 – 183) பதிவுசெய்துள்ளது. இறைச்சிதான் முதலில் சமைக்கப்பட்ட உணவாக இருக்கலாம். காட்டுத் தீயில் அகப்பட்டுக் கருகிய விலங்குகளை உணவாகப் பயன் படுத்தியதன் விளைவே சமையலும் நெருப்பின் பயன்பாட்டை உணர்ந்தமையும் எனலாம்.

இறைச்சியை நெருப்பில் நேரடியாகச் சுடுவதே தொன்மை யான சமையல் முறையாக இருந்திருக்க வேண்டும். வனவிலங்கு கள் வேட்டையாடி உண்டு ஒழிந்த விலங்குகளின் இறைச்சியைக் காட்டுத் தீயில் சுட்டு உண்ட செய்தி அகம். 119இல் பதிவாகி யுள்ளது. தினைப் புனங் காவல் செய்யும் காவலர்களால் கொல்லப்பட்ட காட்டுப்பன்றிகளின் மயிரைப் போக்கி மூங்கில் உராய்வதால் பற்றி எரிந்துகொண்டிருக்கும் நெருப்பில் அவற்றை வாட்டிக் கூத்தர்கள் உண்ட செய்தி ‘மலைபடுகடா’த்தில் (243 – 249) இடம்பெற்றுள்ளது. வேட்டையில் கிடைத்த விலங் குகளின் மயிரைப் போக்க நெருப்பில் வாட்டும் முறை தற்காலத்திலும் வழக்கிலுள்ளது. இது ‘வக்குதல்’ என்றும் அழைக்கப்படுவதுண்டு. பன்றிக்குத் தோல் (வார்) உரிக்கும் வழக்கம் இல்லை. தற்காலத்திலும் பன்றியின் மயிரை அகற்ற வக்குதலே வழக்கிலுள்ளமை குறிப்பிடத்தக்கது. இம்முறை காட்டுத் தீயில் அகப்பட்ட விலங்குகளைப் பயன்படுத்தியதன் மூலம் அறியப்பெற்றது என உணரலாம். உணவின் தேவை, உணவுக்கான தேடல் ஆகிய இரண்டுமே உணவு சார்ந்த தொழில்நுட்பங்களைக் கண்டறிவதற்கான சூழலை உருவாக்கித் தந்திருக்கிறது என்பதை மேற்குறித்த செய்திகள் வழி அறியலாம்.

முல்லை நில மக்கள் கால்நடை வளர்ப்பு, எளிய விவசாயம் ஆகியவற்றின் மூலம் தங்களது உணவுத் தேவைகளை நிறைவு செய்தனர். இருந்தாலும் குறிஞ்சி நில வாழ்க்கையின் உணவு சேகரித்தலையும் வேட்டையாடுதலையும் அவர்கள் விட்டு விடவில்லை. காட்டை எரித்து விவசாயம் செய்யும் முறை முல்லை நிலத்தில் இருந்தது. தினை, வரகு, நெல், அவரை, பருப்பு ஆகியவற்றின் பயன்பாடு முல்லை நிலத்தில் பெருக்க மடைகிறது. இவை உணவுப் பயிர்களாக அடையாளங் காணப் பட்டதாலேயே பயிரிடப்படுகின்றன. “அவரை கொய்யுநர்” என்ற தொடர் ‘புறநானூ’ற்றில் (215:5) இடம்பெறுகிறது. அவரை கொய்யும் பெண்களுக்கு ஆயர் மகளிர் உணவு சமைத்துக் கொடுத்ததாகவும் இப்பாடல் பதிவுசெய்துள்ளது. தொடக்கக் கால விவசாயம் பெண்களால் கண்டறியப்பெற்றது என மானிடவியலார் கூறுவர். இக்கருத்திற்குத் தொடர்புடையதாக

மேற்குறித்த குறிப்பு அமைவதைக் காணலாம். அறுவடை செய்யும் பணியில் பெண்கள் ஈடுபட்டுள்ளனர் என்பதையே அவரை கொய்யுநர் என்ற தொடர் சுட்டிக்காட்டுகிறது. பயறு வகைகளை அறுவடை செய்வதில் பெண்கள் தற்காலத் திலும் பெரும்பங்கு வகிக்கின்றனர். ஆயர் மகளிர் இவர்களுக்கு உணவு சமைத்துக் கொடுத்தனர் என்ற குறிப்பு இன்றியமையா தது. இனக்குழு வாழ்க்கையில் திறமை (Skill)க்கு மதிப்பளிக்கப் பெற்றமையை இனவரைவியல் ஆய்வுகள் வழி அறியலாம். அவரை கொய்யுநருக்கு ஆயர் மகளிர் வரகு அரிசிச் சோற்றுடன் தயிர் கலந்து சமைத்துக் கொடுத்தனர் என்பது இப்பாடல் தரும் குறிப்பு. ஆயர் மகளிர் அவரை கொய்யுநருக்கு ஏன் சமைத்துக் கொடுத்தனர்? அவரை கொய்யுநர் யார்? கொய்யப் பட்ட அவரை யாருக்குக் கொடுக்கப்பட்டது? அவரை கொய்யுநர் தொழில் அடிப்படையிலான கூலிகளா? என்பன போன்ற கேள்விகள் எழுகின்றன. இக்கேள்விகளுக்கான விடை அப்பாடலில் இடம்பெறவில்லை.

"வளம் என்பது வேளாண் விளைச்சலை அடிப்படையாகக் கொண்டிருந்ததால், அதற்கு வாய்ப்பேற்படுத்திக் கொடுத்த தொழில்நுட்பத்தைக் கற்றுக்கொண்டவர்கள் எங்கிருந்தாலும் வரவேற்கப்பட்டார்கள். அதாவது, உற்பத்தியைப் பெருக்கும் நுட்ப ஆற்றலைக் கைக்கொண்டவர் யாராக இருந்தாலும் அவர், குழு முறைமைகளையும் நில எல்லைகளையும் தாண்டி ஏற்றுக்கொள்ளப்பட்டார். இதையே 'அறிவுடையோன் ஆறு அரசும் செல்லும்' என்னும் வரி உறுதிப்படுத்துகிறது" என்கிறார் மே.து. ராசுகுமார் (2008 : 8). இக்கருத்தின் அடிப்படையில் அவரை கொய்நரை அணுகினால் அவர்கள் குறிப்பிட்ட வேளாண் தொழில்நுட்பம் பெற்றவர்கள் எனத் தெளியலாம்.

பரந்துபட்ட இப்பரப்பில் வெவ்வேறு இயற்கைச் சூழலில் வாழும் குழுக்கள் தாங்கள் வாழும் சூழலில் உள்ள உணவை அடையாளம் கண்டிருப்பர். அவ்வுணவு குறித்த அறிவும் அவர்களிடமே மிகுதியாக இருக்கும். ஆயர் தொழில் செய்பவர் கள் பயிரிட்ட அவரையை அதனைப் பற்றி அறிந்திருந்த பெண்களால் அறுவடை செய்யப்பெற்றது. அவரை கொய்யுநர் வரவழைக்கப்பெற்றவர்கள் என்பது தெளிவு. அறுவடை செய்யப் பெற்ற அவரை பங்குவைக்கப் பெற்றிருக்கலாம். அவரை கொய்யுநருக்கு வழங்கப்பெற்ற உணவும் நம் கவனத்திற்குரியது. அவர்களுக்கு வரகு அரிசிச் சோறு சமைத்துக் கொடுக்கப் பட்டது என்பது இன்றியமையாதது. வேளாண் தொழிலில் ஈடுபடும் கூலித்தொழிலாளிகளுக்கு நண்பகல் உணவு வழங்கும் வழக்கம் தமிழகத்தில் இன்றும் பரவலாக வழக்கிலுள்ளது:

குறிப்பாகக் குமரி மாவட்டத்தில் காலையில் வெள்ளக்கும் (கருப்புக்கட்டியும் வடிதண்ணீரும் அல்லது மரவள்ளிக் கிழங்கும் தேனீரும்), நண்பகலில் உளுந்தங்கஞ்சியும் (தற்காலத்தில் சாப்பாடு) வழங்கும் வழக்கம் உள்ளது. நெல், பயறு வகைகளை அறுவடை செய்பவர்களுக்குக் கூலியாகத் தானியம் வழங்கும் வழக்கமும் தமிழகத்தில் அண்மைக் காலம் வரை வழக்கில் இருந்தது. பசுமைப்புரட்சிக்குப் பின்னரே கூலி பணமாக வழங்கும் வழக்கம் தோன்றியது. இம்மரபுகள் அவரை கொய்நரோடு ஒப்புநோக்கத்தக்கவை. குறிஞ்சியில் சுடுதலும் வக்குதலும் இன்றியமையாத சமையல் முறைகளாக இருந்தன. ஆனால், முல்லையில் மேற்குறித்த இரண்டோடு வேகவைத்தல் இன்றியமையாத இடத்தைப் பெறுவதைப் பல பாடல்கள்வழி அறிய முடிகிறது. முல்லையில் தானிங்கள் பெருமளவில் உணவாகப் பயன்படுத்தப்பெறும் நிலை உருவாகிறது. தானியங்களைப் பயிரிடுவதும் சமைத்து உண்பதும் பரவலான முறையாக வளர்ச்சி பெறுகிறது. இவ்வளர்ச்சிப் போக்கின் விளைவாகத் தானியங்களைப் பதப்படுத்த உரல், உலக்கை போன்ற கருவிகளும் சமைப்பதற்குரிய மட்கலங்களும் தானிய விதைகளைச் சேகரித்துவைக்கும் முறையும் உருப்பெறுகின்றன. வேகவைத்த உணவு எளிதில் கெட்டுப்போகும் தன்மையுடையது. எனவே, சமைத்த உணவைப் பாதுகாக்கும் தேவை ஏற்படுகிறது. சமைத்த உணவில் நீர்ஊற்றிவைத்தல், புளி பயன்படுத்துதல் ஆகிய இருமுறைகளும் முல்லை நில மக்களால் கண்டறியப் பெறுகின்றன. இம்முறைகள் தற்காலம் வரை வழக்கில் இருப்பது குறிப்பிடத்தக்கவை.

தினை அரிசிச் சோறும் (மலைபடு. 168, 169), வரகரசிச் சோறும் அவரைப்பருப்பு, புளியங்கூழ், அவரைவிதையும், மூங்கில் அரிசியும் சமைத்து உண்ட செய்திகள் 'மலைபடுகடாம்', 'பெரும்பாணாற்றுப்படை' ஆகியவற்றில் காணப்படுகின்றன. 'புறநானூ'ற்றின் 333ஆவது பாடலில் "குறள் உணங்கு விதைத் தினை உரல்வாய்ப் பொய்த்து" என்னும் குறிப்பு உள்ளது. இரவலர்க்கு உணவு கொடுக்கத் தினை அரிசி இன்மையால் விதைக்காக உலரவைத்திருந்த தினையை எடுத்து உரலில் இட்டு உமி அகற்றிச் சமைத்து பெண் ஒருத்தி உணவு வழங்கினாள் என்ற செய்தி அப்பாடலில் பதிவாகியுள்ளது. தானியங்கள் உரலில் இட்டுக் குத்தப்பட்டதும் விதைக்காகத் தினை உலரவைக்கப்பெற்ற செய்திகளும் இன்றியமையாதவை. உரல் குறித்த செய்தி பல இடங்களில் உள்ளது. விதைக்குரிய தினை கதிரோடு உலர வைக்கப்பட்டதாகச் சொல்லப்படுகிறது. அதாவது, விதை சேதப்படாமலும் அதிக வெப்பத்தில் உயிர்த் தன்மை இழந்துபோகாமலும் இருக்க வேண்டும். அதன் ஈரத்

தன்மை முற்றிலும் அகன்றுவிடக் கூடாது. இதனாலேயே கதிரோடு உணங்க வைக்கப்படுகிறது. விதைக்கு ‘அரை உணங்கு’ எனத் தற்காலத்தில் குறிப்பிடுவர். இதனையே ‘புறப்பாடல்’ “குறள் உணங்கு” எனக் குறிப்பிடுகிறது. குறள் என்பதற்குக் குறுமை, சிறுமை என்ற பொருள்களும் உண்டு என்பது குறிப்பிடத்தக்கது. உணங்கவைத்தல் என்ற சொல்லாட்சி குமரி மாவட்டப் பகுதியில் “ஒணங்கப்போடல்” என வழக்கிலுள்ளது. விதைகளுக்காக எடுக்கும் பொதியுடைய தானிய வகைகளுள் பெரும்பாலானவை கதிர்களாகவே எடுக்கப்படுவது இன்றளவும் வழக்கிலுள்ளது. விதைகளைச் சேமித்துவைத்தல் என்பது பருவகாலம் அறிந்து விவசாயம் செய்யும் வழக்கத்தைக் குறிப்பதாகக் கொள்ளலாம். உரல், உலக்கை சமையலுக்கான மட்கலங்களின் பயன்பாடு கைவினைக் கலைஞர்களின் உருவாக்கத்திற்கு வழிவகுத்திருக்க வேண்டும். பானை, மிடா, குழிசி போன்ற சமையல் பாத்திரங்கள் வழக்கிலிருந்துள்ளன.

மருதநிலத்தில் காணப்பெற்ற உணவு வகைகள் உணவுப் பழக்கவழக்கத்தில் ஏற்பட்ட பெருமாற்றங்களைச் சுட்டிக்காட்டுகின்றன. தானியங்களைப் பயிரிடும் முறை மருத நிலத்தில் நெறிப்படுத்தப்படுகிறது. நிலம் வன்நிலம் என்றும், மென்நிலம் என்றும் அழைக்கப்பெற்றதாகப் ‘புறநானூ’ற்றுப் பாடல் *(42 : 17 – 18)* குறிப்பிடுகிறது. நீர்வளத்தையும் மண்ணின் தன்மையையும் அடிப்படையாகக்கொண்டே நிலம் இவ்வாறு பிரிக்கப்பெற்றது. வன்நிலம், நீர்வளம் குறைந்த மென்மைத் தன்மையற்ற நிலம் ஆகும். மென்நிலம், நீர்வளமிக்க மென்மையான நிலம் எனலாம். வன்நிலத்தார், மென்நிலத்திற்கு வருவதும் அவர்களுக்கு உணவளிக்கப்படுவதுமுண்டு. ஒரு குறிப்பிட்ட நிலப்பகுதியினருக்கு உணவுப் பற்றாக்குறை ஏற்படும்போது உணவு மிகுதியாகக் கிடைக்கும் இடத்திற்கு அவர்கள் சென்று வந்தனர் என்பதையும் இப்புறப்பாடல் தெளிவுப்படுத்துகிறது.

நெல்லை அறுவடை செய்யும்போது கடைமடையிலிருந்து வாளை மீனையும் வயல் உழும்போது உழுபடையால் வெளி வரும் ஆமையையும் பிடித்து உணவாக வன்நிலத்தாருக்கு வழங்கிய செய்தி ‘புறநானூறு’ 42ஆவது பாடலில் பதிவாகியுள்ளது. இக்குறிப்புகளின் வழி வேளாண் நிலத்தின் தன்மையை அறியலாம். வடிநிலங்கள் அல்லது மழைக்காலங்களில் நீர் தேங்கி வடிந்த பகுதிகளிலேயே விவசாயம் செய்துள்ளனர் என உணரலாம். இத்தகைய நிலங்களிலேயே நீர் வடிந்தபின் தன் இனப்பெருக்கத்தைத் தக்கவைத்துக்கொள்ள மீன்களும் ஆமைகளும் சேற்றுக்குள் புதைந்து மழைநீருக்காகக் காத்திருக்கும். இவற்றை மென்நிலத்தார் உணவுக்காகப் பயன்படுத்தியுள்ளனர்.

வயல்களை உழும்போது கிடைக்கும் மீன்களை உணவுக்காகப் பயன்படுத்தும் வழக்கம் அண்மைக்காலம் வரை தமிழகத்தில் பரவலாகக் காணப்பெற்றது. ஆற்றுப்பாசனம், ஏரிப்பாசனம், குளத்துப்பாசனம் பெறும் வயல்களை உழும்போது விலாங்கு, பொத்தி, தேளி போன்ற மீன் வகைகள் அண்மைக்காலம் வரையிலும் கிடைத்து வந்தமையை அறிவோம். இவ்வகை மீன்கள் சேற்றில் வாழ்வது இயல்பு. பசுமைப் புரட்சிக்குப் பின்னர் குறிப்பாக இரசாயன உரங்களையும் பூச்சிக் கொல்லி களையும் பயன்படுத்தத் தொடங்கிய பின்னர் இவ்வாறு மீன்கள் கிடைப்பதில்லை.

மருத நிலம் வடிநிலங்களாக மட்டும் இருக்கவில்லை. வேளாண் தொழிலுக்கு நீர் எவ்வளவு இன்றியமையாதது என்றும் அதனை எவ்வாறு முறைப்படுத்துவது என்றும் சங்க கால மக்கள் அறிந்திருந்தனர். நாடு என்பது நீர்வளத்தைக் கொண்டே வரையறுக்கப்பெற்றது. நீர் வாழ்க்கை ஆதாரங்களுக்கு எல்லாம் அடிப்படையானது என்பதை அவர்கள் உணர்ந்திருந் தனர். எனவேதான், உணவு என்பதை 'நிலத்தோடு நீர்' என வரையறுத்தனர்.

உணவு எனப்படுவது நிலத்தொடு நீரே
நீரும் நிலனும் புணிரியோர் ஈண்டு
உடம்பும் உயிரும் படைத்திசி னோரே

(புறம். 18 : 21 – 23)

நீரையும் நிலத்தையும் சேர்ப்பவர்கள் உடம்பையும் உயிரையும் படைப்பவர்கள் என்பதை இப்பாடல் வரிகள் உணர்த்துகின்றன. நிலத்திற்குப் பாசன வசதியை ஏற்படுத்துபவர் களின் இன்றியமையாமையை இதன் வழி உணரலாம். "உணவு உற்பத்தியின் தொடக்கக் காலக்கட்டங்களில் கூட்டுக் குழுவினர் தங்களது ஒன்றுபட்ட உழைப்பால் காடுகளை அழித்துத் திருத்தி விளைச்சலை மேற்கொள்ள முடிந்தது. நுட்பங்கள் பயன்படுத்தாத அன்றைய தொடக்க நிலை வேளாண்மைக்கு, அத்தகைய கூட்டு உழைப்பு மட்டுமே போதுமானதாகவும் அமைந்தது. ஆயினும், அடுத்தடுத்த கட்டங்களில், வேளாண் உற்பத்தியிலும் விரிவாக்கத்திலும் கூட்டுக் குழுவினரின் உழைப்பு ஆற்றலுடன் நுட்ப அறிவும் இணைய வேண்டியிருந் தது. பயிரிடுவதில் புதிய நுட்பங்களும் முன்னேற்றங்களும் ஏற்பட்டிருந்ததுடன், இயற்கையை மட்டும் சார்ந்திருந்ததற்கு மாறாக, நீர் வளங்களை முறைப்படுத்திப் பயன்படுத்திக்கொள் கின்ற வளர்ச்சியும் உருவாகிவிட்டது. இதனால்தான், நீரும் நிலனும் இணைய வேண்டுமென்பதும் வலியுறுத்தப்பட்டது" (மே.து. ராசுகுமார், 2008 : 10). இவ்வாறு மருத நிலம் ஒரே

தன்மையுடையதாக அமையாதிருந்ததுபோலவே உணவுப் பழக்கமும் பல்வேறு வகைப்பட்டதாக அமைந்திருந்தமையை அறியலாம்.

மருத நில மக்கள் வெண்சோற்றை நண்டும் பீர்க்கங்காயும் சேர்த்துச் செய்யப்பெற்ற கலவையுடன் உண்ட செய்தியைச் 'சிறுபாணாற்றுப்படை' *(193 – 195)* குறிப்பிடுகிறது. வெண்ணிற அரிசி வகைகள், இறைச்சி வகைகள், காய்கனிகள், கீரைகள், அவல், ஊறுகாய், பயறு, பருப்பு வகைகள் ஆகியவை மருத நில உணவு வகைகளுள் இடம்பெற்றிருந்ததைப் 'புறநானூறு', 'பெரும்பாணாற்றுப்படை', 'சிறுபாணாற்றுப்படை', 'நற்றிணை'ப் பாடல்கள் குறிப்பிடுகின்றன. இங்கு, உணவு வகைகளின் எல்லை விரிவடைந்துள்ளது என்பதைக் கவனத்தில்கொள்ள வேண்டும். அதாவது, சங்ககால மக்களின் நிலையுயிர், அசை யுயிர் தொடர்பான அறிவு விரிவடைந்துள்ளது எனலாம். தன்னைச் சுற்றியுள்ள சுற்றுச்சூழலில் குறிப்பாக நீர்வளமிக்க பகுதிகளில் வளரும் செடி, கொடி, கீரை, கிழங்கு வகைகளை நுட்பமாகக் கவனித்து உணவாகப் பயன்படுவனவற்றைத் தெளிவாக அடையாளப்படுத்தும் அறிவு மருத நிலத்தில் மிகுதியாக இருந்துள்ளது. உணவுப் பொருட்களின் எல்லை விரிவடைந்ததும் அதற்கேற்றாற்போல் சமையல் முறையும் விரிவடைந்துள்ளதைக் காணலாம். குழம்பு, கூழ், அவியல், பொரியல், ஊறுகாய் போன்றவை தயாரிக்கப்பெற்றன. பழைய சோற்றின் பயன்பாடும் மிகுதியாகியுள்ளது.

நெய்தல் நிலத்தில் மீன் வகைகள், இறைச்சி, ஆமை ஆகியவை இன்றியமையாத உணவாக இருந்தன என்பதைப் 'புறநானூறு', 'நற்றிணை', 'அகநானூறு', 'சிறுபாணாற்றுப்படை', 'பெரும்பாணாற்றுப்படை' ஆகியவை குறிப்பிடுகின்றன. மீனை உலரவைத்தல், இறைச்சிக்காகப் பன்றி வளர்த்தல் ஆகியன உணவு வகைகளின் புதுவரவுகளாக அமைகின்றன. 'சிறு பாணாற்றுப்படை' *(156 – 163)* உலர்ந்த மீனின் இறைச்சியைப் பெண்கள் உண்ட செய்தியைப் பதிவுசெய்துள்ளது. தொண்டை நாட்டு மக்கள் நெல்லையிடித்து மாவாக்கிப் பன்றிக்கு இட்டுக் கொழுக்கச் செய்து அப்பன்றியைக் கொன்று இறைச்சியைச் சமைத்து உண்ட செய்தி 'பெரும்பாணாற்றுப்படை'யில் *(339 – 345)* உள்ளது. இறைச்சிக்காகக் கால்நடைகளை வளர்த்த செய்தி இன்றியமையாதது. நெய்தல் நில மக்களுக்கு விலங்கு களின் இறைச்சி அரிது. எனவே, அவர்கள் இறைச்சிக்காகக் கால்நடைகளை வளர்க்கும் நிலைக்கு வந்தடைகின்றனர் எனலாம். இறைச்சியைப் பொரித்து உண்ணும் வழக்கமும் இருந்தது என்பதைப் பட்டினப்பாலை *(176 – 178)* குறிப்பிடுகிறது.

பாலை நிலத்தில் உணவு வகைகள் குறைந்தே காணப்படு கின்றன. நெல், புல்லரிசி, ஆமை இறைச்சி, உடும்பு ஆகியவையே இன்றியமையாத உணவாக அமைகிறது.

உணவு வாழ்விற்கு அடிப்படையான ஒன்று என்றாலும் அது பண்பாட்டில் தனித்த ஒரு கூறு அன்று. சுற்றுச்சூழல், கருவிகள், சமையல் முறை, உற்பத்திமுறை, உணவு ஆதாரத்தின் வளம் ஆகியவற்றைப் பொறுத்தே ஒரு குழுவின் உணவு மரபு அமைய இயலும். இக்கூறுகளோடு உணவுசார் கைவினைப் பொருட்கள் ஆகியவற்றோடு இணைந்தே உணவு பார்க்கப்பட வேண்டும். எல்லா வகையான உணவும் ஒரே காலகட்டத்தில் கண்டறியப்பெற்றவையாகவும் இருக்க இயலாது. உணவு வகைகளை இனங்காணுதல் சமையல் முறை ஆகியவற்றுக் குள்ளும் ஒரு படிமலர்ச்சி உண்டு என்பதை நினைவில்கொள்ள வேண்டும். இதனால்தான் ஒவ்வொரு திணையிலும் வெவ்வேறு வகையான உணவு மரபுகள் பதிவாகியுள்ளன. இருப்பினும் ஒவ்வொரு திணைக்கும் அதற்கேயுரிய தனித்தன்மையான அல்லது திணைசார் உணவு வகை இருந்திருக்க வாய்ப்பில்லை எனலாம். உணவு உற்பத்தி திணை சார்ந்து வேறுபடலாம். ஆனால், எல்லாத் திணையைச் சேர்ந்த குழுக்களும் எல்லா வகையான உணவையும் உண்டு வாழ்ந்தனர் என்றே கருத இடமுள்ளது. இதற்கு அடிப்படைக் காரணமாக அமைந்தது பண்டமாற்று முறையும் குழு உற்பத்திமுறையுமே எனலாம். ஒரே மாதிரியான உணவுமரபு சங்ககாலத்தில் இல்லை என்றே கூறலாம். ஒவ்வொரு திணைக்குரிய பொருளில் இடம்பெறும் உணவு என்பது அத்திணைக்குரிய மக்களின் உணவு மரபைக் குறிப்பதாகப் பொருள்கொள்வதைவிட உணவு உற்பத்தியைக் குறிப்பது என்று பொருள்கொள்வதே பொருத்தமுடையது எனலாம்.

குறிஞ்சியில் வேட்டையாடுதலும் உணவு சேகரித்தலும் என்னும் உணவு ஈட்டும் மரபு தொடங்கியபோது பச்சை உணவே முதலிடம் வகித்தது. காட்டுத்தீயில் வெந்த விலங்குகளை உணவாகப் பயன்படுத்த முடியும் என்ற அறிவைப் பெற்றது சமையலின் தோற்றத்திற்கு அடிப்படையானது. இச்சமையலும் ஒரு குறிப்பிட்ட படிமலர்ச்சியைப் பெற்று வந்துள்ளது எனலாம். சுடுதல், வக்குதல், வேகவைத்தல், புளிக்கவைத்தல், பொரித்தல் எனச் சமையலின் வளர்ச்சிப் போக்கு அமைந்திருப்பதைச் சங்க இலக்கியங்கள் பதிவுசெய்துள்ளன. நெருப்பின் பயன் பாடும் அதனைத் தன் கட்டுக்குள் வைத்துக்கொண்டதும் சமையல் வளர்ச்சியடையப் பெரிதும் துணைபுரிந்தன எனலாம். சுடுதல், வக்குதல் ஆகிய முறைகள் பெரும்பாலும் ஆண்களா

லேயே செய்யப்பெற்றன. குறிப்பாக இவ்விரண்டு முறைகளும் நேரடியாக வேட்டையோடு பிறந்த சமையல் முறைகள் எனலாம். நெருப்பு மனிதனின் கட்டுப்பாட்டுக்குள் கொண்டுவரப்பெற்ற பின்னர் வேகவைத்தல் முறை தோன்றியிருக்கக்கூடும். மட்கலங்களின் உற்பத்தியும் இதற்குத் துணைபுரிந்தது எனலாம். வேக வைத்தலைப் பெரும்பாலும் பெண்களே செய்துள்ளனர் என்பதைச் சங்க இலக்கியக் குறிப்புகள் சுட்டுகின்றன. எனவே, வேகவைத்தல் முறையைப் பெண்களே கண்டுபிடித்திருக்கலாம் என்றும் இதன் பின்னரே சமையல் பெண்களுக்குரியதாக மாறியது என்றும் அனுமானிக்கலாம்.

மீன், இறைச்சி போன்றவற்றிலிருந்து எடுக்கப்படும் நெய் அல்லது எண்ணெய் சமையலுக்குரிய பொருளாக இனங்காணப்படுகின்றது. நெய்தல் நிலத்தில் பண்டமாற்றுச் செய்பவர்கள் நெய்யைப் பெற்றுச் சென்ற செய்திகள் சங்க இலக்கியத்தில் பல இடங்களில் பதிவாயுள்ளன. நெய்தல் நில மக்களே மீன், இறைச்சி போன்றவற்றை உலரவைத்துப் பயன்படுத்தும் வழக்கமுடையவர்களாக இருந்தனர். எனவே, நெய்யை உருக்கி எடுக்கும் முறையை அவர்களே அறிந்திருக்க வாய்ப்புண்டு நெய்தல் நில மக்களுக்கு நெய் எளிதில் கிடைத்தமையால் பொரித்து உண்ணும் வழக்கம் அவர்களிடம் பெருவழக்காயிருந்தது. நெய் அல்லது விலங்கின் எண்ணெய் பொரித்தல் முறை தோற்றம்பெற வழிவகை செய்தது எனலாம்.

வேகவைத்தல் அறிமுகமான பின்னர் உணவு வகை பலவாகின. ஒன்றுக்கு மேற்பட்ட உணவுப் பொருட்களைச் சேர்த்து வேகவைப்பதன் மூலம் வெவ்வேறு வகையான உணவைத் தயாரித்தனர். தானியங்களுடன் பருப்பு அல்லது பயறு வகைகளைச் சேர்த்து அவித்தல் தானியங்களுடன் இறைச்சியைச் சேர்த்து அவித்தல் போன்ற வழக்கங்கள் சங்க இலக்கியங்களில் பதிவாகியுள்ளன. இறைச்சியோடு தயிர் சேர்த்துச் சமைக்கும் வழக்கம் பல பாடல்களில் பதிவாகியுள்ளது. (புறம். 326). தயிர் இறைச்சியை மிருதுவாக்கும் தன்மை உடையது. தற்காலத்திலும் இறைச்சியில் தயிர் சேர்த்துச் சமைக்கும் வழக்கம் உள்ளது குறிப்பிடத்தக்கது. பால், மோர், புளி ஆகியவை தானிய உணவுகளோடு சேர்த்து உண்ணும் வழக்கம் குறித்த குறிப்புகளும் உள்ளன (புறம். 120, அகம். 37). தற்கால வழக்கத்தில் உள்ள பாற்சோறு, புளிச்சோறு போன்றவை இவற்றோடு ஒப்பு நோக்கத் தக்கவை. உணவின் சுவையை வேறுபடுத்தவும் கண்டறிந்த உணவு வளங்களைப் பயன்பாட்டிற்குக் கொண்டு வரவும் ஒன்றுக்கு மேற்பட்ட உணவுப் பொருட்கள் சேர்த்துச் சமைக்கப்பெற்றன எனலாம். உணவைச் சமைப்பது தொடர்

பான தொழில்நுட்பங்கள் பல வழக்கிலிருந்தன எனவும் உணர முடிகிறது.

உணவு பாதீடு செய்வதற்குரியது, அது கூட்டு உழைப்பால் உற்பத்தி செய்யப்படுவது. உணவின் ஆதாரமான இயற்கை பொதுச் சொத்தாக இருந்தது என்பதைப் பெரும்பான்மை யான சங்க இலக்கிய ஆய்வாளர்கள் சுட்டிக்காட்டியுள்ளனர். இருப்பினும் சிற்றுண்டி விற்பனைப் பொருட்களாகவும் இருந்தது என்பதை ‘மதுரைக்காஞ்சி’, ‘பெரும்பாணாற்றுப்படை’ ஆகிய நூல்கள் குறிப்பிடுகின்றன. பச்சை உணவும் பதப்படுத்தப் பெற்ற (மீன், இறைச்சி) உணவும் பண்டமாற்றுச் செய்யப் பெற்றுள்ளன சமைத்த உணவு பண்டமாற்றுச் செய்யப்பட்ட தாகத் தெரியவில்லை. அவ்வாறாயின் பச்சை உணவு மட்டுமே பண்டமாற்றுக்குரியதாகக் கருதப்பெற்றது எனலாம். பச்சை உணவு எல்லாப் பண்பாட்டு நிலைக்களன்களுக்குள்ளும் மிக எளிதில் கடந்துசெல்லும். ஆனால், சமைத்த உணவு அவ்வாறு கடந்துசெல்ல இயலாது. தற்காலத் தமிழ்ச் சமூகத் திலும் சமைத்த உணவு தீட்டுடையதாகக் கருதப்படுவதால் அது ஏறுவரிசையில் கடத்தப்படுவதில்லை என்பது குறிப்பிடத் தக்கது. இவ்வாறே சமூக அடுக்குமுறை, ஏற்றத்தாழ்வுகள் போன்ற சிக்கல்களின் காரணமாகச் சமைத்த உணவு சங்க காலச் சமூகத்தில் பண்டமாற்றுப் பொருளாகக் கருதப்பட வில்லை எனக் கருதும் வாய்ப்புண்டு. இங்கு, ராஜ்கௌதமனின் கருத்து மனங்கொள்ளத்தக்கது. “சங்காலத் தமிழ்ச் சமுதாயம் இம்மூன்று தேவைகளையும் (உணவு, உடை, உறைவிடம்) நிறைவேற்றுவதில் சமச்சீரான நிலைமையில் காணப்படாமல், சில படிநிலைகளில் ஏறுவரிசையில் இருந்தது. வேட்டைச் சமூகம் முதல் வேந்தர் ஆட்சிச் சமூகம் வரை ஒரு ஏறுவரிசையில் அமைந்த சங்காலத் தமிழ்ச் சமூகத்தில் இப்படி நிலைகளுக்கு ஒத்தவாறு உணவு, உடை, உறைவிடம் ஆகிய தேவைகள் நிறைவேற்றப்பட்டன” *(2006 : 198).*

சங்க காலச் சமூகத்தில் காணப்பெற்ற வேடர், எயினர், பரதவர், ஆயர், குறவர், உமணர் போன்ற இனக்குழுக்கள்தாம் சார்ந்திருந்த நிலைக்களன்களின் இயற்கை வளங்களிலிருந்து கிடைக்கும் உணவு வகைகளை அடையாளம் கண்டிருந்தனர். அந்நிலைக்களன்களில் உணவு உற்பத்தி செய்யும் தொழில்நுட்பங் கள் அவர்கள் சார்ந்த மரபுகளாக வளர்த்தெடுக்கப்பட்டன. உணவு உற்பத்தி மரபுகளின் அடிப்படையில் வெவ்வேறு இனக்குழுக்களை அடையாளப்படுத்தும் குழுப்பெயர் அடை யாளங்கள் நிலைபெற்றன. பண்டமாற்றுப் பொருளாதாரத்தில் உணவு இன்றியமையாத இடத்தை வகித்தமையும் நகர்ப்புறங்

களின் வளர்ச்சியும் உணவுசார்ந்த மதிப்பீடுகளைத் தோற்று வித்தன எனலாம். "நகர்ப்புறங்களில் வாழ்ந்த செல்வர் வீட்டுப் பிள்ளைகட்கு மீனின் புலவு நாற்றம் ஆகாது : இழிந்த மீன் உணவு அவர்களுக்கு உரியதல்ல என்ற கருத்து மாற்றம் நிகழ்ந்தது (அகம். 110). பரதவர் குலம் தொழில் சார்ந்து அவர்கள் பிடித்துவந்த மீன் உணவிலும்கூடப் புலால் நாற்றம் இழிவு எனக் கற்பிக்கப்பட்ட போக்குப் புலப்படுகிறது" என்கிறார் ராஜ்கௌதமன் (2006 : 205). உணவுத் தரநிலைப்படுத்தப்பெற்றன என்பதற்குப் பல சான்றுகள் உள்ளன. சமையலின் வளர்ச்சி குறிப்பாக வேகவைத்தலும் நெய்தல் நிலத்தில் பெருவழக்காக இருந்த பொரித்தலும் உணவின் தரத்தைச் சுடுதல், வக்குதல் போன்றவற்றிலிருந்து வேறுபடுத்தியது. இம்முறைகளால் புலவு நாற்றம் இல்லாத உணவு தயாரிக்கப்பெற்றன என்பதை அகம். 110 ஆவது பாடல் உணர்த்துகிறது.

வெண் அரிசிச் சோறு நிலையான உணவாகப் பரிண மித்தது என்பதைப் பல பாடல்களின் வழி அறியலாம். சமைத்த உணவில் காணப்பெறும் புலவு நாற்றம் நெல்லைப் பதப்படுத்தி உரலில் பெய்து வெண் அரிசி தயாரிக்கும் தொழில்நுட்பம் பெருவழக்காகியதும் இழிவானதாகக் கருதப்பட்டிருக்கலாம். சமைத்த உணவு தொடர்பான இத்தகைய மதிப்பீடுகள் அதற்குரிய பண்டமாற்றுத் தகுதியை இழக்கச் செய்திருக்க வேண்டும். ஒருவர் சமைத்து ஒழிந்த அடுப்பில் மற்றொருவர் சமைக்கும் வழக்கம் இருந்துள்ளது என்பதை அகம். 119 உணர்த்து கிறது. காடுகளிலும் மலைகளிலும் பல்வேறு தேவைகளுக்காக அலையும்போது அங்கங்குக் கிடைக்கும் உணவைச் சமைத்து உண்டனர். மேலும், சமைத்த உணவு கூட்டு உற்பத்தி சாராத சமூகப் பொதுத்தளத்திலிருந்து விலகிய பொருளாகவும் எல்லா நிலைக்களன்களுக்கும் பொதுவான உணவு சமையல் முறை இல்லாமையும் சமையல் சார்ந்த உழைப்புக் கூட்டு உழைப்புக் குரியதாக அமைந்திருக்கவில்லை எனக் கருதும் வாய்ப்பும் உண்டு. இவ்வாறு சமைத்த உணவு பண்டமாற்றுக்குத் தகுதியுடை யதாகக் கருதப்படாமையால் அது பாதீடுக்குரிய பொருளானது எனலாம்.

குறிப்பிட்ட நிலப்பரப்புக்குள் வாழும் மக்கள் அந்நிலப் பரப்பில் கிடைக்கும் உணவு வகைகளை மட்டும் உண்பதில்லை. வெவ்வேறு நிலப்பரப்புகளில் வாழும் மக்கள் அவ்வப்பகுதி களில் இயற்கையாகக் கிடைப்பனவற்றுள் சிலவற்றை உணவாக அடையாளம் காண்கின்றனர். இவ்வாறு அடையாளம் காணப் படும் உணவு குழுக்களுக்கிடையில் பண்டமாற்றுச் செய்யப் படுகிறது. சோழநாட்டுக் குறிஞ்சி நில மக்கள் கிழங்கையும்

தேனையும் பண்டமாற்றுச் செய்து மீன், நெய், நறவை(கள்) ஆகியவற்றைப் பெற்றுக்கொண்டதாகப் பொருநர் ஆற்றுப்படை (214 – 215) குறிப்பிடுகிறது. மான் தசை, யானைக்கோடு, அகில், சந்தனம் முதலியவற்றைப் பண்டமாற்றுச் செய்து நெய் பெற்று வந்தனர் எனப் 'புறநானூற்றுப் பாடல் (33 : 1 – 7) ஒன்று குறிப்பிடுகிறது. பண்டமாற்றுப் பொருளாகப் பெறப்பெற்ற உணவு வகைகள் வெவ்வேறு நிலத்திற்குரியவை. இவ்வுணவு வகைகளுக்குப் பின்னால் உள்ள தொழில்நுட்பங்கள் என்ன என்பது பற்றிய குறிப்புகள் நேரடியாக இல்லை. இருப்பினும் அவை எளிய தொழில் நுட்பங்களின் துணையால் தயாரிக்கப் பெற்றவை என்பதை உணரலாம். சான்றாக, நெய், கள், வெல்லம் ஆகியவற்றைக் குறிப்பிடலாம். இவை இரண்டும் நேரடியாக இயற்கையிலிருந்து கிடைப்பவை அன்று. இவற்றிற்குரிய மூலப்பொருட்கள் சில படிமுறைக்குள்ளாக்கப் படுவதன் மூலமே அவை தயாரிக்கப்படுகின்றன. இயற்கை யிலிருந்து நேரடியாகக் கிடைக்கும் உணவுப் பொருட்களை நிலைமாற்றம் செய்யும் தொழில்நுட்பங்கள் எல்லா நிலங்களிலும் இருந்தமைக்கான சான்றுகள் உள்ளன.

வேட்டையாடுதலிலும் கிழங்கு அகழ்தலிலும் இருந்து மந்தை மேய்த்தலுக்கூடாக நிலம் பண்படுத்தி, விவசாயம் செய்து, செந்நெல்லும் வெண்நெல்லும் சாப்பிட்டுப் பட்டினம் கண்டு, வாணிபம் செய்து, வளர்ச்சி பெற்றது வரை ஒரு பரிணாம வளர்ச்சியைக் காணுகிறோம். இப்பரிணாம வளர்ச்சிக் கூடாகவே தமிழர் சமூகம் வளர்ந்திருக்க வேண்டும் என்பார் மௌனகுரு (2006 : 51). இத்தகைய பரிணாம வளர்ச்சியை உணவிலும் காணமுடியும். சங்க இலக்கியங்களில் பதிவாகியுள்ள உணவு தொடர்பான செய்திகளை ஒன்றோடு ஒன்று தொடர்பு படுத்திப் பார்க்கும்போது அது ஒரு குறிப்பிட்ட காலத்தோடு தொடர்புடைய செய்திகள் இல்லை என உணரலாம். மேலும், உணவுத் தேவையைப் பொறுத்தவரையில் எந்த இனக்குழுவும் தன்னிறைவாக இருக்கவில்லை : குறிப்பிட்ட நிலைக்களனில் குறிப்பிட்ட உணவு மிகையாக உற்பத்தி செய்யப்பெற்றாலும் தங்களுக்குத் தேவையான எல்லா வகையான உணவு வகை களையும் ஒரே நிலைக்களனிலிருந்து பெற்றுக்கொள்ள முடிய வில்லை. எனவே, அவை ஒவ்வொன்றும் ஒன்றை ஒன்று சார்ந்துதான் இருந்தன எனலாம். பண்டமாற்று முறையும் பாதீடும் இதை உறுதி செய்கின்றன. மேலும், சங்க கால உணவு முறைகள், சமையல் முறைகள் ஆகியவற்றின் மரபுத் தொடர்ச்சி தற்காலத் தமிழ்ச் சமூகத்திலும் உள்ளது எனவும் தெளியலாம்.

6

ஈழத்தின் உணவு முறைகள்

பத்மாசனி குலராஜசிங்கம்

முன்னோர்கள் தமது ஆரோக்கியம் கருதி வீட்டைப் பெருக்குதல், துடைத்தல், அம்மி, கல் உரலில் அரைத்தல், நெல் குத்தல், அரிசி இடித்தல், ஆட்டுக் கல்லில் அரைத்தல் போன்ற வேலைகளைச் செய்து, அதற்கேற்ற உணவுகளை இயற்கையான முறைகளில் ஆக்கித் தேகாரோக்கியத்துடன் வாழ்ந்துவந்தனர்.

விவசாய வேலைகளைத் தாமே செய்தும் தோட்டங் களைத் தாமே வீடுகளில் அமைத்தும் உணவுப் பொருட் களைப் பெற்று, பண்டமாற்றுச் செய்து உண்டனர். இதனால் நிறை போசனையையும் பெற்று நோய்களுக்கு ஆளாகாமல் நீண்ட ஆயுள்களையும் பெற்றுக்கொண்ட னர். விவசாயத்திலும் தோட்டங்களிலும் இயற்கை உரங்களைப் பயன்படுத்தினர்; போசாக்குடைய உணவு களை அவர்கள் பாகம் செய்து உண்டனர்; பருவகால உணவுகளை இயற்கை முறையில் உலர்த்தியோ புகைத்தல் முறை மூலமோ பாகம் செய்து உண்டனர். இதனால் நீண்ட ஆயுளுடன் வாழ்ந்தனர். மேலும், தேனிலும் உணவு களைப் பாதுகாத்துவந்தனர். மரக்கறிகள், பழங்கள் எல்லாம் தாமே பயிரிட்ட உடனடிப் பழங்களாக மரத் தின் அடியிலேயே நின்று பறித்து உண்டு மகிழ்ந்தனர்.

நீண்ட தூரம் கால் நடையையே மேற்கொண்ட சிறந்த உடல் பயிற்சியையும் பெற்றுக்கொண்டனர். கோயில்களில் காலாலே சுற்றிவருதல் நல்ல ஒரு உடற் பயிற்சியாக இருந்தது. தரையில் உட்கார்ந்து உணவருந்து தல் எமது இலங்கைத் தமிழர் உணவில் ஒரு சிறந்த பண்பாட்டு அம்சம்.

தரையில் அமர்ந்து உணவு அருந்துவதாலும் குனிந்து நிமிரும் செய்கையாலும் வயிற்றுக்குத் தேவையான உணவின் அளவு புரிகிறது. முதுகு நன்கு வளைந்து கொடுக்கிறது. உணவு சீக்கிரம் ஜீரணமாகிறது.

உணவு மேசையில், அமர்ந்து சாப்பிடுவதால் முழங்கால், முதுகு ஆகியவற்றில் விறைப்புத்தன்மை உண்டாகிவிடுகிறது. முழங்கால், மூட்டுவலிக்கு அடிகோலுகிறது. எமது நாட்டில் வாழ்ந்த மக்கள் தேச, காலநிலைகளை அனுசரித்துத் தகுந்த உணவு முறைகளைப் பின்பற்றி ஆரோக்கியமாக வாழ்ந்து வந்திருக்கிறார்கள்.

கடந்த சில நூற்றாண்டுகளுக்கு முன்னர் பிறநாட்டு அந்நியர் வருகையால் ஏற்பட்ட கலாச்சார ஊடுருவல் எமது மக்களின் உணவுப் பழக்கவழக்கங்களில் கணிசமான மாற்றங் களை ஏற்படுத்தியிருக்கிறது. தமிழரின் உணவு முறையில் மருத்துவம் சம்பந்தமான பல உண்மைகள் அடங்கியிருப்பதில் வியப்பில்லை. தமிழர்களில் பெரும்பாலானவர்கள் இந்துக்கள் அவர்கள் சைவ உணவுகளையும் அதே வேளை சமய நிகழ்வு களில் வேள்விகள், யாகங்கள் என்பவற்றில் மிருகங்களைப் பலியிடுவதையும் மாமிச உணவு உண்பதையும் ஆதரித்து வந்துள்ளனர் என்பதும் குறிப்பிடத்தக்கது.

அசைவ உணவை உட்கொள்ளும் இலங்கைத் தமிழர்களைப் பொறுத்தவரையில் அவர்கள் சில வேளைகளில் கடுஞ்சைவ மாகவும் மற்றைய வேளைகளில் அசைவமாகவும் இருக்கிறார் கள். முக்கியமாகச் செவ்வாய்க்கிழமை, வெள்ளிக்கிழமை, பிற சமய சம்பந்தமான விசேட நாட்களில் இவர்கள் கண்டிப் பாகச் சைவ உணவு விதிமுறைகளையே கடைப்பிடிக்கிறார்கள்.

சென்ற நூற்றாண்டில் கிறிஸ்தவர்களாக மதம் மாறிய பலர் பரம்பரை பரம்பரையாகவே சைவ உணவுப் பழக்கவழக் கங்களைக் கடைப்பிடித்து வருவதையும் காண முடிகிறதாக உள்ளது. வாழும் இடம், சமயம், சடங்கு, விழாக்கள், மருத்துவம் போன்ற தளங்களினூடாக மாற்றமடைவதையும் பின் வட்டாரம், சாதி, சமய, இனமொழிகளுக்கு ஏற்ப உணவுகள் மாறுபடுவதை யும் தமிழ்ச் சிந்தனை மரபை அடைய 'இலங்கைத் தமிழர் உணவு முறைகள்', எனும் இக்கட்டுரை எல்லோருக்கும் ஒரு பண்பாட்டுப் பெட்டகமாக அமையும் என்பது எனது கருத்து.

இலங்கையில் ஆரம்பக்கால உணவுகளாகத் தானியங்கள், பருப்புவகைகள், மரக்கறிகள், கீரைவகைகள், பழவகைகள்,

பானங்கள், வாசனைச் சரக்குகள், அசைவ உணவுகளாக மீன், இறைச்சி, முட்டை போன்றவை இடம்பெற்றிருந்தன.

இவை ஒவ்வொன்றையும் நாம் விரிவாக நோக்குமிடத்தில்,

தானியங்கள்

இங்கு அரிசி, கோதுமை, வரகு, தினை, குரக்கன் போன்றவை முக்கியத்துவம் பெறுகின்றன. இத்தானியங்களில் இருந்து தயாரிக்கப்பட்ட உணவுகளாகச் சோறு, கஞ்சி, பிட்டு, இடியப்பம், அப்பம், களி, ரொட்டி போன்றவற்றைக் கூறலாம். இத்தானியங்களிலிருந்து கஞ்சி, பழங்கஞ்சி, இலைக்கஞ்சி, பழஞ்சோறு, உழுத்தம்களி, பிட்டு போன்றவற்றைத் தயாரித்து உண்டு மகிழ்ந்தனர். இங்கு எள்ளு முக்கிய இடம்பெற்றுள்ளது. எள்ளுப்பாகு, எள்ளுப்பொரி, எள்ளுமா எனப் பல வகையான உணவுகளைத் தயாரித்து உண்டு களித்தனர்.

பருப்பு வகைகள்

அடுத்ததாக, நாம் பருப்பு வகைகளை நோக்குமிடத்துக் கடலை, கௌப்பி, பயறு, உழுந்து போன்றவற்றிலிருந்து தயாரிக்கப்பட்ட உணவுகளாகக் கொழுக்கட்டை, பிடிக்கொழுக்கட்டை, மோதகம், வடை, தோசை போன்ற உணவுகளை உண்டனர்.

மரக்கறிகள்

மரக்கறிகளை நோக்குவோமேயானால் பலதரப்பட்ட மரக்கறிகள் பயிர்செய்யப்பட்டு வந்தன. வெண்டைக்காய், முருங்கைக்காய், கத்தரிக்காய், பூசணி, புடல், பாகல் பயற்றங்காய், சுண்டைக்காய், வட்டுக்கத்தரிக்காய், வெங்காயம், போன்றவையும் கிழங்கு வகைகளில் வள்ளி வகைக் கிழங்குகள் பிரசித்தி பெற்றவையாகக் காணப்பட்டன. அவ்வகைக் கிழங்குகளாவன : மரவள்ளி, இராசவள்ளி, வத்தாளங்கிழங்கு, கருணைக்கிழங்கு, சேப்பங்கிழங்கு போன்றவை. இவற்றை அவித்தும் கறி சமைத்தும் உண்டனர்.

மரக்கறிகளைக் குழம்பு, பொரியல், சம்பல், வறை, ஊறுகாய், வத்தல், வடகம், அப்பளம், மோர் மிளகாய், துவையல், அவியல் எனப் பல வேறுபட்ட சமையல் முறைகளைக் கையாண்டு நாக்குக்குச் சுவையூட்டுமாறு சமைத்து உண்டார்கள்.

கீரை வகைகள்

கீரைவகைகளை நோக்குவோமேயானால் முருங்கையிலை, முளைக்கீரை, முசுட்டை இலை, முடக்கொத்தான், கொவ்வை,

குறிஞ்சா, முள்முருக்கு, குருத்து, வாதநாராணி, தூதுவளை, பசளி, தவசி, அகத்தி, பொன்னாங்காணி, வல்லாரை, சண்டி போன்ற இலை வகைகளை வேறுபட்ட சமையல் முறைகளைக் கையாண்டு கடையல், வறை, துவையல், சம்பல் என அறுசுவை ஊட்டக்கூடியதாகச் சமைத்து உண்டார்கள்.

பழவகைகள்

பழங்களை எடுத்து நோக்குவோமேயானால் தமிழர்கள் இலங்கையின் காலநிலைக்கேற்பவும் மண்ணுக்கேற்பவும் பயன்தரு மரங்களைப் பயிரிட்டுத் தமது வீடுகளிலேயே அப்பயிர்களுக்கு முக்கியத்துவம் கொடுத்து வளர்த்தார்கள். பழுத்தவுடன் மரங்களின் கீழே நின்று பழங்களைப் பறித்து உண்டு மகிழ்ந்தனர். இங்கு நாம் பயன்படுத்தும் பழங்களில் முக்கனிகள் முக்கியத்துவம் பெறுகின்றன. எமது கோயில் திருவிழாக்களுக்கும் இப்பழங்களையே கடவுளுக்குப் படைத்தும் அந்தப் பழங்களை ஒன்று சேர்த்து அதனுடன் தேன் கலந்து பஞ்சாமிர்தம் தயாரித்து உண்பார்கள். முக்கனிகளாக மாம்பழம், வாழைப்பழம், பலாப்பழம் போன்ற பழங்கள் திகழ்கின்றன.

எமது நாட்டில் கூடுதலாகப் பயன்படுத்தும் பழங்களைக் கொய்யாப்பழம், மாதுளம்பழம், விளாம்பழம், வாழைப்பழம் (இதரை, கதலி, கப்பல், சீனிக்கதலி, ஆனை வாழைப்பழம், செவ்வாழைப்பழம்) பலாப்பழம், நாவற்பழம், அன்னமுண்ணாப் பழம், கொடித்தோடை, புளியம்பழம், திராட்சைப்பழம், தேசிப்பழம், நாரத்தம்பழம், தோடை, வெள்ளரிப்பழம், ஈச்சம்பழம், பலாப்பழம், பப்பாளிப்பழம் போன்றவற்றைக் கொள்ளலாம். அநேகமாக இவற்றைப் பழங்களாகவே உண்பது வழக்கம். சில காலங்களில் இதைக் கரைத்துக் குடிக்கும் பழக்கமும் உண்டு.

வாசனைப் பொருட்கள்

வாசனைப் பொருட்களை எடுத்துக்கொண்டால் இலங்கைத் தமிழர் தமது கறிகளுக்குத் தேவையான தூள் களைத் தாமே தயாரித்துக்கொள்கின்றனர். மிளகாய்த்தூள், சரக்குத்தூள், இறைச்சிச் சரக்குதூள் போன்ற தூள்கள் அவர் களின் கறிகளுக்கு மேலதிக வாசனைகளையும் ருசியையும் மருத்துவக் குணங்களையும் அளிக்கவல்லன. மிளகாய்த்தூள், தயாரிக்கச் செத்தல் மிளகாய், மல்லி, மிளகு, பெருஞ்சீரகம், நற்சீரகம், மஞ்சள், வெந்தயம், கருவேப்பிலை போன்றவற்றைப் பயன்படுத்துகிறார்கள்.

இறைச்சிச் சரக்குத் தயாரிக்கப் பெருஞ்சீரகம், கருவா, ஏலம், சாதிக்காய், கிராம்பு, இலவங்கம் போன்றவற்றைப் பயன்படுத்துகிறார்கள். பத்தியக் கறி வைப்பதற்கான சரக்குத் தூள் தயாரிக்க மல்லி, மஞ்சள், நற்சீரகம், மிளகு போன்ற வற்றுடன் உள்ளியும் பயன்படுத்துகிறார்கள்.

இரசம் வைக்க மல்லி, நற்சீரகம், மிளகு, செத்தல்மிளகாய், பெருங்காயம், உள்ளி போன்றவற்றைப் பயன்படுத்துகிறார்கள். மருத்துவப் பயன்பாடாக இவற்றுடன் மேலும் இஞ்சி, ஓமம், புளி, உப்புச் சேர்த்துக்கொள்கிறார்கள்.

பான வகைகள்

பானங்களை எடுத்து நோக்குவோமேயானால் தேனீர், கோப்பி, மல்லித்தண்ணி, இளநீர், பதநீர், பழரசம், மற்றும் பால் உற்பத்திப் பொருட்களான மோர், தயிர், போன்றவற்றைப் பயன்படுத்துகிறார்கள்.

அசைவ உணவுகள்

மாமிச உணவுகளை நோக்குவோமேயானால் இறைச்சி – ஆடு, கோழி, மான், மரை, பன்றி, ஆமை போன்ற இறைச்சிகளை உண்கிறார்கள்.

கோழி, வாத்து முட்டைகளை அவித்தும் பொரித்தும் பயன்படுத்துகின்றனர்.

கடலுணவுகள்

மீன், சுறாமீன் போன்றவற்றில் குழம்பு, பொரியல், புளியாணம், தீயல், சொதி, வறை, போன்றவற்றைத் தயாரித்து உண்கிறார்கள். சுறா, கூலி, இறால் போன்றவற்றில் வறை, தயாரித்தும் சிறு மீன்களில் புளித்தீயல் தயாரித்தும் உண்டார் கள், மீன்களைப் பதபடுத்திக் கருவாடு ஆக்கி அதில் சம்பல், குழம்பு, பொரியல் போன்றவற்றைச் சமைத்தார்கள். கணவாய், நண்டு போன்றவற்றில் குழம்பும் பிரட்டல் கறியும் பொரியலும் செய்து சாப்பிட்டார்கள். நெத்திலி மீனைப் பிட்டுடன் சேர்த்து அவித்து உண்டார்கள். சிறிய மீன்களைச் சரக்குத்தண்ணி வைத்துக் கர்ப்பிணிகளுக்கும் நோய்வாய்ப் பட்டவர்களுக்கும் கொடுப்பார்கள்.

பனம் உற்பத்திப் பொருட்கள்

பனம்பொருட்களை எடுத்துக்கொண்டால் அதிலிருந்து கிடைக்கும் உற்பத்திப் பொருட்களைக் கொண்டு பலவகையான

உணவுகளைத் தயாரித்து உண்டு மகிழ்ந்தார்கள். அவையாவன : கிழங்கிலிருந்து எடுக்கும் ஒடியல் மாவைக் கொண்டு பிட்டு, கூழ் தயாரித்து உண்டனர். கிழங்கை அவித்துக் காயவைத்து எடுக்கும் புழுக்கொடியலை மாவாக்கி அதைச் சீனி, தேங்காய்ப்பூ சேர்த்து உருண்டையாக்கி இடை உணவாக உண்டார்கள். மற்றும் பழப்பாணியிலிருந்து பனங்காய்ப்பணியாரம் செய்தும் தேங்காய்த் துருவல் சர்க்கரை சேர்த்து இலையில் தட்டி வேகவைத்து இடைநேர உணவாகவும் உட்கொண்டனர்.

ஒடியல் பிட்டுத் தயாரிக்க மரக்கறிகளாகக் கத்தரிக்காய், வெங்காயம், மாங்காய், பச்சைமிளகாய், கீரை, நெத்திலிமீன் போன்றவற்றைச் சேர்த்து அவித்துப் பின் தேங்காய்த் துருவல் சேர்த்துப் பிரட்டி உண்டார்கள். இது உடலுக்குக் கூடியளவு நார்ப்பொருட்களைக் கொடுக்கவல்லது. மற்றும் கருப்பணியிலிருந்து தயாரிக்கும் பாணி, வெல்லம் போன்றவற்றில் இரும்புச் சத்து, பொசுபரசு போன்ற சத்துக்கள் அதிகளவு காணப்படுவதால் தேகம் வலிமை பெற்றுத் திகழும். மற்றும் கருப்பணி சேர்த்துக் கஞ்சி காய்ச்சிக் குடித்தார்கள். பச்சையரிசி, பயறு, கருப்பணி, தேங்காய்ப்பால் சேர்த்துக் கஞ்சி காய்ச்சுவார்கள். மற்றும் நுங்கும் தமிழர்கள் விரும்பி உண்ணும் உணவாகும். அதிலிருந்து தயாரிக்கும் கள்ளைக் குடிபானமாக ஆண்கள் குடித்து மருத்துவக் குணங்களைப் பெற்றுக்கொள்வர்.

இலங்கைத் தமிழர்களின் உணவில் பெண்களின் உணவு மிக முக்கிய இடத்தை வகிக்கிறது. குடும்ப ஆரோக்கியத்துக்கும் அதன் வழி சமூக, நாட்டின் ஆரோக்கியத்திற்கும் மூலாதாரமாகப் பெண்களே விளங்குகின்றனர். அவர்களின் ஆரோக்கியம் நன்னிலையில் இருந்தால் தான் ஏனையோரின் ஆரோக்கியமும் சீராக இருக்கும். எனவே பெண்களின் உணவுப் பழக்க வழக்கங்கள் பற்றிப் பின்வரும் தலைப்புகளின் கீழ் நோக்குவோம்.

1. பருவமடைந்த பெண்களின் உணவு
2. திருமணமான பெண்களின் உணவு
3. கர்ப்பிணிப்பெண்களின் உணவு
4. பிரசவித்த பெண்களின் உணவு / பாலூட்டும் தாயின் உணவு
5. வயோதிகப் பெண்களின் உணவு

பருவமடைந்த பெண்களின் உணவு

தமிழரின் பாரம்பரிய உணவு வகைகளில் பிட்டும் ஒன்றாகும். இப்பிட்டுக்கு உளுந்து சேர்த்துப் பால் பிட்டும்

உளுத்தம் களியும் பருவமடைந்த பெண்களுக்கு முக்கிய உணவாகக் கொடுப்பார்கள். இது உடல் வலிமையைத் தருவதுடன் போசாக்குணவாகவும் விளங்குகிறது. பின் பருவமடைந்த அன்று பெண்ணுக்குக் கத்தரிக்காய் பால்கறியும் பச்சரிசி பால் பொங்கலும் கொடுப்பது வழக்கம். இவ்வுணவால் இரும்புச்சத்து அதிகம் சேர்வதாக முன்னோர் கூறுவர். மற்றும் நல்லெண்ணெய் 1 – 2 அவுன்ஸ் (30 – 60 மி.லி.) அளவு தினமும் பருகக் கொடுப்பார்கள். அத்துடன் முட்டையும் ஒன்று கொடுப்பார்கள். இது தேகத்துக்குப் பலத்தைக் கொடுக்க வல்லது. இது கருப்பை உறுப்பு வளர்ச்சிக்குதவும். காரமான உணவு எதுவும் இப்பருவக் காலத்தில் கொடுப்பதில்லை.

திருமணமான பெண்களின் உணவு

திருமணமான பெண்ணின் உணவை எடுத்துக்கொண்டால் உளுந்து, உளுத்தமாக் களி, விசேடமாக இடம்பெற்றிருப்பதை ‘அகநானூறு’ போன்ற சங்க நூல்கள் எடுத்துக் கூறியுள்ளன. இது உடலுக்கும் கர்ப்ப உறுப்புகளுக்கும் இடுப்பெலும்புகளுக்கும் உறுதியையும் பலத்தையும் கொடுப்பதாகக் கூறப்படுகின்றது. இவை தவிர எள்ளுப்பாகு, பசுப்பால், சம்பா அரிசிச் சோறு, பேரீச்சம்பழம், பாதாம்பருப்பு, முந்திரிகைப்பழம், செவ்வாழைப் பழம் என்பவையும் இக்காலத்தில் அதிகம் பயன்படுத்தப்படும்.

கர்ப்பிணிப் பெண்களின் உணவு

கர்ப்பிணியின் உணவை எடுத்துக்கொண்டால் முதல் மூன்று மாதத்துக்கு விரும்பி உண்ணும் மாம்பிஞ்சு, விளாங்காய், விலிம்பிலிக்காய், மாதுளம்பழம் போன்றவற்றில் நாட்டம் கொள்வாள். உளுந்து முக்கியப் பங்கு வகிக்கிறது. ஆறாம் மாதத்தின் பின்னர் எள்ளு, பனங்கட்டி, உளுத்தம்மா என்பவற்றைச் சேர்த்திடித்த எள்ளுப்பாகு, இடைக்கிடை உண்ணக் கொடுப்பார்கள். எள்ளு, பனங்கட்டி என்பவற்றில் இரும்புச்சத்து, கால்சியம் என்பன அதிகம் காணப்படுகின்றன. எனவே இது தாய், சேய்க்குப் போசாக்குணவாக அமைவதுடன் தாய்க்குச் சிறந்த மலமிளக்கியாகவும் செயற்படுகிறது. மேலும், உளுத்தமா, கடலை மா, பயற்றம்மா, அரிசி மா முதலியவற்றைக் கொண்டு பல்வேறு பலகார வகைகள் செய்து கர்ப்பிணிக்கு வழங்குவார்கள். மற்றும் கீரை வகைகளைக் கர்ப்பிணிப் பெண்களின் உணவில் தாராளமாகச் சேர்த்துக்கொள்வர். இவை அவர்களுக்குத் தேவையான உயிர்ச்சத்து, இரும்புச்சத்து, கால்சியம் முதலியவற்றை வழங்குவதுடன் மலம் சாதாரணமாக இளகி

வெளியேறவும் உதவுகிறது. காலை, மாலை இருவேளைகளிலும் பசும்பால் வழங்கும் வழக்கமும் காணப்படுகிறது.

பிரசவித்த பெண்களின் உணவு / பாலூட்டும் தாயின் உணவு

பிரசவித்த பெண்களுக்குச் 'சரக்கு' அரைத்துக் கொடுக்கப் படும் பழக்கம் எமது மக்களிடையே காணப்படுகிறது. பிரசவத் துக்கும் பிரசவத்தின்போது வெளியேறும் கழிவுகளுக்கும் தாய்ப்பால் அதிகம் சுரப்பதற்கும் இச்சரக்கு உதவுகிறது. கொத்தமல்லி, நற்சீரகம், மிளகு, தேங்காய்ச் சொட்டு, மஞ்சள் சேர்த்து அம்மியில் அரைத்துப் பின் உள்ளி இஞ்சி தட்டிப் போடுவார்கள். உப்பும் சேர்த்துக் கொதித்த பின் இறக்கித் தனியாகக் குடிக்கவும், சோற்றுடன் உண்ணவும் கொடுப்பார்கள். குழந்தை பிறந்து மூன்றாம் நாள் தொடக்கி 31ஆம் நாள் வரை இரண்டு வேளைகள் கொடுப்பார்கள் இக்காலகட்டத்தில் காரம் சேர்க்கமாட்டார்கள். இச்சரக்கில் இரும்பு, கால்சியம், பொசுபரசு, காணப்படுவதால் பிரசவத்தின்போது இழந்த உடல் வலிமை, குருதி என்பவற்றை மீள் உற்பத்தி செய்வதற்கும் இவை உதவுகின்றன. உள்ளி சேர்ப்பதால் தாய்ப்பால் சுரப்பதற்கு ஊக்குவிக்கப்படுகிறது.

மேலும், பத்தியக்கறியில் அவரைப்பிஞ்சு, முருங்கைப்பிஞ்சு, வாழைப்பிஞ்சு, வெள்ளைப்பூடு, பெருங்காயம், வெந்தயம் என்பனவும் செவ்வாழைப்பழம், நேத்திரம்பழம், பனங்கட்டி என்பனவும் அதிகளவில் இடம்பெறுகின்றன. கைக்குத்தல் புழுங்கலரிசிச்சோறே பெரும்பாலும் கொடுக்கப்படும்.

பிரசவித்த பெண்களின் கருப்பைப் புண்கள் ஆறவும் வயிற்றுநோ மாறவும் கருப்பை அழுக்குகள் வெளியேறவும் பசி எடுப்பதற்கும் புஷ்டியை ஏற்படுத்துவதற்கும் சாராய ஊறல் பருகக்கொடுக்கும் பழக்கமும் எமது மக்களிடையே காணப்படுகிறது. இது பிரசவத்தின் பின் குளிர்ச்சன்னி ஏற்படா மல் தடுக்க உதவுகிறது. பிராமணக் குடும்பங்களில் சாராயத் துக்குப் பதிலாகப் பனங்கட்டி, நெய், தேன் என்பன சேர்த்து லேகியமாகக் கிண்டிக் கொட்டைப்பாக்குப் பிரமாணம் காலையும் மாலையும் கொடுத்துவருவார்கள்.

வயதான பெண்களின் உணவு

புழுக்கொடியல் மா உருண்டை, உளுத்தமா உருண்டை, சத்துமா, ஜீவாகாரம் என்பன பெரியவர்களுக்குகந்த சத்துணவு களாகும்.

எமது மக்களின் பாரம்பரிய உணவுகளைக் கூழும் களியும் பழஞ்சோற்றுத் தண்ணீரும் நீர் மோரும் கஞ்சியும் வயோதிகர்கள் உண்பதற்கு உகந்தது. இது இலகுவில் செமிக்கும். சத்துணவாக வும் அமையும். காய்கறிகளைச் சூப் செய்து அல்லது இலைக் கஞ்சி செய்து கொடுப்பதும் உகந்தது.

பரம்பரையாக வரும் உணவு முறைகள்

மதிய உணவுகளாக, சோறு, பருப்பு, கீரைக்கறி (ஏதாவது கீரை) காய்கறி வகை, பொரியல் வகை, மோர், தயிர், நெய், எண்ணெய், குழம்பு முதலியன மதிய உணவாக உட்கொள்ளப் படுகின்றது. உணவு வகைகளையும் அவற்றைச் சமைக்கும் முறைகளையும் இனிப் பார்ப்போம்.

சோறு : புழுங்கல் அரிசி, பச்சரிசி, இதற்குப் பயன்படுத்தப் படுகின்றது. அரிசிக்குப் போதியளவு நீர் விட்டு வேகவைத்து, நன்கு வெந்ததும் இறக்கிவிடவும். இவற்றின் வேறுபட்ட வடிவங் களாக, பருப்புப் பொங்கல், சர்க்கரைப் பொங்கல், மிளகுச்சோறு, தயிர்ச்சாதம், புளிச்சாதம், எள்ளுச்சாதம், இவை ஆரோக்கிய நிலையில் உள்ளவர்கள் உண்பார்கள். ஆரோக்கிய நிலையிலும் நோய் நிலையிலும் எமது மக்கள் பல்வேறு வகையான கஞ்சி களைப் பயன்படுத்தி வந்துள்ளனர். அவையாவன.

வடிகஞ்சி, உறைகஞ்சி, கொதிகஞ்சி, பால்கஞ்சி போன்றவை யாகும். தானியங்களில் அரிசி, குரக்கன், சோளம் போன்ற தானியங்களுடன் பால் சேர்த்துக் கஞ்சி தயாரிக்கப்படுகிறது.

மற்றும் நெற்பொரிக்கஞ்சி, கொள்ளுக்கஞ்சி, (அரிசியும் கொள்ளும் சேர்த்தது) சிறுபயற்றுக்கஞ்சி (சிறு பயறும் + பச்சரிசி) புனற்பாகக் கஞ்சி (அவித்த சோற்றில் மீண்டும் நீர் சேர்த்துக் கொதிக்கவைத்து எடுப்பது), பஞ்சமுஷ்டிக் கஞ்சி (துவரம்பருப்பு + உளுந்து + கடலை + பயறு + பச்சரிசி) இவற்றை ஒவ்வொரு கைப்பிடியளவு எடுத்துத் துணியில் முடிச்சிட்டுப் பானையில் போட்டு எட்டுப் பங்கு நீர்விட்டு ஒரு பங்கு நீராக வரும்வரை காய்ச்சுதல் முடிச்சுக் கஞ்சி (பச்சரிசிக் கஞ்சியுடன் சுக்கைத் தோல் சீவித் துணியில் முடிந்து அதனுள் போட்டு நன்கு காய்ச்சுதல்), புளிக்கஞ்சி (புழுங்கல் அரிசி + செத்தல் மிளகாய் + மல்லி + மஞ்சள் + உள்ளி + மிளகு + சீரகம் என்பவற்றைச் சேர்த்து அரைத்துப் புழுங்கல் அரிசி அவிய அதை அதனுள் போட்டு அவியவிடல், பின், புளி, தேங்காய்ப்பால் + உப்புச் சேர்த்துக்கொள்ளவும். ஒரு பிடி கொவ்வையிலை அல்லது முருங்கையிலை போட்டு நன்கு கொதித்ததும் இறக்கவும்.

கஞ்சி குடிக்கும்போது பனக்கட்டி அல்லது காரத்துக்கு மிளகாய் வெங்காயம் சேர்த்துக்கொள்ளலாம். எமது மக்கள் இடையிடையே வரகரிசிக் கஞ்சியை மதிய உணவாக உண்டு வந்தனர். தற்காலத்தில் வரகரிசிச் சோறு நீரிழிவு நோயாளிகளின் பத்திய உணவாகிவிட்டது.

பருப்பு வகைகள்

பயற்றம் பருப்பு, துவரம் பருப்பு, மைசூர்ப் பருப்பு முதலியவற்றைப் பருப்புக் கறியாகச் சமைத்துண்பர். பருப்புடன் மிளகு, சீரகம், உள்ளி, பெருங்காயம் முதலியவற்றைச் சேர்த்துச் சமைப்பர். வாயுவை வெளியேற்றுவதற்கே இவை சேர்க்கப் படுகின்றன.

மேலும், உளுத்தம் பருப்பு, சோயா, கடலை முதலியவற்றை மாவாக்கி உபயோகிப்பர். இது இலகுவில் செமிபாடடைந்து அவற்றிலுள்ள புரதச்சத்து இலகுவில் அகத்துறிஞ்சப்படும்.

எனவே உளுத்தம் பருப்பை மாவாக்கித் தோசை, வடை செய்வார்கள், பயற்றங்காய், அவரைக்காய் பலாக்கொட்டை என்பவற்றைக் கறியாக்கியுண்பர். பலாக்கொட்டையைப் பொரித்தும் சுட்டும் சாப்பிடுவர். அவரைப் பிஞ்சு பத்தியக் கறியில் விசேடமாகக் குறிப்பிடப்பட்டுள்ளது. தோசை, இட்லி, அடை, சத்துமா என்பவற்றிலும் பருப்பு வகைகள் கூடுதலாக இடம்பெறுகின்றன. வடை, பயற்றம் பணியாரம் மற்றும் பலகார வகைகள் புரதச்சத்து மிக்கவை.

இலைக்கறி வகைகள்

இலைக்கறி வகைகளை எடுத்துக்கொண்டால் முக்கியமாகக் கீரை வகைகள் உடல் ஆரோக்கியத்துக்கு இன்றியமையாதவை. இலைக்கறியாகவும் சமைத்து உண்பர். சண்டியிலை, முருங்கை யிலை, முசுட்டையிலை என்பன வறையாக வறுத்துச் சமைக்கப் படுகின்றன. முடக்கொத்தான் இலை, உள்ளி, பெருங்காயம் என்பனவற்றைச் சேர்த்து ரசமாகத் தயாரிப்பர்.

வல்லாரை, முருங்கையிலை, தாய்ப்பால் சுரப்பதை அதிகரிக்கும். இதனால் பாலூட்டும் தாய்மார் இதை விசேட மாகப்பயன்படுத்துவர். பிரசவித்த பெண்களின் பத்தியக் கறியில் முருங்கைப்பிஞ்சு கட்டாயம் சேர்த்துக்கொள்ளப் படுகிறது. கறிமுருங்கையிலை, முசுட்டையிலை, அகத்தியிலை, கீரைத்தண்டு என்பவற்றைத் தனித்தோ சேர்த்தோ பால்சொதி யாகச் சமைத்து உணவில் சேர்த்துக்கொள்வர். இதற்கு

வெங்காயம், பச்சைமிளகாய், உப்பு நீர் சேர்த்துக் கொதிக்க வைத்துத் தேங்காய்ப்பால் விட்டு இறக்கி, ஆறவைத்துத் தேசிப் புளி சேர்த்து உபயோகிப்பர். சிலர் தேசிப்புளிக்குப் பதிலாகத் தோல் சீவிய மாங்காயைப் பயன்படுத்துவர்.

தூதுவளையிலை, மொசுமொசுக்கையிலை என்பவற்றை அரையலாகச் (சம்பல்) செய்து சாப்பிடுவர். தோட்டக்கீரை, கோவா இலை போன்றவற்றைச் சிறுக அரிந்து, பிட்டுக்கு குழைத்த மாவுடன் சேர்த்துக் கலந்து பிட்டாக அவித்து இறக்கித் தாளிதம் செய்து சாப்பிடுவர். இதைக் கீரைப்பிட்டு என அழைப்பர்.

இனி நாம் உணவில் இடம்பெறும் ரசம், குழம்பு முதலியன பற்றிப் பார்க்கும்போது இவை உணவுக்குத் திரவத் தன்மையை அதிகரிக்க உதவுவதால் செமிபாட்டை இலகுவாக்கி, மலநீக்கி யாகவும் உதவுகிறது. சீரக ரசம், வெந்தய ரசம், முடக்கொத்தான் ரசம் தூதுவளை ரசம் என்பன எமது மக்களிடையே பிரபல மானவை. சீரக ரசம் பசியைத் தூண்டுவதிலும் முடக்கொத்தான் வாதப் பிடிப்புகளைத் தணிப்பதிலும் தூதுவளை உடலை மெலிய வைப்பதிலும் விசேடமாகப் பயன்படுத்தப்படுகின்றன.

பிற உணவுகள்

பிற உணவுகளாகக் காலை, மாலை, உணவுகளில் அரிசிமா, கோதுமைமா என்பன முக்கிய இடம் வகிக்கின்றன. எமது மக்களில் பலர் காலை, இரவு வேளைகளில் பிரதான உணவாகப் பிட்டு அல்லது இடியப்பத்தை உண்பர். தோசை, இட்லி முதலியனவும் இடையிடையே அவர்களின் உணவில் இடம் பெறும். ஆயினும் தற்போது இவ்வழக்கம் பெருமளவு மாறி விட்டது. பெரும்பாலானோரின் காலை, இரவுணவாகக் கோதுமை மாவால் தயாரிக்கப்படும் பாண் பயன்படுத்தப் படுகிறது. 1940ஆம் ஆண்டுக்குப் பின்னரே பாண் எமது நாட்டில் பாவனைக்கு வந்தது. களி, கூழ், கஞ்சி என்பனவும் பயன்படுத்தப்படுகின்றன.

உளுத்தம்களி, குரக்கன்களி, அரிசிமாக்களி, இராசவள்ளிக் கிழங்குக்களி என்பன குறிப்பிடத்தக்கவை. சாதாரணமாக அரிசி மாவுடன் பனங்கட்டி சேர்த்துக் கூழ் தயாரிப்பர். இது ஆடிக்கூழ் போன்றது. அரிசிமா, பாசிப்பயறு, தேங்காய்ப் பால், பனங்கட்டி, சிறிது மிளகு, சீரகம் என்பன சேர்த்துத் தயாரிக்கப்படும் கூழுக்கு ஊதுமாக் கூழ் என்று பெயர். கூழுக்கும் களிக்கும் இடையேயுள்ள முக்கிய வேறுபாடு என்ன

வென்றால் கூழானது களியிலும் பார்க்கத் திரவத்தன்மையாக இருக்கும். கூழ் தயாரிப்பில் நல்லெண்ணெய் சேர்ப்பதில்லை.

ஆடிக்கூழைப்போல் பிரபல்யமான இன்னொரு கூழ் ஒடியற் கூழாகும். இதில் ஒடியல்மா, பலாக் கொட்டை, மரவள்ளி, பயற்றங்காய், செத்தல் மிளகாய், மஞ்சள், பழப்புளி, உப்பு என்பன சேர்கின்றன. மற்றும் சிலர் சோறும் சேர்ப்பர். இக்கூழ் பசியைத் தணிப்பதுடன் அதிகப் போசாக்கு அளிக்கவும் மலத்தை வெளியேற்றவும் உதவும். முன்னர் கூறப்பட்ட கீரைப் பிட்டு, பயற்றங்காய்ப் பிட்டு, என்பவற்றைத் தவிர குரக்கன் பிட்டு, ஒடியல் பிட்டு என்பனவும் எமது மக்களின் விருப்பத்திற் குரிய உணவுகளாகும். இது மலச்சிக்கலை நீக்கும். குரக்கன் பிட்டு நீரிழிவு நோயாளிகளுக்குரிய பத்திய உணவு என்றும் எண்ணுகிறார்கள். இவை தவிர ரொட்டி, அடை, அப்பம், பூரி, உப்புமா முதலியனவும் எமது மக்களால் விரும்பியுண்ணப் படும் காலை, இரவு உணவுகளாகும்.

எமது மக்களிடையே நல்லெண்ணெய் அதிகளவு பாவிக்கும் பழக்கமுள்ளது. பழைய அரசர்கள் முதுமையும் நோயும் அற்றுத் திகழ்வதிலும் போரில் மிகுந்த பலசாலிகளாகவும் திகழ்வதற்கு இந்நல்லெண்ணெயே பயன்பட்டது.

எமது மக்கள் வாழைத்தண்டைக் கறி, சொதி, வறை முதலியனவாகச் செய்து உணவுடன் சேர்த்துச் சாப்பிடும் வழக்கத்தையும், 'கொள்ளு' தானியத்தைக் கடலை போன்று அவித்து அல்லது இரசமாகச் செய்து உண்ணும் வழக்கத்தையும் கொண்டிருந்தனர். இவை உடலில் கொழுப்பு மிகாமல் இருப் பதற்கும் உடல்பருமன் அதிகரிக்காமல் இருப்பதற்கும் உதவக் கூடியவை.

அடுத்து அப்பம், தோசை, இட்லி போன்ற உணவுகள் தயாரிக்கும்போது அவற்றுக்கான மாவைச் சிறிது புளிக்க வைப்பர். அப்பம் தயாரிக்கக் கள்ளை, மா புளிப்பதற்குப் பயன்படுத்துவர். இதில் மதுவங்கள் காணப்படுவதால் அப்பம் புளிப்பதற்குப் பயன்படுத்தப்படுகிறது.

பத்திய உணவுகள்

அடுத்ததாகப் பத்திய உணவுகளை உற்று நோக்கும்போது கிரந்தி, கரப்பான், உணவுகளாகத் தக்காளிப்பழம், கத்தரிக் காய், பெரும்பூசணிக்காய், கொய்யாப்பழம், அன்னாசி, பலாப்பழம், அன்னமுண்ணாப்பழம், பசுப்பால், மாமிசவுணவு களான நண்டு, இறால், கணவாய், முட்டை, முதலியவற்றைக் குறிப்பிடலாம்.

பிரண்டைத் தண்டு பச்சடி, பிள்ளைக்கற்றாழைக் கறி, கறிவேப்பிலைப் பச்சடி, பத்தியக்கறி, வெந்தய ரசம், தூதுவளை ரசம், மிளகு ரசம், மிளகுக் கஞ்சி, கறிவடகம், வேப்பம்பூ வடகம், வாழைப்பூ வடகம், வெங்காய வடகம் என்பன எமது மக்களின் பழக்கத்திலுள்ளன. நார்த்தங்காய் ஊறுகாய், எலுமிச்சங்காய் ஊறுகாய், மாங்காய் ஊறுகாய், நெல்லி ஊறுகாய் முதலியனவும் எமது மக்களின் உணவில் இடம் பெறுகின்றன.

கலாச்சாரரீதியான உணவு முறைகள்

அடுத்ததாகப் பண்டிகை விரத நாட்களில் பிதிர்க் கடன்கள் செய்யும் காலங்களில் தயாரிக்கும் உணவுகளை உற்று நோக்கு வோம். சித்திரை வருடப்பிறப்பன்று வேப்பம்பூப் பச்சடி எமது மக்களின் உணவில் கட்டாயம் இடம்பெறுகிறது. சித்திரைப் பௌர்ணமிக்குச் 'சித்திரைக் கஞ்சி' கோயில்களில் வார்ப்பார்கள். இளவேனிற் காலத்தில் ஆலயங்களில் 'திருக்குளிர்த்தி' கொடுக்கப்படும். இதில் அரிசியுடன் பல்வேறு காய்கறி வகைகள், தேங்காய் முதலியன சேர்த்துக் கூட்டாஞ் சோறாகச் சமைத்துக் கோவிலுக்கு வரும் பக்தர்கள் யாவருக்கும் வழங்குவர்.

ஆனி, ஆடி, மாதங்களின் 'ஆடிக்கூழ்' ஆடிப்பிறப்பைக் கொண்டாடும் நோக்குடன் தயாரிக்கப்படும் சத்துணவாகும். இந்நாளில் கொழுக்கட்டையும் செய்யப்படும். ஆடி அமாவாசை யும் இந்துக்களின் விசேட தினமாகும். தந்தையின் பிதிர்க் கடன் தீர்க்கும் நாள். அன்று உணவில் காற்றோட்டிக்காயைக் கட்டாயமாகச் சேர்த்துக்கொள்வர்.

விரதக் காலங்களில் திருவெம்பாவை, காலத்தில் பூசைக்குப் பின் பிரசாதமாகச் சர்க்கரைப் பொங்கல், பிட்டு, களி, வடை, மோதகம், அவல், சுண்டல் முதலியன வழங்கப்படும். பின் நவராத்திரிக் காலங்களில் ஒன்பது இரவுகளும் விரதம் இருக்கும் எம்மக்கள் பிரசாதமாக அவல், கடலை, மோதகம், பஞ்சாமிர்தம் போன்றவற்றை வழங்குவர். பின் தைப்பொங்கலுக்கு, வெண் பொங்கல், சர்க்கரைப்பொங்கல், வடை, பலகாரம் என்பன தயாரிக்கப்பட்டு உறவினர்களுக்குப் பரிமாறி உண்டு மகிழ்வர். அடுத்து விரதக் காலங்களில் சோறு சாப்பிடுவதாயின் முக்கிய மாகப் பச்சரிசிச் சோறு, பருப்பு, கீரை, மரக்கறிக் குழம்பு, தயிர், நெய் என்பன முக்கிய இடம்பெறுகின்றன.

விரதக் காலங்களில் நோய்களைத் தடுப்பதற்காகப் பசும் பாலை அருந்தும் பழக்கம் உண்டு. அடுத்துப் பிதிர்க் கடன்களுக்

கான உணவை நோக்கும்போது மாசியம், மாளயம், திவசம் போன்ற மிகுந்த ஆசாரத்துடனும் விரதம் போன்றும் அனுஷ்டிக்கப்படும். இக்காலங்களில் உணவுகளில் முக்கியமாகப் பச்சரிசி சாதம், பருப்பு, கீரை, கறிவகை, பச்சடி, பொரியல், மோர், குழம்பு, ரசம், நெய், பாயாசம், வடை, வாழைப்பழம், என்பன கட்டாயமாக இடம்பெறும். இவை நல்ல போசாக் குடைய உணவுகள் என்பதில் ஐயமில்லை. இவ்விதத் திவசம், மாளயம் போன்றன உறவினர்களை ஒன்று கூடவைக்கும் ஒரு நிகழ்வாகவும் அமைகின்றன.

இவ்வாறு இலங்கைத் தமிழர்களின் உணவுகள் பண்பாட்டுக்கமையவும் சமயக் கலாச்சாரங்களுக்கமையவும் பின்பற்றப்பட்டு வருகின்றன. இதிலிருந்து தமிழ் மக்களின் பாரம்பரிய உணவுகள், தற்காலத்திலிருந்து எவ்வாறு மாறுபட்டுள்ளது என்பதை விளங்கிக்கொள்ளலாம். தற்போது இவ்வுணவுகள் தொழில்நுட்ப வளர்ச்சியாலும் விஞ்ஞான வளர்ச்சியாலும், வெளிநாட்டவர் வருகையாலும் சற்று மாறிக் காணப்படுகின்றன.

7

புலம்பெயர்ந்தோர் சமையல்

சு. சிவசந்திரகுமார்

இருபதாம் நூற்றாண்டின் இறுதியில் இலங்கை யினின்று குடிபெயர்ந்த இவர்களின் வாழ்விடம் இலங்கையில் மலையகம் மட்டுமின்றி இலங்கையின் மையப்பகுதியாக இருந்தாலும் தற்போது எல்லோரும் ஒன்றாகவே வாழ்ந்து வருகின்றனர். இருநூறு குடும்பங் களாக இலங்கையினின்று இடம்பெயர்ந்த இவர்கள் தாயகம் திரும்பியவர்களே அன்றி இலங்கையின் பூர்வீகக் குடிகள் அல்லர். ஆயினும் இடப்பெயர்ச்சியை ஏற்றுக் கொண்ட இவர்கள், இன்றளவும் தங்கள் குடியிருப்பிற்கு ஏதிலிகள் குடியிருப்பு எனப் பெயரிட்டுள்ளதே இவர்கள் தம் வருத்தங்களின் வார்த்தைக் கோர்வைகள்தாம். தங்களுடைய பண்பாட்டு அடையாளங்களை இழந்து பரிதவிக்கும் இவர்கள் ஏனோ பழங்கதை பேச மறப்ப தில்லை.

பண்பாட்டுப் பழங்கதைகளில் இவர்கள் பத்திரமாக வைத்திருக்கும் பழம் பொக்கிஷங்களில் உணவுக்கு ஓர் உன்னத இடமளித்துள்ளனர். அடைந்த வேதனைகளை எண்ணி அழுகின்ற வேளையில் உணவுப் பெருமைகளைச் சொல்லி உள்ளம் மகிழ்கின்றனர். அடிக்கடி இவர்களின் உணவுப் பெருமைகளைக் கேட்டுக்கொண்டிருக்கும் மதுரை மாவட்ட விளாங்குடித் தொகுப்புக் குடியிருப்பில் அவர்கள் வீட்டுக் குசினிகள் (சமையலறை) குறைபட்டுக் கொள்கின்றன. விளாங்குடிக் குடியிருப்பு, குசினிகளின் குறைபாடுகள் பொய் எண்றெண்ணிக் கால்களை, புதுவை கனகசெட்டிக்குளம் அருகில் உள்ள புத்துப்பட்டு ஏதிலி களின் குடியிருப்பிற்குள் இறக்கிவைத்தபோது விளாங் குடிக் குடியிருப்புக் குசினிகளின் குறைபாடு உண்மை யென உரக்கச் சொல்லின, புத்துப்பட்டு ஏதிலிகளின் அடுமடைகள்.

அதிலும் ஓர் அதிசயச் செய்தியாக ஏதிலிகளின் புலம்பலில் மட்டுமே இச்சமையல் இடம்பெறுவதாக இல்லாமல் அவ்வப் போது அடுமடைகளில் அரங்கேறுவதாகத் தெரிகிறது. புலம்பல் சமையலைச் செய்முறைப் பயிற்சியாக நிகழ்த்தும் தகுதி தங்கள் குடியிருப்புக் குசினிகளுக்கு இருப்பதை எண்ணி இறுமாப்புக்கொண்டிருந்தன ஏதிலிகளின் குடியிருப்புக் குசினிகள். இவ்விரு தொகுப்புக் குடியிருப்புகளின் வீட்டுச் சமையலறைகள் சொல்லும் சாட்சிகள்தாம் இப்புலம்பல் சமையல்.

அவலை நினைத்து உரலை இடித்த கதையாய் இங்குள்ள உணவு முறைக்கு முற்றிலும் தம்மை மாற்றிக்கொண்ட இவர் களின் ஒவ்வொரு உணவுச் செய்முறையிலும் தங்களுடைய பழைய நினைவுகளைப் பதியவைத்துள்ளனர்.

அதற்கான சான்றுகளை இவர்கள் ஆப்பத்திற்கான இலக்கணம் சொல்லும் முறையிலிருந்துதான் ஆரம்பிக்க வேண்டும். ஆப்பம் செய்வதை ஒரு திருவிழாச் சடங்காகவே இரு நாட்களில் நடத்தி முடிப்பார்களாம்.

முதல்நாள் முழுவதும் மாவுக்கான பக்குவமாம், இரண் டாம் நாள் காலையில் அதை மண் சட்டியில் இட்டு எடுத்துத் தங்களின் இணையுணவான தேங்காய்ப்பால் சேர்த்து உண்டதும் இவர்களின் பழங்கதைக் குறிப்பில் பத்திரமாக உள்ளது.

கறியென்பது இவர்களுக்குப் பொதுச் சொல்லாகத்தான் உள்ளது. பொதுவாகச் சைவ, அசைவ உணவுகளையும் 'கறி' என்ற பெயரிட்டே அழைக்கும் இவர்கள் தற்போது இறைச்சி யைச் சமைக்கும் நிலை வந்தால் கொத்தமல்லியிலையைக் கண்டவுடன் குமுறுகின்றனர். தாங்கள் இலங்கையில் வாழ்ந்த காலங்களில் இறைச்சியில் மணத்திற்காக இணைத்து, 'ரம்பையை' மட்டும் சேர்த்துக்கொண்டதையெண்ணியதே இக்குமுறல். ஆம்! தங்களுடைய அசைவ உணவுகளில் கொத்தமல்லி புதினா விற்குப் பதிலியாக இவர்கள் 'ரம்பையை' இட்டு மணமூட்டிப் புசித்துள்ளனர்.

இட்லியை இன்றைய உணவாக ஏற்றுக்கொண்ட இவர் களுக்கு ஏனோ சட்னியைக் கண்டவுடன் சலிப்புத் தட்டுகிறது. காரணம் சம்பல்தான் இவர்களின் பிரதான உணவாம். கசக்கும் பாகலையும் சம்பலிட்டுச் சாப்பிடும் தங்களின் சர்வ வல்லமை யைப் புலம்பலில் புலப்படுத்துவர். தேங்காய்ச்சம்பல், கொட்டு கொலே (வல்லாரை) சம்பல், முருங்கை இலைச் சம்பல், பாகல் சம்பல் எனப் பலவிதமான சம்பல்களையும் அறிந்துள்ள இவர்கள் மாசியென்னும் மீன் வகையைக் காயவைத்துப் பொடியாக்கித் தேங்காய், மிளகாய் வற்றல் சேர்த்து அரைத்துத்

தேசிக்காய் (எலுமிச்சை) இட்டுப் பிசைந்து உண்டு மகிழ்ந்த காலங்களை உருப்போட்டு வைத்துள்ளனர்.

இரசத்தை ஊற்றிச் சோற்றைப் பிசைந்தவுடன் சொதி ஞாபகம் சொல்லாமல் வந்துவிடும் இவர்களுக்கு. பால் சொதி, தக்காளிச் சொதி, மீன் சொதி, அகத்திக்கீரைச் சொதி என அடுக்கிச் சொல்வர். இரசத்திற்குப் பதிலியாகச் சொதியைப் பயன்படுத்தியுள்ள இவர்கள், குழம்பு வகைகளில் சொதியைத் தாளித்து உண்ணுவதில்லை. இதைப் பெரும்பாலும் இடியாப்பத் திற்கே இணைத்துச் சாப்பிட்டுள்ளனர்.

இவர்களின் புலம்பல்களில் தினம் தினம் இடம்பெறும் இரு ஜீவன்கள் தேங்காயும் தேங்காய் எண்ணெயும். இலங்கை யில் இருந்த காலங்களில் இவ்விரண்டும் இன்றி எந்தவொரு உணவையும் இவர்களால் செய்ய முடியாது என்பதாக எடுத் துரைப்பர். இன்றில்லை. கடைத்தெருவிற்குச் சென்று அல்வா வைக் கண்டவுடன் 'தொதலின்' ஞாபகம் தொற்றிவிடும் இவர்களை. பச்சரிசி மாவுடன் தேங்காய்ப்பால் சேர்த்துச் செய்யும் தொதலை அல்வாவைக் கண்டவுடன் அரைமணி நேரம் செலவழித்து அத்துணைச் செய்முறைகளையும் அடுக்கி விடுவர்.

கடைத்தெருவிற்குச் சென்றால் கடந்த காலத்தைக் கதைக் கும் இவர்களுக்கு விளையாட்டிலும் உணவின் உணர்வு நிறைந் துள்ளது என்பதற்குச் சோவி ஒன்றே தக்க சான்று. தாயம் விளையாடும் சோவிகளைப் போல் செய்யும் இனிப்புப் பண்டம் தான் இவர்கள் குறிப்பிடும் இனிப்புச் சோவி.

'காய்' சமையலில் கைதேர்ந்த இவர்களின் 'கனி' சமைய லுக்குக் கம்பீரச் சாட்சிதான் 'பனங்காய்ப் பலகாரம்' சேரத் தாயர்கள் இவர்களுக்குச் செய்த தீங்கு என்னவென்று தெரிய வில்லை பனம்பழத்தைப் பாடாய்ப் படுத்துகின்றனர். பனம் பழத்தின் சாற்றுடன் மைதா மாவு சேர்த்து ஏலமிட்டு இனிப்புச் சேர்த்து எண்ணெயில் இட்டு எடுக்கும் கலையை இப்போது உள்ள இளம் தலைமுறையினருக்கு எப்போதாவது எடுத்துக் கூறுவர்.

தற்போதைய பண்டிகைத் தினங்களில் அதிரசம் இட்டு எடுக்கும்போது 'கேவும்' என்பதன் இலக்கணத்தை எடுத்துச் சொல்வர். பக்குவத்தைச் சரியாகப் படித்தால் அதிரச மாவுடன், கதலிப்பழம் (வாழை) சேர்த்து, முட்டையிட்டு அடித்து எண்ணெய் ஊற்றிப் பொரித்தபின் எடுக்கக் 'கேவும்' என்னும் இனிப்புப் பலகாரம் இயல்பாகவே கிடைக்கும்.

முக்கனிகளுடன் ஒன்றான பலா இவர்களின் சமையல் அறை பழகிப்போன ஒன்றாகும். மனதளவில் எந்தத் தவறும்

செய்யாத, செய்ய நினையா இவ்வேதிலிகள் இன்றைய வாழ்வில் இன்னல்களை எதிர்கொண்டாலும், இவர்களால் இன்னல்படுவது முக்கனி நண்பனான பலா. ஆம்! பலாவின் முதுமைப் பருவத்தை அதற்கு இவர்கள் அறியவைப்பதே இல்லை.

ஈரப்பலாக்கா, பொலஷ்கா எனப் பெயரிட்டு அழைக்கும் இதை, அவித்துத் தேங்காய் சேர்த்து உண்டதும் கறியாகச் (குழம்பு) சமைத்து உண்டதும் தங்களின் நாக்கில் இருந்து விலகவில்லை என்கின்றனர்.

கிழங்கு வகைகளில் மரவள்ளிக் கிழங்குக்கு மகத்தான இடமளித்துள்ளனர். தங்களின் உணவாக எப்போதாவது இவர்கள் எடுத்துண்பது இது ஒன்றே. இதைத் தேங்காய், சீனியிட்டு அல்லது தேங்காய்ச் சம்பலுடன் சேர்த்துச் சாப்பிடுகின்றனர்.

சிலப்பதிகாரத் துணை மாந்தர்களுள் ஒருவராக மாதிரியின் வம்சாவளியினர் எப்படி இலங்கைக்குச் சென்றனர் என்று இன்றுவரை தெரியவில்லை. இவர்களின் கிரிபாத் என்னும் பால்சோற்றின் பக்குவத்தைத் தவிர்த்து இதை உறுதிப்படுத்தும் போதிய சான்றுகள் வேறொன்றுமில்லை.

மலையகத் தமிழர்களின் மகத்தான உணவுகளில் மணிப் புட்டு ஒன்றும் உள்ளது. மழைக் காலங்களில் ஈரமான காற்றை எதிர்கொள்ள இவர்களால் தயாரிக்கப்படும் இணையுணவு தான் இது.

பிறரின் உடமைகளைக் கவர நினையா இவர்கள் பிற உணவு முறைமைகளைக் கடன் வாங்கியுள்ளனர் என்பதற்கு ‘லெவரியா’ சான்றாகும்.

இதன்படி இடியாப்பப் பக்குவத்தில் பிழிந்த மாவின் நடுவே பாசிப்பயறு வறுத்து அவித்துத் தேங்காய் சேர்த்து மறைத்து அவிக்கும் மாந்திரீகத்தைப் பிறரிடம் கற்றனராயினும் இன்றளவும் இவர்களின் உணவுகளில் இதுவும் ஒன்றாகிறது.

ஊறுகாய் என்னும் வினைத்தொகையை அச்சாறு என்னும் சுட்டாக மாற்றிய பெருமை இவர்களுக்கு உரியது. பீன்ஸ், கேரட், பப்பாளிக்காய், இஞ்சி இவையனைத்தும் சேர்த்து இவர்கள் செய்யும் ஊறுகாய் உருதான் ‘அச்சாறு’ என அடையாளம் மாற்றப்பட்டுள்ளது.

உண்டான சோகங்களை மறந்து உணவுகளின் செய்முறை களை மட்டும் உள்ளத்தில் வைத்திருந்து, செய்து பார்க்க முடியாத குறிப்புகளைக் கள ஆய்வின்போது கவலையின்றிக் கதைத்ததன் விளைவே இப்புலம்பல் குறிப்புகள் . . .

சமூகமும் உணவும்

8

சுட்ட கருவாடு, சுண்ட வைத்த மீனு . . .

ஆர்.என். ஜோ டி குருஸ்

வழக்கம்போலவே இந்தக் கோடையிலும் சென்னையில் நல்ல சூடு. கோடை மழை வந்து சூட்டைத் தணிக்காதா என எதிர்பார்த்துப் பார்த்து ஏமாந்து போய் நின்றபோது வங்கக் கடலில் 'லைலா' புயல் உருவாகி அதன் புண்ணியத்தில் ஊரெங்கும் நல்ல மழை. அதிகாலையிலேயே அலுவலகத்திலிருந்து அலைபேசியில் அவசர அழைப்பு வந்ததால் காலை உணவு உட்கொள்ளக்கூட அவகாசம் கிடைக்கவில்லை. துறைமுகத்தில் கட்டியிருந்த கப்பல்களின் கயிறுகள் பேயாய் வந்து மோதிய காற்றில் முறுகி, இழுபட்டுத் தெறித்துவிட்டனவாம். கப்பல் தளத்தில் நிலைமையைக் கட்டுப்பாட்டுக்குள் கொண்டுவருவதற்கும் மதியச் சாப்பாட்டு வேளை நெருங்குவதற்கும் நேரம் சரியாய் இருந்தது. மதிய உணவிற்காக வீட்டிற்குப் புறப்பட்டேன். கடற்கரைச் சாலையிலேயே முட்டளவு தண்ணீர். நகரின் மத்தியில், அதுவும் கடற்கரைக்கு அருகாமையில் கூட வடிகால் வசதி சரியாய்ச் செயல்படவில்லையே என்ற வருத்தம் ஒருபுறமிருந்தாலும் கோடையில் பரிசாய்க் கிடைத்த இந்தப் புயல் மழையால் நிலத்தடி நீர்வளம் பெருகுமே என்ற எண்ணம் மனத்துக்கு மகிழ்ச்சியையே தந்தது. வானமெங்கும் இருளங்கெட்டி விடாத அடை மழை, குளிரில் கை, கால்கள் எல்லாம் கொடுவிப் போய்விட்டன. நல்ல பசி, ஆனால் மனமோ கருவாட்டுக் குழம்புக்காக ஏங்கியது. அது என்னவோ தெரியவில்லை, மழைக்கால மென்றாலேயே மனம் கருவாட்டுக் குழம்பைத் தேடிவிடுகிறது.

ராயபுரத்தில், வெங்கடேசன் தெருவில் முதல் மாடியில் வீடு. என்ன ஆச்சரியம் . . ! படிக்கட்டில் கால் வைத்ததுமே கருவாட்டுக் குழம்பின் சுகந்த மணம் மூக்கைத் துளைத்தது. என் எண்ணவோட்டத்தை டெலிபதியில் புரிந்துகொண்டாளோ என்னவோ, “என்னங்க மழையா . . . வெளியே போக முடியல, கருவாட்டுக் குழம்புதாம் வச்சம்” என்றாள் மனைவி. புன்சிரிப் போடு உள்ளே வந்தேன். ஊர்ப்பக்கங்களில் தொடர் மழைக் காலங்களில் மீன்பிடிக்கக் கடலுக்குச் செல்ல முடியாததால் பரணில் பாதுகாக்கப்பட்ட கருவாடு சமையற்கட்டிற்குள் வரும். சிறு வயது முதலே பழக்கப்பட்டுப் போனதால் மழைக் காலமானால் மனசு கருவாட்டுக் குழம்பையே தேடுகிறது. பசியில் அரக்கப் பரக்கச் சாப்பிட அமர்ந்தால் கொதிக்கக் கொதிக்கச் சாதத்தில் குழம்பை ஊற்றினாள் என் மனைவி. நல்ல வாளைக் கருவாடு, உருளைக்கிழங்கும் கத்தரிக்காயும் நறுக்கிப் போட்டுக் காரசாரமாய்க் குழம்பு வைத்திருந்தாள். பசி பறந்த இடம் தெரியவில்லை. பக்கத்திலேயே முந்தின நாள் வைத்த கறிக் குழம்பு இருந்தது, நான் சீண்டவேயில்லை. சுடச் சுடக் கறிக்குழம்பு சாப்பிடும்போது மீன் குழம்பைக் கண்டால் மீன் குழம்புக்கு ஆசைப்படும் மனது கருவாட்டுக் குழம்பைக் கண்டுவிட்டாலோ மீனிலிருந்து கருவாட்டுக்குத் தாவிவிடுகிறது. மூன்று நிமிடங்களில் சாப்பிட்டுவிட்டு எழுந்தேன் புறங்கையை நக்கியவாறே . . .

மீன் கிடைக்காத நாள்களில் சமைப்பதற்காக வீட்டில் எப்போதுமே கருவாடு கைவசம் இருப்பு உண்டு. கருவாட்டில் ருசியே சீலாதான். சென்னையில் இதற்கு வஞ்சிரம் என்று பெயர். சின்ன மீன் கருவாட்டில் எனக்குப் பிடித்தது காரலும் ஓட்டாம் பாறையும். கடற்கரை ஊரைவிட்டே அதிகம் வெளியே வராத என் உறவினர் ஒருவருக்கு நகர்ப்புறத்தில் பெரிய பெரிய அதிகாரிமாரோடு தொடர்பு இருந்தது எல்லாமே சீலாமீன் கருவாடு செய்த புண்ணியம்.

சிறு பிராயத்திலிருந்தே சாப்பாட்டில் எனக்கு அதிக அக்கறையில்லை. ஆனாலும் உவரியில் ஆத்தா கைப் பக்குவமாய் இடித்துத் தரும் மாசிச் சம்பலையும் இடியாப்பத்தையும் இன்று நினைத்தாலும் அடிநாக்கில் எச்சில் ஊறுகிறது. மாசி என்பது சுக்காய்க் காய்ந்து பக்குவப்படுத்தப்பட்ட சூரை மீன். வழக்கமான கருவாட்டு நாற்றமில்லாத மீன் வகை. பலசரக்குக் கடைகளிலும் கிடைக்கும். சம்பலுக்கு ருசி கொடுப் பதே இந்த மாசிமீன்தான். நமது பக்கங்களில் சூரை மீனைக் கறிக் குழம்புப் பக்குவத்திலும் சமைக்கிறார்கள். ஆனாலும் மாசியாய் ருசிப்பது மாலத்தீவு மீன்தான். அந்தக் காலத்தில்

மாலத் தீவின் பொருளாதாரமே சூரை மீன் பிடிப்பதிலும் அதைப் பக்குவப்படுத்துவதிலும் அதன் ஏற்றுமதியிலுமே இருந்திருக்கிறது. இன்று மாலத்தீவின் பொருளாதாரமே சுற்று லாவை மையமாக வைத்து இயங்கினாலும் அரசின் அன்பும் ஆதரவும் மீனவர் வாழ்வில் தொடர்ந்து வழமை சேர்க்கிறது.

நிலத்திற்குத் தகுந்தாற்போல் தமிழரின் உணவு வகைகள். நெய்தலின் உணவுப் பழக்கங்களும் அதுபோலவே. கடற்கரை யில் வாழ்ந்த மீனவர்களுக்கு அரிசி, கம்பு, சோளம் போன்ற தானிய வகைகளை மேட்டு நிலத்தில் வாழ்ந்தவர்கள் கொடுத் திருக்க வேண்டும். பண்ட மாற்றாக இவர்கள் மீன்களையும் உப்பையும் கொடுத்திருக்கலாம். வேர்ப் பஞ்சம் நடந்ததாகச் சொல்லப்படும் காலத்தில்கூடக் கடற்கரையில் வாழைக் குத்தியை அவித்துத் திருக்கைக் கருவாடு கூட்டிச் சாப்பிட்டார் களாம். சாப்பாட்டு விசயத்தில் வஞ்சகமே இல்லாமல் சாப்பிடு வது நெய்தல் மக்களின் வழக்கம். அவியல், கரியல், பொரியல் என்று அமர்க்களப்படும் எல்லா வகைச் சமையலுமே மீன் உணவு சார்ந்தவையே. அசைவ உணவு வகையில் மீன் உணவு தவிர்த்தால் ஆட்டுக் கறியும் கோழியும்தான் நினைவிற்கு வருகிறது. பெரும்பாலும் காய்கறிகளை இவர்கள் கண்டுகொள் வதேயில்லை. மீன் இல்லாத நாள்களில் தப்பித் தவறிக் காய்கறிக் குழம்போ சாம்பாரோ வைத்துவிட்டால் காதுப் பக்கம் நின்று யாரோ ஊளையிடுவது போலிருக்கிறது. அந்தக் காலத்தில் கோடையில் கடற்கரை மணலில் வளரும் உமரிக்கீரையைச் சமைத்துச் சாப்பிட்டிருக்கிறார்கள். எனக்கு விவரம் தெரிய எங்கள் வீட்டுக் குசுனியில் முக்கிய அங்கம் வகித்தது முருங்கை. காயாகவோ கீரையாகவோ நெய்தல் மக்கள் முருங்கையை விரும்பிச் சாப்பிடுகிறார்கள். மீன் குழம்பில் ருசியைக் கூட்டிப் புலால் வாடையைத் தவிர்ப்பதற்காக முருங்கைக்காயோ கத்தரிக்காயோ சேர்த்துச் சமைக்கிறார்கள் எம் வீட்டுப் பெண்கள். மற்றபடி அந்தக் காலத்தில் சாப்பிட்டவை என்றால் உடனே நினைவில் வருவது பனங்கிழங்கு, தேரிக் காட்டில் பிடுங்கிக் கொண்டு வந்த பனங்கிழங்குகளை ஆத்தா அவித்துக் கொட்டியதுமே ஆவி பறக்கச் சாப்பிட்டது போக மீதியானவை கூரை மேல் காயப்போய்விடும். சில நாள்கள் கழித்துச் சுக்காய்க் காய்ந்துபோன கிழங்குகளை எடுத்து வந்து பக்குவமாய் முறித்துச் சீரகம், சுட்ட வத்தல், உப்புவைத்து இடித்து உருண்டை பிடித்துத் தருவார்கள். இரண்டு உருண்டை சாப்பிட்டாலே போதும் போதுமென்றிருக்கும். அதுபோலவே தவிடும் கருப்புக் கட்டியும் எள்ளும் கருப்புக்கட்டியும் கஞ்சியும் காணத்துவைய லும்... நல்ல வலுவான உணவு வகைகள்.

சிறு பிள்ளைகளாய் இருந்த காலத்தில் செட்டியரன் தொம்மந்திரைத் தாத்தா சாப்பிட அமர்ந்தால் அக்காவும் நானும் பக்கத்தில் போய் அமர்ந்துவிடுவோம். சட்டியில் சோறு போட்டுப் பாறைமீன் குழம்பு ஊற்றிப் பிசைந்து 'பீம கவளம்' உருட்டித் தருவார். ஒரு கவளத்திலேயே வயிறு முட்டிப் போனதுண்டு. அண்மையில் நாகர்கோயிலில் நண்பர் ஒருவரின் இல்லத்திற்குச் சென்றிருந்தேன். அவர் மனைவி புன்னைக்காயல் வாரிசாம், மதியச் சாப்பாட்டு நேரம் நெருங்கிய படியிருந்தது. தயக்கத்தோடு அருகே வந்தவர் "சாப்புடுறீங்களா..." என்றார். என்ன தயக்கம் என்று விசாரித்ததில் 'மசாலாச் சோறு' செய்திருப்பதாகச் சொன்னார். அந்தக் கணமே எனக்கு மூளையில் பொறி தட்டியது இது மிளகு சோறாகத்தான் இருக்க வேண்டுமென... நவீன உலகில் மறக்கப்பட்ட உணவு வகை. எங்கள் ஊர்ப் பக்கங்களில் இதற்கு 'முளவுசோறு' என்று பெயர். சாதத்தில் கஞ்சி வடிப்பதேயில்லை அப்படியே குழைய விட்டுவிடுவார்கள். அதனால்தானோ என்னவோ இதற்குக் 'கொழச் சோறு' என்றும் பெயர். சாதம் பொங்கி வரும்போது தேவையான மசாலை, கருவாடு, முருங்கைக்கீரை இத்தியாதிகளைப் போட்டுக் கடைந்து கொண்டுவந்து வைப்பார் கள். கருவாட்டிலும் அரைவேக்காட்டிலிருக்கும் ஊறைக் கருவாடுதான் விசேஷம், ஆனால் முள் பார்த்துச் சாப்பிட வேண்டும். முளவுசோற்றுக்குக் கடிக்கக் கருப்பட்டி அவசியம். ருசி மாற்றம் கொடுத்து அதிகமாய்ச் சாப்பிட வைக்கவும், சாப்பிட்ட உணவு செரிமானமாவதற்கும் கருப்பட்டி.

நெல்லை மாவட்டக் கடற்கரையில் அவியல் சிறப்பு. சிறிது மஞ்சள், கொஞ்சம் தேங்காய் அம்மியில் வைத்து அரைத்து, இரண்டு பச்சை மிளகாயைக் கீறிப் போட்டு, நாலைந்து கறிவேப்பிலை, உப்பு, தண்ணீர்... கொதித்துவரும் போது கழுவிச் சுத்தமாக்கிய நெய்க்காரல் மீன் துண்டுகளைப் போட்டு மூன்று, நான்கு கொதியில் இறக்கிவிடுவார்கள். ருசிக்காக ஒன்றிரண்டு தக்காளிப் பழங்களும் சேர்த்துக்கொள்ள லாம். இன்று நினைத்தாலும் வாயில் எச்சில் ஊறுகிறது. பாம்பன் கடற்கரையில் இதற்குப் 'புளிலாத்தண்ணி' என்று பெயர். கைக்குத்தல் அரிசிச் சோற்றில் வைக்கும் பழங்கஞ்சிக் கும் குமுளாமீன் அவியலுக்கும் கொண்டுவா, கொண்டுவா என்றிருக்கும். நாஞ்சிலில் இதே அவியலுக்கு 'மஞ்சத்தண்ணி' என்று பெயர். தூத்துக்குடி மேசைக்காரர்களோ இதே அவியலைப் 'பாலாணம்' என்ற பெயரோடு சாப்பிடுகிறார்கள். அவியலில் எல்லா மீன்களும் ருசிப்பதில்லை. பதமான

வெள்ளை வாவல், நெய்க்காரல், பாம்பன் தென் கடலில் கிடைக்கும் மாமியாப்பாறை போன்றவை எவ்வளவு சாப்பிட்டாலும் திகட்டுவதேயில்லை. பெரும்பாலும் குழம்பில் ருசிப்பவை சாளை, நவரை போன்ற பொடி மீன்கள். முள் அதிக முள்ள மீன்களும் ருசியானவையே.

இரவு சாப்பிட்டுவிட்டுப் படுத்துத் தூங்கியவர்கள்கூடச் செக்கலுக்கு வலைபோய்க் கொண்டுவரும் கானாங்கெழுத்தி, சீடை மீன்களைத் துடிக்கத் துடிக்க அரிந்து அவியல் வைத்துக் கொடுத்தால் அடித்துப் புரண்டு எழுந்து சாப்பிடுவார்கள். தெற்குக் கடற்கரைப் பக்கம் பாறைமேல் குத்துவலை வைத்து வரும்போது கிடைக்கும் மதனம் போன்ற மீன்களையும் எந்த இரவானாலும் எழுந்து சாப்பிடுவார்கள். சென்னை, பாண்டிச்சேரி, நாகப்பட்டினம் பக்கம் மற்றொரு பக்குவம் சொல்கிறார்கள். காய்ந்த மிளகாயையும் தேங்காயையும் அம்மியில் வைத்து அரைத்து, உப்பும் தண்ணீரும் சேர்த்து மீனைக் கொதிக்க வைத்து இறக்கினால் அதற்குச் 'சுண்ட வைத்த மீன்' என்று பெயர். ருசியில் நாக்கு மேல்தாடையோடு ஒட்டிக்கொள்கிறது. நெல்லை, தூத்துக்குடிப் பக்கங்களைப் போலல்லாமல் சென்னை, பாண்டிச்சேரி, நாகப்பட்டினம் பகுதிகளில் மீன் குழம்புக்குத் தேங்காய் விடுவதில்லை. மாங்காய் போட்டுக் 'கவலைமீன்' குழம்புவைக்கிறார்கள், "மாதா ஊட்டாத சாதத்த மாங்கா ஊட்டும்" என்ற வாய்மொழியோடு ... சென்னை அயோத்திக் குப்பத்தில் 'தீயசோறு' விசேஷம். இரவில் மீதியான சாதத்தை மீன் குழம்பு ஊற்றி அடுப்புத் தணலில் போட்டுவிடுவார்கள். தணலில் நன்றாக வெடித்த சாதம் மறுநாள் சாப்பிடுவதற்குத் தேவாமிர்தம் போலிருக்குமாம்.

நாஞ்சிலில் நல்ல வெடித்த மரவள்ளிக் கிழங்குக்குக் காரமாய் நெத்திலி மீன் குழம்பு வைத்துச் சாப்பிட்டிருக்கிறேன். அந்தப் பக்கம் பறைகளில் தோடு கிடைக்கும். அவித்த தோட்டோடு மரவள்ளிக்கிழங்கும் சாப்பிடலாம். இரண்டுக்கும் அப்படியொரு ருசியான பொருத்தம். தூத்துக்குடிப் பக்கம் நல்ல சங்குவாயன் திருக்கை மீனைக் கறிக்குழம்பு மசாலைப் போட்டுச் சமைப்பார்கள். எங்க அய்யாவுக்குத் திருக்கை மீன் குழம்பை மறுசட்டி வைத்தே ஆகவேண்டும், அதாவது தாளிசம் பண்ண வேண்டும். மூக்கை உறிந்து உறிந்து சாப்பிடுவார். சாப்பிடும் மீன்களை வைத்தே மனிதர்களைத் தராதரம் பார்க்கும் வழக்கமும் கடற்கரையிலிருந்திருக்கிறது. கெழுது, சுறா, அடல் போன்ற மீன்களைச் சிலர் சாப்பிடுவதேயில்லை. குமட்டும் நாற்றத்திற்காகக் கெழுது மீன் சாப்பிடாதவர்கள்

கூட அதன் முட்டையை ஆவலாகச் சாப்பிடுகிறார்கள். “ஆம திங்கிற பெயல்வ ...” என்று கடற்கரையில் எக்காளமாய்ப் பேசுவார்கள். ஆனால் ஆமைக்கறியோ குளிர்ச்சியான உணவு. எல்லா ஆமைகளும் சாப்பிடத்தகுந்தவை அல்ல, எலிமூஞ்சி ஆமை போன்றவை மிகவும் விஷத்தன்மை கொண்டவை. இன்று ஆமை அழியக்கூடிய இனமாய் அறிவிக்கப்பட்டிருப்ப தால் ஆமை பிடிப்பதும் உண்பதும் தடைசெய்யப்பட்டிருக்கிறது. உருண்டு, நீளமாய்ப் பாம்புபோலிருக்கும் மாவளா மீனைக் கண்டாலே எனக்கு ஆகாது. ஆனால் மாவளாவோ மிக ருசியான மீன் வகை, குழம்பாகவோ வறுத்தோ சாப்பிடலாம். இன்று ருசித்துச் சாப்பிடப்படும் எறா, கடமா போன்ற மீன்களை அந்தக் காலத்தில் சூடு என்று ஒதுக்கியிருக்கிறார்கள். சென்னை வந்தபிறகுதான் கடமா சாப்பிட ஆரம்பித்தேன். உவரிப் பக்கம் இதற்குக் ‘கணவா’ என்று பெயர். பொடிப் பொடியாய் அரிந்து வறுத்துச் சாப்பிடலாம், அல்லது சுண்ட வைத்தும் சாப்பிடலாம். கடமாக் கருவாடும் நாக்கில் எச்சில் ஊற வைப்பதே.

எந்த ருசியில்லாத சாதத்தையும் ஒரு சாதாரண ஓட்டாம் பாறைக் கருவாடு ஊட்டிவிடும். புளியோதரையும் வறுத்த நெத்திலிக் கருவாடும் சுட்ட காரப் பொடியும் இல்லாமல் மூக்கையூர்க்காரர்கள் வாடிப்பட்டித் திருவிழாவுக்குக் கிளம்பு வதேயில்லையாம். அலைவாய்க்கரையில் அலைகள் கரையில் மோதித் திரும்பும் வேளையில் சிறுவர்கள் மணலோடு கோறிப் பிடிக்கும் ஆமைப் பூச்சிகளைத் தீயில் வாட்டிச் சாப்பிடலாம் அல்லது அம்மியில் வைத்து அரைத்து அவித்து முட்டை எடுத்துக் கத்திரிக்காயும் தேவையான மசாலையும் போட்டுப் பொரித்துச் சாப்பிடலாம். நாகப்பட்டினம், பாண்டிச்சேரிப் பக்கம் கோலாமீன் உருண்டையும் தித்திப்பு மீனும் விசேஷம். தென் மாவட்டங்களில் எறா மீன் கிடைக்கும் காலங்களில் மாலையானால் எறாவடை கிடைக்கும். வங்காளப் பிராமணர் கள் மீன்களைக் ‘கடல் புஷ்பங்கள்’ என்று உண்கிறார்களாம். மாலத் தீவு உணவு விடுதிகளில் எந்த ஒரு உணவைக் கோரி னாலும் அந்த உணவில் மீன் இருக்கிறதாம். கேரளாவில் தலைச்சேரியில் திருமண விழாக்களில் திருக்கைக் கறி விசேஷம். பனங் கள்ளுக்கு மிக ருசியான துணை உணவு திருக்கைக் குடல் வறுவல், சுட்டமீனும் சுவையானதே. புட்டு என்றால் அதில் கருவாளைமீன் புட்டுத்தான் ருசி, சுறாமீனில் செய்யும் புட்டு அதன்பிறகுதான். தூத்துக்குடி திரேஸ்புரத்தில் சங்குச்சதை கிடைக்கும். அவித்து அரிந்து உலரவைத்துக் கொடுப்பார்கள். ஒருவகையான அசைவ அப்பளம். இப்போதெல்லாம் பெரும் பாலும் ஏற்றுமதியாவதாகச் சொல்கிறார்கள். கொழும்புக்

காரர்கள் காலையில் ஆப்பம் சாப்பிடும்போது கூடவே கருவாடும் சேர்த்துக்கொள்கிறார்கள். பம்பாய் பம்பிளிமாஸ் கருவாடு, நாற்றத்தில் ஊரைக் கூட்டினாலும் வாயில் வைத்தால் ருசியோ ருசி. அந்தக் காலத்து வேளா முட்டைப் பணியாரத்தை இன்று நினைத்தாலும் வாயில் எச்சில் ஊறுகிறது. வேளா ஒரு வகை சுறாமீன். உவரியில் பெண் வேளாமீன் பிடித்த வலைக்காரர் கிடைக்கும் முட்டையைப் பணியாரம் செய்து அதை ஊரில் எல்லோருக்கும் நண்பர், பகைவர் பாகுபாடின்றி வழங்க வேண்டும். சுயதொழில் செய்பவர்களாய் இருந்தாலும் விசேஷமான உணவு வகைகளைப் பகுத்துண்டு வாழும் பக்குவத்தோடு இருந்திருக்கிறார்கள். தமிழரின் விசேஷக் குணமான விருந்தோம்பலை அதன் தரம் குறையாமல் இன்றும் கடற்கரை ஊர்களில் பார்க்கலாம்.

உலர்ந்த எறாக்குஞ்சுகளைச் சிறிது மசாலையோடு சேர்த்துப் பொடி பண்ணினால் அதற்குச் 'சென்னாக்கூனி'ப் பொடி என்று பெயர். இட்டிலிக்குத் தொட்டுக்கொள்ளப் பிரமாதமாக இருக்கும். குழந்தை பெற்றவளுக்குப் பால் சுரக்கப் பிள்ளைச்சுறா, நெஞ்சில் சளி மிஞ்சிப்போனால் காரல் மீன் சூப், எறா சூப். நெஞ்சுத் தடுமல் சுகமாக, நரம்புத் தளர்ச்சி நீங்க நண்டு சூப். மலேசியத் தலைநகர் கோலாலம்பூரில் மீன்தலை சூப்புக்கென்றே தனி உணவு விடுதி இருப்பதாய்ச் சொல்கிறார்கள். பாம்பன் கடற்கரையில் 'கிளைக்கான்' மீனைக் கண்டுவிட்டாலோ சாச்சமாருக்குக் கொண்டாட்டம். முந்தானை முடிச்சி முருங்கைக்காய்க்கு ஒத்த பலமாம். நரம்புகள் முறுக்கேறி நல்ல தெம்பு கொடுக்குமாம் தூண்டல் மீன். தொழில் நடக்கும் காலங்களில் சீலாமீன் தலைக்கு ஆலாய்ப் பறக்கும் புதுமாப்பிள்ளைகளைப் பார்த்திருக்கிறேன். மூலநோய்க்குக் குளிர்ச்சியான சங்குச் சதையும் ஆமைக்கறியும் சிறந்த மருந்தாம். காலில் வரும் வாதநோய்க்குச் சிமிழி மீனை மிதித்தால் குணம் கிடைக்குமென்ற நம்பிக்கை கடற்கரைப் பெரியவர்களிடம் இருக்கிறது.

வாலிபத்தில் அலைவாய்க்கரையில் நண்பர்களோடு சேர்ந்து கட்டுமரங்களைப் பட்டறை ஏற்றிவிட்டு வந்தால் குறைந்தது நான்கைந்து வறுத்த முழு மீன்கள் சாப்பிடுவேன். பெரும்பாலும் வாவலும் குதிப்பும் பன்னாவும் எனக்குப் பிடிக்கும். காற்றுக் கடலில் தனியாய்க் 'கோடா'* வைத்துவிட்டு வரும் என் நண்பர்கள் அதிகமாய்ச் சாப்பிட்டிருக்கலாம். ஒத்தைக்கு ஒத்தை கோடா வைப்பவனுக்குப் பெண் கொடுக்கக்

* கோடா வைப்பது – கட்டுமரம் பாய்மரம் நட்டுவது

கடற்கரையில் கடும் போட்டியும் இருந்தது. அந்தக் காலத்தில் கடினமான வேலைசெய்தோம், பசி எடுத்தது, உண்ட உணவும் செரிமானமானது. இன்று பசி எடுப்பதற்கும் உண்ட உணவு செரிமானமாவதற்குமே மாத்திரைகள் சாப்பிட வேண்டியுள்ளது. சமீபத்தில் பரிசோதனைக்காக மருத்துவரிடம் சென்றபோது மாமிசமே ஆகாது என்றவர் மீன் சாப்பிடலாம் எவ்வளவு வேண்டுமானாலும் சாப்பிடலாம் என்றார். எந்தப் பக்க விளைவையும் ஏற்படுத்தாத பக்குவமான புரத உணவு மீன்.

சாமத்தில் எழுந்து வலை போவதற்காகக் கிளம்புகிறவர் களுக்கு அந்த நேரத்தில் வயிற்றுக்குக் கிடைப்பது பழைய நீராகாரமும் ஒரு துண்டுக் கருப்பட்டியும்தான். மதிய வேளை களில் கரைதிரும்புகிறவர்களுக்குச் சாதத்தில் வடித்த கஞ்சியைச் சுடச்சுடக் கொண்டுவந்து கடற்கரையிலேயே பசியாற்றுவார்கள் பெண்கள். தொழில் முறைக்குத் தகுந்தாற் போல் முற்பகலில் கரை திரும்புபவர்களும் பிற்பகலிலோ காலம் தப்பி இரவிலோ கரை திரும்புபவர்களும் உண்டு. பெரும்பாலும் கடலில் சாப்பாட்டைத் தவிர்ப்பவர்கள் வலை போட்டுக் கிடக்கும் போது பசி தெரியாமல் இருப்பதற்காக வெற்றிலை பாக்கு போடுவார்கள். நாள்பட இந்தப் பழக்கம் கூடவே ஒட்டிக் கொண்டு தவிர்க்க முடியாததாகிவிடுகிறது. சுருட்டுப் புகைக்கும் பழக்கமும் இதுபோலவே கடலில் தூக்கத்தைத் தவிப்பதற்க்காக அறிமுகமாகிப் பிறகு வாழ்நாள் முழுவதும் தவிர்க்க முடியாமல் தொடர்கிறது.

வடகடல் பகுதியில் கோலாமீன் பிடிக்கும் காலங்களிலும் தென் பகுதியில் தங்கு தொழில் செய்யும் காலங்களிலும் கஞ்சிக் கலயத்தைக் கூடவே எடுத்துச் செல்கிறார்கள். தெய்வத் திற்கு உண்டான மரியாதை இந்தக் கஞ்சிக் கலயத்திற்கு உண்டு. ஆனால் தொழில் முடித்துக் கரை திரும்பும் வேளை களில் அதுவும் கரைக்கறுப்புத் தெரிந்த பிறகே இந்தக் கஞ்சிக் கலயத்தைத் தொடப் பெரியவர்களால் அனுமதிக்கப்படுகிறார் கள். புயல் மழை எடுத்து நிலைமை மோசமடையலாம் . . . எல்லாச் செயல்பாடுகளும் நெய்தலின் அடிநாதமான நிலை யாமை என்ற அச்சாரத்தை ஒட்டியே சுழல்கிறது.

அண்மையில் அண்ணாச்சி ஒருவரை ரயில் பயணத்தில் சந்தித்தேன், எலும்பும் தோலுமாகக் குன்னிப் போயிருந்தார். விழியாலே வினவியபோது சொன்னார். “அய்ய, சுகரு, கொழுப்பு எல்லா எழவும் இருக்குல்லா . . . அவம் டாக்டரப் போயி பாத்தா, கலோரி கிலேரியின்னு பயங்காட்டுதாம். அதாம் தூத்துக்குடி போயும் ஆழ்வார்கட புரோட்டா திங்காம

பூட்டுக் கால் புடிச்சாக்கும் ஓடியாந்தேன்." 'நொறுங்கத் தின்றால் நூறு வயதென்பது' அந்தக் காலம், இன்று கோழி கொத்துவதுபோல் ஏதோ வெந்ததைச் சாப்பிட்டுக்கொண் டிருக்கிறோம். எதை எடுத்தாலும் அந்த உணவில் கொலஸ்ட்ரால் எவ்வளவு, கலோரி எவ்வளவு என்று பார்த்துப் பார்த்துச் சாப்பிட்டு, சாப்பாட்டு வழக்கமும் இயந்திரமயமாகிக்கொண் டிருக்கிறது. இந்த நாற்பத்து ஏழாவது வயதிலும் தயங்காமல் சொல்வேன் இன்றும் இயக்கம் தருவது இளமையில் ஆத்தா கைப்பக்குவத்தில் சாப்பிட்ட உணவு வகைகள்தாம். வாரத்தில் ஆறு நாட்களும் மீன் குழம்புச் சாப்பாடு, ஏழாவது நாள் அதாவது ஞாயிற்றுக்கிழமை கறிக் குழம்பு. எனக்கு விவரம் தெரியும்போதே கடற்கரையூர்களில் கைக்குத்தலரிசிச்சோறு சாப்பிடுவது நடைமுறையாகியிருந்தது. அய்யா காலத்திலெல் லாம் கம்பஞ்சோறும் கேழ்வரகுக்கூழும் சோளக் கஞ்சியும் சாப்பிட்டிருக்கிறார்கள். ஆனால் அன்றிலிருந்து இன்றுவரை மாறாதது என்னவோ அந்தச் சுட்ட கருவாடும் சுண்டவைத்த மீனுந்தான்... அந்தக் காலத்தில் ஆசை, ஆசையாய்ச் சாப்பிட்ட வெள்ளைக்குறிமீன், குதிப்பு போன்ற பல மீன்கள் இன்று இல்லாமலே போய்விட்டன, காரணம் தொலைநோக்குப் பார்வையற்ற நமது மீன்பிடிக் கொள்கை. எப்போதும் அரசையே குற்றம்சாட்டிக்கொண்டிருப்பதிலும் நியாயமில்லை, இயற்கை வளங்களைப் பாதுகாப்பதில் அரசுக்கு இருக்க வேண்டிய அதே அக்கறை தனிமனிதர்களுக்கும் இருக்க வேண்டுமே..!

9

பிரிந்த தாய்

மேலாண்மை பொன்னுச்சாமி

இந்தக் கட்டுரை எழுதுகிறபோது என் வயது ஏறக்குறைய ஐம்பத்தொன்பது. நான் சிறுபிள்ளையாக இருந்தபோது எங்கள் வட்டாரத்தில் நெல்லுச் சோறு என்பது அதிசயம். கிடைப்பது ரொம்ப ரொம்ப அபூர்வம்.

எங்கள் வட்டாரம் என்றால், ஒன்றாக இருந்த இராமநாதபுரம் மாவட்டத்தின் மேற்குப் பகுதி. மாவட்டப் பிரிவுக்குப் பின்பு, விருதுநகர் மாவட்டம். கந்தகப் பூமி. கரிசல் காடுகளும் செவல் காடுகளும் வண்டல் நிலங்களும் கலந்த மாவட்டம். வானம் பார்த்த பூமி. மழையை நம்பிய விவசாயப்பிழைப்பு. மழை செழித்துப் பெய்தால், கண்மாய்கள் நிறையும். காடுகரைகளில் விதைப்பு விழும். பயிர்ப் பச்சை எழும். கிணற்றுப் பாசனங்களும் மழையை நம்பித்தான். மழை இல்லையென்றால் கிணறுகளும் வரட்டிழுப்புத்தான்.

வானம் பார்த்த பூமி என்பதால் எங்கள் வட்டாரத்தில் நெல்லுச் சோறு குதிரைக் கொம்பு. தஞ்சை, திருச்சி போன்ற நதி நீர்ப்பாசன நிலங்களுள்ள மாவட்டங்களில் நெல்லுச்சோறு குறித்த அனுபவங்கள், செய்திகள் வேறானதாக இருக்கலாம்.

எனது சிறுவயதுப் பருவத்தில் எங்கள் வட்டாரத்தின் எதார்த்த நிலைமை என்பது, நெல்லுச் சோற்றைக் கண்ணால் பார்க்க முடியாது. அரிதிலும் அரிதாகத் தோன்றும்.

ஆடி, தீபாவளி, தைப் பொங்கல், ஊர்த் திருவிழா கல்யாணம் போன்ற பண்டிகை நாட்களிலும் விசேஷ நாட்களிலும்தான் நெல்லுச்சோறு தட்டுப்படும்.

நெல்லுச்சோறு என்றாலே சின்னஞ்சிறிசுகளுக்கு மட்டு மல்ல, பெத்தம் பெரிய மனிதர்களுக்கும் ஒரு குதூகலம்தான். கும்மாளம்தான். ஆதாளிதான்.

நெல்லுச்சோறு ஒற்றையாக வராது. கிடாக்கறி, கோழிக்கறி என்று அபூர்வ ருசிக் குழம்புகளை அழைத்துவரும். கல்யாண வீடு என்றாலும்கூட, மணக்க மணக்கச் சாம்பார், கையில் வாங்கிக் குடிக்க ரசம், ஒன்றுக்கு இரண்டு தொடுகறிக் கூட்டுகள், 'ஃபைனல்டச்சாக...' இனிக்க இனிக்கப் பாயாசம் என்று ராஜ களை கட்டும்.

'கல்யாணச் சாப்பாடு...' 'பந்திச் சோறு' என்று அதற்குப் பெயர். வரிசை வரிசையாக ஆட்கள் உட்கார, விசாரித்து விசாரித்து உபசரிக்கிற பந்திப் பரிமாறல்.

இதில் ரொம்ப ரொம்பச் சந்தோஷமான விஷயம் எது என்றால், வாழை இலையில் சோறு சாப்பிடுவதுதான்.

பந்திக்கு நாலு நாளைக்கு முன்பே கனாக் காண்பார்கள். 'எப்ப, எப்ப, எப்ப' என்று நாட்களை ஆவலுடன் எதிர்பார்ப் பார்கள், ஆவலுடன். பந்தி முடிந்த பிறகும் பத்து நாளைக்குச் சாப்பிட்ட பேச்சுத்தான் நீடிக்கும். அடி மனசில் ருசி, நினைவாக மணக்கும்.

"மல்லிகைப் பூ மாதிரி சோறு..." "கை வைச்சா... வழுகிக்கிட்டுப் போச்சு..." "சோத்துலேயிருந்து வர்ற ஆவியே 'கம்ம்' முன்னு மணக்கு..." "சாம்பாரை ஊத்திப் பிசைஞ்சா ஒரு ருசி..." "ரசத்துலே குழப்பிச் சாப்புட்டா... ஒரு வாசம்" "பொரியல் கூட்டு இருக்கே... அது தனீ ருசி."

நினைவில் சாப்பாட்டு ருசி மிதக்க, வார்த்தைகளில் காட்சி ஓடும்.

"ராத்திரி ரொம்ப நேரமாவுது ... சாப்புடலியா?"

"பசியேயில்லே!"

"என்ன ... மக்கு (மாந்தம்)?"

"மதியம் பந்திச் சோறுல்லே...? வளைச்சு... ஒரு புடி புடிச்சாச்சு. வகுறு, கிண்ணுன்னு கெடக்கு"

அதேபோல இட்லி, தோசையும் மகா அதிசயம். நல்ல நாள் எனப்படுகிற பண்டிகை நாட்களில் மட்டுமே கண்ணில் தட்டுப்படும்.

தமிழர் உணவு

அதுவும் நெல் வாங்கக்கூடிய வக்கும் வசதியும் உள்ள பெரிய பெரிய காரை வீட்டுக்காரர்களிடம்தான் இட்லி தட்டுப்படும். ஏழை எளியதுகளை எட்டிக்கூடப் பார்க்காது.

ஏழை எளிய மத்தியதரச் சம்சாரிகள், நிலமில்லாத கூலிஜனங்கள் வீடுகளிலெல்லாம்... சோளத் தோசைதான். கட்டை விரல் தடிமனில் சோளத் தோசை எண்ணெய்க் கருகல் வாசத்துடன் மணக்கும்.

அறுபதுகளில் வந்த உணவுத் தட்டுப்பாடு, உணவுப் பற்றாக் குறை, பஞ்சம், பட்டினிச்சாவுகள். ஒன்பது மாநிலங்களில் காங்கிரஸ் ஆட்சிகள் அகற்றம்.

தப்பிப்பிழைத்து, தடுமாறித் தத்தளித்து மத்தியில் மட்டும் காங்கிரஸ் அரசு ஆட்சி வந்தது. அச்சுறுத்தலான எச்சரிக்கை யாகவும் சவாலாகவும் நின்ற உணவுப் பஞ்சம்.

'செம்புரட்சி வந்துவிடுமோ' என்ற அபாயபீதி, கால் மாட்டில் வந்து நின்றது. அந்தச் சூழலில் அணுகுண்டுகளை ஜப்பான்மீது போட்டுவிட்டு... இரண்டாம் உலக மகா யுத்தத்துக்குப் பிறகு தம்மைப் பெரிதாக வளர்த்துக்கொண்ட அமெரிக்க ஏகாதிபத்தியம். ரசாயன உர உற்பத்திச் சாலைகள், ரசாயனப் பூச்சி மருந்துக் கம்பெனிகள் பெருகிப் படர்ந்தன. அவற்றை விற்பதற்கான சந்தை எது?

அறுபதுகோடி மக்களைக்கொண்டிருந்த இந்தியா என்னும் மிகப்பெரிய விவசாயப் பொருளாதார நாடு. உணவுப் பற்றாக்குறையால் மிரண்டு பீதியுற்றிருக்கிற அரசு.

"இந்தியாதான் தம் சந்தை" என்று நிர்ணயித்துக் குறி வைத்தனர். கணிப்பும் கணக்கும் கச்சிதமாயிற்று.

'ரசாயன உரங்களையும் பூச்சிகொல்லி மருந்துகளையும் விற்பதற்கு முந்தி... நோய்களைப் பரப்ப வேண்டுமே' என்ற நிர்ப்பந்தமிருந்தது.

'பசுமைப் புரட்சி' என்றொரு விஞ்ஞான சாகசம் விளை வதற்கான சகலப் புறச்சூழலும் புறத்தேவையும் இருந்தது.

"செம்புரட்சி வந்துவிடாமல் தடுக்க வேண்டுமானால், பசுமைப் புரட்சியை நிறைவேற்றியே தீரவேண்டும்" என்று மத்திய அரசு முனைப்புக் காட்டியது. அதிதீவிரமான முனைப்புகள்.

"பெருக்கல் விகிதத்தில் உயர்கிற ஜனத்தொகைக்கு, கூட்டல் விகிதத்தில் நகரும் உணவு உற்பத்தி எப்படி ஈடுகட்டும்?

ஆகவே பசுமைப்புரட்சி முறையிலான உணவு உற்பத்தி, இந்தியத் தேவையாக உள்ளது” என்று நாடாளுமன்றத்தில் நியாயப்படுத்திய மத்திய மாண்புகள்.

“பசுமைப் புரட்சி முறையிலான நவீன உணவு உற்பத்தி முறையில் ஈடுபடுகிற விவசாயிகளே ... முற்போக்கு விவசாயிகள்” என்று ஊடகப் பிரச்சாரம் இந்திய விவசாயிகளைச் சுற்றி வளைத்து, முற்றுகையிட்டது. பரந்துபட்ட இந்திய விவசாயிகளிடம் பிரச்சாரத்தை விரிவான முறையில் நிகழ்த்துவதற்காகவே தொலைக்காட்சி என்றொரு புதிய விஞ்ஞான ஊடகம் இந்தியாவுக்கு வரவழைக்கப்பட்டது. ‘வயலும் வாழ்வும்’ இந்திய மொழிகள் சகலத்திலும் ஒலிபரப்பாயிற்று; ஒளிபரப்பாயிற்று.

ஐ.ஆர். எட்டு என்றொரு நெல் விதை வந்தது. அதைத் தொடர்ந்து ஐ.ஆர். இருபது என்ற சன்னரக நெல் விதை வந்தது. ஒரு சாண் உயரத்தில் ஒரு முழக் கதிர்.

சம்பா, சீரகச்சம்பா, மணல்வாரி போன்ற நெல் வகைகளுடன் பழகிப் பரிச்சயமாகியிருந்த தமிழக விவசாயிகள், இந்த நவீன ரகத்துக்குள் சட்டென நுழைந்தனர்.

காரணம், அதிக விளைச்சல். குறுகிய நாட்களில் முழு விளைச்சல். ஒரு சாண் உயரப் பயிரில் ஒரு முழக் கதிர். ஒருபோகம் விளையப் பழைய ரக நெல் எடுத்துக்கொள்ளும் அதே நாட்களில் நவீனரக ‘ஐ.ஆர்’கள் இருபோகம் விளைந்து விடுகின்றன. பத்து மூடை விளைந்த அதே வயலில் முப்பது மூடைகள். பெருக்கல் விகித விளைச்சல் சாத்தியமாயிற்று. விளைய வைத்த விவசாயிகளுக்குக் கூடுதலான மகிழ்ச்சி. ‘முற்போக்கு’ விவசாயிகள் எண்ணிக்கை அதிகமாயிற்று. ஆக்டோபஸாக எண்ணிக்கை விரிந்து அகன்று படர்ந்தது.

இதே அளவு விளைச்சலைத் தொடர்ந்து காண முடியவில்லை. மூணாவது வருஷமே மண், உயிர்ச்சத்து இல்லாமல் போயிற்று. விளைச்சலின் தலைகீழ் சரிவு. வீழ்ச்சி. விவசாயச் சோர்வு.

“உற்சாகம் இழக்காதீர்கள். உங்கள் மகசூல் கூடுதலாக வேண்டுமானால் ... தொடர வேண்டுமானால் ... டி.ஏ.பி, காம்ப்ளெக்ஸ், பொட்டாஷ், யூரியா போன்ற ரசாயன உரங்களை மூடை மூடையாக வாங்கித் தூவுங்கள்.”

தூவினர். நோய்கள் வந்தன. புதுப்புது ரகமான நோய்கள். நோய்களின் எண்ணிக்கை பெருகிற்று. ‘டாஸ்மாக்’ கடைகளைப் போலவே வீதிக்கு நான்காகப் பூச்சிகொல்லி மருந்துக் கடைகள் முளைத்தன.

பசுமைப்புரட்சி பரிபூர்ண வெற்றி பெற்றுவிட்ட நிலையில், பாரத விவசாயிகள் படுபாதாள மரணக்குழிகளில். தற்கொலைகள் பெருகிப் போயிற்று. கூட்டம் கூட்டமாக விவசாயிகள் தற்கொலை செய்துகொள்கிற வரலாறு காணாத பெரும் பயங்கரக் கொடுமை.

பசுமைப்புரட்சி எனும் நவீன விவசாய முறைமை நெல்லுடன் நிற்கவில்லை. சகல விதைகளுக்கும் சகலப் பயிர்களுக்கும் பரவிற்று. இப்போது எங்கெங்கு நோக்கினும், நீக்கமற நிறைந்து பரவிவிட்ட ஒட்டு வீர்யத் தானியங்கள். ஒட்டு வீர்ய ரகத்து விதைகள்.

பசுமைப்புரட்சியின் வெற்றியினால், எட்டாத அதிசயமாக இருந்த அபூர்வமான குதிரைக்கொம்பு நெல்லுச்சோறு, எல்லோருக்குமான சோறாயிற்று. தமிழகத்தின் சோறே, நெல்லுச் சோறு என்று பொதுமைப்பட்டுவிட்டது.

பங்களா வீடுகளில் மயில்மார்க் பொன்னி அரிசிச் சோறு என்றால், எளிய மக்கள் குடிசைகளில் ரேஷன் கடை அரிசியான (ஒரு ரூபாய்க்கு ஒரு கிலோ) கூப்பன் அரிசியே நெல்லுச் சோறாக 'மணக்கிறது'.

உலகமயம், டப்பாக்களிலும் பாக்கட்களிலும் உணவுகளை அடைத்து, உலகம் பூராவிலும் பொதுமைப்படுத்திக்கொண்டிருக்கிறது. பசுமைப் புரட்சி, உலகமயம் அறிமுகமாவதற்கு முன்பே . . . அந்தந்த வட்டாரங்களின் தனித்துவ உணவு முறைகளையெல்லாம் மிதித்து நொறுக்கிவிட்டு, ஒட்டு வீர்ய அரிசிச் சோற்றின் கையில் ஒட்டுமொத்தத் தமிழகத்தையும் ஒப்படைத்துவிட்டது.

இதுதான் இப்போதைய தமிழக உணவு நிலவரம். சகல வீடுகளிலும் நெல்லுச்சோற்றின் புழக்கம். நெல்லுச்சோற்றுப் பருக்கைகள் தவிர வேறு வகையான சோறுகள் பார்த்தறியாத தலைமுறை, இப்போது வாலிபமாகிவிட்டது.

பொதுமைப்படுத்தப்பட்டுவிட்ட ஒரே மாதிரியான ஒட்டு வீர்ய உணவு முறைமையில் இன்றைய தமிழகம்.

மரபார்ந்த தமிழகம் இதுவல்ல. பசுமைப்புரட்சி எனும் 'நவீன' முறைமை எனும் நாசகர உற்பத்தி முறைமை அறிமுகமாவதற்கு முந்தைய தமிழகத்தில் மரபார்ந்த விவசாயமும் மரபார்ந்த உணவு முறைமையும் இருந்தது.

'பிற்போக்கான உற்பத்தி முறைமை' என்று பசுமைப் புரட்சியால் முத்திரை குத்தப்பட்டு, இழிவாக நினைக்கப்பட்டு

ஒழித்துக்கட்டப்பட்ட அந்த மரபார்ந்த விவசாய உற்பத்தி முறைமைதான், இயற்கை விவசாயம். இந்தியத் தன விவசாயம்.

புரட்சியும் கலகமும் ஒன்றல்ல. நேரெதிரானவை. வளர்ச்சிக்குத் தடையாக இருப்பதை உடைத்து நொறுக்கி, அவற்றுக்குள்ளிருந்தே புதியதை உருவாக்கி நிர்மாணிப்பது, புரட்சி; ஆக்கப்பூர்வமானது.

புதியதை உருவாக்கும் கனவு எதுவும், திட்டம் எதுவும் – இல்லாமலேயே இருப்பதை அடித்து நொறுக்கித் தூளாக்குவது, கலகம். சூன்யத்தையே மிச்சமாக்குகிற அழிவுப்பூர்வமானது.

அதேபோலத்தான்... மரபும் பழைமையும் ஒன்றல்ல; நேர் எதிரானவை.

மரபு என்பது தன்னுள்ளிருந்து வெடித்தெழும் புதியதுக்கான உள்ளீட்டையும் உயிர்ச் சத்தையும் வழங்குகிற உயிர்த் தொடர்ச்சி.

பழைமை என்பது தன்னுள்ளிருக்கும் புதியதை வெடித்தெழ விடாமல் தடுத்து, மறித்து நிற்கிற மலட்டுத் தடை.

மரபு, வயதான தாயைப்போலப் பரிவுடன் பார்க்கப்பட வேண்டியது. பழைமை, பகைமையுடன் நோக்கப்பட வேண்டியது. மரபு, பாதுகாத்துப் பராமரிக்கப்பட வேண்டியது. பழைமை, தகர்த்து ஒழிக்கப்பட வேண்டியது.

பசுமைப்புரட்சிக்கு முந்தைய தமிழக விவசாய உற்பத்தி முறைமை, பழைமையானதல்ல; மரபார்ந்த விவசாய முறைமை. தாய்மையும் தோழமையுமானது.

மாடு கன்றுகள், ஆடு குட்டிகள், கோழி குஞ்சுகள் போன்றவையும் உற்பத்திக்கான சக தோழர்களாக விவசாயிகளால் நினைக்கப்பட்டன. சாணி சகதி, குப்பைக்கூளம், கொழை தழை போன்றவை உற்பத்திக்கான உரமாக மட்டும் பயன்படுத்தப்படாமல் ஒன்றை நூறாக்கித் தருகிற மண்ணை உயிர்ச் சத்துடன் வளர்த்துப் பராமரிப்பதற்கான உணவாகவும் பயன்படுத்தப்பட்டன.

மழை மேகம் தருகிற சமுத்திரத்துக்கு மழை நீரைத் தருகிற மேகங்களைப்போல... மனிதர்களுக்கு உணவு தருகிற புஞ்சை மண்ணுக்கு உயிர் வளர்க்கிற உணவூட்டிய விவசாயிகள். சுரண்டலற்ற கொடுக்கல் – வாங்கல். ஆக்கிரமிப்புகள், அத்துமீறல்கள் இல்லாத இயல்பான தோழமை.

அந்த மரபார்ந்த விவசாய உற்பத்தி முறைமை நிலவிய தமிழகத்து வானம் பார்த்த விவசாயப் பகுதிகளுக்கு, நெல்லுச் சோறு அதிசய அபூர்வமானதாகத்தான் இருந்தது.

பண்டிகை நாட்கள் – நல்லநாள் – பொல்ல நாள் தவிர்த்த நாட்களில் நெல்லுச்சோறு கண்ணில் தட்டாது. அன்றாட உணவு முறைமையாக... அவர்களுடைய உற்பத்தி முறைமை யின் விளைச்சலாகவே இருந்தன.

கம்பு, சோளம், கேப்பை என்னும் கேழ்வரகு, தினை, குதிரைவாலி, செவல் காட்டில் விளையும் வேர்க்கடலை, காணப்பயறு, பாசிப்பயறு, தட்டாம்பயறு, உளுந்தம்பயறு, எள் போன்றவை.

எள்ளைப் புடைத்து, சுத்தமாக்கி, வறுத்து, கருப்பட்டி போட்டு உரலில் இடித்து, உருண்டையாக உருட்டித் திரட்டி, தின்று பார்த்தால்... ஏழு தெருவுக்கு வாசமடிக்கும்.

திங்க திங்க ஆசையாயிருக்கும். திங்கணும் என்ற உணர்வே நிரந்தரமாகியிருக்கும். உடம்புக்கு நல்லது. ஆரோக்கியத்தை அளிக்கும். கெடுதல் தன்மைகள் இல்லாத நன்மைகள். மாவுடன் சேர்த்து, ஒரு சிறிய சுக்குத்துண்டைப் போட்டு இடித்து விட்டால், பலவீனர்களுக்கும் உகந்த தின்பண்டமாகிவிடும்.

இப்போதைய பலகாரங்கள்– ஸ்வீட் கடை ஐட்டங்கள் யாவுமே அலோபதி மாத்திரைகளைப்போல. நோய் தணிக்கும். பக்கவிளைவுகளாகச் சில நோய்கள் வரும். எள்ளுருண்டை போன்ற மரபார்ந்த தின்பண்படங்கள், ஹோமியோபதி மருந்தைப்போல. பக்க விளைவுகள் எதுவுமில்லாமலேயே நோய் நீக்கும்.

எள்ளுருண்டை என்பது ஒரு சிறிய உதாரணம். மரபார்ந்த விவசாய உற்பத்தி முறைமையில் விளைந்த அத்தனையும் பக்க விளைவுகள் இல்லாது, நன்மைகள் தரும் இயல்பு கொண்டவை.

எங்கள் வட்டாரத்தில் பெரும்பாலும் கம்பஞ்சோறுதான் புழக்கத்திலிருக்கும். இல்லையென்றால், சோளச்சோறு இருக்கும். ஏழை எளியதுகள் வீடுகளில் கேப்பைக்களி நடமாட்டம் அதிகமிருக்கும். குதிரைவாலி தானியமும் அவ்வப்போது உணவாகும்.

தட்டைப்பயறு, பாசிப்பயறு போன்றவைதாம் பருப்புக் குழம்பாக மாறும். நிலக்கடலை, காணப்பயறு துவையலாகும். பருப்புக் குழம்புகளோடு புஞ்சைகளில் விளைகிற வாய்க்கால் கத்திரிக்காய், தக்காளி, சீனியவரை, பொழியோரத்துக் கொடி களில் விளைகிற சுரைக்காய், பூசணிக்காய், பீர்க்கு போன்றவை காய்கறியாகச் சேரும். எல்லாமே பன்முகப் பயன்பாடு.

சீனியவரையை அறுத்துப் பருப்போடும் வேகப்போடு வார்கள். அதே சீனியவரையை அவித்து, வடிய வைத்துத் தாளிதம் போட்டுக் குலுக்கியெடுத்தால், தொடுகறி. அதே சீனியவரை நிறைய விளைந்து, உபரியாகிவிட்டால் . . . அதை மொடாப் பானையில் உப்புப்போட்டு வேகவைத்து, சாக்கு விரித்து, அதை நிழலில் விரித்துக் காயப்போட்டு அள்ளி வைத்துவிட்டால், சீனியவரை வத்தல். எண்ணெய்க் கரண்டியில் போட்டு வறுத்தெடுத்தால், கரை கஞ்சிக்கு மிகச் சிறந்த தொடுகறி. காரச் சேவு மாதிரியே 'நறுக்நறுக்'கென்று ஓசை யுடன் ருசியையும் தரும். கஞ்சியைக் 'கொண்டா கொண்டா' என்று இழுத்துவாங்கும்.

பீர்க்கைத் தகட்டுச் சிப்பியால் தொலியைச் சீவித் தள்ளி விட்டு, காயைத் துண்டு துண்டாக நறுக்கி, நீரூற்றி, அவித்து, தாளித்துவிடுவார்கள். அது ரொம்பப் பிரமாதமாக இருக்கும். எந்தச் சோற்றுக்கும் இணைத்துணையாகச் சேர்ந்துகொள்ளும்.

தட்டைப் பயற்றோடு சேர்த்துக் குழம்பும் வைக்கலாம். கிராமத்தில் கருக்கலைப்புக்கு முற்றிக் காய்ந்த பீர்க்கையின் விதைகளை அரைத்துக் குடிக்கத்தருவார்கள்.

கம்பு, கரிசல் காட்டின் அடையாளங்களில் பருத்தியைப் போல முக்கியமான ஒன்று.

வீட்டுக்கு வீடு குத்துரல் இருக்கும். உலக்கைகள் இருக்கும். இரு நுனியிலும் இரும்புப் பட்டைப் பூண் பிடித்த உலக்கைகளும் இருக்கும். ஒரு பக்கம் பூண் இல்லாமல் இருக்கிற மொட்டை உலக்கையும் இருக்கும். மொட்டை உலக்கை எள்ளு மாவு போன்ற மாவு இடிக்க . . . மூலிகைகளை இடிக்கப் பயன்படும். உரல் இல்லாத வீடு இருக்காது. உரல் இருந்தால், 'ஒரப்பெட்டி யும்' இருக்கும். ஒரப்பெட்டி என்பது உரலுக்குத் தலையில் வைத்த அகல வட்ட வாய் கொண்ட குல்லா மாதிரி இருக்கும்.

உரலுக்குள் போட்டு இடிக்கப்படும் தானியங்கள் சிதறி வெளியில் சிந்திவிடாமல் தடுப்பதற்குத்தான் அந்த ஒரப்பெட்டி.

சோளச் சோற்றைவிடக் கம்பஞ்சோறு நல்லது. பலவீன உடம்புக்காரர்களுக்கும் 'சேர்ந்து'கொள்ளும். சோளச்சோறு வலுத்த உடம்புக்காரர்களுக்கு மேலும் வலுச் சேர்க்கும். இற்ற உடம்புக்காரர்களுக்கு 'வயிற்றாலே' 'வாயாலே' புடுங்கி ஊற்றி விடும். இற்றுப்போனவர்களை மேலும் கொஞ்சம் வாட்டி வதக்கி இற்றுப்போக வைக்கும்.

கம்பஞ்சோறு அப்படியல்ல. எல்லாருக்கும் நல்லது செய்யும். கம்பஞ்சோறு ரொம்ப ருசியாகவும் வாசமாகவும்

இருக்கும். வாளைக் கருவாடு, நெத்திலிக்கருவாட்டுக் குழம்பு இருந்துவிட்டால், கம்பஞ்சோறு தேவாமிர்தமாகிவிடும்.

கம்புத் தானியத்தை எடுத்துச் சுளகில்போட்டுப் புடைப் பார்கள். தூசி துப்பட்டை நீக்கி, கல், மண் ஒதுக்கி... சருவச் சட்டித் தண்ணீரில் போடுவார்கள். பொடித் தூசிகள் மிதந்து விடும். மண்கட்டித் துகள்கள் இருந்தாலும் கரைந்துவிடும்.

கையால் கம்புத் தானியத்தைப் பரசிப்பரசி, நீருக்குள்ளேயே வைத்து அலசி... அள்ளி அள்ளி உரலில் போடுவார்கள். உரல் கொள்ளாத தானியத்தை நீரை வடித்துக் குத்துப் பெட்டி யில் வைத்திருப்பார்கள்.

உரலுக்குள் போட்ட தானியத்தில் நீர் கொஞ்சும். ஒரப் பெட்டியை வைத்து உலக்கை போடுவார்கள். எதிரும் புதிரு மாகத் தாயும் மகளும் அல்லது, புருஷனும் பெஞ்சாதியும் நின்று உலக்கை போடுவார்கள்.

இருவர் உலக்கை போடுவது ஒரு தனியான அழகுக்கலை. இருவரும் ஒருசேர உலக்கை போடக் கூடாது. ஒருவர் உலக்கை யைத் தலைக்குமேல் உயர்த்தும்போது, மற்றவர் உலக்கை உயரத்திலிருந்து உரலுக்குள் பாய்ந்துகுத்தும் இப்படியே ஒரு தொடர் மாயவித்தை நிகழும்.

உலக்கை விழ விழ... உடைந்து உடைந்து சிதறுகிற கம்பு மணிகள்... கொஞ்ச நேரத்தில் மாவு அடையாக உயர்ந்து வரும். முழுமையான மாவடையாகச் சேர்ந்தவுடன் அள்ளிக் கொதித்துக்கொண்டிருக்கிற உலைப் பானையில் தட்டுவார்கள். தளதளவென்று கொதிக்கும். கொதிப்பு, கூப்பாடு மிக்கதாக இருக்கும். கொதித்து, வெந்துவிட்டால் சத்தம் அடங்கும். நின்ற மழையின் கூரைச் சொட்டுப்போல... அவ்வப்போது 'டிப், டிப், டிப்' என்று சத்தத்தோடு நுரை வெடிக்கும்.

உலைமூடியைப் போட்டு மூடிவைத்துவிடுவார்கள். வெந்து முடிந்த பிரியாணியை இறுகலாக மூடிவைத்து, அந்த வேக்காட்டி லும் ஆவிச் சூட்டிலும் மேலும் வேகவிடுவதைப் போலவே தாம், இந்த உலைமூடி மூடலும் உள்ளுக்குள்ளேயே மடக்கி முடக்கப்படுகிற ஆவிச் சூடும், வெக்கையும் கம்பை முழுமை யாக வேகவைத்து விடும். வீடு முழுக்க மணக்கும்.

கம்பு, கோதுமையைவிடச் சத்தானது. சாமான்யத்தில் ஜீரணமாகாது. பசி தாங்கும்.

152 பக்தவத்சல பாரதி

கம்பஞ்சோற்றை அகப்பையால் கோதி, வட்டிலில் போட்டால், ஆவி பறக்கும். எந்தக் குழம்புக்கும் கூடுதல் ருசி தரும்.

தீபாவளிக்கோ திருவிழாவுக்கோ வீட்டில் கிடா அறுக்கிற போது ... கொழுப்பையெல்லாம் எடுத்து, உருக்கி மண் சட்டியில் போட்டு, துணியால் வாயைக் கட்டி, உறியில் வைத்திருப்பார்கள்.

உறியிலிருந்து சட்டியையெடுத்து, உள்ளே உறைந்து மெழுகு மாதிரியிருக்கிற கொழுப்பை ஒருசிறிய கரண்டியால் வெட்டி எடுத்து ... சுடச் சுட ஆவி பறக்கிற கம்பஞ்சோற்றில் ஒரு குழி அமைத்து, அதற்குள் கொழுப்பு மெழுகைப் போட்டால் ... எண்ணெயாக உருகிவிடும். கம்பஞ்சோற்றின் உலர்ந்த சுற்றுப் பகுதியை விரலால் வழித்து, அந்தக் கொழுப்பெண்ணெயில் தொட்டுத் தொட்டுச் சாப்பிடுவது ... ஒரு தனிச் சுகம். பார்த்தறியாத தனி ருசி.

நான் சாப்பிட்டிருக்கிறேன். அதற்குப் பிறகு, தில்லி, சென்னை, கோவை என்று பெருநகர உயர் ரக உணவு விடுதிகளில் சாப்பிட்டிருந்தாலும், அந்தக் கொழுப்பெண்ணெய் தொட்ட கம்பஞ்சோற்றின் ருசிக்கும், மணத்துக்கும் ஈடாக எதையும் சொல்லவே முடியாது.

குதிரைவாலித் தானியம் ரொம்ப வித்தியாசமானது. கம்பு மாதிரிதான். கரிய சாம்பல் நிறத்திலிருக்கும் அதை இரண்டு வகையாகச் சமைக்கலாம்.

குதிரைவாலியை அவித்து ... காயப்போட்டு ... அதை அள்ளி ... உரலில் போட்டு உலக்கையால் குத்திக் குத்தி ... குதிரைவாலியின் மென்தோல் உமியை நீக்கி, புடைத்து, அரிசியை மட்டும் தனித்தொதுக்கி அதை அப்படியே சோறாக்கி வேகவைத்துச் சாப்பிடுவது ஒரு ரகம்.

நெல்லுச்சோறு மாதிரி தனித்தனிப் பருக்கையாக இருக்கும். குழம்பு, ரசத்தில் குழைத்துத் குழைத்துத்தான் சாப்பிட வேண்டும். அடிக்கடி விக்கும்.

பச்சைக் குதிரைவாலிச் சோறு ரொம்ப ருசியாக இருக்கும். ரொம்பச் சத்தானது. இலேசில் ஜீரணிக்காது.

பச்சைக் குதிரைவாலியைப் புடைத்துச் சுத்தமாக்கி, அப்படியே உரலில் போட்டுக் குத்திக் குத்தி ... உமியை நீக்கி அரிசியை ஒதுக்கினால், வெண்முத்துப்போல வெள்ளி உருண்டைகளாக இருக்கும்.

அதை அப்படியே கொதிக்கிற உலையில் போட்டு வேகவைத்துவிட்டால் ... அப்படியே கம்பஞ்சோறு மாதிரி

தான். உலராத மெழுகுபோல வெள்ளை வெளேரென்று வட்டிலில் இருக்கும். பருக்கைத் தன்மைபோல இல்லாமல், கூழ்கட்டி மாதிரி இருக்கும். பச்சைக் குதிரைவாலிச் சோற்றுக்கு நாட்டுக் கோழிக் குழம்பு பொருத்தமான ஜோடி.

சுட்டு விரலால் சோற்றை வழித்து, குழம்பில் புரட்டி, தூக்கி வாய்க்குள் போட்டால் . . . நழுவிய அல்வாத் துண்டு போல வழுக்கிக்கொண்டு உள்ளிறங்கும். வயிறும் மனசும் வாயும் மணக்கும். வாயாரப் பாராட்டினால், வாய் வார்த்தை கூட மணக்கும்.

சாக மாட்டாமல், சட்டடியாகப் படுத்துக்கிடக்கிற கெழடு கட்டைகளுக்குச் 'சாவுதான் விடுதலை' என்ற நிலையாகி விட்டால் . . . பச்சைக் குதிரைவாலிச் சோறு, நல்லெண்ணெய் ஊற்றிய நாட்டுக்கோழிக் குழம்பு சேர்த்து ஊட்டிவிட்டால் போதும். விடுதலை விருட்டென்று கிடைத்துவிடும். உழைக்கிற தாட்டியமான திரேகத்துக்காரர்கள் அதைச் சாப்பிட்டால் ஆயுளும் சத்தும் அதிகரிக்கும்.

பாசிப்பயறு வறுத்து, அவித்து, தாளித்துவிட்டுக் கொட்டாம் பெட்டியில் போட்டு, அள்ளி அள்ளி வாயில் போட்டால், தொண்டை வரை ருசி மணக்கும்.

கேப்பைக் களியும் கூழும் ரொம்பச் சத்துக் குறைவானது. சட்டெனப் பசித்துவிடும்.

பயறுகளைத் தனித்தனியாக அவித்துச் சாப்பிடுவது ஒரு வகை. புஞ்சைகளுக்குப் போய்க் காய்களைக் கொத்துக் கொத்தாகப் பறித்து, உரிக்காமல் வேகவைத்துத் தின்பது ஒரு காட்டு ருசி. பசித்த வயிற்றுக்கு எல்லாமே தின்பண்டங்கள் தாம்.

மரபார்ந்த தானிய வகைகளையும் பயறு வகைகளையும் சம்பா போன்ற அரிசியையும் சமைத்துச் சாப்பிடுகிற மரபு நீடிக்கிற வரை . . . உழைப்பாளி மக்களை நோய் நொடி அண்டாது. அண்டியதில்லை. காய்ச்சல், தலைவலி, வயிற்று வலி, வயிற்றோட்டம் என்று சிறுசிறு சிக்கல் வரும். அததற்கான கை வைத்தியங்களில் மாயமாகிவிடும்.

கடைசி வரை மாத்திரை சாப்பிட வேண்டிய சர்க்கரை நோய், ரத்த அழுத்த நோய், வகை வகையான ஆயுள் சந்தா நோய்கள் அப்போது உழைக்கிறவர்களுக்கு வரவே வராது.

ஆகவே, அந்த நோய்களெல்லாம் 'பணக்கார நோய்கள்' என்று முன்பு கருதப்பட்டது.

இப்போது கிராமப்புற உழைப்பாளிகளுக்குக்கூடப் பெரிய பெரிய பணக்கார நோய்கள் ஏற்படுகின்றன. சர்க்கரைநோய் கிராமத்திலும் சகஜமாகிவிட்டது. ஃப்ரஷர் இல்லாதவனைத் தான் ஆச்சரியமாகப் பார்க்கிறார்கள்.

மரபு வகைப்பட்ட உணவுகள் பின்னுக்குத் தள்ளப்பட்டு, ஒட்டு வீர்ய தானிய வகைகளை உணவாக்கிக்கொள்கிற முப்பது வருஷத்திற்குள் நோய்கள் பெருகிவிட்டன.

மரபு வகைப்பட்ட தானிய வகைகள் உயிரை வளர்க்கும். உடலை வளர்க்கும். சக்தியை வளர்க்கும். அத்துடன் நோய் எதிர்ப்பு ஆற்றலையும் வளர்க்கும்.

நோய்களை அண்டவிடுவதில்லை.

ஒட்டு வீர்யம் செய்யப்பட்ட விதைகளின் விளைச்சலில் வந்த அரிசி வகைகளில்... உயிர் வளர்க்கிற ஆற்றல் உண்டு. உடலை வளர்க்கிற ஆற்றல் உண்டு. சதையையும் வளர்க்கும். சக்தியை வளர்க்கும். ஆனால், ரத்தத்தில் – எலும்பில் – நரம்பில் உள்ள நோய் எதிர்ப்பாற்றலை நீக்கிவிடும். மனிதகுலத்தின் ஆரோக்கியத்தைக் காலிசெய்துவிடும். சட்டென்று நோய் வந்து அப்புகிற சவலைப் பிள்ளைகளாக மனித குலத்தை ஒட்டு வீர்ய தானியங்கள் ஆக்குகிறது.

ரசாயன உரங்கள், ரசாயனப் பூச்சிக்கொல்லி மருந்துகள் பயன்படுத்தப்பட்டுச் செய்யப்படும் விளைச்சல், ரத்தத்தில் நஞ்சைக் கலக்கிறது.

கலப்படம் செய்ய முடியாத ஒரே பொருள், தாய்ப்பால் என்பார்கள். எண்ணூறு இளம் தாய்மார்களின் தாய்ப்பாலை எடுத்து, ஆய்வுசெய்து பார்த்ததில், பாலில் 25 சதவிகிதம் நஞ்சாக இருந்தது.

ரசாயன வகைப்பட்ட மருந்து, உரங்களால் விளைகிற காய்கறி, உணவு வகைகளைத் தொடர்ந்து சாப்பிட்டு வந்ததன் விளைவு, இது.

இளவயது சுகர் (டைப் 1) என்றொரு வகை, கடந்த முப்ப தாண்டுகளில் தோன்றி, படுவேகமாக வளர்ந்து வந்திருக்கிற அந்த நோயின் மூலகாரணம், உணவு வகைதான்; உணவு உற்பத்தி செய்யப்படுகிற முறைமைதான்.

பசுமைப் புரட்சி, விவசாயிகளைக் கடனாளிகளாக்கித் தற்கொலை செய்ய வைத்திருக்கிறது. உற்பத்தி முறைமையின் ஒட்டு ரகம், ரசாயனப் பயன்பாடு காரணமாக இந்தியாவே நோயாளி தேசமாக மாறியிருக்கிறது.

தமிழர் உணவு

மரபார்ந்த உணவுகளை மீட்க வேண்டுமானால், மரபார்ந்த விவசாய முறைமைக்குத் திரும்பியாக வேண்டும்.

கடந்ததை நோக்கித் திரும்புவது எல்லாம் பிற்போக்கான தல்ல. ஆரோக்கியம் என்ற கடந்த காலத்திலிருந்து நோயாளியாகி யிருக்கிற ஒருவன் ... சிகிச்சை பெற்று, மீண்டும் ஆரோக்கியத்தை நோக்கிக் கடந்த காலத்துக்குள் திரும்புவது பிற்போக்கானதல்ல.

பழைமைக்குத் திரும்புவது பிற்போக்கானது. மரபார்ந்த முறைமைக்குத் திரும்புவது, பிரிந்த தாயை வந்தடைவது மாதிரிதான்.

ஒட்டு வீர்யம், ரசாயனம் இரண்டிலிருந்தும் விடுபட்டு, ஆரோக்கியமான மரபார்ந்த விவசாய உற்பத்தி முறைமைக்கும் உணவு முறைமைக்கும் திரும்புவதே ... இந்தியாவில் ஆரோக் கியத்தை நோக்கிய பயணமாக இருக்கும்.

இது ... புத்தகம் படித்து வந்த அறிவல்ல. பட்டு, அழுந்தி, அனுபவப்பட்ட அறிவால் வந்த விழிப்புணர்வு.

10

கஞ்சியும் வெஞ்சனமும்

கழனியூரன்

நாட்டார் உணவுகள் என்பது ஆதி மனிதனின் உணவுப் பழக்கத்தின் தொடர்ச்சியாகவும் இருக்கிறது. நெருப்பைக் கண்டுபிடிக்காத காலத்தில் ஆதிமனிதன் பழங்களையும் காய்களையும் இலை தழைகளையும் பூக்களையும் பச்சையாகவேதான் சாப்பிட்டு வாழ்ந்திருக்க வேண்டும். இன்றும் குரங்குகள், அடர்ந்த வனங்களில் காய், கனிகளை மட்டுமே சாப்பிட்டு உயிர் வாழ்வதைப் பார்க்கிறோம்.

இன்று வரை கிராமத்து மக்களின் உணவுகளில் வேகவைக்காத, சுடாத உணவுகள் இடம் பெற்றுக் கொண்டுதான் இருக்கின்றன.

காலை எழுந்த உடன் பதநீர் குடிப்பது, பதநீரோடு நுங்கையும் கலந்து சாப்பிடுவது இன்றும் எங்கள் வட்டாரத்தில் ஒரு பழக்கமாக இருக்கிறது. பனையில் இருந்து பனை ஏறிப் பதநீர்க் கலயத்துடன் இறங்கியதும் அரைக் கலயம் பதநீர் (சுமார் 2 லிட்டர்), அத்தோடு, நான்கைந்து பனங்காய்களில் உள்ள நுங்கையும் சேர்த்துச் சாப்பிடுவார்கள். இப்படிக் காலையில் சாப்பிட்டால் மதியம் வரை பசிக்காது. நுங்கும் பதநீரும் வறண்ட நிலத் தாவரமான பனையில் இருந்து கிடைக்கிறது. பதநீர் குடிப்பதால் உடல் சூடு தணிகிறது. பதநீர் சத்துள்ள சுவையான பானமாகும். தென்தமிழகத்தில் பனைமரங்கள் மானா வாரியாகவே வளர்கின்றன.

மாலையில் இளநீர் குடிக்கிறார்கள். இளநீர் தண்ணீருடன் சேர்த்து வழுக்கையையும் சாப்பிட்டால் ருசியாக இருக்கும். தினமும் காலையில் பதநீரும் மாலை

யில் இளநீரும் சாப்பிடுகிறவர்கள், இன்றும் கிராமாந்தரங்களில் இருக்கத்தான் செய்கிறார்கள்.

காலையும் மாலையும் பசுவின் மடியில் இருந்து கறந்தவுடன் இளஞ்சூட்டில் பசும்பாலைக் குடிக்கிறவர்களும் இருக்கிறார்கள்.

காடு கரைகளுக்குச் சென்றால், வெள்ளரிக்காய்ப் பிஞ்சு, வெண்டைக்காய், கொய்யாக்காய், மாங்காய் என்று எத்தனையோ காய்களைக் கிராமத்துக்காரர்கள் அப்படியே பச்சையாகச் சாப்பிடுகிறார்கள்.

காடுகளில் வேலைக்குச் செல்லும் பெண்கள், பச்சைக் காய்களையும் கனிகளையும் கொண்டு, ஒரு 'கூட்டு' தயாரிப் பார்கள். அது சாப்பிட உப்பும் உறைப்புமாக மிகச் சுவையாக இருக்கும். எங்கள் வட்டாரத்தில் ஜூன் மாதம் முதல் நவம்பர் மாதம் வரை வயற்காடுகளில், மிளகாய் கிடைக்கும். சிறிய வெங்காயம் அல்லது பெரிய வெங்காயம் (பல்லாரி) கிடைக்கும். தக்காளிப் பழமும் கிடைக்கும். மல்லி இலையும் தாராளமாய்க் கிடைக்கும்.

தேவையான அளவு வெங்காயத்தைப் பொடிப்பொடியாக முதலில் நறுக்கி ஒரு பாத்திரத்தில் போடுவார்கள். அத்தோடு ஒன்றிரண்டு மிளகாயையும் நறுக்கிப் போடுவார்கள். பிறகு, தக்காளிப் பழத்தை நசுக்கி அதே சட்டியில் போடுவார்கள். அத்தோடு சிறிது மல்லி இலை, கருவேப்பிலை இலையும் போட்டு, உப்பும் சேர்த்து நொறுங்கப் பிணைவார்கள். உப்பு, உறைப்பு, புளிப்பிற்குத் தக்காளி, கரிப்புக்கு வெங்காயம் என்ற கலவையுடன், மல்லி இலையின் வாசனையும் கருவேப்பிலை இலையின் வாசனையும் சேர்ந்து மிகச் சுவையான ஒரு கூட்டு தயாராகிவிடும்.

இந்தக் கூட்டைத் தயாரிக்க வீட்டில் இருந்து ஒரு பாத்திர மும் சிறிது உப்பும் மட்டும் கொண்டு போக வேண்டும். மற்ற பொருட்கள் யாவும் வழியிலேயே கிடைத்து விடுகிறது. இந்தக் கூட்டுச் சமைக்காத கூட்டாகும். பச்சையான காய்கனி களின் கலவையில் கிடைக்கும் சுவையான கூட்டாகும்.

முளைக்கட்டிய பயறு, கொண்டைக் கடலை போன்ற வற்றையும் பச்சையாகச் சமைக்காமலேயே சாப்பிடலாம்.

பிரண்டைச் செடியின் தளிர் தண்டுடன் உப்பும் மிளகாயும் புளியும் சேர்த்துக் கல்லில் வைத்து, காடு கரைகளில் நசுக்கி ஒருவிதத் 'துவையல்' செய்வார்கள். இது சிறந்த மருத்துவக் குணம் கொண்டது.

வெங்காயம், புளி, மிளகாய், உப்பு என்ற கலவையில் செய்யப்படும் ஒருவிதக் கூட்டும் காடு, கரைகளில் எங்கள் வட்டாரத்தில் பிரபலம்.

பிஞ்சு மிளகாயை உப்பில் முக்கிக் கடித்து அக்காரம் போகும் வரை கஞ்சி குடிப்பதும் வெங்காயத்தின் மேல் தோலை உரித்துவிட்டு, அப்படியே மென்று தின்று கஞ்சி குடிப்பதும் இன்றும் நடைமுறையில் உள்ள பழக்கமாகும்.

அனேகமாக எல்லாவிதமான பழங்களையும் பச்சையாக உணவோடு சேர்ந்தோ, உணவுக்கு முன்னோ பின்னோ சாப்பிடும் பழக்கம் இன்றும் வழக்கில் உள்ளது.

துளசி, புதினா, மல்லி, கருவேப்பிலை போன்றவற்றின் இலைகளுடன் உப்பையும் வெங்காயத்தையும் சேர்த்துப் பச்சை யாகச் சாப்பிடுவதும் உண்டு. வேகவைக்காத, தீயில் சுடாத உணவுகளில் இருந்து கிராமத்து உணவுப் பழக்கம் ஆரம்ப மாகிறது.

நனைய, ஊறவைத்த பச்சரிசியுடன், தேங்காய்த் துண்டு களும் வெல்லமும் சேர்த்து அதையே பண்டமாகச் சாப்பிடலாம்.

இளம் கம்மங்கதிர், தினைக்கதிர், சோளக்கதிர் போன்ற வற்றை கசக்க அதிலிருந்து வெளிவரும், முற்றாத (விளையாத) தானியங்கள் சாப்பிடச் சுவையாக இருக்கும். நெல்லிக்காய், புளியம்பிஞ்சு, மாம்பிஞ்சு, கொடுக்காப்புளிப்பழம், இலந்தைப் பழம், கோவைப்பழம், கத்தாழைப்பழம் என்று காடு கரைகளில் பச்சையாகச் சாப்பிட எத்தனை உள்ளன!

நெருப்பைக் கண்டுபிடித்தபின் ஆதிமனிதன் சிலவற்றைச் சுட்டுச் சாப்பிடக் கற்றுக்கொண்டான். தீயில் சுட்டுச் சாப்பிடு வதால் சுவையாக இருக்கிறது; எளிதாக ஜீரணிக்கிறது, என்பதைப் புரிந்துகொண்ட ஆதிமனிதன், சில காய்களையும் கிழங்கு களையும் சுட்டுச் சாப்பிட்டான்.

சீனிக்கிழங்கு, பனங்கிழங்கு, மீன் போன்றவற்றை உப்புக் கலந்தும் கலக்காமலும் சுட்டுச் சாப்பிட்டான். இன்றும் காடு கரைகளில் சில கிழங்குகளையும் காய்களையும் சுட்டுச் சாப்பிடுகிறார்கள்.

கத்திரிக்காயைத் தீக்கங்குகளின் மேல் போட்டுச் சுட்டு, அதன் தோலை நீக்கிவிட்டுச் சதைப் பற்றான பகுதியுடன் பச்சை மிளகாயும் வெங்காயமும் உப்பும் சேர்த்துப் பிசைந்து ஒருவிதக் கூட்டுத் தயாரித்து வெஞ்சனமாகச் சாப்பிடுவார்கள்.

காட்டில் கிடைக்கும் பிராணிகளின் மாமிசத்தின் மேல் உப்பும் மிளகுவத்தல் தூளும் கலந்த கலவையைத் தடவி அதை அப்படியே தீயில் போட்டுச் சுட்டுச் சாப்பிடும் வழக்கம் உள்ளது. சுட்ட கிழங்குகள் சாப்பிடச் சுவையாக இருக்கும்.

பச்சை மொச்சைக் காய், துவரங்காய் போன்றவற்றை ஒரு சட்டியில் போட்டு, அதில் சிறிது நீரூற்றி அடுப்பில் வைத்து அவித்து, அத்துடன் சிறிது உப்பும் சேர்த்துச் சாப்பிட லாம். காடுகளிலேயே இப்படிச் சாப்பிடலாம். இதற்கு எந்தச் சிரமமும் இல்லை!

காய்களை அவிக்க ஒரு மண் சட்டியும் சிறிது உப்பும் தீப்பெட்டியும் இருந்தால் போதும். மொச்சைக் காயை அவித்துச் சாப்பிடலாம். இது சத்துள்ள சுவையான பண்டமாகும்.

சோளக் கதிரைத் தீயில் வாட்டிய பின் கதிரைக் கையில் வைத்துக் கசக்க, சுட்ட சோள மணிகள் கீழே உதிரும் அதை மடியில் திரட்டிச் சாப்பிடலாம், ருசியாக இருக்கும்.

பயறு வகைகளை ஓட்டில் போட்டு வறுத்து அதில் உப்புக் கலந்த தண்ணீரைத் தெளித்து ஆறவைத்துச் சாப்பிடலாம்.

பச்சரிசியையும் புழுங்கல் அரிசியையும்கூட வறுத்துச் சாப்பிடலாம். மேலே கண்ட உணவுப் பழக்கங்களும் ஆதி மனிதனிடம் இருந்து தொடர்ந்து வரும் உணவுப் பழக்கங்களாகும்.

இன்றைக்குச் சாப்பிட்ட பாத்திரத்தை அல்லது நீர் அருந்திய பாத்திரத்தை (பிளாஸ்டிக் தட்டுகளை, பேப்பர் இலைகளை, பிளாஸ்டிக் தம்ளர்களை) வீசி எறிந்து விடுகிற பழக்கம் நடைமுறையில் உள்ளது. இந்தப் பழக்கத்தை அன்றே கிராமத்து மக்கள் வழக்கமாகக் கொண்டிருந்தார்கள்.

வாழை இலையில் சாப்பிட்டுவிட்டு, அதை (எச்சிலையை) எடுத்துக் குப்பைக் கிடங்குகளில் போட்டுவிடுவார்கள். பதநீர், தண்ணீர் போன்றவற்றைப் பனை ஓலையால் ஆன பட்டை களில் வாங்கி அருந்திவிட்டு, எச்சில் பட்டைகளைத் தூர வீசி விடுவார்கள்.

எச்சில் இலையும் எச்சில் பட்டையும் நாளாவட்டத்தில் மக்கி, மண்ணோடு, மண்ணாகக் கலந்து உரமாக மாறிவிடும். ஆனால் இன்று தூக்கி வீசி எறியப்படுகிற எச்சில் பிளாஸ்டிக் தட்டுகளும் பிளாஸ்டிக் டம்ளர்களும் மக்காமல் சுற்றுச்சூழலை மாசுபடுத்துகின்றன.

நாட்டார் உணவுகள் பற்றிப் பேசும்போது அறிவியல் தொழில்நுட்பத்தால், உலக மயமாக்கலால் சமூகம் பெற்றுள்ள

கலாச்சார மாற்றத்தையும் கணக்கில் எடுத்துக்கொள்ள வேண்டும்.

அன்றைய சமையல் முறையில் கைக்குத்தல் அரிசியும் மண்பானைச் சமையலும் இருந்தது. சமைத்த சோற்றைச் சுடுதண்ணீரில் இருந்து வடித்தெடுத்து (பிரித்தெடுத்து) விடுவார்கள். அந்த வடிநீர், மறுநாள் சோறோடு சேர்ந்து பழைய சோற்றின் நீராகாரமாக மாறும்.

இன்றைக்கு நம் வழக்கில் உள்ள சமையல் முறை குக்கரில் பொங்கலாகச் சாப்பிடுவதாகும். கைக்குத்தல் அரிசி இனி கனவிலும் கிடைக்காது.

அன்றைக்கு விளைந்த அரிசியும் காய் கனிகளும் இயற்கை உரத்தால் விளைந்தன. இன்றைக்கு நாம் உண்ணும் உணவில் குறிப்பிட்ட சதவிகிதத்தில் 'கெமிக்கல்' (ரசாயனம்) கலந்துள்ளது. கெமிக்கல் கலக்காத உணவுகள் இனி நமக்குக் கிடைப்பது அரிதாகும். மண்ணும் மனிதனும் கெமிக்கலின் பாதிப்பில் ஷீணித்துப் போய்விட்டார்கள்.

பழங்கால உணவு என்பது உடல் வளர்ச்சிக்கும் மன வளர்ச்சிக்கும் ஏற்றதாக இருந்தது. உணவே அன்று மருந்தாகவும் இருந்தது. இன்றோ குறிப்பிட்ட சதவிகிதத்தில் விஷம் கலக்காத உணவுப் பொருள்களையோ காய்கனிகளையோ இக்காலத்தில் நாம் நுகரவே முடியாது.

இன்றைக்கு அரிசி, கோதுமை என்ற தானியங்கள் மட்டுமே, வெவ்வேறு வடிவங்களில் நமக்கு உண்ணக் கிடைக்கின்றன. மற்ற தானியங்களை இப்போது நாம் உண்டாலும் அதை ஏற்றுக்கொள்ளும் பக்குவத்தில் நம் வயிறு இல்லை.

அரிசி உணவு ஒரு நேரம் என்றால், மற்ற இரு வேளையும் குதிரைவாலி, காடைக்கண்ணி, கேப்பை, தினை, சோளம், கம்பு போன்ற ஏதாவது ஒரு தானியத்தை மக்கள் சாப்பிட்டார்கள். எனவே, அவர்களுக்குச் சர்க்கரை நோய் போன்றவை ஏற்படாமல் இருந்தது. அதேபோல் பழங்கால உணவுப் பழக்கத்தில் கொழுப்புச் சத்தும் உடம்பில் ஏறாமல் இருந்தது.

சாப்பிடும் அளவு; அழகு; விதம்; முறை போன்றவையும் இன்று மாறிவிட்டது. தரையில் சம்மணம் போட்டு அமர்ந்து வாழை இலையில் வயிறாரச் சாப்பிட்ட பழக்கம் இன்று நடைமுறையில் இல்லை!

அன்று திருமண வீடுகளில் உறவினர்களுக்கும் நண்பர்களுக்கும் விருந்து கொடுக்கப் பலமுறை நேரில் சென்று தாம்பூலம் கொடுத்து அழைத்துவருவார்கள்.

திருமண விழாவிற்கு வந்த விருந்தினரை அருகில் நின்று உணவு படைத்து உபசரிப்பார்கள். அதில் ஏதேனும் சிறு குறைபாடு இருந்தால்கூட விருந்தினர் இலையை மடக்கி விட்டு எழுந்து சென்றுவிடுவார். இன்று திருமண விழாக்களில் பந்தியில் உட்கார்ந்து சாப்பிட ஒரு போராட்டமே நடத்த வேண்டிய நிலை உள்ளது. 'கூட்டத்தில் சிக்குண்டேன் நெருக்குண்டேன், தள்ளுண்டேன் சோறு மட்டும் உண்டிலேன்' என்ற கதையாக இருக்கிறது.

அந்தக் காலத்தில் வீட்டிற்கு உறவினரோ நண்பர்களோ வந்தால் முதலில் 'பசியாறியாச்சா..?' என்று தான் கேட்பார்கள். சாப்பிட்டுத்தான் வந்தேன் என்று பொய் கூறினாலும், சாப்பிட்ட மாதிரி தெரியவில்லையே முகம் வாடி இருக்கிறதே? என்று மறு கேள்வி கேட்பார்கள். அளந்து சமைக்கும் வழக்கம் அன்று கிடையாது. "சம்சாரி வீடு என்றால்கூட நாழி அரிசி போட்டுச் சமைக்க வேண்டும்" என்று பெரியவர்கள் கூறுவார்கள்.

"சமைத்த உணவு மீந்து போனால் எங்குக் கொட்ட?" என்ற பேச்சுக்கே அந்தக் காலத்தில் இடம் கிடையாது. யாராவது அதிதிகள் வருவார்கள் சாப்பிட, என்ற நினைப்பிலேயே பெண்கள் அடுப்பில் உலையை ஏற்றுவார்கள்.

அப்படியும் விருந்தினர் யாரும் வரவில்லை என்றால், அச்சோறு மறுநாள் பழைய சோறாக மாறும். அதிலும் மீதமானால், அது ஆடுமாடுகளுக்கு அல்லது கோழி, குருவி களுக்கு உணவாகும், எதுவும் வீணாகாது.

எழுபதுகளில்கூட, திருநெல்வேலி போன்ற பெரிய நகரங்களில் 'இங்குக் கைக்குத்தல் அரிசியின் மண்பானைச் சமையல் சாப்பாடு கிடைக்கும்' என்ற அறிவிப்புப் பலகையுடன், சாப்பாட்டுக் கடைகள் இருந்தன.

நாட்டார் சமையல் என்பதில் அரிசி என்றால் அது கைக்குத்தல் அரிசி. அதில் (தீட்டப்படாததால்) தவிடு சேர்ந்து இருக்கும். எனவே சத்தான அரிசிச் சாதத்தை அவர்கள் உண்டார்கள். அரிசி தவிரக் கேப்பை, காடைக் கண்ணி, குதிரைவாலி, தினை, கம்பு, சோளம் போன்றவையும் சத்துள்ள தானியங்களாகத் திகழ்ந்தன. இந்தத் தானியங்கள், வறண்ட நிலத்தில் விளைபவை. எத்தனை ஆண்டுக் காலம் இருந்தாலும் கெட்டுப் போகாதவை. எனவே தான் கோயில் கோபுரக் கலசங்களில் நவதானியங்களை இட்டு நிரப்பிவைக்கிறார்கள்.

தினை அரிசி கடுகு போல வெள்ளையாக இருக்கும். காடைக் கண்ணி அரிசிச் சோறும் குதிரைவாலி அரிசிச்

சோறும் மணமாகவும் சுவையாகவும் இருக்கும். வெகுநேரம் பசி தாங்கும். கொழுப்புச் சத்து அதிகம் உடையது.

கடினமான உடல் உழைப்புச் செய்கிறவர்களுக்கு, அந்தத் தானிய அரிசி உணவுகள் ஏற்புடையதாக இருந்தது. இன்று நான் மேலே கூறிய காடைக் கண்ணி, குதிரைவாலி போன்ற தானியங்களைப் பொருட்காட்சிச் சாலைகளுக்குச் சென்றாலும் பார்க்க முடியாது.

சோற்றுடன், ஊற்றிக்கொள்ளக் கிராமத்து மக்கள் வகை, வகையான ரசங்களைச் சமையல் செய்து சாப்பிட்டார்கள்.

கப்பல் ரசம் (இது கப்பல் பயணத்தின் போது வாந்திபேதி வராமல் இருக்கச் சமைக்கப்படும் ஒருவித ரசம்) மிளகு ரசம், புளி ரசம், தக்காளி ரசம், குறுந்தக்காளி ரசம், பயறு அவித்த சுடு தண்ணீரில் (சத்து நிறைந்த நீரில்) தயாரிக்கப்படும் ஒரு வித ரசம் என்று பலவிதமான ரசங்களைச் சாப்பாட்டில், அக்காலத்தவர்கள் சேர்த்துக்கொண்டார்கள். ரசத்தில் பிரதான மாக, மிளகு, சீரகம், பூண்டு போன்றவை சேர்க்கப்படும். இவை அனைத்தும், மருத்துவக்குணம் கொண்ட நறுமணப் பொருள்களாகும்.

வத்தல், வடகங்களில்தான் எத்தனை ரகம்? மிதுக்கு வத்தல், கத்திரி வத்தல், சுண்டை வத்தல், மிளகு வத்தல், பாகல் வத்தல் என்று உணவோடு சேர்த்துச் சாப்பிடப்பட்ட அனைத்தும் மருந்துப் பொருள்களே!

பழந்தமிழர்களின் உணவில் கீரை, தவிர்க்க முடியாத இடத்தைப் பெற்றிருந்தது. தினமும் ஒரு கீரையைச் சாப்பிடு வார்கள். தொடுப்பக்கீரை, குப்பைக்கீரை, அரைக்கீரை, சிறுகீரை, குமட்டிக்கீரை என்று எதை எதை எல்லாம் இலைகளாகச் சாப்பிட முடியுமோ அதை எல்லாம் ‘கீரை’ என்ற பெயரில் சாப்பிட்டார்கள். சில கீரைகளைக் கலவையாகச் சமைத்துச் சாப்பிட்டார்கள். இதுவும் மருத்துவக் குணம் உள்ள உணவே.

சுத்தமான நெய்யும் தயிரும் மோரும் அன்று தேவையான அளவில் உணவில் சேர்த்துக்கொள்ளப்பட்டது. குடிப்பது கேப்பைக் கூழானாலும் அதில் தயிர் சேர்த்துத்தான் குடிப்பார்கள்.

சாப்பிட்டு முடித்தபிறகு சாப்பிட்ட உணவு நன்கு ஜீரணம் ஆவதற்காகப் ‘பானக்கரையன்’ என்று ஒரு பானம் கொடுப் பார்கள்.

கருப்பட்டியும் புளியும் சிறிது உப்பும் நீரில் அல்லது நீராகாரத்தில் கரைத்து இந்தப் பானக்கரையன் தயாரிப்பார்கள்.

பனைத் தொழில் செய்கிற மக்களின் வீடுகளில் 'கூப்பதினி' என்று ஒரு பானம் தருவார்கள். அது தேன் போலக் கட்டி தட்டிப் போய் இனிப்பாக, சுவையாக இருக்கும்.

பதநீரைக் கருப்பட்டியாகக் காய்க்கும்போது குறிப்பிட்ட சூட்டில் கட்டியான அந்தக் குழம்பைத் தனியே எடுத்துப் பாட்டில்களில் ஊற்றி வைத்துக்கொள்வார்கள். இதற்குக் 'கூப்பதினி' என்று பெயர்.

சில்லுக் கருப்பட்டி, பனங்கற்கண்டு, கூப்பதினி போன்றவை கருப்பட்டியின் மாற்று வடிவங்கள்தான் என்றாலும் அவை குழந்தைகளுக்கு மருந்துடன் கலந்து கொடுக்கும் இனிப்பாகப் பயன்பட்டன.

அசைவ உணவையும் அன்றைய மக்கள் விரும்பிச் சாப் பிட்டார்கள். அசைவ உணவை அனேகமாக விலை கொடுத்து வாங்காமல் தாங்களே உற்பத்தி செய்துகொண்டார்கள்.

சம்சாரிகளின் வாழ்வியலோடு அவர்களின் உணவுப் பழக்கமும் உறவு கொண்டிருந்தது.

நெல் விளைந்தால் அரிசி மனிதனுக்குச் சாப்பிட, வைக்கோல் மாடுகள் சாப்பிட, சம்சாரி வீடுகளில் அன்று தப்பாமல் பால் மாடுகள் இருந்தன. பசு அல்லது எருமையை வளர்ப்பதில் சம்சாரிகளுக்கு அன்று சிரமங்கள் இருக்க வில்லை.

சோளம் மனிதனுக்குச் சாப்பிட என்றால், சோளத் தட்டையை மாடுகள் சாப்பிட்டன. கேப்பை மனிதனுக்கு அதன் தட்டை மாடுகளுக்கு.

நஞ்சை, புஞ்சைகளில் விளையும் கீரைகள், புல் புளிச்சிகள் மாடுகளுக்கு இயல்பாக உணவாகின. அதை உண்டு வளரும் காளைகள் ஏர் உழுதன. கமலை (கவலை) இறைத்தன. வண்டி இழுத்தன. அது போடும் சாணி வயலுக்கு உரமானது.

பசுவின் பால், மோர், நெய், தயிர் என்று பல்வேறு வடிவங்களில் உணவாகியது.

அதே போல, ஆடு வளர்ப்பது என்பதும் சம்சாரிகளின் வாழ்வியலோடு உறவுகொண்டதாக இருந்தது. புல்லும் கீரையும் முதலில் ஆடுகளுக்குத்தான் வைக்கப்படும். ஆடு, புல்லைத் தின்னும் கீரையின் ஒரு பகுதியை மட்டும் தின்னும். மீந்த தண்டுப் பகுதி கீரைகள், மாடுகளுக்கு உணவாக மாற்றப்படும். ஆடு கழித்தது மாட்டிற்கு. மாடும் கழித்தால் அது எருக்குழிக்கு. அங்கு அது எருவாகி மறுசுழற்சியில் உரமாக மாறும்.

மனிதர்கள் கழித்த உணவுகள் ஆடு, மாடுகளுக்கு உண வாகும். நொறுங்கிய தானியங்கள், தவிடு, போன்றவை கோழி களுக்கு உணவாகும்.

அன்றைய கோழிகளை இரவில் கோழி மடத்தில் வைத்துத் தான் பிடிக்க முடியும். அதிகாலையில் கோழி மடத்தில் இருந்து வெளியேறிவிட்ட கோழிகளைப் பிடிக்க (விரட்டிப் பிடிக்க) இளவட்டப் பிள்ளைகளே படாதபாடு படுவார்கள். இன்றைய பிராய்லர் கோழிகளைக் கூண்டைவிட்டுத் திறந்து விரட்டினாலும் அவை 'சீக்கிரமாய் என்னை அறுத்துச் சாப்பிடுங்கள்' என்று சொல்வதுபோல அங்கேயே படுத்துக் கொள்கின்றன.

நாட்டுக் கோழியின் முட்டைகள் உயிர் உள்ளவை. அவை குஞ்சுகளைப் படைக்கும் ஆற்றல் பெற்றவை. இன்றைய முட்டை கள் முட்டை போன்ற வடிவத்தில் இருக்கும் 'கூமுட்டைகள்'.

இப்படியாக, அன்றைய மக்கள் தனக்கான அசைவ உணவையும் தானே உற்பத்தி செய்துகொண்டார்கள். அந்த உற்பத்தியும் கண்ணுக்குத் தெரியாமல் பாட்டோடு, பாட்டாக, நிகழ்ந்தன (பாடு – வேலை).

சத்துள்ள முட்டையும் பாலும் தயிரும் கோழிக் குழம்பும் அன்றைய மக்களின் வாழ்வியலோடு சேர்ந்து கிடைத்தன. அதை அவர்களும் சுவைத்துச் சாப்பிட்டு வாழ்ந்தார்கள்.

கோழிகளைப்போலவே ஆடு வளர்ப்பும் சம்சாரிகளின் வாழ்வியலோடு சேர்ந்து இருந்தது. நல்ல நாள் திங்க நாள் என்றால், நேர்ந்துவிட்டக் கிடா 'கறி'யாகிவிடும். அதுவும் அவர்களின் வாழ்வியல் சடங்கோடு தொடர்புடையதாக இருந்தது.

பொரித்த உணவை வெகுகாலத்திற்குப் பிறகே, மனிதன் சமைக்கக் கற்றுக்கொண்டான்.

தன் காடுகரைகளில் விளைந்த எள்ளைச் செட்டியாரிடம் கொடுத்துச் செக்கில் ஆட்டச் சொல்லி நல்லெண்ணெயைச் சம்சாரி பெற்றுக்கொண்டான். தன் புஞ்சையில் உள்ள தென்னை யில் தனது அன்றாடத் தேவைக்குப் போக மீந்த தேங்காய் களை முற்றவிட்டு, அதை உரித்துப் பருப்பு எடுத்து அதைக் காயவைத்துச் செக்கிலிட்டு ஆட்டித் தேங்காய் எண்ணெயை எடுத்துக்கொண்டான்.

சுத்தமான, தரமான உண்மையான 'அக்மார்க்' எண்ணெய் சம்சாரிகளுக்கு அன்று கிடைத்தது. அந்த எண்ணெயைக்

கொண்டு தனக்கான பலகாரங்களைச் சமைத்தார்கள். எனவே, அந்தக் கால முறுக்கும் சீடையும் அதிரசமும் சுவையாக இருந்தது.

இன்றைய தலைமுறையினரின் 'தின்பண்டங்கள்' பன்னாட்டு மூலதனத்தில், தொலைக்காட்சி விளம்பரங்களுக்கு மத்தியில் உருவாக்கப்படுகிறது.

உணவு பற்றிய ஆய்வு என்பது அரசியல் சார்ந்ததாக, பொருளியல் சார்ந்ததாக, வாழ்வியல் சார்ந்ததாக, பண்பாடு சார்ந்ததாக, கலாச்சாரம் சார்ந்ததாக உள்ளது.

குறிப்பாக உலகமயமாக்கல், தனியார்மயமாக்கல், தாராள மாயமாக்கல் போன்ற கொள்கைகள் நமது உணவுக் கலாச்சாரத் தின் முகத்தை மாற்றி இருக்கின்றன.

மாற்றப்பட்ட இந்த முகத்தைச் சிலர் ரசிக்கிறார்கள். அழகாக ஒப்பனை செய்யப்பட்ட முகம் என்று வாதிடுகின்றார் கள். அவர்கள் அப்படி வாதாட நமது ஜனநாயக அமைப்பில் அவர்களுக்கு வாய்ப்புகளும் அதிகம் வழங்கப்பட்டுள்ளன.

அம்முகத்தைப் பொய் முகம் என்று சிலர் கூறுகின்றார்கள்.

அன்றைய நாட்டார் உணவுகளும் ஒருவித அறிவியல் சார்ந்ததாக, அறவியல் சார்ந்ததாகத்தான் இருந்தன. அன்றைக்கு அவர்களுக்குத் தெரிந்த தொழில்நுட்ப அறிவுடன் தனக்கான தரமான உணவை அவர்கள் உருவாக்கி, உண்டு மகிழ்ந்தார்கள் என்று கூறலாம்.

11

கள்ளும் ஓர் உணவே

தமிழ்நாடன்

கள் : காலங்காலமாய்

கள் தமிழரின் நெடுங்கால உணவு. சங்க இலக்கியம் எங்கும் கள் மணம். அகத்திலும் புறத்திலும் அதிகம். கள் உணர்வூக்கி; உடல் ஊக்கி; பசிக்கு உணவு.

கள்ளுக்குப் பல பெயர்கள் – அரியல், தேறல், தோப்பி, நறவு, நராரி, மட்டு, மது, பிழி, வெப்பர். இவை ஒவ்வொன்றும் தயாரிப்பில் வேறுபாடுடையன. ருசியும் வெவ்வேறு. பயன்படுத்தப் பெறும் சூழ்நிலையும் வெவ்வேறு. கள் எல்லா நிலையிலும் எப்போதும். தேறல் போன்றவை செல்வர், சிறப்பு நிகழ்ச்சிகளில் –

சுவை கூட்டுவதற்குக் கள் நிலத்தில் புதைக்கப்பட்டது. ‘நிலம் புதைப் பழுனில மட்டின் தேறல்’ (புறம். 120).

இவை தவிரப் பெருமன்னர்களுக்கு என அயல் நாட்டு மது இறக்குமதி ஆயிற்று. யவனர் மதுக் குடங்களின் ஓடுகள் தமிழகத்தில் பல இடங்களில் அறியப்பட்டுள்ளன. மன்னரும் செல்வரும் தங்கக் கோப்பைகளில் மது அருந்தினார்கள். அழகிய யுவதிகள் மது வார்த்தார்கள்.

கன்னட, தெலுங்கு, மலையாள மொழிகளில் கள்ளு. ஆதலின் தென்னிந்திய மக்கள் அனைவரும் உவந்து அருந்திய பானம் இதுவாம்.

மேற்கேயும் கள் வழக்கம். கிரேக்க இலக்கியத்தின் முதல் நூல் ஹோமரின் இலியத். அதில் கள்ளும் புலாலும் ஆங்கில மொழிபெயர்ப்பில் *drink, wine* என்று சொல்லப் படுகிறது. அதைக் கள் என்பார் சிலர்.

கள் குடிப்பதில் பால் வேற்றுமை இல்லை. வயது வேறுபாடு இல்லை. மட மங்கையர் மது மகிழ்ந்தனர் (பட்டினப்பாலை). கவிஞர் அவ்வையாரே பெரும் சான்று.

மகளிர் கள் தயாரிப்பில் பங்களித்தனர். 'இல்லடு கள்ளில் சில் குடிச் சீறூர்' (புறம். 329), 'கள்ளடு மகளிர்' (பெரும் பாணாற்றுப்படை) என்றெல்லாம் கள்ளும் மகளிரும்.

சிறப்பான பொழுதுகளில் எல்லாம் கள் விருந்து. கலைஞர் கள் கள்ளோடு தான் வரவேற்கப்பட்டார்கள். போர் வெற்றியின் போது, அரசன் வீரருக்குக் கள் வழங்கித் தானும் குடித்தான். ஒரு மன்னன் கள் குடித்துவிட்டு அரியணை அமர்ந்தானாம் (புறம். 123). வீரர்களுக்கு நடுகல் நட்டபோது, குரவைக்கூத்து ஆடியபோது, தம் தெய்வங்களுக்கு விழா எடுத்தபோது என்று கள் பழந்தமிழர் வாழ்நாள் எல்லாம் ஓடி மணந்தது.

கள் அய்ந்திணை நிலங்களிலும் வழக்கம். ஒரு நிலத்துக் கள்ளுக்கும் இன்னொன்றுக்கும் வேறுபாடு இருந்திருக்கக்கூடும். பாலை மக்களின் கள் மென்மை அன்று. விரைந்து செயல்படும். மருதம், நெய்தலில் கள் குடி அதிகம்போலும். 'மதுரைக் காஞ்சி'யில் 'கட் கொண்டிக் குடிப்பாக்கம்' (பாடல் 137) என்று ஓர் ஊர். பனங் கள் இயல்பு (பட்டினப்பாலை 86). நெல்லரிசியிலிருந்தும் கள் தயாரித்தனர் (மேலது : 93). யாவற்றி லும் உயர்தரம் நெய்தல் நிலத்து அரிசிக் கள். நறும் பிழி (மேலது: 275 – 281).

தாய்லாந்து முதலாக வடக்கே சீனம் வரையிலும் அரிசிக் கள். தமிழர்க்கும் தென் கிழக்கு ஆசிய மக்களுக்கும் உள்ள பண்பாட்டு உறவுகளில் இக்கள்ளும் ஒன்றாம். அவர்களின் கள் 'நறும்பிழி' ஒத்ததாகலாம்.

கள் : தேசம் முழுவதும்

பனை

இந்திய மரம். இந்தியாவே இதன் தோற்றம். இமயமலை முதல் குமரிமுனை வரை பரவி வளர்கிறது. நூறு அடி உயரம். நூறு வயது வாழும். மரத்தின் ஒவ்வொரு பகுதியும் பயன்தரும். மரம் வீடு கட்ட, தூணாக, கூரை அமைக்க என. பனை ஓலை குடிசைகளின் கூரை, மழை, வெயிலுக்கும் குடை. பனை இனிப்பான வெல்லம், களைப்பு நீக்கப் பதநீர், களித்து ஆடக் கள் தரும். இந்து, பௌத்தர் இரு சமயத்தாரும் போற்றும் மரம் பனை. இவர் தம் கருத்துரைகள் அக்காலம் பனை ஓலையில் பதிவு பெற்றதே காரணம்.

இந்தியாவில் உள்ள மொத்தப் பனை மரங்கள் சுமார் 8 கோடி. அவற்றில் தமிழகத்தில் மட்டும் சுமார் 5 கோடி.

தென்னை

தென் அமெரிக்கத் தாவரம். ஆனாலும் சிலர், அதன் தாயகம் இந்தியாதான் என்பார். முப்பது முதல் எழுபத்தைந்து அடி உயரம் வரை வளரும். பெரும் பயன் எண்ணெய், தேங்காய் – தென்னிந்தியரின் உணவு. தென்னை ஓலை வீட்டுக் கூரை. தேங்காய் நார், கயிறு, கட்டுமானத் துணைப் பொருட்கள். இளநீர் உடல் செழுமைக்கு, தென்னங்கள் மகிழ்ச்சிக்கு. தென்னையைப் போல முழுதும் பயன் தரும் தாவரம் வேறேதும் இல்லை.

கூந்தல் பனை

இந்தியத் தாவரம். வடகிழக்கு மாநிலங்களில் அதிகம். கூந்தல் பனை அழகுப் பனை. பெரும் வளமனைகளில் இதைக் காணலாம். இம்மரம் பனை தென்னைக் குடும்பத்தைச் சார்ந்தது. 30 முதல் 35 அடி உயரம் வளரும். மாவு, சவ்வரிசி, வெல்லம், பதநீர் எனப் பல உணவுப் பொருட்கள் தரும். ஒரு கூந்தல் பனை 100 முதல் 150 கிலோ வரை மாவு தரும். கிடைக்கும் கள் அளவு நாளுக்கு 4 முதல் 13 லிட்டர். சில மரங்கள் 22 லிட்டர் தந்தனவாம். ஆண்டு அளவு 800 லிட்டருக்கு மேலே. மற்ற கள்ளைக் காட்டிலும் இனிப்பானது இது.

ஈச்ச மரம்

இதைத் தோப்பாக வளர்ப்பாரில்லை. தென்னிந்திய மேற்குக் கடற்கரையில் அதிகம். இது தானே பரவி, ஆங்காங்கே தானே வளரும்.

பனை மரம் பாளையைச் சீவினால் கள் ஊறும். ஆண் பெண் இரு மரமும் கள் தரும். பிப்ரவரி முதல் மே மாதம் வரை கள் பருவம். ஒரு மரம் இரண்டு லிட்டர் அளவு கள் கிடைக்கும். நாளுக்கு ஒரு முறை கள் இறக்கலாம். சில மரங்களில் காலை மாலை இரு வேளையும்.

தென்னையிலும் பாளையைச் சீவித்தான் கள் சேகரிக்கப் படும். பனையின் பாளையைச் சீவுவதிலும் வேறு முறை இது. தென்னை ஆண்டு முழுவதும் கள் தரும். ஆதலால் அதற்கான கள் இறக்கும் உரிமம் ஆறு மாதத்திற்கு ஒரு தரம் புதுப்பிக்கப்பட்டது. முதல் பருவம் ஏப்ரல் – செப்டம்பர். அடுத்த பருவம் அக்டோபர் – மார்ச். தென்னங்கள் சேகரிப்பு நாளுக்கு ஒரு முறைதான்.

கூந்தல் பனையிலும் பாளையைச் சீவித்தான் கள் இறக்க வேண்டும். பனை, தென்னை தாம் வளரும்போதே வரம் தரும். கூந்தல் பனை வளர்ந்து முதிர்ந்து, தன் அந்திமத்தில். மரம் முதிர்ச்சி பெற்றது முதல் மடியும் நாள் வரை கள் இறக்கலாம். கடும் பஞ்சங்களில் கூந்தல் பனை மாவுதான் மக்கள் உயிரைக் காப்பாற்றி இருக்கிறது (1830). இரண்டாம் உலகப் போர்க்காலச் சான்றுகள் நிறைய. அது சிறந்த உணவு.

ஈச்ச மரம் அடிமரம் கிடை மட்டமாக வகிர்ந்து கள் இறக்குவார்கள். மரத்தின் வெட்டின் ஆழத்திற்கு ஏற்பக் கள் ஊறும். தினசரி என்றால் மூன்று மாதம் கள் எடுக்கலாம். ஒரு நாள் விட்டு மறுநாள், ஆறுமாதம் வரை. நாளுக்கு ஆறு லிட்டர் கள் ஊறும்.

பனை, தென்னை, கூந்தல் பனை, ஈச்சன் பனை, இவற்றின் கள் பொது விற்பனையில் கிடைக்கும். இவை தவிர அத்தி, அரச மரங்களிலும் கள் வடியும். வேப்பங் கள் மருந்து. சப்பாத்தியிலும் கள் ஊறும்.

ஒவ்வொரு கள்ளும் தனித்தனி மணம். தனித்தனிச் சுவை. பிரியத்துடன் அருந்துவோர் இதனை அறிவர். சுவையை எழுதி விளக்க இயலாது. கள் புளித்த வாடை. புளிப்பு ருசி. சில துவர்ப்பு, காரம் கலந்ததாய். கள் உணவு, மருந்து, போதைப் பானம். இன்னும், மேலே. சில உணவுப் பொருட்களின் சிறப்புக் கூட்டும். தென்னங்கள்ளு ரொட்டியை உப்ப வைக்கும்!

பனங் கள் இறக்குவது சானார் குலத்தொழில். சில இடங்களில் மாற்றுச் சாதியாரும் மரம் ஏறுவர் (பறையர், சக்கிலியர்). ஆனால் அவர்கள் செய்யும் வேலை அவ்வளவு சுத்தமாக இருக்காது. அதனால் கள் ஊறுவது குறைந்து போகக்கூடும் (சேலம் கெசட்டியார் 1917 : 11, 74 – 77).

சானாரை, மூப்பன், நாடார் என்றும் அழைப்பர். இவை முறையே சான்றோர், முகப்பன், நாடாழ்வான் எனும் சொற்களின் திரிபுகளாம் (செ. இராசு, முத்தூர் வரலாறு, 2000).

பனை எழுபது முதலான இலக்கியங்கள், பனைமரத்தைக் 'கற்பகத்தரு' என்று புகழ்கின்றன. பனை பசிப்பிணி தீர்க்கும் அட்சயப் பாத்திரம். பனைச் செல்வம் பணச் செல்வம்.

கள்: சோறு

அவசர நிலையின் போது சற்று அவதிக்கு ஆளானேன். பள்ளி ஆசிரியர் வேலை. சில மாறுதல்களுக்குப் பின் வீர

பாண்டி உயர்நிலைப் பள்ளிக்கு வந்து சேர்ந்தேன். ஒரு மாதம் ஆயிற்று. முறையான வகுப்புகள் தொடங்கின.

எட்டாம் வகுப்பு. காலை இரண்டாம் பாடவேளை. திருக்குறள் பாடம். வள்ளுவத்தை ஒரு பத்து நிமிடம் சொல்லி விட்டு முதல் குறளைப் படிக்கப் புத்தகத்தைத் திறந்தேன். அப்படியே வகுப்பை ஒரு கண்ணால் பார்த்தேன். நான்கைந்து மாணவர்கள் அரைத்தூக்கத்தில் இருந்தார்கள்.

பாடத்தை நிறுத்திவிட்டு மாணவர்கள் இடத்திற்குச் சென்று ஒவ்வொருவராய் விசாரித்தேன். உடலுக்கு என்ன? நலமில்லையா? பசியா, காலையில் சாப்பிட்டாயா?, காலையில் கடுமையான வேலை ஏதாவது? பதில் கிடைத்தபாடில்லை. சற்று குனிந்து ஒரு மாணவன் முகத்தருகே முகம் வைத்துப் பேசினேன். அப்போதும் அவனிடமிருந்தும் பதில் வரவில்லை. ஒரு வாடை வந்தது.

ஒரு வழியாக, அந்த மாணவர்கள் அனைவரும் கள் குடித்துவிட்டு வந்திருக்கிறார்கள் என்று அறிந்துகொண்டேன். பள்ளிச் சிறுவன் கள் குடிக்கலாமா? குடித்துவிட்டுப் பள்ளிக்கு வரலாமா? விடை தேடிய போது, ஒரு சமுதாயச் சிக்கல், என் கழுத்தைப் பிடித்து இறுக்கிற்று. அந்த மாணவர்கள் குடித்துவிட்டு வரவில்லை. குடிக்க வைக்கப்பட்டு, அனுப்பி வைக்கப்பட்டிருக்கிறார்கள்.

அடுத்த வாரம் அம்மாணவர்களின் பெற்றோரை வர வைத்து விசாரித்தேன். ஒரு தாய் சொன்னார் :

“அய்யா, என் கணவர் காலையில் மரம் ஏறப்போவார். காலையிலேயே ஆட்கள் மரத்தடிக்கு வந்துவிடுவார்கள். வியாபாரம் பார்த்துக்கொள்வது நான்தான். அதை முடித்து விட்டு வீட்டுக்கு வந்து பிள்ளைகளைப் பள்ளிக்கூடம் அனுப்ப வேண்டும். அவர்களுக்கு நல்லதாக ஏதேனும் செய்து தர ஆசைதான். ஆனால் எங்கள் வாழ்க்கை அப்படி இல்லையே! அதனால் காலை உணவுக்குப் பதிலாக இரண்டு டம்ளர் கள்ளையே ஊற்றி அனுப்பிவைக்கிறோம். என் பிள்ளைக்குக் கள் கொடுக்கும்போது என் கண்ணீரையும் சேர்த்துத்தான் கொடுக்கிறேன்.”

கள் இறக்குவதை நம் அரசாங்கம் குற்றம் என்று சொல் கிறது. எங்கள் பிழைப்பைக் கெடுக்கிறது – அதிகாரிகள் என்னும் சண்டாளர்களோ எங்கள் பெண்களையும் சேர்த்தழிக்கிறார்கள்.

மாலைப்பொழுதும் காலைப்பொழுதும்தான் குடிப் பவர்கள் காத்திருப்பார்கள். எனக்கோ சோறு பொங்கப் பொழுதிருக்காது.

என்ன ஜென்மம் என் ஜென்மம்? இந்தக் கடவுள் இப்படி ஒரு சாதியை ஏன் படைத்தான்? என்னை இந்தச் சாதியில் ஏன் படைத்தான்? எனக்கு மூன்று பிள்ளைகளை ஏன் கொடுத்தான்? பதில் சொல்லுங்கள் அய்யா – எங்களுக்கு மாற்று வழி என்ன?

என் பெயர் 'தமிழ்நாடன்'. நாடன் எனும் சொல் பல விதங்களில் என்னைப் பாதித்திருக்கிறது. சேலத்தில் பனைத் தொழிலாளிகளின் மாநாடு. முன்னாள் அமைச்சர் திரு. அரங்கநாயகம் அவர்களின் மாமனார் காலம் சென்ற தீ. குன்னம்பட்டி ராமலிங்கம் அவர்கள் முன்னின்று நடத்தினார்.

பனைத் தொழிலாளர், வணிகர் எனப் பலர். சேலத்தவர், சென்னைக்காரர், இன்னும் குமரி மாவட்டத்தவர் எனப் பலர் ஆயிரக்கணக்கில் உற்சாகத்தோடு பங்கேற்றார்கள். இரண்டு நாள் மாநாடு. ஒரு திருவிழாபோல் நடந்து முடிந்தது. இடம் சேலம் நகரப் புத்துணர்வு கலை மன்றம் (1980). அழைப்பிதழ் வடிவமைத்தல், மேடையில் வரவேற்புக்கு முன் அழைப்புரை, கலைநிகழ்ச்சிக்கு விளக்கவுரை என என் காரியங்கள் பல.

ஓரிரு வாரங்கள் கழித்து, ஒரு ஞாயிற்றுக்கிழமை. மாலையில், ஒரு பெரிய விடுதியில் நன்றிக் கூட்டம். செல்வந்த நாடார் குல மக்கள் என்னை அன்பில் மூழ்கடித்தார்கள். அன்று நான் அறிஞர் ஹார்டுகிரேவ் *(R.L. Hardgrave)* எழுதிய 'நாடார் குல வரலாறு' *(The Nadars of Tamilnad, 1967)* ஆய்வு குறித்து விரிவாகப் பேசினேன். அவர் மேலும் மேலும் அதே வகைத் தலைப்பில் ஆய்வு தொடருகிறார். அண்மையில் தமிழகம் வந்து போனார் என்றேன்.

இந்த ஆய்வு நாடார் மக்களை எழுந்துயரச் செய்யும் ஊக்கி. நுங்கு, தெளிவு, கள் இவற்றின் உணவுச் சிறப்புகளை விளக்கினேன். பனைமரம் இரும்புக்கு நிகரானது. சேவேறிய பனைமரத்தின், உள் கரிம நார்களைப் பொடியாக்கி, மீண்டும் கம்பியாக்கி, இரும்புக்கு மாற்றாய்ப் பயன்படுத்துகிறது ஜப்பான். நம் பனைத் தொழிலாளர் இத்தகைய நவீன நுட்பங்களை அறிந்து, தொழில் முனைவோர் ஆகிச் செல்வம் ஈட்ட வேண்டும் . . .

சிலர் தோள் சீலைப் போராட்டம், நாடார்களின் சமய மாற்றம் பற்றியெல்லாம் கேள்வி கேட்டார்கள்.

அடுத்த வாரம் ஒரு கிராமத்து விருந்து. வாழப்பாடிக்கு அருகே பேளூரில். ஒரு திண்ணையில் கீழே உட்கார்ந்திருக்

கிறோம். இலைகளில் கறி, கோழி, ஆடு. சற்று நேரம் கழித்து பாட்டில்களில் கள்.

சாப்பிட ஒன்றும் இல்லையா? இட்லி? தோசை? இல்லை புலவரே! எங்களுக்கு விருந்தும் மருந்தும் இதுதான். இதுதான் சாப்பாடு, நம்ம ஆள் நீங்கள்! கூச்சப்படலாமா? கள்தான் சாப்பாடு! எல்லா நாட்களும் இப்படியா? இக்கேள்வி என்னைப் புரட்டிப் புரட்டிப் போட்டது.

நாட்டில் இப்படித்தான் லட்சக்கணக்கானோர் வாழ்க்கை. மலைகளிலும் அடர்காடுகளிலும் வாழ்வோர் உணவு கள், கள் மட்டுமே. அது அவர்கள் விதியைப்போல.

கள் : எதிரும் புதிரும்

கொங்கு மண்டல மாவட்டங்களில் பண்பாட்டு ஆய்வரங்கு கள் சில நடத்தினேன். அதிலொன்று நீலகிரியில் (1983 – 84). ஒருவர் Temperence in Nilagiri District என்று ஆய்வுரை வாசித்தார். அவரது கட்டுரை அதிர்ச்சியூட்டியது. மலை மக்கள் குடி அறியாதவர்கள். கும்பினி நிர்வாகம் (East India Company) அவர்களுக்குக் குடியை அறிமுகப்படுத்தியது. பாதிரியார் களுக்காகவும் கும்பினி அதிகாரிகளுக்காகவும் மது இறக்குமதி ஆயிற்று. மது லாபம் தருமே என்று நினைத்தது கும்பினி. சாராய வியாபாரத்தில் இறங்கிற்று.

சாராயத்தைக் காட்டிக் கும்பினி மலைமக்களை ஆட்டிப் படைத்தது. சில ஆண்டுகளுக்கு முழு அனுமதி, சில ஆண்டு களுக்குத் தடை, ஆண்டில் சில நாள் குடிக்கலாம். சில நாள் கூடாது, இப்படியாக அவர்களின் வாழ்க்கையைச் சீரழித்தது கும்பினி. இன்னின்ன இடத்தில் குடிக்கலாம் இங்கிங்கே கூடாது இன்னின்னார் குடிக்கலாம், இன்னின்னார் தொடக் கூடாது என்று. கும்பினியின் அனுமதியின்றிக் கள், மது விற்றவர்களின் வீடு தரைமட்டம் ஆக்கப்பட்டது.

கொங்கு மண்டலத்தின் பெரும் பகுதி கும்பினி உடைமை ஆயிற்று (1792). உடன் கும்பினி வருமானத்திற்குப் புதியவழி தேடிற்று. வரி விதிப்பு முதன்மை. கும்பினி நிர்வாகி கர்னல் ரீடு (1792 – 1800) கள்ளுக்கு விரிவிதித்தார். கள் கொண்டு செல்லும் பானை, வண்டிகளுக்கு வரி. சாலை வரி. நாற்சந்தி களில் அல்லது போர் எல்லைகளில் சுங்கவரி. பனை தென்னை மரங்களுக்கு முதலில் நிலவரி, அப்புறம் மரத்திற்கு மரவரி, அப்புறம் கள் இறக்குவதற்கு (கர்னல் ரீடு அறிக்கை, கி.பி. 1800,

பத்தி 210). கள் குடித்தவன் சிறுநீர் கழித்தால் அதற்கொரு வரி போடவில்லை. அவ்வளவு நல்லவர்கள் அவர்கள். கள் தரும் மரம் ஒவ்வொன்றும் அடையாளப்படுத்தப்பட்டு எண்ணிடப்பட்டன. அது வரி விதிக்க முதல் ஏற்பாடு.

கும்பினி நிர்வாகம் ஒழிந்து பிரிட்டன் அரசு ஆட்சி. கள் விற்க லைசென்ஸ் வழங்கப்பட்டது. அதிகம் ஏலம் கோரிய வர்கள் கள்ளை ஓரிடம் திரட்டி விற்கலாம். இப்படி, ஒவ்வொரு மாவட்டத்திலும் பல நூறு கடைகள். சேலத்தில் 760 (1875).

கவிஞர் தி.கு. நடராசன் 70 – 80களின் முக்கியக் கவிஞர். கலைஞரோடெல்லாம் மேடை கண்டவர். தம் மாணவர்களின் ஆய்வுக்காக அவரே என் வீட்டுக்கு வருவார். அப்படி ஒரு முறை வந்தபோது, ராஜாஜி அவர்களால் திருச்செங்கோடு ஆசிரமத்திலிருந்து நடத்தப்பெற்ற *விமோசனம்* இதழ்களைக் கொடுத்து, இதை ஆய்வு செய்யலாம் என்றேன். கவிஞர் ஒப்புக்கொண்டு, இதழ்களோடு புறப்பட்டார்.

அவற்றில் கள், சாராயம், மது அரக்கன் என்னும் சொற்களே அதிகம். அதன் கட்டுரைகள் கள் தீது என்றன. படங்களாகவும் அவை சித்தரிக்கப்பட்டிருந்தன. அவற்றில் ஒரு கேள்விக்கு விடை இல்லை. மிதக் குடியன் ஆன தமிழன் எவ்வாறு மிகைக் குடியன் ஆனான்? கும்பினி நிர்வாகமும் வெள்ளை அரசும்தான் அதற்குக் காரணம். இதை விளக்கிக் கூறி இதற்கெதிராகவும் போராடி இருக்க வேண்டும். ஆனால் *விமோசனம்* இதழ் நம் மக்களையே முடிந்தவாறெல்லாம் வசை பாடியது. குடியர்களை விலங்குகள் என்று அவமானப் படுத்தியது.

காந்தி சொன்னார் என்று, தலைவர்கள் கள் குடியைத் தடுத்தார்கள். கள் தரும் மரங்களை வெட்டிப் போட்டார்கள். தந்தை பெரியாரின் குடும்பத்தினரே, சேலத்தில் பல தென்னை மரங்களை வெட்டி வீழ்த்தினார்கள்.

ராஜாஜியின் திட்டப்படி, பனையேறிகள் எல்லோரும் வெல்லம் காய்ச்சுங்கள் என்று திசை திருப்பப்பட்டார்கள். அவர்களுக்குப் பயிற்சி தரக் கேரளத்திலிருந்து பலரை வர வழைத்தார்கள். அவர்கள் காய்ச்சிய வெல்லம் கூடுதல் இனிப்புத் தந்திருக்குமோ? வெல்லம் காய்ச்சுவது பத்துப் பேருக்கு வேலை தரலாம். மற்றிருக்கும் 90 மரமேறிகள், அவர்தம் மனைவிமார் என்ன செய்ய? அவர்தம் பிள்ளைகளுக்கு வழி?

குலமுறைக் கல்வியை முன்மொழிந்தவர்கள், ஒரு குலத்தின் வாழ்வு முறையையே அந்தரத்தில் நிறுத்தினார்கள். என்ன

அவலம் இது? இங்கே குலம் என்பது ஏதோ ஒரு ஆயிரம் இரண்டு ஆயிரம் பேர் என்றல்ல – மாநிலம் தழுவிப் பல லட்சம் மக்கள்.

குறிப்பிட்ட ஒரு சமூகத்தார் மட்டும்தான் கள் உற்பத்தி யாளர் என்று பலரும் கருதலாம். மிகப் பெருமளவு பனை மரங்கள் அவர்களது கட்டுப்பாட்டில் இருப்பது உண்மைதான் என்றாலும், தென்னை முதலான பிற மரங்கள் வளர்வது உழவர்களின் வயல்களில். ஆதலின் கள் தடுப்பால் ஓரினம்தான் துயர்படும் என்றில்லை. பரவலாகச் சிறு, நடுத்தர விவசாயிகள் அனைவருமே பாதிப்புக்கு ஆளாவர்.

ராஜாஜி (1917), டாக்டர் சுப்பராயன் (1930) ஆகியோர் தாம் ஆட்சிப் பொறுப்பு வகித்த காலத்தில் கள்ளுக் கடைகளை மூடினர். பூரண மது விலக்கு அமலாயிற்று.

ராஜாஜி முதல் முதலாகப் பள்ளிப்பாளையம், குமர பாளையம் கிராம மக்கள் அனைவரையும் குடிக்காதவர்கள் ஆக்கி, பெருமை பற்றினார். சேலம் மாவட்ட ஆட்சியரகத்தில் அதற்காக ஒரு சிறு பளிங்குக் கல்வெட்டுத் திறக்கப்பட்டது. (பத்தாண்டுக் காலத்திற்கு மேலாக அக்கல்வெட்டைக் காணவில்லை).

காந்திய ஈடுபாட்டால் தேசம் தழுவிய ஒரு முயற்சி. சில தலைவர்களின் அதிகாரத்திற்கு மக்கள் கட்டுப்பட்டாக வேண்டிய நிலை. இவற்றால் கள்ளுக் கடைகளைத் தடுப்பது சாத்தியம் ஆயிற்று. கள்ளுக்கடை மறியலில் ஈடுபட்டவர்கள் பெரும் மதிப்பு பெற்றவர்கள் ஆயினர். அவர்களும் விடுதலை வீரர்களாம்! தியாகிகளாம்!

எனினும் அக்காலத்தில் பலர் முற்றிலுமாக மனிதனைக் கள்ளுண்ணாதவன் ஆக்க முடியாது என்று கருதினார்கள். *(Prohibition, Salem Encyclopaedia, Rajannan, 1992.)* அவர்களால் அதை வெளிப்படையாகக் கூற முடியவில்லை. காந்தியக் கருத்துக்கு மாறானவன் தேச விரோதி அல்லவா?

கள் வேண்டாம் என்று காந்தி போராடக் காரணம் வெகு மக்கள் நலன், அவர்தம் உயர்வு, நாட்டு விடுதலை. இப்போதும் கள் வேண்டாம் என்கிறோம். காரணம் சில வணிகர் நலம், அவர்தம் வணிகம். அதற்கு மக்களை அடிமைப் படுத்துதல். காந்தியின் காலம் கள் தடையின் நன்மை. விடுதலை; நம் காலம் கெடுதலை.

தமிழர் உணவு
175

கள் : அறநூல் உபதேசம்

பெரியார் பல்கலைக்கழகத்தில் ஒரு கருத்தரங்கு. தலைப்பு 'பன்முக நோக்கில் பதினெண் கீழ்க்கணக்கு நூல்கள்' (2009). நானும் கலந்துகொண்டேன். என் அய்யங்கள் இவை :

'பதினெண் கீழ்க்கணக்'கின் நோக்கம் பாவம் செய்வதிலிருந்து மக்களைத் தடுப்பது. அதன் பொருட்டு யுத்தக்கள வீரர்களைப் போல இவை வரிசை கட்டி நிற்கின்றன.

அந்நூல்கள் 18. அவற்றில் ஆறு 'அகத்திணை'. 'அகத்திணை' நூல் அறநூல் ஆவது எவ்வாறு? இந்த நூலாசிரியர்கள் பலரும் தமிழர் அல்லர். இவை முதல் ஆக்கம் எனத் தகாது. சில மொழிபெயர்ப்புகள். சில வழி நூல்கள், சில அக்காலத்துத் திரட்டுகள். இத்தகைய கருத்துகளை உலகின் எல்லா மக்களிடத்தும் காணலாம். மேலும் இவை வாய்மொழியாக, பல நூற்றாண்டுக் காலம் வழங்கி வருபவைதாம். ஆக, உலகின் அனுபவத் திரட்சியைத் தமிழரின் அறிவுச் செல்வமாகப் பீற்றிக்கொள்வது என்ன அறம்? இது கருத்துக் களவு ஆகாதா?

கீழ்க்கணக்குத் தொகுப்பில் திருக்குறளும். குறள் அய்ந்து பாவங்களையும் கண்டிக்கிறது. ஒரு அதிகாரத்திற்கு மேலாகக் கூட. குறளின் பாவப் பட்டியல் :

பிறனில் விழையாமை (அதி 15)

புலால் மறுத்தல் (26)

கள்ளாமை (திருடாமை 29)

வாய்மை (பொய் கூறாமை 30)

கள்ளுண்ணாமை (93)

இவை, அறம் பொருட்பால்களில் இறைந்து கிடக்கின்றன. ஓரிடத்தும், ஒன்றுக்கு அடுத்து ஒன்று என்ற வரிசையில்லை.

அற நூல்கள் பல. எனினும், எந்த இரண்டு நூலும் இவை பாவம் என ஒரே மாதிரியாக முறைப்படுத்தவில்லை. காரணம் 'பாவம்' என்னும் மதிப்பீட்டில் அவை அவை, அவர் அவர் மாறுபட்டதுதான். குறள்கூடக் கள் பாவம் என்று கடைசியில்தான் சொல்கிறது.

ஆதலின் கள்குடி முதல் பாவம் அன்றாம் – 'உண்ணற்க கள்ளை' என்பது குறள் (922). இந்த உண் என்னும் சொல்லைத் தமிழ் அறநூல் களஞ்சியம் தொகுப்பாசிரியார் இப்படி விளக்குவார் :

சிலர், 1. உணவைப்போலக் கள்ளை வேளை தோறும் குடிப்பதும்,

2. உணவுக்குப் பதிலாகக் குடிப்பதும் கருதி இவ்வாறு சொல்லப்பட்டிருக்கலாம்.

(க.ப. அறவாணன், திருவள்ளுவம், 2006).

ஆக, கள், ஒரு மாற்று உணவாக உண்ணப்பட்டிருக்கிறது என்பதே இதன் பொருள்.

இந்த ஆண்டு 'இந்திய அறவியல் நூல்கள்' என்றொரு கருத்தரங்கம் (சாகித்திய அகாதெமி, பொள்ளாச்சி, 6.4.2010). 'பௌத்த சமயத்தின் அறங்கள்' பற்றி என் உரை.

பௌத்தம் புதுமை சிறந்த சமயம். புத்தரின் 'நான்கு உண்மைகள்', 'எட்டு வழிகள்' இரண்டும் அவரது சுயமான கண்டுபிடிப்புகளாம். மூன்று துக்கங்களை (வறுமை, நொய்மை, முதுமை) வெல்லும் வழி தேடி, ஆறாண்டு தவம் இருந்தபோது புத்தர் இவற்றைக் கண்டுபிடித்தார். தமது ஆகச் சிறந்த பெரும் தீர்வாக 'நிர்வாணக்' கோட்பாட்டை நிறுவினார்.

வறுமைக்குத் தீர்வு உழைப்பு, நொய்மைக்கு மருந்து. புத்தர் இவற்றுக்கு வழி கண்டார். முதுமை விதி. அதற்கு விடையும் மாற்றும் இல்லை. புத்தரின் தேடலுக்கும் அவர் கண்ட விடைகளுக்கும் இடையே அய்ந்து பாவங்கள்.

புத்தர், பழம் வைதீகத்தின் வழியினர்தான் என்போருக்கு ஆதாரம் புத்தர் அய்ந்து பாவங்கள் குறித்துப் பேசியதே!

பௌத்தத்தின் அடிப்படைக் கோட்பாடு 'பஞ்ச சீலம்'. இந்த ஒழுக்கங்கள் அனைத்தும் அன்றாடம் கடைப்பிடிக்க வேண்டியவை. (புத்த தர்மம், மகா போதி சொசைடி, சென்னை 1993). இந்த அய்ந்து ஒழுக்கங்கள்.

கொல்லாமை

களவு செய்யாமை

காமம் கொள்ளாமை

பொய் கூறாமை

கள் குடியாமை

அறவோர் பலரும், இந்த அய்ந்து பாவங்களையும் ஒரே மாதிரியாக வரிசைப்படுத்தவில்லை. சிலர் பொய்யை முதலில்

வைப்பர். அதிலிருந்தே அடுத்த பெரும் பாவங்கள் வளரும் என்பது அவர் கருத்து. சிலர் கொலையை முதலில் வைப்பர். காரணம் பாவங்களில் அது பெரும்பாவமாம்! ஆதலால், அய்ந்து பெரும் பாவங்களிலும் கள் குடி இடத்தை நிர்ணயித்திட முடியவில்லை.

அறவோர் என்போர் மக்களைவிட்டு விலகி வாழ்ந்தோர். மக்களைவிட்டு விலகிப்போனவர்களுக்கு அம்மக்களுக்கு அறிவுரை வழங்கும் உரிமை உண்டா? தம்மினும் அந்நியப்பட்டு வாழும் இல்லறத்தார்க்கு இவர்களிடத்திலிருந்து பெறுவதற்கு ஏதேனும் உண்டா? அறவோர் என்போர் கள்ளை மதுவாக மட்டுமே கருதுகின்றனர். அது, ஒற்றைப்பார்வை. மாறாக, கள் உணவு, ஊக்கி, மருந்து.

கள் பாவம் அன்று. தேசத்திற்கு, பெரும் லாபம்.

கள் : என் விண்ணப்பம்

தமிழகம் முழுவதும் பத்துக்கோடிப் பனை, தென்னை. இவை வழங்கும் பல லட்சம் லிட்டர் கள்ளை வேண்டாம் எனலாமா? இயற்கை தரும் வரம் அது. அதை மறுதலிப்பானேன்?

நிர்வாகச் சீர்கேட்டால் பல ஆயிரம் டன் தானியங்கள் வீணாகின்றன. அதை ஏழைகளுக்கு வழங்குங்கள் என்கிறது உச்ச நீதிமன்றம்.

அமைச்சரோ முடியாது என்று மறுக்கிறார். இத்தகையவர் ஒரே ஒரு நாள் ஒரு வயலுக்கு நீர் பாய்ச்ச முடியுமா? எருது நோய் காக்கை அறியுமா? உழவன் வேதனை இந்த அமைச்சர் களுக்குப் புரியுமா?

கிட்டங்கிகளில் உள்ள தானியத்தை அழியவிடுவதும் பனை மரங்கள் தானே கெடட்டும் என்பதும் ஒரே வகையான கெட்ட புத்தி அல்லவா? கண் எதிரே உணவின்றி ஒருவன் சாகும்போது, மிகை உணவு வைத்திருப்பவன் தராது மறுப்பது குற்றம். அது கொலைக் குற்றத்திற்குச் சமம்.

மாநில அரசின் மரம் பனை. இப்படிப் பனையை ஒரு பக்கம் பெருமைப்படுத்துவது, மறுபக்கம் பனங் கள்ளை மறுப்பது, இது முரண். மனச்சான்று இல்லாச் செயல்.

தமிழ்நாட்டின் மாநில மரம் பனை. பனையின் பழமையும் அதன் பரப்பும் அது தரும் பயனும்தான் அதற்கு அந்தப்

பெருமையை வழங்குகின்றன. சும்மா, பேருக்குப் பனை மாநில மரம். ஆனால் அது தரும் கள் வேண்டாம் என்பது முரண்.

தமிழ்நாட்டில் ஒவ்வொரு வருவாய் வட்டத்திலும் பனங் காடுகள் பனந்தோப்புகள். தென்னந்தோப்புப்போல பனந்தோப்பு. பனையும் வருவாய் தரும் ஆதலால் தோப்பு. இவற்றை ஒட்டிய ஊர்கள் அவற்றின் பெயரால் அழைக்கப்படும். ஒரே பெயர் பல ஊர்களில். பனையூர்கள் மட்டும் பத்துக்கும் மேலே. இந்த ஊர்கள் அந்த அந்தப் பண்பாட்டுப் பகுதியைச் சார்ந்து பெயர் ஏற்றுள்ளன. அவ்வூர்கள் சில :

பனஓலைப்பட்டி
பனங்கடை

பனங்காட்டான்குடி
பனங்காட்டுச்சேரி
பனங்காட்டுப் பாக்கம்
பனங்காடி

பனங்குடி,
பனங்குப்பம், பனங்குளம்
பனங்குறிச்சி

பனஞ்சாடி, பனஞ்சாயல்
பனஞ்சேரி,

பனையனேந்தல்
பனைக்கரை,
பனைக்குடி

பனைக் குளம், பனைய குறிச்சி
பனையங்கால், பனையஞ் சேரி
பனையடி ஏந்தல்

பனைப்பட்டி
பனையம் பள்ளி, பனையபுரம்
பனையூர், பனையாந்தூர்
பனையடி வாக்கம்
பனைவயல்
பனைவெளித்தோட்டம்

பனந்தோப்பு, பனப்பாக்கம்
பனமரத்துப்பட்டி
பனமுகை
பனவிளை

இன்னும் பனை தென்னை ஓலையைச் சார்ந்து, ஓலையாத் தூர், ஓலை காசி, ஓலைப்பட்டி, ஓலைப்பாடி என்று ஊர்ப்

பெயர்கள். இப்படிப் பலவாறாக, தமிழ்நாட்டுப் பனையூர்த் தொகை நூற்றைத்தாண்டும் (கிராமங்களின் அகரவரிசைப் பட்டி, தமிழ்நாடு அரசு, 1972).

பனைத் தொழிலாளர் பனந்தோப்புகளுக்கு அண்மையில் தான் வாழ்வர். அவர் ஊர்ப் பெயர்களில் சில :

சானார் ஏந்தல், சானான் குளம், சானார்பட்டி, சானார் மருதங்குடி, சானார் வயல் . . .

கள் மறுப்போர், பனை மறுப்போர் இவ்வூர்களை, இம்மக்களை என்ன செய்யப் போகிறார்கள்?

பனை, தென்னைதான் தமிழனை இன்று செம்மொழித் தமிழன் வரை வளர்த்திருக்கிறது. புரவலன் கள் கொடுக்கும் முன்பும் அது குடித்த பின்பும் நம் புலவன் பாடினான். ஆதலின் கள் இன்றேல் பெரும்பகுதி சங்கப் பாடல்களே மொழியப் பெற்றிராது. புலவர், புரவலனுக்கு நன்றி சொல்லி யிருக்கலாம். நாம் அவர் குடித்த கள்ளுக்கு நன்றி சொல்லலாம்.

பனை ஏடுதான் அன்று எழுது பொருள். பெரும்பாலும் 99.99 சதவிகிதப் பழைய செய்யுள்களை நாம் ஓலைச் சுவடி களின் வழிதான் பெற்றோம். ஏடு இல்லையெனினும் புலவர் கவிதை படைத்திருக்கலாம். பதிவுக்கு மாற்று வழியும் கண்டிருக்க லாம். ஆனால் இவ்வளவு தொகைப்பாடல்கள் சாத்தியமாக இருந்திருக்காது. எழுதுகோலும் தெய்வம் என்றார் பாரதி. எனில் பனை ஏடும் தெய்வம்தானே!

ஆனால் தமிழர் நன்றியுள்ளவர்களாக இல்லை. அறம் மறம் என்று வேடம் தரித்துக்கொண்டு, பனை, தென்னை மரங்களின் கொடைகளை மறந்துபோனோம். தமிழருக்கு வரலாறு அளித்த கருவிகளில் முதன்மையானவை கள்ளும் ஓலையும். கள் இன்றேல் சங்கப்பாட்டு இல்லை. ஓலை இன்றேல் அந்தப் பாட்டின் பதிவு இல்லை. தமிழர் இதை மறுக்கலாமா?

கள் குடியன் கெட்டுப் போவானாம். சங்க இலக்கியம் ஏறத்தாழ 500 ஆண்டுக் காலத் தமிழர் வரலாற்றைச் சொல்லு கிறது. தமிழன் குடித்துக் கெட்டான் என்ற பதிவு அரிது. குடிக்காதே என்று தடுக்கும் அற நூல்கள், குடி, அளவாய்க் குடி என்று சொல்வதே பொருத்தம்.

மனிதன் கெடுவதற்குக் கள் காரணம் ஆகிப்போகும் என்று நாம் பிதற்ற வேண்டியதில்லை. நாம் கெடுவதற்கு,

நம்மைக் கெடுப்பதற்கு ஆயிரம் முகமைகள் காத்திருக்கின்றன, பூதங்கள்போல.

கள் குடியன் கெடுவான். இருக்கட்டும். மதுக்குடியன் புத்தன் ஆகிப் போகிறானா என்ன? கள்ளின் மீது வெறுப்பு ஏன்? மதுமீது விருப்பு ஏன்? கொள்ளைக்காரனுக்கு நிறம் இல்லை. அப்போது வெள்ளையாக இருந்தான். இப்போது கறுப்பாக இருக்கிறான். அவ்வளவே!

இந்திய மக்கள் ஒருதாய் மக்கள் என்று வாழத் தயார். ஆனால் மாநில அரசுகள்தான் மக்களைக் கூறு போடுகின்றன. எவ்வளவோ சான்றுகள். அவற்றுள் கள்ளும் ஒன்று. சில மாநிலங்களில் கள் அனுமதி. சிலவற்றில் தடை. சில மாநிலங்களில் மது அனுமதி. சிலவற்றில் தடை. காந்தி! இந்தியா முழுவதற்கும்தானே அவர் காந்தி!? குஜராத்திற்கு மட்டும் அல்லவே! தடை எனில் நாடு முழுவதற்கும் தடை. குடிப்பதெனில் இந்தியா முழுவதும் மகிழட்டும்.

12

நிலாவைக் காட்டி அமுது ஊட்டி

போப்பு

உலகின் மூத்த குடிகளில் தமிழர்களுக்கு முக்கியமான இடம் உண்டு. உணவுக் கலாச்சாரத்திலும் பாரம்பரியத்தின் நீட்சி உண்டு. அது திடுமெனச் சில ஆண்டுகளில் மாறும் அபாயத்தில் உள்ளது. எதுவும் மாறுவது அபாயம் ஒன்றும் இல்லை. ஆனால் நம்முடைய உணவு பன்னெடுங்காலமாக நிலவியல், சூழலியல், சீதோஷ்ணம் இவற்றில் இருந்து திரண்ட சங்கிலி வடிவம். இச்சங்கிலியில் ஒரு கண்ணியை மாற்றுவது பாரிய விளைவுகளை உடல், மனரீதியாக உண்டாக்கும். நம் பாரம்பரியத் திறனும் அதே வேகத்தில் அழிந்து போகும். அப்படியான மாற்றம் அபாயகரமானதுதானே.

நம் தமிழர்களின் உணவு ஒரே தன்மைத்தானது அல்ல ஐந்து வகையான நிலங்களின் பல்வேறு விதமான மூல விளைபொருட்களைக்கொண்டு பல பத்தாயிரம் ஆண்டுகளாக வடிவமைக்கப்பட்டது. இந்த வடிவிலான உணவுப் பண்டங்களை ஏற்று ஏற்றுத் தன் திசுக்களை உடல் அதற்குரிய வகையில் தயாரித்து வைத்துள்ளது.

அவித்த இட்லியின் வாசம், வடித்த சோற்றின் வாசம் மூக்கைத் தாக்கியதும் இதுவரை உள் இயக்கத்தைக் கவனித்துக்கொண்டிருந்த உடலின் மூலகங்கள் விழிப்புற்று நம் எதிரில் இருக்கும் உணவை ஏற்பதற்கு உரிய செரிமான நீர்களைத் தயார்ப்படுத்தி வைத்துக் கொள்கின்றன. ஏற்கெனவே பல்லாயிரம் ஆண்டுகளாக இப்படித் தயாரித்துச் செரித்துப் பழக்கம் உள்ளதால்,

தீப்பெட்டி ஒட்டும் விரல்கள், பூக்கட்டும் விரல்கள் போல மளமளவென்று எளிதில் காரியத்தை நிறைவேற்றுகின்றன.

அந்தப் பழக்கமான உணவு உள்ளுக்குள் போவதும் தெரிவது இல்லை. காலையில் போன் பேசிக்கொண்டே இருக்கச் சளசளவென்று போய்விடுவதும் நமக்குத் தன் னுணர்வு இல்லாமலே நடந்து முடிந்துவிடுகிறது.

ஆனால் ஒரு கல்யாணம், ஒரு விசேசம் விருந்துக்குப் போகிறோம். விருந்துவைக்கிறவர்கள் நம்மை, சமூகத்தை சும்மா அதிரச் செய்கிற நோக்கத்தில் விட்டுத் தாக்குகிறார்கள். நாமும் நாக்குக்கு நட்புக்கு என்று ஒரு கட்டு கட்டிவைக்கிறோம். அவை உச்சந்தலையில் இருந்து உள்ளங்கால் சுண்டுவிரல் வரையிலும் ஒரு பிடிபிடித்து இரண்டு மூன்று நாள், பாசம் ஜாஸ்தி ஆகிவிட்டால் ஒரு வாரம் பத்து நாள் உடலோடு தங்கி விடுவார்கள்.

வாயில் ஒரு பாசம், ஆஸனத்தில் ஒரு வாசம், குடலுக்குள் ஒரு கொத்துப் பரோட்டா, வயிற்றுக்கும், வாய்க்குமான ரன்வேயில் விமானங்கள் பறத்தல். உணவு என்பது உடலுக்கு ஊக்கம் தருவதற்காகத்தான். நம்முடைய வளமையை எல்லாம் அதனிடம் காட்டக் கூடாது. தொடர்ந்து அப்படி முயன்றால், சில ஆண்டுகளில் உடல் அட போங்கப்பா நீங்களும் ஆச்சு உங்க உணவுமாச்சு நம்மால ஆகாதப்பா ஏதோ, மருந்து, மாத்திரயப் போட்டு ஒப்பேத்திக்கோ என்று வேறொருவர் (மருத்துவர்) கையில் திணித்துவிட்டுச் செரிமான, உழைப்பு இயக்கம் எல்லாம் நிறுத்தி அலுங்காம போகவர என்ற மூச்சை இழுத்துப் பிடித்து ஓட்டிக்கொண்டிருக்க வேண்டியது தான்.

தமிழ் நிலப்பரப்பில் ரத்தச் சிவப்பில் செம்மண்ணும் உண்டு, இருட்டின் அடர் கறுப்பில் கரிசல் மண்ணும் உண்டு, வெள்ளைத் தரிசு மண்ணும் உண்டு இந்த மண்ணில் வைத்த அரைக் கீரைக்கு அபார ருசி. சாம்பல் நிற மண்ணும் உண்டு இதில் கருணைக் கிழங்கு நன்றாகப் படர்ந்து விளையும். வேறுபாட்டிற்கு இன்னொரு பத்துக் கிலோமீட்டர் தூரம் எல்லாம் போக வேண்டியதில்லை.

ஒரு ஊரிலேயே கிழக்கே செம்மண், மேற்கே கரும் மண். பூசாரி வீரப்ப நாயக்கர் பசங்களிடம் “காலையில சூரியன் கிளம்பும்போது இருக்குற ஆவேசத்துல தன் ரத்தத்தக் கிழக்கே இருக்கிற பூமிக்குக் கொடுத்துச் செகப்பாக்கிருச்சி. மேற்கே போகப்போக அசந்துத் தூங்குற இடம் இருட்டுப்

போலக் கருப்பா இருக்கு” என்று அத்தனை தர்க்கத்துடன் கதை சொல்லுவார்.

என்னதான் விளையவில்லை இந்த மண்ணில். தானியங் களில் குறைந்தது நெல் இருந்தது. நெல் எனும் சொல் மறைந்து விட்டது. நாம் எதுவுமே தெரியாத மக்கிவிடும் தவிடாக இருக்க வேண்டும் என்பதற்காகத்தான் நம் கண்ணில் இருந்து நெல் பறிக்கப்பட்டு அரிசி மட்டுமே வழங்கப்படுகிறது. நான் வைக்கப் போரிலேயே கிடந்தேன். என் பாட்டியும், தாயும் நெல் அவித்து அவித்து அந்தப் பிரதேசமே ஆவி பறக்கக் காற்றும் மணக்க மணக்கக் கொட்டினார்கள் ஐ.ஆர். எட்டு வந்தது. அட ஏண்டா இங்கேயே சுத்திச் சுத்தி வர்ரே உன்னோட பெரிய அக்கப்போரா இருக்கு என்று என் தந்தை பத்துப் புத்தகங்களைத் தலையில் வைத்துக்கட்டி எட்டி உதைத்தார். நகரத்தில் வந்து விழுந்தேன். என் மகன் கேட்கிறான் டாடி . . . பேடில இருந்தா ரைஸ் வருது. இவனை ரெண்டு தட்டு தட்டி வைக்க வேண்டும்.

கிடக்கட்டும் பேச்ச மாத்தாதீங்க எங்கே சொல்லுங்க நெல் . . . நெல் . . . நெல்லூ . . . கம்பு, கேழ்வரகு, வரகு, சாமை, சோளம், தினை, குதிரைவாலி, குதிரையின் வால் போல மேல் எழுந்து கீழ்நோக்கி வரும் கதிர் குதிரைவாலி. புல்லரிசி, மக்காச்சோளம் வச்சாம்பாருய்யா பேரு மக்காச்சோளம். அதாவது மக்கிப் போகாமல் நீண்ட நாட்களுக்கு இருக்கிற சோளம் மக்காச் சோளம். அப்புறம் ஒவ்வொன்னிலேயும் எத்தினி சாதி. பின்னே சாதி இல்லாமலா. தானியங்களிலில் இருக்கிற சாதிகளைப் பூரா தொலைத்துவிட்டோம். அதனால் கடைசியாக மனிதரில் மட்டும் சாதிகளைக் கெட்டியாகப் பிடித்துச் சண்டை போட்டுக்கொண்டு இருக்கிறோம். நாம் தானியச் சாதிகளைத் தொலைத்ததற்கும் மனிதர்களுக்கு உள்ளேயான சாதிகளில் சண்டை போட்டுக் கொள்வதற்கும் பிரிக்க முடியாத பிணைப்பு இருக்கிறது.

பேரதிகாரம் தன் ஒற்றை அதிகாரத்தை நிலைநிறுத்துகிற விதமாக முதலில் நம்மிடமிருந்த பன்மயத் தானியங்களைப் பறித்துக்கொண்டது. இப்போது தானியங்களைச் சொல்லச் சொன்னால் அரிசி, கோதுமை, மக்காச்சோளம். அப்புறம், அப்புறம் ம்ம்ம்ம் . . . ராகி (நீடு வாழ்க சுகர்). இன்று உலகம் முழுதும் மூன்றே தானியங்கள்தான். ஆசியாவில் விளைகிற நெல், மேற்கில், அமெரிக்காவில் விளைகிற மக்காச்சோளம், எங்கும் விளைகிற கோதுமை எல்லாவற்றையும் குறுக்கியாகி விட்டது. இது அறுபதுகளில் உலகெங்கும் திட்டமிட்டுக்

குறுக்கப்பட்டதுதான். இனி மனிதர்களைக் குறுக்குவது எளிது. இதற்குள் புகுந்தால் மிக வஞ்சகமான அரசியல் – வியாபாரம், அல்லது வியாபார அரசியல் இல்லே ரெண்டும் ஒண்ணுதான் அட விடுங்க ... சார் ... எதற்குத் தானியங்கள் குறித்து விஸ்தார மான முஸ்தீபு என்றால் தானியங்களில் இருந்துதானே எல்லாம்.

தானியங்களைப் பறித்த பின்னர் வீரியம் இழந்ததாக மாறி வருகிறது தமிழ்ச் சமூகம். பன்மயமான தானியங்களும் பல்விதமான உணவுகளும் இந்த மண்ணும் இதில் அடிக்கிற வெயிலும் அடங்கொக்க மக்கா என்னா வெயிலு. இதில் உயிர்த்து வாழ்ந்த தமிழர்கள் வீரியம் மிக்கவர்களாக இருந் தார்கள். அதனால்தான் பரணிபாடிச் சும்மாச் சும்மாச் சண்டை போட்டார்கள். பல ஆயிரம் வருடங்களுக்கு முன்னேயே இத்தனைப் பெரிய கோவிலைக் கட்டினார்கள். தொழில் நுட்பத்தில் தன்னைக் கொம்பன் என்று சொல்லிக் கொண்ட வெள்ளைக்காரன் கல்லணையின் அடிமணலை நோண்டிப் பார்த்துத் தமிழனுக்கு என்னா மூளை என்னா மூளை என்று பல ராத்திரிகள் தூங்காமல் கிடந்தான். (நம் பாசன முறை குறித்துப் பேசவே இல்லை. இதில் நாம் எல்லோ ருக்கும் முன்னோடி என்பதற்கான விசயங்கள் உண்டு)

இங்கே வந்த நல்ல மனிதர்கள் பலர் இங்கேயே இருக்க விரும்பினார்கள். இங்கே இருந்து இங்கேயே செத்தார்கள். தமிழன் பல நூற்றாண்டுகளாகவே பல பேரரசுகளுடன் வியாபாரம் செய்தான். பல நாடுகளுக்கும் பயணம்செய்தான். இவனது வீரியமிக்க உழைப்பைப் பார்த்துத்தான் கிழக்குட்டு பிஜித் தீவில் இருந்து இங்குங்குட்டு ட்ரினிட்டாய்ட்த் தீவு வரை வெள்ளைக்காரன் தோட்டங்களுக்கு இழுத்துக்கொண்டு போனான். தண்டவாளங்கள் போட, ரோடுகள் போட. இன்றும்கூடக் கட்டடம் கட்டுவதிலிருந்து, எலியைப் பிடித்துக் கொண்டு ஓடுவது (கம்யூட்டர்) ராக்கெட் விடுகிற வரைக்கும் உலகமெல்லாம் இவனுக்கு மூளையால், உடலால் உழைக்கத் தெரியும் வஞ்சகமில்லாமல்.

ஆனால் நிர்வாகம் பண்ணத் தெரியாது. நிர்வாகம் பண்ணு வதற்கு முதன்மையாக வஞ்சகம் சூது வேண்டும். தன் இனத்திற்கு வெளியே அது கைவராது. மூளை, உடல் இரண்டு விதமாகவும் உழைக்க அளப்பரிய ஆற்றலை வழங்கியது அவன் உண்ட உணவுதான். உணவிற்குள் அத்தனை சூட்சுமம் இருக்கிறது. இன்று தானியங்களும் தானியங்களில் இருந்த வீர்யத்தின் சாரமும் பறிக்கப்பட்டுவிட்டது. முதலில் தானியங்கள் பறிக்கப் பட்டன. இன்று தானியம் விளைவிக்கும் விவசாயமும் இன்ன

பிற விவசாயமும் பறிக்கப்படுகிறது. (விவ போச்சு சாயம் நிக்கிது டும்டும் . . . டும் . . . சாயம் மட்டும் கழிவாக நொய்யல் அணையில் தேங்கி இருக்கிறது.)

நல்ல வெயில் காலத்தில் நீர்ம ஆகாரங்களாகிய கூழும் கஞ்சியும் நம் வயிற்றையும் உடலையும் நிரப்பும். வெப்பமான நேரத்தில் கூழும் கஞ்சியும் குடித்தால் குடிக்கும்போதே அதன் நீரும் குளுமையும் உடலெங்கும் பரவுவது நமக்குத் தெரியும். தடதடவென்று ஊற்றாமல் நிதானமாகக் குடித்தால் அது உடலில் பரவுவதே ஒரு இன்பம். ஆத்தி ஆத்தி எழுதப் பட்ட கும்பகோணம் டிகிரிக் காப்பி நாக்குக்கு மட்டும்தான் இன்பம். அது தனி ட்ராக் அத விடுங்க.

அப்புறம் பாருங்க வச்சனே தீவாளி . . . தீவளிக்கி தீவ்ளி எண்ண தேச்சிக்குளி. நவம்பர் மாதம் அடைமழை நேரம். காற்றில் குளுமை ஈரப்பதம் இருப்பதால் தண்ணீர் குடிக்க ஆசை வராது. தோல் வறண்டுவிடும். மேலுக்கு எண்ணெய் தேய்ச்சிக் குளிச்சிட்டுக் கனமான ஆகாரம் எண்ணெய்ப் பலகாரம் தின்னுட்டு அடைமழையில் அங்க, இங்கே என்று அலையாமல் கம்மென்று கிடக்க வேண்டும். அடிக்கடி அடுப்புப் பத்தவைக்க முடியாது. தோட்டம், காடுகளுக்குப் போய் எதுவும் கொண்டுவர முடியாது. எனவே இருப்பதை வைத்துப் பொரித்த, வறுத்த பலகாரங்கள் குளிர்ச்சிக்கு இதமாகச் செய்வது நமது கலாச்சாரமாக இருந்தது.

கொஞ்சம் கொஞ்சமாக அதில் மெருகு கூடி அது வேறு வடிவம் எடுத்திருக்கலாம். ஆனால் அடிப்படைக் காரணம் இதுதான். மேற்கத்திய நாடுகளில்கூட விண்டர் பிரட் என்ற சொல் அடைவு உண்டு. காட்டிலே கத்திரிக்காய், வெண்டைக் காய், சுண்டைக்காய், கொத்தவரங்காய் எனக் காய்க்கிற கெட்டியான தன்மை உடைய இந்தக் காய்களை (அத்தனையும் மானாவாரியில் காய்க்கும். தண்ணீர் பாய்ச்சி விளைவிக்க வேண்டியதில்லை) அவித்து வெயிலில் காயவைத்துக்கொள்வார் கள். அடைமழைக் காலத்தில் காய்களைத் தேடிக் காட்டிற்குப் போக முடியாதபோது வத்தல் வகையறாக்கள் உணவாகும். சூழல் ஈரப்பதமாக இருப்பதால் கெட்டிக் குழம்பு சாப்பிட உணக்கையாக, உடலுக்கும் இதமாக இருக்கும்.

வெயில் காலத்தில் பீர்க்கு, சுரைக்காய், பூசணி என நீர்ச்சத்து மிகுந்த காய்களைச் சளசளவென்று அகப்பையில் அள்ளி விளாவுவார்கள். எள்ளும் கடலையும் இருக்கிறது. பெரிசாக மழை, தண்ணீர் எதுவும் எதிர்பார்க்காமல் சிவனே என்று வளர்ந்து சத்தமில்லாமல் விளைய எள்ளுப்பொட்டும் கடலைக்கொடியும் ஆடு மாடுகளுக்கு ஆகும்.

உயிர்ப் பிராணிகளின் கண்களைப்போல மினுக்கிக் கொண்டிருக்கும் எள்ளையும் கடலைக் கொட்டையையும் இன்னும் பார்த்துக்கொண்டே இருப்பதற்காக விருதுநகர் ஏவாரிக்குப் போட மனசில்லாமல் வம்புக்குப் பேரம் பேசிக் கொண்டிருப்பாள் அப்பத்தா. ஆமணக்குக் கொட்டை போட்டு இடித்துப் பெரிய பெரிய மண்தாழிகளில் இரட்டை அடுப்பில் திபுதிபு என எரிந்துகொண்டிருக்க, தொட்டிக்குத் தண்ணி கட்ட, மாட்டுக்குத் தீவனம் போட, கோழியைப் பஞ்சாரத்தில் அடைக்க அவள் பாட்டுக்கு அங்கே வேலையில் இருக்கப் பக்கத்தில் பெரிய குடத்தில் மினுமினுவென்று விளக்கெண் ணெய் நிறைவது மந்திரம் போட்டதுபோல நடந்துவிடும். அப்புறம் எங்கள் எல்லோரையும் பிடித்து ஒரு கரண்டி விளக்கெண்ணெயும் வாயில் ஊற்றிப் பின்னுக்குப் பிடுங்கி விடுவது, நாங்கள் கொல்லைக்கும் வீட்டுக்குமாக நடக்கிறது எங்கள் வேதனை, பார்ப்பது அவளுக்கு வேடிக்கை.

அது தனிக்கதை. இந்தக் காலத்து எண்ணெய்க் கடைக் காரரே கேள்விப்படாத எண்ணெய்கள் எல்லாம் எங்கள் மச்சு வீட்டில் தனி அறையில் இருக்கும். அந்த அறையில் பொம்பள போல் சேலை கட்டின முருகன் படத்திற்குக் கீழ் ஓம் சரவணபவ என்று எழுதி இருக்கும். புங்க எண்ணெய், இலுப்பை எண்ணெய் இது காய்ச்சும்போது கம்மென்று கம்பஞ்சோறு வாசம் தூக்கும், வேப்ப எண்ணெய் எல்லாம் வீட்டிலேயே இருக்கும். இப்போ ஒருவேளை எங்க அப்பத்தா உயிர் பெற்று வந்து அந்த அறையைப் பார்த்தால் இருக்கிற நிலை தாங்க மாட்டாமல் எங்க வீட்டுப் பெண்பிள்ளைகளை எல்லாம் உலக்கையால் நாலு அடி போட்டுவிட்டுத் தானும் மறுபடி இரண்டுமுறை சாவாள் அவளுக்கு அவ்வளவு ஆத்திரம் பற்றிக்கொண்டு வரும்.

அப்ப எல்லாம் எண்ணெய்க்குப் பாக்கெட் கண்டது யாரு. நிதானமாக ஆட்டிச் சூடு ஏறாமல் எடுக்கிற எண்ணெய் தான் உடலுக்கு ஊக்கம் தரும். ரீபைண்ட் என்று சொல்லி இயந்திரத்தில் பத்து வாட்டி காய்ச்சி எடுத்த எண்ணெய், செத்த எண்ணெய். அதில் ஜீவ சத்துக்கள் இல்லாததால் உடலுக்குள் போனதும் நகரத் தெரியாமல் சுத்திச் சுத்தி வராமல் தேங்கிக் கொழுப்பாக மாறி நம்மிடம் நிரந்தரமாக டேராப் போட்டு மாத்திரைகளைச் சாப்பிட்டுக்கொண்டிருக்கும்.

மறுபடி செக்கு வச்சி யாரு ஆட்டுறது என்று கேட்க வேண்டாம். அய்யா பேரறிவு படைத்த விஞ்ஞானிகளே நீங்கள் மனம் வைத்தால் எண்ணெயில் நுண்சத்துக்கள் அழியா மல் வடித்துத் தரமுடியும். ஆனால் மக்களைக் கொன்றால்

தான் உங்களுக்குக் காசு. உயிரோடு வைத்திருந்து காசு பண்ணும் தர்மம் உங்களுக்குத் தெரியாது. போங்க நல்லாப் பிழைங்க.

இன்று நடுத்தரக் குடும்பங்களில் மாத பர்ச்சேஸ், வாராந்திர பர்ச்சேஸ் போக அவ்வப்போது பத்து வாட்டி கடைகளுக்கு அலைந்துகொண்டிருக்கிறார்கள். மருந்துக் கடைகள் தனி. ஆனால் தமிழகத்தில் கடைப் பக்கமே போகாமல் ஒரு கிராமத் திற்குத் தேவையான அனைத்தும் தமக்குள்ளேயே தயாரித்துக் கொள்ளும் அற்புதமான உற்பத்தி முறை இருந்தது. மார்க்ஸ் எழுதி வைத்து நூற்றாண்டுக்குப் பின்னரும் அது தொடர்ந்து கொண்டுதான் இருந்தது. கிராமங்களில் ஒவ்வொரு சீசனிலும் ஒவ்வொரு பண்டமாகத் தானாக வீடு வந்து அடையும். அப்படி ஒரு கலாச்சாரம் நம்மிடம் இருந்தது.

பசுமைப் புரட்சி என்ற முகத்துடன் வந்த ஒன்று, இந்தக் கலாச்சாரச் சுழற்சியின் முக்கியமான கண்ணியை அறுத்து விட்டது. எல்லோருக்கும் சோறுபடைத்த விவசாயக் குடும்பங்கள் எல்லாவற்றிற்கும் கடைக்குப் போகிற பிச்சைக்கார நிலைக்குத் தள்ளப்பட்டிருக்கிறது. இந்தச் சூழலில் இருந்து வெளி வந்ததில் தான் நம் உணவில் பெருமாற்றமும் கொத்துக்கொத்தான வியாதிகளும்.

இப்போது தமிழகத்தில் கிட்டத்தட்ட 50 சதவிகிதத்தினர் நகர்ப்புறம் சார்ந்து வாழ்கின்றனர். இயற்கையுடன், நிலத்துடன் இயைந்து வாழ்ந்த வாழ்க்கையில் ஒவ்வொரு ஊருக்கும் ஒவ்வொரு தெருவிற்கும் அல்லது ஒவ்வொரு சாதிக்கும் ஒருவிதமான உணவுப் பழக்கம் இருந்தது. அது பன்னெடுங் காலத்தின் தொடர்ச்சியாக இருந்தது. அந்தப் பகுதியின் மையமான விளைபொருள் எதுவோ அதுதான் முக்கியமான உணவாக இருந்தது. நிலமும் சூழலும்தான் நம் உணவைத் தீர்மானித்தது. ஆனால் இன்று சந்தைதான் நம் உணவைத் தீர்மானிக்கிறது.

நாஞ்சில் நாட்டில், கொங்குப் பகுதியில் தேங்காய் அதிகம் விளைகிறது. அப்பகுதி உணவில் தேங்காய் அரைத்துவிட்ட அவியல், தேங்காய் அரைத்து ஊற்றின குழம்பு, காய்கறிப் பொரியலில் தேங்காய்ப்பூ, தேங்காய்ப்பூ கலந்த புட்டு, சட்னி இல்லாமல் ஆகாது. ஆனால் மதுரைக்குத் தெற்கே கோவில்பட்டி வரை பலருக்குத் தேங்காய் உடலுக்கே ஏற்காது. ஏப்பமும் வாந்தியும் எண்ணெய்ப் பிசுக்குடன் வரும்.

சேலம், தர்மபுரி, கிருஷ்ணகிரி மாவட்டங்களில் ராகிக் களி முக்கியமான உணவு. இங்கே தண்ணீர் வசதி இல்லாததால் நெல் விளைச்சல் இல்லை. ராகிதான் முக்கிய விளைச்சல்.

பக்தவத்சல பாரதி

வானம் பொய்த்துவிட்டாலும் ராகியை வைத்திருந்து சாப்பிட லாம். வண்டி வண்டியாக ராகியைப் பாதுகாப்பதே பயங்கர மான மூளைக்காரன் வேலை. தஞ்சாவூர்வாசி ராகியைச் சாப்பிட்டால் வயிற்றைப் புரட்டிக்கொண்டு வந்துவிடும். கரிசல் காட்டுக்காரர்களுக்குக் கம்பிலேயே பத்து வகையான உணவு இருக்கும். எப்போதும் பெரிய மண்பானையில் கெட்டி யான கம்பஞ்சோறு இருந்துகொண்டே இருக்கும் சம்சாரி வீடுகளில். இதுபற்றிய மேல்விவரங்களுக்குக் கி. ராவின் இலக்கியங்கள் வாசிக்கவும், கம்பங்கூழ், கம்பங்களி, கம்புப் புட்டு, கம்பு மா உருண்டை, கம்பத்தோசை, கம்பு அடை அய்யோ அய்யோ நாக்குக் கெஞ்சுகிறது.

தேனும் தினைமாவும் நம்மில் நிறையப் பேர் சாப்பிட வாய்த்ததில்லை. எலுமிச்சைப் பழம் அளவு சாப்பிட்டால் இரண்டிற்கு மேல் சாப்பிட முடியாது. ஆனால் கொஞ்ச நேரம் கழித்து மீண்டும் சாப்பிட இழுக்கும். அது காலி ஆகும் வரை வேறெந்த வேலையும் ஓடாது. தினைமாவில் கடைத் தோசை மெல்லிசாக இழுத்துவிட்டு மொறுமொறு வென்று எடுத்தால் என்னங்கடா மயிரு பைவ் ஸ்டாரு.

சரி கம்பார் அழைக்கிறார். நாஞ்சில்காரருக்குக் கம்பு வாசமே ஆகாது. நாஞ்சில் நாட்டின் புட்டும் பலாப்பழ இனிப்பு வகைகளும் சாப்பிடாதவர்கள் துரதிருஷ்டசாலிகள். நாஞ்சில் நாட்டார் தன்கடைசிக் கோவணத்தைக்கூட மீனுக்கு இழக்கத் தயாராக இருப்பார். நீளமான கடற்கரை, மீன் பிடித்துப் பரப்பிக்கொண்டே இருப்பார்கள். மீனைத் தின்ற நாஞ்சிலாரின் உடல் திசு மீனைக் கேட்டுக் கொண்டே இருக்கும். கேரளாவில் அப்படித்தான். வங்காளத்தில் சுத்திச் சுத்தி ஆறு ஓடுவதால் அய்யருக்கு இன்னும் ரெண்டு அயிர மீன் சேர்த்து விழும். அது அவருக்கு அசைவம் அல்ல ஜல புஷ்பம். மீன் குழம்பு என்றால் ஒவ்வொரு பிரதேச மீன் குழம்பும் வெவ்வேறு விதமான தனித்த ருசி. ஆனால் இன்று எல்லா ஊர்களிலும் ஒரே ருசிதான். கடை வைத்துக் கெட்டது போங்கள்.

ஆட்டுக்கறிக்கு உலகத்திலேயே பேர் போன இடம் கரிசல் காடுதான். இதை எழுதுகிறவன் சுமார் பத்து தேசத்துக் கறி சாப்பிட்டவனாக்கும். வடக்கே திண்டுக்கல் தொடங்கி தெற்கே கோவில்பட்டிவரை. கிழக்கே ராமநாதபுரம் தொடங்கி மேற்கே ராஜபாளையம் வரை இந்தப் பிரதேச ஆட்டுக்கறி சும்மா உப்பு மிளகாய்த்தூள் போட்டு வேகவைத்தாலும் போதும் வக்காலி அம்புட்டு ருசியால்லே இருக்கும். காரணம், அந்த ஆட்டின் மேயச்சல் தான். மற்ற ஆடுகள் எல்லாம்

இலை, தழை, புல் பூண்டு, வருக வருக, இதயஅஞ்சலி, தூங்கா நகரம் போஸ்டர்களை மேய்ந்துகொண்டிருந்தால், கரிசல் காட்டு ஆடுகள் புளியமரத்து வேரிலிருந்து சூரியக் கதிர்கள் வரை அத்தனையும் ஒரு இனுக்கு விடாமல் மேய்ந்து தான் ஜீவிக்க வேண்டும். மற்ற ஆடுகள் உணவு எடுப்பதையும் கரிசல் காட்டு ஆடுகள் உணவு எடுப்பதையும் பார்த்தால் நிறைய வித்தியாசம் இருப்பதைப் பார்க்க முடியும். அங்கே இங்கே அலைந்து எல்லாம் கெட்டிப்பட்ட இறைச்சி. இந்தக் கரிசல் பூமியின் விளைச்சலும் சமையலும் சுவையின் உச்சத்தில் இருக்கும் காரணம் கெட்டிப்பட்ட மண்ணின் வீரியமும் சூர்ய சக்தியும் அதில் இறங்கியதால் வரும் சுவை. பொதுவாகவே சூர்யக் கதிர்கள் படும் எதிலும் விசேசமான சக்தி இருக்கும். திருச்சி பகுதியில் விளைகிற காய்கறிகளிலும் தனித்த சுவை உண்டு.

எப்படிப் பருவ காலத்திற்குத் தகுந்த உணவு நம்முடைய கலாச்சாரத்தில் இருக்கிறதோ அதேபோல ஒவ்வொரு சமூக நிகழ்வுகளுக்கும் குடும்ப நிகழ்வுகளுக்கும் தக்கவாறு மாறு பட்ட பதார்த்தங்கள் நம் உணவில் இடம்பெறுகின்றன. நம்முடைய பாரம்பரிய இனிப்பு வகைகள் எந்த வகையிலும் உடலுக்குத் தீங்கு விளைவிக்காதவை ஆகும். நம் இனிப்பை உண்கிற அளவில் பிற வட இந்திய இனிப்புகளைச் சாப்பிட்டால் சங்குதான். கால்கிலோ கருப்பட்டி மிட்டாய் சாப்பிட்டால் ஒன்றும் செய்யாது. ஆனால் கால்கிலோ மைசூர்பாக் சாப்பிட முடியுமா.

பொதுவாக மக்கள் கூடுவது என்றால் உணவு முக்கியமான அம்சமாக இருக்கிறது. ஆதி சமூகத்தில் உணவு என்பது கூட்டு நடவடிக்கை. வேட்டையாடுவது கூட்டுச் செயல்பாடு. பயிர் விளைவித்தல், களையெடுத்தல், கதிர் அறுத்துத் தானியம் கொண்டுவந்து சேர்க்கும் வரை அது ஒரு கூட்டு இயக்கம். இப்போதைப்போல் நேரம் வைத்து உண்ணச் சாத்தியமில்லாத ஒரு காலத்தில் உண்பது மகிழ்ச்சிகரமான கூட்டு நடவடிக்கை. அதைச் சமூகம் கூடிச் சந்தோசமாகச் செய்தது. ஆதி மனித னுக்குத் தனித்து உண்ணத் தெரியாது. சமீபத்தில் நடந்த ஒரு உண்மைச் சம்பவத்தை இங்கே பகிர்ந்துகொள்ளுதல் பொருத்தமானது.

பெரிய மீசை வீரப்பன் (சந்தனக் கடத்தல் என்று சொல்லிச் சந்தன மர அழிவிற்கான மொத்தப் பழியையும் வீரப்பன்மீது போடுவதை ஏற்காதவன் நான்.) காட்டிற்குள் வேட்டையாட, அவரை வேட்டையாடுவதற்காக மக்கள் வரிப்பணம் வேட்டையாடப்பட்டது. அவரைத் தேடிக் காட்டிற்

190 பக்தவத்சல பாரதி

குள் போன காவல்துறை ஆட்களுக்கு ரெண்டு சாப்பாட்டு நேரம் தப்பிவிட்டது. திரும்பி நகரத்திற்கு வர வேண்டும் என்றாலும் அது சாத்தியமில்லாத தூரம். நேரமோ இரவு ஆகிவிட்டது. மலைக்கிராமத்தில் கையையும் வயிற்றையும் பிசைந்து நின்றுகொண்டிருந்த காவலர்களைக் கவனித்த மக்கள் ஊர் கூடிச் சோறாக்கிப் போட்டார்கள். வயிறு நிறைந்து கண் கலங்கின அதிகாரிகள், ஊர்த்தலைவர்களைக் கூப்பிட்டு இந்தாங்க என்றார்கள். என்ன இது. பணம். எதுக்கு. நல்ல நேரத்துல எங்களுக்குச் சோறு போட்டீங்க. ஆமா அதுக்கு. அதுக்குத்தான் பணம். உங்க ஊர்ல சோறு போட்டா பணம் கேட்கும் கேவலமான பழக்கம் உண்டா என்று கேட்டார்கள் மலைவாசிகள். அத்தனை கலர்க் கலரான பட்டைகளை வாங்கிக் குத்தின அதிகாரிகளால் கோவணங்கட்டிய ஆதி வாசிக்குப் பதில் சொல்லத் தெரியவில்லை. ஆதிகாலத்தில் இருக்கிற உணவைக் கூடி உண்டு களிப்பதுதான் கலாச்சாரமாக இருந்தது.

அதனால்தான் இன்று நாம் சந்தோசமாகக் கூடினாலே உணவு முக்கிய இடம்பெற்றுவிடுகிறது. நமது பாரம்பரியத்தில் கல்யாணம் என்றால் இனிப்புச் செய்து சீர் வரிசையில் வைத்து அனுப்புகிறார்கள். மாப்பிள்ளை விருந்தில் கறியும் கோழியும் அடித்துப் போடுகிறார்கள். இவை எல்லாம் பால் இச்சையைத் தூண்டுபவை.

சாவு வீடு என்றால் அவர்களுக்குச் சம்பந்தக்காரர்கள் மாமன் உறவு முறை உடையவர்கள் காய்ச்சி ஊற்றுவார்கள். அதாவது துட்டி வீட்டினர் துக்கத்தில் சமைக்காமல் இருக்க, துக்கத்தின் பெருந்தாக்கம் பெறாத உறவுக்காரர்கள் உணவு சமைத்து அளிப்பார்கள். இந்த உணவில் பலநேரம் (துக்கத்தில்) சாப்பிடாமல் இருக்கிறவர்களுக்கு அதிக ஊட்டம் தரக் கூடிய பயறு வகைகளாகப் போட்டுச் செய்வார்கள். இறுதி நாள் உணவில் கண்டிப்பாக அகத்திக்கீரை இடம்பெறும். அதாவது துவண்டுபோன மனத்துடன் இருக்கிறவர்களுக்கு உடலுக்குத் தெம்பை அளிப்பதன் மூலம் மனத்தெம்பை மீட்பது. அகத்தீயை அகற்றுவது அகத்திக்கீரை.

பெண் பூப்பு எய்தினால் அவள் உடலில் இருந்து நிறைய உதிரம் வெளியாகிறது. ஆகவே அதை ஈடு செய்ய (கருப்பு) உளுந்து மா உருண்டை, எள்ளுருண்டை அளிப்பார்கள். இது உடனடியாக ரத்தத்தை ஈடுசெய்யும், உடலுக்குப் பளபளப்பை அளிக்கும். முட்டையும் நல்லெண்ணெயும் அளிப்பதும் உண்டு. அது உளுந்து மா உருண்டை, எள்ளுருண்டையின் அளவிற்குப் பலனைத் தராது.

வளைகாப்பின்போது பல்வகையான சாதம் செய்கிறார்கள். பல ருசியும் பல சத்துக்களும் கர்ப்பிணிக்குத் தேவை என்பதன் வெளிப்பாடே பல ருசியிலான சாதம். இவற்றில் நிறைய அம்சங்கள் இன்று வழக்கொழிந்துவிட்டன.

நம் பனைப் பொருட்கள் அற்புதமான மருத்துவக் குணம் உடையவை. நம் மண்ணில் வளர்கிற பனைக்கு நிகரான ஒன்று இந்த உலகத்தில் எதுவும் கிடையாது. பனையின் நிழலில் இருந்து அத்தனையும் மரத்தைப்போலவே உயர்வானதுதான். பனை நம் பூர்வீக மரம். கத்திரிக்காய் முதல் நிறைய உணவுத் தாவரங்கள் நமக்கு வெளியிலிருந்து வந்தவைகள்தான். எந்த நோய் வந்தாலும் எதன் மீதும் நம்பிக்கை வைத்து எந்த மருத்துவமும் பார்த்துக்கொள்ளுங்கள். அப்படிப் பார்த்துக் கொண்டிருக்கும்போதே பனை வெல்லத்தைப் பக்கத்தில் வைத்துக் கடித்துக்கொண்டே இருங்கள். நோய் நம்ப முடியாத வேகத்தில் குணமாகும். நீரிழிவு நோயாளிகள்கூடப் பனை வெல்லம் சாப்பிட்டு உடல் மாற்றத்தைக் கவனியுங்கள். பனை வெல்லம், பனங்கற்கண்டு, பனங்கிழங்கு, பனம்பழம், பதநீர், பனங்கள் இவை அனைத்தும் உடலுக்கும் நரம்பிற்கும் வீரியம் தரக்கூடியவை.

வானத்தைத் தொடும் பனை தரும் பலனைப்போலவே தரையோடு தரையாகத் தவழும் கொள்ளுப் பயறு வீரியமான பயறு வகையாகும்.

'இளைத்தவனுக்கு எள்ளு, கொழுத்தவனுக்குக் கொள்ளு' என்பது பழமொழி. ஆங்கிலத்தில் கொள்ளைக் (Horse gram) குதிரைப்பயறு என்று சொல்கிறார்கள். தமிழிலும் அப்படிச் சொல்வது உண்டு. விலங்கிலேயே அதி வீரியமானது குதிரை தான். அந்தக் குதிரையே உண்ணும் கொள்ளு சாப்பிட்டால் அத்தனை பலன் கிடைக்கும். ரத்த அழுத்த நோய் உள்ளவர்கள், சர்க்கரை நோயாளிகள் வாரத்தில் இரண்டு, மூன்று நாட்களாவது கொள்ளு சேர்த்துக்கொள்ள வேண்டும். ரத்தத்தில் உள்ள கொழுப்பைக் குறைக்கிறது. சளி வந்து மருத்துவம் பார்த்தால் ஒரே வாரத்திலும் பார்க்காவிட்டால் ஏழு நாளிலும் போய் விடும் என்று சொல்வார்கள். எப்படியானாலும் சளி விடாது என்பது அவர்கள் கொள்கை. கொள்ளு ரசம் வைத்துச் சாப்பிட்டால் அடுத்த ஒருமணி நேரத்தில் சளி போயே போச்சு. நோய் இல்லாதவர்களும் சாப்பிடலாம். தொடர்ந்து சாப்பிட ஒரு வாரத்தில் நடையே வேறுமாதிரியாகக் காற்றில் பறப்பது போல இருக்கும். கொள்ளு யவனம் காக்கும். கடந்த இளமையைத் திருப்பித் தரும். கரிசல் காடு, கொங்கு மண்டலம், தென் கர்நாடகத்தில் கொள்ளு முக்கியமான பாரம்பரிய

பக்தவத்சல பாரதி

உணவு. குறிப்பாக விவசாயக் குடும்பத்தில் தவிர்க்க விரும்பாத உணவு. அதுவும் கரிசல் காட்டில் விளைந்த கொள்ளுக்கு வீரியம் அதிகம். முன் சொன்னது போலவே சூரியனை உணவாகக்கொண்ட நிலத்தில் விளையும் கொள்ளும் எள்ளும் சக்தி மிகுந்த விளைபொருள். அதிலும் கரிசல் நிலத்தில் பருவம் தப்பின பின்னர் வேறு பயிர்கள் விதைக்க முடியாத போது எள்ளையும் கொள்ளையும் விதைத்துவிடுவார்கள்.

தமிழர்கள் நிலம் சார்ந்திருந்த வரையிலும் ஆரோக்கியமான கலாச்சாரமும் ஆரோக்கியமான உடலும் பெற்றிருந்தோம். ஆனால் பசுமைப் புரட்சிக்குப் பின் (குறிப்பாகச் சீமைக் கருவேலம் விதைக்கப்பட்ட பின் – இந்த அரசியலும் விரிவாகப் பேசப்பட வேண்டிய ஒன்று) நிலம் சார்ந்த தமிழர்களின் கலாச்சாரத்தில் மிகப்பெரிய மாற்றம், மாற்றம் அல்ல பின்ன டைவு ஏற்பட்டுள்ளது. உலக மயத்திற்குப்பின் கலாச்சாரப் பின்னடைவு உணவு வழியாக உடல் ஆரோக்கியத்திலும் பின்னடைவாகி இருக்கிறது.

நிலத்தில் இருந்து அப்புறப்படுத்தப்பட்ட தமிழர்கள் இரட்டைக் கூலியால் தான் குடும்பத்தை நிர்வகிக்க முடியும் என்ற நிலையில் இருக்கின்றனர். எனவே அவசர அவசரமாக வாங்கி, அவசர அவசரமாகச் சாப்பிட்டு, அவசர அவசரமாக நோய்ப்பட்டு, அவசர அவசரமாக எமர்ஜன்சி வார்டில் உள்ளவர்களைக் காப்பதற்காகப் பிள்ளைகள் படிப்பிற்கும் பெண்கள் திருமணத்திற்கும் சேர்த்ததை விற்றுக்கொண்டு இருக்கிறார்கள்.

இப்போது எங்கும் சரளமாகக் கேட்க முடிந்த வார்த்தை என்னை டென்சன் பண்ணாதே. ஏண்டா என்னை டார்ச்சர் பண்றே. உன்னோட பெரிய தலைவலியாப் போச்சு. இவை எல்லாம் உடல் இயலாமையின் வெளிப்பாடு. ஓடி ஓடி ஜன்னல் வழியே துண்டு போட்டுச் சீட்டுப் பிடிக்கிறார்கள். உடல் அவ்வளவுதான் நிற்க முடியவில்லை. எதையுமே தாங்க முடியவில்லை.

ஆதித்தியா சேனலிலும், காமடிச் சேனலிலும் தம்மை மறக்க முயல்கிறார்கள். சிரிப்பதற்காகக் காத்துக்கொண்டிருக் கிறார்கள். இன்னொரு செட் சீரியல் சோகத்தில் சுய சோகத்தை மறக்க முயல்கிறார்கள். இன்னும் இன்னுமொரு க்ரூப் எதை யாவது ஊற்றி உள்ளே எரிவதை அடக்க முடியுமா என்று பார்க்கிறார்கள். கொண்டாட வேண்டிய உடல் தன்னிலை இழந்துகொண்டிருப்பதால் புறக் கொண்டாட்டங்களுக்கு நம்மை ஒப்புக் கொடுக்கிறோம். அறுபது வயது வரை வீர

தமிழர் உணவு

விளையாட்டு நமது கலாச்சாரத்தில் இருந்தது. இன்று யாரோ எங்கோ உலகத்தின் மூலையில் விளையாட டெஸ்ட் மேட்ச் எனப்படும் சோதனை விளையாட்டையே பார்த்து ஜெயித்த தற்காகப் பட்டாசு போட்டு விளையாட்டு உணர்வைச் சமாதானப்படுத்திக்கொள்கிறோம். இந்த லட்சணத்தில் சியர்ஸ் கேர்ல்ஸ் வேறே. விளையாட்டு ஊக்கம் தராதாம். விளையாடு கிறவனுக்கு ஊக்கம் வேண்டுமாம் அதுக்காகச் சியேர்ஸ் கேர்ல்ஸ். காரணம் உடல் தன் ஊக்கம் இழந்ததுதான். உடல் ஊக்கம் இழந்ததற்குக் காரணம் உணவின் போக்கில் ஏற்பட்ட மிகப்பெரிய மாற்றம், உணவு அதன் சாரம் இழந்துகொண் டிருக்கிறது. தமிழகத்தின் ஒவ்வொரு பகுதிக்கும் என்றிருந்த விசேசமான தனித்த உணவு வகைகள் தம் தன்மை இழந்து, உலகமயத்தின் ஒரு அங்கமாக உணவும் முழுக்க முழுக்கச் சந்தை சார்ந்ததாக மாறிவிட்டது. எல்லாம் சீட் லெஸ். கொட்டை இல்லாதது.

சந்தை தன் வசதிக்காகத்தான் உணவுப் பொருட்களைத் தயாரிக்குமே ஒழிய மக்கள் உடலுக்கு ஏற்றவை எவை? உடல் நலத்தில் தீங்கு விளைவிக்குமே என்ற அற உணர்வெல்லாம் புதிய வியாபாரிகளுக்குக் கிடையாது. அடிப்படையான வேறு பாடு என்னவென்றால், ஐம்பது ஆண்டுகளுக்கு முன்னர் தமக்குத் தேவையான தானியங்களைத் தாமே விளைவித்து உண்பதற்குத் தயாராகும் வரை அதன் ஒவ்வொரு கட்ட நடவடிக்கையும் அதனை உண்பவர் கண் முன்னால் அவர் கைகளால் நிகழ்ந்தது. ஆனால் இன்றைய சந்தையில் உணவுப் பொருட்கள் அதன் சாரத்தை இழந்து மக்கள் வாய்க்குப் போகும்போது பளபளப்பான குப்பையாக இருக்கிறது.

சாமர்த்தியமான பெண்கள் கையில் கொடுத்தால் அதைக் கட்டிச் சரமாகத் தொடுத்துவிடுவார்கள் அப்படி இருக்கிறது இட்லி மல்லிகைப் பூவாட்டம். முன்னர் இட்லிக்குப் போடும் அரிசியில் முழுவதும் புழுங்கல் அரிசி. அரிசியின் சத்துக்கள் நீண்ட நாட்களுக்கு வெளியேறாமல் உள்ளுக்கு உள்ளேயே இருக்கச் செய்யும் செயல்பாடுதான் புழுங்கல், இட்லியில் புழுங்கல் போச்சா. கடைக்கு வரும் புழுங்கலும் பெரிய அளவில் செய்வதால் முழுப்புழுக்கம் செய்வதில்லை ஆவி வேக்காடு. பச்சரிசியிலும் விற்பனைக்கு ஏற்றவாறு கண்ணைக் கவர வேண்டும் என்பதற்காகப் பாலீஷ் செய்யப்படுகிறது. இந்த மினுக்கலில் அரிசியின் மூலம் பெறப்படுவதில் பாதிச் சத்துப் போய்விடுகிறது. தானியங்களிலும் பயறுகளிலும் தோலுக்கும் விதைக் கருவிற்கும் இடைப்பட்ட படுகையில்தான் வீரியமான நுண் சத்துக்கள் உள்ளன. அவை மில்லின் பல்லோடு

போச்சா. அரிசியை ஊறவைக்கிறார்கள். ஊறவைக்கும் முன் ஒருமுறை லேசாகக் கழுவினால் போதும் அளவாகத் தண்ணீர் விட்டு ஊறவைக்க வேண்டும். ஆனால் நம்மவர்கள் இட்லி மாவில் சொட்டு நீலம் ஊற்றாததுதான் குறை அத்தனை வெள்ளையாக எதிர்பார்ப்பதால், அரிசி ஊறிய பின் ஒன்றுக்கு இரண்டு மூன்று வாட்டி கழுவுகிறார்கள். முன்னர் இப்படிக் கழுவுகிற தண்ணீர் மாட்டுக்குத் தருவதால் அரிசியின் சத்துக்கள் மீண்டும் நமக்கே வரும். இன்று பசுவுக்கு எதை ஊற்றுகிறார் கள் பால் எப்படித் திக்காக வெள்ளையாக வருகிறது என்பது இன்னொரு சோகம்.

இப்போது உளுந்துக்குப் போவோம். முன்னர் முழு உளுந்து அல்லது அவ்வப்போது உடைத்த உளுந்தை இட்லிக்குப் போடுவார்கள். அதே உளுந்து தானே உடைச்சி வச்சிருந்து போட்டா என்ன. தோல் நீக்கிய முழு உளுந்தைப் போட்டால் என்ன என்று கேட்கலாம். தோல் நீங்கிய நிமிடத்தில் இருந்து அந்த உளுந்து தன் வீரியம் இழக்கத் தொடங்குகிறது. பச்சை யாகச் சொல்வது என்றால் சாகத் தொடங்குகிறது என்பதை நாம் கவனிக்க வேண்டும். மில்லில் உடைபடும், தோல் நீங்கும் வெப்பத்தில் அதன் (என்ஜைம்கள்) நுண் சத்துக்கள் இறந்து போகின்றன. இதெல்லாம் பெருந்தன்மையாக விட்டுவிடுவோம். அடுத்து மாவு அரைக்கும்போது வேகமாக அரைபடுவதால் ஏறுகிற சூட்டில் இன்னும் கொஞ்சம் நம் உணவு செத்துப் போகிறது. அத்தோடு விட்டோமா அதை.

இன்றைக்கு ஊற்றின மாவில் மிச்சத்தை எடுத்து ப்ரிட்ஜில் வைக்கிறோம் குளிர்ச்சி ஏறுகிறது. மாவு புளிக்கும் வேகம் குறையலாம். ஆனால் நொதித்தல் செயல்பாடு நிற்பதில்லை. ப்ரிட்ஜில் வைப்பதன் மூலம் எதுவும் கெடாது என்பது அப்பாவித்தனமான மூட நம்பிக்கை. பச்சை இறைச்சியை ப்ரீஷரில் வைத்தால் இறைச்சி அழுகாது உண்மை. ஆனால் காய்கறிகள், மாவுகள் வைப்பது அட போங்க சார் என்னத்த சொல்ல. சோதனைக்கு ஒன்று செய்யலாம் ஒரு பச்சைக்காயை நீங்கள் வைக்க விரும்பும் விதத்தில் ப்ரிட்ஜில் வையுங்கள். நெக்ஸ்ட் ஒரு மண்பாத்திரத்தைத் தண்ணீரில் முக்கி எடுத்து அதற்குள் அதே மாதிரியான பச்சைக் காயை வைத்து மண் மூடிப் போட்டு மூடி அதிக வெளிச்சம் படாத இடத்தில் வையுங்கள். நான்கு நாட்கள் கழித்து இரண்டையும் எடுத்துப் பாருங்கள். ப்ரிட்ஜில் வைத்த காய் சில்லென்று இருக்கும் ஆனால் சுருங்கி இருக்கும். மண்பாத்திரத்தில் இருந்த காய் வைத்த விதமாகவே இருக்கும். காய்களின் டெம்பர் கூடும் போதும் குறையும் போதும் வீரியம் இழக்கிறது. சாம்பாரை

ப்ரிட்ஜில் வைத்து எடுத்தால் கெட்டுப் போகாது ஆனால் சாம்பாரின் சுவை சுத்தமாக உறிஞ்சப்பட்டு இருக்கும். ஆம் ப்ரிட்ஜ் திருடித் தின்கிறது. நுணுக்கமாகக் கவனித்தால் இவையெல்லாம் ஸ்பஷ்டமாக உணர முடியும். சின்னச் சின்ன நுணுக்கமான அம்சங்களால் நாம் சத்திழந்த உணவை உட் கொள்கிறோம். அதனை வெளியேற்றும் முயற்சியில் உடல் நோய்ப்படுகிறது.

இதையெல்லாம் ஏன் பெரிய அளவில் யாரும் கல்வியில், அறிவியலில், மருத்துவத்தில் சொல்வதில்லை. ஒன்று அவர்களுக்கு இதிலெல்லாம் அக்கறை இல்லை. அப்புறம் மக்கள் அவ்வளவு விவரமாகிவிட்டால் கல்வியில் இருந்து மருந்து வரை எந்த வியாபாரத்திற்கும் இங்கே இடமில்லை.

இப்போ முப்பது வருடங்களாகத்தான் முழுத் தமிழ்நாடும் ஒரேவிதமான உணவுப் பழக்கத்திற்கு வருகிறது. ஆனால் துரதிருஷ்டமாக ஒவ்வொரு பகுதியும் தனக்குரிய சிறப்புத் தன்மை இழந்து, உடலுக்கு அவ்வளவாகப் பயன்தராத உணவுகள் மட்டும் தீவிரமாகப் பரவிவருகின்றன. உணவின் பெரும் சத்துகளான எரிசக்தி, புரதம், கொழுப்பு ஆகியவற்றை மட்டும் அளிக்கும் உணவுகளையே உண்கிறோம். நுண் சத்துக் களாகிய, சுண்ணச்சத்து, விட்டமின்கள், இரும்பு, செம்பு ஆமா சார் இதெல்லாம் கொஞ்சம் கொஞ்சம் பீடாவுக்குப் போடுவதுபோல் நிறைய ஐட்டங்கள் வேணும். சுவைகளில் இனிப்பு, புளிப்பு, உப்பு, உறைப்பு மட்டும் உண்கிறோம். கசப்பும் துவர்ப்பும் நாம் எடுத்துக்கொள்வதே இல்லை. அதிகம் வேண்டியது இல்லை, என்றாலும் அதற்குரிய அளவின் விகிதாச் சாரங்களில் எடுக்க வேண்டியதை நாம் அறவே எடுப்பதில்லை. நிறங்களில் வெள்ளை, மஞ்சள், பச்சை, சிவப்பு இவை மட்டுமே உணவாகிறது. அதிலும் பெரும்பகுதி வேதி நிறமிகள் உணவில் சேர்க்கப்படுகிறது. சில அடர் நிறங்கள் சேர்ப்பது நம் கவனத்தி லேயே இல்லை. உடல் அளவில்லாச் சக்தி வாய்ந்தது. ஆனால் நுட்பமான சின்ன விசயத்தில் லொடக் என்று கோபித்துப் படுத்துவிடும்.

இன்று தமிழகத்தின் பரவலான உணவு என்று கணக்கு எடுத்தால் இட்லி, தோசை, பொங்கல், சோறு, சாம்பார், பொரியல், கூட்டு, ரசம், தயிர் இன்னும் தாராளமாகக் கணக்குப் போட்டால் அப்பம், அடை, வடை, புட்டு பேச்சாளர் களின் நிரந்தர உணவாகிய ரவை உப்புமா அப்புறம், அப்புறம்... சப்பாத்தி அசைவம் உண்கிறவர்களுக்கு முட்டை, கோழி, ஆட்டுக்கறி, மீன்.

பக்தவத்சல பாரதி

இவையாவும் அவசியமானவைதான் ஆனால் இவை மட்டுமே போதுமானவை அல்ல. அதிலும் இவற்றை உணவாக மாற்றுவதும் அதனுடன் சேர்மானங்களும் அதில் இருக்கும் சத்துக்களையும் அழிப்பதாக இருக்கின்றன. அது போக அவை மூலப்பொருளாக வரும்போதே பெரும்பாலும் ஜீவசத்துக்களை இழந்தே வருகின்றன. நடக்க முடியாத, நடக்க விடாத பிராய்லர் கோழியைச் சாப்பிட்டு எப்படி மனுசன் நாலுபடி ஏறி இறங்க முடியும்.

ஜீவசத்துக்கள் இழந்த உணவு உடலுக்குள் ஏற்கப்படும் போது இரட்டைச் சிக்கல் உருவாகிறது. ஒன்று உணவுக்காகக் காத்திருந்த உடல் தனக்கான சத்துக்கள் இன்றி ஏமாற்றம் அடைகிறது. இரண்டு இந்தக் குப்பைகளை அரைத்துச் செரித்து வெளித் தள்ள வேண்டிய மகத்தான பணியையும் எந்தக் கூலியும் இன்றி நிறைவேற்ற வேண்டி உள்ளது. உடலுக்குக் கூலி என்றால் சத்துக்கள்தான்.

இவை தொடர்ந்து நடைபெறும்போது நீண்ட கால நோய்களான நீரிழிவு, ரத்த அழுத்தம், இதய நோய்கள் போன்றவை ஏற்படுகின்றன. 2025க்குள் உலக நீரிழிவு நோயாளி களில் பாதிப்பேர் இந்தியாவில் இருப்பார்கள். இந்தியாவில் பாதிப்பேர் தமிழ்நாட்டில் இருப்பார்கள் என்கிறது ஒரு ஆய்வு. என்ன செய்யலாம். வேறென்ன செய்ய மாத்திரை போட்டுக்க வேண்டியதுதான். அரிசிச் சோறு தவிர்க்க வேண்டி யது. அப்புறம் நாள் தவறாமல் வாக்கிங். அவ்வளவுதான் நம்மால முடியும்.

உண்மையில் எந்த நோயுமே இல்லாமல் நம்மால் இருக்க முடியும். அதற்கு வேண்டியது எல்லாம் நம் மீதே நமக்குக் கொஞ்சம் மரியாதை வேண்டும். டூவீலர் சரியான தேதி பார்த்து சர்வீசுக்கு விடுகிறோம். சிலர் லுங்கியை மடித்துக் கட்டி தாமே சொந்தமாகக் கார் கழுவுகிறார்கள். ஆனால் அந்தக் கவனம் சொந்த உடலில் இல்லை உணவில் கவனம் இல்லை. திருப்பதி உண்டியில் காசு போட்டால் பலமடங்கு பெருகி நமக்குக் காசு சேரும் என்று நம்புவது போல மருத்து வத்திற்குச் செலவு செய்தால் உடல் ஆரோக்கியமாக இருக்கும் என்பது ஒரு மூட நம்பிக்கை. நோய் வந்த பின்னால் அதை எதிர்கொள்ளும் விதத்தைவிட அதை வரவிடாமல் தடுப்பது உணவில்தான் இருக்கிறது.

பாலீஷ் செய்யப்பட்ட அரிசி, கோதுமை, பருப்பு வகைகள். இவைதான் நம் உணவின் மூலப் பொருட்களாக உள்ளன. எனவே வாரத்தில் பாதி நாட்களாவது முழுப் பயறு வகை

போட்டுச் சாம்பார் குழம்புவைப்பது. சுண்டல் செய்து உண்பதைப் பழக்கமாக்கிக்கொள்ள வேண்டும். ப்ரிட்ஜில் வைப்பதைத் தவிர்ப்பது, காய்கறிகள் வாங்கும் போது பூச்சிப் புழுப் பிடித்த காய்களாக வாங்குவது. அய்யய்யே ஆளவிடப்பா சாமி. ஒரு நிமிஷம் கேளுங்க. பூச்சிப்புழு ஏறாத காய் என்றால் உரம் அல்லது பூச்சி மருந்து அடித்து விளைவிக்கப்பட்ட காய். காயில் புழுப் பகுதியை அகற்றிவிடலாம் பாதகமில்லை. ஆனால் உரமும் பூச்சி மருந்தின் ரசாயனமும் உடலுக்குள் போவது பாதகமில்லையா. இறைச்சி என்றால் பிராணி இறந்து அதிக நேரமாகாத இறைச்சியாக இருத்தல் வேண்டும். கோதுமை என்றால் சொந்தமாக அரைத்துக்கொள்வது, டால்டா, சமையல் சோடா, கலர்ப்பொடி, இரசாயனங்கள் ஆகியவற்றை முழுமையாகச் சமையலறையில் இருந்து அகற்றி விடுவது என்ற தீவிரக் கவனம் நாம் மேற்கொள்ளாது போனால் நாமும் தீவிரச் சிகிச்சைப் பிரிவிற்குப் போக வேண்டி வரும்.

நம் சமையலறைப் பாத்திரங்கள் நோயில் முக்கியப் பாத்திரம் வகிக்கின்றன. ரோமானியப் பேரரசில் அப்போது கண்டுபிடித்து அறிமுகமான ஈயக்குழாயில் தண்ணீர் வரத்து நடத்தியதில் திடீரென்று அரண்மனையில் அனைவருக்கும் உடலில் ஈயச்சத்து அதிகமாகி நோய் கண்டு இறந்ததாகக் குறிப்பு உள்ளது. இந்தத் திடீர் இறப்பில்தான் ரோமானியப் பேரரசே வீழ்ந்தது என்பார்கள். இன்று எத்தனையோ மாற்றங் கள் அதில் ஏற்பட்டிருந்தாலும் கல், மண், செம்புப் பாத்திரங்கள் போல் உடல் நலத்திற்கும் சுவைக்கும் இப்போதைய சில்வர் ஈயப்பாத்திரங்கள் பாதுகாப்பானது இல்லை. வெங்கலக் கும்பாவில் வரகு சோறு உண்டால் தெரியும் சேதி. அப்படி என்றால் என்ன என்று கேட்கிறீர்களா. கேளுங்க கேளுங்க கேட்டுக்கிட்டே இருங்க. துரு அகற்றின இரும்புப் பாத்திரங்கள் கூட மேலானதுதான். குறிப்பாக நான்ஸ்டிக் பாத்திரத்தின் வேதி வெளியீடு அபாயகரமானது. கடைத் தோசை சுவையாகக் குழந்தைகளுக்குப் பிடித்துப் போவதற்குக் காரணம் அந்தத் தடித்த இரும்புக்கல். (சில இடங்களில் தோசை மாஸ்டரின் வேர்வை உப்பும்).

அதிகம் கரி பிடிக்காத நவீனச் சமையலறையில் மண் பாத்திரங்கள் பயன்பாடு குறைந்துபோனது ஆச்சர்யமானது. ஒருவாரம் கஷ்டப்பட்டு மண்பாத்திரங்களுக்கு மாறிவிட்டால் மற்ற பாத்திரங்கள் பயன்படுத்த விருப்பமே இருக்காது.

மசாலாக்களையும் நாம் நாளுக்கு நாள் கூட்டிக்கொண்டே வருகிறோம். அவ்வப்போது அரைத்துக்கொள்வதே சுவைக்கும்

உடல் நலத்திற்கும் ஏற்றது. நமது மசாலாக்கள் மிகுந்த மருத்துவக் குணம் மிக்கவை. இஞ்சி, பூண்டு, மிளகு, சீரகம், பட்டை, கிராம்பு, மல்லி, புதினா இவற்றை நாம் முறையான அளவில் பக்குவமாகப் பயன்படுத்தி வந்தாலே ஞானக்கிழவன் வள்ளுவன் சொன்னானே 'மருந்தென வேண்டாவாம் யாக்கைக்கு' என்று அப்படி இருக்கலாம். மருத்துவருக்கு வேலையே இல்லை. ஒரு காலத்தில் மிளகைத்தான் காரத்திற்கு நாம் பயன்படுத்தி வந்தோம். நாலு மிளகு கையில் இருந்தால் எதிரி வீட்டிலும் விருந்து சாப்பிடலாம். அத்தனை விஷமுறி மிளகு. மிளகு வாங்க வந்தவர்கள், மிளகுக்கு ஈடாக ஒரு காயைக் கொடுத்தார்கள். அதுதான் மிளகாய். மிளகாயின் பூர்வீகம் லத்தீன் அமெரிக்க நாடாகிய சிலி. வெள்ளைக்காரன் நன்றி மறக்காமல் அதற்கு அப்படியே பெயர் வைத்துவிட்டான்.

மசாலாக்களை அதிகம் பயன்படுத்துவது, அரைத்த நாட்பட்ட மசாலாக்களைப் பயன்படுத்துவது புற்று நோய்க்கு அஸ்திவாரம். அதனைக் காதலோடு தீண்ட வேண்டும். பழம் உண்பது நச்சுப்பிடித்த வேலையாக நினைக்கிறார்கள். மாத்திரைகள் உண்ணும் நச்சுப்பிடித்த வேலைக்கு முன்னால் ஒரு நாளைக்கு ஒருமுறையாவது பழம் உண்பதைப் பழக்கமாக்கிக் கொண்டால் டாக்டர் யார் நமக்கு முழுநீளச் சீட்டில் வாழ்த்துக் கவிதை பிரிஸ்கிரிப்சன் எழுதித் தர. எல்லாம் நம்மிடம் இருக்கிறது. சும்மாக்காச்சும் நாம் நவீனத்தின் பின்னால் ஓடி வெகு சீக்கிரமாகக் களைப்படைந்து, மிகவும் விரக்தியாகி உட்கார்ந்துவிடுகிறோம்.

நமது தாய் தந்தையரைத் திரும்பிப் பாருங்கள். அவர்கள் தான் பெரும் கவனத்துடன் சோறு தயாரித்துத் தம் கையால் மையப் பிசைந்து நிலாவைக் காட்டி அமுது ஊட்டியவர்கள். நமக்காகப் பலமணி நேரம் செலவழித்து உணவு ஊட்டினார்கள். நாம் நம் முன்னோர்களிடம் பெற்றதை நமது சந்ததிக்குத் திரும்பிக் கொடுத்தே ஆக வேண்டும். இல்லை என்றால் ஜென்ம வட்டம் நிறைவுறாது.

நம்மில் எத்தனை பேர் குழந்தைக்கு நிலவைக் காட்டிச் சோறு ஊட்டி இருப்போம். நம் கண்களுக்கே நிலவை நாம் காட்டுவதில்லையே. ஏன் நிலவைக் காட்டி ஊட்ட வேண்டும். மேல் நோக்கும்போது தொண்டைக்குழல், உணவுக்குழல் விரிகிறது உணவு இன்னும் இலகுவாக உள்ளிறங்கும். சின்ன உணவுக் குழலில் கொஞ்சம் கொஞ்சமாகவே உணவு இறங்கும்.

டப்பி மாவை வெந்நீரில் லொடலொடவென்று கலக்கி ஆவி பறக்கும் அந்தப் பசையை அமுக்கிவிடுவது வளரும்

தலைமுறைக்கு இழைக்கும் பெருந்துரோகம். பெரியவர்கள் கோழி போலக் கவக், கவக் என்று விழுங்குவதே தம் உடலுக்கு இழைக்கும் துரோகம் என்கிறபோது குழந்தைகள் வாயில் தலையணைக்குப் பஞ்சைப்போலத் திணிப்பது கொடூர வன்முறையாகும்.

சோற்றைக்குடி, நீரைக்கடி என்கிறது தமிழ் 'மூதுரை'. அதாவது சோற்றை மென்று கூழ் போலாக்கி அதைக் குடிக்க வேண்டும். நீரை ஒவ்வொரு பெக்காக (ஸாரி பார் த டிஸ்டர் பன்ஸ்) வாயில் ஊற்றிப் பற்களால் கடித்து அதன் பின் தொண்டைக்குள் அனுப்ப வேண்டும். உணவை இப்படி அருந்தும்போது அனைத்துத் திசுக்களும் உள் வாங்குகின்றன. எளிதில் செரிக்கிறது. நெஞ்சுக்குக் கீழே இன்னொரு உணவுக் கோடவன் தேவை இல்லை. குறைவாக உண்டாலே போதுமான தாக இருக்கிறது. உடல் தன் முழுத் திறனுடன் இயங்குகிறது. பத்து நிமிடம் மென்று விழுங்கினால் அரைமணி நேர இயங்கு திறனை நமக்குக் கூடுதலாக அளிக்கிறது. குடலில் நடக்க வேண்டிய இயக்கம் வாயில் முடிந்துவிட்டால் வயிற்றில் நடக்க வேண்டிய வேலை மிச்சமாகிறது. உடலின் சுயப் பராமரிப்பு வேலைகள் சுருக்கமானால் வெளி வேலைகளுக்கு உடல் ஒத்துழைக்க முடியும்.

குழந்தை கருவில் உருவாகும்போது தாயின் வயிற்றிற்குள் தொப்புள்கொடி மூலமாக அதற்கு உணவு செல்கிறது. குழந்தை தாயிலிருந்து பிரிந்த பின் தான் உணவுக் குழலின் விட்டம் விரியத் தொடங்குகிறது. அது முழுமை பெறச் சுமார் ஐந்து வயது ஆகும். அந்த வயது வரை அவசர அவசரமாகத் திணிப்பது உடல் வளர்ச்சிக்கான அவகாசத்தையே மறுப்பது ஆகும். சொந்தக் குழந்தையின் உடல் வளர்ச்சிக்குப் பெற்றோர் ஒத்துழைக்க மறுப்பது தீவிரவாதியின் வன்முறைக்குச் சற்றும் குறைந்தது அல்ல. குழந்தை பிறப்பிலிருந்து பால் குடி மறக்கும் வரை தாய் தன் ஒவ்வொரு விள்ளல் உணவையும் குழந்தையின் பொருட்டு, குழந்தைக்குச் சுரக்க வேண்டிய பாலின் பொருட்டுக் கவனமாக உண்ண வேண்டியது தாயின் முதற் கடமை. இந்தக் கடமையை நிறைவேற்ற முடியாதவர்கள் பிள்ளை பெறுவதற் கான உரிமையும் அற்றவர்களே. குழந்தைக்கு அதன் பருவம் வரை பால் கொடுக்கும் அன்னைக்கு உடலில் ஊளைச் சதை போடுவதில்லை.

குழந்தைப் பேறு கண்டதும் பால் சுரப்பிற்காக உடல் திசுக்கள் தீவிரம் பெறுகின்றன. அதிகமாகப் பசிக்கிறது. தாய் உண்டதும் அது பாலாக மாறுகிறது. அதைக் குழந்தைக்குப் புகட்டிவிட்டால் வரவும் செலவும் தானிக்கி தீனிக்கி சரிப்

போயிந்தி. இல்லை என்றால் தாயின் மார்பில் பால்கட்டி இறுகுகிறது. சேர்மானம் ஆகிறது. மார்பின் முழுச்செயல் *(Process cycle)* நிறைவு பெறாததால் பின்னாளில் மார்புப் புற்று நோய் இன்று சாதாரணமாகிவிட்டது. இன்னொரு உயிருக்கு வழங்க வேண்டிய சக்தி பாலாக வழங்கப்படாமல் (வடிக்கப்படாமல்) தேக்கமடைவதால் ஒன்றிரண்டு குழந்தை பெற்ற உடனே பெண்களின் உடலில் ஊளைச்சதை நிலைத்துவிடுகிறது. இது பாலுறவுச் சிக்கலுக்கும் (இயற்கை யாகவே பாலுறவு நாட்டம் குறைவதால், உடல் கவர்ச்சி குறைவதால்), மணமுறிவிற்கும் காரணமாகிறது.

அதே போல் நான்கிலிருந்து பத்துப் பன்னிரண்டு வரை கரு சுமந்த கருப்பைக்கு ஒன்றே நன்று என்ற *RTO* உத்தரவு வசனமெல்லாம் புரியாது. அடுத்தடுத்துப் பிள்ளைகள் பெறத் தயாராக இருக்கிறது. ஒரு கட்டத்தில் சலிப்படைந்து ‘இந்தா ஒன்னு நான் சுமக்கக் கருவைக் கொடு இல்லையா வெட்டி எறி’ என்று அடம் பிடித்து நடு வயது கடக்கும்போது மாதர் வயிற்றிலிருந்து கருப்பை வெளியேறிவிடுகிறது.

தாயின் உடலில் சுத்திகரிக்கப்பட்ட இயற்கையான சத்தான உணவாகிய பாலுக்குப் பதிலாக, ஆயிரமாயிரமாண்டு களில் இல்லாமல் இன்று புதிதாக ஏதோ ஒரு மாச்சத்துக் குழந்தைக்குள் போகும்போது அதிலிருந்து தனக்குத் தேவை யான சத்தினைப் பிரித்தெடுக்கக் குழந்தை ஜீன் இன்னும் பழகவில்லை. எனவே உடலில் நிறையச் சளி கட்டுகிறது.

முப்பது வருடங்களுக்கு முன்வரை குழந்தைகளுக்குக் கட்டி கட்டியாக மூக்கிலிருந்து புல்லாக்கு ஒழுகுவது சாதா ரணம். யாரும் இதற்காக அலட்டிக்கொள்ள மாட்டார்கள். இது நோய் எதிர்ப்புத் திறன் வளர்ச்சியின் ஒரு கட்டம். இன்று சளி வந்த நிமிடமே தூக்கிக்கொண்டு டாக்டரிடம் ஓடுகிறோம். கார்க் வைத்து அடைக்காத குறையாகச் சளியை நிறுத்துகிறார். இதற்கு எளிய கை வைத்தியம் பத்து உண்டு. பழைய ஓமத்திரவமும் அதி உத்தமம். அதற்குப் பின் வந்த உட்வர்ஸ் கிரேப் வாட்டர்கூட உதிப் நாரயண் சொல்வது போலப் பர்வா இல்லை. என் அம்மா எனக்குக் கிரேப் வாட்டர் கொடுக்கவே இல்லை. அதனால் அந்தி மயங்கும் போது நான் டாஸ்மாக் தேடுவதில்லை.

டாக்டர் சித்தி பயோடிக்கோ ஆண்டி பயோடிக்கோ கொடுக்கிறார். உள்ளுக்குள் போன ஆண்டி பயோடிக் தீரும்வரை காத்திருக்கும் சளி மீண்டும் வெளிவரத் துடிக்கிறது. மறுபடி தூக்கிக்கொண்டு ஓடுகிறோம். இது ஒரு தொடர்

ஓட்டமாக இருக்கிறது. தயவுசெய்து சளி இருக்கும்போது குழந்தையின் முதுகில் காது வைத்துப் பாருங்கள் சிங்கம் சிங்கிளாக உறுமுவதுபோலக் கேட்கும். ஆண்டி பயோடிக் கொடுத்த பின் அதே காதைக் குழந்தையின் முதுகில் வைத்துப் பாருங்கள் பன்றி கூட்டமாகக் கத்துவதுபோலக் கேட்கும். சளி குழந்தையின் உடலுக்குள்தான் சுத்திச்சுத்தி வருவாக. சளி அடுத்துப் போவோம்.

குழந்தை பிறந்தது முதல் சுமார் இரண்டு வயது வரை தாய்ப்பால் கொடுப்பதும் தாயின் தாய் அம்மம்மா குழந்தை யுடன் இருப்பதும்தான் குழந்தையின் வளர்ச்சிக்குப் போதிய நியாயம் வழங்குவதாக இருக்கும். பால் பருவம் தாண்டியதில் இருந்து, பதின்ம வயதுவரை பிள்ளைகளின் உணவு முறையே வேறு. பெரியவர்களின் உணவுடன் அதை ஒப்பிட முடியாது. இந்தப் பருவத்தில் நீர்ச்சத்தும் நார்ச்சத்தும் குறைவான அதிகச் சத்துள்ள உணவை அவர்களுக்கு அளிக்க வேண்டும். அடர் சத்துக்கள் தரும் உணவைப் பெற்றோரும் சமூகமும் சரியாகக் கண்டடையாததால் அந்த வெற்றிடத்தை உணவு வியாபார நிறுவனங்கள் ஈடுசெய்து மிகப்பெரிய சமூக விளைவு களை உண்டாக்கிக் கொண்டுள்ளன.

குர்க்குர்ரே, பைவ்ஸ்டார், சாக்கோ மன்ஞ்ச், ஐஸ்க்ரீம் போன்ற அடர் சுவைகள் குழந்தைப் பருவத்திற்கும் பதின் பருவத்திற்கும் இடையிலான உடல் திசுக்களின் உணவு வேட்கையை வருடிக் கொடுக்கின்றன. அந்த வயதின் உணவு வேட்கையையும் அறிவு வேட்கையையும் ஈடு செய்யும் ஏற்பாடு கள் இல்லாததால் க்ரஞ்சி பைட்டில் இருந்து மோட்டார் பைக் வரை கேட்கிறார்கள் வாங்கித் தருகிறோம். அவர்களுக்கு என்ன தேவை என்பது தெரியவில்லை. நமக்கும் என்ன தருவது என்று தெரியவில்லை. (இதுக்கு ஒரு தனிப் பஞ்சாயத்து வைக்கணும். யாரங்கே ஒரு ஆலமரம், ஒரு திண்டு, செம்புத் தண்ணீ, குடை எல்லாம் ரெடி பண்ணு.) இப்போதுள்ள நமது பழக்கவழக்கங்களில் சின்னச் சின்ன மாற்றங்கள் செய்து விட்டால் போதும். நமது மரபின் வீரியத்துடன் காலத்தை எதிர்கொள்ளலாம். அந்தக் கவனம் இல்லாததால் . . .

நமக்கு நெருக்கமான மனிதர்களை, தமது பங்களிப்பை இந்தச் சமூகத்திற்கு ஆற்ற வேண்டியவர்களை மிகச் சாதாரண மாக நோயில் இழந்துகொண்டிருக்கிறோம். அல்லது அவர்கள் தாங்கள் விரும்புகிற விளைவுகளைச் செய்ய முடிவதில்லை. நாற்பது வயதைக் கடக்கிற யாரும் மிகச் சாதாரணமாக ஒரு காலத்தில் வெற்றிலை டப்பா வைத்திருந்ததுபோல் மருந்து

டப்பாவைத் தூக்கிக்கொண்டு அலைகிறார்கள். ஒவ்வொரு சிறு நகரங்களில் மருத்துவமனைத் தெருக்கள் உருவாகி வருகின்றன. நமக்கு நெருங்கின மனிதர்கள் படும் துன்பங்கள் மனத்தைப் பிசைந்துகொண்டே இருக்கின்றன. அதிலிருந்து மீட்பிற்கான வழிதேட வேண்டி உள்ளது. இயற்கை உடலியலாளர்கள் சொல்வதைப்போலத் தீவிரமான நடவடிக்கைகள் கூட அவசியம் இல்லை. இன்றைக்கு அறுபத்தைந்து எழுபது வயதைக் கடந்து கொண்டிருப்பவர்களின் ஆலோசனைகளைக் கொஞ்சம் கேட்டால்கூடப் போதும் நமக்கு நிறையக் கற்றுக் கொடுப்பார்கள்.

அவர்கள் சொல்லில் குறையொன்றும் இருக்காது. அவர்கள் அமுதூட்டியது போலவே தங்கள் அனுபவத்தையும் நமக்கு ஊட்ட நாம் தான் வாயும், மனதும் திறக்க வேண்டும். அப்படித் திறந்தால்தான் நாம் நமது சந்ததியினரை ஜீவசக்தி யுடன் வளர்க்க முடியும். இந்த மண் வீரியம் மிக்கது. அதனுடன் பேசுவோம். அது நமக்கு நிறையக் கொடுக்கும். அதன் பேச்சைக் கேட்டால் போதும். எல்லாவற்றிற்கும் முதலாவதாக நமது சமையல் அறையில் இருந்து தொடங்குவோம்.

13

செட்டி நாட்டு உணவு

நிஜமும் கதையும்

முத்தையா வெள்ளையன்

செட்டி நாட்டு உணவு என்பது செட்டியார் அல்லது செட்டி என்று அழைக்கப்படும் ஒரு சாதியினரின் உணவாக அறியப்பட்ட பெயராக இருந்தாலும் அந்தச் சாதிசார்ந்த பொதுப் பெயர் என்றே சொல்லலாம்.

செட்டியார் என்ற புழக்கத்தில் உள்ள வார்த்தை ஒரு குறிப்பிட்ட செட்டியார் என்ற சாதியைக் குறிப்பதில்லை. செட்டியார் என்ற சொல் சாதி சார்ந்து உச்சரிக்கப்படுவதைவிட மரியாதையைக் குறிக்கும் சொல்லாகவும் பயன்படுத்தப்படுகிறது என்று கா. சிவத்தம்பி குறிப்பிடுவார்.

இந்தச் சாதியின் பெயரில் பல செட்டியார் சாதியினர் உள்ளனர். உதாரணமாகப் பேரிச் செட்டியார், எண்ணெய்க்காரச் செட்டியார், தெலுங்குச் செட்டியார், மஞ்சப்பூச் செட்டியார், நாட்டுக்கோட்டைச் செட்டியார், வளையல்காரச் செட்டியார், கன்னடச் செட்டியார், கோமுட்டிச் செட்டியார், தேவாங்கச் செட்டியார் என்று பல வகையினர் உள்ளனர். ஆனால் இவர்கள் செட்டியார் என்ற சாதியின் உட்பிரிவுகளோ உபபிரிவுகளோ இல்லை. இந்த வகைச் சாதியினருக்கு ஒவ்வொரு விதமான பண்பாடும் கலாச்சாரமும், உணவு முறைகளும் உள்ளன.

செட்டிநாட்டு உணவு என்று பரவலாகப் பேசப்படுவதும், சந்தையில் கூறப்படுவதும் நாட்டுக்கோட்டைச் செட்டியார்களைக் குறிக்கிறது. இதற்கு முக்கியக்

காரணமாகப் பொருளாதாரத்திலும் அரசியலிலும் இவர்களின் பங்கு கணிசமாக இருந்ததுதான். இந்தச் சூழ்நிலை காலனி ஆட்சியிலும் காலனிக்குப் பிந்தைய ஆட்சியிலும் நிலவியது.

தமிழகத்தில் திராவிட இயக்கம் சார்ந்த அரசியலிலும் காங்கிரஸ் சார்ந்த அரசியலிலும் இயங்கிவந்தனர். இதனால் சமூக அளவில் உயர்வாக மதிக்கப்பட்டதோடு, அவர்களுடைய கலாச்சாரமும் உணவுமுறைகளும் சமூகத்தில் பேசு பொருளாக மாறுவதற்குக் காரணமாயின என்று கூறலாம். தமிழகத்தில் செட்டிநாடு என்று அழைக்கப்படும் நிலப்பகுதியைச் சேர்ந்த நாட்டுக்கோட்டைச் செட்டியார்கள் அல்லது நகரத்தார்கள் பற்றியே இந்தக் கட்டுரை பேசுகிறது.

பொதுச் சமூகத்தில் இவர்களை வணிகர்கள் என்றே அழைக்கின்றனர். தமிழின் முக்கியக் காப்பியங்களான சிலப்பதி காரம், சீவக சிந்தாமணியில் வணிகர்களைப் பற்றிக் கூறப்பட் டுள்ளன. இவர்கள் அரசருக்கு அடுத்தபடியாக மதிக்கப்பட்டா லும் வருண வரிசையில் பிராமணர், அரசர், வேளாளருக்கு அடுத்தபடியாகத்தான் வைசியர் வைக்கப்பட்டுள்ளனர்.

இவர்கள் உற்பத்திச் சக்திகளுக்கும் உற்பத்தி உறவுகளுக்கும் நேரடியாகத் தொடர்பு இல்லாமலே இருந்தனர்.

நகரத்தார்கள் வசிக்கும் பகுதி 96 ஊர்களைக் கொண்டதாக இருந்தாலும் தற்போது 76 ஊர்களில் வசித்து வருகின்றனர். இந்தப் பகுதியில் பிற்காலத்தில்தான் குடியேறி உள்ளனர். இதற்கு முன்னர் இவர்களுடைய பூர்விகப் பகுதி என்பது பூம்புகார். இங்கு இவர்களை உப்புக்குறவர்கள் என்று அழைத்த தாகக் கூறப்படுகிறது. இங்குதான் கடல் கடந்து வணிகத்திற்கு இவர்கள் சென்றுவந்தனர். அப்போது இந்தப் பகுதியை ஆண்டு கொண்டிருந்த சோழ மன்னன் நகரத்தார் பெண் ஒருத்தியைத் தூக்கிக்கொண்டு சென்றதால், ஆத்திரமடைந்த நகரத்தார்களில் சிலர் கிளர்ச்சியில் ஈடுபட்டனர். வேறு சிலர் தற்கொலை செய்துகொண்டனர்.

கிளர்ச்சியில் ஈடுபட்டதை அறிந்த சோழ மன்னன் கோபம் கொண்டு செட்டித் தெருவையே தீ வைத்துக் கொளுத்தினான். அதில் தப்பிய ஏழு பேர் பாண்டிய நாட்டில் அடைக்கலம் புகுந்தனர். இதன் பிறகு பாண்டிய மன்னன் ஆதரவில் தங்க ளுடைய கடல் கடந்த வாணிபத்தைத் தொடர்ந்தனர். அப்போது அவர்களுக்கு எந்தச் சாதிப் பெண்ணைத் திருமணம் செய்வது என்ற கேள்வி எழுந்தது. இதற்குத் தீர்வாகத் திருநெல்வேலியில் உள்ள கோட்டைப் பிள்ளைமாரின் பெண்களைத் திருமணம் செய்து வைத்தனர்.

நகரத்தார்களுக்குக் கோட்டைப் பிள்ளைமார் பெண்களைத் திருமணம் செய்வதற்கு சைவ உணவு முறைகளைப் பின்பற்றியது ஒரு காரணமாக இருந்திருக்கலாம். இவர்களைத் திருமணம் செய்த பிறகு இப்போது வாழ்ந்துகொண்டிருக்கும் காரைக்குடியைச் சுற்றியுள்ள பகுதியில் குடியேறினர்.

இரண்டு சமூகங்களுக்கும் இடையில் கொடுக்கல் வாங்கல் பிரச்சினையில் சிக்கல் வந்தது. அதனால் கோட்டைப் பிள்ளை மார்களின் உறவு நிலையை அறுத்துக்கொள்வதற்காக அசைவம் சாப்பிட ஆரம்பித்தனர். இதன் முதல் கட்டமாக உப்புக் கண்டத்தை (ஆட்டுக் கறியை உப்பில் ஊறவைத்து, வெயிலில் காயவைத்து எண்ணெயில் வறுத்துச் சாப்பிடுவது) வீட்டின் வாசலில் காயப்போட்டிருந்தனர். இந்த உப்புக் கண்டத்தை எப்படிச் செய்வது என்று ஒரு இஸ்லாமியரிடமிருந்து கற்றுக் கொண்டனர். அன்றிலிருந்து கோட்டைப் பிள்ளைமார்கள் இவர்கள் வீட்டிற்கு வருவதில்லை. சோழ நாட்டிலிருந்து தப்பி வந்த ஏழு பேர்களை வைத்து நகரத்தார் சாதியின் உட்பிரிவுகளாக ஏழு பிரிவுகளாகப் பிரித்து உள்ளனர். பின்னாளில் இது ஒன்பது பிரிவாக வளர்ச்சி அடைந்தது என்று இந்தச் சமூகத்தில் வாய்மொழிக் கதை உலவிவருகிறது. இந்த வரலாற்றையும் உணவு நடைமுறையையும் நோக்கும் போதும் இவர்களின் உணவில் அசைவ உணவு பிரதானப் பங்கை வகிப்பதில்லை. மேலும் இவர்கள் வாழ்ந்து வருகின்ற பகுதி ஒரு சனாதனக் கோட்டையாக இன்றும் இருந்துவருகிறது. இந்தச் சைவ உணவு முறைக்கு இதுவும் ஒரு காரணமாக இருக்கலாம். நகரத்தார் சாதி நெகிழ்வுத் தன்மை இல்லாமல் இறுக்கமானது. இந்த சாதிச் சமூகத்தைச் சேர்ந்த ஒருவர் கூறும்போது, 'மத்திய அமைச்சர் ப. சிதம்பரத்தையே ஊரை விட்டுத் தள்ளி வைத்துவிட்டோம். ஏனெனில் அவர் வேற சாதி பெண்ணைத் திருமணம் செய்துகொண்டவர். அவர் நாட்டுக்குத்தான் மந்திரி. எங்க ஊர்க்கெல்லாம் இல்லை' என்றார். இது போன்ற சில நிகழ்வுகளும் உண்டு. இதைச் சொன்னவர் பொருளாதார ரீதியாக மிகவும் பின் தங்கியவர்.

பொருளாதார ரீதியாக இவர்கள் மிகவும் உயர்ந்தவர்கள் என்று பொதுவாகப் பேசப்பட்டாலும், பெரும்பான்மையோர் நடுத்தர வர்க்கத்திற்குக் கீழ் நிலையிலேயே உள்ளனர். இந்த நிலை 1978இல் இந்திராகாந்தி அரசால் கொண்டுவரப்பட்ட நெருக்கடி நிலையால்தான் வந்தது என்று சொல்லப்படுகிறது. அப்போதுதான் இவர்கள் வைத்திருந்த வட்டிக் கடைகள் பெருமளவுக்கு முடிவுக்கு வந்தன. அதனால் வேறு தொழிலுக்குச் சென்றனர். இதில் பாதிக்கப்பட்ட ஒருவர் 'நாங்கள் அந்தத்

தொழிலை விட்டு வந்து வேறு தொழில் செய்யும்போது, பழைய வாடிக்கையாளர்கள் வந்து நீங்களே வட்டித் தொழிலைச் செய்யலாம். இப்போது இந்தத் தொழிலில் வேறு ஆட்கள் வந்துவிட்டார்கள். நிறைய வட்டி வாங்குகிறார்கள்' என்றார்களாம் அந்த வாடிக்கையாளர்கள். அதற்கு இவர் எந்தத் தொழில் செய்தால் என்ன லாபம்தானே முக்கியம் என்று பதில் சொன்னராம்.

இவர்களிடம் உடல் உழைப்பு (காடு, கழனிகளில் வேலை செய்வது) என்பதே கிடையாது. எம்.ஜி.ஆர். முதலமைச்சராக இருந்தபோது, இட ஒதுக்கீட்டு விவகாரத்தில் 'நாங்கள் முன்னேறிய வகுப்பினர். எங்களுக்கு இட ஒதுக்கீடு வேண்டாம்' என்று கூறியவர்கள்.

அன்று தலைவன் பொருள் தேடிச் சென்று திரும்பி வரக் குறைந்தது மூன்று ஆண்டுகள் ஆகும். அவர்கள் பர்மா, சிங்கப்பூர், மலேசியா, இலங்கை, சுமத்திரா தீவுகள், வியட்நாம் ஆகிய நாடுகளுக்குச் சென்று திரும்பினர். இதனால் பெண்கள் தனிமையில் காலத்தைக் கழித்தனர். அக்கா, தங்கை, நாத்தனர், அப்பத்தா (அப்பாவைப் பெற்றவர்), சின்ன அப்பத்தா, ஆயா (அம்மாவைப் பெற்றவர்) என்று பெண்களின் உறவு முறைகளில் குடும்பமும் வீடும் இருந்தது. ஒரு ஊரில் இறங்கி ஒருவர் வீட்டிற்குச் செல்ல வேண்டும் என்றால் செட்டியார் பெயரைச் சொல்லிக் கேட்பதைவிட ஆச்சியின் (செட்டியாரின் மனைவி) பெயரைச் சொன்னால் உடனே அடையாளம் சொல்லிவிடுவார்கள். ஆண்களைவிடப் பெண்களுக்குத்தான் சமூகத்தில் உறவு நிலைகள் நெருக்கமாக இருந்தன. வீட்டில் ஒரு முடிவெடுக்க வேண்டும் என்றால் செட்டியார் சொல்வதைவிட ஆச்சி சொல்வதற்கே முக்கியத்துவம் தரப்படுகிறது. பெண்கள் தங்களுடைய உறவுகளினால் கூட்டாக வாழ்ந்தாலும் இந்தப் பெண்கள் தனிமையிலேயே காலத்தைத் தள்ளினர். சமையல் செய்வதும் கலைப் பொருட்களைச் செய்வதும் குழந்தைகளை வளர்ப்பதும் இந்தப் பெண்களின் தனிமைக்கு வடிகாலாக இருந்தது என்று சொல்லலாம்.

செட்டிநாட்டு உணவு வகைகளும் தயாரிப்பு முறைகளும்

செட்டிநாட்டு உணவுகளில் பணியாரம் முக்கிய இடத்தை வகிக்கிறது. கந்தரப்பம், பாசிப்பயறு பணியாரம், கருப்பட்டிப் பணியாரம், குழிப் பணியாரம், வெள்ளைப் பணியாரம், சீனிப் பணியாரம், மசலா சீயம், இனிப்புச் சீயம், பால் பணியாரம் ஆகிய வகைகள் உண்டு.

எல்லா விசேஷ நாட்களிலும் வீட்டிற்கு யார் வந்தாலும் வெள்ளைப் பணியாரம் கண்டிப்பாக உண்டு. இந்த வெள்ளைப் பணியாரத்தைச் செய்வதற்கு அரை படிப் பச்சரிசியைப் படி அளவுக்கு மட்டமாக எடுத்துக்கொண்டு, அதன் மேல் கோபுரமாக உளுந்தை அளந்து எடுத்து ஊறவைத்து, அரைத்துத் தோசை மாவு பதத்தில் தேவையான அளவு உப்பைச் சேர்த்து, லேசாகத் தீயை எரியவிட்டுக் காய்ந்த எண்ணெயில் மாவை ஊற்றி. வெந்த பிறகு திருப்பி வேகவைத்து எடுக்கிறார்கள். இதற்குத் தொட்டுக்கொள்ள டாபர் சட்னி வைக்கிறார்கள். டாபர் சட்னி என்பது தக்காளியும் வரமிளகாயும் சேர்த்து அரைப்பதாகும். இதை 'ச்' கொட்டிச் சாப்பிடலாம்.

அடுத்ததாக மசாலா சீயத்தில் பச்சரிசியும் உளுந்தப் பருப்பையும் சேர்க்கிறார்கள். இதில் மசாலாப் பொருட்கள் எதுவும் இல்லை. ஆனால் மசாலா சீயம் என்று பெயர்.

இனிப்பு வகைகள்

இனிப்பு வகைகள் என்பது உக்ரா, மணக்கோலம், அதிரசம், காப்பரிசி, மாவு உருண்டை, ஆடிக்கூழ் (அல்லது) கும்மாயம், கவனி அரிசி, சத்துமா (அல்லது) வேங்கை அரிசி மாவு திரட்டுப்பால் ஆகியவை ஆகும்.

இவர்கள் பல வெளிநாடுகளுக்குச் சென்றாலும், பர்மாவில் இருந்து கொண்டுவந்த உணவு கவனி அரிசி. மற்ற நாடுகளில் இருந்து இவர்கள் எந்த உணவையும் கொண்டு வரவில்லை. இப்போது சென்னை போன்ற நகரங்களில் பர்மாவில் இருந்து நேரடியாக இறக்குமதி செய்யப்பட்ட கவனி அரிசி கிடைக்கிறது. சென்னையில் இந்த அரிசி கருப்பு அரிசி என்று விற்கப்படுகிறது. அந்தக் காலத்தில் பர்மாவில் இருந்து கொண்டுவரப்பட்ட இந்த அரிசி இங்கும் விளைவிக்கப்படுகிறது. இது காரைக்குடி யைச் சுற்றியுள்ள பகுதிகளில் கிடைக்கிறது. இது நாட்டுக் கவனி அரிசி என்று அழைக்கப்படுகிறது. இந்த அரிசி காபிப் பொடிக் கலரில் இருக்கும். இதை நான்கு மணிநேரம் நன்றாக ஊறவைத்து, வேகவைத்த பிறகு தேங்காயையும் சீனியையும் சேர்த்துச் சாப்பிடுகிறார்கள். சில ஊர்களில் ஆடிக்கூழ் என்றும் மற்ற சில ஊர்களில் கும்மாயம் என்றும் அழைக்கப் படுகிறது. இந்த ஆடிக்கூழுக்குப் பச்சை அரிசி 1 கிலோவும் உளுந்தப் பருப்பு ½ கிலோவும் எடுத்து வறுத்து அரைத்துக் கொள்ள வேண்டும். அரைத்த மாவை நெய்யில் வறுக்க வேண்டும். அதன் பிறகு கருப்பட்டி 200 கிராம், வெல்லம் 800 கிராம் சேர்த்துப் பாகாகக் காய்ச்சி வடிகட்டி எடுத்துக் கொள்ள வேண்டும். இந்த பாகில் மாவைக் கரைத்துக்கொண்டு

இரும்புச்சட்டியில் கொஞ்சம் கொஞ்சமாக நெய் விட்டுக் கட்டிவிடாமல், சட்டியில் பிடிக்காமல் கிண்டிக் கீழே இறக்க வேண்டும்.

முறுக்கு வகைகள்

தேன்குழல், மசாலா தேன்குழல், அச்சுமுறுக்கு, கை முறுக்கு (ஐந்து சுற்று, ஏழு சுற்று, ஒன்பது சுற்று என்ற வகைகள் உண்டு) ஆகியவை. இதில் தேன்குழலை முக்கால் வேக்காட்டில் வேகவைத்த பதத்தில் எடுத்துப் பச்சைத் தேன்குழல் என்று சாப்பிடுவார்கள்.

குழம்பு வகைகள்

புளிமண்டி, புளிக்கரைசல், சும்மா குழம்பு, கெட்டிக் குழம்பு, இளங் குழம்பு, திறக்கல், கோஸ்மல்லி ஆகியவை. இதில் புளிக்கரைசல் என்பது திடீர் சாம்பார், திடீர் ரசம் என்பது மாதிரிதான். வீட்டில் இருக்கிற மாவைத் தோசையாக ஊற்றிக்கொள்வார்கள். தொட்டுக்கொள்ளப் புளிக் கரைசல். இதற்கு இரண்டு டம்ளர் தண்ணீர். கொஞ்சம் புளியை ஊறவைத்துக் கரைத்த பிறகு இரண்டு சின்ன வெங்காயத்தை வெட்டிப்போட்டு, ஒரு வறமிளகாயைக் கிள்ளிப்போட்டு உப்புச் சேர்த்தால் புளிக்கரைசல் ரெடி. இதில் எந்த வேகவைத்த பொருட்களையும் சேர்ப்பதில்லை.

கோஸ் மல்லியை இட்லிக்கும் தாளித்த இடியப்பத்திற்கும் ஊற்றிக்கொள்வார்கள். கோஸ் மல்லி என்பது கத்திரிக்காயை அவித்து, அதன் தோலை உரித்து அவித்த கத்திரிக்காயைப் பிசைந்து புளியைக் கரைத்துச் சேர்த்து வெங்காயத்துடன் தாளித்துத் தயாரிக்கப்படுகிறது.

புளி மண்டியை இட்லிக்குத் தொட்டுக்கொள்கிறார்கள். அரிசி களைந்த நீரை எடுத்து அதில் புளியைக் கரைத்து அதில் வறுத்த காய்கறிகளைப் போட்டுக் கொதிக்கவைத்தால் புளிமண்டி தயார்.

சீடை வகைகள்

சீப்புச் சீடை, உப்புச் சீடை என்னும் இரு வகைகள் உண்டு. உப்புச் சீடை என்பது புழுங்கல் அரிசியை ஒரு மணி நேரம் ஊறவைத்து நன்கு நைஸாக அரைத்துக்கொண்டு, பொட்டுக் கடலையை மாவாக அரைத்து, தேங்காய்ப் பூவையும் அரைத்துச் சேர்த்து, சீரகமும் சேர்த்து மாவைப் பிசைந்து

சிறிய சிறிய உருண்டையாக உருட்டிக் காயவைத்த எண்ணெயில் போட்டு வேகவைத்து எடுக்க வேண்டும்.

அடை தோசைகள்

இதில் இரண்டு வகைகள் உண்டு. (1) அடை (2) அடைத் தோசை என்று அழைப்பர். அடைக்குப் புழுங்கல் அரிசியும் அடைத் தோசைக்குப் பச்சை அரிசியையும் பயன்படுத்து கிறார்கள்.

கொழுக்கட்டை வகைகள்

பதநி கொழுக்கட்டை, எருக்களம் கொழுக்கட்டை, மோதகம் ஆகிய வகைகள் உண்டு.

இது போக வெங்காய மருந்து, புள்ள மருந்து, எண்ணெய்க் களி போன்ற மருந்து உணவுப் பொருட்களும் உண்டு.

வத்தல் வகைகளில் கூழு வத்தல், கறி வடகம் என்ற வகைகளும் உண்டு.

ஊறுகாயில் பல ஊறுகாய் என்ற ஒரு வகை உண்டு. இது வெள்ள மிளகாய் மற்றும் சுண்டைக்காயும் பூண்டும் கலந்து தயாரிக்கப்படும். இதன் ருசியே தனிதான்.

மேலே சொன்ன உணவுகள் இவர்களின் அன்றாட உணவுகளில் மாறி மாறி இடம்பிடித்தன.

இவர்கள் சாப்பிடுகிற தட்டை வட்டில் என்று கூறுவர். வட்டி வாங்கித்தான் சாப்பிடுகிறோம் என்கிற நினைப்பு எப்போதும் இருக்க வேண்டும் என்பதற்காக இந்தப் பெயரோடு அழைக்கப்படுகிறது. கொஞ்சம் வயதானவர்கள் கும்பாவில் சாப்பிடுவார்கள். கும்பா என்பது கோப்பை மாதிரியில் பெரிய வடிவத்தில் இருக்கும். காய்கறி (வெஞ்சனம் என்று அழைப்பர்) வைக்கக் கும்பாவுக்கு இணையாகச் சிறிய பாத்திரம் இருக்கும். வட்டிலுக்குக் காய்கறி வைக்கும் தட்டைக் கிண்ணி என்று அழைப்பர். வட்டிலும் கும்பாவும் வெள்ளியில் செய்யப் பட்டிருக்கும்.

செட்டிநாட்டு உணவகங்களும் செட்டிநாட்டு உணவுமுறைகளும்

செட்டிநாட்டு உணவகத்தை அலங்கரிப்பதற்கு இவர்களின் கோட்டை போன்ற வீடுகளில் உள்ள சில மாதிரிகளையும் இவர்கள் புழங்குகின்ற சில பொருட்களையும் பயன்படுத்திச்

'செட்டிநாடு உணவு' என்ற உணர்வை ஏற்படுத்துகிறார்கள். ஆனால் அங்குப் பரிமாறப்படும் உணவுகள் செட்டிநாட்டு உணவுகள் இல்லை.

செட்டிநாடு உணவுமுறை என்பது பெரும்பாலும் சைவ உணவு சார்ந்ததுதான். அசைவ உணவில் உப்புக் கண்டம் மட்டுமே பூர்வீகமான உணவாக இருக்கிறது. மற்ற அசைவ உணவுகள் இவர்கள் பிழைக்கப்போன இடத்தில் கற்றுக் கொண்டதுதான். அதில் இவர்களுடைய பிரத்தியேகத் தன்மை எதுவும் இல்லை என்று சொல்லலாம். ஆனால் செட்டிநாடு கோழிக் குழம்பு என்றெல்லாம் உணவகங்களில் விற்கின்றனர். இவர்களின் உணவுகள் சந்தைக்கு வருவதில்லை. இந்த உணவகங் களில் கிடைப்பது செட்டி நாட்டு உணவுகளே இல்லை என்று அதைச் சார்ந்தவர்களும் அந்த உணவுகளைச் சாப்பிடு பவர்களும் பொதுச் சமூகத்திற்குக் கூறுவதில்லை. நம் முன்னே எதார்த்தமாக இருப்பது சரியா, தவறா என்றுகூட யோசிக்காத, அக்கறை இல்லாத சமூகத்தில்தான் நாம் வாழ்ந்துவருகிறோம்.

தமிழர்கள் விருந்தோம்பலுக்குப் பெயர் பெற்றவர்கள். இதற்குப் பல காரணங்கள் இருந்தாலும் இவர்களையும் ஒரு காரணம் என்று சொல்லலாம். எப்போதும் வீடுகளில் குறைந் தது நான்கு ஐந்து நபர்களாவது சாப்பிட்டுக்கொண்டு இருப் பார்கள். அன்று முதல் இன்றுவரை ஆண்கள்தான் முதலில் சாப்பிடுவார்கள். சாதாரண நாட்களில் இப்படி இருக்கும் போது, திருமண வீடு என்றால் அதன் தயாரிப்புகளும் கவனிப் பும் தனியானது. இவர்களின் திருமண வீட்டில் ஒரே ராஜ உபச்சாரமாக இருக்கும்.

நாம் உள்ளே நுழையும்போதே வாசலில் கொஞ்சம் பேர் நின்றுகொண்டு புன்னகையுடன் "வாங்க வாங்க" என்று வரவேற்பார்கள். நாம் உடனே "ஆமா ஆமா" என்று பதில் சொல்லியபடி உள்ளே போக வேண்டும். உள்ளே போனவுடன் முதல் வேலையே சாப்பாட்டுப் பந்திதான். அந்தக் காலத்திலே, சுமார் ஐம்பது வருடங்களுக்கு முன்பே திருமணத்தில் காலை பலகாரத்திற்குத் தோசை போட்டனர். அதுவும் பொன்னிறத் தோசை. கண்ணைப் பறிக்கும் அருமையான தோசைகள். தோசைகள் கவனிக்க என்றே குவாலிட்டி கன்ட்ரோல் அதிகாரி மாதிரி ஒருத்தரை நிற்க வைத்திருப்பார்கள். தோசை கொஞ்சம் கறுப்பாக இருந்தால் எடுத்து விட்டு வேற தோசையைப் போடச் சொல்வார்கள்.

செட்டிநாட்டுச் சமையல் பேர் போனதற்குக் காரணமே திருமணப் பந்திகளில் முழுநீள இலையில் வரிசையாகப்

பலகாரங்களின் அணிவகுப்பு நடத்துவார்கள். சமையல் தொடங்குவதற்கு முன் எல்லாவற்றையும் தனித்தனியாக உரித்து அரிந்து வைக்கும் அழகே சீர் வரிசை அடுக்கியதுபோல, கண்ணுக்கு நிறைவாக இருக்கும். ஒவ்வொரு பந்தியும் முடிந்த பின் நெய்யில் வறுத்த பாக்கு, அதன் சேர்மானங்கள் அனைத்தும் நேர்த்தியாக அலங்கரிக்கப்பட்டிருக்கும். பந்தி முடிந்த பின் அந்த வெற்றுத்தட்டு முன் அமர்ந்து செல்வது நாகரிகமாகக் கருதப்படும்.

பொதுவாகத் திருமணத்தில் காலை ஏழு மணிக்கே காலை பலகாரம் இருக்கும். காலை பத்து மணிக்கு ரொட்டி, மிட்டாய், சர்பத் கொடுக்கப்படும். பிறகு பதினொரு மணிக்குச் சாப்பாடு பரிமாறப்படும். மதியம் மூன்று மணிக்குப் பலகாரம் (இதை இடைப் பலகாரம் என்று சொல்வார்கள்) பரிமாறப் படும். இரவு ஏழு மணிக்கு மாப்பிள்ளை வீட்டில் பலகாரம் சாப்பிட்டுவிட்டு அவரவர்கள் வீடுகளுக்குச் சென்றுவிடுவர்.

மாப்பிள்ளைப் பலகாரம் என்ற ஒன்று இருக்கிறது. இந்தப் பலகாரத்தைத் திருமணத்திற்கு ஒரு வாரத்திற்கு முன்பு பெண் வீட்டிலிருந்து மாப்பிள்ளை வீட்டிற்குக் கொடுத்து விடுகிறார்கள். இதில் கை முறுக்கு ஒன்பது சுற்று இருக்க வேண்டும். இந்த வகைப் பலகாரங்கள் அந்தப் பெண் குடும் பத்தின் வசதிக்கேற்ப ஆனால் குறைந்தது 501 முறுக்கும் மணக்கோலம் 51 படியும் இருக்க வேண்டும் என்று இவர்களின் திருமணத்திற்குச் சென்றுவந்த ஒருவர் கூறினார்.

மேலும் திருமணத்துக்கு என்று அஞ்சரிசிப் பாயாசம், அஞ்சரிசிப் பொங்கல் என்று விசேஷமாகச் செய்யப்படும். இதில் பச்சரிசி, ரவை, சவ்வரிசி, சிவப்பரிசி, கவனி அரிசி ஆகியவற்றைச் சேர்த்துப் பொங்கலாகவோ பாயாசமாகவோ வைப்பார்கள். ஆனால் இன்றைக்கு இதை வைப்பதில்லை. இதற்கான பக்குவம் தெரிந்தவர்களும் இல்லை.

பொதுவாக இந்த உணவுமுறைகள் இன்றைக்கும் ஐம்பது வயதைத் தொட்டவர்களுக்குத்தான் அதே பக்குவத்துடன் தெரிகிறது. கடல் கடந்து இவர்கள் சென்றபோது, கண்டுபிடித்த பல உணவுகளுக்குப் பிறகு புதிய உணவுகளை இவர்கள் கண்டுபிடிக்கவில்லை. புதிய தலைமுறையினர் இந்த உணவு களைச் செய்வதால் வேலை அதிகம் என்றும் செலவுகள் அதிகம் என்றும் கடையில் கிடைப்பதை வாங்கி வீட்டிற்கு வரும் விருந்தாளிக்கு வைக்கிறார்கள். இன்றைக்குத் திருமண வீடுகளில் புரோட்டாவும் சப்பாத்தியும் பொங்கலும் கடையில் விற்கும் மில்க் ஸ்வீட்டுகளும் வந்துவிட்டன.

இவர்கள் காலத்திற்கு ஏற்ப மாறிக்கொள்கிறோம். என்கிறார்கள். அதனால் வட்டித் தொழிலை விட்டு வேறு தொழிலுக்குச் சென்றுவிட்டோம் என்றும் கூறுகின்றனர். ஆனால் பழமையை முற்றாக விடவும் முடியாமல், இன்றைக்கு இருக்கும் நவீன வாழ்க்கைக்கு மாறவும் முடியாமல் அதாவது அவர்கள் மொழியில் 'இரண்டுங்கெட்டான் வாழ்க்கை' வாழ்ந்து வருகின்றனர்.

வரலாற்றை எழுதலில் மேலே இருந்து வரலாற்றை எழுதுதல், கீழே இருந்து வரலாற்றை எழுதுதல் என்ற முறைமைகள் இருக்கின்றன. நம்முடைய சூழலில் சைவ உணவு பற்றியும் அசைவ உணவு பற்றியும் ஒரு அரசியல் இருக்கிறது. இவர்கள் பிராமணர் அல்லாதோர் இயக்கத்தால் கவரப்பட்டு, அதைப் பின்பற்றினாலும் உணவைப் பொறுத்த வரைக்கும் சைவ உணவுக்கே முக்கியத்துவம் தருகிறார்கள். இதை எந்த அரசியலோடு இணைத்துப் பார்ப்பது என்பதும் மேலும் ஆய்வு செய்வதும் முக்கியமானது. ஆனால் ஒரே வார்த்தையில் அவர்களைப் புதிய பிராமணர்கள் அல்லது புதிய பார்ப்பனர்கள் என்று சொல்ல முடியாது என்றே தோன்றுகிறது.

செட்டிநாட்டு உணவுகளைப் பற்றிய தொன்மங்களையும் புனைவுகளையும் பேசினாலும் எதிர்காலத்தில் தொன்மம் கலந்த புனைவுகளாக மாறுவதற்குத்தான் சாத்தியங்கள் தென்படுகின்றன.

14

கம்மங்கஞ்சிக்கு ஏங்குது மனசு

ம. தவசி

கூட்டம் நெருநெருவென நின்றது. எங்குப் பார்த்தாலும் தலைகள். சுத்துப்பட்டி சனமும் அங்குத்தான் வந்திருந்தது. அவர்கள் வந்த மாட்டுவண்டிகள் சுற்றி நின்ற மரங்களில் இளைப்பாறின. வெயில் சுட்டுப்பொசுக்க காற்று தாமறித்து. இன்னும் பந்தி ஆரம்பிக்கவில்லை. வைகாசி விசாகத்தன்னைக்கு மட்டுந்தான் இந்த நெல்லுச் சோறு பந்தி. மற்றநாளில் ஜமீன் வீட்டைத் தவிர யார் வீட்டிலும் ஒரு பொட்டுக்குக்கூடப் பார்க்க முடியாது. இன்னைக்கு விட்டா வருஷம் திரும்பணும். அதுவரைக்கும் ஆவியடக்கிக் காத்திருக்கணும். அதான் இம்பூட்டுக் கூட்டம். ஏதோ எருதுகட்டுத் திருவிழா மாதிரி. ஆங்காங்கே கூடிக்கூடி நின்று பேசிக்கொண்டிருந்தனர்.

'என்னமா . . . வாசனை வருது . . . இதைச் சாப்பிட்டா . . . சும்மா பவுனு மாதிரி ஆயிருமாம் உடம்பு . . . சொல்றாங்க . . .'

'வெஞ்சனமே தேவையில்லையாம். சும்மாவே தின்கலாமாம்' ஆளாளுக்குப் பேசிக்கொண்டிருக்கத் திமுதிமுவென ஆட்கள் வந்தவண்ணம் இருந்தனர்.

பந்தி ஆரம்பிக்க மணி பத்தானது. எல்லாரும் முந்தின இரவில் இருந்தே கொலப்பட்டினி. வயிறு தீயாய் அல்லையைப் பிடித்துக்கொண்டிருந்தது. பாதிப் பேருக்குக் காதடைத்தது. அவர்களாகச் செருமிச் செருமிக் காதடைப்பை நீக்கிக்கொண்டிருந்தனர். இருபத்து இரண்டரைக் கிராமத்துக்கும் தீர்வை வசூலிக்கும் ஜமீன் வெற்று மார்பில் சரிகைத் துண்டைப் போர்த்தியவாறு கை, நெற்றியெல்லாம் சந்தனம் குங்குமத்தோடு கை

யெடுத்துக் கும்பிட்டவாறு வந்தார். அங்கிருந்த முருகன் கோயில் மேடையில் ஏறி 'அந்தத் திருச்செந்தூர் முருகன் பேரைச் சொல்லி உட்கார்ந்து வயிறாரச் சாப்பிடுங்க... எல்லாருக்கும் நெல்லுச்சோறு உண்டு...' எனக் கும்பிட்டவாறு மேடையில் இருந்து இறங்கினார்.

பெரிய மந்தை. எப்படியும் ஏழு எட்டுப் பந்தி உட்காரலாம். அது அதுக்கு ஆட்கள் தயாராய் இருந்தனர். ஒருவர் வாழை இலை போட மற்றொருவர் தண்ணீர் தரப் பின்னாடி சர்க்கரைப் பூசணியில் கடலைப் பருப்புப் போட்ட கூட்டு வரும். இலை போட்டவுடனே கமகமவென வாசனை. சிலர் நாசியை இழுத்துவிட இன்னும் சிலர் இடுப்பு வேட்டியை அவிழ்த்துவிடுவர். 'வயிறு இறுக்கிக் கிடந்தா சாப்பிட முடியாதுல... அதான்...' எனச் சிரித்துக்கொள்வர். முதலில் இனிப்பு. அடுத்துச் சுரைக்காய். பின் சீனியவரைக்காய். கூட்டு வைத்தாயிற்று. பெரிய கடகப்பெட்டியில் ஆவி பறக்கக் குளிவிடுச்சான் நெல்லுச்சோறு. வெறும் கைப்பிடியாய்ப் பிடித்து ஓலைப்பெட்டிச் சோற்றைத் தின்றுவிடலாம். அப்படியொரு ருசி. நாக்கு நமநமவென்றிருந்தது பார்க்கப் பார்க்க. நுனியில் சிவப்பாய்ப் புளியமுத்து மாதிரி பெரிசாய் இருக்கும் குளிவிடுச்சான் சோறு. வரிசையாய் வைத்து வர 'இன்னும் கொஞ்சம் போடுப்பா... சும்மா வையி... இலையிலே இடமிருக்கு...' என மாற்றி மாற்றி வாங்குவர். பாதிக்குமேல் முந்தானையில் மறைத்து வைத்திருந்த தூக்குவாளியில் இரண்டு கவளத்தைக் கபக்கென அள்ளிப் போடுவர். சோறு வைத்துவிட்டுப் போனவருக்கோ குழம்பு ஊத்துபவர்க்கோ தெரியாது. எப்படியும் மூன்று முறைக்குமேல் மறுசோறு வாங்கிச் சாப்பிட்டாலும் அடுத்த பந்தியில் உட்காரச் சொல்லும் மனம். பார்த்தால் அசிங்கம். வெட்கப்பட்டு வந்தால்தான் உண்டு. ஏழு எட்டுப் பந்திக்கு உட்கார்ந்து சாப்பிடுபவர்களும் உண்டு. சாப்பிட்டு முடித்து ஏப்பம் விட்டால்தான் அந்தப் பிறவிப்பயன் பூர்த்தியாகும்.

சுமார் நூறு ஆண்டுகளுக்கு முன் இராமநாதபுரம் மாவட்டத்தில் எந்தச் சாதியென இல்லாமல் அனைவருக்கும் நெல்லுச்சோறு என்பது பெரும் கனவுதான். அதைச் சாப்பிடும் நபர்கள் மரியாதைக்குரிய ஆளாக இருப்பார்.

அன்றாட மக்களின் தினசரி உணவு கூழ், கம்மங்கஞ்சி, வரகுச்சோறு, வரகுக்கஞ்சிதான் அதிகம். ஆமாம். கேப்பைத் (கேழ்வரகு) தானியத்தைக் காயப்போட்டுத் திரிகையில் அரைத்து மாவாக்கிக்கொள்வர். நல்ல தண்ணீரை உலை

வைத்து அதில் கேப்பை மாவைப் போட அது தானாகக் கொதித்துச் சுண்டும். கூழில் பொட்டுப் பொட்டாய் ரவுண்ட் விழச் சூடு கூழ் தயார். பெரும்பாலும் கூழுக்கு வெஞ்சனம் அதாவது தொட்டுக்கொள்ளப் (தொடுகறி) பச்சை மிளகாய். ஊறப்போட்ட மிளகாய் (புளியும் உப்பும்) சேர்ந்து பழமாக இருக்கும் மிளகாயை மண்பானையில் மூன்று நாள் ஊற வைப்பார்கள். பின் சுளகில் (முறம்) காயப்போட்டு வைத்துக் கொள்வர். இதை வறுத்தும் சாப்பிடலாம். சின்னவெங்காயம், கத்திரி வத்தல், சீனியவரைக்காய், வத்தல் கத்திரி, சீனியவரைக் காயைச் சிறுசிறு துண்டுகளாக நறுக்கி உப்புப் போட்டு அவியவைப்பர். பின்னர் வீட்டு ஓட்டில் காயவைப்பர். அல்லது சாக்கு, சுளகில் இரண்டு மூன்றுநாள் காயவைப்பர். லேசாக எண்ணெய் விட்டு, கருவேப்பிலை, கடுகு போட்டுத் தாளிக்கக் கத்திரி, சீனியவரை வத்தல் நன்றாக இருக்கும். இதுபோல் துவையல். (காணப்பருப்பு, தேங்காய்த் துவையல்) காணத்தை, மிளகாய், உப்பு, பூண்டு, கொஞ்சம் புளி போட்டு அம்மியில் வைத்து மைப்போல் அரைக்கத் துவையல் தயாராகும். தேங்காயிருக்கும்போது இதுபோல் வைத்துத் தேங்காயோடு சேர்த்து அரைக்கத் தேங்காய் துவையல் ரெடி. பனங்கருப்பட்டி சிறு துண்டு, சுட்டகருவாடு. பச்சை மிளகாயில் கொஞ்சம் உப்பைத் தடவிக் கடிக்க ஒரு கும்பா கூழ் சுள்ளென உள்ளே போகும். இதுபோன்று ஊறப்போட்ட மிளகாய்க்கும் கூழுக்கும் நல்ல ருசி கொடுக்கும். இது திடகாத்திரமான உணவு என்பதால் இதையே அதிகம் விரும்பிச் சாப்பிடுவர். முதல்நாள் இரவில் கிண்டிய கூழை மறுநாள் காலையில் நீராத்தண்ணியோடு சேர்த்துக் கரைத்து ஒரு கும்பாவைக் குடித்துப் போக அன்றைய நிழல் திரும்பும் வரை வயிறு மந்தமாய்க் கிடக்கும். பசிபெயடுக் காது. கை, காலுக்குத் தெம்பைக் கூட்டும்.

இதுபோல் கம்மங்கஞ்சி. கம்மங்கதிர் தானியத்தில் இருந்து வருபவை. வெறும் கதிரைக்கூடக் கசக்கித் தின்ன முடியும். கேப்பைத் தானியமும் அப்படித்தான். ‘அய்யா கதிரு ஆளைச் சொடுக்குப் போட்டுக் கூப்பிடுது . . .’ எனக் கிண்டல் அடிப்பர். ‘ஒன்னு சொன்னாப்புல சும்மா சீத்தி யடிக்கும் . . .’ என மெப்புப் பேசுவர். நிலத்தில் விளையும் தானியக் கதிர் முத்துமுத்தாய் இருந்தால் அந்த வயல் வைத் திருப்பவனின் மனம் ‘தங்கமனசு’ என அடையாளப்படுத்துவர். ‘அவன் மனசு போலக் கதிர் விளைந்திருக்கு . . .’ என்பர்.

கம்மங்கதிரை உதிர்த்துக் காயப்போட்டு வைத்துக்கொள்வர். கஞ்சி என்ற சொல் பதம் நெடுங்காலமாகவே தொல்குடி மொழியின் நீட்சியாக வந்திருக்க வேண்டும். பழைய கஞ்சி,

கம்மங்கஞ்சி, கஞ்சித்தண்ணி என்ற வார்த்தைகள் மக்கள் புழக்கத்தில் உள்ளன. அடுப்பில் உலை வைத்துத் தண்ணி கொதித்தவுடன் கம்பரிசியைப் போடுவர். இதுவும் கூழ்மாதிரி சுண்டியவுடன் இறக்க ஒருவிதத் தானிய வாசனை வரும். ஆவியோடு சேர்த்துக் குளத்தில், கண்மாயில் பிடித்த அயிரை மீன் அல்லது கெழுத்தி மீன் குழம்பு வைத்து அதன் சாற்றைக் கம்மங்கஞ்சியில் ஊத்திச் சுடச்சுடச் சாப்பிட மனமும் வயிறும் நிறைந்துவிடும். இந்த ருசிக்காகவே மழைக்காலங்களில் பத்தல் கட்டைகளைத் தூக்கிக்கொண்டு மீன் பிடிக்க இரவு முழுவதும் அலையும் ஆட்கள் அதிகம். இதைக் கூழுக்குத் தொட்டுக் குடித்தாலும் கம்மங்கஞ்சி மாதிரியான சுவை வராது.

கம்மங்கஞ்சியோடு தயிர் அல்லது மோர் ஊற்றிக் கலக்கிக் குடிக்கலாம். வெஞ்சனம் எலுமிச்சை ஊறுகாய் அல்லது ஊறப்போட்ட மிளகாய். சும்மா கபகபவென உள்ளேபோகும் கஞ்சி. கூழுக்குத் தொட்டுக்கொண்ட அனைத்து வெஞ்சனமும் (தொடுகறி) கம்மங்கஞ்சிக்கும் பயன்படும். முதல்நாள் இரவில் செய்து மறுநாள் காட்டுக்குக் (வயலுக்கு) கொண்டுசெல்வர். வேலை முடிந்து உடம்பைப் பிய்த்துத் தின்னும் மத்தியான வெயிலில் மர நிழலில் அமர்ந்து கம்மங்கஞ்சி, கூழைக் குடிக்க அடேயப்பா . . . தேவாமிர்தம்தான். சீதோஷ்ண நிலையையும் சரிசெய்யும் பக்குவம் இவற்றுக்கு உண்டு.

இதுபோல் மற்றொன்று வரகுக்கஞ்சி. இதைக் கம்மங்கஞ்சி போல் சகட்டு மேனிக்கு மக்கள் பயன்படுத்தியுள்ளனர். கூழுக்குத் தொட்டுக்கொள்ளும் அனைத்தும் குறிப்பாக மீன் குழம்பு, சுண்டியிழுக்கும் ருசி. வரகுச்சோறும் உண்டு. வரகில் இருந்து காயப்போட்டு உதிர்த்துத் திரியாட்டியில் போட்டுச் சுற்ற கன்னங்கரேர் எனத் தினை மாதிரி பல்லிளிக்கும். ஒரு உழக்குக்கு இரண்டு உழக்குத் தண்ணீர் வைத்துக் கிண்டி இறக்க வரகுக்கஞ்சி. இதைச் சோறாகவும் ஆக்கிச்சாப்பிடுவர். வெஞ்சனம் வேசாடுக்கு மிளகாய், கருவாடு, மீன், உப்புக் கண்டம் எனக் கூழுக்கான தொடுகறிதான். பொதுவாகக் கம்மங்களி, வரகுக்களியை மக்கள் விரும்பிச் சாப்பிடுவர். மைசூர் பாகுபோலப் புட்டுப் புட்டு வைத்து இடையில் மீன் குழம்பை ஊற்றி அடிக்கத் தனிச் சுவைதான். தானாகப் பிரியும் ஏப்பத்தில் அடிக்கும் அயிரை மீன் வாடை.

குதிரைவாலித் தானியமும் உணவுக்குப் பயன்பட்டாலும் கூழ், கம்மங்கஞ்சி, வரகு மாதிரி நாக்குச் சொட்டுப் போட்டு அலையவில்லை. சுவையாய் மக்களை ஈர்க்கவில்லை என்றே

சொல்ல வேண்டும். கேப்பையும் கம்பையும் பச்சையாய் உதிர்த்து லேசாக வாட்டித் தின்றால் அவ்வளவு நன்றாக இருக்கும். இதைப் பலரும் ஆடுமாடு மேய்க்கப் போகும்போது துண்டில் கட்டிப்போவர். கொறித்துக்கொள்ள, சிலசமயம் மத்தியான உணவுக்கும் பயன்படும். சோளக் கதிரை அப்படியே தீயில் வாட்டித் தின்பர்.

சுமார் ஒரு நூற்றாண்டின் முடிவு நெருங்கும்போதே நெல்லுச்சோறு எல்லாக் கிராமங்களிலும் அன்றாட உணவாக மாறியது. 'சோறாக்குதல்' என்ற பதம் உருவானது. 'வீட்டில் சோறாக்கியாச்சா ...' 'உலைவச்சாச்சா ...' என ஒருவரையொரு வர் சாயந்திரமானால் கேட்டுக்கொள்வர். ஏனெனில் ஒரு வேளைதான் உலை வைப்பார்கள். ஐந்தாறு மணிக்கு ஆக்கும் சோறு மறுநாள் பொழுதிருட்டும் வரை பயன்படுத்தப்படும். காலை, மதியம் இரண்டு வேளைக்கும் கஞ்சிதான்.

இந்தப் பகுதியில் காலம்காலமாய்க் கறி என்பது தின்னத் தின்ன ஆசை எழும்பிக்கொண்டே இருக்கும் உணவு. அதுவும் ஆட்டுக்கறி என்றால் ஒரு முழு ஆட்டை உரித்து ஒருவரே தின்றுவிடும் அளவுக்கு அதன் ருசி ஒவ்வொரு மனிதனின் நாக்குள்ளும் கிடந்து சதா நமநமக்கும். அதிலும் திருட்டாட்டுக் கறி சொல்லவே வேண்டாம். கறியை உரித்துத் தீ மூட்டிச் சுளை சுளையாய் அறுத்துத் தின்னச் சனங்களின் உடல் பொருள் ஆவியெல்லாம் துடிக்கும். இதுபோல் நாட்டுக்கோழி. இதன் ருசி இன்றுவரை மக்கள் மனத்தில் நீங்கா இடம்பிடிப் பதை அறியலாம். ஆனால் காது குத்து, பூப்புனித நீராட்டு விழா, கல்யாணம் என எந்த விஷேசமாக இருந்தாலும் கடந்த ஐந்தாண்டுக்கு முன்வரை கூட ஆட்டுக்கறி போடுவது வழக்கத்தில் கிடையாது. ஆனால் தற்போது டாஸ்மாக் குடி பெருத்தபோது விசேஷங்களில் கறி தவிர்க்க முடியாத உணவாய் ஆகி இருக்கிறது. முன்பிருந்த மக்களிடம் கறி சாப்பிடும் வழக்கம் இருந்தாலும் கோயில் விழா உள்ளிட்ட காலங்களைத் தவிர எடுத்ததுக்கெல்லாம் கறிபோடுவது என்கிற பழக்கம் இல்லை என்றுதான் கூற வேண்டும்.

கறியை உப்புக்கண்டம் போட்டுச் சாப்பிடுவது அது ஒரு வகைச் சுவை. மிஞ்சும் கறியை (உப்புக் கண்டத்துக்காகவே ஆடு உறிப்பது உண்டு) உப்போடு சேர்த்துத் தண்ணீரில் நன்றாக வேகவைத்து இறக்கிய பின் வெயிலில் காயவைப்பர், காயவைப்பதே தனி அழகுதான். ஆமாம். பெரிய சடம்பு, அல்லது நூல் கயிற்றில் கறியைக் கோர்த்து அதாவது அவித்த கறியைக் கோணூசியால் (சாக்குத் தைக்கும் ஊசி) ஊடே

ஓட்டை போட்டு, சடம்பு அல்லது மீன் வலைக்குப் பயன்படும் நீண்ட நரம்பால் வரிசையாகக் கோர்த்து வரச் சிறுசிறு துண்டாய்க் காற்றிலாடித் தொங்கும் சின்னோண்டு சிட்டுக் குருவி மாதிரி. இவை வீட்டுத் தாழ்வாரத்தில் அல்லது முற்றத்தில் காயும். நல்லா காயும் வரை இது தொடரும். இதை அப்படியே மண்பானைக்குள் போட்டுவைப்பர். ஆண்டு திரும்பும் வரை கூட இதைப் பயன்படுத்தலாம். உப்புக்கண்டத்தைப் பழைய கஞ்சி, கூழ், கம்மங்கஞ்சி என யாவற்றுக்கும் வெஞ்சனமாக உபயோகப்படுத்தலாம். நாலைந்து உப்புக்கண்டத்தை வைத்து மூன்று கும்பா கூழை மடக்மடக்கெனக் குடித்துவிடலாம். அப்படியொரு இதமான ருசி இருக்கும். உப்புக்கண்டத்தைக் காயப்போடும்போது சிறுவயதில் நாங்களெல்லாம் காவலுக்கு இருந்துள்ளோம்.

பொதுவாகப் பாரம்பரிய விதை நெல்லைப் போட்டு விவசாயம் செய்வதால் அதுக்கென்ற ருசியும் வலுவும் அதிகம். நமக்குத் தெரிந்த காலத்தில்கூடச் சின்ன மற்றும் பெரிய குளிவிடுச்சான் நெல், காளகத்தி, டீக்க நையன், ஐஆர்20 போன்ற நெல்கள் பயிரிடப்பட்டாலும் உணவுக்கென வைத்துக் கொள்வது குளிவிடுச்சான் அரிசிதான். அதில் சோறாக்கிக் கண்மாய், குளத்தில் பிடிக்கும் மீனைக் குழம்பு வைத்துப் பிசைந்து சாப்பிட்டால் நாக்கில் தானாக எச்சில் ஊறும். குறிப்பாக அயிரை மீன், கெளுத்தி மீன் குழம்போடு சேரும் போது ருசி நான்கு ஐந்து மடங்கும் கூடிவிடும். இந்தக் குழம்பு வாசம் யார்வீட்டில் இருந்து வருகிறதோ அந்த வீட்டில் கொஞ்சம் சாறாவது ஓசி வாங்கிக் குடித்துவிடுவர். அல்லது ஒரு கைப்பிடி சோறு போடுத்தா . . . என உரிமையோடு வீட்டு முற்றத்தில் உட்கார்ந்துவிடும் அளவுக்கு அது சுண்டி இழுக்கும். இதுபோல் ஆட்டுக்கறி, நாட்டுக்கோழிக் குழம்புக்கும் குளிவிடுச்சான் சோற்றுக்கும் அப்படியொரு பொருத்தம் இருக்கும். பெரும்பாலும் எந்த விசேஷம் என்றாலும் குளிவிடுச்சான் சோறுதான் பந்தியில் இடம்பெறும். அப்படி இருந்தால்தான் அது விசேஷம்.

மற்றொன்று தயிர், மோர். குளிவிடுச்சான் சோற்றுக்கும் தயிர் அல்லது மோருக்கும் நல்ல சுவையாய் இருக்கும். சாப்பிடும் போதே தானாக உள்ளேபோகும் சோறு. லேசான இனிப்புடன், இதமான குளிர்ச்சியில் இருக்கும் ருசி. மத்தியான வெயிலில் அல்லது காலையில் கஞ்சிக்குப் பதிலாக இதைச் சாப்பிடுவர். எலுமிச்சை ஊறுகாய்க்கும் தயிர்க் கஞ்சிக்கும் நல்ல ஜோடி. இதுபோல் சுடுசோற்றில் தயிர் ஊற்றி உப்புக்கண்டம் வைத்துச் சாப்பிடக் கவளம் கவளமாய்ப் போய்க்கொண்டிருக்கும் உணவு.

சாயந்திரம் நேரத்தில் அவியரிசி தின்க நன்றாக இருக்கும். குளிவிடுச்சான் நெல்லை உரலில் போட்டுக் குத்த வரும் பச்சரிசி. இதை அப்படியே தண்ணி ஊற்றி அவியவைப்பர். பாதி வெந்தவுடன் பனங்கருப்பட்டி போட்டுக் கிண்ட நீர் சிம்பியவுடன் அவியரிசி தயார். இதில் சிவப்பு அரிசி அதாவது அரிசியின் முனையில் ஈக்குப்போகாமல் உள்ள அரிசி (மேல்தோல் மேல் படிந்திருக்கும்) இதுக்கும் கருப் பட்டிக்கும் நல்ல இணை. இதில் சில்லுச் சில்லாய்த் தேங்காய் நறுக்கிப்போட்டு இறக்கி மென்று தின்பர். நல்ல சத்துணவு.

இதிலே அரிசி மாவுப் புட்டு, கேப்ப மாவுப் புட்டும் உண்டு. அரிசி அல்லது கேப்பையை அரைத்துத் தண்ணியும் உப்பும் சேர்த்துப் பொலபொலன்னு பிசைந்து அவிய வைத்து இறக்கி லேசாகத் தேங்காய் திருகிப்போட்டு, வெல்லம் போடப் புட்டு ரொம்பச் சுவையாக இருக்கும்.

மற்றொன்று துள்ளுமா. நெல்லைக் குத்திப் பச்சரிசி எடுப்பர். பச்சரிசியை மீண்டும் உரலில் போட்டு இடித்து மாவாக்குவர். நல்ல மாவுப் பருவத்திற்கு வந்தவுடன் அதில் கருப்பட்டியைப் போட்டுச் சேர்த்து இடிக்க மாவும் கருப்பட்டி யும் சேர்ந்து பிசைந்துவிடும். பின் கையில் பிடித்துப் பிடித்துக் கொழுக்கட்டை மாதிரி கொடுக்கத் துள்ளுமா தயார். இதை வயலில் விதைக்கு முன் சாமிக்குப் படைத்துப் பின் சாப்பிடுவர். சிறுவர் சிறுமிகள் விரும்பிச் சாப்பிடுவர்.

இந்த அரிசியில் தோசை, இட்லிக்குப் போடுவது நடக்கும். நல்லநாள் அதாவது பொங்கல், தீபாவளி, கார்த்திகை, ஊர்மொளக்கொட்டு, மாசா, ஆடிக் கடைசி, வருஷப் பிறப்பு உள்ளிட்ட நாட்களில்தான் இட்லி, தோசைக்குப் போடுவர். பெரும்பாலும் தேங்காய்ச் சட்னிதான். சோற்றுக்கு எதாவது ஒரு குழம்புபோல் (கூட்டு எனத் தனியாக வைப்பதில்லை. குழம்பில் போடும் கத்திரிக்காய், வெண்டைக்காய், பயறு, கருவாடு, போன்ற காய்கறிகளே தொட்டுக்கொள்ள உதவும். சமயங்களில் சுரைக்காய், பீர்க்கங்காயை உப்புப்போட்டு அவித்துத் தாளித்துவைப்பர்.) இட்லி தோசைக்கு ஒரு சட்னி தான். அதுவும் தேங்காய்ச் சட்னிதான். சாம்பார், தக்காளி, கொத்தமல்லி சட்னி எல்லாம் கிடையாது.

அதிலும் பனங்கருப்பட்டி போட்டுச் சுடும் கருப்பட்டித் தோசை அப்படியொரு ருசி இருக்கும். அதற்குத் தொட்டுக் கொள்ள அதாவது சட்னி எல்லாம் கிடையாது. வெறுமனே கருப்பட்டித் தோசையைத் தின்க நீ நான் எனப் போட்டி

போடுவர். ஒரு ஆள் பத்துப் பன்னிரண்டு வரை தின்பர். தோசையும் இப்போது உள்ளதுபோல் மெலிசாகப் பேப்பர் போல் இருக்காது. கைவிரல் தண்டி தடிமனாய் இருக்கும். இதுபோல் பச்சரிசிப் பணியாரம். அதுவும் காலையில் பணி யாரத்தை மக்கள் விரும்பிச் சாப்பிடுவர். பச்சரிசி, வெந்தயம் தேவைப்பட்டால் (பணியாரம் பூப்போல இருக்க) உளுந்து போட்டு ஆட்டுரலில் ஆட்டுவர். மைப்போல் வரும்வரை ஒருவர் தள்ளிவிட மற்றொருவர் ஆட்டுரல் கல்லை ஆட்டுவர். தள்ளிவிட்டுக் கை நசுங்கிய கதையெல்லாம் உண்டு. முதல் நாள் இரவில் ஆட்டியதை மறுநாள் விடிந்ததும் கருப்பட்டி போட்டுச் சுடப் பணியாரம் சும்மா பொசுபொசுன்னு வரும். இதையே கருப்பட்டித் தோசையாகவும் ஊற்றுவர். அப்படியே சாப்பிடலாம்.

தொல்தமிழர்களின் உணவு வகைகள் அனைத்தும் அவித் தல், வேகவைத்தல் உணவாகத்தான் இருந்திருக்கிறது. அனேக மாகத் தண்ணியையும் தானியத்தையும் சேர்த்து அவித்தலே பெரும்பான்மையாக உள்ளது. நெல்லு அவித்தல், சோறு அவித்தல், கம்மங்கஞ்சி வேகவைத்தல், அவியரிசி, கறி, மீன் என அனைத்தும் வேகவைத்தல் வகைப்பட்டதுதான். இந்த அவியவைத்தல் உணவுதான் மனிதர்களை நீண்ட ஆயுளோடு இருக்க உதவியுள்ளது.

தானியப் பயிர்களில் பயறு வகைகளை இந்த மக்கள் விரும்பிச் சாப்பிடுகின்றனர். குறிப்பாக மொச்சைப்பயறு, தட்டான் பயறு, காணப்பயறு. அறுவடை மற்றும் களை எடுத்தல், தண்ணி இறைத்தல், கதிர் அடித்தல் என விவசாய வேலை நடக்கும் காலங்களில் மொச்சைப் பயறைப் பெட்டி நிறையத் தலையில் சுமந்து கொண்டுவந்து தானியத்துக்கு விற்பனைசெய்யும் பெண்கள் அதிகம். மொச்சை அல்லது தட்டான் பயறை அலசித் தண்ணியில் வேகவைத்துப் பின் பதத்துக்கு வரும்போது உப்பைப் போட்டு இறக்குவர். அல்லது பயறு வெந்தவுடன் பெட்டியில் கொட்டி உப்பைப் போடுவர். கால்படி, அரைப்படிப் பயறைத் தின்று தண்ணீர் குடித்தால் பசிக்காது. பல நேரங்களில் காட்டு வேலையின்போது மதிய உணவே பல பேருக்குப் பயறுதான். ஓலைக் கொட்டான் நிறையப் பயறைப் போட்டு மென்று தின்ற நாக்கில் இன்னும் அந்தச் சுவை தங்கியிருக்கிறது. பெரும்பாலும் அறுவடைக் காலத்தில்தான் இதை விற்பனைக்குக் கொண்டுவருவர். பயறு அவித்தல் என்பது இறந்தோர் சடங்கோடு தொடர்புடைய தாதலால் வீட்டில் வேகவைத்துத் தின்பதைத் தவிர்ப்பர்.

மழைக்காலத்தில் மீன் தோதோவெனக் கிடைக்கும். வாரத்தில் ஐந்து நாள் மீன்குழம்புதான். இதுதான் கூழ் கம்மங்கஞ்சி, வரகு, சோறு என அனைத்துக்கும் நல்ல பொருத்தம். கோடை நெருங்க நெருங்கக் கேப்பை ரொட்டி, கேப்பைப் புட்டு, ஊறவைக்கும் அரிசி, கொல்லையில் (தோட்டம்) விளையும் காய்கள் குறிப்பாகச் சுரைக்காய், பூசணி, பீர்க்கங்காய், தக்காளி, கத்திரி, வெங்காயம், காணப்பயறு உள்ளிட்டவையே வெஞ்சனமாகப் பயன் படுத்தப்பட்டிருக்கின்றன. முன்னம் கூறியதுபோல இவற்றின் வத்தல்கள் எல்லாக் காலத்துக்குமான தொடுகறி. ஆடைக்கும் கோடைக்கும் கஞ்சி பிரதான உணவாய் இருந்துள்ளது. ஒரு முறை ஆக்கி இரண்டு வேளையும் வைத்துக்கொள்ளும் வழக்கம். இதுதவிர மழைக்காலத்தில் ஈசலைப் பிடித்துத் தின்பது, எலியைப் பிடித்துச் சுட்டுத்தின்பதும் நடந்திருக்கிறது. பனை அரிசிதான் பஞ்சக்காலங்களில் பெரும்பான்மை மக்களின் பசியைப் போக்கி இருக்கிறது. இதுபோல் கதவாலி, முயல், கொக்கு, காடை, புறா எனப் பறவை இனங்களும் அடிக்கடி விருந்தாகும். அனேகமாய் வெள்ளெலி நல்ல ருசியாய் இருக்கும். இரவு முழுவதும் முயல், எலி வேட்டைக்குப் போன கதை இன்னும் தொடர்வதை நாம் பார்க்கலாம். வேட்டை என்ற சொல் காலத்துக்கும் கூடவே வரும் தொழிலாக உள்ளது.

மரங்களில் கிடைக்கும் குறிப்பாகப் புளியங்காயைப் பார்த்தாலே நாக்கில் எச்சில் ஊறும். அதில் இரண்டு உப்புக் கல்லைப் போட்டுத் துவையல் அரைக்கக் கஞ்சிக்கு நன்றாக இருக்கும். மக்கள் பெரும்பாலும் உணவை மிக எளிதாய் அவர்கள் நிலங்களில், காடுகளில் விளைந்த தானியம், காய் கறிகளைக்கொண்டே தயாரித்துள்ளனர். உதாரணத்துக்கு, ஒரு மதிய வேளையில் கொல்லையில் கஞ்சிக்குத் தொட்டுக் கொள்ள ஒன்றும் இல்லையா கவலை இல்லை. இரண்டு தக்காளி, பாத்தியில் உள்ள இரண்டு மூன்று வெங்காயம், கூடவே கொஞ்சம் உப்பு, ஒரு பச்சைமிளகாய் கிள்ளிப்போட்டு கிண்டச் சுள்ளென்ற வெஞ்சனம் ரெடி. தொட்டுக்கொள்ளச் சுவை கூடும். இதையே ஒரு பாத்திரத்தில் வைத்து அங்கிருக்கும் செடிசெத்தையை எடுத்துப்போட்டுப் பற்றவைத்துச் சூடாக்க அழாகத் தொடுகறி.

ஆக மக்கள் வாழ்க்கை முறையில் உணவு மிக எளிமை யானதாய் அத்தோடு மிகவும் சத்துள்ளதாய் அதிகப் பக்க விளைவுகள் தராத தீங்கு விளைவிக்காத ஒன்றாகத்தான் இருந்துள்ளது. கஞ்சியில் உள்ள நீராகாரத்தைக் குடித்துக்

கொண்டு கம்பெடுத்துச் சண்டையில் ஜெயித்துவிடும் அளவுக்கு அது தெம்பூட்டியுள்ளது. பொரித்தல், விதவிதமான மசாலாவில் பொரித்தல் என்பதெல்லாம் பிற்காலத்தில் சேர்க்கப்பட்டது தான். ராமநாதபுரம் பகுதி மக்களிடம் இவையெல்லாம் இன்றும்கூடப் பொரித்தல் அதிலும் மசாலா போட்டுப் பொரித்தல் என்பது பிரஞ்சையிலேயே ஏறாத ஒன்றுதான் எனச் சொல்ல வேண்டும்.

இவையெல்லாவற்றையும்விட அளவுக்கு மிஞ்சினால் அமிர்தமும் நஞ்சு என்பதையும் மக்கள் தெள்ளத்தெளிவாய் உணர்ந்துள்ளனர். அதனால்தான் "கொதவளைக்குத் தின்றாலும்... தொண்டைக்கும் கீழ் நரகல்தானே" என்பர்.

15

உணவு – சமூகம்

கி.இரா. சங்கரன்

உணவின்றி அமையாது உயிரினம். மனித இனம் தோன்றுவதற்குப் பல்லாயிரம் ஆண்டுகளுக்கு முன்பே விலங்கினங்களும் தாவர இனங்களும் தோன்றித் தங்கள் தங்களுக்கான உணவைப் பெற்றன. மனிதன், ஒரே காலகட்டத்தில் புலால் உணவையும் தாவர உணவையும் உண்டு பழகியிருக்க வேண்டும். கடற்கரையோரங்களில் வாழ்ந்த ஆதி மனிதன் மெல்லுடலிகளான நத்தை, கிளிஞ்சல்கள், கணுக்காலிகளான நண்டு போன்ற வற்றைப் புலால் உணவாக உண்டு கொண்டிருக்க, உள் நிலப்பிரதேசங்களில் வசித்துவந்த ஆதிமனிதன் காய், கனிவகைகள், விதைகள், கொட்டைகள், மெல்லிய இலைகள் (கீரை வகைகள்) போன்றவற்றைப் பறித்தும் சேகரித்தும் உண்டு வந்திருக்க வேண்டும். என்றாலும், எளிதில் நன்னீர் கிடைக்கும் இடங்களிலேயே மனிதன் தங்கியிருந்து இது போன்ற உணவு வகைகளை உண்டு வந்திருப்பான். உலகம் முழுவதும் தொடக்கக்கால வாழிடங்கள் நன்னீர் நிலைகளின் அருகிலேயே அமைந் துள்ளன. காலம் ஓட, மனிதன் உடலைப் பல திசை களிலும் இயக்கக் கற்றுக்கொண்ட பிறகு வேட்டை முறைக்கு வந்திருக்க வேண்டும். வேட்டை, மனிதனைச் சிந்திக்கத் தூண்டும் வேலை.

வேட்டையாடல், புலால் உணவு வகையோடு தொடர்புடைய தொழில். தொடக்கத்தில் நன்னீர் நிலைகளிலுள்ள உயிரினங்களையே மனிதன் வேட்டை யாடியிருப்பான். ஆழமற்ற நன்னீர் நிலைகளினருகில் வாழ்ந்து வந்த மனிதன் தம்மிடமிருந்து எளிதில் தப்பிக்க முடியாத நீர்ப்பறவைகளான உயிரினங்களை வேட்டை

யாடியிருப்பான். வலிய முட்களற்ற மீன்களையும் நண்டு வகைகளையும் வேட்டையாடியிருப்பான். இன்றைக்கும் ஆழமற்ற நீர் நிலைகளில் மண்சட்டியைக் கண்கள் தெரியும் படியாக ஓட்டையிட்டுத் தலையில் கவிழ்த்தவண்ணம் வாத்து, முக்குளிப்பான் போன்ற நீர்ப்பறவைகளை மனிதன் வேட்டை யாடுகிறான். இவ்வேலையைப் பொதுவாகப் பெண்கள் செய்வ தில்லை. பிச்சாவரம் சதுப்பு நிலக் கால்வாய்களில் இருளர் பெண்கள் மிதக்கும் பானைகளில் இறால் வகை மீன்கள் பிடிப்பதை நேரில் பார்த்தேன். வில், அம்பு, கூர்மையான ஈட்டி போன்றவற்றைக் கண்டுபிடிப்பதற்கு முன்பு அதி உயரத்தில் பறக்கவியலாத கோழி, காட்டுக்கோழி போன்ற பறவையினங்களை மனிதன் வேட்டையாடியிருப்பான். வேட்டைச் சமூகம் அடுத்த கட்டத்திற்கு நகரும்போது தோண்டு கழிகளைக்கொண்டு மேட்டு நிலப்பகுதிகளில் கிழங்குகளைத் தோண்டி உணவு சேகரிக்கையில் அதே கழிகளைக்கொண்டு வளைகளில் வாழ்ந்து வரும் எலிவகைகளையும் வேட்டையாடி யிருப்பான். எலி, முயல், உடும்பு, முள்ளெலி போன்றவற்றைப் பிடிக்க வலைகள் வேண்டும். வலையின் பயன்பாடு வேட்டைச் சமூகத்தில் ஏற்பட்ட தொழில்நுட்ப வளர்ச்சியாகும். வில், அம்பு போன்ற கருவிகள் பயன்பாட்டிற்கு வந்த பின்னரே, உயரே பறக்கும் பறவை இனங்களையும் மான் வகை விலங்கு களையும் ஆதி மனிதன் வேட்டையாடியிருப்பான். இவ்வாறு, ஆதிமனிதனின் புலால் உணவில் மூன்று வகை உள்ளன: மெல்லுடலிகள், பறவை, விலங்கினங்கள். இவற்றுள், துப்புரவு வகை பறவைகளான *(Scavenger birds)* காக்கை, பருந்து, வல்லூறு போன்றவற்றைத் தமிழர் உண்பதில்லை. தாவர உண்ணி எனினும் கீரிப்பிள்ளை போன்றவை உண்ணப்படுவதில்லை. தாவர உண்ணி எனினும் இராமனுக்கு உதவியதாகச் சொல்லப் படும் அணில் பிள்ளையை வலையர் இனத்தின் ஒரு பிரிவினர் விரும்பி உண்ணுகின்றனர். கொங்குப் பகுதியில் உடும்பு விரும்பி உண்ணப்படுவதில்லை; காவிரிப் பகுதியில் கீரிப் பிள்ளை விரும்பி உண்ணப்படுவதில்லை.

வேட்டைச் சமூகம் தொழில்நுட்பரீதியாக நன்கு வளர்ந்த பிறகும் உலோகத்தின் பயன்பாடு நன்கு தெரிந்த பிறகும் பெரிய வகை விலங்குகளை மனிதன் வேட்டையாடியிருக்க வேண்டும். காட்டெருமை, காட்டுப்பன்றி, காண்டாமிருகம் போன்றவற்றை உணவிற்காகத் தனியொரு மனிதன் வேட்டை யாட முடியாது. ஆதிமனிதன் வேட்டையாடி உண்டு வாழ்ந்த விலங்குகளான மான், மாடு வகைகள், எருமைகள் போன்ற அனைத்துமே தாவரஉண்ணிகள். தாவரஉண்ணி என்றாலும்

யானையின் கறியைத் தமிழர் உண்பதில்லை. இந்தியாவின் வடகிழக்குப் பகுதிகளில் வாழும் பழங்குடிகள் யானையை வேட்டையாடி உண்ணுகின்றனர். வட கிழக்குப் பகுதியில்தான் கொல்லாமையை, புலால் உண்ணாமையை வலியுறுத்தும் சமண – பௌத்த மதங்கள் தோன்றின. ஜாதகக் கதைகளிலும் சமண பௌத்தம் சார்ந்த ஓவியங்களிலும் யானை பிரதான இடத்தைப் பெற்றுள்ளது. குரங்கின் கறியையும் உண்பதில்லை. விலங்கினங்களில் இவ்விரண்டிற்கு மட்டும்தான் பால்மடிகள் காலிடுக்கில் இல்லாமல் மனித இனத்திற்கு இருப்பது போல் மார்பில் அமைந்துள்ளன. அதனாலேயே இவ்விரண்டு விலங்கு களுக்கும் இந்தியப் பண்பாட்டில் தெய்வ அந்தஸ்து போலும். இவற்றை உண்ணும் சிங்கம், புலி போன்றவை அந்த அந்தஸ்தைப் பெறவில்லை; தெய்வங்களுக்கு வாகன அந்தஸ்தைப் பெற்றன. இவற்றையும் தமிழர் உண்பதில்லை. பாவேந்தர் பாரதிதாச னுக்குப் புலியின் கறி பிடித்தமான உணவு என்று கேள்விப்பட் டிருக்கிறேன். உயர உயரப் பறக்கும் மயில், காக்கை, பருந்து போன்றவை கடவுளர்களுக்கு வாகனங்கள் என்ற அந்தஸ்தைத் தான் பெற முடிந்தது. தானியங்கள், பழங்கள் இவற்றை மட்டுமே உண்டு வாழும் பச்சைக் கிளிக்கு மீனாட்சியின் தோளில் அமரும் உரிமை கிட்டியது. பரமசிவனின் கழுத்தையே சுற்றிவந்தாலும் மனிதன் பாம்பை உண்ணத் தயங்குவதில்லை. பழத்தையே உண்டு வாழ்ந்தாலும் தமிழர் கிளியை உண்ப தில்லை; மலத்தையே தின்றாலும் கோழியை ருசித்து உண்பர். தமிழர் உண்ணாத சிங்கம், புலி, யானை போன்றவை பிளவு பெறாத பாதங்களை உடையன. உண்ணப்படும் விலங்குகளான ஆடு, மாடு, மான், போன்றவை பிளவுபட்ட குளம்புகளை யுடையன. புலால் உண்ணிகளான புலி, சிங்கம், குடும்ப முறை வாழ்வைக்கொண்டவை. போர்க்குலத்தவரான கள்ளர், மறவர் சமூகத்தினர் குடும்பம் / வம்சம் வழியே அறியப்பட் டுள்ளனர். முக்குலத்தோர் சிங்கத்தைத் தங்கள் அடையாளமாகத் தெற்கிலும் வன்னியர் வடக்கிலும் தெரிவு செய்தது சரிதானோ? இவ்விரு இனத்தவரும் புலால் உண்பவரே. குடும்ப வழி மரபை உடையவர். தாவர உண்ணிகளான ஆடு, மாடு, மான், யானை போன்றவை கூட்டம் கூட்டமாக வாழ்பவை. வேட்டையாடிப் புலால் உண்ணும். ஆந்தை, கூகை, கோட்டான் போன்றவை தனித்து வாழ்வன. துப்புரவுப் பறவைகளான காக்கை, வல்லூறு போன்றவை கூட்டமாக வாழ்வன. பெரும் பாலான தாவர உண்ணிப் பறவைகள் கூட்டமாக வாழ்வன. இடைக்காலத் தமிழக வரலாற்றில் கொங்கு நாட்டு வேளாண் சமூகத்தினர் கூட்டம் கூட்டமாக வாழ்ந்துள்ளனர். ஆந்தைக் கூட்டம், காடைக் கூட்டம் என்று பல கூட்டங்களாக இருந்

துள்ளனர். இரும்பின் பயன்பாடு வந்த பிறகே சுறா வேட்டைகள் கடலில் நிகழ்த்தப்பட்டிருக்கும். சங்க காலத்து இலக்கியத்தில் சுறாமீன் பற்றிய குறிப்பு உள்ளது. வேட்டைச் சமூகம் மந்தை வளர்ப்புச் சமூகமாக மாறியது போன்று மீன்பிடிச் சமூகம் மீன் வளர்ப்புச் சமூகமாக மாறவில்லை. வரலாற்றுக் காலங்களில் கால்நடைப் பண்ணைகள் இருந்தது போன்று மீன்பண்ணைகள் இருந்தனவாக குறிப்புகள் இல்லை. இடைக்காலத் தமிழகத்தில் நீர்நிலைகளில் உணவிற்காக மீன்பிடிப்போர் மீன்பாட்டம், ஏரிமீன்பாட்டம், பாசிப்பாட்டம் போன்ற வரிகளை ஆட்சி யாளர்களுக்குச் செலுத்த வேண்டியிருந்தது.

வேட்டைச் சமூகம் வேளாண்சமூகமாக மாறியபின்பே மனிதன் முழுமையான தாவர உண்ணியாக மாறியிருக்க வேண்டும். தமிழகத்தைப் பொறுத்தவரை சேமிக்குமளவிற்கு விளைபொருட்கள் கிடைத்த பிறகே இப்பழக்கத்திற்குத் தமிழ்ச் சமூகம் வந்திருக்க வேண்டும். அரிசிச் சோற்றுடன் ஆட்டிறைச்சியையும் முருகனுக்குப் படையலிட்ட செய்தி வைதீகம் ஆழ வேர்விடும் காலமான பல்லவர் காலத்திற்குச் சற்று முந்தித்தான் இலக்கியத்தில் பதியப்பட்டுள்ளது. (அகம் : 22; நற்றி : 47). இக்காலக்கட்டத்தைத் தமிழ்ச் சமூகத்தின் வேளாண் பிரிவினர் புலால் உண்ணி நிலையிலிருந்து தாவர உண்ணி நிலைக்கு மாறிய காலம் எனக்கொள்ளலாம். மந்தை வளர்ப்பில் கிடைத்த பொருளையும் வேளாண் உற்பத்தியில் கிடைத்த பொருளையும் இறைவனுக்குப் படைக்கும் வழக்கம் ஆபேல், காயின் பாத்திரங்கள் வாயிலாக பைபிளில் காட்டப் பட்டுள்ளது. இது மனித சமூகத்தின் இருவிதமான உண்ணும் முறையைக் காட்டுகிறது. எளிதில் நோய்க்கு ஆட்படும் நன்செய்ப் பயிர்களான நெல், வாழை, கரும்பு, தென்னை (தேங்காய்) போன்ற ஒருவிதையிலைத் தாவரங்கள் தமிழகத்தில் விரும்பி உண்ணப்படுகின்றன. இறைவனுக்கும் படைக்கப்படுகின்றன. நோய்க்கு எளிதில் ஆட்படாத புளி போன்ற இருவிதையிலைத் தாவரத்தின் கனி படைக்கப்படுவதில்லை. கசந்தாலும் வேம்பு கடவுளாக்கப்பட்டுள்ளது. பஞ்ச காலத்தில் கனி தரும் சப்பாத்திக் கள்ளி வணங்கப்படுவதில்லை.

மனிதனின் முதல் திரவ உணவு (தாய்ப்பாலைத் தவிர்த்து விட்டால்) நீராகத்தான் இருக்க முடியும். நீராகாரம் என்ற சொல்வழக்குத் தமிழகத்தில் உள்ளது. அடுத்த இடத்தைத் தேன் பிடித்திருக்க வேண்டும். மந்தைவளர்ப்புச் சமூகம் எழுந்த பிறகே பால் திரவ உணவு என்ற வகைக்குள் வந்திருக்க வேண்டும். மது, கள் போன்ற நொதிக்கும் உணவுப் பொருட்கள் உடைமைச் சமூகத்தில் உருவாக்கப்பட்டிருக்க வேண்டும்.

கள், களிப்பான உணவாகச் சங்க காலத்தில் கொண்டாடப்பட்டுள்ளது. ஆனால், இந்திய வரலாற்றில் மந்தைப் பொருளியலைக் கொண்ட வேதகாலத்தில் சோமபானம், சுராபானம் என்ற மது வகைகள் இருந்துள்ளன. கள், சாராயம் இரண்டும் இறைவனுக்கு வழிபாட்டுப் பொருளாகவும் தமிழனுக்கு வாந்தியெடுக்கும் பொருளாகவும் இருந்துவருகிறது.

தமிழ்ச் சமூகத்தில் உணவு, சாப்பாடு, தீனி, தின்பண்டம் என்றெல்லாம் சுட்டப்படுகிறது. நல்ல சாப்பாடு எனும் சொல் திருப்தியான உடலுறவைக் குறிப்பதாகவும் உள்ளது. விவசாயிகளும் பாமரர்களும் உணவைக் கஞ்சி என்றே சுட்டுகின்றனர். சோறு சமைத்தலைச் சோறு பொங்குதல் என்பர். அவர்கள் சோறு வடிப்பதில்லை; பொங்குவர்.

தமிழகத்தில் இடைக்காலம் வரைக்கும்கூட மனிதக் கறியை உண்ணும் பழங்குடித் தன்மை இருந்துள்ளதைச் சிறுதொண்டர் கதை சொல்கிறது. கறியை உண்டு வாழ்ந்தாலும் கண்ணப்பர் நாயனார் ஆனார்; கரிக்கட்டையான பின்புதான் நந்தனார் நாயனாராக்கப்பட்டார். இடைக்காலத் தமிழக வரலாற்றில் பிராமணர்கள் உண்டு வாழ்வதற்கு முற்றூட்டு (முற்றிலுமாக உண்ணுதல்) என்ற பெயரில் அரசர்களால் நிலம் வழங்கப்பட்டது. புதுக்கோட்டை சமஸ்தானத்தில் ஏழை பிராமணக் கர்ப்பிணிகள் உண்டு வாழ்வதற்குத் தர்பார் வெளியிட்ட அம்மன் காசு ஒன்று மாதாமாதம் வழங்கப்பட்டதாகச் செய்தி உண்டு.

இருபதாம் நூற்றாண்டின் நகர்மயமாதலில் தமிழகத்தில் ஹோட்டல்கள் தவிரக் குடும்பப்பாங்கான உணவருந்தும் இடங்களாக மெஸ்கள் இயங்கிவந்துள்ளன. மாமி மெஸ் தமிழகத்தின் பெரும்பாலான நகரங்களில் புகழ் பெற்றிருந்தன. ஏழை பிராமணர்கள் கண்ணாடிக் கூடு தள்ளுவண்டிகளில் பட்சணம் விற்றனர். உலகமயமாதல், தனியார்மயமாதலில் அவர்களின் பிள்ளைகள் அத்தொழிலைத் தொடரவில்லை. இன்றைக்கு வெற்றுடம்பில் பூணூலுடன் தள்ளுவண்டியில் பட்சணம் விற்பவரும் இல்லை, மாமி மெஸ்களும் இல்லை. இது ஒரு சமூக மாற்றமே. மாமி மெஸ்களில், உண்பவரே எச்சில் இலைகளை எடுக்க வேண்டும். முனியாண்டி விலாஸ் மெஸ்களில் அவற்றை எடுக்கச் சிறுவர் இருப்பர். பிராமணர்கள் டீ மாஸ்டராக இருப்பதில்லை. காய்கறிக் கடைகள் நடத்துவதில்லை. கள்ளுக்கடை, சாராயக்கடை நடத்தியதாக வரலாறு இல்லை.

பத்தொன்பதாம் நூற்றாண்டில் சோற்றுக்காக வாடியவர்களுக்காகத்தான் வள்ளலார் போராடினார். ஐரோப்பாவில் மார்க்சும், ஏங்கல்சும் போராடினர். பொன்னர் – சங்கர் சகோதரர்களை அவர்களின் சமையல்காரர் காட்டிக் கொடுத்ததாகக் கதை உண்டு. சாக்ரடிஸ் நஞ்சு உண்ண வைக்கப்பட்டுக் கொல்லப்பட்டார். நஞ்சு உண்ட சிவபெருமான் அம்பிகையின் கைங்கரியத்தால் பிழைத்துக்கொண்டார். நஞ்சு, என்று கடவுள் சொல்லியும் கீழ்ப்படியாமல் ஆப்பிளை உண்டு மகிழ்ந்த ஏவாள் அறிவைப் பெற்றாள். ஆதாமும் ஏவாளும் நம்மைப் பெற்றனர்.

உணவு சேமிப்பு

விலங்குகளில், புலி உணவைத் தின்றது போக மீதியை ஒளித்துவைத்து அடுத்தடுத்த நாள்களில் உண்ணும். சிறுத்தைப் புலி உணவைச் சேமிக்கும் வழக்கம் உள்ளது. எறும்பு உணவைச் சேமிப்பதில் எடுத்துக்காட்டான உயிரி. ஆனால், எலிகள் தம் வளைகளில் சேமிப்பு என்ற பெயரில் படிக் கணக்கில் உணவை ஒளித்துவைப்பதால் விவசாயிகளுக்கு டன் கணக்கில் இழப்பு ஏற்படுகிறது. இடைக்காலத் தமிழக வரலாற்றில் தானியங்கள் கோயில் களஞ்சியங்களில் கொட்டி வைக்கப்பட்டன. இது வேளாண் மக்களின் உழைப்பைக் கொள்ளையிட்டதற்கு ஒப்பாகும். இந்தியாவில் பத்தொன்பது, இருபதாம் நூற்றாண்டுகளில் உணவுப் பஞ்சம் ஏற்பட்டதற்கு உணவுப் பொருட்களைச் சேமிப்புக் கிடங்குகளில் முதலாளிகள் பதுக்கிவைத்ததே காரணம் என்று அமர்த்தியாசென் ஆய்வில் கண்டறிந்தார். உணவைப் பதப்படுத்தும் பழக்கமே மூலிகை மருந்தைத் தயாரிக்கும் முறைக்கு இட்டுச் சென்றிருக்கும். பருவ காலங்கள் பற்றிய போதிய அறிவு பெற்ற பிறகுதான் காய், கறி வகைகளைப் பதப்படுத்தும் முறைக்கு மனிதன் வந்திருப்பான். இதன் விளைவே இறைச்சியைப் பக்குவப்படுத்தி உப்புக் கண்டம் செய்வதும் ஊறுகாய், வத்தல் போன்றவற்றைச் செய்து சேமித்துவைத்துத் தேவையான பருவ காலங்களில் பயன்படுத்திக் கொள்வதுமாகும்.

பலி உணவு

தமிழ்ச் சமூகத்தில் புற்று முதல் பாண்டி முனி வரை கடவுளர்களுக்குப் பலி உணவாக ஆண் விலங்குகளும் ஆண் பறவைகளுமே ஒதுக்கப்பட்டுள்ளன. மதுரையில் கோவலன் வெட்டப்பட்டான். இலங்கையில் இராவணன் அம்பெய்து கொல்லப்பட்டான். ஜடாயு என்ற ஆண் பறவையை இராவணன்

கொன்றான். வாலி என்ற ஆண் குரங்கு இராமனால் கொல்லப் பட்டது. தேவி, மகிஷன் என்ற எருமைக் கடாவைக் கொன்றாள். வாழ்வியல் நெறியில் ரேணுகா என்ற தாய் கணவன் கட்டளையிட மகனால் வெட்டப்பட்டாள். இலட்சு மணன் சூர்ப்பனகையின் மூக்கை அரிந்தான். திருவிதாங்கூர் சமஸ்தானத்தில் வயிறுதள்ளும் நிலையில் கர்ப்பிணிப் பெண்கள் உடைந்துபோன ஏரிக்கரைகளில் பலியிடப்பட்டுக் கரைகள் சீரமைக்கப்பட்டன. வடக்கில் சீதை என்ற பெண் சிதைக்கு உணவானாள். தமிழகத்தில் சங்க காலத்து ஒல்லையூர் தந்த பூதப்பாண்டியனின் மனைவி பெருங்கோப்பெண்டு சிதைக்கு உணவானாள். இது மேல்நிலைச் சமூகத்தில்; கீழ் நிலையில் வாத்து மேய்க்கும் கம்பளத்து நாயக்கர் இனத்தில் சாதி விட்டு ஓடிப்போன பெண்ணை வாழைமரத்துப் பாடையில் கட்டி நீருக்கு உணவாக ஆற்றில் விட்டுவிடுவர்.

16

உண்டியும் பெண்டிரும்

சீ. சியாமளா கௌரி

ஆதி மனிதச் சமூகம் தொடக்கத்தில் வேட்டை யாடும் நாடோடிச் சமூகமாய் இருந்தது. விவசாயத்தைக் கண்டறிந்ததன் பயனாய் நிலைத்த நாகரிகமுடைய சமூகமாய், பின்பு வளர்ச்சிபெற்றது. இப்பெரும் சமூக மாற்றம் நிகழ்வதற்கு, பெண்கள் கண்டறிந்து செயல் படுத்திய விவசாயம் முக்கியக் காரணமாக அமைந்தது என்பது சமூகவியலாளர்களின் முடிவு. உணவு உற்பத் தியை ஆதிப் பெண்ணிடமிருந்து கையகப்படுத்திய ஆண் சமூகம், உணவுடன் தொடர்புடைய 'சமைத்தல்' எனும் குறுகிய வெளிக்குள் பெண் சமூகத்தை அடைத் துள்ளது. 'சமைத்தலும் பரிமாறலும்' மட்டுமே இன்றைய பெண்களின் ஒட்டுமொத்தச் சமூகக் கடமையாக உருமாறியுள்ளன. பெண்களுக்கான உணவு பற்றிய குறிப்புகள் இலக்கியத்தில் மிகக் குறைவாகவே உள்ளன. பெரும்பான்மையான இலக்கியப் பதிவுகள் பெண்களை உணவிலிருந்து தள்ளியே நிறுத்துகின்றன. இதற்குக் 'குறுந்தொகை'யின்,

முளிதயிர் பிசைந்த காந்தள் மென்விரல்

எனத் தொடங்கும் பாடல் ஓர் உதாரணம். அதாவது, 'இனிது' எனக் கணவன் உண்டலின் பொருட்டு, இரசித்துச் சமைக்கும் தலைவியின் நிலை காட்டப் படுகிறதே அன்றி, இரசித்து உண்ணும் தலைவி, இலக்கியப் பதிவுகளில் இல்லை என்பது காணக்கிடைக்கிறது. மேலும், உணவில் ஆண்களுக்கு உள்ள கட்டுப்பாடற்ற தன்மை, பெண்களுக்கில்லை என்பதும் இலக்கியக் குறிப்புகளால் பெறப்படுகின்றன.

உண்டி கொடுத்தோர் உயிர் கொடுத்தோரே

(பாத்திரம் பெற்ற காதை : 96)

எனும் மணிமேகலையின் வரி, உயிருக்கு நிகராக உணவைக் குறிப்பிடுகிறது. ஆனால் 'உண்டி சுருக்குதல் பெண்டிர்க்கு அழகு' எனுமிடத்து, பெண்கள் அழகைப் பேண, உணவைச் சுருக்க வேண்டும் என்பதும் இத்தகு அழகியல் சார்ந்த நெருக்கு தல்கள் ஆண்களுக்கு இல்லை என்பதும் குறிப்பிடத்தக்கவை.

பெண்கள் அதிக அளவு உண்ணக் கூடாது எனும் கருத்தை, நேரடியாகவும் மறைமுகமாகவும் பல இலக்கியப் பதிவுகள் வலியுறுத்துகின்றன.

சான்றாக, இராமாயணத்தில் துயில் எழுந்த கும்பகர்ணன் உணவு உண்ணும் காட்சியைச் சித்தரிக்கும் கம்பர்,

இரும் பசிக்கு மருந்துஎன எஃகினோடு
இரும்பு அசிக்கும் அருந்தும் எயிற்றினான்
வரும் களிற்றினைத் தின்றனன்

(கும்பகருணன் வதைப் படலம் : 7462)

என்று குறிப்பிடுகிறார்.

பசியின் வேகத்தால் எஃகுடன், இரும்பையும் களிறையும் உண்ணும் கும்பகருணன் இதில் காணக்கிடைக்கிறான். இங்குக் கும்பகருணன் உண்ணும் உணவு அவனின் பசிக்கும் வலிமைக் கும் சாட்சியமாக விளங்குகின்றன.

மாறாகத் 'தாடகை வதைப் படலத்தில்' இடம்பெறும்

'கிளப்ப அருங்கொடுமைய அரக்கி கேடுஇலா
வளப்பரு மருதவைப்பு அழித்து மாற்றினாள்.'

(தாடகை வதைப் படலம் : 363)

எனும் வரிகள் குறிப்பிடத்தகுந்தவை.

இங்குச் "செழிப்புடைய மருத நிலத்தை, உண்டு கொடும் பாலை நிலமாக மாற்றிய அரக்கி' என்று கம்பர் காட்டுகிறார். பிறருக்கு கேடு விளைவிக்கும் குண இயல்பால் அன்றித் தாடகையின் உணவு உண்ணும் தன்மையைச் சித்தரிக்குமிடத்து, கம்பர் 'அரக்கி' எனச் சாடுவது கவனிக்கத்தக்கது.

இதைப்போலவே, 'யானைத் தீ நோயால்' அவதிப்படும் மணிமேகலையின் காயசண்டிகையும் உற்றுநோக்கத்தக்கவள்.

அடங்காப் பசியும் அதனை அடக்க நடைபெறும் பன்னிரண்டு வருடப் போராட்டமுமே அவளுக்கான சாபமாக உள்ளது. இதனை,

முந்நா லாண்டின் முதிர்கனி நானீங்
குண்ணு நாளுன் னுறுபசி களைகென
அந்நா ளாங்கவ னிட்ட சாபம்

(உலகவறவி புக்க காதை: 45 - 48)

என்ற வரிகளால் அறிய முடிகிறது. இலக்கியப் பதிவுகளில் பெண்ணின் உணவும் அவளின் பசியும் பெரிதும் ஆணின் பார்வையிலேயே கட்டமைக்கப்பட்டுள்ளன. உணவைப் பற்றிப் பேசும் ஔவையின் பாடல்கள், மன்னனின் வள்ளல் தன்மையைச் சிறப்பிக்கின்றனவே, தவிரப் பெண்களுக்கான உணவைப் பற்றியவை அல்ல என்பது குறிப்பிடத்தக்கது. இவற்றிலிருந்து முற்றிலும் வேறுபட்டு, 'பூதப்பாண்டியன் தேவி பெருங்கோப் பெண்டு' பாடிய புறப்பாடல் தனித்து நிற்கிறது. இப்புறப் பாடலை, 'சமூகம், கைம்பெண்களுக்கு நிர்ப்பந்தித்த உணவு மற்றும் சமூகக் கட்டுப்பாடுகளுக்கு எதிராக எழுந்த கலகக்குரல்' எனலாம். 'பல்சான்றீரே' எனத் தொடங்கும் இப்பாடல்,

அணில்வரிக் கொடுங்காய் வாள் போழ்ந்திட்ட
காழ்போல் நல்விளர் நறுநெய் தீண்டாது
அடைஇடைக் கிடந்த கைபிழி பிண்டம்
வெள்எள் சாந்தொடு புளிபெய்து அட்ட
வேளை வெந்தை வல்சி ஆக...

(புறநானூறு : 246)

எனத் தொடர்கிறது.

இப்பாடலிலிருந்து, சங்ககாலக் கைம்பெண்களுக்குரிய உணவு முறையை அறிய முடிகிறது. 'நெய்' இம்மகளிர்க்கு விலக்கப்பட்ட உணவாக இருந்துள்ளது. 'நீர்ச் சோறும் வெள்ளை எள் துவையலும் புளி சேர்த்து வேகவைத்த வேளைக் கீரையும்' கைம்மை மகளிர்க்குரிய உணவாக இருந்துள்ளதும் தெரிகிறது. சங்ககாலச் சமூகத்தின் பெண்களின் நிலையை, 'உணவு' குறித்த செய்தியால் இப்புறப்பாடல் பதிவுசெய்கிறது. 'கைம்பெண் களுக்குரிய' உணவாகக் கீரை இருந்துள்ளது' எனும் செய்தியை இன்னும் நாட்டுப்புறங்களில் வழக்கிலுள்ள 'கீரமுண்ட' என்ற வசைச் சொல்லுடன் இணைத்துப் பார்க்க இயலும்.

இலக்கியப் பதிவுகளிலிருந்து, விலகி நாட்டுப்புற மரபு பெண்களுக்கான உணவில் தனிக் கவனம் செலுத்துகிறது.

பெண்களின் தனித்துவமிக்க உணவுப் பழக்கத்தை அடையாளப் படுத்துகிறது. பெண்களுக்கு மட்டுமான உணவுப் பொருட்களை யும் உணவுப் பழக்கத்தையும் நாட்டுப்புற மரபு தன்னகத்தே கொண்டுள்ளது. பெண்களுக்கு மட்டுமே உரிய உணவுப் பழக்கம், நாட்டுப்புற மரபில் இருந்தபோதும் சில தருணங் களில் பெண்களுக்கு வழங்கப்படும் 'சிறப்புணவு' அனைவருக்கும் பொதுவான உணவாகவே இருந்துள்ளது. எனினும் இது 'பெண்களின் உணவாக' ஏற்றுக்கொள்ளப்பட்டுள்ளது குறிப் பிடத்தக்கது. இனி வரும் பகுதிகள், தமிழ்ப் பெண் சமூகத்தின் சடங்கு, உடல், தன்விருப்புச் சார்ந்த உணவுமுறைகளைக் கவனப்படுத்த முயல்கிறது.

கிராமப்புறங்களிலுள்ள, பதின் பருவ மகளிர் பலர் சேர்ந்து, அரிசி, பருப்பு, காய்கறிகளைக் கொண்டு 'கூட்டாஞ்சோறு' ஆக்குவர். பெண்கள் பலரது கைப்பக்குவத்தில் தயாராகும் இச்சுவையான உணவைத் தற்போதைய 'சாம்பார் சாதம் அல்லது பிசிபேளாபாத்'துடன் ஒப்புமைப்படுத்திப் பார்க்க இடமுண்டு.

எதையேனும் வாயிலிட்டு அதக்கிக் கொள்ளும் இயல்பு டையவர்கள் பெண்கள். பெருநெல்லியை வாயில் அதக்கிச் சக்கரம் போடுவர். அரிசியையே பல தினுசுகளில் தின்பார்கள். வெறும் அரிசியையோ ஊறவைத்துச் சர்க்கரை சேர்த்தோ வறுத்த அரிசியையோ வாய் வலிக்க வலிக்கத் தின்னும் பெண்கள் பலருண்டு. இவ்வாறு அரிசி தின்னும் பெண்களைப் பிறர் 'இப்படியே அரிசியத் தின்னுட்டே திரிஞ்சா உன் கல்யாணத்தன்னைக்கு ஊத்து மழை கொட்டப்போகுது' என்று கேலிசெய்வார்கள்.

வயக்காட்டு வேலைக்குச் செல்லும் பெண்கள் காணம், தட்டாங்காய், துவரங்காய், கம்பு, கடலை, சோளம் போன்ற பயறு பச்சைகளை வறுத்தோ வேகவைத்தோ சேலை முந்தானை யில் கட்டிக்கொண்டு சென்று இடைப்பசிக்குத் தின்றுகொள்வர்.

புளியங்கொட்டையை வறுத்தும் தோல் நீக்கி ஊறவைத்து உப்புச் சேர்த்தும் வேலைக்குச் செல்லும்போது மடியில் கட்டிக்கொண்டு சென்று உண்பர்.

பால் சோளத்தை வேகவைத்து, நாட்டுக்கருப்பட்டி சேர்த்து உருண்டையாக்கி, வேலைக்கு இடையில் உண்ணும் வழக்கமும் பெண்களிடம் உண்டு.

மண்ணின் ருசி அறிந்த பெண்கள் வயல் வேலைக்குச் செல்லுமிடத்தில் கரம்பக்கட்டியைத் (வண்டல் மண்கட்டி)

தின்னுவர். கைகளால் தெள்ளிய (சலித்த) நுண்ணிய செம் மண்ணைத் தின்னும் பெண்களும் உண்டு. வாயிலிட்ட செம் மண்ணின் மணமும் குளிர்ச்சியும் நெஞ்சு முழுவதும் நிறைந் திருக்கும். கருவுற்ற பெண்கள் சிலருக்கு மண், சாம்பல், அடுப்புக் கரி இவற்றின் மேல் புது மோகம் ஏற்பட்டுவிடும். இப்பெண்கள் யாரும் அறியாமல் இவற்றைத் திருடித் தின்பதில் புது ருசி கண்டவர்கள்.

பெண்களுக்கு மட்டுமான உணவில் 'ஔவையார் நோன்பு' முக்கியமான இடத்தில் உள்ளது. ஔவை நோன்பு வருடத்தின் மூன்று மாத, செவ்வாய்க்கிழமை இரவுகளில் மேற்கொள்ளப்படும். மாதங்களை நினைவில் கொள்வதற்காக,

அசந்தா(ல்) ஆடி, தப்பினா(ல்) தை, மறந்தா(ல்) மாசி

என்று கூறுவர். பெண்கள் மட்டும் கூடிச் செய்யும் இந்நோன்பு 'செவ்வாய்க்கிழமை சாமி கும்பிடுதல்' என்றும் வழங்கப்படுகிறது.

ஔவை நோன்பிற்கென வாய்மொழிக் கதை ஒன்று உள்ளது. ஏழு அண்ணன்களுடன் ஒருத்தியாகப் பிறந்த பெண்ணின் குடும்பம் மிகுந்த வறுமையில் வாடுகிறது. அப்போது தானங்கேட்டு வந்த ஔவைப்பாட்டிக்கு நெல் குத்திப் போட் டிருந்த தவிட்டைப் புடைத்து, அரிசி சேர்த்து, அப்பெண் வழங்குகிறாள். இதனால் அகமகிழ்ந்த கிழவி, 'என்னை நினைத்து வீட்டிலுள்ள ஆண்கள் அறியாமல் கொழுக்கட்டை செய்து உண்ண, உன் குடும்பம் செழிக்கும்' என்று வரம் தருகிறாள்.

இந்நாட்டுப்புறக் கதை, இலக்கியப் பதிவுகளிலிருந்து வேறுபட்டு, 'பெண்ணொருத்தி உண்ணும்போது அவளின் குடும்பம் செழிக்கும்' என்னும் செய்தியைப் பதிவுசெய்கிறது. இந்நோன்பின் மற்றுமொரு சிறப்பு, கொழுக்கட்டையின் உருவங்கள் ஆகும். உப்போ சர்க்கரையோ சேர்க்காத பச்சரிசி மாவில் விளக்கு, பிள்ளையார், தேங்காய், ஏழு அண்ணன்மார், விறகுக்கட்டு, கோடாலி, பாடை, கைநெறி, தீச்சட்டி முதலான குறிப்பிட்ட சில உருவங்கள் மட்டுமே கொழுக்கட்டையாகச் செய்யப்படும். இங்குச் செய்யப்படும் சுடுகாட்டுடன் தொடர் புடைய உருவங்கள், அப்பெண்ணிற்கு அடுப்பெரிக்கத் தீ வழங்கிய வெட்டியானின் நினைவாகச் செய்யப்படுகின்றன.

பெண்களுக்குரிய சிறப்பான காலங்களில் வழங்கப்படும் உணவுகள், உடல் பலத்தைக் கருத்தில்கொண்டு செய்யப்படு கின்றன. பெண்களின் பூப்புப் பருவத்தில் உடலுக்கு வலிமை

தரும் உளுந்தும் நல்லெண்ணெய்யும் உணவில் சிறப்பிடம் பெறுகின்றன. உளுந்தில் செய்யப்படும் முக்கிய உணவாக 'உளுந்தங்களி' இருக்கிறது. உளுந்து இட்லியில் நல்லெண்ணெய், நாட்டுக் கருப்பட்டி, தேங்காய்ப் பூ சேர்த்துத் தருவர். இது 'உளுந்தம் புட்டு' என்றழைக்கப்படுகிறது. இராமநாதபுரம் பகுதிகளில் உளுந்து மாவுடன் நாட்டுக்கோழி முட்டையைப் பொத்து ஊற்றி வேகவைக்கின்றனர்.

சூடான நல்லெண்ணெய்யில் கிளறிய உளுந்து மாவுடன் வெல்லம், வாழைப்பழம் சேர்த்துச் செய்யும் பண்டம் 'உக்களி' எனப்படும். இவை பூப்பெய்திய பெண்ணிற்குத் தரப்படும் காலை உணவாகும்.

தோல் நீக்கா உளுந்துடன் அரிசி, வெந்தயம் இவற்றைச் சேர்த்து வேகவைத்து, தேங்காய்ப் பூ தூவி, ஆட்டுக்கறிக் குழம்புடன் பூப்பெய்திய பெண்ணிற்குத் தருவர். திருநெல்வேலி, கன்னியாகுமரி பகுதிகளில் செய்யப்படும் இவ்வுணவு, 'உளுந்தஞ் சோறு' என்னும் பெயரில் அழைக்கப்படுகிறது.

பணக்கார வீடுகளில், நெய், சர்க்கரை, வறுத்த முந்திரியை உளுந்து மாவுடன் சேர்த்து 'உளுந்து உருண்டை' செய்து வழங்குகின்றனர்.

காரைக்கால் பகுதியில் இஸ்லாமிய சமூகத்தினர் செய்யும் 'களி' சற்று வேறுபட்டது. இதைப் பச்சரிசி மாவு, உளுந்து மாவு, ரவை, மைதா, நாட்டுக்கோழி முட்டை, தேங்காய்ப்பால் போன்ற சேர்மானங்களைக்கொண்டு செய்கின்றனர். உடலிற்கு வலிமை சேர்க்கும் இக்களியை, பூப்பெய்திய பெண்களுக்கும் 'சுன்னத்' செய்துகொண்ட ஆண்களுக்கும் தருகின்றனர்.

நாட்டுக்கோழி முட்டையை, சூடான பாலில் கலந்து தருகின்றனர். வெறும் வயிற்றில் பச்சை முட்டையோடு நிரம்ப நல்லெண்ணெய்யும் பருவமெய்திய பெண்ணைக் குடிக்கச் செய்வர்.

இளம் பெண்ணுக்கான உணவில் 'புட்டு' சிறப்பிடம் பெறுகிறது. பச்சரிசியிலும் உளுந்து மாவிலும் புட்டுச் செய்து வழங்குவர். தமிழகத்தின் வட பகுதியில் பூப்புச் சடங்கிற்கு வரும் அனைவருக்கும் புட்டு வழங்கி அப்பெண்ணிற்குத் தீட்டுக் கழிப்பர். இச்சடங்கு 'புட்டுச் சுத்துதல்' என்னும் பெயரிலேயே அழைக்கப்படுகிறது.

தென் தமிழகத்தில் பச்சரிசி மாவில் ஏலம், சுக்கு, மிளகு கலந்த கருப்பட்டிப் பாலைச் சேர்த்துச் 'சடங்கு மாவு' செய்து

பூப்பெய்திய பெண்ணுக்கும் விருந்தினர்க்கும் தருகின்றனர். இது 'கல்லுமாவு' என்றும் அழைக்கப்படுகிறது.

உளுந்து கொண்டு செய்யும் உணவு வகையில் 'உளுந்து வடை' முக்கியமானது. ஆனால் தற்காலத்து நகர்ப்புறங்களில் உளுந்துவடை மட்டுமே இப்பெண்களுக்கு வழங்கப்படும் முக்கிய உணவாக மாறிவிட்டது. இச்சடங்குசார் உணவு வகைகள் பல மக்களின் மனத்திலிருந்தே மறைந்துவருகின்றன.

பூப்புப் பருவம் போலவே குழந்தைப் பேற்றின் போதும் பெண்களுக்குச் சிறப்புணவு வழங்கப்படுகிறது. குழந்தைப் பேற்றிற்கான நோன்பு, பெண் சார்ந்து அமைகிறது. இவ்வகை யில், புதுச்சேரிக்கு அருகிலுள்ள தொண்டைமாநத்தம் எனும் ஊரில் நிகழும் சடங்கொன்றை எடுத்துக்காட்டலாம். இங்குள்ள 'பிடாரி மீனாட்சி அம்மன்' கோவிலில் ஆடிமாதம் திருவிழா நடைபெறுகிறது. இதில் குழந்தைப்பேறு வேண்டியும் பிறந்த குழந்தை நிலைத்திருக்க வேண்டியும் பலர் கலந்துகொள்கின்ற னர். இந்நிகழ்வில் 'பச்சை ஆட்டு ரத்தத்துடன் பிசைந்த சோறு' பிரசாதமாகப் பெண்களுக்கு மட்டும் வழங்கப்படுகிறது. பொதுநிலையில் பல்வேறு வேண்டுதல்களுக்காகக் கோயில் களில் 'மண்சோறு' உண்ணும் வழக்கமும் பெண்களுக்கானதாக அமைகிறது.

கருவுற்ற காலத்தில் பெண்ணொருத்தி பார்த்த, கேட்ட, நுகர்ந்த அனைத்து உணவையும் அவளுக்குத் தர வேண்டும் என்பது மரபு. கருவுற்றவள் தான் ஆசைப்பட்டதைத் தின்ன வில்லை எனில் பிறக்கும் குழந்தைக்கு காதில் சீழ் வடியும் என்பது நம்பிக்கை. உணவில் ஒவ்வாமை ஏற்படும் இக்காலம், பெண்களுக்கு உணவுக் கட்டுப்பாடற்ற காலமாக இருப்பது முரணானது.

கர்ப்பக் காலத்தில் ஏற்படும் வாயாலெடுத்தல், தலைச் சுற்றல், மயக்கம் போன்றவற்றைப் போக்கப் புளி, மாங்காய், நெல்லி, எலுமிச்சை போன்ற பல வகை புளிப்புச் சுவையுடைய பொருட்களை உண்பர்.

முன்பு பெண்களின் வளைகாப்புச் சடங்கு மாலையில் நடைபெறும். வேலை செய்து களைத்து வருவோர் பச்சரிசிக் களியும் கருப்பட்டிப் பாகும் செய்து வளைகாப்பு நிகழ்த்துவர். இதை 'ஏழுமாதக் களி' என்றே அழைத்தனர். இடைக்காலத்தில் புளி, தயிர், எலுமிச்சை, தக்காளி எனும் நால்வகைப் புளிப் புடைய சோறும் களியும் செய்து வளைகாப்புச் செய்தனர். தற்போது ஒன்பது வகையான சோறு செய்தாலும் 'களி'

தமிழர் உணவு 237

அதில் இடம்பெறுவதில்லை. இதைக் ‘கதம்பச் சோறு’ என்பர். இச்சடங்கிற்குக் ‘கட்டுச்சோறு கட்டிச் செல்லல்’ என்று பெயர். இதற்குத் தொட்டுக்கொள்ளப் பாகல், வெண்டை, சேம்பு தவிர்த்த பிற காய்களுடன் புளிசேர்த்துச் செய்யப்படும் ‘புளிக்கறி’ தரப்படுகிறது.

வேலூர்ப் பகுதியில், நார்த்தங்காயின் சாறில் சாதத்தைக் கிளறிக் கர்ப்பிணிப் பெண்களுக்குத் தருகின்றனர். இது ‘கிச்சிலிப் பழச் சாதம்’ என்று அழைக்கப்படுகிறது.

இவர்களுக்கு, நொறுக்குத் தீனியாக ‘வறுபயறு’ தரப் படுகிறது. இது முளைகட்டிய நவதானியத்தில் உப்பு, காரம் சேர்த்துச் செய்யப்படும் உணவுப்பொருள். இப்பண்டம் பிராமணர்களால் செய்யப்படும் உணவாகும். சீரணச் சக்திக்கு உதவும் என்பதால், கர்ப்பிணியை இரவில் தாம்பூலம் தரிக்கச் செய்வர். குழந்தை நிறமாகப் பிறக்க வேண்டுமெனப் பாலில் குங்குமப் பூவைக் கலந்து கர்ப்பமுற்ற பெண்ணிற்குத் தருகின்ற னர். முன்பு மேட்டுக்குடியினரிடமிருந்த இவ்வழக்கம் இன்று கிராமப்புறங்களிலும் பரவலாகிவிட்டது.

கருவுற்ற பெண்ணிற்குப் பிரசவ நாள் நெருங்கும்போது ஏற்படும் ‘பொய் வலி’யை *(false pain)* உணவின் மூலம் போக்குகின்றனர். இது சண்டி வலி அல்லது சூட்டு வலி என்றும் அழைக்கப்படுகிறது. இவ்வலியைப் போக்குவதற்கு நீரில் வறுத்த சோம்புடன் வெற்றிலையைக் கிள்ளிப்போட்டுக் கொதிக்க வைத்தும் உரித்த பூண்டை வேகவைத்து நாட்டுக் கருப்பட்டி சேர்த்தும் சூடான பாலில் சோடாவைக் (குண்டு சோடா) கலந்தும் தருவார்கள். சீரணச் சக்திக்காகவே செய்து தரப்படும் ‘களி’ வகைகளும் உண்டு.

குழந்தை பெற்ற பெண்ணுக்கு, சுக்கு, மிளகு, திப்பிலி, ஓமம், சதகப்பை, வால்மிளகு, மாசிக்காய், ஜாதிக்காய், கடுகு, தேசாவரக்குச்சி, சடாமூஞ்சி, பெருங்காயம், சித்தரத்தை, வசம்பு போன்ற நாட்டு மருந்துகளைக்கொண்டு செய்யப்படும் உணவு, மருந்தாகவும் பயன்படுகிறது. இம்மருந்துப் பொருட்கள் ‘பேறுகாலச் சாமான்’ என்றும் ‘செலவுச் சாமான்’ என்றும் வழங்கப்படுகிறது. இதோடு, குழந்தை பெற்ற பெண்ணிற்குப் பலவகை ‘லேகியங்கள்’ செய்து தரப்படும். பாலூட்டும் பெண்கள் அதிக உணவை உண்பர். மேலும் அசைவ உணவு முக்கிய இடம்பெறும். இதனால் அசீரணக் கோளாறு ஏற்படும் வாய்ப்புண்டு. இதைத் தடுக்க இந்த லேகியங்கள் உதவுகின்றன. மேலும் சுட்ட புளியுடன், மிளகு, சீரகம், திப்பிலியை அரைத்து

வைக்கப்படும் 'கண்டந்திப்பிலி ரசம்' சீரணச் சக்திக்காகத் தரப்படுகிறது.

ஓமத்தை அரைத்து, கொதிக்கும் நீரில் சேர்த்துக் கிளறித் தேனும் நெய்யும் சேர்த்துச் செய்யப்படுவது 'ஓமக்களி' எனப்படும். இதே முறையில் 'சுக்கு'க் கொண்டு செய்யப்படுவது 'சுக்குக்களி' எனப்படும்.

குழந்தைக்குப் பாலூட்டும் தாய்க்கு, உணவில் சில கட்டுப் பாடுகள் உண்டு. இதைப் பெரியாழ்வார் தன்னையே தாயாக எண்ணிப் பாடிய 'திருமொழியில்' வரும் வரிகளில்

வைத்த நெய்யும் காய்ந்த பாலும்
வடிதயிரும் நறுவெண்ணெயும்
இத்தனையும் பெற்றறியேன்
எம்பிரான் நீ பிறந்த பின்னை

என்கிறார்.

இதில் குழந்தை பிறந்த பின் தவிர்க்கப்பட வேண்டிய உணவு என 'நெய்'யைப் பெரியாழ்வார் குறிப்பிடுகிறார். இதற்கு முரணாகச் சைவ உணவுப் பழக்கமுள்ளோர், பாலூட் டும் காலங்களில் மதிய உணவின்போது கை நிறைய நெய் குடிக்கின்றனர்.

பொதுவில் பிராமணர்கள் வெங்காயம், பூண்டு முதலான சில பொருட்களை அசைவத்திற்குச் சமமாகக் கருதி, அவற்றை உண்பதைத் தவிர்த்துள்ளனர். ஆனால் பாலூட்டும் தாய்மார் களுக்கு இவ்வுணவுக் கட்டுப்பாடு தளர்த்தப்படுகிறது. நெய்யில் வதக்கிய பூண்டைச் சாதத்துடன் பிசைந்து உண்கின்றனர். (இதில் விதிவிலக்கு உண்டு) இதற்கு வெள்ளைப்பூண்டு பால் சுரப்பை அதிகரிக்கச் செய்யும் இயற்கைப் பொருளாக உள்ளதே காரணமாகும்.

பாலூட்டும் பெண், முப்பது நாட்களுக்குள் எல்லா விதமான உணவுகளையும் சேர்த்துக்கொள்ள வேண்டும் என்பது நாட்டார் வழக்கு. இதில் குளிர்ச்சியான பொருள்களுக்கு மட்டும் தடை உண்டு. ஆனால் புதுச்சேரிப் பகுதியில் குழந்தை பிறந்த பதினேழாம் நாள், தாய்க்குப் பழைய சோறும் கலவைக் கீரைப் பொரியலும்கூடத் தரப்படுகின்றது.

தமிழகத்தில், குழந்தை பெற்ற பெண்ணுக்குரிய உணவில் நாட்டுக்கோழி சிறப்பிடம் பெறுகிறது. மேலும், காரக்கருவாடு அல்லது பால்சுறாக் கருவாடு இவற்றைப் பூண்டு, செலவுத்

தூள் சேர்த்துக் குழம்புவைத்துத் தருவர். ஆட்டின் பால் சுரப்புப் பகுதியான ஆட்டு மடியைப் பேறுகாலச் சாமானுடன் சேர்த்துக் குழம்புவைத்துத் தருவார்கள். இவையெல்லாம் பால் சுரப்பதை அதிகரிக்கச் செய்யும்.

பேறுகாலத் தூளுடன் உப்புச் சேர்த்துக் கொதிக்க வைக்கப் படும் குழம்பு ‘சதகப்பைச் சாறு’ என்று அழைக்கப்படுகிறது. இது உடல் வலியைப் போக்க உதவுகிறது. சுண்ட வத்தல், மிளகு, கடுகு, சீரகம், ஓமம், மல்லி, தேங்காயை வறுத்து அரைத்துப் பூண்டு சேர்த்து வைக்கும் குழம்பு இப்பெண்களுக்கு ஏற்படும் வாயுக்கோளாறை நீக்கும் மருந்தாகும்.

புதுச்சேரிப் பகுதிகளில் குழந்தை பெற்ற பெண்ணுக்கு ஒரு நாள் அசைவ உணவும் அடுத்த நாள் புட்டு, பால், ரொட்டி, மரவள்ளிக் கிழங்கு இவற்றில் ஒன்றும் மாறி மாறிப் பதினைந்து நாட்கள்வரை தருகின்றனர்.

பிரசவத்தால் உடலின் அசுத்த இரத்த வெளியேற்றம் ஏற்படும். இதை இயற்கையாகத் தூண்ட, எள், கருப்பட்டி, வறுத்த உளுந்து சேர்த்த ‘எள்ளுருண்டை’ செய்து தருகின்றனர்.

இங்குப் பிரசவத்திற்குப் பிறகு தரப்படும் உணவுப் பொருட் களில் மருத்துவக் குணம் நிரம்பியவையே அதிகம். இத்தகு மருந்தும் உணவுமான பொருட்களைச் சுகப்பிரசவத்தில் குழந்தை பெற்ற பெண்ணுக்கு மட்டுமே தருகின்றனர். ஒரு வேளை பேற்றின்போது சிசு இறந்துவிட்டால் மூன்று மாதம் வரை உப்பில்லாத சோற்றை மட்டும் சாப்பிடுகின்றனர். இது பால் சுரப்பதைத் தடைசெய்ய உதவுகிறது.

பெண்களின் பூப்புப் பருவத்திலிருந்து குழந்தைப் பேறு வரையிலான காலம் மிக முக்கியமானது. இக்காலக்கட்டத்தில் உடலுக்குத் தேவையான பலம் உணவின் மூலம் கிடைக்கிறது. உணவில் கவனமும் அக்கறையும் பெற்றிருந்த நம் மூத்த தலைமுறையினர் பின்பற்றிய உணவு முறையே நாம் மேற் கண்டது. இத்தகு உணவுப் பழக்கத்தால் உடல் வலிமையும் மன வலிமையும் பெண்கள் பெற்றிருந்தனர். இன்று இவ்வுணவு குறித்த பல செய்திகள் மூத்த தலைமுறையினரின் ஞாபக அடுக்குகளிலேயே மறைந்து போகும் நிலை ஏற்பட்டுள்ளது. *‘zero size’* கலாச்சாரத்திலும் துரித உணவுக் கலாச்சாரத்திலும் கவனம் செலுத்தும் இன்றைய இளம் தலைமுறைப் பெண்கள் தங்களின் பாரம்பரியமான உணவு முறைகளை இழந்து வருகின்றனர். இதனால் உடல் / மன வலிமை இல்லாத பூஞ்சைத்

தன்மையோடு, ஆரோக்கியமற்ற வாழ்க்கையைக் கைக்கொண் டுள்ளனர்.

இக்கட்டுரையில் இதுகாறும் கூறப்பட்ட பெண்களின் உணவு முறையானது சடங்கியல் சார்ந்தும் குழந்தைப் பேறு சார்ந்தும் அமைந்திருப்பதைக் கண்டோம். பொது நிலையில், ரசனையும் தேர்வும் ஆணை மையமிட்டிருப்பதாலேயே பெண் உணவிலிருந்து பெரிதும் தள்ளி வைக்கப்பட்டிருக்கிறாள். கணவன் உண்ட மிச்சத்தையே மனைவி உண்ண வேண்டும் எனும் மரபார்ந்த கருத்து இதற்கோர் உதாரணம். சகல உயிர்களுக்கும் உணவைத் தரும் நிலத்தை இச்சமூகம் பெண்ணாகவும் தாயாகவும் தெய்வமாகவும் வணங்குகிறது. ஆனால் நடைமுறையில் உண்டிக்கும் பெண்டிருக்குமான இடைவெளி பாரதூரமாக இருப்பது, பெரும் நகை முரண்.

17

இலைக் குணம்

புதுமைப்பித்தன்

அன்று நானும் எனது நண்பரும் ஒரு வேலையாகச் சென்றிருந்தோம். திரும்பும்பொழுது நல்ல வெயில். எனக்குக் கொஞ்சம் தாகமெடுத்தது. எனது நண்பருக்கோ காப்பி பிடிக்காது. இப்படிப்பட்ட பிரகிருதிகளும் உண்டா என்று ஆச்சரியப்படாதீர்கள். அதற்காகச் சாப்பாட்டுக் கடையென்று சொல்லப்படும் ஒரு கீழ்த்தர ஹோட்டலுக்குப் போய்ச் சுக்கு வெந்நீர் கொண்டுவரச் சொன்னோம். அங்கே இருவர் சாப்பிட்டுக்கொண்டிருந்தனர்.

ஒருவர் வினாயக பகவானுக்கு அண்ணா என்று சொல்லலாம். மற்றவரோ எனில் உண்ணாவிரத உபவாச மகிமைகளை அனுபவத்தில் அறிந்த மகான்போல் தோன்றினார். முதற் கூறப்பட்ட மனிதர் சுமார் ஒரு அரைப் படி மோர் சாதத்தைச் சட்டினியுடன் வேட்டையாடின காட்சியை எப்படியுரைப்பேன். இலையாழ்வானிடத்தில் இடையறாத அன்பு! ஒன்று மாத்திரம் சொல்கிறேன்; அவரது கை தறியின் ஓடம்போல் இலைக்கும் வாய்க்குமாகப் பறந்தது. கடைசியாக இலையை வழித்து நக்கிவிட்டு, பக்கத்திலிருந்த ஒரு செம்பு ஜலத்தையும் ஒரே மூச்சில் தனது குஷியில் செலுத்திவிட்டு, 'ஹாய்' என்ற சப்தத்துடன் சுவரில் சாய்ந்தார். என்ன! எரிமலைகள் நெருப்பைக் கக்கும்பொழுது பாதாளத்திலிருந்து ஒரு பெரும் ஹூங்கார சப்தம் புரண்டுகொண்டே வருமாம். அதுபோல், எங்கே வாந்தி எடுக்கப் போகிறாரோ என்று நினைத்தேன். நல்ல காலம் அது சாதாரணமான ஏப்பந்தான். சாப்பாட்டை எப்படி அனுபவித்தாரோ அப்படியே ஏப்பத்தையும் நன்றாக அனுபவித்துத்தான் விட்டார். 'கிறள்' வேடிக்கையாக,

தின்றதனால் ஆயபயன் என்கொல் ஏப்பந்தான்
நன்று வராஅ தெனின்

என்றதன் உண்மையைக் கண்டேன்.

'சரி, நாம் சேர்மாதேவியில் இறங்க வேண்டுமானால் இந்த ரயிலுக்கே புறப்பட வேண்டும்' என எழுந்தார் வினாயகர் அண்ணா.

சேர்மாதேவி, திருநெல்வேலி ஜங்ஷனிலிருந்து முக்கால் மணி நேரப் பிரயாணம்.

'ஏன் நாம் சேர்மாதேவியில் இறங்க வேண்டும்?' என்று தயங்கினார் உபவாசவிரதர்.

'ஏன் நாம் சேர்மாதேவியில் இறங்க வேண்டும்!' என்று ஆச்சரியமும் கோபமும் கலந்த குரலில் திரும்பிச் சொல்லி விட்டு, 'ஏன்? என்ன காப்பி சாப்பிட வேண்டாமா?' என்றார் இந்தப் பூலோக வினாயகர்.

இவர் இப்படிப் பதில் சொல்லும்போது அவரது அந்த ராத்மாவின் 'மருமத்தில் எறிவேல்' பட்டதுபோல் தோன்றியது அவரது குரலின் தொனி. திருச்செந்தூர் போய்விட்டு வருகிற வர்கள் திருநெல்வேலி ஜங்ஷனில் மத்தியான போஜனத்தை முடித்துவிட்டு, சேர்மாதேவியில் காப்பி சாப்பிட வேண்டும் என்று தெரியாத ஒரு மனிதனும் உண்டோ என்று ஆச்சரியப் பட்டார் இந்தக் கலிகாலக் கவந்தன். அவரது மனவுலகில் திருநெல்வேலி என்றால் திருப்தியான 'சாம்பார் சாதம், தயிர் சாதம்' என்றும், சேர்மாதேவி என்றால் ஒரு டஜன் இட்லி சட்டினிகளை அடித்துச் செல்லும் பெருவெள்ளமாகிய காப்பி என்ற சிற்றுண்டி என்றும் பொருள்பட்டு நின்றது.

○

இம்மாதிரி இலையாழ்வாருக்குப் பக்தி செலுத்தும் அன்பர்களை மரியாதைக் குறைவாக எழுதுவதாக நினைக்கக் கூடாது. என்ன! நமது பண்டைக் கிழவியின் கவிகள், நமது இலக்கியத்தில் அவள் உண்ட விருந்துகளின் ஜாப்தாக்களாகப் பரிமளிக்கின்றன அல்லவா?

அடகென்று சொல்லி அமுதத்தை யிட்ட
கடகம் செறிந்த கை

மட்டுமா ஔவையின் ஓவியத்தில் பதிக்கப்படுகிறது! கைக்குப் பின் நங்கையின் மனமும் வண்மையுமன்றோ நமது மனக்கண் முன் நிற்கிறது. மற்றும்,

வரகரிசிச் சோறும் வழுதுணங்காய் வாட்டும்
முரமுரெனவே புளித்த மோரும்

பரிந்திட்ட புல்வேளூர் பூதனது வண்மையையும் நமது கிழவி காலவாரியை எதிர்த்துப் புகழ்பெறும் தன் கவிகளில் நமக்குக் காண்பிக்கிறாள். விருந்து மணக்கும் இக்கவிகள் அவள் காலத்துச் சாதாரண மக்களின் உள்ளநிலையையும் வள்ளன்மையையும் நமக்குக் காட்டுகின்றன.

நான் எப்பொழுதும் ராமலிங்க சுவாமியைச் சாப்பாட்டுச் சாமி என்று சொல்வது வழக்கம். கடவுள் என்றால் எத்தனை டஜன் மாம்பழங்கள் என்று சொல்லிவிடுவார் போலிருக்கிறது. அவர் திருவாசகத்தையனுபவித்த அருமையைப் பாருங்கள்!

வான்கலந்த மாணிக்க வாசகநின் வாசகத்தை
நான்கலந்து பாடுங்கால், நற்கருப்பஞ் சாற்றினிலே
தேன்கலந்து பால்கலந்து செழுங்கனித்தீஞ் சுவைகலந்தென்
ஊன்கலந்து உயிர்கலந்து உவட்டாமல் இனிப்பதுவே!

இந்த 'மோஸ்தர்' இலக்கிய ஆராய்ச்சி நமக்குள் இன்னும் புறப்படவில்லை. வந்தால் நமக்குக் கம்பராமாயணம் எத்தனை பதிர் பேணிக்குச் சமானம் என்று சொல்லி இலக்கியச் சுவையை லேசாக எடுத்து ஊட்டிவிடுவார்கள்.

இவ்வடியார் கூட்டத்தில் நானும் ஒருவன். எனது அனுபவத்தைச் சிறிது கேளுங்கள்.

எனது நண்பரும் குருநாதருமானவர் – பெயரைச் சொல்ல இஷ்டமில்லை – 'ரஸிகர்' என்று வைத்துக்கொள் ளுங்கள் : நான் மாணவனாக இருந்த காலத்தில் தமிழ் இலக்கியம் என்றால் சமணரைக் கழுவேற்றுவதற்கும், "காதைக் குறும்பையள வாகத் தோண்டி எடுப்பதற்கும்", இடைஇடையே "முதலையுண்ட பாலனையழைத்தல்", "எலும்பைப் பெண்ணுருவாக்குதல்" முதலிய செப்பிடு வித்தைகள் செய்வதற்கும், தற்காலத்தில் சர்வகலாசாலைப் பண்டிதர்கள் கால ஆராய்ச்சிகள் செய்து பால் மணம் மாறாத மாணவர் தலையில் சுமத்துவதற்கும் ஏற்பட்ட சித்திரவதை செய்யும் ஸ்பானிய யந்திரம் *(Spanish Engines of Inquisition)* என்று எண்ணியிருந்தேன்.

ரஸிகர்தான் தமிழ் இலக்கியத்தின் உண்மை இனிமையைக் காட்டி என்னையனுபவிக்கச் செய்தவர். அவருடன் பேசுவதே ஓர் அனுபவம் என்று சொல்லுவேன். அவர் இப்பொழுது சென்னையில் இருக்கிறார். கொஞ்ச நாட்களுக்கு முன் அவர்களைச் சந்திக்க நேர்ந்தது. அதைப் பற்றித்தான் நான் சொல்ல வந்தது.

குசலம் விசாரித்த பிறகு சாப்பிட உட்கார்ந்தோம். சமையல் அன்று விசேஷம்; ஆனால் விருந்தல்ல. நான் பொரித்த குழம்பை, விளக்கெண்ணெய்ப் பிள்ளைக்கும் நோயாளிக்கும் நெருங்கிய பந்து என்று நினைத்திருந்தேன். நான் அன்று உண்ட பொரித்த குழம்பு எந்த வெங்காயச் சாம்பாரையும் தூக்கியடித்துவிடும்.

பேச்சின் போக்கில் பாரதியாரின் "நெஞ்சு பொறுக்குதில்லையே" என்ற நொண்டிச் சிந்தைப் பற்றிப் பேசிக்கொண்டிருந்தார்கள். அவர், சிலரைப் போல் பிரசங்க மாருதத்தால் என் மூளையைச் சிதற அடிக்கவில்லை; பாரதியின் பாட்டுக்கு "ஸ்பெஷல் ப்ளீடிங்" மாதிரி இன்ஷுரன்ஸ் ஏஜண்ட் வேலை செய்யவில்லை. அதைக் கேட்ட பிறகு பாரதி உண்மைக் கவி என்பதற்கு அந்தப் பாட்டு ஒன்று போதும் என்று பட்டது. அன்று பாரதியாரின் ஆவேசமும் மனக் கொதிப்பும் அந்தப் பொரித்த குழம்பு பெற்றது என்றால் வியப்பென்ன? பாட்டை அனுபவித்ததனால் உண்டான குதூஹலமும் மனக்களிப்பும் அன்று உணவிற்கு ஒரு கவிதையுணர்ச்சியைக் கொடுத்தது.

ஆனால் ஒன்று. தயிர் சாதமும் மாங்காய் ஊறுகாயும் வாழ்க்கையின் ஓர் உன்னத ஆதர்சமாக வைப்பது சரியல்ல. சாப்பாடு உயிர் வாழ்வதற்கு அவசியந்தான். ஆனால் வாழ்க்கை வேறு; உயிர் வாழ்தல் வேறு. வாழ்க்கை ஓர் அனுபவம். சிலர் உலகம் முழுவதையுமே சாப்பாட்டுக் கடையாக மதித்து விடுகிறார்கள்.

❍

கொஞ்ச நாளைக்கு முன் இந்த மாதிரி மனிதனை நான் சந்திக்க நேர்ந்தது. அவர் திருநெல்வேலி ஜில்லாவிலுள்ள க்ஷேத்திரங்கள் எல்லாம் தரிசிக்க வந்திருந்தார். உண்மையில் வாழ்க்கை இன்பத்தை அனுபவிக்க வேண்டுமென்றால் தாமிரவருணி தீரத்திலுள்ள கிராமாந்தரத்தில்தான் வசிக்க வேண்டும். நான் சந்தித்த மனிதனுக்கும் அதேதான் ஆசை; ஆனால் காரணம் வேறு. அவருக்கு வாய் அரை நிமிஷம் சும்மாயிராது. சாப்பிட்டுக்கொண்டாவது அல்லது அதன் பெருமைகளைப் பற்றிப் பேசிக்கொண்டாவது இருக்க வேண்டும். 'அப்படிப் பேசாத நாளெல்லாம் பிறவா நாளே!'

'சார்! போளி என்றால் கடம்பூர் போளிதான் சார். நானும் எங்கெங்கோ பார்த்திருக்கிறேன்; அதற்கு ஈடுஜோடு இந்த உலகத்திலேயே கிடையாது சார்.' இவர் இப்படிப் பேசி வருவதைப் பார்த்தால் உண்மையில் சைவப் பற்றுடைய பக்தர் ஒருவர் தேவாரத் திருமுறைகளைப் பக்தி சிரத்தையுடன்

எடுத்து ஓதுவது போலிருந்தது. உண்பதே ஒரு பெரிய சமயமாகக் கொண்ட சாப்பாட்டு நாயன்மாராக இருந்தார்.

உடனே சித்திரான்னத்திற்குப் பாய்ந்தார். ‘ஆமாம் சார்! ஜங்ஷனில் இறங்கும்பொழுது பசியதிகம். அதுதான் முதல் தடவை போனது. அந்த ஹிந்து காலேஜ் பக்கத்தில் ஒரு பிராம்மணன் இருக்கிறான் சார். சின்ன ஹோட்டல்தான். சித்திரான்னம் என்றால் அங்குதான் சார். செலவு ஜாஸ்தி யில்லை – நான் வயிற்றிற்கு வஞ்சகம் செய்து மிச்சம் பிடிப்பவ னல்ல. என்ன! போங்க, அந்த ஐயன் என்னதான் போடு வானோ...’ என்று ஆரம்பித்து சித்திரான்ன மான்மியத்தை முடிப்பதற்குள் நாங்கள் ஜங்ஷனுக்கே வந்து சேர்ந்தோம்.

இப்படி இந்த மனிதன், தேடிக் கண்டுபிடித்த அம்பா சமுத்திரம் முறுக்கு, ஆழ்வார்திருநகரி தேன்குழல், நாங்குநேரி நெய்யப்பம் இத்தியாதி பொருள்களின் அருமை பெருமைகளை, கொலம்பஸ் அமெரிக்கா கண்டுபிடித்த மாதிரி, எங்களுக்கு எடுத்துச்சொல்லி திருநெல்வேலி ஜில்லா சாப்பாட்டுப் பூகோள சாஸ்திரத்தை எங்களுக்குக் கற்பித்தார்.

அவர் கண்ட திருநெல்வேலியை நான் கனவிலும் கண்ட தில்லை. கடம்பூர் போளியும் பழனி பஞ்சாமிருதமும் வாழ்க்கை யின் ஆதர்சமாகக்கொண்டிருப்பவர்கள் கொஞ்சம் ஜாக்கிரதை யாகத்தான் நடமாட வேண்டும்.

18

வெற்றிலை அமுது

பழனிவேள்

தமிழரின் கலாச்சாரப் பரிமாற்றத்தில் எப்போதும் முதலிடத்தில் இருப்பவை வெற்றிலையும் பாக்குமே. காலம், இடம், அதிகாரம், செல்வம் எது மாறினாலும் தமிழரின் உணவுப் பழக்கத்திலும் சடங்கு நிகழ்விலும் மாறாமல் மரியாதை என்ற உயர்ந்த அந்தஸ்தில் இருக்கிறது வெற்றிலை. நவீனமான (அ) நுகர்வுமயமான 90க்கு முந்தைய தமிழர் வரை தவிர்க்கவே முடியாமல் உடலோடு ஒரு அங்கம்போலே ஒட்டியிருந்தது. பெண்கள் பயன்படுத்திய சுருக்குப் பையும் ஆண்கள் பயன்படுத்திய மடக்குப் பையும் இடுப்பைப் பற்றியிருக்கும்.

ஒருவரைச் சிறப்பித்து அழைப்பதற்கும் குருவுக்குத் தட்சணையாகக் கொடுக்கும்போதும் வெற்றிலையும் அதன் மீதான ஒன்னேகால் ரூபாயும் உயர்ந்த இடத்தை வகிக்கின்றன. அதுபோல் அழைத்தவர் வந்ததும் அவரை மகிழ்விக்க உணவுக்குப் பின்னர் வெற்றிலைத் தாம்பூலம் தரிக்கச் செய்வது விருந்தோம்பலின் கடமை என்றே தமிழரிடத்தில் கருத்து நிலவுகிறது. அதேபோல் வந்தவர் புறப்படும்போதும் தாம்பூலப் பை தந்தே அனுப்புவது வழக்கம். ஒருவரை அவமதிக்கவும் சண்டையின் தொடக்க மாகவும்கூட வெற்றிலை அழைப்புப் பொறுப்பெடுத்துக் கொள்கிறது.

தமிழரிடத்தில் கதை சொல்லும் மரபு வளமானது. கதையின் கிளைகளாகவே புதிர்களும் பழமொழிகளும் பிறக்கின்றன. கதை கூறலுக்கும் வெற்றிலை பாக்குக்கும் நெடுந்தொடர்பு உண்டு. பாட்டிகள் பாக்கைச் சிறு உரலில் போட்டு இடிக்க ஆரம்பித்ததும் கதை தொடங்கி

வெற்றிலையில் வைத்துச் சுண்ணாம்போடு குதப்பும்போது கதை வளர ஆரம்பித்துப் படிக்கம் (அ) எச்சக்களனியில் துப்ப ஆரம்பிக்கும்போது விறுவிறுப்படைந்துவிடுகிறது. முன் னிரவின் மந்தத் தன்மையில் இப்படி ஆயிரமாயிரம் கதைகள் வெற்றிலைச் சாறிலிருந்து பிறந்தன. இப்படிக் கதைகளின் விசித்திர உருவங்களின் வழியே குழந்தைகளின் கற்பனையும் செயலாற்றலும் வீரியத்தோடு வளர்ந்தன. பழந்தமிழன் நினைவின் மேதைகளாகவும் நவீனத் தமிழன் மறதியின் குழந்தை களாகவும் இருக்கிறான்.

மேற்கத்திய அறிவு வெற்றிலையை பைப்ராசிய (Piperceae) குடும்பத்தின் பிரிவாக பீட்டல்நட் (betal - nut) என்கிறது. பார்ப்ப தற்கும் வளர்முறையிலும் மிளகுக்கொடியின் சாயல் உள்ளதால் இதை மிளகுக் குடும்ப உறுப்பினராக்கிவிட்டனர். இதைக் குறிப்பிடும் என்சைக்ளோபீடியா பிரிட்டானிகா போர்த்துகீசிய மூலத்திலிருந்து மலையாளத்தில் 'வெட்டிலா' என்ற பெயர் வந்ததாகத் தகவல் தெரிவிக்கிறது. வேடிக்கைதான் மகனுக்குத் தகப்பன் பிறப்பது. இதே குறிப்பு அரிக்காசியா (Arecaceae) குடும்பத்தின் அரிக்கா நட் (Arca-nut) மூலம் அடைக்காய் – அரிக்காய் வந்தது பற்றிக் குறிப்பேதுமில்லை. ஆனால் இத்தமிழ் மூலம் பற்றிப் பழம் பதிப்பில் குறிப்பிருந்ததாக நூலோர் குறிப்பிடுகிறார்.

தமிழர்கள் தம் பழக்கமொழியில் இலை என்று குறிப் பிடுவது இரண்டினை மட்டுமே. ஒன்று வெற்றிலை மற்றது புகை இலை. பிறகு மற்றவை இலை இல்லையா என்றால் மனிதரோடு அதிகம் பயன்பாட்டிலிருப்பதற்கு மட்டுமே தமிழர் முக்கியத்துவம் தருகின்றனர். வெற்று – இலை இலையைத் தவிர அக்கொடியில் பூ, காய், பிஞ்சு என்று எவையுமில்லாததால் அது வெற்று இலை என்று அழைக்கப்படுகிறது. வெற்றிலையை அடை என்றும் குறிப்பிடுவதுண்டு. அடைக்கும் இலைகள் என்றே பொருள் அடையோடு சேர்வதால் மட்டுமே சிறப்பெய்து வதால் பாக்கு அடைக்காய் எனப்படுகிறது. அடைக்காய் சீவல் (அ) துருவல் அரிக்காய் எனப்படுகிறது. இந்தத் துருவல் அரிக்காயில் சுவையூட்டிய பின்பு அதை சுப்பாரி என்கின்றனர். தமிழகத்தில் பரவலாகச் சுகந்த சுப்பாரி போடுவதுண்டு. மும்பை அருகே சுப்ரா எனுமிடத்தில் அதிகப்படியாக ஏற்றுமதி யான அரிக்காய்தான் பின்னர் சுப்ரா அரி சுப்பாரியானது.

வெற்றிலையைத் தமிழில் அடைஇலை என்றும் பாக்கை அடைக்காய் என்றும் குறிப்பிடுவது பற்றிய இலக்கியப் பதிவு களும் கல்வெட்டுப் பதிவுகளும் உள்ளன. மலையாளிகள்

வெற்றிலையை வெற்றிலா என்றும் பாக்கை அடைக்காய் என்றும் குறிப்பிடுகின்றனர். கன்னடியர்கள் 'எல' அடிக்கா என்றும், தெலுங்கர்கள் 'காள்பாங்கு' வக்கா என்றும் குறிப்பிடு கின்றனர். சிங்களத்தில் தாம்பூலம் கம்பள கிராம என்றும் கம்போடியா வியட்நாமில் காமாலிங்கா என்றும் அழைக்கப் படுகிறது. வடக்கில் தாம்பூலம் தாம்பூல் ஆகிறது. வெற்றிலையின் பரவலில் சோழப் பேரரசுக்கும் உள்ள பங்கு குறிப்பிடத்தக்கது. சங்க இலக்கியம் தொட்டுத் தொடரும் இலக்கியச் சான்றுகள் முதன்மையானவை. தமிழர்களிடம் வெற்றிலையோடு உள்ள உறவினை வெறும் மொழிப் பதிவோடு காட்சிப்படுத்துவதனை விடத் தமிழக குலக்குழுக்களின் சடங்குகளில் உள்ள சிறப்பு நிலை அதனைவிட முக்கியமானதும் எழுத்து மொழியைவிடவும் சடங்குமொழி பழமை வாய்ந்தது.

வெற்றிலைப் பாக்குத் தாம்பூலத்தோடான தமிழ் வாழ் வுறவின் மற்றுமொரு சாட்சி தாம்பாளத்தட்டு. ஆலத்தி எடுக்கவும் தட்டு மாற்றவும் ஊர் சுற்றி வரிசை எடுத்துச் செல்லவுமே ஆன தாம்பாளத்தட்டு மணப்பெண்ணுக்குத் தரப்படும் சீர் பொருளில் இன்றியமையாதிருக்கும். தமிழரின் பல்வேறு குலங்களிலும் ஆலம் சுற்றும்போது சுண்ணாம்பு மஞ்சள் கரைசலில் வெற்றிலைமீது கற்பூரமோ சிறு விளக்கோ வைத்துக் கண் ஏறு கழிப்பது வழக்கம். இந்த ஆலம் திருமணமான மணமக்கள், மகப்பேறுடன் வீடு திரும்பும் தாய், வீரர்கள் மற்றும் தூரப் பயணம் போய்வரும் ஆண்கள், பூப்பெய்திய பெண்ணின் மஞ்சள் நீராட்டு என்பதே ஆலம் சுற்றுதல் (அ) புட்டுச் சுற்றுதல் என்று குறிப்பிடப்படுகிறது. அவித்த அரிசி மாவைச் சிறிதளவு வெற்றிலையில் வைத்துத் தருவது அதன் முக்கிய நிகழ்வு. இந்தக் குறியீடு பெண் திருமணப் பாங்குக்கும் குடும்பம் நடத்தவும் தகுதியானவள் என்று தம் சுற்றத்திற்குச் செய்யும் அறிவிக்கை. திருமணத்திற்கு முந்தைய நிச்சயத்தின் அர்த்தமாகக் கொள்ளப்படுவது வெற்றிலை பாக்கு தாம்பாளத் தட்டை மாற்றுவதே. இதனை எளிமையாகச் செய்தால் ஒப்புத் தாம்பூலம் (அ) கைத்தாம்பூலம் மாற்றுவதாகச் சொல்கின்றனர். திருமணம், மஞ்சள் நீராட்டு, சூல் (அ) வளைகாப்பில், புதுமனை புகுதலில் ஊர் சுற்றிவரும் வரிசையில் தாம்பூலம் வைத்த தாம்பாளத்தட்டைச் சுற்றிப் பிற தட்டுகள் தொடரும். இசைக் கலைஞர்கள், நாட்டியக் கலைஞர்கள், கைவினைஞர்கள் இவர்களை அழைப்பதையும் மதிப்பதையும் வெற்றிலைத் தட்டு வைத்துச் செய்வதே சிறப்பு. தட்டில் வைத்து வெற்றிலை பாக்கு வரிசை வாங்கிவிட்டால் உயிரைக் கொடுத்தாவது தன் வாக்கு வரிசையைக் காப்பாற்றுவர் என்பது தொன்றுதொட்டு இன்றுவரையிலான மரபு.

தங்கத்திலும் வெள்ளியிலும் செய்யப்பட்ட தாம்பாளத் தட்டுகள் பண்டை காலத்தில் ஏற்றுமதி செய்யப்பட்டுள்ளன. தமிழகத்தின் அவினாசியில் கிடைத்த கிளி மயில் வேலைப் பாடமைந்த தாம்பாளத்தட்டு போலவே கிரேக்கத்திலும் கிடைத்துள்ளது. மலேசியா, சிங்கப்பூர், கம்போடியா, பர்மா இன்னும் பிற நாடுகளில் தாம்பூலத்தோடே தாம்பாளத்தட்டுப் பார்க்கப்படுகிறது. கும்பகோணத்திலிருந்து வெளியே போகும் பித்தளைச் சாமான்களில் தாம்பாளத்தட்டுக்கு முக்கிய இடம் உண்டு. சங்க இலக்கியம் குறிப்பிடும் அரிசி சாராயங்கள் (சுண்டக்கஞ்சி) அளவை முறை, அஸ்ஸாமில் இன்றும் வழக்கில் உள்ளது. விருந்தினரை மதிப்பது சடங்கில் கௌரவமாகக் கருதப்படுகிறது. தாம்பூலத்தட்டில் வைத்துத் தாம்பூலம் தருவதே மரியாதை. அஸ்ஸாமின் கௌகாத்தி என்பதே பாக்குமர வரிசை என்று பொருள். நவீனக் காலத்தில் வெற்றிலை பாக்குக் கடைகள் மறைந்து பான்பீடாக் கடைகள் பெருகி விட்டன. இந்தப் பான்பீடாக் கடையில் பயன்படுத்தும் அகலமான பளபளப்புமிக்க பீடா அஸ்ஸாமிலுள்ள ஹாஜோ என்னுமிடத்திலிருந்து தயாரிக்கப்படுவதே. ஆகிர்பெல்ட் எனும் ஆயர் வட்டமான ம.பி., உ.பி., பீகார், அரியானா என்று விரியும் இவ்வட்டத்தில் தமிழரின் விருந்தோம்பல் போலவே இவர்களுடையதும் சிறப்பு வாய்ந்தது. இவர்களிடம் வெற்றிலைப் பாக்கின் மதிப்பும் உயர்வானது. இங்கும் தாம்பாளத்தட்டுத் தாம்பூல் உடனே மதிக்கப்படுகிறது. ஆகிர் பெல்ட்டின் மொழியான அபபிரும்ச பிராகிருதத்தில் தமிழின் தாக்கம் கூடுதலானது. முஸ்லிம் நாடுகளில் அரச, பிரபுகுல விருந்துப் பொருளில் ஒன்றாக இருந்த வெற்றிலை, முஸ்லிம்கள் வெற்றிபெற்று ஆகிர்பெல்ட்டைக் கைப்பற்றிய பிறகே, பத்தாம் நூற்றாண்டுக்குப் பின்னரே சாதாரணப் படைவீரர்கள் மூலம் முஸ்லிம் நாடுகளில் பரவலடைந்தது.

வெற்றிலை மிகச்சிறந்த செரிமானத்துக்கும் சுறுசுறுப்புக்கும் உகந்த உணவாக இருந்தாலும் இந்த உணவு சடங்காகவே முன்னிலையில் உள்ளது. பிறந்த குழந்தைக்குச் செவ்வாணையை வெற்றிலையின் நுனியால் தொட்டு வைப்பதுண்டு. பெண் குழந்தைகளுக்கு வெற்றிலை வடிவிலான அரையணி அணிவிப் பது வழக்கம். ஆண் பெண் இருபாலார்க்கும் நலங்கு வைக்கும் சடங்கு உண்டு. பூப்பெய்திய பெண்ணுக்கும் ஆண் திருமணத் திற்கு முன்பும் இந்நலங்கு வைத்தலை விமரிசையாகச் செய்வார் கள். இந்த நலங்கு சாந்து என்பது வெற்றிலையும் பருத்தியிலை யும் அருகம்புல்லுமே. இறந்தோரைக் குளிப்பாட்டும் சடங்கிலும் வெற்றிலை அரைத்துப் பூசுவதுண்டு.

இறப்புச் சடங்கில் உயிர் நீத்த உடன் முதல் கட்டமாக வெற்றிலையைத் தலைமாட்டில் வைத்துத் தேங்காய் உடைப்பதும் வெற்றிலையை வாயில்வைத்து மூடியே வாய்கட்டுக் கட்டுவதும் நீத்தாரின் பந்தங்கள் குளிப்பாட்டுவதற்கு முன்பு நெய்ப்பந்தச் சடங்கிலும், சவப்பாடை நடுகட்டுப் போகும்வரை சவத்தின் முன்பாக ஒருவர் தொடர்ச்சியாக வெற்றிலையில் நெல்லோ அவலோ வைத்தவாறு முன்செல்வதும் நடுகட்டில் வெட்டியானுக்கு வெற்றிலைக் கூலி (மண் காசு) கொடுத்துவிட்ட பிறகே சவம் இடுகாட்டை அடையும். எட்டாம் நாள் துக்கத்தில் காரியத்தில் நீத்தார் கடனாகச் சிறுகல்லை நட்டு வெற்றிலையால் அதற்கு எண்ணெய் விடும் சடங்கு பிரதானமானது. நடுகல் வழிபாட்டில் வெற்றிலைமீது நெல்லைக் கொட்டி வழிபடும் மரபு இன்னும் நீத்தார் சடங்கில் தொடருகிறது. காரியத்திற்கு மறுநாள் கசப்புத் தளைவதிலும் முப்பது கொண்டாட்டத்திலும் வெற்றிலை முக்கியமானது.

சடங்கோடு சோதிடத்திலும் வெற்றிலைக்குத் தமிழர் வாழ்வில் தனியிடம் உண்டு. வெற்றிலையில் மைபோட்டுப் பார்த்தல் அதில் ஒன்று. வெற்றிலையின் ரேகையை வைத்தே காணாமல் போனவரையும் போனவற்றையும் கண்டறிந்துவிட முடியும் என்ற அசைக்க முடியாத நம்பிக்கை தமிழகத்தில் உள்ளது. அதேபோல் வசியமருந்து கொடுப்பது பற்றிய அதி புனைவுகள் தமிழகத்தில் அதிகம். வசிய மருந்தும்கூடத் தாம் பூலத்தில் கலந்துதான் தரப்படும்.

வசியத்தைவிடத் தமிழரின் பூர்வ மருத்துவமுறையான சித்த வைத்தியத்தில் சூர்ணம் பஸ்பம் வெற்றிலையுடனோ வெற்றிலைச் சாறுடனோ கலந்து தரப்படும். 13 வயதுக்குட்பட்டோருக்குச் சாறிலும் மேற்பட்டோருக்கு நேரடியாக வெற்றிலை யிலும் மருந்துகள் தரப்படுவதுண்டு. 13 வயது மேற்பட்டோருக்கு உணவு முறையில் வெற்றிலை திருமணக் காலம் வரை கட்டாய மாக விலக்கப்பட்ட ஒன்று.

> வெற்றிலையைச் சித்த மருத்துவம் பூர்ண சந்திரோதயம் என்ற சங்கேதச் சொல்லால் சிறப்பித்து அழைக்கிறது.

> வெற்றிலைச் சாறுடன் சிறிது பன்னீர் சேர்த்து மூன்று நாழிகைக்கு ஒருமுறை கொடுக்கச் சன்னி சுரம் மட்டுப்படும்.

> தலைவலியின்போது வெற்றிலையை லேசாகத் தணலில் வாட்டிக் கன்னக்கதுப்பில் வைக்க வலி நீங்கும்.

- துர்கந்தமான புண்ணில் வெற்றிலை மீது நல்லெண் ணெய் பூசித் தணலில் வாட்டிக் கட்டச் சீழ் வெளியேறும்.
- சிலந்திக் கட்டிகளுக்கு ஆமணக்கு நெய்யிலிட்டுத் தணலில் வாட்டிக் கட்டக் கட்டி பக்குவப்படும்.
- வெற்றிலைச் சாறைக் கண்களில் பிழிந்துவிடக் கண் சூடு, நேத்திரரோகம் மட்டுப்படும்.
- வெற்றிலைச் சாறைத் தலைக்கு வைத்துக் குளிக்கக் காமச்சூடு தணியும்.
- மருந்தெண்ணெய் தயாரிக்கும்போது வெற்றிலை வெடிபதம் ஆனபிறகே மற்றதைச் சேர்த்து வடிப்பதுண்டு.
- வெற்றிலைக் கொழுந்தோடு சேர்த்துச் சுக்கு உட்கொண் டால் பித்தம் குறையும்.
- வாக்கேயக்காரர்கள் தமது சாரீரத்தின் விசேடத் தன் மைக்காக வெற்றிலை வேரை மெல்லும் வழக்கமுண்டு.

காஞ்சிபுரத்தைச் சார்ந்த சமஸ்கிருதப் பண்டிதர்கள் வெற்றிலையை நாகவல்லி என்று சிறப்பிக்கின்றனர். லலிதா சகஸ்ரநாமம் தாம்பூலம் பூரிதமுகி தாரிணி குஷ்மபிரபா என்று தாம்பூலம் தரித்த அழகைக் கூறுகிறது. காஞ்சிபுர சமஸ்கிருதத்தில் தாம்பூலம் அணிகலன் என்றே அழைத்தும் தாம்பூலம் அணியாதவள் அழகு குறைந்தவள் என்று பொருள் படப் "பாரவி" குறிப்பிடுகிறார். தாம்பூல மஞ்சரி விதவிதமான வெற்றிலை வகைகளையும் சுவைகளையும் விவரிக்கிறது. சரபோஜி வைத்திய சாஸ்திரமும் மோடி ஆவணங்களும் தாம்பூல அளவுகளையும் அதன் மருத்துவப் பயனையும் விவரிக்கின்றன.

காஞ்சிப் புராணத்தில் காமாட்சி செய்யும் 16 தர்மங்களில் வெற்றிலைப் பாக்கு தர்மமும் ஒன்று. இது பிள்ளை வரத்திற்கான குறியீடாகக் கருதப்படுகிறது.

வெற்றிலையமுது நிவேதனத்துக்கான கடவுளின் விருப்பப் பொருளாகக் கருதப்படுகிறது. நாகப்பட்டினம் சீர்காழி வட்டம் இலையமுதுக்கூடம் என்ற ஊரில் உள்ள கல்வெட்டு அவ்வூரில் விளைவிக்கப்படும் வெற்றிலை, தலச்சன்காடு சிவன் கோவிலுக்கு வெற்றிலையமுது படைக்க அனுப்பப்பட்ட தகவலைத் தெரிவிக் கிறது. இதே தகவலைத் தலச்சன்காடு கோயில் கல்வெட்டும் தெரிவிக்கிறது.

திருவண்ணாமலையை அடுத்த மணலூர்ப்பேட்டைக்கு அருகிலுள்ள திருவரங்கம் பெருமாளுக்கு வெற்றிலைச் சேவை முக்கியத்துவம் வாய்ந்ததாக இருந்துள்ளது. ஆஞ்சநேயருக்கு வெற்றிலை மாலை சாத்தும் வழக்கம் தொடர்ந்துவருகிறது.

சிலம்பு கணவனுக்கு மனைவி வெற்றிலை மடித்துத் தந்த காட்சியை வெளிப்படுத்தினால் மணிமேகலை 'பாசடை உண்ணார் பனிநீர்மூழ்கார்' என்று கைம்பெண்கள் செய்யக் கூடாத காரியத்தில் வெற்றிலை பாக்குப் போடுவதை முதன்மை யாகக் கூறுகிறது.

'ஆண்டாள் கற்பூரம் நாறுமே ... திருப்பவளச் செவ்வாய் தான் தித்திக்குமோ மறுப்பு ஒசிந்த மாதவன் தன் வாய்ச் சுவையும் நாற்றமும்' என்ற பாடலில் வெற்றிலைச் சுவையின் வழியே காதலை அடையாளப்படுத்துகிறாள். வெற்றிலை மென்றதன் வாயழகைப் பிரபுலிங்க லீலையும், பருகுநீர் தின்னும் வெற்றிலை திருவாய்மொழியும், வெற்றிலை அடுக்கும் கூடை களின் (படலிகை) அழகைச் சீவகசிந்தாமணியும் வம்பரத்தையர் வாய்மெல்லுதல் பற்றிச் சங்க இலக்கியம் குறிப்பிடுகிறது. வாய் மெல்லுதல் என்பது வெற்றிலை மெல்லுதலையே குறிக்கும்.

காஞ்சிபுர சமஸ்கிருதப் பண்டிதர்கள் வெற்றிலையை 'நாகவல்லி' என்று குறிப்பிடுவதனையும் வெற்றிலை காஞ்சிபுரத் திற்கு வந்த சிறப்பும் வினோதமானது. திரையர்கள் நாக மரபிலிருந்து வந்தவர்களென்றும் திரையர்கள் கடல்வழியே தமிழகத்துக்கு வந்தவர்களாகக் குறிக்கவே திரையர் என்ற பெயரே வந்ததாகவும் கூறப்படுகிறது. மருத நிலத்தில் ஆற்றின் கழிமுகத்தில் செழித்து வளரும் திரையலான கடல்போல வாய்க்குள் அலையலையாய்க் குதப்பும் வெற்றிலை என்று பொருள்படவும் அதனைத் திறம்படப் பயிரிட்டவர்களே திரையர்கள் என்றும் அழைத்திருக்க வாய்ப்புள்ளது. மேலும் கரிகாலச் சோழனின் மருதநிலக் குடிகளில் ஒரு பிரிவே திரையர்கள். கரிகாலச் சோழனின் முல்லைநில வெற்றிக்குப் பின் (காஞ்சிபுர வெற்றி) ஆற்றின் கழிமுக விவசாய முறைகளை முல்லை நிலத்தில் அறிமுகப்படுத்தியவர்கள் (அ) நிர்ப்பந்திக்கப் பட்டவர்கள் திரையர்கள். திரையர்கள் முல்லை நிலத்தில் புகுத்திய திருந்திய விவசாய முறை 'தண்டலை விவசாயம்' எனப்பட்டது. பின்னர் தொண்டையர்களாக சிறப்பிக்கப்பட்டுத் திரையர்கள் தொண்டைமான் ஆனார்கள். இந்தத் தண்டலை விவசாயத்தில் நெல்லைவிட உயர்வாகக் கருதப்படுவது வெற்றி லையே. வெற்றிலைச் சாகுபடி என்பது பட்டு உற்பத்திபோல மதிப்பு மிக்கதும் மிக ரகசியமானதும்கூட. வெற்றிலைத்

தோட்டத்தில் பெண்கள் அனுமதிக்கப்படுவதில்லை. விலக்கான பெண்களின் ஸ்பரிசம் பட்டால் வெற்றிலைக் கொடி முடைத்து விடும் என்ற நம்பிக்கை பரவலாக இருக்கிறது. அதோடு வெற்றிலை நன்னீரில் மட்டுமே வளரக்கூடியது. உப்புத்தன்மை மிகுந்த நீரில் வளருவதில்லை.

வெற்றிலை தமிழகத்தில் எல்லா ஆற்று நீரோட்டப் பகுதி யிலும் பயிரிடப்படுவதால் ஒவ்வொரு பகுதியிலும் பல்வேறு சிறப்பான வெற்றிலை வகைகளும் வெற்றிலை சார்ந்த சாதி யினரும் உள்ளனர். இலை வாணியர் (அ) சேனைக்குடையார், கொடிக்கால் வேளாளர், வெற்றிலைக் கோனார் (அ) கரையாளர், வெற்றிலை நாடார் வெற்றிலை வியாபாரத்தாலும் பயிரிடுத லாலும் சாதிப்பட்டங்கள் முன்னொட்டாக பின்னொட்டாக பயன்படுத்துகின்றனர். அம்பாசமுத்திரம் முக்கூடலை ஒட்டிய கொடிக்கால் நாடார் வாணிபத்தில் பெற்ற செல்வத்தின் காரணமாக கிரேஷ்டி ஆசி சேட் என்று பட்டமெய்துகின்றனர். சொக்கலால் சேட், ஹரிராம்சேட் என்ற பெயர்கள் இவ்விதம் வளர்ச்சி பெற்றவையே. நாட்டுக்கோட்டை நகரத்தார் தமது வியாபாரப் பட்டியலில் ‘அழுகல் சரக்கு’ வியாபாரம் கூடாது என்று வெற்றிலை வியாபாரத்தால் இனப்பெயர் கெடும் என்று தடைபோட்டுள்ளனர்.

வெற்றிலையோடு சேர்வதால் மட்டுமே சிறப்புப் பெறும் கமுகு (எ) பாக்கு (எ) அடைக்காய் (எ) அரிக்காய். சங்க இலக்கியமான ‘பெரும்பாணாற்றுப்படை’யில் காஞ்சிபுரப் பாதையில் அமைந்த பாக்கு மர வரிசைகள் குறிப்பிடப்படுகின் றன. பாக்குக்கென்று தனித்துவமான மருத்துவக் குணங்கள் உள்ளன. உமிழ்நீர் சுரப்பு, கபம், இரத்த ஓட்டம், ஜீரண ஊக்கம் என்றும் வெற்றிலையோடு சேரும்போது கூடுதலான மகத்துவத்தை அடைகிறது. வெற்றிலைப் பாக்கைப் பொதுவாகச் சேர்த்துக் குறிப்பிட்டாலும் தனித்துக் குறிப்பிட்டாலும் அது இரண்டையுமே குறிப்பதாகும்.

சுண்ணச்சாறு, சுண்ணம், சுண்ணநீறு, சுதை, சுதை மாடம், சுண்ணம்பூ என்று சுண்ணாம்பு அதன் பயனீடு சார்ந்து விதவிதமாகக் குறிக்கப்படுகிறது. தமிழர்கள் கல்சுண்ணம் போலவே கிளிஞ்சல் சுண்ணத்தை வீட்டு உபயோகத்திற்குச் சிறப்பாகக் கட்டுமானக் கலையில் பயன்படுத்தியுள்ளனர். கல்சுண்ணத்திலிருந்து தரப்படுத்திய சுண்ணம்பூ தாம்பூலத்தின் மூன்றாவது அத்தபந்த சேர்மான பொருள் நஞ்சு முறிப்பானாக, செரிமானத்தைத் தூண்டுவதாக, வெட்டுக் காயத்தில் கிருமிநாசினியாக, தலைவலி, சன்னிரபேதி, கட்டுப்படுத்தியாக,

முக்கியமாக சுக்கிலத்தை பலமடையச் செய்யக்கூடியதாக இருக்கிறது.

இம்மூன்றுமான தாம்பூலத்தின் முதல் சாறு நச்சு எனத் துப்பிவிட இரண்டாம் குதப்பல், மூன்று, நான்கு வரை மிகவும் உகந்தது. உடலுக்குப் பாக்கின் துவர்ப்பும் வெற்றிலை யின் உறைப்பும் சுண்ணக்காரமும் உடலின் செயல்பாட்டில் புத்துணர்ச்சியை ஊட்டுகின்றன. அதோடு சிறிது ஏலம் வாசனைப் பன்னீரின் குறுமை, பச்சைக் கற்பூரம், லவங்கம், சாதிக்காய் சேரப் பாலியல் துய்ப்பில் தனித்துவம் கூடுகிறது. மேற்கூறியவற்றை அரைமணி முன்னதாக உண்ட பின்னான கலவியின் காலம் நீடிப்பதாக நூலோர் தெரிவிக்கின்றனர்.

மைத்துனிகள் முறைக்காரர்களுக்குத் தாம்பூலம் தருவது விரச பாவத்தைக் காட்டிவிடும் என்றே தடை போடப்படுகிறது. நலங்கு சாந்தில் வெற்றிலை வைத்து அரைத்துப் பூசிக் குளிக்க வைப்பதும் காமப்பாய்ச்சலைக் கட்டுப்படுத்தவே.

பழந்தமிழர் வாழ்வில் வியாபாரப் பட்டினங்களில் பெரு வழிகளின் தங்கும் நகரங்களில் வெற்றிலைக் கடை பிரதானமாக இருந்துள்ளது. இவ்வகை நகரங்களில் செழித்தோங்கிய பரத்தை யர் தம் விருந்தினர்க்கும் தமக்கும் கலைஞர்களுக்கும் விதவித மான அளவில் தாம்பூலப் பரிசாரகர்கள் தனியே இருந்துள்ளனர். அதேபோல் படிக்கம் (அ) காளாஞ்சி எனும் எச்சக் கழனியில் தாம்பூலப் பிழியலை ஏந்தவும் ஆட்கள் இருந்துள்ளனர்.

வாழ்வியலின் முக்கிய அங்கமான சம்போகத்திற்குப் பலம்தரும் தாம்பூலப் பொருட்களே பாலியலின் அடையாள மாகக் கூறப்படுகிறது. வெற்றிலை என்பதே அல்குலின் உருவ மாகக் கூறப்படுவதுண்டு. அடியும் நுனியும் கிள்ளிவிட்டு நரம்பகற்றி வெற்றிலை உண்ணுதல் வேண்டும் என்பர். பாக்குக் கொட்டைகள் விதைப்பையையும், கரண்டக்காய் எனும் சுண்ணக் குப்பி விந்துவையும் குறிப்பதாகக் குறிப்பிடுகின்றனர். சுண்ணம் சுக்கிலத்தின் குறியீடு, ஆண்கள் வைத்திருக்கும் நீள வெற்றிலைப் பையும் பெண்களின் சுருக்கு வெற்றிலைப் பையும்கூடப் பாலியல் குறியீடு என்கின்றனர் தனிப்பாடல் நூலோர்.

அரசியல், போர், நிலத்தீர்வு, சமாதானம் என்று பெரு நிகழ்வுகளிலும் பாக்குப் பரிமாறியதன் குறிப்புப் பட்டயம், செப்பேடு, கல்வெட்டு என்று தனியே விரிந்த தளத்தில் பதிவுகள் உள்ளன. தஞ்சை நாயக்கரின் பிதாமகனான சிவப்ப நாயக்கர் அச்சுதராயரிடம் அடைப்பங்காரனாக இருந்துள்ளார். சிவப்ப

தமிழர் உணவு
255

நாயக்கரின் விசுவாசத்தை மெச்சியே தமது தங்கையான திருமலையம்பாவைத் திருமணம் செய்துவைத்துத் தஞ்சைப் பகுதியைப் பரிபாலிக்கவும் பணித்துள்ளார். தஞ்சையில் திருமலையம்பா பேட்டையும் வடக்கு வாசல் பகுதி திருமலை யம்பாவின் சிறுசன்னதியும் கல்வெட்டுக் குறிப்பும் இதற்குச் சாட்சியாக உள்ளது என்றால் வெற்றிலை மகிமை எவ்வளவு உயர்வான இடத்தில் இருந்துள்ளது என்பது வெளிப்படுகிறது. இதேபோலவே மதுரை திருமலை நாயக்கர் வம்சமும் அடைப் பங்கார வம்சமாகக் கூறப்படுகிறது.

தமிழரின் கலாச்சாரச் சடங்குகளிலும் உணவு, மருந்து உணவே மருந்தாக மரியாதையாக வேறுவேறு ரூபத்திலும் அர்த்தத் தளத்திலும் தமிழ் வாழ்வைப் பிரதிபலித்துச் சிறப்பிக் கிறது வெற்றிலை.

19

முனியாண்டி விலாஸ்

ரெங்கையா முருகன்

ஒரு காலத்தில் வெளியில் போய்ச் சாப்பிடுவது நடுத்தர வர்க்கத்தினருக்கு அந்தஸ்தின் அடையாளமாகவும் அல்லது பொறுப்பின்மையின் வெளிப்பாடாகவும் இருந்தது. இன்று நிலத்திலிருந்து அன்னியப்பட்ட வாழ்க்கை முறையில் காசு கொடுத்து வாங்கிச் சாப்பிட வேண்டியது தவிர்க்க முடியாததாக இருக்கிறது. சின்ன சின்ன குடும்பங்களுக்குப் பொருளாதாரரீதியாகச் சிக்கனமானதாகவும் இருக்கிறது. எனவே சாப்பாட்டுக் கடைகள் பெருகி விட்டன. மேட்டிமைச் சாதிக்கு 'ஆர்யபவன்', 'உடுப்பி விலாஸ்' ஊடகப் புகழ் 'சரவண பவன்' போன்றவை பரவலாக அறியப்பட்டதாகத் தோன்றினாலும், தமிழ்ச் சமூகத்தில் அனேக மக்களின் பசி தீர்ப்பதில் முக்கிய இடம் வகிப்பது 'முனியாண்டி விலாஸ்' ஹோட்டல்.

சிவப்பு வண்ணப் பின்னணியில் வெள்ளை எழுத்துக் கொண்ட முனியாண்டி விலாஸ் பெயர்ப் பலகைத் தட்டி குமரி முதல் வடவேங்கடம் சித்தூர் வரை பரவலாகக் காணப்படுகிறது. வீட்டில் அசைவம் பொருளாதார வளத்தையும், வெளியில் முனியாண்டி விலாசில் சாப்பிடுவது பொருளாதாரச் சிக்கனத்தையும் காட்டும். புதிய ஒரு ஊருக்கு வரும் பயணி அந்த ஊரில் மதுரை ஸ்ரீ முனியாண்டி விலாஸ் ஹோட்டல் எங்குள்ளது எனக் கேட்டுச் சாப்பிடும் வழக்கம் பழக்கத்தில் உள்ளது. முனியாண்டி விலாஸ் சிவப்பு வெள்ளை போர்டைப் பார்த்ததும் கோட்டை மாரியம்மனைப் பார்த்த குதூகலம் மனசுக்குள் நிறைந்துவிடக்கூடும். அபய உணர்வில் சாப்பிடுவதற்கு முன்னரே வயிறு குளிர்ந்துவிடுகிறது. இன்றைய சம்பளக்காரர்களுக்கு முனியாண்டி விலாஸ்

அந்நியமாக இருக்கலாம். ஆனால் ஒரு காலத்தில் அவர்கள் படிக்கும்போது, வேலைக்குச் சேர்ந்த தொடக்கத்தில் அதுதான் கை கொடுத்தது. இன்று வருமானமும் நவீனத் தீண்டாமையும் பெருகிக்கொண்டிருக்கிற சமூகச் சூழலில் மூன்றாம் தரமாக ஒதுக்கப்படுகிறது. ஆனால் இன்றும் உணவிற்கான சில நியதி களை விடாமல் கடைப்பிடிப்பதில் முனியாண்டி விலாஸ்தான் முதல்தரம். நடுத்தட்டு, கீழ் நடுத்தட்டு மக்களை நோக்கி உணவு வியாபாரத்தை நடத்தியது, அதுவும் விரிவாகப் பரப் பியது முனியாண்டி விலாஸ்தான். அதற்கு முன் கும்பகோணம், தஞ்சாவூர் அய்யர்கள்தான் மேல்தட்டு மக்களுக்கான உணவு வியாபாரம் செய்து வந்தார்கள். அது வயிற்றுக்கானதாக இல்லாமல் வாய்க்கானதாகத்தான் இருந்தது.

தமிழகத்தின் அன்றைய பெருநகரங்களில்தான் போக்கு வரத்துப் பெருகிவரும் நகரங்களில்தான் பிராமணாள் கடைகள் மையம் கொண்டிருந்தன. ரயில்வே நிர்வாக அதிகார மட்டத்தில் உத்தியோகம் பண்ணுகிறவர்களின் ஆலோசனையின் பேரில் இப்படிப்பட்ட கடைகள் தொடங்கப்பட்டிருந்தன. 'பிராமணாள் கபே' என்றும் (மேற்கத்திய தாக்கம்) நாலு பேர் கூடும் இடத்தில் தைரியமாகப் பிராமணாளுக்கு மட்டும் என்றும் போர்டில் எழுதி வைத்திருப்பார்கள். ரயில்வே நடத்தும் கேண்டீன் அட்டூழியத்தைத் தந்தை பெரியார் வாய்ப்புக் கிடைக்கும் போதெல்லாம் குடியரசு இதழில் ஒரு பிடி பிடித்துவிட்டிருக்கி றார். பிராமணாள் சாப்பாட்டுக் கடைக்குள் சாமான்யர்கள் நுழைய முடியாததையும், காய்ந்துபோன ரொட்டியும் தோசை யும் கனக் காசுக்கு விற்பதையும் இடைச் சாதிப் பயணிகள் வெகுதூரம் சென்று சாப்பிட வேண்டி இருப்பதையும் அந்த வியாபாரத்திற்கு ரயில்வே துறையின் அனுசரணையையும் தந்தை பெரியார் கண்டித்திருக்கிறார்.

காபேயைப் பரந்துபட்ட மக்களுக்கான உணவு நிறுவன மாகக் கொள்ள இயலாது. தமிழ்நாட்டில் பொது இடத்தில் உணவு வழங்குவது என்றால் அன்னச் சத்திரம் வைத்துப் பசி தீர்த்த வரலாறு உண்டு. ராணி மங்கம்மாள் ஆட்சிக் காலத்தில் சாலைகள் போடுவது பரவலாகியது. ராணி மங்கம்மாள் சாலைக்குச் சோலை என்ற சொற்கட்டுக்கூட உண்டு. சாலைகளில் யாத்ரீகர்களும் புண்ணிய சேத்திரங்களுக் குப் போவோரும் வியாபாரிகள் தங்கள் தானிய மூட்டைகளை ஏற்றிக்கொண்டு போகும்போதும் இருட்டுக் கட்டிய பின்னர் இரவு தங்கி ஓய்வெடுத்துச் செல்வதற்காகத் தருமச் சத்திரங்கள் கட்டி வைத்தார்கள். இதைப் பெரும் செல்வந்தர்கள் தங்கள் சொத்தைக் கட்டி ஆள முடியாதவர்கள் தமது அந்திமக்

காலங்களில் தர்ம சிந்தனையுடன் செய்து வந்தனர். இன்றும் வீடுகளில் ஒருத்தருக்கு இரண்டு மூன்று வேளை தொடர்ந்து சாப்பாடு போட்டால் அது பிடிக்காத பழைய ஆட்கள் 'இது என்ன தர்ம சத்திரமா வந்தவங்களுக்கெல்லாம் சாப்பாடு போட' என்று கேட்பார்கள். இந்த அன்னச் சத்திரங்கள் தமிழகத்தில் பத்தொன்பதாம் நூற்றாண்டின் இறுதிவரை இருந்தன.

சுதந்திரப் போராட்டம் தீவிரமடைந்த காலங்களில் பிரிட்டீஷ் சர்க்காரின் இடையூறு, சத்திரங்களையொட்டிய முறையற்ற நில அபகரிப்பு போன்றவை சத்திர நிர்வாகம் சீர்குலையக் காரணமாக அமைந்தன. மோட்டார் வாகனம் பெருகிய காலத்தில் அன்னச் சத்திரங்களுக்கு அவ்வளவாக அவசியம் இல்லாமல் போயிற்று. சத்திரங்களின் சிதைவுக்கு அடுத்தடுத்து நிகழ்ந்த பஞ்சங்களும் முக்கியக் காரணமாக இருந்திருக்கக்கூடும். இப்படியான காலத்தில் உணவு கொடுத்து அடுத்து வருபவருக்கு உணவு தர வேண்டும் என்றால் என்ன செய்வது என்ற நிலையில் 'கண்ணீரோடு வயிற்றுக்குப் போட்ட சோற்றுக்குக் காசு வாங்க வேண்டிய அதர்மக் காலம் வந்து போச்சுதே' என்ற சொல் வழக்கும் உண்டு. அந்தக் கண்ணீரின் சூடு ஆறாது இன்றும் உணவைப் பரிமாறுவது அனேக முனியாண்டி விலாஸ்கள். அதனால்தான் இன்றும் தனக்கான கடையைத் தேடி அலையும் கண்கள் முனியாண்டி விலாஸ் போர்டு கண்டதும் ஆசுவாசம் அடைகின்றன.

முனியாண்டி விலாஸ் தோற்றம்

முனியாண்டி விலாஸ் உணவகங்களின் தோற்றுவாய் என்று சிறப்பிக்கப்படும் முக்கியக் கிராமம் வடக்கம்பட்டி ஆகும். இக்கிராமம் மதுரை – விருதுநகர் பிரதான சாலையில் திருமங்கலம் அடுத்து கள்ளிக்குடி என்ற கிராமத்தினுள்ளே சற்றே உள்ளடங்கிய அமைதியான சூழலில் அமைந்துள்ளது. வானம் பார்த்த பூமியாக மானாவாரி விவசாயத்தை நம்பி வாழ்கின்ற கிராமம் இது. இக்கிராமத்தில் பெரும்பான்மை மக்கள் ரெட்டியார், வெலம நாயுடு சமூகத்தவர்கள். விரல்விட்டு எண்ணக்கூடிய அளவில் தேவர், யாதவர், செட்டியார், பிற சமூகத்தவர்கள் வாழ்கின்றனர்.

வடக்கம்பட்டி கிராமக் காவல் தெய்வம் முனியாண்டி. வனமாக இருந்த பகுதியை அழித்து நாயுடு, ரெட்டியார் சமூகத்தினர் வசித்துவந்தனர். இக்கிராம முனியாண்டி கோவில் முன் ரெட்டியார் வகையறாக்களால் கட்டப்பட்டது.

கிருஷ்ண தேவராயர் காலத்தில் பெரிய பதவி வகித்த மூத்தாராம் வகையைச் சார்ந்த நாகம நாயக்கர் தலைமையில் பெரும்படை வந்து மதுரையைக் கைப்பற்றியது. நாகம நாயக்கரின் தொடர்ச்சியாக ஏழாவது மன்னராகத் திருமலை நாயக்கர் ஆண்டபோது படை வீரர்கள் காலப்போக்கில் குடும்பத்துடன் மதுரைக்கு அருகில் உள்ள திருமங்கலம் தாலுகாவைச் சுற்றி நாற்பத்தெட்டுக் கிராமங்களில் வெலம நாயுடு சமூகத்தவர்கள் தங்கலாயினர். வெலம நாயுடு சமூகத்தைப் பொறுத்தவரை பெண் எடுப்பதும் கொடுப்பதும் இந்தக் கிராமங்களுக்குள்ளே தான்.

தமிழகம் முழுமையும் பரவியுள்ள முனியாண்டி விலாஸ் ஹோட்டல் உரிமையாளர்கள் மேற்குறித்த நாற்பத்தெட்டுக் கிராமங்களைச் சார்ந்தவர்களே. வடக்கம்பட்டி கிராமத்தைச் சுற்றிலும் வசிக்கின்ற வெலம நாயுடு, ரெட்டியார், கம்பளத்தார், தேவர் ஆகிய சமூகத்தவர்கள் முனியாண்டி விலாஸ் உரிமை யாளர்கள். வடக்கம்பட்டி, அச்சம்பட்டி, புதுப்பட்டி, கள்ளிக்குடி, S. கோபாலபுரம், நெடுங்குளம், ஆண்டிப்பட்டி போன்ற முக்கிய ஊர்களிலிந்து கிளம்பியவர்களே முனியாண்டி விலாஸ் உரிமைதாரர்கள்.

பொதுவாக வடக்கம்பட்டி கிராமத்தைச் சுற்றிலும் காக்கும் காவல் தெய்வமாக முனியாண்டி சுவாமி இருப்பதால் எந்தக் காரியத்தைத் தொடங்கினாலும் முனியாண்டி பெயரில் தொடங்குகிறார்கள்.

ஆரம்பக் காலங்களில் கிராமங்களில் நடக்கும் கல்யாணம் போன்ற விசேஷங்களில் சமையல் வேலைக்குச் செல்வதுண்டு. அக்காலத்தில் வெலம நாயுடுக்களால் நடத்தப்பட்ட குன்னத்தூர் அசைவ ஹோட்டல் பிரசித்தி பெற்றது. இந்த உணவகம் முனியாண்டி விலாசுக்கு முந்தையது என்று கூறலாம். இந்த உணவகம் 1920–1930க்கும் இடைப்பட்ட காலத்தில் இருக்கும். வடக்கம்பட்டி கிராமத்தைச் சுற்றி 1930களில் கடுமையான வறட்சி ஏற்பட்டு விவசாயம் முழுமையாகப் பொய்க்க ஆரம் பித்தது. வெலம நாயுடுகள் முழுமையாக விவசாயத்தை மட்டும் நம்பி வாழ்ந்தனர். ரெட்டியார்கள் பருத்தி, பஞ்சு வியாபாரம் செய்து வந்தார்கள். பஞ்சத்தின் காரணமாக வாழ்வாதாரத் துக்காக வேறு வேலை தேட ஆரம்பித்தனர். அச்சமயத்தில் வாழ்வாதாரத்திற்கான தொழிலாக ஹோட்டல் வியாபாரம் இருந்தது.

முதன் முதலில் மா.வெ.சு. சுப்பாநாயுடு அவர்கள் வறட்சி யின் காரணமாக வயிற்றுப்பாட்டுக்கே உணவின்றிக் கஷ்டப்

படும்போது குறைந்த விலையில் வயிறாரச் சாப்பாடு போட்டால் எப்படி இருக்கும் என்று யோசிக்க ஆரம்பித்தார். சுப்பா நாயுடுவிற்குப் பழக்கப்பட்ட காரைக்குடிப் பகுதியில் வடக்கம் பட்டி கிராமக் காவல் தெய்வம் முனியாண்டி பெயரில் முதல் உணவக விடுதியை 1935 வாக்கில் ஆரம்பித்தார். சுப்பா நாயுடு இப்பெயரில் உணவகம் தொடங்குவதற்கு முன்பாகவே ரங்கவிலாஸ் என்ற பெயரில் வெலம நாயுடு சமூகத்தவர் 1925ஆம் ஆண்டுவாக்கில் அசைவ ஹோட்டல் நடத்தியுள்ளனர்.

தெலுங்கைத் தாய்மொழியாகக்கொண்ட ரெட்டியார், நாயுடு, ராஜூ போன்றவர்கள் தங்களது வியாபாரத் தலத்தை 'விலாஸ்' என்ற பின்னொட்டுடன் குறிப்பிடுவர். விலாஸ் என்ற சொற் பிரயோகம் விலாசம் என்ற மராட்டிய மூலச் சொல்லிலிருந்து மருவியது. விலாசம் என்றால் நாடகத்தனத்தைக் குறிக்கும் சொல். விலாஸ் என்பது அனைத்துத் தரப்பட்ட மக்களும் சங்கமிக்கும் இடமாகும்.

முதலாவதாக சுப்பாநாயுடு முனியாண்டி விலாஸ் ஹோட்டலை ஆரம்பிக்கும்போது குடும்ப உறுப்பினர்கள் மட்டுமே வேலை செய்து குடும்பத் தொழிலாக ஹோட்டலை நடத்தினார். சுப்பாநாயுடுவைத் தொடர்ந்து விழுப்புரம் வெங்கடாசலம் நாயுடு, புதுக்கோட்டை அயோத்தி நாயுடு, பாண்டிச்சேரி சீனிவாசன் நாயுடு, திருவாரூர் ரெங்கசாமி நாயுடு, பட்டுக்கோட்டை அழகர்சாமி நாயுடு, திருச்சி அய்யப்பன் நாயுடு, மன்னார்குடி அழகர்சாமி நாயுடு, திருத்துறைப்பூண்டி சுருளி நாராயணசாமி நாயுடு, கும்பகோணம் அழகர்சாமி நாயுடு, காஞ்சிபுரம் M.S.R. நாயுடு, புதுக்கோட்டை திருவேங்கடம் நாயுடு, தாராபுரம் கிருஷ்ணன் நாயுடு மற்றும் ராமசாமி ரெட்டியார் காரைக்குடியில் உணவகத்தை ஆரம்பித்துத் தொடர்ச்சியாக ரெட்டியார் சமூகத்தினர் நாகப்பட்டினம், பாண்டிச்சேரி, அரக்கோணம், சென்னை ஆகிய இடங்களில் ஆரம்பித்து வெற்றிகரமாக நடத்தினார்கள். வடக்கம்பட்டி கிராமத்திலிருந்து வேலை பார்க்கச் சென்றவர்கள் தொழிலை நன்றாகக் கற்றுக்கொண்டு வேலை பார்த்த ஒவ்வொருவரும் வெவ்வேறு இடங்களில் முனியாண்டி விலாஸ் உணவகங்களை ஆரம்பித்தார்கள்.

இன்றைக்குத் தமிழகம் முழுவதும் மதுரை முனியாண்டி விலாஸ் என்ற பெயரிட்டுக் கடை நடத்துகிற இன்றைய தலைமுறைகளுக்கு முன்னோடிகள் சுப்பாநாயுடு, ராமசாமி ரெட்டியார் ஆகிய இருவரே.

சென்னையில் 1955 வாக்கில் முதல் முனியாண்டி விலாஸ் உணவகம் B. சீனிவாசன் என்பவரால் தியாகராய நகரில்

வைக்கப்பட்டது. வியாபாரம் சரியாக எடுபடாததால் 1958 வாக்கில் உணவகத்தை எடுத்துவிட்டார். அப்பகுதி பிராமணர்கள் அதிகமாக வாழ்ந்த இடமாதலால் அச்சமயத்தில் சரியாக ஓடவில்லை. அதே சமயம் B. சீனிவாசன் பாண்டிச்சேரியில் 1952 வாக்கில் ஆரம்பித்த வியாபாரம் வெற்றிகரமாக நடந்தது. இரண்டாவது முனியாண்டி விலாஸ் உணவகம் விழுப்புரத்தில் வெங்கடாசல நாயுடு என்பவரால் ஆரம்பிக்கப்பட்டது. ராமு ரெட்டியார் சென்னையில் ராஜாபாதர் தெருவில் ஆரம்பித்தார். இவ்வாறாகத் தமிழகம் முழுவதும் முனியாண்டி உணவகங்கள் விரிந்து பரவியது. ம.பொ.சி. தமிழ்த் தேசியக் கட்சி ஆரம்பித்த போது திமுக பேச்சாளர்கள் தமிழ்நாட்டில் முனியாண்டி விலாஸ் கடைகள் இருந்த அளவுக்குக்கூடத் தமிழ்த் தேசிய கட்சியில் ஆட்கள் இல்லை என்று கிண்டலடிப்பார்கள். நாயுடுகளும் ரெட்டியார்களும் ஒரு பகுதியில் மட்டுமே கடை வைத்தார்கள் என்றெல்லாம் குறிப்பிட்டுச் சொல்ல முடியாது. சொந்த பந்தங்களுக்குள்ளாகவே எதிர்ப்பு வந்த பிறகு அந்தக் கடைக்கு எதிராகவே கடைவைக்க ஆரம்பித்ததால் தொழில் போட்டி வரக் காரணமாகிவிட்டது.

கடலூர்ப் பக்கம் அஸ்தம்பட்டி நாயுடுகள் அதிகம் உணவகத் தொழில் நடத்திவருகிறார்கள். ரெட்டியார்கள் திருச்சியிலிருந்து சென்னைவரை அநேக கடைகளை நடத்தி வருகிறார்கள். ஆந்திராவில் சித்தூர், நகரி, திருப்பதி ஆரம்பித்துத் தென் தமிழ்ப் பகுதி சாத்தூர்வரை முனியாண்டி விலாஸ் கடைகள் இருக்கின்றன. திருநெல்வேலி, தென்காசி போன்ற இடங்களில் முன்பு கடை வைக்கப்பட்டுச் சாப்பாட்டுப் பக்குவம் அந்த ஊர்களில் எடுபடவில்லை.

திருநெல்வேலியிலிருந்து நாகர்கோவில்வரை சைவ உணவு கலாச்சாரம் மேலோங்கியிருப்பதால் முனியாண்டி உணவகங்கள் அந்தப் பகுதிகளில் பெரும்பாலும் காணப்படுவதில்லை. சேலம் பகுதிகளில் மாட்டுக் கறியை அதிகமாக விரும்புவதால் முனியாண்டி சுவாமிக்கு மாட்டுக்கறி ஆகாது என்ற காரணத்தால் சேலம் முதல் மேட்டூர் வரைக்கும் முனியாண்டி விலாஸ் உணவகங்கள் எடுபடவில்லை. சிலர் வெளியில் மாட்டுக்கறி வாங்கி வந்து சாப்பிடுவதற்குக்கூட முனியாண்டி விலாஸ் உணவகங்களில் அனுமதிப்பதில்லை. பழனி, பொள்ளாச்சி, திருப்பூர், ஒட்டன்சத்திரம், தஞ்சைப் பகுதி முழுவதுமாக முனியாண்டி விலாஸ் கடைகள் சிறப்பாக இயங்குகின்றன. முனியாண்டி விலாஸ் ஹோட்டலின் தாரக மந்திரங்கள் என்னவெனில் உணவகத்தை ஆரம்பித்த முன்னோடிகள் விவசாயக் குடும்பப் பின்னணியிலிருந்து வந்த

காரணத்தால் நடுத்தர மற்றும் அடித்தட்டு வாடிக்கையாளர்களுக்குக் குறைந்த விலையில் வயிறாரச் சாப்பாடு போடுவது, வீட்டு முறைப்படி உணவைத் தயாரிப்பது, வியாபாரத்தைத் தாண்டி ஊருக்குச் செய்கிற சேவையாக நினைப்பது, சுவைக்காக எதையும் சேர்க்காமல் வயிற்றுக்கு உபாதை ஏற்படுத்தாத கலப்படமற்ற உணவை அளிப்பது, முனியாண்டி சுவாமிக்கு மாட்டுக்கறி ஆகாது என்ற காரணத்தால் மட்டன் குழம்பில் ஆட்டுக்கறி மட்டும் பயன்படுத்துவது என்ற அறக்கட்டுப்பாட்டைக் காப்பாற்றி வருவது என்பவையே

முனியாண்டி பெயரில் உணவகங்கள் தொடங்கும் முன்பு தங்களது உறவுக்காரர்கள் கடையில் வேலையாளாகச் சேர்ந்து சப்ளையர், மாஸ்டர் என்று படிப்படியாக முன்னேறித் தொழிலைக் கற்றுக்கொண்ட பிறகு தனியாக ஹோட்டல் தொடங்குவார்கள். தொடங்க முடிவுசெய்த பின்பு முனியாண்டி சுவாமியிடம் பூப்போட்டுக் கடை வைக்கலாமா என்று பார்ப்பார்கள். வெள்ளைப் பூ வந்தால் உத்தரவு கொடுத்துவிட்டார் என்று அர்த்தப்படுத்திக்கொண்டு கடைக்கு ஆவன செய்யத் தொடங்குவர். தொழில் தொடங்குவதற்கு முன்பாக வைக்கப் போகும் இடத்தில் போலீஸ் ஸ்டேஷன், பத்திர அலுவலகம், பல்வேறு வியாபாரிகள் கிராமத்துக்கு வருகிறார்களா என்று சரியாகச் சோதனையிட்ட பின்னரே செயலில் இறங்குவார்கள். புதிதாகக் கடை வைக்கும் நபர் தங்களது சொந்தச் சமூகத்தைச் சேர்ந்தவராக இருக்கும்பொழுது கடைக்கு ஒரு மாதத்திற்குத் தேவையான எல்லாச் சரக்குகளையும் பெற உதவுவார்கள். ஏற்கெனவே தங்களது வியாபாரத்தின் மூலம் தொடர்பு கொண்ட மளிகைக்கடை, காய்கறிக்கடை, கறிக்கடை உரிமையாளர்களிடம் எடுத்துச் சொல்லித் தொடர்பு ஏற்படுத்திவிடுவார்கள். நீண்டநாள் வேலைசெய்த நபராக இருக்கும்போது கடை வைப்பதற்குத் தேவையான பண உதவியும் செய்வார்கள். இவ்வாறாகச் சொந்தச் சமூகத்தார் வியாபாரம் மூலமாக வளர்ந்து விருட்சம் ஆனதே முனியாண்டி உணவகக் கடைகள். அக்காலத்தில் தொழில் தெரியாதவர்கள் கடைவைக்க முன்வர மாட்டார்கள்.

அந்தக் காலங்களில் துணி வியாபாரிகள் கிராமந்தோறும் வருவார்கள். அவர்களை ஆக்கர் வியாபாரம் செய்பவர்கள் என்று கூறுவதுண்டு. தஞ்சைப் பகுதிகளில் குறிப்பாக மாயவரம் மாபடுகை என்ற ஊரிருந்து குறைந்தது ஐம்பதிலிருந்து நூறு வியாபாரிகள் அப்பகுதி முழுவதும் வியாபாரம் செய்ய வருவார்கள். இவ்வாறு வரும் வியாபாரிகளுக்கு முனியாண்டி உணவகத்திலேயே இலவசமாகத் தங்குவதற்கு இடம் கொடுக்க

வேண்டும். பெரும்பாலும் ஓட்டலின் மேல்மாடியில் வியாபாரிகள் தங்குவர். இதற்கு அக்காலங்களில் ஜாகை என்று கூறுவர். பல வாரங்கள் தங்கி முனியாண்டி உணவகங்களில் சாப்பிட்டு அவர்களது பொருட்களை முனியாண்டி விலாஸ் வளாகத்திலேயே நம்பிக்கையின் பெயரில் பத்திரமாகவும் பாதுகாப்பாகவும் வைத்துக்கொள்வார்கள். தினசரி வியாபாரம் ஆகும் பணத்தை ஹோட்டல் முதலாளிகளிடம் கொடுத்துவிட்டு வியாபாரம் முடித்துவிட்டு ஊருக்குச் செல்கையில் கொடுத்த பணத்தை வாங்கிச் செல்வார்கள்.

இந்த வியாபாரிகள்தாம் முனியாண்டி விலாஸ் உணவகங்களுக்குத் தமிழகம் முழுவதும் இலவசமாக விளம்பரம் தேடித்தந்து ஓட்டல் தொழிலை முன்னேற்றியவர்கள். இந்த வியாபாரிகளை மனத்தில்கொண்டுதான் பெரிய பரப்பளவு கொண்ட நீண்ட இட வசதியுடைய ஓட்டல் கடைகளை ஆரம்பித்தார்கள். வியாபாரிகளுக்கும் முனியாண்டி விலாசைக் கண்டதும் நம்ம கடை என்ற ஆத்மார்த்த உணர்வு வந்துவிடும். இவர்கள் தவிர வியாபாரிகளுக்கு ஒரு சலுகை, மாணவர்களுக்கு ஒரு சலுகை, உத்தியோகஸ்தர்களுக்கு ஒரு சலுகை என்று கடைப்பிடிப்பதுண்டு. ஹோட்டல் முதலாளிகளே 'அவர் மாதச் சம்பளத்துக்காரர் பாத்துக் கொடுங்கப்பா' என்று கூறுவதுண்டு. சொந்தக்காரங்க மாதிரியேதான் வியாபாரம் பண்ணுவார்கள். முனியாண்டி விலாஸ் உணவகங்கள் தமிழகத்தின் எந்தப் பகுதிகளில் வைத்திருந்தாலும் தென் மாவட்டப் பகுதியைச் சார்ந்த உத்தியோகஸ்தர்கள், வியாபாரிகள், மாணவர்கள் தேடிவந்து சாப்பிடுவார்கள்.

தஞ்சைப் பகுதிகளில் 1950வாக்கில் புயல்காற்று அதிகமாக வீசி நிறைய சேதாரங்களை ஏற்படுத்தியதால் குறைவான விலைக்கு நீண்ட பெரிய பரப்பளவு கொண்ட இடங்கள் முனியாண்டி உணவகங்களுக்குக் கிடைத்தன. மேலும் கடலோரப் பகுதி என்பதால் நல்ல மீன்கள் குறைந்த விலைக்கு நிறையக் கிடைத்தன. வயல்களில் அறுவடைக் காலத்தில் வேலை செய்வதற்காகத் தாழ்த்தப்பட்ட சாதியார் ஏராளமாக வந்து குழுமிவிடுவார்கள்.

தஞ்சாவூர், திருவாரூர், மன்னார்குடி, திருத்துறைப்பூண்டி, நீடாமங்கலம் போன்ற பல்வேறு பகுதிகளில் அக்காலங்களில் முனியாண்டி விலாஸ் உணவக வியாபாரம் வெற்றியடைந்ததற்கு மிக முக்கியக் காரணம் உழைப்பவர்களான தாழ்த்தப்பட்ட வகுப்பினர்களே. 1950களில் மாமிசம் வீசம் (ஒரு வீசை என்றால் 1.400 கிலோ) அளவில்தான் விற்பார்கள். அரை வீசம் அளவுக்குக் கூட நடுத்தரச் சாமான்ய மக்களால் மாமிசக்கறி வாங்க

முடியாத நிலை இருந்தது. மாமிசம் சாப்பிட வேண்டும் என்றால் முனியாண்டி விலாசுக்குதான் வர வேண்டும். அன்றைய காலங்களில் ஆறு அணாச் சாப்பாட்டில் கறித் துண்டும் கோளா உருண்டையும் இலவசமாக வைப்பதுண்டு. தினசரி இரவு உணவு வேளைகளின்போது மீன்துண்டு இலவசமாக வைப்பதுண்டு. பெரும்பான்மையான தாழ்த்தப்பட்ட மக்கள் அனைவரும் சாப்பிடுவதற்கு முனியாண்டி விலாசைத் தவிர வேறு வழி இல்லை. அவர்களது வீட்டு விஷேசங்களில் ஐம்பது சாப்பாடு வேண்டும் என்று ஆர்டர் கொடுப்பதுண்டு. பல்வேறு பருவ கால அறுவடைகளின்போது வியாபாரம் அமோகமாக இருக்கும்.

முனியாண்டி விலாஸ் கடைகள் நெடுஞ்சாலை அருகில் எப்போதும் வைப்பதில்லை. ஊருக்குள்ளேதான் வைப்பார்கள். நெடுஞ்சாலை ஓரமாக வியாபாரம் நடத்துபவர்களுக்கு டிபன் சாப்பாட்டுக்கு மட்டுமே சிறந்தது. முனியாண்டி விலாஸ் உரிமையாளர்கள் சாப்பாட்டு வியாபாரத்தைத்தான் பெரும்பாலும் விரும்புவார்கள். டிபன் வியாபாரத்தைவிடச் சாப்பாடு வியாபாரம் ஏன் விரும்புகிறார்கள் என்றால் அந்த ஊரில் சாப்பாடு நன்றாக இருக்கிறது என்று சாப்பிட்ட வாடிக்கையாளர்கள் விளம்பரப்படுத்துவார்கள். டிபன் சாப்பிடுபவர்கள் இப்படிச் சொல்லமாட்டார்கள். நடுத்தர வர்க்கத்தினருக்குக் குறைந்த விலையில் போதுமான சாப்பாடு கொடுக்க வேண்டும். உழைப்பு அதிகமாகவே இருக்கும். லாபம் குறைவாகவே இருக்கும். மேல் தட்டு வர்க்கத்தினர் எங்கு வேண்டுமானாலும் போய்ச் சாப்பிடுவார்கள். அடித்தட்டு மக்கள் சாதாரண ஹோட்டலைத்தான் விரும்புவார்கள். நடுத்தர, அடித்தட்டு வாடிக்கையாளர்கள் வந்தாலே பெரிய அளவில் வியாபாரம் சாத்தியமாகிவிடுகிறது.

சைவ ஹோட்டலுக்குச் சைவம், அசைவம் சாப்பிடுகிற இரண்டு பிரிவினரும் போவார்கள். ஆனால் அசைவ ஹோட்டலுக்கு சைவ உணவு சாப்பிடுபவர்கள் மருந்துக்குக்கூட ஒதுங்கமாட்டார்கள். அசைவம் சாப்பிடுபவர்கள்கூடச் சில நாட்களில் அசைவம் சாப்பிடமாட்டார்கள். இதையெல்லாம் மனத்தில்கொண்டு வியாபாரத்தில் ஜெயிக்க வேண்டும் என்ற எண்ணமும் முனியாண்டி உணவகங்களில் இருந்தது.

சாப்பாட்டு வியாபாரத்தை மட்டுமே நம்பியிருந்த முனியாண்டி உணவகங்களில் கடந்த இருபத்தைந்து வருடங்களாக இரவில் சாப்பிடும் பழக்கம் வெகுவாகக் குறைய ஆரம்பித்தது. உடல் உழைப்பு வேலை வெகுவாகக் குறைய வாடிக்கையாளர்கள் டிபன் சாப்பிடுவதையே விரும்புகிறார்கள். நிறைய

தமிழர் உணவு
265

ஹோட்டல்களில் சாப்பாட்டுக்கு முக்கியத்துவம் கொடுக்காமல் டிபனுக்கு முக்கியத்துவம் கொடுக்க ஆரம்பித்தார்கள். ஆகையால் புரோட்டா, தோசை போட ஆரம்பித்தார்கள். முனியாண்டி விலாஸ் மாஸ்டர்கள் மலையாள முஸ்லிம்களிடம் புரோட்டா செய்வதற்குக் கற்றுக்கொண்டனர். 1950களில் புரோட்டாவுக்குப் பால் ஊற்றிச் சாப்பிட்டார்கள். 1965களில் பெரும்பாலான கடைகளில் புரோட்டா வந்துவிட்டது. முனியாண்டி உணவகங்களைப் பொறுத்தவரை ஒரு மாதக் கடை வாடகை ரூ. 500 கொடுப்பதாக இருந்தால் அன்றைய வியாபாரம் ரு. 500க்கு நடக்க வேண்டும். அப்படியானால் கடையில் வியாபாரம் ஆகிறது என்று பொருள். உதாரணமாக மதியச் சாப்பாடு ரூ. 300க்கு விற்கிறது. இரவு 200 ரூபாய்க்கு சாப்பாடு ஓடவில்லை என்றால் அதற்கு என்ன வழி என்று யோசிக்கும்போது டிபன் அயிட்டத்திற்கு வரவேண்டியதாயிற்று. டிபன் அயிட்டம் கொண்டுவந்ததற்கு முக்கியக் காரணம் டாக்டர்கள் மூன்று வேளையும் அரிசி உணவு சாப்பிடாதீர்கள் என்று சொல்ல ஆரம்பித்துவிட்டதே.

முனியாண்டி விலாஸ் உணவகங்களில் கூட்டு, பொரியல், முட்டை, சுக்கா வறுவல் போன்ற மெனுவை மாற்றி மாற்றிப் போடுவதுண்டு. மாலை அல்லது காலையில் வாங்கும் காய்கறிகளைப் பொறுத்து அன்றைய மெனுவை முடிவு செய்வதுண்டு. பொதுவாகக் காய்கறிக் கூட்டுப் பொரியல் சுமாராகத்தான் செய்வார்கள். ஏனெனில் அசைவம் என்பதால் மட்டன் அயிட்டங்கள் நன்றாக ஓட வேண்டும் என்பதற்கு இந்த உத்தி. அனைத்து முனியாண்டி உணவகங்களிலும் என்ன வேண்டும் என்று வாடிக்கையாளர்களைக் கேட்பதில்லை. பெரிய தட்டில் தலைக்கறி, மீன்கறி, மீன்குருமா, சுக்கா வறுவல், காடை, நண்டு, முட்டை போன்ற எல்லா மட்டன் அயிட்டங்களையும் ஒருங்கே சேர்த்துக்கொண்டு வந்து என்ன வேண்டும் என்று கேட்பார்கள்.

முனியாண்டி உணவகங்களில் மிக முக்கியமாக வத்தக் குழம்பு, ரசம் பிரத்யேகமானது. முனியாண்டி விலாஸ் மாஸ்டர்கள் தவிர்த்து வேறு எந்த மாஸ்டர்களுக்கும் ரசம் வைக்கும் பக்குவம் கைகூடுவதில்லை.

ஆட்டுக்கறியின் எலும்பில் மசால் சேர்த்து அநேக ஹோட்டலில் விற்றுவிடுவர். முனியாண்டி விலாஸ் உணவகங்களில் மட்டும் எலும்புகளை நன்றாகக் கொத்திப் போட்டு நொறுக்கித் தண்ணீரில் ஊறப் போட்டு நன்கு கொதிக்க வைத்து வடிகட்டுவார்கள். வடி கட்டிய மஜ்ஜை கலந்த தண்ணீருடன் தக்காளியை அதிகமாகச் சேர்த்து ஈயம் பூசிய சட்டியில் ரசம் வைப்பார்கள்.

266 பக்தவத்சல பாரதி

இந்த ரசத்தை மட்டுமே தினமும் பார்சல் வாங்கிச் செல்லும் வாடிக்கையாளர்கள் ஏராளம்.

சென்னை நகரில் முனியாண்டி விலாஸ் உணவகங்களின் வியாபாரம் சிறப்பாகச் செல்வதைக் கண்டு சில புகழ்பெற்ற அசைவ ஓட்டல் முதலாளிகள் முனியாண்டி விலாஸ் ஓட்டல் உரிமையாளர்களிடம் வந்து பிளாட்பாரத்தில் சாப்பிடுகிறவனை யெல்லாம் டேபிள், சேர் போட்டுச் சமபந்தி போஜனம் போன்று சாப்பிட வைக்கிறீர்களே என்று வந்து திட்டுவார்களாம்.

சென்னை நகரில் இரவுச் சாப்பாட்டில் எலும்பு இலவச மாக வைப்பார்கள். பார்சல் உணவு வாங்கிக்கொண்டு போய் விடுவார்கள். இதிலும் எலும்பு வைக்கப்படும். உயர்தர வர்க்கத் தினரும் அசைவ உணவு சாப்பிடுகிறவர்கள் பார்சல் வாங்கிக் கொள்வதுண்டு.

முனியாண்டி உணவகங்களில் கடைகளைப் பொறுத்து வேலையாட்கள் இருப்பர். மேலிருந்து கீழாகத் தலைமை மாஸ்டர் குக்கர், மாஸ்டர் குக்கருக்கு உதவி செய்ய அசிஸ் டென்ட் இருப்பார். அசிஸ்டென்ட் மாஸ்டருக்கு அரிசி களைய, பாத்திரம் கழுவ ஒரு நபர், டேபிளுக்குத் தகுந்த மாதிரி ஆட்கள், கேஷியர் ஆகியோர் இடம்பெறுவர். பெரும்பாலும் தமது சமூகத்தைச் சார்ந்த உறவுக்காரர்கள் மட்டுமே இருப்பார்கள். சொந்தங்கள் தவிர இராமநாதபுரம், அரியலூர், ஜெயங்கொண்டம், பெரம்பலூர் பகுதிகளிலிருந்து வருபவர்கள் பாத்திரங்கள் கழுவ, சுத்தப்படுத்துவதற்கும் அமர்த்தப்படுவ துண்டு. டேபிள் துடைப்பவர் அடுத்ததாக சப்ளைக்கு வந்து, பின்பு ஸ்டால், அடுத்ததாக அரிசி களைவது அசிஸ்டென்ட் மாஸ்டராக உயர்ந்துவிடுவர். மாஸ்டர் குக்கர் முதலாளிக்குச் சமமானவராகக் கருதப்படுவார். மாஸ்டருக்குக் கூடுதல் சம்பளம். அடுத்ததாக அசிஸ்டென்ட் மாஸ்டர். மாதச் சம்பளம்தான். ஊருக்குப் போகும்போது மொத்தச் சம்பளத்தை யும் வாங்கிக்கொள்வார்கள். வேலை பார்ப்பவர்களுக்குச் சாப்பாடு உண்டு. என்றாலும் எக்ஸ்ட்ரா அயிட்டம் கிடையாது. வார விடுமுறையன்று எல்லா மட்டன் எக்ஸ்ட்ரா அயிட்டங் களும் சாப்பிடலாம். மற்றவர்கள் சாப்பிடக் கூடாது. முனியாண்டி ஹோட்டல்களில் வாடிக்கையாளர்களுக்கு என்ன உணவோ அதே உணவைத்தான் வேலை பார்ப்பவர் களும் சாப்பிடுவார்கள். ஆனால் மற்ற அசைவ ஹோட்டலில் வேலை செய்யும் பணியாளர்களுக்குத் தனிச் சமையல் சாப்பாடுதான்.

நவீனத் தொழில்நுட்பத்திற்குத் தகுந்தவாறு தங்களை மாற்றிக்கொள்வதில் முனியாண்டி விலாஸ் உணவகங்கள்

தயக்கம் காட்டுவதை நோக்க முடிகிறது. முதன்முதலாக கிரைண்டர் மிஷின் வரும்போது இட்லி மாவை மட்டுமே அரைக்க வேண்டும். தேங்காய் ஆட்டினால் நன்றாக இருக்காது என்று நம்பினார்கள். கேஸ் அடுப்புப் பயன்பாட்டுக்கு வந்தாலும் விறகு அடுப்பில் வெந்தால் மட்டுமே மட்டன் குழம்பில் சாறு கறியோடு ஒட்டும் என நினைத்தனர். இந்த உணவகங் களின் மாஸ்டர்களுக்கு கேஸ் அடுப்பில் சமைத்தால் சரியான பக்குவம் கைகூடுவதில் சிக்கல் இருக்கிறது. விறகு அடுப்பில் மட்டுமே கோழியை நல்லெண்ணெயில் வறுக்கும்போது கொழுப்புகள் பக்குவமாக மிதந்து வரும். அதைச் சோற்றில் கலந்து சாப்பிடும்போது அவ்வளவு ருசியாக இருக்கும். இந்தப் பக்குவம் கேஸ் அடுப்பில் வருவதில்லை.

கல்லாப்பெட்டியில் பெரும்பாலும் கேசியர்கள் இருக்க மாட்டார்கள். முதலாளிகளே கல்லாவில் இருப்பார்கள். பில் ரசீது புக்கில் அடிக்கட்டை இருக்காது. சில நேரங்களில் பில் இல்லாமல் சப்ளையர் கூறுகினற மெனுப் பட்டியலைக் கொண்டு காசு வாங்கிக்கொள்வார்கள். கல்லாப் பெட்டியில் தவிர்க்க முடியாத சமயத்தில் முதலாளிக்கு நம்பிக்கை பெற்ற சொந்தக்காரனை மட்டுமே அனுமதிப்பர். ஏனெனில் வெளிஆள் சாப்பிடுவதற்கு உறவுக்காரன் சாப்பிடட்டும் என்பதற்காக. அதே சமயத்தில் திருமணம் செய்யாத உறவுக்காரப் பையனைக் கல்லாவில் அமர்த்துவர். திருமணம் செய்த ஆண்களது கை தங்களது தவிர்க்க முடியாத தேவைகளுக்காக நீளும் என்று நினைக்கிறார்கள்.

முனியாண்டி உணவகங்களில் கல்லாப்பெட்டி அருகே உண்டியல் இருக்கும். வாடிக்கையாளர் கொடுக்கும் முதல் வியாபாரப் பணத்தில் முடிந்ததை முதல் காணிக்கையாகத் தினமும் செலுத்திவிடுவர். அந்த உண்டியலில் சேரும் பணத்தை வருடந்தோறும் நடைபெறும் முனியாண்டி அன்னதானப் பூஜைக்குச் செலுத்திவிடுவார்கள். உண்டியல் பணத்தை வசூலிப்பதற்காகவே முனியாண்டி விலாஸ் சங்க நிர்வாகிகள் தமிழ்நாடு முழுவதும் சுற்றி வசூலிப்பார்கள். முனியாண்டி அன்னதானப் பூஜையின்போது மூன்று நாட்கள் அனைத்து முனியாண்டி ஹோட்டல்களுக்கும் விடுமுறை. பணியாளர்கள் அனைவரும் வடக்கம்பட்டி முனியாண்டிசுவாமி கோவிலுக்கு வந்து சாமி கும்பிடுவார்கள். வெலம நாயுடு சங்கம் சார்பாகத் தை மாதம் இரண்டாவது வெள்ளிக் கிழமையும், ரெட்டியார் சங்கம் சார்பாக மாசி மாதம் இரண்டாவது வெள்ளிக் கிழமையும் கடந்த 75 வருடங்களாக வடக்கம்பட்டி முனி யாண்டி சுவாமி கோவிலில் அன்னதானப் பூஜை சீரும் சிறப்புமாக நடந்தேறிவருகிறது.

உண்டியல் வசூல் தவிரப் புத்தக வசூல் செய்தும் காணிக் கையாகச் செலுத்துவதுண்டு. புத்தக வசூல் என்பது முனி யாண்டி விலாஸ்காரர்கள் வியாபாரப் பரிவர்த்தனைக்காரர் களான எண்ணெய்க் கடை, மளிகைக் கடை, விறகுக் கடை, காய்கறிக் கடை, வாடிக்கையாளர்கள் போன்றோரிடமும் வசூலித்து முனியாண்டி சுவாமி கோவிலின் பூஜைக்குக் காணிக் கையாக அளித்து விடுவதுண்டு.

முந்தைய காலங்களில் முனியாண்டி சுவாமி கோவிலில் சாமி கும்பிடும்போது பெண்கள் யாரும் வரமாட்டார்கள். சாப்பாடும் கறியும் கலந்து மூன்று கவளங்களாக உருண்டை செய்து கண்மாய்க்குள் பண்டாரம் முன்னிலையில் வானை நோக்கி எறிந்து எறிபூஜை செய்வர். மேலே எறிகின்ற கவள உருண்டை கீழே விழாமல் இருக்கும். வடக்கம்பட்டி கிராமத்தில் ரெட்டியார் மற்றும் வெலம நாயுடு சமூகமும் இணைந்தே 1960கள் வரை முனியாண்டி சுவாமியைக் கும்பிட்டு வந்தார் கள். கிருஷ்ணன் கோவில் உறியடித் திருவிழாவில் ஏற்பட்ட பிரச்சினை காரணமாக இரு சமூகத்தாரும் பிரிந்து தனித்தனி யாகப் பூஜை நடத்துகிறார்கள்.

அன்னதானப் பூஜை திருவிழாவின்போது முனியாண்டி கோவிலுக்கு முன்பாக நீண்ட ஓலைப் பாயை விரித்துச் சோற்றை வடித்துக் கொட்டிக் காணிக்கையாக அளிக்கப்பட்ட கிடா, சேவல் ஆகியவற்றைக்கொண்டு தயாரிக்கப்பட்ட மட்டன் குழம்பைச் சோற்றுடன் கலந்து கிளறி முனியாண்டி சுவாமிக்கு அருகில் உள்ள கருப்பசாமிக்குப் பிரசாதமாகப் படையலிடுவர். முனியாண்டி சுவாமி சைவம் என்பதால் சைவச் சாப்பாட்டைப் படையலிடுவர். பின்பு பக்தர்கள் அனைவருக்கும் வெகு விமரிசையாக அன்னதானம் நடத்துவதுண்டு. 1985களுக்குப் பிறகு அன்னதானமாகப் பிரியாணி போட ஆரம்பித்துள்ளார் கள். இதை ‘முனியாண்டி பிரசாதம்’ என்று கூறிக்கொள்கிறார்கள்.

முனியாண்டி விலாஸ் போர்டு மங்களகரமாக இருக்க வேண்டும் என்பதற்காக முந்தைய நாட்களில் மஞ்சள் வண்ணப் பின்னணியில் சிவப்பு எழுத்தில் எழுதப்பட்டிருக்கும். தற்காலங்களில் சிவப்பு வண்ண பின்னணியில் வெள்ளை எழுத்தில் முனியாண்டி விலாஸ் என்று எழுதப்பட்டிருக்கும். போர்டுக்குத் தினமும் பூச்சூட்டுவது, கடைக்குள் தினமும் விளக்கேற்றிக் கடையில் வேலை செய்யும் பணியாளர்கள் அனைவருக்கும் சாம்பிராணிப் புகை காட்டுவது, கடை முன்பு அண்டாவை வைத்து விபூதி பூசுவது போன்ற செயல் களைத் தினமும் தவறாது செய்வார்கள். சில ஊர்களில் சாம்பிராணி போட்டாச்சா என்று கேட்டுவிட்டுச் சாப்பிட

வரும் முனியாண்டி விலாஸ் வாடிக்கையாளர்களைக் காணலாம். அன்றைய நாட்களில் இசைத்தட்டு மூலம் பக்திப் பாடல்கள், சினிமா பாடல்கள் கடை ஆரம்பித்தவுடன் போடப் படும். இந்தப் பாட்டைக் கேட்டுத்தான் கடை ஆரம்பித்து விட்டார்கள் என்று சாப்பிட வருவார்கள். சமூகப் பிரச்சினை யில் தங்களுக்கும் அக்கறை இருப்பதாகக் காட்டிக்கொள்வதற் காகப் பாகிஸ்தான் சண்டையின்போது யுத்த நிதியாக சென்னை யில் மட்டும் உள்ள ஹோட்டல்களில் பண வசூல் செய்து ரூ. 3000 வழங்கியுள்ளார்கள். எம்ஜிஆர் புரூக்ளின் ஆஸ்பத்திரி யில் சிகிச்சை பெற்றபோது அவர் நீடூழி வாழ வேண்டும் என்பதற்காக மாலை மலரில் முனியாண்டி விலாஸ் சங்கம் சார்பாக ஒரு முழுப்பக்க விளம்பரம் கொடுத்தது பரபரப்பாகப் பேசப்பட்டது. கார்கில் நிதிக்காகச் சங்கம் சார்பில் கலைஞரிடம் நிதி அளித்துள்ளார்கள்.

கோயில் இல்லாத ஊரில் குடியிருக்க வேண்டாம் என்பது மாதிரி முனியாண்டி விலாஸ் இல்லாத ஊரில் இருக்க வேண்டாம் என்ற சொல் வழக்கு அக்காலங்களில் புழங்கி வந்தது. முனியாண்டி என்றால் பிரியாணி, பிரியாணி என்றால் முனியாண்டி என்று கலைஞர் கூறுவதைப் பெருமையாகக் கூறிக்கொள்கிறார்கள்.

காலப்போக்கில் கம்பளத்தார், தேவர் சமூகத்தினர் ஆகியோரும் முனியாண்டி விலாஸ் பெயரில் கடை ஆரம்பித் தனர். முனியாண்டி விலாசைச் சேர்ந்தவர்கள் வெவ்வேறு பெயர்களில் கடைகள் நடத்தலாயினர். அப்பெயர்களாவது பாண்டியன் ஓட்டல், அண்ணாச்சி ஓட்டல், எம்.எம்.வி., வடக்கம்பட்டி முனியாண்டி விலாஸ், மதுரை முனியாண்டி விலாஸ், காமாட்சி ஹோட்டல், ராஜ விலாஸ், அன்பகம் ஹோட்டல், வைகை ஹோட்டல், குரு ஹோட்டல், சிந்து ஹோட்டல், புவனா மெஸ் போன்ற பெயர்கள் இதில் அடங்கும். முனியாண்டி விலாஸ் என்று ரிஜிஸ்டர் ஏதும் பண்ணவில்லை. திருவிழாவிற்காக வசூல் செய்யத் தமிழ்நாடு முழுவதும் போகும்போது வடக்கம்பட்டியைச் சுற்றியுள்ள அலங்காபுரம், அகத்தாபட்டி ஊர்களைச் சார்ந்த தேவர் சாதியினர் அன்ன தானப் பூஜைக்குப் பணம் காணிக்கையாகக் கொடுப்பார்கள்.

1935களில் குடும்ப உறுப்பினர்களைக் கொண்டு தொடங்கிய முனியாண்டி விலாஸ் உணவகங்களின் வளர்ச்சியை மூன்று கட்டங்களாகக் காணலாம். 1960 முதல் 1970 வரை பிளாட்டினம் வருடம், 1970 முதல் 1980 வரை கோல்டன் வருடம். இந்தக் காலத்தில் ஹோட்டல்கள் மிகவும் அதிகமாயின. 1980 முதல் 1990வரை சில்வர் வருடம். இக்காலங்களில் ஹோட்டல்

தொழில் குறையத் தொடங்கியது. 1990களுக்குப் பிறகு இளைய தலைமுறையினர் படிப்பைப் பெரிதாக எடுத்துக் கொண்டு மெடிக்கல், என்ஜினியர், லாட்ஜ் தொழில், பைனாஸ் என்று பல்வேறு தொழில்களுக்குள் செல்ல ஆரம்பித்துவிட்டனர். சில புகழ்பெற்ற ஓட்டல் நிறுவனங்களை ஐந்து முதல் பத்து நபர்கள் வரை பங்குதாரர்களாகச் சேர்ந்துகொண்டு நவீன அமைப்புடன் கவர்ச்சிகரமாக நடத்த ஆரம்பித்துவிட்டனர். லாபமோ நட்டமோ பங்குதாரர்கள் பலர் இருப்பதால் சமாளிக்க முடிகிறது. முனியாண்டி விலாசைப் பொறுத்தவரை முதலாளி ஒருவர் மட்டுமே. தலப்பா கட்டுக் கடைகளைக் குன்றத்தூர் நாயுடு ஆரம்பித்தார். அவர்கள் ஒரு எல்லைக்குள் சுருங்கிவிட்டார்கள். ஆனால் முனியாண்டி விலாசில் பத்துப் பேருக்கும் தொழில் கற்றுக் கொடுத்து, அந்தப் பத்து நபர் பல நபர்களுக்குக் கற்றுக் கொடுத்து இருக்கிறார்கள். வீட்டில் சொல்லாமல் ஓடிவரும் பல ஆட்களை முனியாண்டி விலாஸ் தனது அபயக்கரம் நீட்டிக் காப்பாற்றியுள்ளது.

ஒரு காலத்தில் சென்னையில் கடை வைக்க ரூ. 5000 இருந்தால் போதுமானது. ஆனால் இன்று சென்னையில் ஒரு கோடி இருந்தால் மட்டுமே ஆரம்பிக்க முடியும். ஹோட்டல் பிரபலமாகக் குறைந்தது மூன்று மாதங்கள் ஆகும். அந்த மூன்று மாதத்தில் நட்டம் வந்தால் தாங்கிக்கொள்வதற்குப் பின்புலம் வேண்டும். தடி எடுத்தவன் எல்லாம் தண்டல்காரன் மாதிரி 5000 அல்லது 10,000 ரூபாய் இருந்தாலே கடை வைக்க ஆரம்பித்துவிட்டார்கள். மேலும் தொழில் தெரியவில்லை என்றாலும் ஓட்டல் வேலை தெரிந்த ஆட்களைக்கொண்டு கடை வைக்க ஆரம்பித்தார்கள். பெரிய ஹோட்டல் நிறுவனங்கள் வந்து சேர்ந்ததால் காலச்சூழலுக்குத் தகுந்தவாறு முனியாண்டி விலாஸ் உணவகங்களுக்குக் கொஞ்சம் நவீனம் தேவைப்பட்டது. போட்டி பொறாமை காரணமாக எதிரெதிரே அண்ணன், தம்பிகள்கூடக் கடைவைக்க ஆரம்பித்தார்கள்.

முனியாண்டி விலாசை ஆரம்பிக்க ஒரு காலத்தில் பெரிய மூலதனம் வேண்டியதில்லை. தொழில் தெரிந்தால்போதும் என்ற நிலையில் கடைகள் பெருகின. முனியாண்டி விலாஸ் என்றாலே மூன்றாம் தரம், நான்காம் தரம் என்ற பெயர் வாங்கியபடியால் பெரிதாக விருத்தியடைவதற்கும் வழி இல்லாமல் போய்விட்டது.

20

புற்றீசல் பிடித்துப் பொரியாக்கி

தொ. பரமசிவன்

'உள்' என்ற வேர்ச் சொல்லிலிருந்தே 'உண்', 'ஊண்' 'உணவு' ஆகிய சொற்கள் பிறந்தன. தாய்ப்பாலாகிய நீர் உணவே மனிதனின் முதல் உணவாக அமைந்தாலும் தண்ணீரை ஓர் உணவாகத் தமிழர் கருதுவதில்லை. தாய்ப்பாலுக்கு முன்னதாகத் தந்தையின் உடன்பிறந்தாள் குழந்தையின் நாக்கில் தொட்டு வைக்கும் இனிப்புத் திரவமே அதன் முதல் உணவாகும். இதற்குச் சேனை என்று பெயர். தமிழ்நாட்டின் எல்லைக்கு வெளியிலும் திராவிட மொழி பேசுவோரிடமும் இப்பழக்கம் இன்று வரை உள்ளது.

காய், பழம், கிழங்கு என்று இயற்கை உணவளித்த காரணத்தாலேயே மண்ணைத் தாய் என மனிதன் கொண்டாடினான். காட்டு நெருப்பில் வெந்த இறைச்சியும் தேனுமே மனிதன் முதலில் செயற்கையாகக் கண்ட உணவுப் பொருள்களாகும். மனித மிருகம் மனிதனாக மலர்ந்தபொழுது கூட்டு வேட்டையில் வேட்டை இறைச்சியைப் பங்கிட்டுக்கொள்ளும் விதமாகக் கூட்டு உண்ணலும் நடந்தேறியுள்ளது. எயினர்கள் (வேடர்கள்) இறைச்சியைப் பங்கிட்டு உண்ணுவதைக் 'கூட்டூண்' என இலக்கியங்கள் பேசுகின்றன. ஊர் நடுவே அமைந்துள்ள மன்றத்தில் கூட்டூண் நடந்துள்ளது. வாழ்க்கை அனுபவங்கள் விரிவடைய விரிவடைய, குழந்தை உணவு, நோயாளி உணவு, கருவுற்ற பெண்ணின் உணவு, காலம் சார்ந்த உணவு, சடங்கியல் சார்ந்த உணவு, காலமும் பொழுதும் சார்ந்த உணவு என உணவுப் பழக்கவழக்கங்கள் மேலும் மேலும் விரிவடைந்தன. தொன்மையான

தமிழ்ப் பண்பாடு உணவு சார்ந்த எல்லா வகையான அசைவு களையும் தன்னுள் பொதிந்து வைத்திருக்கிறது.

பால்குடி மறந்த குழந்தைக்குச் சோறூட்டல் என்பது சில சாதியாரால் ஒரு சடங்காகவே நிகழ்த்தப்படுகிறது. விழாக் கள் இனிப்புணவோடு தொடர்புடையன. குழந்தையின் காதணி விழாவில் இனிப்புக் கலந்த பச்சரிசி சிறிதளவு விருந்தினருக்கு வழங்கப்படுகிறது. உழைப்புச் சாதியாரின் குழந்தைகளுக்குத் தானிய உணவையும் புலால் உணவையும் கொடுப்பதற்கு முன்னர்க் கோழியின் ஈரலை அவித்து நசுக்கிக் கொடுப்பர். இது இரைப்பையின் செரிமானச் சக்தியை வலுப்படுத்தும் உணவாகும். எல்லாப் பழங்குடியினரிடமும் சாக்லெட் என்னும் தின்பண்டத்தின் மூல வடிவம் ஏதேனும் ஒரு வகையில் உள்ளது. தமிழகத்தின் தென் மாவட்டங்களில் அது ஏலமும் சுக்கும் கலந்த 'சில்லுக் கருப்பட்டி'யாகும். இவற்றோடு இலட்டு வத்தையும் எள்ளுருண்டையையும் குழந்தை உணவாகப் பெரியாழ்வார் பதிவுசெய்கிறார் (கன்னலின் இலட்டுவத்தோடு காரெள்ளின் உண்டை). இதுவும் கருப்புக்கட்டி கலந்த இனிப்பு உணவு. ஐம்பது ஆண்டுகளுக்கு முன்வரை கருப்புக்கட்டிக்கூழ் (கூழ்ப் பதநீர்) நெல்லுக்கு மாற்றாகத் தென் மாவட்டங்களில் விற்கப்பட்டதும் உண்டு. இதுவும் குழந்தை உணவே ஆகும். நாவல், இலந்தை முதலிய பழங்கள் குழந்தைகளின் கோடைக் கால உணவாகும். மழை முடிந்த காலங்களில் 'புற்றீசல்' பிடித்துப் பொரியாக்கிக் குழந்தைகளுக்குக் கொடுக்கும் வழக்கமும் தமிழ்நாட்டில் உள்ளது.

பூப்படைந்த பெண்ணின் சிறப்பு உணவாக உளுந்தங்களியும் (உளுந்து மிகச் சிறந்த புரோட்டீன் சத்து; பச்சரிசி மாவால் செய்யப்பட்டது.) நல்லெண்ணெயும் தரப்படுகின்றன. நகர்ப்புறம் சார்ந்த சமூகங்களில் உழுந்தங் களிக்கு மாற்றாக உளுந்து வடை தரப்படுகிறது.

திருமண விருந்துகளில் பாயசம் ஒரு இன்றியமையாத உணவு. உளுந்து முதலான தானியங்களைத் திரித்து (அரைத்து அல்ல) இனிப்புடன் கூட்டிச் செய்யப்பட்ட இதனையே, 'உழுந்து தலைப்பெய்த கொழுங்களி மிதவை' எனச் சங்க இலக்கியம் குறிப்பிடுகிறது. உரையாசிரியர்கள் இதைக் 'கும்மாயம்' என்பர். இன்றளவும் ஆடிப் பதினெட்டாம் பெருக் கன்று தென் மாவட்டங்களில் 'கும்மாணம்' என்ற பெயரில் (குறிப்பாக வேளாளர் வீடுகளில்) இப்பண்டம் செய்யப்படுகிறது. எனவே திருமண விருந்துகளில் இறுதியாகப் பாயசம் வழங்கப் படுவது பழைய தமிழர் வழக்கமென்பது தெரிய வருகிறது. கேரளத்தில் திருமண விருந்துகளில் பாசிப் பருப்பு, அடை

(அப்பளம்), பலாப்பழம், பால், சேமியா, சவ்வரிசி என ஐந்திற்கும் மேற்பட்ட பாயசங்கள் பரிமாறப்படுகின்றன. பழங்குடிகளின் சமூக அடிக் கட்டுமானங்களில் ஒன்று விருந்து என்பதாகும். காதல் மணம், உடன்போக்கு ஆகியவை மணமகன் தரும் 'விருந்து' என்பதாலேயே ஒழுங்குபடுத்தப்பட்டன. நகர்ப்புற நாகரிகத்தில் இன்றுவரை பாராட்டும் பதவி உயர்வும் விருது பெறுதலும் விருந்தாலேயே அடையாளப்படுத்தப்படுகின்றன என்பதை நினைவில்கொள்ள வேண்டும். புதியது எனும் பொருள் தரும் 'விருந்து' எனும் சொல்லைப் 'பல்சுவை உணவு' என்ற பொருளில் முதன்முதலில் வள்ளுவரே ஆளுகின்றார்.

இறப்பிற்கான உணவுவகைகள் பெருமளவு நம்பிக்கை சார்ந்தவை. குறிப்பாகக் கீரை வகைகள் தமிழ்ப் பண்பாட்டில் எளிமையின் சின்னமாக அமையாமல் ஏழ்மையின் அடையாள மாகவே கருதப்படுகின்றன. கீரைவகைகளிலும் அகத்திக்கீரை இறப்பின் குறியீடாகவும் இறப்பு நிகழ்ந்த வீட்டில் முதல் இரண்டு நாள் உணவாகவும் வைக்கப்படுகிறது. எனவே வீட்டின் எல்லைக்குள் அகத்தி வளர்ப்பது தடை செய்யப்பட்டுள்ளது.

வயதுக்கேற்ற உணவு என்பது சமூகப் பொது வழக்கம். கஞ்சி அல்லது அவல் கஞ்சி என்பது வயது முதிர்ந்தோருக்குரிய உணவு. மகப்பேறு கண்ட பெண்ணுக்குரிய உணவு மருத்துவப் பயன் சார்ந்ததாகும். குழந்தை பெற்ற பெண்ணுக்குக் குளிர்ந்த நீரோ பன்னீர் கலந்த உணவோ தரப்படுவதில்லை. மேல் சாதியினர் தவிர்ந்த பிற சாதியினரில் கருவாட்டுக் குழம்பு அல்லது சுறாமீன் குழம்பு முக்கிய உணவு. சுறாவுக்குப் 'பால்சுறா' அல்லது 'பிள்ளைச்சுறா' என்றே பெயர். அத்துடன் முள் முருங்கை (கல்யாண முருங்கை) தொடக்கமாக 21 நாட்கள் வெவ்வேறு வகையான இலைகளையும் கீரைகளையும் குழந்தை பெற்ற தாய்க்குச் சமைத்துக் கொடுப்பது வழக்கம். அத்துடன் குழந்தை பெற்ற பெண் இந்த 21 நாட்களும் வெற்றிலை பாக்கு மெல்லுதல் ஒரு கடமையாகும். மகப்பேற்று மருத்துவத்தில் (post-natal treatment) குழந்தைக்கான 'பால் சாரமே' முதலிடம் பெறுகிறது. குழந்தை பெற்ற பெண்ணின் சீரண முறையை ஒழுங்குபடுத்தச் 'சட்டிக்காயம்' எனப்படும் பெருமளவு காயங்கலந்த குழம்பு (லேகியம்) இன்றுவரை தரப்படுகிறது. குழந்தையின் நலம் கருதி இளநீர், நுங்கு போன்ற உணவு வகைகளைத் தாய்க்குக் கொடுப்பதில்லை.

> பாலுண் குழவி பசுங்குடர் பொறாதென
> நோயுண் மருந்து தாயுண் டாங்கு

எனக் குழந்தைக்காகத் தாய் மருந்துண்பதைச் சங்க இலக்கியம் பதிவுசெய்கிறது.

விழாக்கால உணவுகளில் குறிப்பிடத்தக்கன தைப் பொங்கலன்று சமைக்கப்பெறும் பால்பொங்கலும் படைக்கப்பெறும் கிழங்கு வகைகளும் ஆகும். இதுவன்றித் திருக்கார்த்திகைக்குச் செய்யப்பெறும் அரிசிப் பொரிக்குக் 'கார்த்திகைப் பொரி' என்றே பெயர். சித்திரை மாதம் புதுமணப் பெண்ணுக்கு அரிசி அவலும் கருப்புக்கட்டியும் சீர்வரிசையாகத் தருவது மரபு. இவையனைத்தும் வைதீக எழுச்சிக்கு முன் உருவான வழக்கங்கள்.

'திருவாதிரைக்கு ஒரு வாய்க் களி' என்பது மார்கழித் திருவாதிரையில் (சிவனுக்குரிய நாள்மீன்) சைவர்கள் ஆக்கும் உணவாகும். பிள்ளையார் சதுர்த்தியில் (ஆவணி) செய்யப்பெறும் கொழுக்கட்டையும் தீபாவளிக்கான எண்ணெய்ப் பலகாரங்களும் மார்கழி 27ஆம் நாள் செய்யப்பெறும் அக்கார அடிசிலும் வைதீக எழுச்சியில் பிறந்த உணவு வகைகளாகும்.

ஆடி 'அறுதியில்' (இறுதி நாளில்) புலால் சோறு உண்பது இன்றளவும் தமிழ்நாடு முழுவதும் காணப்பெறும் வழக்கம். பயணத்தின்போது எடுத்துச் செல்லப்பெறும் கட்டுச்சோறு 'எச்சில்படுத்தப்பட்டதாக' (அதாவது ஒருவர் ஒரு கவளமேனும் உண்டு எஞ்சியதாக) இருக்க வேண்டும் என்பது தீய ஆவிகள் சார்ந்த நம்பிக்கை.

உப்பு (வெள்ளுப்பு) என்பது உறவை வலுப்படுத்தும் ஒரு உணவுத் துணை. இறந்தவர்கள் வேறு உலகத்தில் வாழ்பவர் ஆதலால் அவர்களுக்குப் படைக்கும் உணவு உப்பின்றி ஆக்கப்பட வேண்டும். அதுபோலவே எள் (காரெள்) என்பது இறப்பைச் சுட்டுவதாகும். எனவேதான் எமதேவனின் கணக்குப்பிள்ளையான சித்திரகுப்த நயினார்க்குரிய படையலில் எள் அல்லது எள்ளுப் பிண்ணாக்கு இடம்பெறுவது வழக்கம்.

நாட்டார் தெய்வங்கள் குருதிப் பலி பெறுவன. அவற்றுக்குத் தரப்படும் குருதி கலந்த உணவானது தரையில் இலை விரித்துப் படைத்தல், ஆகாயத்தில் எறிதல் (சூறை அல்லது திரளை கொடுத்தல்), சட்டிப் படைப்பு (மண் கலயத்தில் படைத்தல்), தூக்குப் படைப்பு (உறிகட்டித் தொங்கவிடுதல்), கழுவேற்றம் (சேவற் கோழியை உயிருடன் ஒரு குச்சியில் கழுத்தில் குத்திச் செருகி வைத்தல்) எனப் பல வகைகளாகப் படைக்கப்படும்.

நவராத்திரி விழாவில் சூரனைக் கொன்றழித்துக் கோயிலுக்குத் திரும்பும் தாய்த் தெய்வம் குருதிப் பலியைப் பெறும். ஆனால் 'சூரசம்காரம்' முடிந்தவுடன் போரிட்ட களைப்பு நீங்கத் தாய்த் தெய்வத்துக்கு உளுந்தினாற் செய்த சுண்டலும் 'பானகமும்' (போனகம் என்பது நீரில் கரைத்த

புளியும் கருப்பட்டியும் ஆகும்) படைக்கப்பெறுகின்றன. இதுவே பழந்தமிழர்களின் போர்க்களத்து உணவாக இருத்தல் வேண்டும். உளுந்து, புரதச் சத்து நிறைந்த உணவு. போனகம் சீறுநீரகத்தை ஒழுங்குபடுத்துவது. அக்காலத்தில் போர்கள் மழைக் காலத்தில் நடக்கவில்லை; வெயில் காலத்திலேயே நடந்தன என்பதையும் நினைவில்கொள்ள வேண்டும். நீரை உணவாகக் கொள்ளா விட்டாலும் போனகத்தை ஒரு உணவாகவே தமிழர் கருதி யிருக்கின்றனர்.

ஔவையார் நோன்புக்குரிய கொழுக்கட்டையும் மகப்பேற்றுத் தீட்டுக் கழிக்க இடப்பெறும் துடுப்புக்குழி சோறும் ஆணின் பார்வைக்கு விலக்கு உடையன. இதுபோல, சடங்கியல் உணர்வுடன் பெண்ணுக்கு விலக்கப்பட்ட உணவு என ஏதுமில்லை.

பிற சாதியார் கண்படாமல் உண்ணும் வழக்கம் தமிழ் நாட்டில் பிராமணர் தவிர வேறு சாதியாரிடம் இல்லை (பிராமண போஜனம் நடைபெறும் இடத்துக்குள் ஒருவனைப் பிடிக்க நுழைந்த பெரியார் தன் தந்தையிடம் அடிவாங்கிய நிகழ்ச்சி இருபதாம் நூற்றாண்டில் நடந்ததாகும்).

தமிழ்ச் சமூக வரலாற்றில் சாதி மேலாண்மை ஒரு வன்முறையாக அமைந்ததைப் பெருங்கோயில் ***(Brahmanical temples)*** உணவு வகைகள் நமக்கு அடையாளம் காட்டுகின்றன. 'பூமிக்குக் கீழ் விளைந்த கிழங்கு வகைகளை விலங்குகளும் சூத்திரர்களுமே உண்ணுவார்கள்.' பிராமணர்கள் உண்ணுவ தில்லை. எனவே பெருந்தெய்வக் கோயிலுக்குள் கிழங்கு வகைகள் நுழைவதற்கு இன்றும் அனுமதியில்லை. அதைப் போலவே வசதி படைத்த பெருங்கோயில் மடைப்பள்ளிகளில் (சமையற்கூடங்களில்) சிறு வெங்காயம் (உள்ளி), மிளகாய் வற்றல், வெள்ளைப்பூண்டு, கறிமசால்பட்டை, புழுங்கலரிசி ஆகியவற்றுக்கு இடமில்லை என்பது பலருக்கு வியப்பாக இருக்கலாம். அவித்த நெல்லைக் குற்றி எடுத்த புழுங்கலரிசி பிறர் கையால் தீட்டுப்பட்டதாகும் என்ற உணர்வே அண்மைக் காலம்வரை பிராமணர்கள் பச்சரிசிச் சோறுண்டதற்கான காரணமாகும்.

புலால் உண்ணாமை, உண்ணா நோன்பு ஆகிய வழக்கங் களைத் தமிழ்நாட்டிற்குள் சமணர்களே கொண்டுவந்தனர். அமாவாசை, பௌர்ணமி ஆகிய 'உவா', நாட்களில் பிச்சைக்கு வரும் சமண பௌத்தத் துறவிகளுக்கு முதல்நாள் உண்டு எஞ்சிய பழைய சோற்றை இடுவதில்லை. இந்த இருநாட்களி லும் பழைய சோற்றை விலக்கும் வழக்கமும் இப்படித்தான்

பிறந்தது. இதுவே பௌத்தத் துறவிகளுக்கு உகந்த நாளான வெள்ளிக்கிழமைகளிலும் தொடர்ந்தது.

நின்றுகொண்டுதான் உண்ண வேண்டும், உண்ணும்போது பேசக் கூடாது என்பன போன்ற சமணத் துறவியர்களின் வழக்கத்தை அப்பர் தம் தேவாரத்தில் கண்டித்திருக்கிறார்.

பழந்தமிழ்ச் சமூகம் பிற நாகரிகங்களிலிருந்து வந்த உணவு வகைகளை 'பிட்ஸாவும் கோக்கும்'போலப் போலித் தனமாக வரவு வைக்கவில்லை. மாறாகத் தன்மயமாக்கியே எடுத்துக்கொண்டது. புலாலை மையமிட்ட குஸ்கா, கைமா, பாயா, கோளா போன்ற உணவு வகைகள் உருது பேசிய நவாபின் படையினரோடு தமிழகம் வந்தன. தெலுங்கு ஆட்சி யாளருடன் வந்த 'லாலா' (மகன் எனப் பொருள்படும் சொல்) சாதியினர் கடலை மாவைக் கொண்டு ஆக்கிய கார, இனிப்பு வகைகள் இன்று நம் உணவுப் பழக்கத்தில் உள்ளன.

ஆங்கிலேயர் கொண்டுவந்த ரொட்டி, பிஸ்கட், கேக் வகைகள் (குறிப்பாக மக்ரோன்) தமிழரோடு இரண்டறக் கலந்துவிட்டன. கோதுமையினாற் செய்த ரொட்டியைத் தமிழ் நாட்டுப் பெண்கள் மகப்பேற்றுக் கால உணவாக மாற்றி எடுத்துக்கொண்டனர். இதைத் தமிழ்ச் சமூகத்தின் 'கலாச்சாரத் தகவமைப்பு' *(cultural osmosis)* என்று கொள்ள வேண்டும்.

தன்னுடல்மீது தானே நிகழ்த்தும் வன்முறையான உண்ணா நோன்பைத் தமிழர்கள் 'ஒருபொழுது இருபொழுது' என்பதாக எளிமைப்படுத்தி (?) இன்று வரை கடைப்பிடித்து வருகின்றனர். ஆனால் இறப்பை நோக்கி உண்ணா நோன்பு (அற விரதம்) நோற்கும் சமணத் துறவிகள்கூட நீரை விலக்கியதில்லை. அதன் தொடர்ச்சியாகவே இன்றும்கூட அரசியல் கட்சிகள், தொழிற்சங்கங்கள் நடத்தும் 'மாபெரும் உண்ணா விரதப்' போராட்டங்களில் தண்ணீர்ப் பானைகள் காட்சியளிக்கின்றன.

21

மொரமொரெனவே புளித்த மோர்

அ. முத்துலிங்கம்

என் அம்மாவைப் பெண் பார்க்க வந்தபோது அவர் மரத்திலே ஏறி ஒளிந்துகொண்டுவிட்டார். எல்லோரும் எல்லாப் பக்கமும் தேடினார்கள். அக்கம்பக்கத்திலும் ரோட்டிலும் கிணற்றிலும் தேடியவர்கள் மரங்களில் தேடவில்லை. அம்மா மேலே இருந்தது மாத்திரமல்லாமல் கீழே என்ன நடக்கிறது என்பதையும் வேடிக்கை பார்த்துக் கொண்டிருந்தார். என்னுடைய பாட்டி 'எட்டுப் பவுன் சங்கிலி, எட்டுப் பவுன் சங்கிலி' என்று அரற்றிக்கொண்டிருந்தாராம். இதை அம்மாவே சொல்லிவிட்டு விழுந்து விழுந்து சிரிப்பார்.

அம்மாவுக்கு அப்பொழுது பதினொரு வயது. முதல் மனைவி இறந்துபோனபடியால் ஐயாவுக்கு இரண்டாம் தாரமாக அவரைக் கட்டிவைத்தார்கள். மணம் முடித்து வந்த பிறகுகூட அம்மாவின் விளையாட்டுக் குணம் மாறவில்லை. அதிலே முக்கியமானது மரம் ஏறுவது. எங்கே ஒரு மரத்தைக் கண்டாலும் அம்மாவுக்கு அதிலே ஏற வேண்டும். எங்கள் வீட்டு முற்றத்திலேயே நல்ல வசதியாக வளைந்த ஒரு மாமரம் இருந்தது. நான் பிறந்து வளர்ந்து முதலில் ஞாபகத்துக்கு வருவது அம்மா சேலையைக் கொஞ்சம் உயர்த்திப் பிடித்தபடி பின்னுக்கு நாலைந்து அடி நகர்ந்து பிறகு வேகம் பிடித்து ஓடி வந்து ஏறுவதுதான்.

அம்மா சும்மா இருப்பதில்லை. ஒவ்வொரு மாங்காயையும் பிடுங்கும்போதே அதன் உபயோகத்தைத் தீர்மானித்துவிடுவார். சில உடனேயே சாப்பிடுவதற்கு; சில சம்பல்போட; சில பழுக்க வைத்துச் சாப்பிட; சில கறி வைக்க, இப்படி இருக்கும்.

இப்பொழுது யோசித்துப் பார்க்கும்போது பெரிய ஆச்சரியமாக இருக்கும். அந்த வயதிலேயே அவர் சமையல் வேலையில் மிகத் திறமைசாலியாக இருந்தார். இவ்வளவு திறமையையும் அவர் பிறந்த வீட்டிலிருந்து கொண்டுவந்திருக்க முடியாது. அவரிடம் இயற்கையாகவே ஆர்வமும் நிறைய கற்பனையும் இருந்திருக்க வேண்டும். ஹோமருடைய ஒடீஸியஸ் காவியத்தில் ஓர் இடம் வரும். அதிலே ஃபேமியஸ் என்னும் கவி இப்படிச் சொல்வார். 'கவிதை செய்வதை நானாகவே கற்றுக்கொண்டேன். கவிதையின் பாதைகளை எல்லாம் கடவுள் என் மூளையிலே எழுதி வைத்துவிட்டார்.' இதேபோலத்தான் என் அம்மாவின் மூளையிலேயும் கடவுள் சமையல் கலையின் பாதைகளையெல்லாம் வரைந்து அனுப்பியிருக்க வேண்டும். அவருடைய வயதிலும் இரண்டு மடங்கு வயதான பெண்கள் சமையல் ஆலோசனை கேட்க அம்மாவிடம் வந்துபோவது சாதாரணமான காட்சி.

நான் வெளிநாடுகளில் வேலை பார்த்தபோது என்னிடம் திருப்பித் திருப்பிக் கேட்கப்பட்ட கேள்வி ஒன்று உண்டு. உங்கள் நாட்டின் பிரதானமான சமையல் பதார்த்தம் என்ன? பிரதானமான பதார்த்தம் என்றால் எங்கள் நாட்டில் எல்லோரும் உண்பது அல்ல; எல்லோரும் விரும்புவதும் அல்ல. யாழ்ப்பாணத்துக்கு மட்டுமே தனித்தன்மையானது, வேறொரு நாட்டிலும் கிடைக்காதது என்று அர்த்தம். இதற்கு என்னால் பதில் கூற முடிந்ததில்லை. தனித்தன்மையான பானம் என்று ஒருவரும் கேட்பதில்லை. கேட்டால் அதற்கான பதில் எப்பவும் என்னிடம் தயாராக இருந்தது.

அது முட்டைக் கோப்பி. உலகத்திலேயே யாழ்ப்பாணத்தில் தான் இது கிடைக்கும். ஐரிஸ் கோப்பி, அரபுக் கோப்பி, துருக்கியக் கோப்பி, அமெரிக்கக் கோப்பி என்பதுபோலதான் இந்த முட்டைக் கோப்பியும். என்னுடைய சிறுவயது ஞாபகங் களில் இன்றுவரை அழியாமல் இருப்பது அதிகாலை வேளை களில் இது எழுப்பும் மணம்.

எங்கள் வீட்டில் முட்டைக் கோப்பி கிடைக்க வேண்டு மானால் முதலில் தடிமன் காய்ச்சல் வர வேண்டும். அப்படி யான நேரங்களில் படுக்கையில் இருக்கும்போதே அம்மா முட்டை அடிக்கும் சத்தம் கேட்கும். அதிகாலையிலேயே நுரை பொங்கப் பொங்க அம்மா முட்டைக் கோப்பியை அதற்காகவே நியமனம் செய்யப்பட்ட ஒரு கோப்பையிலே ஊற்றிக்கொண்டு வந்து தருவார். நீண்ட நேரம் நுரையைக் குடித்த பிறகு கோப்பி வாயிலே படும். கொழ கொழ என்று இருக்கும் கோப்பியின் சுவையை என்றுமே மறக்க முடியாது.

அம்மா பெரியவர்களுக்குக் கோப்பி தயாரிக்கும்போது சிறிது பிராந்தியும் கலந்து கொடுப்பார். தடிமன் காய்ச்சலை அது உடனேயே சாய்த்து விழுத்திவிடும் என்று ஐயா அடிக்கடி சொல்லுவார். மருந்து என்பதால் அதற்கு வீட்டிலே தடை யில்லை. சரியாக ஒவ்வொரு சனிக்கிழமை காலையும் ஐயா வுக்குத் தடிமன் காய்ச்சல் வந்துவிடும். அம்மா முட்டைக் கோப்பி தயாரிக்கும் சத்தம் எங்களை எழுப்பும். ஐயா, ஆறு கால்கள் வைத்த மரக்குதிரையில் உட்கார்ந்து, கோப்பியை நார் இறைச்சியைச் சாப்பிடுவதுபோலச் சப்புக்கொட்டிச் சுவைத்துக் குடிப்பார். அந்தச் சத்தத்துக்கு நாங்கள் மறுபடியும் தூங்கிவிடுவோம்.

ஆப்பிரிக்கர்களின் தனித்துவமான உணவு என்னவென் றால் பலவிதமான பதில்கள் உங்களுக்குக் கிடைக்கக்கூடும். ஆபத்தான உணவு என்றால் அது ஃவூஃவூதான். உச்சரிப்பது எவ்வளவு கடினமோ அதைவிடக் கடினமானது அதைச் சமைக்கும் முறை. அதையும்விடக் கடினமானது அதை உண்பது. மரவள்ளிக் கிழங்கைக் காயவைத்து, பொடியாக்கி, தண்ணீரில் ஊறவைத்து, இடித்து, அரைத்து, களியாக்கி அடுப்பிலே வைத்துக் கிண்டி இறக்குவது. இதை அவசரமாகச் சாப்பிட முடியாது. தொண்டையிலே இறங்கியதும் நாலு பக்கத்தையும் அடைத்துக்கொள்ளும். மேலேயும் வராது, கீழேயும் இறங்காது. மூச்சுவிட முடியாமல் அவஸ்தைப்பட நேரிடும். குழந்தைகள் இதைச் சாப்பிட முடியாது. இதைச் சரிக்கட்டுவதற்காக ஒரு வெண்டைக்காய் சூப் போடுவார்கள். அது வழவழா குழகுழா என்று இருக்கும். இந்த ஃவூஃவூவை உருட்டி எடுத்து அந்தச் சூப்பில் தோய்த்து அதை அப்படியே வாயில் போட்டால் அது வழுக்கிக்கொண்டே போய் வயிற்றிலே இறங்கிவிடும். இதை யாரும் இதுவரை ருசித்ததாகத் தெரிய வில்லை. ஆனாலும் ஆப்பிரிக்கப் பெண்கள் இதைத் தயாரிப்ப தற்காகக் காலையிலே இருந்து மாலைவரை பாடுபடுவார்கள். ருசிக்க முடியாத ஒரு பொருளுக்கு எதற்காக இவ்வளவு ஆர்ப்பாட்டம் என்பது யாருக்கும் புரிவதில்லை.

எங்கள் உணவு வகைகள் ஆபத்தானவை அல்ல. ஆனால் வேகமான தயாரிப்புக்குக் கண்டுபிடிக்கப்பட்டவை அல்ல. சில உணவு வகைகளைத் தயாரிக்க முழு நாள் வேண்டும். சில இரண்டு நாள்கள் எடுக்கும். இன்னும் சில மூன்று நாள்கள்கூட எடுப்பதுண்டு. தோசை, இட்லி, வடை, அப்பம் என்று எதை எடுத்தாலும் அவையெல்லாம் ஊறப்போட்டு அரைத்துப் புளிக்கவைத்துச் செய்யும் சமாச்சாரங்கள்தான்.

மூன்று நாள்களுக்கு முன் தகவல் சொன்னால்தான் அம்மா வால் அப்பம் சுட்டுத்தர முடியும்.

ஒருமுறை எங்கள் நாட்டின் பிரதானமான உணவு அப்பம் என்று சொல்லிவைத்துவிட்டேன். உடனேயே கேரளக் காரர் சண்டைக்கு வந்துவிட்டார். புட்டு, இடியப்பம் என்று நான் வாய் திறக்கும்போதெல்லாம் அவர் எதிர்த்தார். தோசை, இட்லி என்று சொன்னால் தமிழ்நாட்டுக்காரர்கள் என்னை உண்டு இல்லையென்று ஆக்கிவிடுவார்கள். பழைய சோறு ஒன்றுதான் மிச்சமிருந்தது. அதைச் சொன்னால் இந்தியா முழுவதுமே சண்டைக்கு வந்துவிடும்.

என்னுடைய நண்பன் எள்ளுருண்டை என்றான். இதில் எனக்கு முழுச் சம்மதம், ஏனென்றால் ஹரப்பா நாகரிகம் இருந்த காலத்திலேயே, அதாவது 3500 வருடங்களுக்கு முன்பா கவே எள், அரிசி, பருப்பு வகைகள் இருந்ததாக அகழ்வாராய்ச் சிக்காரர்கள் கண்டுபிடித்திருக்கிறார்கள். சங்கப் பாடல்களில் எள் பற்றிய செய்தி பல இடங்களில் வருகிறது. எள்ளுருண்டை தயாரிப்பதற்கு என்னுடைய அம்மாவும் வேறு பெண்கள் மூவரும் காலையிலிருந்து மாலைவரை பாடுபடுவார்கள். எள்ளை உரலிலே போட்டு இடிப்பதுதான் உலகத்திலேயே கஷ்டமான காரியம் என்று அம்மா சொல்லுவார். இது ஐந்து பாகம் கொண்ட 'பொன்னியின் செல்வ'னை இடது கையால் கடைசியில் இருந்து எழுதுவதற்குச் சமம். ஆரம்பத்திலே இடிப்பது சுகமாகத்தான் இருக்கும். போகப்போக எள் திரண்டு பசைபோல வந்து ஒட்டிக்கொள்ளும். இரண்டு பக்கமும் பெண்கள் இருவர் நின்று குத்துவார்கள். உலக்கையை எடுக்கும் போது உரலும் மேலே கிளம்பிவிடும். இதற்காக மூன்றாம் பெண் ஒருவர் நியமிக்கப்படுவார். இவருடைய தொழில் சிவலிங்கத்தை மார்க்கண்டேயர் கட்டிப் பிடித்ததுபோல உரலைக் கட்டிப்பிடிப்பது. இந்தப் பெண்களின் வியர்வை எண்ணெய் மேல் சொட்டாக விழுந்து ததும்பும். அம்மா, கன்னத்திலே ஒட்டியிருக்கும் நெற்றி மயிரைப் புறங்கையால் ஒதுக்குவதற்குக்கூட நேரமில்லாமல் எள்ளுப் பசையைத் தொட்டுப் பார்த்தபடியே இருப்பார். பதம் சரியானதும் கொஞ்சம் உளுத்தம் மாவைக் கலந்து உருட்டி உருட்டி வைப்பார். ஆனால் இதை எங்கள் தேசிய உணவாக நியமிப்பதை என் மனைவிகூடத் தீவிரமாக எதிர்க்கிறாள். இது சிங்களவர் களுடைய உணவாம்.

இன்று அதிகமாக மேற்கோள் காட்டப்படும் ஒரு பழம் பாடல் இருக்குமாயின் அது குறுந்தொகைப் பாடலாகத்தான்

இருக்கும். பட்டுச் சேலை இடையிலிருந்து நழுவ, கண்களை அடுப்புப் புகை ஈரமாக்க, தயிர் பிசைந்து கணவருக்குப் புளிப்பாகர் செய்கிறாள் மனைவி. அவள் பட்ட கஷ்டமெல்லாம் கணவன் இனிது என்று சொல்லும்போது பறந்து போய் விடுகிறதாம்.

இரண்டாயிரம் வருடங்களுக்கு முன்னரேயே புலவர்கள் புளித்த உணவின் மகிமையை இப்படிப் பாடி வைத்துவிட்டார்கள்.

> முளி தயிர் பிசைந்த காந்தள் மென்விரல்
> கழுவுறு கலிங்கம் கழாஅது உடீஇ
> குவளை உண்கண் குய்ப்புகை கழுமத்
> தான் துழந்து அட்ட தீம்புளிப்பாகர்.

ஆரம்பத்திலிருந்தே அம்மாவின் சமையலில் புளிப்புச் சுவை தூக்கலாக இருக்கும். மாங்காய், புளியம்பூ, புளியங்காய், தயிர், மோர் என்று அவர் எதையுமே விட்டுவைப்பதில்லை. மற்ற கலாச்சாரங்களில் எப்படியோ தமிழர்களுக்கு ஆதியில் இருந்தே புளிப்புச் சுவையில் ஒரு மோகம் உண்டு. அதீத மோகம் என்றுகூடச் சொல்லலாம். பழைய இலக்கியங்களைப் படிக்கும்போது இது புலப்படும். புறநானூற்றுப் பாடல்களில் வீரம் பற்றிய பாடல்கள் அதிகம் இருக்கும் என்று நினைப்போம். உண்மையில் ஒன்றுவிட்ட ஒரு பாடலில் உணவைப் பற்றிய ஏதாவது குறிப்பு வந்தபடியே இருக்கும், அதுவும் புளிப்பான உணவு.

ஔவையாரைக் கூழுக்குப் பாடி என்று சொல்வார்கள். மற்ற புலவர்கள் எல்லாம் பொன்னுக்கும் பொருளுக்கும் பாடித் திரிந்தபோது ஔவையார் கீரைக்கும் மோருக்கும் பாடினார்; மன்னரையும் பாடினார், புல்வேளூர்ப் பூதனையும் பாடினார். 'வரகரிசிச் சோறும் வழுதுணங்காய் வாட்டும் மொரமொரெனவே புளித்த மோரும்' அவருக்குக் கிடைத்த போது இந்தப் பூலோகத்தையே அதற்கு ஈடாகத் தரலாம் என்றார். மோரும் எப்படியானது பாருங்கள். வழவழவென்று இருக்கும் மோரல்ல; மொரமொரெனவே உலர்ந்துபோய் இருந்ததாம் அந்த மோர்.

புளித்த மோர் மட்டுமில்லை, புளித்த கள்ளையும் ரசித்து உண்டார்கள் பழங்காலத்துத் தமிழர்கள். நான் சொல்லவில்லை, ஆவூர் மூலங்கிழார் என்னும் புலவர் சொல்கிறார்.

> சிவந்த கண்களுடைய
> வீரர்கள்

ஒருவருக்கொருவர்
கள் பரிமாறுகிறார்கள்.
வயிறு நிறைய
மேலும் புளிப்புக்காக ஏங்கிக்
களாப் பழமும் துடரிப் பழமும் தின்பர்.
அது போதாமல் நாவல் பழங்களையும்
பறித்துச் சாப்பிடுவர்.

புளித்த உணவுக்கு எவ்வளவு ஏங்கினார்கள் என்பதற்கு இன்னொரு உதாரணமும் புறநானூறில் உள்ளது.

தினை முற்ற அதைக் கொய்து
காட்டெருமைப் பாலில்
முன்பு மானிறைச்சி சமைத்த,
பழைய வெள்ளைக் கொழுப்பு
கரையெல்லாம் ஒட்டியிருக்கும்
பானையில் இட்டு
சமைத்துச் சாப்பிடுவார்கள்.

அவர்கள் பானைகளைக் கழுவுவதேயில்லை. புளித்த பானையிலேயே திருப்பித் திருப்பிச் சமைத்து ருசியை அதிகப் படுத்துவார்களாம்.

தோசையும் வடையும் தமிழர்களின் ஆதி உணவு. இரண்டுமே புளிக்கவைத்துச் செய்வதுதான். ஆனால் இட்லி பின்னுக்கு வந்தது என்று சொல்வார்கள். ஏழாம் நூற்றாண்டில் *Xuang Zang* என்னும் சீனத் துறவி 17 ஆண்டுகளை இந்தியாவிலே கழித்துவிட்டுத் திரும்பியபோது இந்தியாவில் ‘அவிக்கும் பாத்திரம்’ இல்லை என்று குறை கூறியிருக்கிறார். அவிக்கும் பாத்திரம் இல்லாமல் இட்லி தயாரிப்பது எப்படி? ஆராய்ச்சி யாளர்கள் முடிவு என்னவென்றால் ராஜேந்திர சோழன் காலத்துக்குப் பின்னர்தான் இந்தோனேசியாவிலிருந்து இட்லிப் பாத்திரமும் அதைச் செய்யும் முறையும் இறக்குமதி செய்யப் பட்டவை. அப்படி நாடு விட்டு நாடு வந்த அகதி இட்லிகூடப் புளிக்கவைத்த மாவை அவித்துத் தயாரிப்பதால் தமிழர்களுக்கு மிகவும் பிடித்துப்போய் இன்று தமிழர்களின் முக்கியக் காலை உணவாக மாறிவிட்டது.

இட்லிப் பாத்திரம் இல்லாமல் இட்லி அவிக்க முடியாது. ஆனால் புட்டு அப்படியல்ல. அதுவும் தமிழர்களின் உணவு தான். புளிப்பு இல்லாத உணவு என்றபடியால் அவ்வளவு பிரபலமானது என்று சொல்ல முடியாது. ஆனால் உதிர்ந்த புட்டுக்காகச் சிவபெருமான் வைகை நதிக் கரையில் பாண்டிய னின் பிரம்பால் முதுகில் அடி வாங்கிய கதையை நாங்கள்

மறக்க முடியாது. அதுவும் எங்கள் உணவுதான், ஆனால் யாழ்ப்பாணத்துக்கே உரிய உணவு என்று உரிமை கொண்டாடினால் மதுரைக்காரர்கள் சண்டைக்கு வந்துவிடுகிறார்கள்.

அம்மா சமைக்கும்போது அடிக்கடி ஒரு வார்த்தையைப் பயன்படுத்துவார். வட்டணை. நடனக் கலையை எடுத்துக் கொண்டால் அடிக்கடி மேடையில் வட்டம் போட்டு மேடையைக் கைப்பற்றுவதை வட்டணை என்று சொல்வார்கள். சமையல் மேடையின் நாலு மூலைகளையும் ஆக்கிரமித்து அதன் நுட்பங்களைக் கைப்பற்றுவதைத்தான் அம்மா அப்படிச் சொல்லியிருப்பாரோ என்று நினைக்கிறேன்.

அம்மா சமையல் கலையின் அகலத்தை அறிந்ததுபோல அதன் ஆழத்தையும் நுட்பத்தையும் உணர்ந்தவர். அது தவிர அவரிடம் நிறைய துணிச்சல் இருந்தது. அதற்கும் அதிகமான கற்பனை வளம். புதிது புதிதாகத் தானாகவே ஏதாவது சமைத்துப் பரீட்சித்துப் பார்ப்பார். நல்ல இசைக் கலைஞன் ஒருவன் வாத்தியக் குழுவுக்கு ஸ்வரங்களை அமைக்கும்போதே அவன் மனத்திலே இசை ஓடுவதுபோல, சேர்மானங்களைச் சேர்க்கும் போதே தன் நாக்கிலே அதன் சுவை தெரியும் என்பார். இதன் காரணமாக அவர் சமைக்கும்போது ருசி பார்ப்பதே கிடையாது.

அம்மாவின் திறமையின் உச்சம் கணவாய்க் கறி செய்யும் போது வெளிப்படும். இது சமைப்பதற்கு மிகவும் கடினமானது. அடுப்பிலே வேகும்போது அம்மாவின் முகம் குவிந்து முனைப்புக்கொள்ளும். வயிற்றை எக்கி, மூச்சைப் பிடித்து ஊதாங்குழலை ஊதாத நேரமெல்லாம் சொண்டுக்குள் சுலோகம் சொல்வதுபோல எதையோ முணுமுணுப்பார். நாங்கள் என்ன குழப்படி செய்தாலும் கண்டுகொள்ள மாட்டார். கணவாய் வேகும்போது ஒரு கட்டம் வரைக்கும் அவியும் அதற்குப் பிறகு இறுகத் தொடங்குமாம். தன் காலுக்குள் ஒரு கணவாய் ஓட்டை மிதித்தபடி அம்மா காத்திருந்து, அந்தக் கணம் வந்ததும் கறியை இறக்கி வைப்பார். ஏன் கணவாய் ஓட்டை மிதித்தார் என்று கேட்டால் 'அது ஒரு நாணம்' என்று பதில் வரும். ஐயா சாப்பிடும்போது வெகுவாகப் புகழ்வார். குறுந்தொகையில் வரும் 'பட்டுடைப் பெண்போல' அம்மா பட்ட துன்பம் எல்லாம் அப்போது மறைந்துபோகும் என்று நினைக்கிறேன்.

துன்பம் இல்லாத சமையல் அரபுக்காரர்களுடையது. இலகுவானது; பல வசதிகள்கொண்டது. பச்சை இறைச்சியை அடித்து அடித்தே அதைப் பசையாக்கிவிடுவார்கள். அடுப்பு

பக்தவத்சல பாரதி

என்ற ஒரு பொருளில் அவர்களுக்கு நம்பிக்கையே கிடையாது. சின்னச் சின்னக் கிண்ணங்களில் பலவிதமான பதார்த்தங்கள் மேசையை நிறைத்துக் கிடக்கும். இவற்றில் அடுப்பில் வேகாத வையே அதிகம். தமிழர்களுக்கு எப்படிப் புளிப்புப் பிடிக்குமோ அப்படியே இவர்களுக்கும் வேகவைக்காதது பிடிக்கும். பிட்டா ரொட்டியை கையிலே எடுத்து அதைப் பிய்த்து ஏதாவது பதார்த்தத்தைத் தொட்டு உருட்டி வாயிலே வைப்பார்கள். இவர்களுக்குப் பிளேட்டே தேவை இல்லை. சாப்பிட்டு முடிந் ததும் வாயை ரொட்டியாலேயே துடைத்துக்கொள்வார்கள். தண்ணீரும் மிச்சம். வசதியான உணவு.

ஆப்பிரிக்கர்களுக்கு ஒரு உணவு, அரபியர்களுக்கு ஒரு உணவு என்றால் ஆப்கானிஸ்தானியர்களுக்கும் பாரம்பரிய மான உணவு ஒன்று உண்டு. கல்விமான்களும் சாதாரண மானவர்களும் வெள்ளிக்கிழமைகளில் அங்கே ஒன்று கூடுவார் கள். கல்விமான்கள் என்றால் ஏழாம் வாய்ப்பாடு தெரிந்தவர்கள். சாதாரணமானவர்கள் என்றால் அது தெரியாதவர்கள். மலைப் பாம்புபோல நீண்ட ஒரேயொரு ரொட்டி அவர்கள் மடிகளிலே தவழ விடப்படும். அதையொரு கையாலே பிடித்து மற்ற கையாலே பிய்த்துப் பிய்த்து உண்பார்கள். பிலிப்பைன்ஸ்காரர் களிடமும் பேடொக் என்று ஒரு சமாச்சாரம் உண்டு. குஞ்சு பொரிப்பதற்கு இன்னும் ஒருநாள் இருக்கும்போது தாரா முட்டையை எடுத்து அவித்து முட்டையையும் உள்ளே உள்ள குஞ்சையும் வித்தியாசம் பாராட்டாமல் சாப்பிடுவது. சூடானி யர்களுடைய கிஸ்ர உணவு கிட்டத்தட்ட தோசைபோலவே இருக்கும், ஆனால் இன்னும் புளிப்புக் கூடியதாக. தமிழர் களுடைய பாரம்பரியம் இல்லாவிட்டாலும், புளிப்பு விசயத்தில் அவர்கள் தமிழர்களுக்குச் சரியான போட்டி.

பழங்காலத்துத் தமிழர்கள் நடப்பனவில் மான், முயல், கடா, பன்றியையும் ஊர்வனவில் ஆமையையும் நீந்துவனவில் மீனையும் பறப்பனவில் புறாவையும் மயிலையும் உண்டார்கள். கோழி உணவு பிந்தித்தான் வந்தது. பூச்சியில் ஈசலைச் சாப்பிட் டார்கள். தாவரத்தில் பூ, காய், பழம், குருத்து, கிழங்கு, தழை, கீரை, தண்டு, பட்டை என்று ஒன்றையும் விட்டுவைக்கவில்லை. பானத்தில் நுங்கு, இளநீர், தேன், தயிர், மோர், கள், கரும்புச் சாறு என்றும் தானியத்தில் நெல், வரகு, தினை என்றும் வைத்திருந்தார்கள். காலப்போக்கில் இந்த உணவுப் பழக்கத்தில் பல மாற்றங்கள் ஏற்பட்டன. ஆனால் இன்றுவரை மாறாதது புளிக்கவைத்து உண்பதும் குழைத்துச் சாப்பிடுவதும்.

தமிழர்களின் முக்கியமான பண்பு குழைத்து உண்பது. மேலைநாட்டவர்கள்போல உணவைத் தனித்தனியாக ருசிப்

பதில் அவர்களுக்கு நாட்டமில்லை. ஏழு வர்ணங்கள் சேர்ந்து வரும் சூரிய ஒளிபோல, ஆறு சுவையும் கூடிய உணவுதான் அவர்களுக்குப் பிடித்தது. 'புறநானூ'ற்றில் வரும் கபிலரின் பாடல் ஒன்று இந்தப் பண்பைச் சித்தரிக்கிறது.

வரகு அறுத்து, தினை அறுத்து
எள் கறுக்கும்போது
வெள்ளை அவரை அறுத்து
நிலத்திலே புதைத்து மூப்படையச் செய்த
கள்ளைப் பகிர்ந்து
வெண்ணெயில் கடலை பொரித்து
சமைத்த அரிசி உணவை
வீட்டுப் பெண்கள் நீண்ட கைகளால் பரிமாறக்
குழைத்து உண்பர்.

குழைத்து உண்பதில் உள்ள அனுகூலம் பல்வேறு சுவைகளும் அதில் கலந்திருப்பது. அப்படியான ஒரு உணவு வகையை அம்மா தயாரிப்பார். அது திடீரென்று இப்பொழுது ஞாபகத்துக்கு வருகிறது. இது தமிழர்களின் ஆதி உணவாக இருப்பதற்கு எல்லாத் தகுதியுகளையும் கொண்டது. புளித்து உயர்ந்தது; பல சுவைகளையும் தன்னுள் அடக்கியது. இக்கட்டுரை எழுதி முடிவதற்கிடையில் கேரளக்காரர் ஒருவர் இதற்கும் சொந்தம் கொண்டாட வரலாம். ஆனால் இதுதான் யாழ்ப்பாணத்தவர் உணவு வகை என்பதிலோ இதைத் தயாரிப்பதில் அம்மா மிகத் திறமைசாலியாக இருந்தார் என்பதிலோ எனக்கு எந்தச் சந்தேகமும் இல்லை.

அந்த உணவுக்குப் பெயர் 'பாணிப் பினாட்டு'. ஒவ்வொரு வருடமும் எங்கள் வீட்டில் அம்மா இதைச் செய்யும் நாளுக்காக நாங்கள் எல்லோரும் காத்திருப்போம். ஜாடியில் பாதுகாக்கப் பட்ட இந்த உணவைத் துண்டம் துண்டமாக எடுத்து அம்மா தருவார். வாயிலே போட்டவுடன் மேல் அண்ணத்துடன் ஒட்டிக்கொண்டு அது தன் சுவையை நீண்ட நேரத்துக்கு மெல்ல மெல்ல விடும். பக்கத்து வீட்டுப் பெண்கள் 'மொர மொரென இருக்கு' என்று புகழ்வார்கள்.

கலகலவென்று சூரியன் எரியும் ஒரு நாளில் அம்மா பதமான பனங்காய்களைத் தேர்வுசெய்து பிணையத் தொடங்குவார். ஊர்ப் பெண்கள் வந்து உதவுவார்கள். புற்றீசலை மோரிலே புளிக்கவைத்து உண்ட சங்க காலம் தொடங்கி, புளிப்பையே நயந்து வந்த தமிழரின் நீண்ட பயணம் அம்மாவின் பனங்களியிலே வந்து தணிந்து நிற்கும். ஒரு வாளியிலே போதிய சாறு சேர்ந்ததும் கவர் வைத்த கம்பால் கடைந்து, தும்புகளை

அகற்றி, பாயிலே ஊற்றிப் பரப்பிவைப்பார்கள். அதன் பிறகு முழுவேலையும் சூரியனுடையது.

காய்ந்த பினாட்டை உரித்தால் அது அப்படியே கிளம்பி வரும். அதுவே சரியான பதம். பனங்கட்டிப் பாணியைத் தயாரித்துப் பினாட்டைப் பாணியிலே முக்கி எடுத்துச் சாடி களிலே மிளகும் எள்ளும் சேர்த்து அடைத்து வைத்தால் அது ஒரு வருடத்துக்குத் தாக்குப் பிடிக்கும். இனிப்பு, புளிப்பு, துவர்ப்பு, உறைப்பு என்று நால்வகையான சுவையை அடக்கி யிருக்கும். நாள் கூடக் கூட அதன் ருசி கூடுமென்று அம்மா சொல்வார்.

ஒருமுறை அம்மா நல்ல நாள் குறித்துப் பனங்காய் பிழிந்து காயவைத்திருந்தார். இந்த நாள்களில் வீடு உயர் பாதுகாப்பு நிலைக்கு உயர்த்தப்பட்டிருக்கும். அம்மா உள்ளே வேலையாய் இருந்தாலும் அடிக்கடி வெளியே வந்து கண் காணித்தபடி இருப்பார். எனக்கோ விளையாட்டு வயது. ரயர் உருட்டிக்கொண்டு வேகமாக வந்து ஒரு வளைவு எடுக்க முடியாமல் தடுக்குப்பட்டுக் கீழே விழுந்து பினாட்டு முழுக்க மண்ணாகிவிட்டது. ரயர் ஒரு பக்கம் போனால் நான் மறுபக்கம் போய் விழுந்தேன். என் உடுப்பு முழுக்கப் பினாட்டு; அதற்கு மேல் மண். அது நல்ல காட்சியாக இருந்திருக்கும். ஆனால் அதை ரசிக்கும் நிலையில் நான் இல்லை. ரயர் போன திசைக்கு எதிர்த் திசையில் ஓடி மறைந்துபோனேன்.

ஒரு எட்டு வயதுச் சிறுவனால் எவ்வளவு நேரத்துக்குப் பசியைத் தள்ளிவைக்க முடியும். வீட்டுக்கு வந்துதானே ஆக வேண்டும். மண்ணாய்ப்போன பினாட்டை இனிமேல் ஒன்றுமே செய்ய முடியாது. பெரிய பெரிய வரிக் காயங்கள் ஏற்படுத்தும் தடியால் தண்டனை பெறுவதற்கு என்னைத் தயார்படுத்தியிருந்தேன்.

நான் திரும்பவும் உள்ளே அடியெடுத்து வைத்தபோது வீடு ஓவென்று காட்சியளித்தது. இவ்வளவு நிசப்தமான ஒரு வீட்டை நான் சந்தித்தது கிடையாது. பனங்களியின் புளிச்ச நாற்றம் காற்றெல்லாம் பரவிக் கிடந்தது. என்னை யாரோ முழுப்பெயர் சொல்லி மெதுவாக அழைப்பது கேட்டது. குரல்தான் இருந்தது; உருவம் இல்லை. அசரீரியாக இருக்குமோ என்னும் பயம் பிடித்தது. நிமிர்ந்து பார்த்தேன். என் முதுகு எலும்பு சில்லிட்டது. அம்மா மாமரத்தின் மேலிருந்து என்னையே பார்த்தபடி இருந்தார். நான் திரும்புவதற்கு அடியெடுத்து வைத்தேன். அவர் பாம்புபோலச் சரசரவென்று இறங்கத்

தமிழர் உணவு

தொடங்கினார். 'நில், நில், ஓடாதே' என்று கத்தினார். அந்த வார்த்தைகள் தலைகீழாக வந்துகொண்டிருந்தன.

நான் இப்பொழுது சந்திப்பவர்கள் எல்லோரிடமும் எங்கள் உணவு பாணிப் பினாட்டு என்பதைச் சொல்லி வருகிறேன் – அவர்கள் கேட்காவிட்டாலும்கூட. வெளி நாடுகளில் இருந்த போது இந்த உண்மையைச் சொல்லாததற்காக வருந்துகிறேன். இதை என் நாட்டுக்கு நான் செய்த துரோகமாக அல்ல, என் அம்மாவுக்குச் செய்த துரோகமாகவே நினைக்கிறேன். அம்மா போன பிறகு நான் இதைச் சாப்பிட்டது கிடையாது. அதன் புளிப்பு ருசி ஞாபகத்திலிருந்து அகன்றுவிட்டது. அதன் வாசனையையும் மறந்துவிட்டேன். ஆனால் அதை நினைக்கும் போதெல்லாம் இன்றைக்கும் அம்மாவின் அந்தப் பார்வையே என் ஞாபகத்துக்கு வரும்.

22

தந்தூரி தொடாத தமிழ் உணவு

சஞ்சய் சுப்பிரமணியம்
தமிழில் : ஆ.இரா. வேங்கடாசலபதி

இப்பொழுது நான் லாஸ் ஏஞ்சல்சில் வசித்து வருகிறேன். என் வீட்டிலிருந்து ஐந்து நிமிட நடைத் தொலைவில் ஒரு புதிய உணவகம் சில வாரங்களுக்கு முன்பு தொடங்கப்பட்டது. அதற்கு முன்பே அதன் மெனு அட்டைகள் வாசலில் கிடைக்கலாயின. அப் பட்டியலில் இட்லியும் தோசையும் ஊத்தப்பமும் முக்கிய மாகக் குறிப்பிடப்பட்டிருந்தன. ஆனால் விலைப்பட்டிய லைப் புரட்டியதும் பீதி ஏற்பட்டது. நான் அஞ்சிய 'தந்தூரிப் படையெடுப்'பைக் கண்டேன். இதைத் தவிரக் கோபி மஞ்சூரியன், பீக்கிங் மசாலா சிக்கன் போன்ற வையும் இருந்தன. ஏமாற்றத்துடன் வீடு திரும்பினேன். இந்த விஷயத்தில் நான் தொட்டால் சிணுங்கியாக இருக்கிறேனா என்றும் பின்னர் தோன்றியது. சென்னை, மதுரை வாசிகள் கோபி மஞ்சூரியன் சாப்பிடுவதில் லையா என்ன? கல்வர் சிட்டியில் அண்டையில் நான் கண்டுபிடித்த 'அன்னபூர்ணா' என்ற உடுப்பி ஓட்டல் போன்ற உண்மையான தென்னிந்திய உணவகங்கள் என்று நான் நினைக்கும் இடங்களில் சாப்பிடுவதே எனக்கு உவப்பானது. இதற்காக ஐந்து நிமிடம் நடப்பதற் குப் பதிலாகப் பதினைந்து நிமிடம் காரோட்டிச் செல்ல வேண்டியுள்ளதென்றாலும், எனது இட்லியும் தோசையும் தந்தூர் அடுப்பிலிருந்து சிறிது தொலைவிலிருப்பதையே நான் விரும்புகிறேன். இங்கே நான் பேச விரும்பும் விஷயங்களில் இதுவும் ஒன்று. இன்றைய நமது உணவு களில் சிறப்பானவையெல்லாம் கலப்பின் மூலமே உருவாகியிருக்கின்றன என்றபோதும் உணவுகளையும்

உணவுமுறைகளையும் கலப்பதற்கு எதிரான மனப்பாங்கு ஏன் நம்மிடம் வேரோடியுள்ளது? உணவு விஷயங்களில் தூய்மைவாதியாக இருப்பதில் என்ன பயன்?

இன்றைய இந்திய உணவில் நாம் பயன்படுத்தும் அடிப்படையான பல பொருள்கள் பதினாறாம் நூற்றாண்டுக்குப் பிறகே நுழைந்தன என்பதை நாம் அறிவோம். சிவப்பு மிளகாயையும் பச்சை மிளகாயையும் போர்த்துக்கீசியர் அமெரிக்காவிலிருந்து கொண்டுவந்தனர். உருளைக்கிழங்கு முதலான சீமைக் காய்கறிகள் என்று குறிப்பிடப்படும் காய்கறிகளும் அப்படித்தான் இங்கு நுழைந்தன. வேர்க் கடலையும் அண்மையில்தான் இந்தியாவில் விளையலாயிற்று. பிராமண வீட்டு சிரார்த்தம் போன்ற சடங்குகளில் பரிமாறப்படும் உணவு வகைகள் தில்லியில் வளர்ந்த எனக்குச் சிறுவயதில் ஆச்சரியத்தைத் தந்தன. ஏனோ அந்த ருசி வித்தியாசமாகத் தோன்றியது. தமிழர் சமையலில் கி.பி. 1500க்குப் பிறகு நுழைந்த பொருள்கள் அதில் தவிர்க்கப்பட்டதைப் பின்னர்தான் அறிந்தேன். 'வேத கால' உணவைச் சாப்பிட்டோம் என்று இதைச் சொல்ல முடியாது – ஏனென்றால் வேத காலத்தில் இறைச்சி (அது மாட்டுடையதோ இல்லையோ) சாப்பிட்டிருப்பார்கள் என்பது உறுதி. உண்மையில், சில மிகப் பழமையானவற்றையும் பல மிகப் புதியனவற்றையும் தவிர்த்த மத்திய கால பிராமண உணவு என்று இதைச் சொல்லலாம். திவசத்திற்குப் பிறகு பெரியவர்கள் காப்பி சாப்பிட்டார்களா என்பது இப்போது நினைவில்லை. ஆனால் சிறுவனான எனக்குக் காப்பி கிடைக்கவில்லை என்பது மட்டும் நிச்சயம். காப்பியும்கூடப் பதினேழாம் நூற்றாண்டின் பிற்பகுதியிலோ பதினெட்டாம் நூற்றாண்டின் முற்பகுதியிலோதான் இந்தியாவுக்கு வந்தது. எத்தியோப்பியாவில் தோன்றியதாயினும், தக்காளி, உருளைக் கிழங்கு ஆகியவற்றைப்போலவே காப்பியும் அந்நியப் பொருளாகத்தான் தொடக்கத்தில் கருதப்பட்டிருக்கிறது.

சுவையைப் பொறுத்த அளவில், ஐரோப்பியர்கள் கொண்டு வந்த மிளகாய் முதலான 'புதிய' பொருள்களில்லாமல் சமைப்பது சுவாரசியமானது என்றே நான் நம்புகிறேன். கருமிளகு கொண்டு சமைக்கப்பட்ட இறைச்சிக்கு, முக்கியமாக ஆட்டிறைச்சிக்கு, தனிச் சுவை உண்டு. சில வகையான மீன்களுக்கும் நண்டுக்கும் இது பொருந்தும். இந்த ஞானோதயம் எனக்கு மெல்லத்தான் ஏற்பட்டது. தமிழ் உணவு நோக்கிய என் சமையற்பாதை வெவ்வேறு கிளைச் சாலைகள் வழியாகவே அமைந்தது. முதல் விஷயம் இறைச்சி, மீன் பற்றியது. பதின்மூன்று வயதளவில்தான் இவற்றை முதலில் – ஒரு மகாராஷ்டிர

நண்பனின் வீட்டில் – சாப்பிட்டேன். உடனே பிடித்துப் போயிற்று. கொஞ்சக் காலத்திற்குப் பிறகு இவற்றைச் சாப்பிட்ட என் அக்காவுக்கு இன்றுவரை அவை பிடிபடவில்லை. என் தொடக்கக் காலப் புலால் உணவுத் தொடர்பு வட இந்தியச் சார்போடு ஏற்பட்டதால், கரம் மசாலா என்னும் விநோதக் கலவையோடுதான் புலால் உணவு வகைகளை நெடுங்காலத்திற்கு நான் தொடர்புப்படுத்திக்கொண்டிருந்தேன். மீன் மற்றும் பிற கடல் உணவுகளைத் தொடர்ச்சியாகச் சாப்பிட ஆரம்பித்தது பின்னர்தான் – அதாவது தில்லியில் முதல் கேரள உணவகங்கள் திறக்கப்பட்ட காலத்திலும், சில வங்காள உறவினர்களின் பழக்கத்தோடும்தான் என்று நினைக்கிறேன். எனவே, தமிழ் உணவு என்றால் சைவ உணவு என்றும், இறைச்சி சாப்பிட வேண்டும் என்றால் விந்திய மலைகளைக் கடக்க வேண்டும் என்றும் நான் பல காலம் நினைத்திருந்தேன். செட்டிநாடு உணவகங்களின் படையெடுப்போடு முதல் அதிர்ச்சி வந்தது. வட இந்தியாவில் *1970*களின் பிற்பகுதியில் இது நிகழ்ந்தது என்று நினைக்கிறேன். முதலில் ஏற்பட்டது அதிர்ச்சியும் மகிழ்ச்சியும். நன்கு பழக்கப்பட்ட பொருள்களும் சுவைகளும் கோழியோடும் முக்கியமாக ஆட்டிறைச்சியோடும் கூடின. காய்ந்த மிளகாயின் அதிகப்படியான பயன்பாடு தொந்தரவு தந்தாலும், கொஞ்சக் காலத்திற்கு இந்த உணவுக்கு அடிமையாக இருந்தேன். இப்போது, முப்பது ஆண்டுகளுக்குப் பிறகு, மிக அதிகமாக இவ்வுணவை உட்கொண்டதால், செட்டிநாடு உணவகம் என்ற பெயர்ப்பலகையைப் பார்த்த மாத்திரத்தில் எதிர்த் திசையில் ஓட்டமெடுக்கிறேன். இவ்விஷயத்தில் நான் விதிவிலக்கல்ல என்றும் தோன்றுகிறது.

தமிழ் உணவின் முழுப் பரப்புடனான என் அறிமுகம் சில ஆண்டுகளுக்குப் பின்னரே ஏற்பட்டது. வினோதமான முறையில் இது நிகழ்ந்தது. தில்லிப் பல்கலைக்கழகத்தில் நான் ஆசிரியராகப் பணியாற்றியபோது பழைய மாணவர் ஒருவரோடு ஒரு வாடகை வீட்டில் குடி புகுந்தேன். அவர் பிரமாதமாகச் சமைப்பார். சமையலின் அடிப்படைகளைக் கற்றுத் தருவதாகவும் அவர் உறுதியளித்தார். சென்னையிலும் கொடைக்கானலிலும் வளர்ந்த சீக்கியரானாலும் தமிழ் உணவின் முழு வீச்சையும் அவர் நன்கறிந்திருந்தார். நகரங்களில் வாழ்ந்த போதிலும், பொருளாதார மாணவராகக் கள ஆய்வின் பொருட்டுத் தமிழகக் கிராமங்கள்தோறும் சுற்றியலைந்து, பல்வேறு வீடுகளில் அவர் சாப்பிட்டிருக்கிறார். சமையற் கலையின் இரண்டு அடிப்படைத் தத்துவங்களை நான் அவரிடமிருந்துதான் கற்றேன். ஒரு பதார்த்தத்தை அதற்கு முன்பு நீங்கள் சமைத்திராவிட்டாலும், அதன் சுவையை நன்றாக

நினைவு வைத்திருக்கும்பட்சத்தில் எளிய விதிகளின்படி அதை நீங்கள் சமைக்க முடியும் என்பது ஒன்று. என் மனைவி ஏராளமான சமையற்கலை நூல்களை வைத்திருப்பதோடு அவற்றைச் செம்மையாகப் பயன்படுத்துபவர் என்றபோதும், நான் அவற்றைப் புரட்டாததற்கு இந்த நம்பிக்கையே காரணம். ஒரு உணவு வகையை முழு நாசத்திலிருந்து காப்பாற்றத் தெரியாவிட்டால் உங்களை நல்ல சமையல்காரர் என்று சொல்வதில் பொருளில்லை. தயிரில் ஊறவைத்த கோழி இறைச்சியை ஒருமுறை சமைத்துக்கொண்டிருந்தபோது இந்த இரண்டாம் தத்துவத்தைப் பிரயோகித்தது நினைவுக்கு வருகிறது. அது இனிப்பூட்டப்பட்ட தயிர் என்பது எனக்கு முதலில் தெரியாமல் போய்விட்டது! தேர்ந்த சமையல்காரர்கள் இதுபோன்ற காப்பாற்றுப் படலங்களை அன்றாடம் நிகழ்த்து கிறார்கள்; இதன்மூலம் புதிய உணவு வகைகளும் பிறக்கின்றன என்றும் நான் நம்புகிறேன்.

பதினெட்டு, பத்தொன்பதாம் நூற்றாண்டுகளில் எழுதப் பட்ட பயணக் குறிப்புகளை அண்மையில் படித்துவருகிறேன். இவற்றின் ஆசிரியர்கள் சமையல் பற்றியும் உணவு பற்றியும் உணவுப் பொருள்கள் பற்றியும் பலபட எழுதியிருக்கிறார்கள். இவற்றிலிருந்து சில விஷயங்கள் பளீரெனப் புலப்படுகின்றன. முன்பு நான் குறிப்பிட்ட புதிய காய்கறிகள் பற்றியது ஒன்று – கோலா சேஷாசல கவியின் ‘நீலகிரி யாத்திரை’யில் இது விரிவாகப் பேசப்பட்டுள்ளது. மற்றொன்றை, இந்தியாவின் ‘புளிக் கோடு’ என்று நான் சுட்டுவேன். கி.பி. 1800 ஆண்டளவில் தெற்கிலிருந்து வடக்கு நோக்கிச் செல்லும்பொழுது ஏதோ ஒரு கட்டத்தில் புளி கிடைப்பது அசாத்தியமாகிவிடுகிறது. ஏனுகுல வீராசாமியின் ‘காசி யாத்திரை சரித்திர’த்திலிருந்து இந்தக் கோடு வட ஆந்திரத்தே ஓடியிருக்கலாம் எனத் தெரிகிறது. சாம்பாருக்கு அடிமைப்பட்ட ஏனுகுல வீராசாமி, ரேவாவிலும் பிரயாகையிலும் காசியிலும் சாம்பார் கிடைக்காமல் புலம்பி யிருக்கிறார். மக்களின் குடிபெயர்வும் சமையலின் உருமாற்றமும் இந்தக் கோட்டை ஓரளவுக்குக் கரைத்துள்ளன என்று சொல்ல லாம். வேறு கோடுகள் இந்த அளவுக்கு வலுவாகவோ கறா ராகவோ இல்லை. சீரகம் வடக்கில் ஆதிக்கம் செலுத்துகிறது. தெற்கில் கடுகு கோலோச்சுகிறது. சாம்பாரைப் பொறுத்தவரை யில் ஒரு வெல்ல ரேகை கிழக்கு மேற்கைப் பிரிப்பதாகவும் கர்நாடகக் கரையோரம், கோவா, கொங்கணப் பகுதி ஆகிய வற்றின் உணவை ஏதோவொரு இயைபு இணைப்பதாகவும் தோன்றுகிறது. இந்த எல்லைகள் இந்தியாவைக் கடந்தும் செயல்படுவதாகலாம்.

தாய்லாந்து, மலேசிய உணவுகள் தமிழக, கேரள உணவுகள் சிலவற்றோடு எவ்வளவு பொருந்திப் போகின்றன என்று நான் பலமுறை வியந்திருக்கிறேன். இலங்கையைப் பொறுத்த அளவில் இந்த ஒற்றுமை வியப்பைத் தருவதில்லை. ஆந்திர உணவின் உறைப்போடு போட்டிபோடக்கூடிய தமிழ் உணவு இலங்கையுடையதே எனக் கேள்விப்படுகிறோம். தெலுங்கு அறிஞர் வேல்செரு நாராயண ராவ் ஜெருசேலத்தில் தங்கியிருந்த போது, அவர் சமைத்து முடித்த பல மணி நேரத்திற்குப் பிறகும் அங்கிருந்தவர்கள் புரையேறி இருமிக்கொண்டிருந்தார்களாம்.

ஆனால் செட்டிநாடு உணவகங்களைப்போல் யாழ்ப் பாணத் தமிழ் உணவகங்களும் ஆந்திர உணவகங்களும் பரவலாக்கம் பெறவில்லை. கடும் உறைப்பு மட்டுமே இதற்குக் காரணமாக இருக்க முடியாது. பழக்கமான உணவுகளை மட்டுமே மீண்டும் மீண்டும் சாப்பிடும் தமிழருக்கும் தெலுங் கருக்குமெனவே இவை இயங்குகின்றன போலும். இலங்கை யின் புகழ்பெற்ற இடியப்பத்திற்கும் இது பொருந்தும்.

உணவு விஷயத்தில் எல்லாவற்றையும் தொட்டுப் பார்ப்ப வனாகவும், அதே வேளையில் சம்பிரதாயமானவனாகவும் இருப்பவன் நான் மட்டுமே என்று சொல்வதற்கில்லை. அதாவது வெவ்வேறு உணவுகளை நான் முயன்று பார்க்க விரும்புகிறேன். ஆனால் அவற்றை விவஸ்தை இல்லாமல் கலக்க நான் விரும்புவதில்லை. வியப்படைவதற்கல்ல, ஆசுவாசப்படுவதற்கே ஒருவர் உணவகங்களுக்குச் செல்கிறார். அதே வேளையில், சரியாக அமையும் ஒரு புதிய முயற்சி போன்ற அற்புதம் வேறு எதுவுமில்லை. வான்கூவரிலிருக்கும் ஓர் உணவகம் இதற்கு வெற்றிகரமான ஓர் எடுத்துக்காட்டு. அதன் உரிமை யாளர் விக்ரம் விஜ் தில்லியைச் சேர்ந்த பஞ்சாபி. ஆனால் வழக்கமான தந்தூரியிலிருந்து அவர் விலகி நிற்கிறார். உள்ளூரில் கிடைக்கும் பொருள்களையும் சில இந்திய மசாலாப் பொருள் களையும் பயன்படுத்துவதோடு பிற உணவு மரபுகளையும் கைக்கொள்கிறார். சில வேளையில் விளைவுகள் அசுவாரசிய மானவையாக அமைந்துவிடுகின்றன. ஆனால் அவரது வெற்றி விகிதம் 60% இருக்கும். விளைவாக, அவர் பெயர் பெற்றவராக இருக்கிறார். அவருடைய துணிவு மற்றவர்களுக்கும் இருந்தால் நன்றாகத்தான் இருக்கும். ஆனால் எனக்குத் தெரிந்த முருங்கைக் காய் சாம்பாரையும் நண்டுக் குழம்பையும் செய்வதே நல்லது என்று நினைக்கிறேன்.

23

வாசச் சமையலும் ஊசக் கறியும்

நாஞ்சில்நாடன்

'வாய்ச் சுவையும் நாற்றமும் விருப்புற்றுக் கேட்கின் றேன்' என்பது நாச்சியார் திருமொழி. வாய்ச் சுவையைக் காதலர்கள் அதரத் தேன் என்றும் இதழமுதம் என்றும் சொன்னார்கள். பட்டினத்தார் அதனை ஊளை நாற்றம் என்கிறார். அது வேறு கதை. கள்ளூறும் வாய் என்றார்கள். கள் எனில் மது, மதுவெனில் தேன். பசியின்போது, விருப்பமான உணவைக் காணும்போது, வாசனையை முகரும்போது, உணவில் விருப்பம் எழும்போது வாயூறும். சின்னக் குழந்தைகள் எப்போதும் வாயூறி வடித்துக் கொண்டிருக்கும். அதைச் சளுவாய் வடித்தல் என்பார்கள். கன்னத்தில் முத்தமிட்டால் அதன் வாசம் தெரியும். பெரியவர்களான பிறகு, சிலருக்குப் பேசும்போது சுரக் கும் உமிழ் நீரை விழுங்கும் தொழில்நுட்பம் தெரியாமல் இருந்தால் சட்டெனச் சளுவாய் ஒழுகும். கொத்தித் திரியும் கோழியையோ துள்ளிச்சாடும் ஆட்டுக்குட்டி யையோ வாலில் சுழிபோடும் பன்றியையோ கறி கொழுத்த எருமையையோ கண்டால் சிலருக்கு நாவூறுவது உண்டு. மானசீகமாகக் குழம்பாகவும் குருமாவாகவும் வறுவலாக வும் பொரியலாகவும் காண்பதால் அப்படி. கல்லைக் கண்டால் அதில் நாயையும் காண்பது.

வாயூறி நிற்பதும் நாவூறி நிற்பதும் கேவலமான மெய்ப்பாடு அல்ல. உணவின்பாலுள்ள வேட்கை இளக் காரத்திற்கு உரியதன்று. 'உண்பது நாழி உடுப்பது இரண்டு முழம்' என்றார் ஔவை. நாழி என்பது நாழியரிசிச் சோறு, வேளைக்கு. இன்று நாழியரிசிச் சோற்றை நான்கு நாளாகத் தின்கிறார்கள் நவ யுவர்கள். எல்லோரும்

கோழிபோலக் கொறிக்கிறார்கள். அல்லது குக்கல்போல விழுங்குகிறார்கள்.

ரசித்தும் ருசித்தும் உண்பது என்பது அடாததோர் செயல் அல்ல. பல விருந்துகளில் மிகக் கௌரவமாகச் சிலர் சொல் வதைக் கேட்டதுண்டு, *"I am a poor eater"* என்று *"I am a poor fucker"* என்று சொல்வதை யாரும் அவ்விதம் கௌரவமாகக் கொள்வதில்லை. இந்த யோக்கியதையில், 'உண்டி சுருங்குதல் பெண்டிர்க்கழகு' என்று பழமொழி வேறு. பெண்கள் கோழிக் காலை வைத்துக்கொண்டு கடிப்பதைக் காணச் சகிக்கவில்லை என்பார் சிலர். அது ஒருவிதமான ஆண் அகம்பாவம். எம்.ஜி.ஆர். அல்லது கமல்ஹாசன் கோழிக் கால் கடிப்பதைக் கண்டு ரசிகப் பெருங்கூட்டம் வாயூறி நின்றதுண்டு. ஆங்கிலப் படங் களில் *Burt Lancaster*ன் உணவுக் காட்சிகளை நான் வெகுவாக ரசித்ததுண்டு.

என்றாலும் நமது நாட்டில் உணவை அதனுடைய முக்கியத் துவம் அறிந்து, உரிய மரியாதை கொடுத்துப் பேசுவதில்லை. 'சாப்பாட்டு ராமன்', 'தின்னிப் பண்டாரம்' என்பன வசவின் பாற்பட்டவை. 'எல்லாம் யோசிக்கும் வேளையில் வயிறார உண்பதுவும் உறங்குவதுமாக முடியும்' என்பதும் தமிழ்ப் பாட்டு.

பசியும் காமமும் மிக வலுவான உணர்ச்சிகள். கோள்களில் குருவும் சனியும் போல. எது குரு, எது சனி என நான் ஆராய விரும்பவில்லை. தத்தம் உணவே சாலச் சிறந்தது என்றோர் மனப்போக்கு நம்மிடம் உண்டு. அவரவர் உணவு அவரவர்க்கு உகந்ததுதான். அதன் பொருள் மற்றவர் உணவு இழிந்தது என்பதல்ல. ஒரு வட்டாரத்தின் உணவு – அங்கு விளையும் பொருள்கள், தண்ணீர் வசதி, வேலைப்பளு, தட்ப வெப்பம் எனப் பலவற்றால் தீர்மானமாவது.

உள்ளூரில் மாடு, பன்றி உண்பவர்களைத் தாழ்ந்த மனிதர்கள் என நோக்கும் தன்மை நம்மிடம் உண்டு. ஆனால் *beef, pork* உண்ணும் ஐரோப்பியர்கள், அமெரிக்கர்கள்மீது பவ்யமும் பயமும் உண்டு. பன்றியின் குடலை நன்கு கழுவி, அதனுள் மசாலாவையும் இறைச்சியையும் திணித்து, முடிச்சுகள் போட்டு, வறுத்தோ பொரித்தோ எடுக்கும் 'சாஸேஜஸ்' பற்றிப் பெருமை பேசுவதுண்டு. அதைத் தின்று பார்க்க வேண்டும் என்று எனக்கு நெடுநாள் ஆசை. அதுபோலவே 'கேவியர்' என்று மீன் முட்டையில் செய்தது, லேகியம்போலக் கறுப்பாக இருக்கும் பார்க்க. கறியா குழம்பா என்று தெரியாது. அதையும் தின்று பார்க்கும் கொதி உண்டு.

பழக்கமில்லாத உணவைத் தொட்டுக்கூடப் பார்க்காத மனிதர்கள் நம்மில் பெரும்பாலோர். கூட்டு, பொரியல், சாம்பார், ரசம் என்பதை மீறியதோர் வெளிவளையத்துக்கு வராதவர்கள். மீன் வறுக்கும், கறிக் குழம்பு கொதிக்கும் வாசனைக்கு வாந்தி எடுத்தவர்கள் உண்டு. தேங்காய் எண்ணெய்ப் பலகார வாசனை வாந்தி வரச் செய்கிறது என்றார் ஒருவர். நாஞ்சில் நாட்டில் முப்பது ஆண்டுகளுக்கு முன்னால் கடலை எண்ணெயில் சுட்டது என்றால் அது கேவலமான பலகாரம்.

பம்பாயில் உணவு இடைவேளைகளின்போது சிறிய தட்டுகளில் பழுத்த பப்பாளித் துண்டங்களைப் பிரியமாக வாங்கித் தின்றார்கள். நாஞ்சில் நாட்டில் ஆசைக்குப் பப்பாளி பறித்துக் கொண்டு போனால் அது நகைப்புக்குரிய செய்தி. உண்ணும் நீர், தின்னும் வெற்றிலை எல்லாம் நாராயணன் என்பது வைணவம். 'உண்டி கொடுத்தார் உயிர் கொடுத்தாரே' என்பதும் தமிழ்ப் பாட்டு. 'பாரகம் அடங்கலும் பசிப் பிணி அகலென ஆதிரை இட்டனள் ஆருயிர் மருந்து' என்பது மணிமேகலை. என்றாலும் முருங்கைக்கீரை, அகத்திக்கீரை, கொடுப்பைக் கீரை, ஆலங்கீரை பறித்துக்கொண்டு போனால் இதழ்க்கடை யோரம் இளநகை அரும்புகிறது.

உணவை அலட்சியத்துடன் நோக்குதல் தகாது. அதுவே அன்னம். அதுவே அமுது. அவரவர் உணவு அவரவர்க்குப் பெருமை. தனக்குப் பிடிக்காததை ஒதுக்கிவிடுவதைப் புகழெனக் கொள்ளவியலாது. ஆனால் ஆடு தின்னும் மாடு தின்னும் பன்றி தின்னும் ஒருவருக்குக் கிழக்கு மாநிலங்களுக்குப் போனால் நாய் தின்பது இயலாததாக இருக்கும். பாம்புக் கண்டம் தின்பதும் குரங்கு மூளையை உறிஞ்சுவதும் புழுக்களை நூடுல்ஸ்போலத் தின்பதும் நினைத்துக்கூடப் பார்க்க இயலாத தாக இருக்கும். அசைவ உணவுப் பழக்கங்களில் உள்ள அசௌகரியம் அது. அதன் காரணம் மனத் தடை மட்டுமல்ல. ஆனால் சைவ உணவுகளில் வேறு வகைகளை வெறுப்பதும் அலட்சியப்படுத்துவதும் என்ன தகைமை?

கூழ் என்பது நாஞ்சில் நாட்டு உணவல்ல. முதன் முதலில் நான் ராகிக்கூழ் குடித்தது கடலூர் பேருந்து நிலையம் பக்கம், சாலையோரத்தில். தங்கர்பச்சான், சேரன், புஷ்பவனம் குப்பு சாமியுடன் 'சொல்ல மறந்த கதை' படப்பிடிப்பின்போது. சமீபத்தில் புவியரசு வீட்டு அம்மாவிடம் கேட்டு என் மனைவி கம்மங்கூழ் காய்ச்சக் கற்றுக்கொண்டாள். இன்று நாங்கள் கம்மங்கூழ், ராகிக்கூழ், சத்துமாக் கஞ்சி இவற்றுக்கு அடிமை.

பருப்பு என்றால் துவரம் பருப்பு, பெரும்பயற்றம் பருப்பு, சிறுபயற்றம் பருப்பு, காணப் பருப்பு அல்லது கடலைப் பருப்பு வைத்துச் சமைப்பது, இடத்துக்குத் தகுந்தாற்போல. கல்கத்தாவில் முழு உளுந்தை வறுத்து வேகவைத்து அதில் பருப்புச் சமைக்கின்றனர். அதில் முழு அயிலை மீனைப் பொரித்தும் போடுகின்றனர். வாய்ப்புக் கிடைத்தால் முயன்று பாருங்கள்.

நாம் வீண் செய்கிற பூக்கோசு இலைத் தண்டுகளை உரித்து முருங்கைக்காய் போல் நறுக்கிக் குழம்பில் போடுகிறார்கள் பஞ்சாபிகள். முற்றிய தண்டங்கீரையின் தண்டை, வேரை, உரித்து நாஞ்சில் நாட்டில் அவியல் வைப்பதை நீங்கள் அறிவீர்களா? பஞ்சாபிகளின் மக்காச் சோள ரொட்டியும் கடுகுக் கீரைக் கறியும் நாவூற வைப்பது.

'பசிக்கு ருசி வேண்டாம் நித்திரைக்குப் பாய் வேண்டாம்' என்பது நம் மொழி. எனினும் பசியும் ருசி அறியும் நித்திரையும் பாயறியும்.

○

தமிழ்நாட்டின் பிரதான உணவாகப் 'பரோட்டா' எப்போது வந்தது என்று எண்ணுகிறீர்கள்? பத்து ஆண்டுகள் இருக்குமா? தஞ்சை ராமையாதாஸ் 'சிங்காரி' எனும் படத்துக்கு 1947இல் பாடல் எழுதி இருக்கிறார்:

ஒரு சாண் வயிறே இல்லாட்டா இந்த
உலகினில் ஏது கலாட்டா
உணவுப் பஞ்சமே வராட்டா நம்ப
உயிரை வாங்குமா பரோட்டா

வடநாட்டு உணவென்று வெறுத்தோமா இன்று பரோட்டாவை!

ஒருமுறை 'லெச்ச கெட்ட கீரை' பற்றிக் கி.ரா. எழுதி இருந்தார். முதல்முறையாக அவரைப் பார்க்க 1981இல் இடைசெவல் போயிருந்தேன். தகவல் கேட்டபோது சொன்னார், "உங்க ஊரு பூதப்பாண்டி தாலுகா ஆபீஸ் முன்னால நிக்கு துல்லா, அதுதான்". எனக்கு நம்ப முடியவில்லை. சில நொடிகளில் கொப்பொன்று முறிபட்டு வந்தது. கணபதி அம்மா இலை ஆய்ந்து, துவரனாக்கி நாலுமணித் தேநீருக்குத் தொட்டுக் கொள்ள வந்தது. வில்வம் பழம் போல எனக்கு மற்றுமொரு ஆச்சரியம்.

உணவென்பதே ஆச்சரியங்களின் அகழ்வு. 'பசலை' கோவிந்தராஜன் வீட்டில் ஒருமுறை இரவு உணவின்போது

பச்சை நிறத்தில் ரசம் ஒன்று வைத்துக் கொடுத்தார்கள். வாத நாராயணன், தூதுவளை, அப்பக்கோவை, வேப்பிலை, பாலக், ஆடாதோடை போன்ற செடிகொடிகளின் கொழுந்துகள் பறித்து அரைத்து வைத்தது. பெருமாள்முருகனும் கோபால கிருஷ்ணனும் மகுடேசுவரனும் சாட்சி. மேலூர்ப் பக்கம் கந்தப்பட்டியில் நண்பர் ஒருவர் முள்முருங்கைக் கொழுந்து போட்டு அரைத்து அடை சுட்டுக்கொடுத்தார். நாற்பது ஆண்டு கள் முன்பு, வயலறுக்கும் பருவத்தில், சூடடிக்க ஆட்களையும் மாடுகளையும் கொண்டுவரலாம் என்று தகவல் சொல்லச் சூரங்குடி பாலையா நாடார் வீட்டுக்குப் போனபோது, மண் பானையில் பனம் பழம் சீவிப் போட்டு, பனங்கருப்பட்டி போட்டு வேகவைத்ததைத் துண்டும் காடியுமாகக் கொதிக்கக் கொதிக்க வெள்ளோட்டுக் கும்பாவில் ஊற்றிக் கொடுத்தாள் பாம்படம் தொங்கும் காதுகளைக்கொண்ட பாட்டி ஒருத்தி. ஔவையார் கேள்விப்பட்டதுண்டா, ‘அடகென்று சொல்லி அமுதினை இட்டாள் கடகம் செறிந்த கையாள்’ என.

இவ்வகை அதிசயங்களுக்கு மத்தியில்தான் நாஞ்சில் நாட்டுச் சமையல் மற்றோர் உலக அதிசயம் என்று எனக்குத் தோன்றியது. அது பற்றித் தனியாக ஒரு நூல் எழுதும் உத்தேசம் உண்டு. சமையல் புத்தகம் எனில், வரமிளகாய் நான்கு, உளுத்தம் பருப்பு ஒரு தேக்கரண்டி, தேவைக்கு உப்பு எனும் சூத்திரத்தில் அல்ல. பண்டத்தின் செய்முறை சிறுகதை வாசிப் பின் அனுபவத்தைத் தர வேண்டும். வேண்டுமானால் எழுதப் போகும் புத்தகத்தின் முன்னுரைக் கட்டுரையாக இதைக் கொள்ளலாம்.

சுந்தர ராமசாமியின் ஐம்பதாம் திருமண நாளின் முன் மாலையில் பரிமாறப்பட்ட ரசவடையை நிறைய இலக்கிய நண்பர்கள் விரும்பிச் சாப்பிட முனையாததைக் காண எனக்கு ஏமாற்றமாக இருந்தது. எனக்கு இன்னொரு உயிர் இருக்கு மானால் அதை ரசவடைக்காகத் தரச் சம்மதமுண்டு.

இட்லிக் கொப்பரையில் வேகவைத்த ஏத்தன் பழம், நீராவியில் வேகவைத்து உப்பும் நல்ல மிளகுப் பொடியும் தூவிய சீனிக் கிழங்கு, தீயில் சுட்ட மரச் சீனிக் கிழங்கு, சக்கைக்கொட்டை, கொல்லாங்கொட்டை, உடைந்த மண் சட்டியில் தோல் கருக வறுத்த புளியங்கொட்டை, உப்புப் போட்டு ஊறவைத்த வறுத்த புளியங்கொட்டை, சுட்ட பனங்கிழங்கு, அடுப்புக்கங்கில் வாட்டிய குடைக் காளான், மாம்பழக் காடி, மாம்பழப் புளிசேரி, உளுந்தங்காடி, உளுந்தங் களி, வெந்தயக் காடி, மரச்சீனிக் கிழங்குக் கறி – எல்லாம் எந்த நாள் காண்பேன் இனி?

வறுமையின் கொடுமையில், முலைக்காம்பின் இல்லி தூர்ந்து, பாலின்றிப் பிள்ளை அழ, பட்டினியால் தாயுமழ, கொலைப் பசியில் கிடந்த சங்கப் பெரும் புலவன் பெருஞ் சித்திரனார் வீட்டில் குப்பைக் கீரையை விரல் நகங்களால் கொய்து கொணர்ந்து உப்பின்றி வெந்ததை வாரி வாரித் தின்றான் என்பதும் ஞாபகத்தில் வருகிறது. 'முளை தயிர் பிசைந்த காந்தள் மெல்விரல்' நினைவுக்கு வருகிறது. பட்டிமன்றப் புலவர் ஒருவர் மேடைவிடாமல் அந்தப் பாட்டைச் சொல்லி மோர்க்குழம்பு வைப்பார். உண்மையில் மோர்க் குழம்பு வேறு, புளிசேரி வேறு. 'முளை தயிர்' என்ற சொல் எவ்வளவு கவித்துவமானது? முளை தயிர், இளம்பசி என்பதெல்லாம் என்னவென்று கி.ரா. நிறையப் பேசி இருக்கிறார். 'வரகரிசிச் சோறும் வழுதுணங்காய் வாட்டும் மொரமொரெனப் புளித்த மோரும்' என்பதற்கும், 'சற்றே துவையலரை தம்பியோர் பச்சடிவை வற்றல் ஏதேனும் வறுத்துவை – குற்றமிலை காயமிட்டுக் கீரை கடை கம்மெனவே மிளகுக் காயரைத்து வைப்பாய் கறி' என்பதற்கும் மேலாகத் தமிழிலக்கியம் உணவு பற்றி வேறென்ன பேசியிருக்கிறது என்பது பற்றியெல்லாம் பேராசிரியர் குடவாயில் பாலசுப்பிரமணியம் போன்றோர் விரிவாக எழுத வேண்டும்.

இருபது ரசவடை தின்று இலகுவாக எழுந்துபோன காலம் உண்டு. ரசவடை என்பதே குசுவிடத்தானோ என்றொரு கேள்வியும் உண்டு. பப்படம் கடித்துக்கொண்டு குடித்த பிரத மன்கள் எத்தனை? மோரில் எத்தனை தயாரிப்புகள்? அவலில் எத்தனை பிரயோகங்கள்? அரிசி மாவில் எத்தனைப் பணியாரங் கள்? தோட்டத்தில் மாங்கன்று நடுவதை மனத்தில் நினைத்துக் கொண்டு, "அம்மாச்சா, மாவிலே எது கொள்ளாம்" என்று கேட்க அம்மாள், "மாவிலே பச்சரிசிமாவுதான். அதுவே கேள்வி என்ன?" என்பது நாஞ்சில் நாடு.

முதலில் மோர் என்பது தயிரை உடைத்து நீர் சேர்த்துப் பெருக்கி ஆற்றித் தருவதே அல்ல. தயிரைக் கடைந்து வெண் ணெய் எடுத்த பின்புதான் மோரின் வாசம் இலேசாக எட்டிப் பார்க்கும். கடுகு, உளுத்தம் பருப்பு, வத்தல் மிளகாய், கறி வேப்பிலை, காயம் போட்டுத் தாளித்துப் புளித்த மோரை ஊற்றி உப்புப் போட்டு, கொதிக்குமுன் இறக்கினால் அது தாளித்த மோர். வத்தல் மிளகாயும் தேங்காய்ப் பூவும் பூண்டுப் பற்களும் காயமும் அரைத்துக் கலக்கி, தாளித்து இறக்கினால் அது வேறு வகை. இஞ்சி, கறிவேப்பிலை, பச்சை மிளகாய் இவற்றை ஒன்றிரண்டாகச் சதைத்துப் புளித்த மோரில் போட்டு, பிழிந்த எலுமிச்சம் பழ மூடியை மிதக்கவிட்டு உப்புப் போட்டு

ஆற்றினால் மணமுள்ள சம்பாரம். உதடுகளால் மிதக்கும் சேர்மானங்களை இறுத்துக் குடிக்க வேண்டும், பதநீர் குடிப் பதைப்போன்று. குடிக்கத் தெரியாமல் குடித்து, கறிவேப்பிலை உள்நாக்கிலோ அண்ணாக்கிலோ ஒட்டி, இருமி இருமி மூச்சு முட்டி, எட்டு நாள்கள் கோவை மருத்துவமனையில் கிடந்த மத்திய அமைச்சர் ஒருவரும் உண்டு.

முள் எடுத்துத் தின்னத் தெரிந்தால் துப்பு வாளைக்கு மிஞ்சிய மீன் கிடையாது. தேங்காய் அரைக்காமல் புளிவிட்டுக் கூட்டிவைத்த குழம்பைச் சட்டி பற்ற வற்றவைத்து இறக்கினால் ஓலைவாளை என்றழைக்கப்படும் சுண்ணாம்பு வாளை ருசி. அளவு மீறித் தின்றால் அடுத்த நாள் காலை வயிறிளக்கம் உறுதி. செத்துப்போன துப்பு வாளையும் ஓலைவாளையும் நம்மைப் பார்த்துப் பற்களைக் காட்டிச் சிரிக்கும்.

உணவு தயாரிப்பது ஒரு சீரிய கலை. இன்னும் நளபாகம், பீமபாகம் என்கிறார்கள். கைப்பாகம் என்பர் பெண்டிர். கைப்புண்ணியம் என்பார்கள் மலையாளத்தில். கை மணம் என்றும் சொல்வதுண்டு. பச்சைப் பாம்பை உயிருடன் பிடித்து வந்து உருவினால் சமையலில் கைமணம் தெரியும் என்றொரு நம்பிக்கை உண்டு. ஆர்வத்துடனும் அச்சத்துடனும் வெட்கத் துடனும் பச்சைப் பாம்பை உருவுவதை நான் பார்த்திருக்கிறேன். சங்கீதத்தில் நாரத கானம் மற்றும் அனுமத் சங்கீதம் போல இருக்க வேண்டும் நளபாகமும் பீமபாகமும். நளவிலாஸ், பீமவிலாஸ் சைவாள், பிராம்மணாள் காபி கிளப்கள் இருந்தன ஒருகாலத்தில். ஆரிய பவன் எங்கிருந்து வந்ததென்று தெரிய வில்லை. ஆனால் எங்கும் திராவிட பவன் பார்த்த ஞாபகம் இல்லை. சமையல் கலை மற்றெந்தக் கலையைவிடவும் இளைத்த தல்ல. செவிக்கு இசையும் கண்ணுக்குச் சிற்பமும் ஓவியமும் மனத்துக்குக் காமமும் எனில் நாவிற்கும் மூக்குக்கும் சமையல். படுகளம் என்பதுபோல் அடுமனை. புலன்களில் சிறிதென்றும் வலிதென்றும் உண்டா? இதில் கலை கலைக்கா கலை மக்க ளுக்கா என்று வாழ்நாள் பூராவும் தத்துவத் தர்க்கங்களைக் கேட்டுக்கொண்டே இருக்கலாம். வாழ்நாள்தான் தப்பிப் போகும். இசைக்கும் ஓவியத்துக்கும் சிற்பத்துக்கும் இணையான தோர் கலையை எங்ஙனம் குறைத்துப் பார்ப்பது? சொல்வார் கள், கலை எனில் மனிதநேயம் ஆதாரம் என. சமையல் மனிதநேயம் சார்ந்த ஒன்று அன்றோ? விலங்குகளுக்கா சமைக் கிறார்கள்? காமம் கலை எனும்போது, ஆய கலைகள் அறுபத்து நான்கினில் ஒன்று எனில் சமைத்தலும் அதில் ஒன்றல்லவா? ஆனால் அது முப்பத்தெட்டாம் பக்கத்து மூலையாகவும் பெண்களுக்கான பிரத்யேக மங்கையர் மலர் சமாச்சாரமாகவும்

சுருங்கிப் போனது நுண்ணியதோர் கலைக்கு நாம் செய்யும் அநியாயம்.

ஆணானாலும் பெண்ணானாலும் நன்றாகச் சமைப்பவர் கரங்களில் முத்தம் கொடுக்கத் தோன்றும். பெரிய அடியந்திரத்தில் ஆயிரம் பேருக்குச் சமைப்பவர் பற்றி யோசித்துப் பாருங்கள். ஆனால் அவர்களுக்கு இரண்டு பேருக்குச் சமைக்கத் தெரியாது. நான்கு பேருக்குச் சமைப்பவர்களுக்கும் ஆயிரம் பேருக்குச் சமைப்பது சாத்தியமன்று.

வடிவீஸ்வரத்தில் சீனி ஐயர், வெங்கிடி ஐயர், அப்பு ஐயர், ஓவியர் ஜீவாவின் அம்மையைப் பெற்ற அப்பா, அவியல் தீயலில் நிபுணரான பூதப் பாண்டி குத்தாலம் பிள்ளை ஆகியோர் நாஞ்சில் நாட்டு அடியந்திரச் சமையலில் புகழ் பெற்றவர்கள். எட்டுச் செம்பு அரிசி வைப்பது பெரிய கல்யாணம். அந்தக் காலத்து நாஞ்சில் நாட்டுக்காரர்கள் ஒரு செம்பு அரிசிக்கு எண்பது பேர் என்பது கணக்கு. ஒரு செம்பு என்றால் ஏழு மரக்கால் அரிசி. அதாவது இருபத்தெட்டு பக்கா. ஒரு பக்கா அரிசி மூன்று பேருக்கு. ‘டவுன்வாசிகள்’ நூற்றிருபது பேர் சாப்பிடுவார்கள் என்று சொல்வார்கள். இன்றைய மனிதர்கள் இருநூறு பேர் சாப்பிடுவார்களாக இருக்கும். எல்லாம் தோராயம் தான். ஆயிரம் பேர் சாப்பிடும் பந்திகளில் ஒருத்தர் இத்தனை மில்லி லிட்டர் சாம்பார் குடிப்பார் என்று கணக்கிடுவது எங்ஙனம்? எல்லாம் ஒரு திட்டம், மனம் சொன்னால் கை செய்யும்.

❍

நன்றாகச் சமைப்பது என்பது ஒன்று, அதை ருசித்துச் சாப்பிடுவது என்பது மற்றொன்று. நெருக்கமான நண்பர் ஒருவர் தலைவாழை இலையில் பரிமாறப்பட்ட பதார்த்தங்களை, இலையைக் காற்றுப் பறத்தாமல் இருக்கும் பேப்பர் வெயிட்டாகக் கருதுகிறவர். வாழைக் குருத்தை, கூர்த்த பக்கம் இடப் பக்கம் வரும்படியாக விரிக்க வேண்டும் என்று சேக்கிழார் பேசுகிறார். செத்தவர்களுக்குப் படையல் இடும்போதுதான் கூர்த்த பக்கம் வலப்பக்கம் வரும்படியாக விரிப்பது. பந்தியில் இரண்டாம் எடுப்பு அவியல் அல்லது எரிசேரி வருமா என எதிர்பார்த்து உட்கார்ந்திருக்கும்போது, தொட்டும் பார்க்காமல் இலையை மூடுகிறவர்கள் எரிச்சலூட்டுபவர்கள். பாயசத்துக்குப் பிறகு ரசம் மோருக்குக் காத்திராமல் இலையை மூடுகிறவர் உண்டு.

எங்களூரில் ஒரு பாட்டா, உண்பதை ஒரு யோகம்போலச் செய்கிறவர். கல்யாணப் பந்தியில் அவர் பக்கத்தில் அமரும்

சந்தர்ப்பம் வாய்ப்பது விசேடம். தலை வாழை தாட்டு இலை – இலையில் சற்றுக் கிழிசல், வாடல், கசங்கல், இளசல், முற்றல், கோணல் அதிகமாக இருந்தால் இலையை மாற்றச் சொல்வார். பிறகு மூக்கன் வாளியில் அளவாக ஊற்றும் தண்ணீரைக் கையில் வாங்கி இலையைத் துடைப்பார். முதலில் இடது பக்க ஓரத்தில் உப்பு வைத்த பின்புதான் மற்ற பதார்த்தங்கள். உப்புக்குப் பக்கத்தில் ஏத்தங்காய் வற்றல், சர்க்கரை உப்பேரி, துவட்டல், உப்பிலிடு, பச்சடி கிச்சடிகள், வலது பாகம் அகன்ற இடத்தில் அவியல், இடப்பக்கம் தும்பு விரியும் இடத்தில் எரிசேரி. கடைசியில் பப்படம். பிறகு சாதம், பருப்பு, பருப்பின் மீது சாம்பார் அல்ல. பருப்புச் சோறு சாப்பிட்டு முடிந்த பின்பு சாம்பார், புளிசேரி. புளிசேரி விடும்போது ஓலன் பரிமாறுவது விசேடம். பிறகு பிரதமன் – ஒன்று, இரண்டு அல்லது மூன்று. சிறுபயறு அல்லது கடலைப் பருப்பு. பிரதமனில் போட்டுப் பிசைந்துகொள்ள மட்டிப்பழம் அல்லது ரசகதலிப்பழம். பால் பாயசத்துக்குப் போளி, பூந்தி, பிரதமன் முடிந்து இலையை ஒதுக்கிய பின்பு ரசம். கையில் கொஞ்சம் சோற்றில் கொஞ்சம். இரண்டாவது எடுப்பு அவியல் இல்லை என்றால் முகம் கறுக்கும். தேங்காய் எண்ணெயில் பொரித்த யானைக்கால் உளுந்து பப்படம். நாஞ்சில் நாட்டில் அப்பளம் கிடையாது. சட்டமாகச் சாப்பிட்ட பிறகு வெற்றிலை, பாக்கு, புகையிலை.

சீனி ஐயரிடம் ஒரு முறை கேட்டேன் – "சாமி! பிராமணனுக்கும் வைக்கியோ வெள்ளாளனுக்கும் வைக்கியோ. என்ன வித்யாசம்?" என்று. அவர் சொன்னார் – "பிள்ளைமாருக் குண்ணா உப்பு, புளி, உறைப்புக் கொஞ்சம் முனைப்பா இருக்கணும். பிராமணாளுக்குக் கொஞ்சம் மட்டா இருக் கணும்... நெகிழ்ச்சியா இருக்கணும். கறி, கூட்டு, கொத்சு எல்லாம் பிராமணா பிரியமா சாப்பிடுவா... பிள்ளைமாருக்கு ஆகாது. பிள்ளைமாருக்கு மொழுக்கு மொழுக்குண்ணு இருந்தா புடிக்காது. சமையல் கொஞ்சம் மின்னே பின்னே இருந்தாலும் பிராமணாள் சாப்பிட்டுட்டுப் பேசாமப் போயிருவா... பிள்ளை மாருக்கு அவியல், எரிசேரி சரியா வாய்க்கலேண்ணா என்ன நடக்கும்ணு சொல்ல முடியாது."

நாடாக்கமாரும் சாம்பாக்கமாரும் பிரதமன் வைக்க முயன்றதைப் பற்றி வெள்ளாளர் மத்தியில் ஒரு கதையாடல் நடப்பில் இருந்தது. ஏற்கெனவே விழுந்திருக்கும் பழிகள் எனக்கு இப்பிறவிக்குப் போதுமென்று கருதுவதால் நானதை விரிவாகப் பேச விரும்பவில்லை. எல்லாக் காய்களும் போட்டு, தேங்காய் அரைக்காமல், பருப்பு மாத்திரம் வேகவைத்துக்

கொண்டு, பெரிய தயாரிப்பு நுணுக்கங்கள் சிரமங்கள் இல்லாமல் அவசர அடியாக ஒரே கறியாகவும் குழம்பாகவுமான பாகத்தில் கண்டுபிடித்ததுதான் சாம்பார் என்றும் அதைச் சாம்பாக்கமார் கண்டுபிடித்ததால் பெயர்க் காரணமாயிற்று என்றும் ஓர் ஆய்வு உண்டு.

பாட்டா அமர்ந்திருக்கும் பந்தியில் விசேட அக்கறையுடன் பரிமாறுவார்கள். அந்தக் காலத்தில் மரியாதை என்பது காரில் வருகிறவர்களுக்கும் நில உடமஸ்தக்காரர்களுக்கும் மட்டும் சொந்தமில்லை. மரியாதைக்காரர்கள், வயதில் மூத்தோர், வாக்குச் சுத்தமும் நடப்புச் சுத்தமும் கொண்டவர் என்று செல்வம் அல்லாத தன்மை கொண்டவர்க்கும் இருந்தது. பரிமாறும் வரிசை தப்பிப்போனால், பந்தியில் பரிமாறும்போது உண்பவர்களை நெருக்கினால், கை காய உட்கார்த்தி வைத்தால், இடது கையை ஊன்றிக்கொண்டு சாப்பிட்டால், எச்சிக்கையை நீட்டிப் பேசினால், எச்சிற் கையில் தண்ணீர் குடித்தால், எல்லோரும் சாப்பிட்டு முடிக்குமுன் இலையை மடக்கினால், வரிசை நடுவில் இருந்து எழுந்து கை கழுவப்போனால் பாட்டா வுக்குச் சினம் தெறிக்கும். மோட்டுக் காமணம் போடப்பட்டு, மண் நிரப்பாக்கப்பட்டு, சாணாங்கி போட்டு மெழுகிய களத்தில், பந்திப் பாய் விரித்து, அதன் மீதமர்ந்து உட்கார்ந்து சாப்பிடும் போது முட்டோடு முட்டு உரசாமல் இருக்க வேண்டும். வட்டச் சம்மணத்தின் வீதிக்கு இலை வெட்டப்பட்டிருக்க வேண்டும்.

சாப்பிடுவது என்பதும் எதையும் விட்டுப் பிசைந்த சோற்றுக்கு எதையும் தொட்டுக்கொள்வது என்பதல்ல. பப்படம் நொறுக்கிப் பிசைந்த நெய்விட்ட பருப்புச் சோற்றுக்கு அவியல், எரிசேரி. சாம்பார் சோற்றுக்குத் துவட்டல், தயிர்க் கிச்சடிகள். புளிசேரிக்கு வாய்த்தால் ஓலன். பிரதமனுக்கு நாரத்தங்காய்ப் பச்சடி. ரசத்துக்குப் பப்படம், ஏத்தங்காய் உப்பேரி. மோருக்கு மாங்காய் உப்புலிடு, மிளகாய்ப் பச்சடி, இஞ்சிப் பச்சடி. பாட்டா பக்கத்தில் அமர்ந்து வசக்கேடாக ஒன்றுக்கு ஒன்றை மாற்றி மாற்றி வாரித் தின்றால் முறைப்பு ஒன்று நிச்சயம் உண்டு. "வெள்ளாளம்மாரி சாப்பிடுலே" என்றொரு ஏச்சும் உண்டு.

அவியல், பிரதமன் நன்றாக வாய்த்துவிட்டால், வைப்பு ஐயரைப் பார்த்துச் சொல்லொன்று பாராட்டாமல் போகமாட்டார். பண்டு நற்செய்தி கொணர்ந்தவர்களுக்குக் கழுத்தில் கிடந்த முத்துமணி ரத்தின ஆரங்களைக் கழற்றிப் போட்ட மன்னர்களைப்போல் பாட்டாவிடம் என்ன இருக் கிறது? அரை வேட்டியையோ தோள் முண்டையோ வெள்ளைத்

தாடியையோ உரிந்து கொடுக்க இயலாது. பெரும்பாலும் கலப்படங்களையும் வெள்ளச் சேர்மானங்களையும் ஆறி அவலாவதையும் தவிர்ப்பதற்காக அவர் முதல் பந்தி ஆள். அடியந்திரக்காரர், பாட்டா சாப்பிட்டு வெளியே வரும்போது வெகு ஆவலாகக் கேட்பார்.

"பாட்டா வைப்புக் கொள்ளாமா?"

"வெங்கிடி ஐயரு வச்சா கேக்கணுமா? பேஷ் . . . இல்லா விட்டாலும் அவியலு வைக்கத் தெரியாதவனெல்லாம் ஒரு வைப்புக்காரனா பேரப்பிள்ளே?"

ஐந்நூறு அறுநூறு பேர் சாப்பிடுகிற அடியந்திரம் வைப்பு நன்றாக அமைய வேண்டும், வந்தவர்கள் நிறைவாகச் சாப்பிட வேண்டும், கடைசிவரை எதுவும் தட்டிப்போகக் கூடாது என்பதில் அன்றைய மனிதனுக்கு அக்கறை இருந்தது.

புளிசேரி என்றால் புருத்திச் சக்கை எனும் அன்னாசிப் பழம். பின்னர் மாற்றாக ஏத்தன் பழம் எனும் நேந்திரப் பழம். பின்னர் தடியன்காய் எனும் இளவன்காய் எனும் வெள்ளைப் பூசணிக்காய் வந்தது. பின்னர் பாளையங்கோட்டன் பழம் வந்தது. இன்று தக்காளி வந்துவிட்டது. நல்ல வேளையாக இந்த வன்கொடுமைகளைக் காண மகாதேவன் பிள்ளை பாட்டா உயிருடன் இல்லை.

வீட்டில் தினசரி பொங்கும்போதும் இன்ன குழம்புக்கு இன்ன தொடுகறிதான் சேரும் எனக் கணக்கு உண்டு. சாம்பா ருக்குத் தேங்காய்த் துவையல், தீயலுக்குச் சிறுபயறு அல்லது காணத்துவையல். உளுந்தங்கஞ்சிக்குக் கொத்தமல்லி அல்லது எள்ளுத் துவையல். புளிக்கறிக்குக் கீரை, வாழைத்தண்டு, சீனி அவரைக்காய், துவரன்கள் அல்லது முருங்கைக்காய். அவரைக்காய் – சீவக்கிழங்கு, கத்தரிக்காய் – மாங்காய் அவியல்.

புளிமுளம் நாஞ்சில் நாடனின் கதாநாயகி என்பார் கோபாலகிருஷ்ணன். மீன் புளிமுளம் வைத்தால் மறுகறி வேண்டாம். ஊறுகாய் எனில் எண்ணெய் பிறப்பே இல்லாத நாரத்தங்காய், மாங்காய், எலுமிச்சங்காய், நெல்லிக்காய். சமையலுக்கு அடிப்படை பச்சைத் தேங்காய். தாளிசத்துக்கு மட்டும்தான் சின்னக் கரண்டி தேங்காய் எண்ணெய். எண் ணெய் ஒழுகும் கறிகள் அங்குக் கிடையாது. தாளிக்க ஈருள்ளி. தக்காளி, கேரட், பீன்ஸ், முட்டைக்கோசு, பூக்கோசு, பச்சைப் பட்டாணி, பீட்ரூட், நூல்கோல், சௌசௌ, முள்ளங்கி எல்லாம் கிடையாது. அவை நாஞ்சில் நாட்டுக் காய்கறிகள் அல்ல.

கீரைத்தண்டு, வாழைத்தண்டு, கத்தரிப் பழம், காறக்காய், கத்தரிக்காய், சக்கைச் சுளை – மடல் – கொட்டை, வாழைக்காய், தடியன்காய், சீனி அவரைக்காய், வெள்ளரிக்காய், மாங்காய், முருங்கைக் கீரை, தண்டன் கீரை, அரைக் கீரை, முருங்கைக் காய், வெண்டைக்காய், சுண்டைக்காய், வெந்தயம் இவற்றில் ஏதேனும் ஒரு காய் மாத்திரம் போட்டுப் புளிக்கறி. பச்சைத் தேங்காய், வத்தல் மிளகாய், மஞ்சள், ஈருள்ளி வைத்து அரைத்து, புளி கரைத்து, கொதிக்கவைத்து, தேங்காய் எண்ணெயில் கடுகு, வெந்தயம், அரிந்த ஈருள்ளி, கறிவேப்பிலை போட்டுத் தாளித்துவிடுவார்கள். சக்கைப் புளிக்கறி, வெண்டைக்காய், தடியன்காய், முருங்கைக்காய்ப் புளிக்கறி என்றால் நல்லமிளகு சேர்த்து அரைக்க வேண்டும். கீரைத்தண்டு புளிக்கறிக்கு நல்லமிளகு சேர்த்து அரைக்கக் கூடாது என்பது மாதிரிக்கான ஒரு செய்முறை.

மீன்கறி என்றால் சாளை, அயிலை, பாரை, நெத்திலி, வெளமீன், வாவல் புளிமுளம் ஒரு செய்முறை. திரைச்சி பிள்ளைச் சுறா எனில் தீயல். கட்டா, நெய்மீன், துப்புவாளை எனில் வறுத்து அரைத்த கறுத்த கறி. வேளாக்கட்டி அவியல் வேறு. தேங்காய் அரைக்காமல் நிறையப் புளிவிட்டுச் சட்டி பற்றவைக்கும் முறை வேறு. புளிமுளத்துக்கும் அவியலுக்கும் பச்சை மீன் எனில் மாங்காய் சேர்ப்பது விசேடம். கருவாடு, உப்புத் துண்டங்கள் எனில் மீனிலுள்ள உப்பை எடுக்கப் பிஞ்சுக் கத்தரிக்காய், முருங்கைக்காய், வாழைக்காய், பூசணிக் காய் என்று சேர்த்துக்கொள்வார்கள். விலாங்கு மீன் எனில் தலை, வால், குடல், செதில்கள் நீக்கிக் கழுவி, பெரிய மண்சட்டி யில் வைத்து வேகவைத்து வாழை இலையில் புட்டுமாப்போல முள்ளின்றி உதிர்த்து, பச்சை மிளகாய், ஈருள்ளி அரிந்து போட்டுப் புட்டு அல்லது துவரன் செய்வார்கள். துப்புவாளை யும் குளத்துமீன் விறாலும் இதே பக்குவம் செய்வதுண்டு. பன்னி, தீயில் வாட்டி, வேகவைத்து, முள்ளெடுத்து, நறுக்கிய நாட்டுக்கோழி இறைச்சியை நிறைய ஈருள்ளி அரிந்துபோட்டு, கடுகு உளுந்தம்பருப்பு, கறிவேப்பிலை போட்டுத் தாளித்து, பச்சை மிளகாயை ஒன்றிரண்டாக இளம் தேங்காய்ப் பூவுடன் நசுக்கிப் போட்டுக் கிண்டி இறக்கினால் கோழித்துவரன்.

தீயல் என்று சொன்னால் அது புளிக் குழம்போ காரக் குழம்போ வத்தக் குழம்போ அல்ல. முற்றிய தேங்காய், கொத்த மல்லி, மிளகாய் வத்தல், ஈருள்ளி, கறிவேப்பிலை, நல்லமிளகு எல்லாம் வறுத்து விழுதாக அம்மியில் அரைத்து, கொதிக்க வைத்துத் தேங்காய் எண்ணெய்விட்டு ஈருள்ளி அரிந்து போட்டுத் தாளித்து இறக்குவது. கத்தரிக்காய், வழுதுணங்காய், முருங்கைக்

காய், சேனைக்கிழங்கு, கருணைக்கிழங்கு, அவரைக்காய், பயற்றங்காய், கொத்தவரங்காய், பாகற்காய், பிஞ்சு வாழைக்காய், பிஞ்சுச் சக்கை, பூசணிக்காய், சக்கைக் கொட்டை - எதையும் தீயல் வைக்கலாம். கடலை, மொச்சைக்கொட்டை தீயல் வேறு. வடகம், கத்தரிக்காய் வற்றல், பாகற்காய் வற்றல், மிதக்க வற்றல், சுண்டைக்காய் வற்றல், அடை மாங்காய் எல்லாம் தேங்காய் எண்ணெயில் வறுத்துப்போட்ட தீயல் வேறு.

துவையல் மட்டும் நாஞ்சில் நாட்டில் எனக்குத் தெரிந்து புளித் துவையல், கொத்தமல்லித் துவையல், எள்ளுத் துவையல், கறிவேப்பிலைத் துவையல், நாரத்தை இலைத் துவையல், பிரண்டை இலைத் துவையல், வல்லாரைத் துவையல், காணத் துவையல், சிறுபயறு துவையல், பெரும்பயறு துவையல், பருப்புத் துவையல், பொரி கடலைத் துவையல், தேங்காய்த் துவையல், அதில் இஞ்சி சேர்த்தது, சேர்க்காதது, பச்சை மிளகாய் அரைத்தது, வத்தல் மிளகாய் அரைத்தது, மாங்காய்த் துவையல், நெல்லிக்காய்த் துவையல், பீர்க்கங்காய்த் துவையல், சுட்ட கத்தரிக்காய்த் துவையல், இஞ்சித் துவையல், மல்லித் துவையல், புதினாத் துவையல்...

சுடுசோற்றில் எந்தத் துவையலானாலும் போட்டுப் பிசைந்து, தோதுபோலத் தேங்காய் எண்ணெய் அல்லது நல்லெண்ணெய் ஊற்றி ஒரு கவளம் உருட்டிப் பாருங்கள், உமிழ்நீர் சுரப்பிகள் வெடுக்கென்று ஊற்றெடுக்கும். ஒரு அவியல் வைக்க மட்டும் முருங்கைக்காய், இளவன்காய், வெள்ளரிக்காய், கத்தரிக்காய், வழுதுணங்காய், சேனைக் கிழங்கு, சிங்கன் வாழைக்காய், சீனி அவரைக்காய், மாங்காய், புடலங்காய், பச்சை மிளகாய், முற்றாத தேங்காய் எனப் புதிதாகப் பறித்த காய்கறிகள் வேண்டும். பலகாரங்கள் பற்றி இன்னும் நான் பேசவே இல்லை; இன்று 'செட்டி நாடு' உணவிடங்கள் தமிழகத்தில் எங்கும் பிரபலம். 'திருநெல்வேலி' புராதன லாலா மிட்டாய்க் கடைகளைப்போல. ஆனால் தொன்மையான வளமான வாசனையுள்ள சத்து நிறைந்த உணவும் மருந்துமான நாஞ்சில் நாட்டுச் சமையல் பற்றி எங்கும் குறிப்புக்கூடக் கிடையாது.

கேரளத்தில் இருந்து நாஞ்சில் நாட்டைப் போராடிப் பிரித்துத் தமிழ்நாட்டுடன் சேர்த்தார்கள். அதன் கலை, இலக்கிய, மொழி, பண்பாட்டுத் தனித்துவங்கள் எல்லாம் நீர்த்துப் போயின. என்னைக் கேட்டால் மய்யழி, கோவா, புதுச்சேரி, காரைக்கால் போலக் குடகு, நாஞ்சில்நாடு போன்றவை யூனியன் பிரதேசங்

பக்தவத்சல பாரதி

களாக அறிவிக்கப்பட்டிருக்க வேண்டும். பிற தமிழ்நாட்டுச் சமையல்களின் படையெடுப்புத் தாவளம் இறங்கி நாஞ்சில் நாட்டுச் சமையலைக் கலப்பினச் சமையலாகச் செய்துகொண்டிருக்கிறது. அக்கறையுள்ளவர்கள் அதை வருத்தத்துடன் பார்த்து நிற்கிறார்கள்.

ஏதோ சிறிது கோடிகாட்ட முயன்றேன். இந்துஸ்தானி சங்கீதத்தில் ஒரு ராகத்தைக் கட்டி எழுப்ப இரண்டு மணிநேரம் பாட வேண்டும். நிமிடத்தில் அம்சங்களைக் காட்டுவது சிரமம். மற்றதை என்றோ நான் எழுதப்போகும் விஸ்தாரமான வெள்ளித் திரையில் காண்க.

ஒன்றைச் சொல்லாமல் கட்டுரையை முடிக்க இயலவில்லை. இத்தனை வகை வைப்புகளைப் பற்றி யோசிக்கும்போது எனக்குள் சில காட்சிகள் அசைகின்றன. தளிர்த்த கொடுப்பைக் கீரை ஆய்ந்து வந்து கொடுத்துக் கூலியாகப் பழஞ்சி வாங்கிப் போன சாம்பாத்திகள். நார்ப்பெட்டி, சுளவு, கடவம், அரிவட்டி என்று புதுப் பனையோலை, புதுப் பனைநார் போட்டுப் பொத்திக் கொடுத்துக் கூலியாகப் பழஞ்சியும் பழங்கறியும் வாங்கிப் போன குறத்திகள். எல்லா அடியந்திரச் சாப்பாட்டுப் பந்திகளின் இறுதிக் காட்சியாக, நெடு நேரம் காத்துக் கிடந்து கலந்த சோறு வாங்கித் தின்ற பண்டாரம், பரதேசி, பிச்சைக் காரர்கள், நோயாளிகள் பந்தி தீர்ந்து எச்சில் இலைகள் விழ விழ அதிலுள்ள சோற்றை வழித்து மண்பானையில் போட்டுத் தாமும் தின்று குழந்தைகளுக்கும் ஊட்டிய குளுவக் குடும்பங்கள், பந்தியிலிருந்து பாதிச் சாப்பாட்டில் கைதூக்கி வெளியே துரத்தப்பட்ட சிறுவர்கள். சமையல் கலை எனும் கோபுரத்தின் அடிவாரத்தில் வாழ்ந்த அவர்களை நினைக்காமல் போவது எனக்கு நீதி அல்ல.

நீங்கள் நினைக்கலாம் – வண்ண வண்ணப் பதார்த்தங்களைத் தலைவாழை இலையில் பரிமாறி, ஓரத்தில் ஊசல் கறியும் வைக்கிறானே என. அன்றும் இன்றும் பலருக்கும் வாழ்க்கை ஊசிப்போய்த்தான் கிடக்கிறது.

24

பரோட்டாவின் அமைப்பியல்

நெய்தல் கிருஷ்ணன்

சிறு வயதில் அந்த இடத்தைக் கடந்து செல்லும் போதெல்லாம் அடுக்குக் கண்ணாடிப் பெட்டியைப் பார்த்துக்கொண்டே செல்வேன். வாசலைப் பார்த்து ரோட்டில் நடந்து செல்வோரின் கண்களில் படும்படி யாகக் கண்ணாடிப் பெட்டி நின்றுகொண்டிருக்கும். கடை வாசலின் நேரே சிறிய இடைவெளி விட்டுக் கண்ணாடிப் பெட்டி. வாசலை ஒட்டி இடதுபுறம் பணப்பட்டறை. வலது புறத்தில் டீ அடிக்கிற பகுதி. உள்ளே இரு புறத்திலும் சற்று உயரமான நீண்ட மேசைகள், அருகில் பெஞ்சுகள். வலதுபுறக் கடைசி ஓரத்தில் பைப் பதித்த சிறிய நீர்த் தொட்டி. அதன் அருகே ஒரு வாசல். இவை முன் வாசலின் இருபுறமும் அமைந்திருக்கும் ஜன்னல் கம்பிகளின் வழியாகத் தெரிபவை. ஜன்னலுக்குக் கீழே நீலநிற பெயிண்ட் அடித்த சுவரில் மஞ்சள் நிறத்தில் கணபதி விலாஸ் என்று எழுதப்பட்டிருக்கும்.

கண்ணாடிப் பெட்டியின் மேல் அடுக்கில் அதிரசம், கேக் போன்றவை அடுக்கிவைக்கப்பட்டிருக்கும். பார்ப்ப தற்கு அழகாக இருக்கும். இரண்டாம் அடுக்கில் மோதகம், உண்ணியப்பம், ஏத்தன்பழ அப்பம் ஆகியவை சிறு குவியல்களாகவும் ஏத்தன்பழ ரோஸ்ட் ஒன்றன்மேல் ஒன்றாகவும் அடுக்கி வைக்கப்பட்டிருக்கும். அதன் கீழ் அடுக்கில் பருப்பு வடை, உளுந்து வடை, கார வடை ஆகியவை காலை நேரத்திலும் மாலையில் உள்ளி வடை, வாழைக்காய் பஜ்ஜி, மிளகாய் வடை போன்றவையும் இருக்கும். கடைசி அடுக்கில் வட்டமான அலுமினியப்

பாத்திரத்தில் வாத்து முட்டை ரோஸ்ட் இருக்கும். அதை ஆசையுடன் பார்த்துச் செல்வதில் ஒரு மகிழ்ச்சி.

நாகர்கோவில் நகரில் அன்று முக்கியமான அசைவ ஹோட்டல்களில் ஆஸாத் ஹோட்டலும் ஒன்று. கோபால் தாத்தாதான் என்னை முதன்முதலில் அங்குக் கூட்டிச் சென்று ஆப்பமும் கோழிக் குருமாவும் வாங்கித் தந்தார். மனத்துக்கு மிகவும் சந்தோஷமாக இருந்தது. ஹோட்டலுக்குச் சென்று சாப்பிட வேண்டும் என்று அரித்துக்கொண்டிருந்த ஆசை அன்றுதான் நிறைவேறியது. எங்கள் பகுதியில், குறிப்பாகக் கோட்டாறில், வெள்ளிக்கிழமைதான் எல்லாக் கடைகளுக்கும் விடுமுறை. வெள்ளிக்கிழமை வந்துவிட்டாலே ஒரு மகிழ்ச்சி கலந்த உணர்வு ஏற்பட்டுவிடும். அன்று பள்ளிக்கூடம் விட்டு வந்ததும் வாசற்படியில் உட்கார்ந்துகொள்வேன். எதிரேதான் கோபால் தாத்தாவின் வீடு. அவர் எப்போது தலையைக் காட்டுவார் என்று ஆவலுடன் காத்திருப்பேன். அவரும் என்னை ஏமாற்றியதில்லை. என்னைப் பார்த்த மகிழ்ச்சியை முகத்தில் காட்டியபடியே வெளியே வருவார். ஆஸாத் ஹோட்டலுக்கு அழைத்துச் செல்வார்.

ஒரு முறை தாத்தாவிடம் ‘எனக்கு இன்று ஆப்பம் வேண்டாம்; வேறு ஏதாவது வாங்கித் தா’ என்றேன். தாத்தா சர்வரை அழைத்து ‘வேறு என்ன என்ன இருக்கிறது’ என்று கேட்டார். சர்வர் அடுக்கிய பட்டியலில் நான் கேள்விப்பட்டிராத ஒரு புதுப் பெயர் இருந்தது. அதையே வாங்கித் தரும்படி கேட்டேன். சர்வர் கொண்டுவந்து எனக்கு முன்னே வைத்தார். அது தோசையைப்போல வட்டமாகவும் சப்பாத்தியைவிடக் கனமாகவும் மஞ்சள் கலந்த வெள்ளை நிறத்திலும் இருந்தது. கையால் பிய்த்தபோது ரப்பர் போலிருந்தது. சாப்பிடத் தொடங்கியதும் ‘சவுக்சவுக்’ என்று இருந்தது. அன்று அது ரொம்பச் சுவையாகத் தெரியவில்லை.

முதன்முதலாகப் பரோட்டா சாப்பிட்ட அனுபவம் இது.

எங்கள் தெருவுக்குச் சற்றுத் தொலைவில் சௌராஷ்ட்ரா தெரு இருக்கிறது. அந்தத் தெருவில் உள்ள ஜிம்மில் விளையாட நண்பர்களுடன் செல்வேன். முதன்முதலில் பாரில் ஏறி இறங்குவது கஷ்டமாக இருந்தது. என்னதான் தம் பிடித்து முயன்றாலும் உடலை மேலே தூக்க முடியவில்லை. உடல்வாகு அப்படி. நண்பர்கள் விளையாடுவதைப் பார்த்துக்கொண்டிருப்பேன். நாள் செல்லச் செல்ல பாரில் ஏறி விளையாடப் பழகினேன்.

பளு தூக்கவும் செய்தேன். தொடர்ந்து பளு தூக்கினேன். மாலையில் பயிற்சியை முடித்துக்கொண்டு நானும் நண்பர்களும் ரபீக் புரோட்டா ஸ்டாலுக்குச் சென்று பரோட்டாவும் 'பெருசில்' (மாட்டிறைச்சி) தயாரித்த சுக்காவும் சாப்பிடுவோம். பளு தூக்கிவிட்டு வந்து ஹோட்டலில் சாப்பிடுவது பழக்கமாக மாறி, பயிற்சி செய்யாத நாள்களிலும் ரபீக் ஹோட்டலுக்குச் செல்வது தொடர்ந்தது.

பரோட்டாமீது எனக்குக் காதல் ஏற்பட்டது இந்தக் காலத்தில்தான். ரபீக் ஹோட்டலுக்கு நேரம் கழித்துச் சென்றாலும் பரோட்டாவை மீண்டும் சுடுகல்லில் போட்டுச் சூடாக்கித் தருவார்கள். இப்படிப் பழகிய பின் எங்குச் சென்றாலும் பரோட்டாவைச் சூடாகத்தான் சாப்பிட வேண்டும் என்பது கட்டாயமாயிற்று. மற்ற ஹோட்டல்களில் ஆறிய பரோட்டாவைக் கொண்டு வந்தால் அதை மீண்டும் கல்லில் போட்டுச் சூடாக்கிக் கொண்டுவரச் சொல்வேன்.

சுடுகல்லில் போடுவதால் மட்டுமே பரோட்டா மிருது வாவதில்லை. பரோட்டா தயாரிப்பது ஒரு தனிக் கலை. மைதா மாவைக் குவித்துவைத்து நடுவில் நீர் ஊற்ற ஒரு குழி அமைத்து, தண்ணீருடன் முட்டை, சோடா உப்பு, சீனி, தயிர் போன்றவற்றைக் கலந்து மாவைப் பசைத் தன்மை வருவதுவரை பிசைய வேண்டும். ஒன்று இரண்டு மணி நேரம் அப்படியே வைத்திருந்து, பின்னர் ஒன்று ஒன்றரை அடி நீளத் தடி மாதிரி உருட்டி எடுக்க வேண்டும். அதை இடது உள்ளங்கையில் அழுத்திப் பிடித்து மேல் பகுதியைப் பிய்த்து எடுத்துச் சிறுசிறு உருண்டைகளாக உருட்ட வேண்டும். இதற்குப் பெயர் 'போல்'. அதில் தேங்காய் எண்ணெய் தடவி மேசையில் வரிசையாக அடுக்கிவைப்பார்கள். சற்று நேரம் கழித்து 'போல்' உருண்டையை எடுத்து பரோட்டா மேசையில் வைத்து உள்ளங்கையால் விரித்துப் பரப்பி ஒரு கையை மாவின் மேற்பக்கத்திலும் மறு கையை அடிப்பக்கமும் கொடுத்துச் சுழற்றுவார்கள். சுழற்றச் சுழற்ற அது விரிவடைந்துகொண்டே போகும். அதன் ஒரு நுனிப் பகுதியைப் பிடித்தபடி மற்றொரு நுனியை உள்ளங்கையில் வைத்து சுருள்வட்டம்போல் சுற்று வார்கள். அதை மேசையில் வைத்து உள்ளங்கையால் தட்டிப் பரப்பிச் சுடுகல்லில் போடுவார்கள். முன்பு மாவைப் பிசைவ தற்கும் வீசுவதற்கும் என்று 'பரோட்டா மேசை' உண்டு. மேசையின் மேற்பகுதியில் நாகத் தகடு அடிக்கப்பட்டிருக்கும். இப்போது செங்கல்கள் தாங்கும் கடப்பைக் கல் மேசைதான் வழக்கத்தில் இருக்கிறது.

சில நேரங்களில் பரோட்டா சரியாக வேகாமலோ கரிந்தோ இருக்கும். எனக்கு அது பிடிக்காது. எனவே நான் முதலிலேயே மாஸ்டரை அழைத்துப் பக்குவம் சொல்லி விடுவேன். பெரிய ஹோட்டலில் சர்வரிடம் சொல்வேன்.

பரோட்டாவை வேகவைக்கும்போது எண்ணெயை அதன் மேல் சுற்றிவிடுவார்கள். அப்போதுதான் பரோட்டா கரியாமல் செம்பழுப்பு நிறத்தில் இருக்கும். கல்லும் அதிகச் சூடில்லாமல் மிதமான சூட்டில் இருக்க வேண்டும். வெந்த பரோட்டாவில் நாலைந்தை எடுத்து மேசையில் வைத்து இரு கைகளாலும் பக்கவாட்டில் அழுத்தமாகத் தட்டினால் அது பூப்போன்று மெதுவாக மாறும். சூட்டோடு வெறும் பரோட்டாவைச் சாப்பிடுவதும் தனி ருசிதான். இப்போதெல்லாம் பரோட்டாக் கள் மெலிந்து காணப்படுகின்றன. நல்ல பரோட்டா கனமாகவும் பிய்த்தெடுக்கும்போது அடுக்கடுக்காகவும் இருக்க வேண்டும். கடைகளில் கூட்ட நேரங்களில் சதுர வடிவிலும் போட்டுக் கொடுப்பார்கள். வீச்சுப் பரோட்டா என்று அதற்குப் பெயர். மாவை வீசி, சுற்றாமல் உட்பக்கமாக மடித்துக் கல்லில் போட்டால் எளிதில் வெந்துவிடும்.

ஆட்டுக் கறி, கோழிக் கறி, மாட்டுக் கறி உடன் பரோட்டா சாப்பிட்டு வந்தேன். ஆட்டுக் கறி தொட்டுச் சாப்பிடுவதற்கு மிகவும் சுவையாக இருக்கும். கறிக் குழம்பில் பரோட்டாவைத் தொட்டுச் சாப்பிடுவதைவிட அதில் கறிக் குழம்பை ஊற்றிச் சாப்பிடுவது எனக்குப் பிடிக்கும். பூப்போல அடித்த பரோட்டா வில் கறிக் குழம்பை விட்டுச் சற்று நேரம் கழித்துச் சாப்பிடும் போது கறிக் குழம்பு அதில் ஊறிக் கலந்துவிடும். அதன் சுவையே தனி. ஒரு ஹோட்டலில் பரோட்டாவை அரைப் பதத்தில் வேகவைத்துப் பொரித்துத் தந்தார்கள். எனக்குப் பிடித்திருந்தது. ஆனால் நிறையபேர் விரும்பாததால் அதை நிறுத்திவிட்டார்கள்.

முட்டைப் பரோட்டா, முட்டைக் கொத்துப் பரோட்டா, கோழிக் கொத்துப் பரோட்டா, மட்டன் கொத்துப் பரோட்டா என்று பல்வேறு பக்குவங்களில் செய்வார்கள். வீசிய பரோட்டா வில் எலும்பு நீக்கிய கோழி இறைச்சியைப் பிய்த்துப் பரப்பி முட்டையை உடைத்துவிட்டு நான்கு பக்கங்களையும் உட் புறமாக மடித்துக் கல்லில் போட்டு வேகவைத்துக் கொடுத்த போது அது மிகவும் ருசியாக இருந்தது. அப்பொழுது எங்கள் கோட்டாறு பகுதியில் எந்த ஹோட்டலுக்குச் சென்றாலும் இப்படித் தயாரித்து கொடுங்கள் என்று நான் சொல்வதில்லை. சொல்லத் தேவையுமில்லை. மாஸ்டருக்கு மட்டுமின்றி முதலா ளிக்கும் எனது ருசி தெரியும்.

ஒருமுறை என் உடல் எடையைக் குறைப்பதற்காகக் கோவையில் உள்ள இயற்கை மருத்துவ நிலையத்துக்குச் சென்றேன். உடம்பின் எடை குறைந்து ஊருக்கு வந்தேன். மீண்டும் எடை கூடியது. என் உடம்பைத் தொடர்ந்து பரி சோதித்து வரும் டாக்டர் மனோகரிடம் 'எடை குறைப்பதற்கு அலோபதி முறையில் வழி இருக்கிறதா' என்று கேட்டேன். 'உன் உடல் எடையைக் குறைப்பதற்கு அலோபதியாலோ வேறு எந்த மருத்துவ முறையாலோ முடியாது. ஒரே வழி, ஊரிலுள்ள பரோட்டாக் கடைகளை மூடிவிடுவதுதான்' என்றார்.

என் உடல் எடை குறையாமல் இன்னும் அப்படியேதான் இருக்கிறது.

25

கரிக்காய் பொரித்தாள்
கன்னிக்காயைத் தீய்த்தாள்

ம.இலெ. தங்கப்பா

1959ஆம் ஆண்டு நான் காரைக்காலை அடுத்த திருமலைராயன் பட்டினத்தில் புதுவை அரசின் ஆசிரியப் பணியில் சேர்ந்தேன். புலால் உணவுப் பழக்கம் இளமையில் இருந்திருந்தும் அதில் இயல்பாகவே விருப்பம் செல்லாத காரணத்தால் அப்பொழுது புலால் உண்பதை விட்டிருந்தேன். அவ்வூரில் இருந்த ஒரே ஒரு சைவ உணவு விடுதியில் ஒரு மாதம் சாப்பிட்டிருப்பேன். உணவு நன்றாக இல்லை. பச்சரிசிச் சோறு வேறு உடம்புக்கு ஒத்துக்கொள்ளவில்லை. புழுங்கலரிசிச் சோறு வேண்டுமென்றால் புலால் உணவுக் கடைக்குத்தான் செல்ல வேண்டும். வேறு வழியின்றி அதைச் செய்ய வேண்டியதாயிற்று. மீன் குழம்புக்குப் பதிலாக ஒரு நாள் வேறொரு குழம்பு ஊற்றப்பட்டது. அது நண்டும் பீர்க்கங்காயும் கலந்த குழம்பு என்றார்கள். திடுமென எனக்குள் ஒரு பொறி தட்டியது. 'சிறுபாணாற்றுப் படை'யில் ஆசிரியர் நத்தத்தனார் மருத நிலப்பகுதியில்,

> அவைப்புமாண் அரிசி அமலை வெண்சோறு
> கவைத்தாள் அலவன் கலவையொடு பெறுகுவிர்

என்று எழுதுகிறார். 'கவைத்தாள் அலவன் கலவை' என்ற தொடருக்கு நச்சினார்க்கினியர் நண்டும் பீர்க்கங் காயும் கலந்த கலவை (குழம்பு) என விளக்கம் கூறுகிறார். 'சிறுபாணாற்றுப்படை'யின் காலம் ஏறத்தாழ 2000 ஆண்டுகட்கு முன் என்பார்கள். இத்தனை ஆண்டுகளாக அப்படிக் குழம்பு வைக்கும் முறை தொடர்ந்து வந்திருக் கிறது என்பது வியப்பாக இருந்தது!

நான் தென்காசிக்கு அருகிலுள்ள சிற்றூரில் பிறந்து வளர்ந்தவன். சிற்றூர் மக்கள் நன்கு புலால் உணவு உண்டனர். 1940களில் மூன்று உருபா கொடுத்தால் சந்தையில் நல்ல வெள்ளாடு கிடைக்கும். மூன்று அல்லது நான்கு குடும்பத்தார் சேர்ந்து ஒரு வெள்ளாட்டை வாங்கிவந்து அறுத்துப் பங்கு போட்டுக்கொள்வார்கள். பெரியவர்கள் பெரிய பெரிய இறைச்சித் துண்டுகளைக் கடித்துச் சவட்டிச் சுவைப்பதையும் எலும்போடு ஒட்டிய சதையைப் பல்லால் பிய்த்தெடுத்து அதுக்குவதையும் வியப்போடு பார்த்திருக்கிறேன்!

பிற்காலத்தில் 'பெரும்பாணாற்றுப்படை'யைப் படித்த போது இந்தக் காட்சி நினைவுக்கு வந்தது. பாட்டில் வரும் பாணர் பகலும் இரவும் இறைச்சியைத் தின்று தின்று, கொல்லை யைப் பலமுறை உழுது தேய்ந்துபோன கலப்பைக் கொழுவைப் போல் பல்லை மழுங்கடித்துக்கொண்டாராம்!

  கொல்லை உழு கொழு ஏய்ப்பப் பல்லே
  எல்லையும் இரவும் ஊன் தின்று மழுங்கி

என்பன பாடல் அடிகள்.

நான் சிறுவனாயிருந்தபோது எங்கள் ஊரில் ஆட்டுக் கடாப் பாண்டியன் என்று ஒருவர் இருந்தார். கொஞ்சம் அடாவடிக்காரர். வயலில் கிடை போட்டிருக்கும் கோனாரிடம் ஆடு ஒன்று கேட்டால் கொடுத்துவிட வேண்டும். இல்லையேல் இரவில் இரண்டு ஆடுகள் காணாமல் போய்விடும். இருட்டில், கிடைக்குள் பூனைபோல் நுழைந்து இரண்டு ஆடுகளை இரண்டு கட்கத்திலும் இடுக்கிக் கொண்டு – அவை கத்தாமல் வாய்களை யும் கைகளால் அமுக்கிக்கொண்டு – வந்துவிடுவாராம்.

எங்கள் மாமா ஒருவரின் மகனும் அவரும் நண்பர்கள். அவர்களுக்கு மற்றொரு கூட்டாளியும் உண்டு. ஊருக்கு மேற்கே பாறைகளும் இடுக்குகளும் நிறைந்த மலை ஒன்று உண்டு. மூவரும் ஓர் ஆட்டை இரவில் அங்கே கொண்டு செல்வார்களாம். அங்கேயே வெட்டி அறுத்துப் பக்குவம் செய்வார்களாம். பாறையொன்றின் குழிவான ஒரு பகுதியில் புளியங்கட்டைகளை நெருப்பிட்டுக் கொளுத்திப் பழுக்கக் காய்ச்சிய இரும்புபோல் சிவக்கச் செய்துவிடுவார்களாம். பின்பு தணலை அப்புறப்படுத்திவிட்டு எண்ணெயை அதில் ஊற்றித் தளதள என்று கொதித்ததும் அறுத்துவைத்த கறித் துண்டுகளைப் போட்டுப் புரட்டி நன்றாக வதக்கி எடுப்பார் களாம். கள் இறக்குபவர் ஒருவர் ஒரு பெரிய கள் குடம் நிறையக் கள்ளை இறக்கிக் கொண்டுவருவாராம். நான்கு பேருமாகச் சேர்ந்து ஆட்டிறைச்சி முழுமையும் தின்று ஒரு குடம் கள்ளையும் குடித்துவிடுவார்களாம்.

பக்தவத்சல பாரதி

இன்று புலவு அல்லது பிரியாணி என்கிறோமே அது வெளியேயிருந்து வந்த இசுலாமியர் கொண்டுவந்ததாகத் தவறாக நினைக்கப்படுகிறது. அது தமிழர்கள் கண்டுபிடித்த உணவுதான். ஊன் சோறு என்று அழைக்கப்பட்டது.

நான் பாளையங்கோட்டையில் மாணவர் விடுதியில் தங்கிப் படித்தபொழுது (1950 – 54), மாதம் ஒருமுறை விருந்தாகப் பிரியாணி போடுவார்கள். அகலமான வாய் உடைய அண்டாக்களில் பிரியாணி கொட்டி வைத்திருந்ததை முதலில் பார்த்த பொழுது எனக்கு வியப்பு ஏற்பட்டது. புறநானூற்றில் நான் படித்த ஒரு காட்சி என் கண்முன் நேராகக் காட்சியளித்தது!

பாணர்க்கு வழங்குவதற்காகக் கறித் துண்டுகள் கலந்து செய்யப்பட்ட ஊன் சோறு குவிந்துகிடக்கிறது. புலவர் அதற்கு ஓர் அழகிய உவமை கூறுகிறார். வாடாத பச்சிலையை இடையிடையே வைத்துக்கட்டிய அரும்பாலாகிய பெரிய மாலையைப் பந்தாகச் சுருட்டி வைத்திருப்பதுபோல் அது காட்சியளித்ததாம்.

புலராப் பச்சிலை இடை இடுபு தொடுத்த
மலரா மாலைப் பந்துகண்டன்ன
ஊன் சோற் றமலை

பாடலைப் படித்தபொழுது வெறும் படிப்பறிவாகத்தான் அது உள்ளத்தில் ஏறியிருந்தது. சமையற் கூடத்தில் ஊன் சோற்றைப் பார்த்தபொழுதுதான் அக்காட்சியின் உயிர்ப்பான உவமை உள்ளத்தில் கிளுகிளுப்பை ஏற்படுத்தியது. நன்றாகச் சாப்பிட்டது மட்டுமல்லாமல் நன்றாகவும் பார்த்திருக்கிறார்கள் அந்தக் காலப் புலவர்கள்.

தமிழரின் உணவிலே இறைச்சி பெரிய இடத்தைப் பெற்றிருந்திருக்கிறது.

துராய் துற்றிய துருவைஅம் புழுக்கின்
பராரை வேவை

(அறுகம்புல்லை உண்டு கொழுத்த செம்மறியின் பருத்த சதைப் பகுதியை வேகவைத்தது.)

காழில் சுட்ட கோழூன் கொழுங்குறை

(இரும்பு நாராசத்தில் கோத்துச் சுட்ட கொழுத்த இறைச்சித் துண்டு) என்றெல்லாம் 'பொருநராற்றுப்படை' கூறுகிறது.

எங்கள் ஊரிலே ஆடு வெட்டும்பொழுது கொழுமையான ஈரல் பகுதியை எடுத்துச் சிறுவர்கள் கையில் கொடுத்துவிடுவார்கள். அவர்கள் அதைக் கம்பியில் குத்தி நெருப்பில் சுட்டுச் சுவைத்துண்டு மகிழ்வார்கள்.

எந்தெந்தப் பகுதிக்குச் சென்றால் என்னென்ன உணவு கிடைக்கும் என்றும் ‘சிறுபாணாற்றுப்படை’ கூறுகிறது.

கடற்கரைப் பகுதியில் சுட்ட குழல் மீன் கிடைக்குமாம். எயினர் எனப்படும் வேட்டுவர் இல்லம் சென்றால் புளிச் சோற்றுடன் ஆமான் இறைச்சியைச் சுட்டு உண்ணத் தருவார்களாம்.

மருத நிலம் சென்றால் உலக்கையால் நன்றாகக் குத்தி மினுக்கப்பட்ட அரிசிச் சோற்றுடன் நண்டுக் குழம்பும் கிடைக்கும் என்பதை முதலில் பார்த்தோம்.

பழந்தமிழர் புலால் உணவைத்தான் உண்டனர் என்று எண்ணிவிடக் கூடாது. குற்றாத கொழியல் அரிசியைக் களியாகச் செய்து உண்டிருக்கிறார்கள்.

உளுத்தம் பருப்பைக் குழைய வேகவைத்துச் செய்த கும்மாயத்தை அகநானூறு, ‘உழுந்து தலைப்பெய்த கொழுங்களி மிதவை’ என்று கூறுகிறது. குழைய வெந்த பருப்புடன் இனிப்புக் கலந்து செய்த குழைவை இன்றும் சிற்றூர்களில் கும்மாயம் என்று சொல்கிறார்கள். இக்கால மொழியில் அது பாயசம் என்று வழங்குகிறது.

மறையவர் இல்லங்களில் கொம்மட்டி மாதுளம் பிஞ்சை வகிர்ந்து கறிவேப்பிலை கலந்து சேதாவின் (சிவப்பு நிறமான பசு) வெண்ணெயில் பொரித்த பொரியலை இராச அன்னம் என்ற பெயர்கொண்ட அரிசிச் சோற்றுடன் கலந்து மாவடு ஊறுகாயுடன் உண்டிருக்கின்றனர் என்று ‘பெரும்பாணாற்றுப் படை’யில் படிக்கிறோம்.

பொதுவாகத் தமிழரின் உணவுகள் சமைக்கும் முறைகளைக் கொண்டு பெயர் பெறுகின்றன. எண்ணெயில் பொரித்தெடுப்பது பொரியல். வறுத்து எடுப்பது வறை அல்லது வறுவல். நெருப்பில் வாட்டி எடுப்பது வாட்டு. சுட்டெடுப்பது சூடு. வேகவைத்தது வேவை அல்லது அவியல். துவளும்படி வதக்கிச் செய்தது துவட்டல். துவையுமாறு அம்மியில் அரைத்தெடுப்பது துவையல். பச்சைக் காய்கறிகள் கலந்து செய்தது பச்சடி.

தமிழர்கள் யானைக் கறி, குதிரைக் கறி, பாம்புக் கறி, ஏன் கன்னிப் பெண்ணின் கறிகூடச் சாப்பிட்டிருக்கிறார்கள்! காளமேகப் புலவர் பாட்டைப் பாருங்கள்

> கரிக்காய் பொரித்தாள் கன்னிக்காயைத் தீய்த்தாள்
> பரிக்காயைப் பச்சடியாப் பண்ணாள் – உருக்கமுள்ள

அப்'பை'க்காய் நெய்துவட்டல் ஆக்கினாள் அத்தைமகள்
உப்புக்காண் சீச்சீ உமி!

திகைப்பாக இருக்கிறதா?

கரிக்காய் – யானைக்காய் அதாவது அத்திக்காய். கன்னி – தெய்வக் கன்னியாகிய அரம்பை. அரம்பைக்காய் – வாழைக்காய். பரிக்காய் – மாங்காய். அப்பைக்காய் – பையுடைய பாம்புக்காய். கத்தரி என்பது பாம்பு வகை. எனவே அப்பைக் காய் கத்தரிக் காயைக் குறித்தது. பொரியல், தீயல், பச்சடி, நெய்த்துவட்டல் என்ற சமையல் முறைகள் அனைத்தும் இப்பாட்டில் வருகின்றன.

கொங்கு நாட்டுக்குச் சென்ற கம்பருக்கு நெல்லரிசிச் சோறு கிடைக்கவில்லை. கம்பஞ்சோறுதான் கிடைத்தது. வேறுவழியின்றி அதை உண்ட கம்பர், உண்ட பிறகுதான் அதன் சிறப்பை உணர்கிறார். "நெல்லஞ் சோறே, நீ கம்பர் சோற்றைத் தூக்கிச் சுமக்க வேண்டும் அவ்வளவு உயர்ந்தது அது!" என்கிறார்.

நெல்லஞ் சோறே நீ கம்பஞ்
சோற்றைச் சுமந்து திரிவாயே

ஐம்பதாண்டுகட்கு முன்புகூட நெல்லரிசியோடு கம்பு, வரகு, கேழ்வரகு, சோளம், சாமை, காடைக் கண்ணி, குதிரை வாலி போன்ற தினை வகைகள் மிகுதியாக உண்ணப்பட்டன. நான் சிறுவனாக இருந்தபொழுது கேழ்வரகுக் களியும் கத்தரிக் காய்க் குழம்பும் சுவைத்து உண்டிருக்கிறேன். புலால் உண்பவர் கள் கருவாட்டுக் குழம்பு சேர்த்துக்கொள்வார்கள். சோளச் சோறு உழைப்பவர்கட்கு வலுவூட்டும் உணவாக இருந்தது. சாமைச் சோற்றில் கத்தரிக்காய்ப் பருப்புக் குழம்பு கலந்து உண்டால் அரிசிச் சோற்றைவிடச் சுவையும் மணமும் தூக்கி அடிக்கும்.

வெள்ளைப் பயறு, தட்டைப் பயறு, பச்சைப் பயறு, சிறுபயறு, நரிப்பயறு, கொள்ளு, உளுந்து போன்றவை வறுத்தும் வேகவைத்தும் தின்பண்டங்களாகத் தரப்பட்டன. பல வகை மாவுகளை வறுத்துப் பாகுடன் கலந்து இறுக்கிப் பிடித்துருட்டிய பொரி விளங்காய் தின்பண்டமாகவும் வழி உணவாகவும் பயன்பட்டது.

முத்துச் சோளத்தை நன்கு பொரித்துச் சுளகில் அல்லது பிழாத் தட்டில் கொட்டிவைப்பார்கள். சிறுவர்களாகிய நாங்கள் வேண்டுமட்டும் தின்போம்.

ஈசலை வறுத்துச் சோளப் பொரியுடன் கலந்து உண்டனர். வேகவைத்த பனங்கிழங்கு அப்பொழுதே உண்ணப்பட்டதோடு,

துண்டு துண்டாக முறித்துக் காய வைக்கப்பட்டுக் கிழங்கு முறியாகவும் பயன்பட்டது. சர்க்கரை வள்ளி, மரவள்ளிக் கிழங்குகளை நெருப்புத் தணலில் சுட்டு உண்டால் அதன் சுவையே தனி. அதிரசம், சீடை, முறுக்கு வகைகள் சுழியன் போன்றவை பற்றிச் சொல்லத் தேவையில்லை.

அந்தக் காலத்தில் சிற்றூர் மக்கள் கைக்குற்றல் அரிசியைப் பயன்படுத்தினர். அரிசியிலேயே சத்து மிகுந்த பகுதியாகிய தவிடு, குற்றும்பொழுது போக்கப்படாமல் அரிசியுடன் ஒட்டிக் கலந்துவிட வேண்டும் என்பதற்காகவே புழுங்கலரிசியைப் பயன்படுத்தினர். உலையிலிடுவதற்குள் அரிசியைக் கல் களைய வேண்டியிருந்ததால் கழுவ வேண்டியது கட்டாயமாகி விட்ட நிலையில் நீரில் கரைந்த தவிட்டுச் சத்தை வீணாக்காம லிருக்கச் சிற்றூர் மக்கள் பல வழிகளைப் பின்பற்றினர். அரிசி களைந்த முதல் நீர் மாடுகளுக்கு உணவாகப் பயன்பட்டது. இரண்டாம் கழுநீரைப் பருப்பு வேகவைக்கப் பயன்படுத்தினர்.

சோற்றை வடித்துப் பெற்ற கொழுமையான கஞ்சி எவ்வளவு சுவையும் சத்தும் கொண்டது. அதை அன்னப்பால் என்று நான் குடித்திருக்கிறேன்.

எங்கள் வீட்டில் எப்பொழுதும் கொள்ளை வறுத்துத் தோல் நீக்கிப் பருப்பாக வைத்திருப்பார்கள். சூடான அன்னப் பாலில் அதை ஊறவைத்து நன்றாக ஊறியதும் அதை மென்று கொண்டே அன்னப் பாலையும் குடிப்போம்.

காபி வந்தபிறகுகூட எங்கள் ஊர்ப் பகுதியில் பனை வெல்லக் காபிதான். பால் ஊற்றியும் கருங் காபியாகவும் செம்பு நிறைய வைத்துக்கொண்டு குடிப்போம். விருந்தினர் வந்துவிட்டால் சுடச்சுட ஒரு செம்புக் காபியையும் வைத்து ஒரு குவளையையும் வைப்பார்கள். தட்டில் ஏழெட்டு முறுக்கை யும் வைத்துவிடுவார்கள். விருந்தாளி குவளையில் காபியை ஊற்றி, முறுக்குகளை அதில் நொறுக்கிப் போட்டுக் கொஞ்சம் ஊறியதும் முறுக்குத் துண்டுகளை மென்றுகொண்டே செம்புக் காபியையும் குடித்து முடிப்பார்.

செயற்கை நாகரிகம் புகுந்துவிட்ட இக்காலத்தில் அக்கால இயற்கையோடு இயைந்த வாழ்வையும் உணவு முறைகளையும் நினைத்து ஏங்குவதோடு நின்றுவிடாமல் வழக்கத்தில் கொண்டு வர முடிந்தவற்றைக் கொண்டுவந்தால் எவ்வளவோ நலமாக இருக்கும்.

பக்தவத்சல பாரதி

26

கம்பங்கஞ்சியும் உளுந்தங்களியும்

ஆ. சிவசுப்பிரமணியன்

வானம் பார்த்த பூமி என்றழைக்கப்படும் நிலப் பகுதியே புன்செய். ஆறு, வாய்க்கால் போன்ற நேரடி நீர்ப் பாசன வசதிகளற்ற இப்பூமி புன்புலம் என்று கல்வெட்டுகளில் குறிப்பிடப்படுகிறது. இங்கு விளையும் பயிர்கள் புன்பயிர் என்றும் இங்கு வாங்கப்பட்ட வரி யானது புன்கடமை, புன்பயிர் கடமை என்றும் கல் வெட்டுகளில் குறிப்பிடப்படுகிறது. நிலங்களுக்கு வரி விதிக்கும்போது புன் பயிர்களை வேறுபடுத்தித் தனியாக வரி விதிக்கப்பட்டுள்ளது. இதை, 'தினை, வரகு விளைந்த நிலத்துக்கு, எள்ளுப் பயிர் விளைந்த நிலத்துக்கு', 'மானா வாரிப் புழுதி நெல்லும்', 'வரகு, கேழ்வரகு, எள்ளு, வழுதலை' உள்ளிட்ட புன்பயிரும் என்று கல்வெட்டுகள் வேறுபடுத்திக் காட்டுகின்றன. இப்புன்பயிர்களே சங்க காலத் தமிழர்களின் சிறப்பான உணவாக இருந்துள்ளன.

> கருங்கால் வரகே இருங்கதிர்த் தினையே
> சிறுகொடிக் கொள்ளே பொறிகிளர் அவரையோடு
> இன்னான்கல்லது உணாவும் இல்லை

எனப் புறநானூறு *(335 : 4 – 6)* குறிப்பிடுகிறது. புல்லு, வரகு, தினை, சாமை, இருங்கு, ஆமணக்கு, எள்ளு, கொள்ளு, பயறு, அவரை, துவரை ஆகியன புன்பயிர் களாக இடைக் காலக் கல்வெட்டுகளில் குறிப்பிடப்படு கின்றன.

புன்புலம், புன்பயிர் என்பன முறையே, 'இழிவான நிலம்', 'இழிவான பயிர்' என்னும் பொருளை வலியுறுத்து கின்றன. இதன் தொடர்ச்சியாகவே இந்நிலத்தில் விளையும் தானியங்கள் சிறு என்னும் அடைமொழி

யிட்டு 'சிறு தானியங்கள்' என்று அழைக்கப்படுகின்றன. கம்பு, கேழ்வரகு, சோளம், வரகு, தினை, காடைக்கண்ணி, குதிரைவாலி ஆகியன புன்செய் நிலத்துக்குரிய தானியங்கள். இன்று இவற்றுள் கம்பு, கேழ்வரகு, சோளம் ஆகிய மூன்று மட்டுமே பரவலாக வழக்கிலுள்ளன. ஏனையவற்றைப் பயிரிடும் பழக்கம் குறைந்துவருகிறது.

இவை அனைத்தையும் இக்கட்டுரையில் அறிமுகப்படுத்த முடியாத நிலையில் கம்பு தானியமும் சிறு பயறு வகைகளும் மட்டுமே இங்கு அறிமுகப்படுத்தப்படுகின்றன.

கம்பு

புன்செய் தானியங்களுள், பயன்பாட்டின் அடிப்படையில் கேழ்வரகுக்கு இணையான தானியம் கம்பு. 'கம்பம் புல், கம்பரிசி, புல், புல்லு என்றும் இதைக் குறிப்பிடுவர். தவசம் என்னும் சொல் பொதுவாகத் தானியத்தைக் குறிக்கும். ஆயினும், நெல்லை, தூத்துக்குடி மாவட்டங்களின் கரிசல் பகுதியில் தவசம் என்பது கம்புத் தானியத்தையே குறிக்கிறது. அரிசி என்னும் சொல் இன்று நெல் அரிசியை மட்டும் குறிப்பது போல் தவசம் என்னும் சொல்லும் கம்புத் தானியத்தை மட்டும் குறிப்பதாக மாறியுள்ளதோ எனக் கருத இடம் உள்ளது. கல்வெட்டுகளில் தவசம், தவசப் பொதி என்று குறிப்பிடப்படுவது பொதுவாகத் தானியத்தையா அல்லது கம்புத் தானியத்தையா என்பதும் ஆய்விற்குரியது.

நீண்ட கதிர்களைக்கொண்ட கம்புப் பயிரிலிருந்து தானியத்தைப் பிரித்தெடுத்த பின்னும் அதை அப்படியே பயன்படுத்துவதில்லை. அதை உரலில் இட்டு இடித்துப் பயன்படுத்துவர். இதை இடிக்கும்போது தனியான மணம் தோன்றும். இடித்த கம்பரிசியைச் சோறாக்கி அதை உருண்டைகளாகப் பிடித்து நீராகாரம், மோர், தண்ணீர் இவற்றுள் ஒன்றில் போட்டுவிடுவர். அது மிதக்கும். தேவைப்படும்போது ஓர் உருண்டையை எடுத்து மோரிலோ நீரிலோ கரைத்து உப்பிட்டுக் குடித்துவிடுவர். கம்பங்கஞ்சிக்குப் பச்சை மிளகாய், வெங்காயம், பொரித்த கருவாடு ஆகியனவற்றுள் ஒன்று தொடுகறியாக அமையும்.

கம்மங்கூழ், தாகத்தையும் பசியையும் ஒரு சேர அடக்கும் தன்மையது. ஒட்டப்பிடாரம் வட்டாரத்தில் இதையொட்டித் துணுக்குச் செய்தி ஒன்று உண்டு. ஒட்டப்பிடாரம் வட்டத்தில் சந்திரகிரி என்ற கிராமம் உள்ளது. இவ்வூரில் வாழ்ந்த போத்தி ரெட்டியார் குடும்பத்திற்கு நூற்றுக்கணக்கான ஏக்கர் கரிசல் நிலமுண்டு. சோளம், கம்பு, பருத்தி போன்ற பயிர்கள் இதில்

பக்தவத்சல பாரதி

பயிராகும். கண்ணுக்கெட்டிய தூரம் வரை உள்ள பரந்த நிலப்பரப்பில் களையெடுக்க ஒரு பெருங்கூட்டத்தையே போத்தி ரெட்டியார் அழைத்துச் செல்வார். அவர்களுள் யார் வெயிலில் அலைந்து களையெடுத்தார்கள், யார் வேலைசெய்யாமல் செடிகளுக்கிடையில் குந்தியவாறு பொழுதைக் கழித்தார்கள் என்று கண்டறிவது சிரமம். இதைக் கண்டறிய போத்தி ரெட்டியார் வேறொரு வழி வைத்திருந்தார்.

அவர் வீட்டுத் தொழுவத்தில் ஏராளமான மாடுகள் உண்டு. அவற்றைக் கட்டுவது கிடையாது. அவை அப்படியே தொழுவத்தில் கிடக்கும். பாலை விற்பதும் கிடையாது. உழவுக்குப் பயன்படும் காளை மாடுகள் நன்றாக வளர வேண்டும் என்பதற்காகக் காளைக் கன்றுகளை ஈன்ற பசுக்களிடம் பால் கறக்க மாட்டார்கள். கிடாரியை ஈன்ற பசுக்களிடம் மட்டும் வீட்டுத் தேவைக்குச் சிறிதளவு பால் கறந்துவிடுவார்கள். மொத்தத்தில் கன்றுகள் குடித்தது போக மிச்சம்தான் வீட்டிற்கு என்ற நிலை இருந்தது. களையெடுக்கும் காலத்தில் மட்டும் விதிவிலக்காக எல்லாப் பசு மாடுகளிடமிருந்தும் பாலைக் கறந்து மண்பானையில் உறை ஊற்றி வைப்பார்கள். பாலில் உள்ள நீரை மண் பானை உறிஞ்ச, தயிர் கெட்டியாக இருக்கும். அத்தயிரை, நிலை மத்திட்டுக் கடைந்து கொழுகொழு என்று மோர் எடுப்பார்கள். அம்மோரில் முதல் நாள் பொங்கிய கம்பம்புல் சோற்றைக் கரைத்துப் பெரிய பானை ஒன்றில் ஊற்றிவைப்பார்கள். களையெடுப்பு வேலை முடிந்ததும் அனைவரும் அவர் வீட்டுத் தொழுவத்திற்கு வந்து திருமணப் பந்தியில் அமர்வதுபோல் வரிசையாக அமர்வர். அனைவருக்கும் கம்மங்கஞ்சி ஊற்றப்படும். அவர்கள் குடிப்பதைப் பார்த்துக்கொண்டிருக்கும் ரெட்டியார், 'இன்னுங்கொஞ்சம் ஊத்து', 'நல்லா குடி' என்று உபசரித்துக்கொண்டிருப்பார். அதே நேரத்தில் யார் குறைவாகக் குடிக்கிறார்கள் என்பதையும் கவனித்துக் கொண்டிருப்பார்.

கம்மங்கஞ்சியைக் குறைவாகக் குடித்தவர்களுக்கு மறு நாள் களையெடுக்கும் வேலை கொடுக்கமாட்டார். ஏனெனில் கரிசல் நிலத்தில் வெப்பம் அதிகம். ஒதுங்க மரம் கிடையாது. இடையில் குடிக்கத் தண்ணீரும் கிடையாது. இத்தகைய சூழலில் குனிந்து நின்றவாறே வெயிலில் அங்குமிங்கும் நகர்ந்து வேலை செய்பவர்களுக்குத்தான் பசியும் தாகமும் மிகும். அவர்களால் தான் கம்மங்கஞ்சியை மிகுதியாகக் குடிக்க முடியும். அவர்களது வயிறும் மறுப்பின்றி அதை ஏற்றுக்கொள்ளும். அதே நேரத்தில் சரியாகக் களையெடுக்காது, செடிகள் நிழலில் பதுங்கி இருந்தவர்களால் ஓர் அளவுக்குமேல் கம்மங்கஞ்சியைக் குடிக்க முடியாது.

கம்மங்கஞ்சி தாகத்தையும் பசியையும் நன்றாக அமர்த்திவிடும் என்பதை வலியுறுத்த இச்செய்தியைக் கூறுவதுண்டு.

கம்புச் சோறு சாப்பிடும்போது பருப்புக் குழம்பு, கருவாட்டுக் குழம்பு ஆகியன பொருத்தமான துணை. சிலர் கருப்புக் கட்டியைத் துணைக்கு அழைத்துக்கொள்வதும் உண்டு. அரிசிச் சோற்றுக்குத் தயிர் அல்லது மோர் விட்டுப் பிசைந்து உண்பதுபோல், கம்மஞ்சோற்றுக்கும் தயிர் அல்லது மோர் விட்டுப் பிசைந்து உண்பதுண்டு. இன்று புழக்கத்தில் உள்ள ஒட்டுக் கம்பை இடித்து வேகவைக்க வேண்டிய அவசியம் இல்லை. ஏனெனில் நாட்டுக் கம்பைப்போல் இதற்குக் கொம்மை கிடையாது. மணிகளாகவே கிடைத்துவிடும். இதனால் குற்றும் வேலை மிச்சம். ஆயினும் நாட்டுக் கம்பிற்குரிய தனித்த மணம் ஒட்டுக் கம்புச் சோற்றிலும் கஞ்சியிலும் கிடையாது.

நாட்டுக் கம்புக் கதிர்கள் முற்றும் முன் அதைப் பறித்துக் கையால் கசக்கிக் கொம்மையை ஊதித் தின்பர். இதற்குத் தனியான சுவையுண்டு. இதனால்தான்,

கம்மங்கதிரக் கண்டவங்(ன்) கையும்
மாமன் மகளக் கண்டவ(ன்) வாயும் சும்மாயிராது

என்னும் பழமொழியும் உண்டு. கரிசல் பகுதியில் மண் சுவர் கட்டும்போது கம்மங்கதிரின் சக்கையை மண்ணில் போட்டுப் பிசைந்து கட்டுவர். இதனால் வீடு உறுதியாக இருக்கும் என்பது நம்பிக்கை. பாஞ்சாலங்குறிச்சிக் கோட்டை கம்மஞ் சக்கை இட்டுக் கட்டுப்பட்டதால் கிழக்கிந்தியக் கம்பெனியின் பீரங்கிக் குண்டுகளுக்கு உடனடியாக விழவில்லை என்னும் கருத்து மக்களிடையே உண்டு.

கம்பரிசியை மண் சட்டியில் போட்டுப் பொரியாகப் பொரித்து, கம்பு மா தயாரிப்பார்கள். இப்பணியில் உலோகக் கரண்டியைப் பயன்படுத்தமாட்டார்கள். வைக்கோலை ஒரு குச்சியின் ஒரு முனையில் சுற்றி அதன்மேல் ஒரு துணியைக் கட்டி வைத்திருப்பார்கள். இப்பகுதியைக் கரண்டிபோல் பயன்படுத்திக் கம்பை வறுப்பார்கள். இது பொரியாகப் பொரிந்து விடும். இதைத் திருவையில் (எந்திரத்தில்) திரித்து மாவாக்கி நீர் அல்லது பாலைத் தெளித்து வெல்லம் அல்லது கருப்புக் கட்டி போட்டுப் பிசைந்து உருட்டுவர். இது குழந்தைகளுக்குத் தின்பண்டமாகும். 'புல்லு மாவு' என்று இதைக் குறிப்பிடுவர். வசதி படைத்தவர்கள் நெய்யை இட்டுப் பிசைவர். ஏலக்காய் இடித்துப்போடும் பவுசுக்காரர்களும் உண்டு. ஆனால் இது கம்பு மாவின் இயல்பான மணத்தை அழித்துவிடும்.

ஊறவைத்த கம்பையும் ஊறவைத்த உளுந்தையும் தனித்தனியாக அரைத்துப் பின் சேர்த்துப் பிசைந்து தோசை மாவாக்குவர். இம்மாவைக் கொண்டு சுடப்படும் தோசை தெருவில் போவோரைத் தன் மணத்தால் ஈர்க்கும். பெரும்பாலும் கஞ்சியும் சோறும் உணவாகக் கொள்ளும் கரிசல் நிலக் குடியான வர்களுக்கு அமாவாசைக்கு அமாவாசை தோசை கிடைக்கும். "நாளைக்கு அமாவாசை, வீட்ல தோசை" என்று குழந்தைகள் ஒருவருக்கொருவர் கூறிக்கொள்ளும் வழக்கம் முன்பு உண்டு. சமூக வளர்ச்சியின் நல்ல பாதிப்பாக இது பெரும்பாலும் மறைந்துவிட்டது.

பயறு வகைகள்

மொச்சை, தட்டாம்பயறு, பாசிப்பயறு, உளுந்து, கொண் டைக் கடலை ஆகியன புன்செய் நிலத்தில் விளையும் பயறு வகைகள். இவற்றுள் உளுந்தும் பாசிப்பயறும் நன்செய் நிலத் திலும் பயிர் செய்யப்படுவதுண்டு. மொச்சையும் தட்டாம்பயறும் புன்செய்க்கே உரிய சிறப்பான பயறு வகைகள். இவற்றை அவித்து உப்பிட்டு உண்ணுவது பழைய வழக்கம். பருத்தி எடுக்கும் காலத்தில் மொச்சை விற்கும் சில திடீர்க் கடைகள் தோன்றும். இக்கடைகளில் காசுக்குப் பதிலாகப் பருத்தியை வாங்கிக்கொண்டு மொச்சையோ தட்டாம்பயறோ சிறிய உழக்கால் அளந்துபோடுவார்கள். தலையில் சுமையுடன் நடந்து செல்பவர்கள் மொச்சைப்பயறு அல்லது தட்டாம்பயறு வாங்கி மடியில் போட்டுக்கொண்டு அதை ஒவ்வொன்றாக வாயில் போட்டவாறு நடந்துசெல்வது பரவலான காட்சியாக முப்பது வருடங்களுக்கு முன்புவரை இருந்தது. அவித்த மொச்சைப்பயறு நன்றாகப் பசி தாங்கும். இது வாய்வை உண்டாக்கும் என்னும் கருத்தும் உண்டு. புளியங்கொட்டை நிறத்தில் பருமனாக இருக்கும் நாட்டு மொச்சையே அதிகமாகப் புழக்கத்தில் இருந்தது. வெள்ளை மொச்சை, நாட்டு மொச்சை அளவிற்குப் பருமனாக இராது. இதை ரங்கோன் மொச்சை என்பார்கள். ரங்கோனுக்கும் இம்மொச்சைக்கும் என்ன தொடர்போ தெரியாது.

கலைஞர் புண்ணியத்தால் தமிழ்நாட்டில் சாராயக் கடைகள் திறந்த பிறகு, கிராமப்புறச் சாராயக் கடைகளில் ரங்கோன் மொச்சைக்கு நல்ல வரவேற்புக் கிடைத்தது. இதை மசாலா இட்டுத் தாளித்து நல்ல காரமாக, குடிமக்களுக்குத் தொடுகறியாக வழங்கினர். இதன் சுவையில் ஈடுபட்ட குடி மக்கள் தம் குடும்பத்தாருக்கும் பொட்டலமாக வாங்கிச் செல்ல (சோற்றுக்குத் தொட்டுக்கொள்ளத்தான்!) ஆரம்பித்தனர்.

இதனால் உண்மையான குடிமக்களுக்குக் காரமான மொச்சையின் துணை கிடைக்காமல் போனது. எனவே குடிமக்களுக்குப் பொட்டலம் கட்டிக் கொடுக்க மறுத்ததால் சிறுசிறு வாய்ச் சண்டைகள் நிகழ்ந்தன.

அவித்த மொச்சைக்கும் தட்டாம்பயறுக்கும் துணைப் பொருளாகக் கருப்புக் கட்டி பயன்பட்டது. ஒரு குத்து மொச்சை அல்லது தட்டாம்பயறைக் கருப்பட்டியுடன் தின்று ஒரு குவளைத் தண்ணீர் குடித்துப் பசியை ஆற்றிக்கொள்வர். இத்தகைய சிறப்புக்கள் இருந்தும் சிவன் கோவிலிலும் பெருமாள் கோவிலிலும் இவ்விரு பயறுகளுக்கும் அனுமதி கிடையாது. அடித்தள மக்கள் மிகுதியாகப் பயன்படுத்தும் உணவுப் பொருள் என்பதுதான் இதற்குக் காரணமோ என்னமோ தெரியவில்லை.

இறப்பு நேர்ந்த வீட்டில் சவ அடக்கம் முடியும் வரையில் அடுப்புப் பற்றவைக்க மாட்டார்கள். முதியவர்களும் சிறுவர்களும் பசி தாங்க முடியாது என்பதால் வீட்டின் பின்புறம் அடுப்புப் போட்டுப் பெரும்பாலும் மொச்சைப்பயறைப் பானையில் போட்டு அவிப்பர். பானையின் தலைப்பில் துணியைக் கட்டியோ ஒரு தட்டைப் போட்டு மூடியோ சோறு வடிப்பது போல் தண்ணீரை வடித்துவிட்டுப் பின், அதை எல்லோருக்கும் வழங்குவர். அடக்கம் முடிந்து சாப்பிடும்வரை இடைக்கால நிவாரணமாக, மொச்சைப் பயறு அமையும். இதனால்தான் வாய்ச் சண்டையில் 'உன் வீட்டில் பயறு அவிக்க' என்று வசை பாடுவது உண்டு. யேசுநாதர் சிலுவையில் அறையுண்ட பெரிய வெள்ளிக்கிழமையன்று, கத்தோலிக்கர்கள் மிகுதியாக வாழும் காமநாயக்கன்பட்டி என்னும் ஊரில் உணவு சமைக்க மாட்டார்கள். மாறாகப் பயறு அவிப்பார்கள். யேசுவின் இறப்பைத் தங்கள் வீட்டில் நிகழ்ந்த இறப்பாக ஒவ்வொருவரும் கருதுவதே இதற்குக் காரணமாகும்.

உளுந்தும் அரிசியும் கலந்து பொங்கும் சோறு உளுந்தம் பருப்புச் சோறாகும். முதற்பூப்பெய்திய பெண்ணுக்குத் தொடர்ச்சியாகச் சில நாள்கள் இச்சோற்றை உண்ணக் கொடுப்பர். கருப்பட்டியைத் தண்ணீர் விட்டுக் கொதிக்கவைத்து, அக்கொதிநீரில் உளுந்தும் பச்சரிசியும் கலந்து திரித்த மாவைச் சிறிது சிறிதாகத் தூவிக் களியாகக் கிண்டுவார்கள். பின் நல்லெண்ணெய் ஊற்றி உருட்டி 'உளுந்தங்களி' என்னும் பெயரில் பூப்பெய்திய பெண்ணின் அத்தைமார்கள் கொடுப்பார்கள். இக்களியைச் சிறுசிறு உருண்டைகளாக உருட்டி நெருங்கிய உறவினர்களுக்கும் நண்பர்களுக்கும் விநியோகம் செய்வார்கள். இது 'ஊர்க்களி போடுதல்' எனப்படும். உளுந்து கருப்பையை வலுவாக்கும் என்பது கருத்து.

சனியும் புதனும் எண்ணெய் தேய்த்துக் குளித்துவிட்டு ஒரு நாள் உளுந்தஞ்சோறு மற்றொரு நாள் உளுந்தங்களி என்று முறைபோட்டுச் சாப்பிட்டுப் பின்னர் போண்டியாகிப் போன குடும்பங்களும் உண்டு. காணம் என்று அழைக்கப்படும் கொள்ளு, குதிரையின் உணவு மட்டுமல்ல. மக்களின் உணவு மாகும். பஞ்சக் காலங்களில் இதை அவித்து, குடியானவர்கள் உண்டுள்ளனர். அடைமழைக் காலங்களில் காணத்தை வறுத்துக் கொறியல் தீனியாகப் பயன்படுத்தும் வழக்கம் முன்னர் இருந்துள்ளது. காணம் தொடர்ந்து உண்டால் உடல் இளைக்கும் என்பது நம்பிக்கை. இதன் அடிப்படையிலேயே 'கொளுத்தவனுக்குக் கொள்ளு' என்னும் பழமொழி உண்டு. காணத்தை வறுத்து, மிளகாய் சேர்த்து அரைத்து, கட்டியான துவையலாக உருட்டிக்கொண்டு கஞ்சிக்குத் தொட்டுக்கொள்வர். மேலே குறிப்பிட்ட உளுந்தம்பருப்புச் சோற்றுக்கும் பொருத்த மான தொடுகறியாகக் காணத் துவையல் அமையும். துவரம் பருப்புக்குப் பதிலாகக் கொள்ளைப் போட்டுக் கொள்ளு ரசம் வைக்கும் பழக்கம் இன்றும் உண்டு. ஆனால் இதை விருந்தினர்களுக்கு வைக்கமாட்டார்கள்.

இவ்வாறு புன்செய் நிலத் தானியங்களும் பயறு வகை களும் மக்களின் உணவாக மட்டுமின்றி வாழ்க்கையுடன் பின்னிப் பிணைந்திருந்தன. இன்று அவை மறைந்துவருகின்றன. உலகமயமாக்கலின் விளைவாகப் புன்செய் தானியங்களும் பயறு வகைகளும் மறையும் வாய்ப்பு அதிகம். நம் மண்ணுக் குரிய சத்து மிக்க, எளிமையான உணவு வகைகளைக் கொஞ்சம் கொஞ்சமாக நாம் இழந்துகொண்டிருக்கிறோம்.

27

உள்ளது கொண்டு உண்ணுதல்

பெருமாள்முருகன்

ஆடம்பரங்களுக்கு எல்லா இடத்திலும் சட்டெனக் கவனம் கிடைத்துவிடுகிறது. அவற்றின் மேலோட்டமான ஈர்ப்புக் காரணமாகவும் அவற்றால் அடையப்போகும் உலகியல் பயன்களைக் குறிவைத்தும் அவற்றைப் பிரபலப்படுத்த ஏராளமான சக்திகள் முன்வருகின்றன. பிரபலத்தை அடிப்படையாகக் கொண்டு எல்லாவற்றின் வகை மாதிரிப் பிரதிநிதியாகவும் அவை தம்மை அடையாளப்படுத்திக்கொள்கின்றன. ஆடம்பரங்களின் உள்ளீடற்ற தோற்றக் கவர்ச்சியின் பின்னால் புதையுண்டு போனவை அனேகம். கூருணர்வு கொண்ட சமூகம் மட்டுமே எளியவற்றைப் பதிவுசெய்யவும் பாதுகாக்கவும் கவனம் செலுத்துகிறது.

நம் சமூகம் எளியவற்றைக் கணக்கிலெடுத்துக் கொள்ளும் அக்கறை கொண்டதல்ல. இது ஆடம்பரங் களுக்குப் பட்டுக் கம்பளம் விரித்து எளியவற்றைப் புறந்தள்ளுவது. உணவு வரலாறு பற்றிய பதிவுகளிலும் இத்தன்மையைக் காண முடியும். முழுத் தலைவாழை இலையை விரித்து விதவிதமான பதார்த்தங்களை நிறைத்து உண்ணும் ஆடம்பர உணவுகள் பற்றிப் பலவிதப் பதிவுகள் உள்ளன. தமிழகம் வட்டாரத்திற்கேற்ப வேறு படும் உணவு வகைகளைக் கொண்டது. பெரும்பாலான பகுதி மக்களின் உணவுகள் பற்றிய பதிவுகள் எதுவு மில்லை. நாட்டுப்புறப் பாடல்களைக் கொத்துக் கொத் தாகப் பொதிந்து வைத்திருக்கும் நாட்டுப்புறவியல் ஆய்வுகளும்கூட வட்டார உணவு வகைகளைப் பதிவு செய்யும் நோக்கம் கொண்டிருக்கவில்லை.

பக்தவத்சல பாரதி

மக்களின் உணவு, அவர்கள் வாழும் நில அமைப்பைச் சார்ந்து அமைவது. நீர்வளம் நிறைந்திருக்கும் நிலப்பகுதியில் வாழ்வோரின் உணவு முறைக்கும் நீர்வளமற்ற பகுதியினரின் உணவு முறைக்கும் பெருத்த வேறுபாடுகள் உள்ளன. பொருளா தாரரீதியாகப் பலம்பெற்ற மக்களின் உணவுமுறைக்கும் நலிந்த பிரிவினரின் உணவுமுறைக்கும் தொடர்புகள் இருப்ப தில்லை. தமிழகம், நில அமைப்பில் பல வேறுபாடுகளைக் கொண்டிருப்பதாலும் பொருளாதார ஏற்றத்தாழ்வுகள் மிகுந்த பகுதிகளைப் பெற்றிருப்பதாலும் உணவுமுறைகளில் வட்டார வேறுபாடுகளைக் கொண்டிருக்கிறது.

அவ்வகையில் தனித்தன்மை கொண்ட உணவுமுறையைப் பெற்றிருக்கும் கொங்கு வட்டாரத்தின் எளிய உணவுகள் பற்றிய பதிவுகள் இதுவரை நிகழவில்லை. இன்று தமிழகம் முழுவதற்குமாக உருவாகிவிட்டிருக்கும் பொது உணவுப் பழக்கத்திற்கு மாறிக்கொண்டிருக்கும் கொங்கு வட்டார மக்களும் தம் உணவு முறை பற்றிய தாழ்வுணர்ச்சியால் அவற்றைப் புறக்கணித்துவருகின்றனர். எனினும் வேளாண்மை இன்னும் நிலைகொண்டிருக்கும் பகுதிகளிலும் முதியவர்களின் நினைவுகளிலும் கொங்கு உணவுமுறைகள் வாழ்ந்துகொண் டிருக்கின்றன.

இப்பகுதி மக்களின் உணவுமுறைகளை 'எளியவை' என்று குறிப்பிடுவதற்குக் காரணங்களுண்டு. மேட்டுக் காடுகள் எனப் படும் மானாவாரி நிலங்களையே பெருவாரியாகக் கொண் டிருக்கும் கொங்குப் பகுதியின் உணவுமுறை புஞ்சைத் தானியங்களை அடிப்படையாகக்கொண்டது. 1980களுக்கு முன் நெல்லஞ்சோறு என்பது இம்மக்களுக்குப் பலகாரம் போன்றது. இப்பகுதியின் எளிய உணவுமுறையை 'உள்ளது கொண்டு உண்ணுதல்' என்று சொல்லலாம். நிலவுடைமை கொண்ட சாதிகளும் அவற்றைச் சார்ந்து வாழும் சாதிகளும் பெரும்பான்மை உணவு முறைகளை ஒரே மாதிரியாகக் கொண்டுள்ளன. இப்பகுதி நிலங்களில் விளையும் பொருள் களைக்கொண்டே இவர்கள் தம் உணவைச் சமைத்துக் கொள்கின்றனர்.

சமைப்பதைப் பெரும்பாலும் தனி வேலையாக எடுத்துச் செய்வதில்லை. வீட்டில் உள்ள ஆடுமாடுகளைக் கவனித் துக்கொண்டோ அருகிலுள்ள நிலங்களில் வேலை செய்து கொண்டோ சமையலையும் செய்துவிடுவார்கள். மானாவாரி நிலத்தில் இடைவிடாமல் எப்போதும் பாடுபட்டால்தான் ஏதாவது விளையும். அத்தோடு கால்நடைகளையும் வளர்த்தாக

வேண்டும். எனவே சமையலுக்கென்று தனி நேரம் ஒதுக்கு வதில்லை.

சமையலைக் குறிக்கச் 'சோறாக்குதல்' என்னும் சொல்லை இவர்கள் பயன்படுத்துகின்றனர். இவர்களின் சமையல் சோறாக் குவதையே மையமாகக் கொண்டிருக்கிறது. மாலை வேளையில் சமைப்பர். இரவுக்கு மட்டும்தான் சுடுசோறு. இரவுச் சோறுதான் மறுநாள் காலைக்கும் நண்பகலுக்கும். இரவு வைத்த குழம்பு மீதம் இருந்தால் காலையில் பயன்படுத்துவர். இல்லையெனில் காலை, நண்பகல் இருவேளையும் 'கரச்சோறு' எனப்படும் நீரையும் சோற்றையும் சேர்த்துக் கரைத்த உணவுதான். ஆகவே சமையல், 'சோறாக்குதல்' எனப் பொருத்தத்துடன் குறிப்பிடப் படுகிறது.

சோறாக்கும் முறையும் பிறபகுதிகளிலிருந்து வேறானது. சில ஆண்டுகளுக்குமுன் நண்பர் ஒருவர், கவிஞர் பிரமிளைச் சந்தித்த அனுபவம் பற்றிச் சொல்லிக்கொண்டிருந்தார். சென்னை யில் பிரமிள் தங்கியிருந்த அறையில் அவரைச் சந்தித்தார். நண்பர், ஆச்சரியப்பட்டுச் சொன்ன விஷயம், 'பிரமிள், கஞ்சியே வடிக்காமல் சோறாக்குகிறார்' என்பதுதான். எனக்கு அதுவொன்றும் ஆச்சரியமாக இல்லை. பிரமிள், கொங்குப் பகுதியில் பல நாள்களைக் கழித்தவர். இந்தப் பகுதியிலிருந்து தான் கஞ்சி வடிக்காமல் சோறாக்கும் முறையை அவர் அறிந்திருந்தார். குக்கர் சமையல் வருவதற்கு முன்னர், பல காலமாக வடிக்காமல் சோறாக்குதலைக் கைக்கொண்டிருப்ப வர்கள் கொங்குப் பகுதி மக்கள். அது பெரிய கம்ப சூத்திரமல்ல.

போடும் அரிசியின் அளவில் மூன்று பங்குத் தண்ணீர் ஊற்ற வேண்டும். அரிசி புதிதாக இருந்தால் நீரைக் கொஞ்சம் குறைக்கலாம். இல்லாவிட்டால் குழைந்துபோகும். பழைய அரிசி என்றால் இன்னும் அரை டம்ளர் சேர்த்து ஊற்றலாம். அரிசி வெந்து சோறாகும் வரை தீயை நன்றாக எரியவிடலாம். நீர் குறைந்து சோற்றில் துளைகள் தென்பட்டுக் குமிழிகள் தோன்ற ஆரம்பித்ததும் தீயை முழுவதுமாகக் குறைத்துவிட வேண்டும். அடுப்பில் உள்ள தணலின் (கங்குகள்) வெப்பம் போதும். அதிலேயே நீர் சுண்டிவிடும். அரிசியை அரித்து அடுப்பில் வைத்துத் தட்டத்தால் மூடிவிடுவார்கள். அதற்கு மேல் ஊதுகுழலை வைத்துவிட்டு வேறு வேலையைப் பார்க்கச் சென்றுவிடுவார்கள். எரியும் தீ தணிந்து தணலாகும்போது சோறு வெந்து நீர் சுண்டத் தொடங்கியிருக்கும். சோறு வேகும்போது தட்டம் கீழே விழாமல் இருக்கத்தான் ஊதுகுழல் கனம். சோறாவதை அருகிலிருந்து பார்த்துக்கொண்டிருக்க

வேண்டியதில்லை. நீர் சுண்டுவதைச் 'சோறு பொடிதல்' என்பார்கள்.

அளவாக இல்லாமல் அதிகமாக நீர் வைத்துவிட்டால் தான் கஞ்சி வடிப்பார்கள். அதையும் கீழே ஊற்றுவதில்லை. உப்புப் போட்டு ஆற்றிக் குடிப்பார்கள். யாருக்கேனும் உடல் நிலை சரியில்லை என்றாலும் சோற்றில் கஞ்சி வடிப்பது வழக்கம். தேவைப்பட்டால் கஞ்சியில் ஒரு கரண்டி சோற்றைப் போட்டுக் கலந்துகொள்ளலாம். சுவையாக இருக்கும். அவசர மான சமயத்தில், சோற்றோடு பிசைந்து சாப்பிட எதுவும் இல்லையென்றால், 'கஞ்சியும் சோறு' ஆக்குவார்கள். பசை போலக் கஞ்சி கெட்டிப்பட்டுச் சோற்றோடு சேர்ந்திருக்கும். அதன் ருசி மேலும் உண்ணத் தூண்டும். எனது பள்ளி, கல்லூரிக் காலங்களில் மதிய உணவாகப் போசியில் கஞ்சியும் சோறும்தான் பெரும்பாலான நாள்களில் இருக்கும்.

இன்னொரு அவசரகால உணவு 'அரிசீம் பருப்பும்' (அரிசியும் பருப்பும்) சோறு. நான் மாணவனாக இருந்தபோதும் பணிக்கு வந்த தொடக்க ஆண்டுகளிலும் நண்பர்கள் பலரு டன் சேர்ந்து வசிக்க நேர்ந்தது. அப்போது அவர்களிடையே நான் சமைக்கும் அரிசீம் பருப்பும் சோறு வெகு பிரபலம். மார்க்சிய – லெனினிய இயக்கம் ஒன்றின் வெகுஜன அமைப்பு களில் நான் செயல்பட்டபோது தோழர்களுக்கு விரைவில் செய்து தருவது இந்த அரிசீம் பருப்புச் சோறுதான். எண்ணி இருபதே நிமிடத்தில் இந்த உணவு தயார். தக்காளி, வெங்காயத் தோடு தாளித்து அளவாகத் தண்ணீர் வைத்து அரிசியையும் பருப்பையும் போட்டு வேகவிட்டால் சோறு தயார். ருசி ரொம்பத் தேவை என்றால் எண்ணெய் கொஞ்சம் அதிகம் சேர்க்க வேண்டும். ஒரு படி அரிசிக்கு அரைக்கால்படிப் பருப்புப் போதும். துவரை, அவரை (மொச்சை), தட்டை (காராமணி) ஆகிய பருப்பு வகைகளுள் ஒன்றுதான் இதற்குப் பயன்படும். மஞ்சள் சேர்க்க வேண்டும். குழம்போ பொரியலோ தேவையேயில்லை. கலவைச்சோறு *(variety rice)* போலத் தனியாகச் சாப்பிடலாம். உண்ணும்போது நெய் விட்டுக் கொண்டால் ருசி கூடும். ஆறிய சோற்றில் தயிர் சேர்த்துக் கொள்ளலாம். அரிசீம் பருப்புச் சோறு ஆக்கும்போது அடிப் பகுதி லேசாகத் தீய்ந்து பாத்திரத்தில் அடிபிடித்துக்கொண் டால் நல்லது. அந்தத் 'தீவல்' வெகு சுவையாக இருக்கும். வீட்டில் சிறுவர்கள் இருந்தால் தீவலுக்கு அடிதடி நடக்கும். திருமணப் பேச்சு முடிவானவுடன் சம்பந்தி வீட்டில் கை நனைத்து முதலில் சாப்பிடுவது 'அரிசீம் பருப்பு'ச் சோறுதான்.

குழம்பு, ரசம், பொரியல், கூட்டு, தயிர் என்றெல்லாம் சோற்றோடு பலவற்றைச் சேர்த்துச் சாப்பிடும் பழக்கம் கொங்குப் பகுதியினருக்குக் கிடையாது. சோறு இருந்தால் போதுமானது. அதைச் சுவையானதாக மாற்றச் சில எளிய வழிகள் உண்டு. கஞ்சியும் சோறு, அரிசியும் பருப்பும்போல. வெறும் சோற்றைப் போசியில் போட்டு அதில் கொஞ்சம் பாலை ஊற்றிப் பிள்ளை களுக்குக் கொடுத்தனுப்பிவிடுவார்கள். அதில் லேசாக உறை மோர் கலந்திருக்கும். பிள்ளைகள் பள்ளிக்கூடத்தில் பகல் உணவு உண்ணத் திறந்தால் பால் தயிராகித் தயிர்ச் சோறு உருவாகியிருக்கும். பால் வாடையும் தயிர் மணமும் கலந்த அந்தச் சோற்றின் சுவை அருகிலிருப்போரையும் கையேந்தத் தூண்டும்.

சோற்றோடு பிசைந்துண்ணக் குழம்போ ரசமோ பொரி யலோ ஏதாவது ஒன்று போதும். குழம்பிருந்தால் அதில்தான் முழுச் சாப்பாடும். ரசம் வைத்தால் (ரசத்திற்கு 'மொளசாறு' என்று பெயர்; அதிலும் பல வகை உண்டு) அது மட்டும்தான். பொரியல் இருந்துவிட்டால் குழம்போ ரசமோ தேவையில்லை. பொரியலில் சோற்றைப் பிசைந்து தின்றுவிடலாம். குழம்பிலும் அவசரக் குழம்புகள் பல உண்டு. அவையெல்லாம் வேகவைத்துக் கடைதல் வகையிலானவை. மற்ற பகுதிகளில் பயன்பாட்டில் இல்லாத காய்களைக்கூட இங்கே அருமையான குழம்பாக்கு வார்கள். பீர்க்கங்காயில் இரண்டு வகையுண்டு. மேலே நார் போல விளிம்புகொண்டிருக்கும் தோலுடைய பீர்க்கங்காய் தான் தமிழகம் முழுவதும் கடைகளில் கிடைக்கக்கூடியது. இதை இங்கே நல்ல பீர்க்கு என்பார்கள். இன்னொன்று நுரைப் பீர்க்கு. இதற்குத்தான் பேய்ப் பீர்க்கு என்றும் பெயர். பருவத்தில் வேலிகள், வீட்டுக் கூரைகள் எனப் பலவிடங்களில் அளவுக்கதிகமாகக் காய்த்துக்கிடக்கும். முற்றிய காயின் உள் கூட்டை முதுகு தேய்க்கச் சிலர் பயன்படுத்துவர். நுரைப் பீர்க்கை வெங்காயம் மிளகாயுடன் வேக வைத்துத் துளியாகப் புளி போட்டுக் கடைந்து தாளித்தால், நெய்போல மணமுடைய குழம்பு கிடைக்கும். நல்ல பீர்க்கங்காயும் கடைவதற்கு உகந்தது தான்.

கடையும் குழம்புகளுக்குக் காட்டுக்கீரைகள் உதவும். நிலத்தில் வேலைசெய்யும்போதே இந்தக் கீரைகளைப் பறித்துக் கொள்வார்கள். களைவெட்டு நடக்கும்போது கூட்டிய மடிச் சேலையில் கீரை சேர்ந்துகொண்டேயிருக்கும். குமிட்டி என்றொரு கீரை உள்ளது. (கீரைகளை இங்கே நக்கரி அல்லது ரக்கிரி என்பார்கள்) வாடாமல்லிச் செடி போலத் தோன்றும். அது குவியலாக ஒரே இடத்தில் வளராது. தப்பிப் பிறந்த

பிள்ளைபோல எங்காவது ஒன்று தென்படும். காலையில் களைவெட்டுத் தொடங்கும்போதிருந்து சேகரித்தால் முடிக்கும் போது ஒரு குழம்புக்கு ஆகும் அளவு சேர்ந்துவிடும். தொய்ய நக்கரி, பண்ணை நக்கரி ஆகியவை அதிகமாகக் கிடைக்கும். கீரைக் குழம்புகள் வைப்பது மிக எளிது. கீரையை நீரில் கழுவி (அரிய வேண்டியதில்லை) வெங்காயம், மிளகாய் போட்டு வேகவிட வேண்டும். வெந்ததும் கடைந்து தாளிக்கலாம். அவ்வளவுதான். மணமுள்ள குழம்பு. கடைதலால் ஆக்கும் குழம்புக்கு அதிக நேரம் எடுக்காது சுவையாகவும் இருக்கும்.

பொரியல் செய்ய மட்டுமே ஆகும் காய்களும் நிறைய உண்டு. கொத்தவரை, அவரை, புடலங்காய் உள்ளிட்ட காய்களும் மிளகுத் தக்காளி (மணத்தக்காளி), முருங்கை முதலிய கீரைகளும் அவ்வகையிலானவை. இவற்றைப் பொரிய லாக்க அரிவதற்குத்தான் கொஞ்சம் நேரம் எடுக்கும். வெங்காயம் மிளகாயோடு போட்டு வதக்கி வேகவிட்டால் பொரியல். தேங்காய் இருந்து தூவினால் ருசி மிகும். ஆனால் கொங்குச் சமையலில் தேங்காயின் பயன்பாடு அவ்வளவாக இல்லை. தேங்காய் இந்தப் பகுதிக்கு அரிதான பொருள். துவையல் அரைக்கும்போது பொட்டுக்கடலையை அதிகமாகப் போட்டுக் கொஞ்சமாகத் தேங்காயைச் சேர்ப்பார்கள். திருநெல்வேலிப் பகுதியில் பொட்டுக் கடலையே போடாமல் முழுக்கத் தேங்கா யால் துவையல் (சட்னி) அரைப்பதைப் பார்த்து நான் ஆச்சரியப் பட்டிருக்கிறேன். கறிக்குழம்புக்குக்கூடத் தேங்காய் அரைத்து ஊற்றும் பழக்கமில்லை. கறி குறைவாக இருந்து, வீட்டில் உள்ளவர்களுக்குப் போதாது எனத் தோன்றினால் தேங்காயைச் சிறுசிறு துண்டுகளாக நறுக்கிக் கறியோடு போட்டு வேகவைப் பார்கள். கரண்டியால் எடுக்கும்போது கறித் துண்டுகளோடு தேங்காய்த் துண்டுகளும் சேர்ந்துவரும். கறி எல்லோருக்கும் கிடைப்பதற்காகக் கையாளும் உத்தி இது.

நான் கல்லூரிக்குப் போய் விடுதியில் சேர்ந்திருக்கையில் அங்கே உண்ணப் பழகுவதற்கு வெகு நாளாயிற்று. குழம்பு, ரசம், பொரியல், கூட்டு, மோர், அப்பளம், ஊறுகாய் ஆகியவை கொண்டு முழுச் சாப்பாடு என்னும் இந்தப் பொது உணவு எனக்கு மிக அந்நியமாக இருந்தது. இயல்பாக மற்றவர்களோடு சேர்ந்து உண்ண முடியவில்லை. பிறர் சாப்பிடும் முறையைப் பார்த்துப் பார்த்துத் தெரிந்துகொள்ள வேண்டியிருந்தது. அதனால் மிகுந்த தாழ்வுணர்ச்சிக்கும் ஆளானேன். குழம்பில் கொஞ்சம், ரசத்தில் கொஞ்சம், மோரில் கொஞ்சம் என வரிசையாகச் சாப்பிடப் பழகிய பின்னும் பொரியலும் கூட்டும் பழகவில்லை. குழம்புக்கு மாற்றாக அவற்றைக் கருதியிருந்தது

என் உணவுப் பழக்கம். குழம்பும் ஊற்றிப் பொரியலும் எதற்கு வைக்கிறார்கள் என்பதைப் புரிந்துகொள்ள முடியவில்லை. அதனால் பொரியலையும் கூட்டையும் தொடாமலே வைத்து விடுவேன். சேர்த்துச் சாப்பிடப் பழக ரொம்ப நாளாயிற்று. இப்போதும் அப்பளமும் ஊறுகாயும் எனக்கு வேண்டாத பொருள்கள்தான். பழைய சோற்றுக்கு ஊறுகாய் என்பது என் பழக்கம். சுடுசோற்றிற்கு எதற்கு? அப்பளத்தை எப்போது சாப்பிடுவது?

கொங்குப் பகுதி உணவுகள் மக்களின் தொழிலோடு இணைந்த இயல்பான உணவுகள். தயாரிப்புக்கான பொருள்களும் தயாரிப்பு முறையும் மிக எளியவை. அதிகக் கால அவகாசம் தேவையில்லை. கொங்குப் பகுதி 'உள்ளது கொண்டு உண்ணுதல்' என்னும் உணவுக் கோட்பாட்டை இயல்பாகப் பின்பற்றியுள்ளது. எளியவை என்பதால் வகைகள் இல்லை என்றாகாது. சோறு, குழம்பு, பலகாரங்கள், புலால் என அனைத்திலும் விதவிதமான வகைகள் உள்ளன. அவற்றை முழுவதுமாகத் தொகுத்தறிந்தால், வெறும் பதிவாக மட்டும் அமையாமல் நவீனக் கால வாழ்முறைக்கு ஏற்ற நடைமுறைப் பயன்பாடுகொண்ட உணவு முறையாக அமையும். எளியவை, நேரம் குறைவு ஆகியவை நவீன நகர வாழ்க்கை மனிதர்களுக்குப் பெரும் பயனை நல்கும். ஆடம்பர உணவுக்குச் சரியான மாற்று உணவாகவும் இது அமையும்.

கண்டதையும் போட்டு நாக்குச் சுவை ஒன்றையே பிரதானமாகக் கொண்டு தயாரிக்கப்படும் உணவுகளைப் போலல்லாமல், கொங்குச் சமையல் உடல் நலத்திற்கும் நன்மை பயக்கும். ஆடம்பர உணவு, நிறையப் பதார்த்தங்கள், அளவுக்கதிகமாக உண்ணுதல் ஆகிய நலக்கேடு தரும் உணவுமுறையைப் பற்றிய கொங்கு மக்கள் வழங்கும் பழமொழி இது: 'விக்க விக்கத் தின்னாலும் கெழக்க வெளுக்கப் பீதான்'.

28

சாப்பாட்டு மன்னர்கள்

பொ. வேல்சாமி

பல மனைவிகள், நூற்றுக்கணக்கான வைப்பாட்டிகள் மற்றும் அப்போதைக்கப்போது வரும் பலநாட்டு நடனமாதர்கள் என்று காமக் கும்மாளம் அடித்த அரசர்கள், நிலவுடைமையாளர்கள், பார்ப்பனக் குருக்கள், அரசவை அதிகாரிகள் ஆகியோரின் இன்ப வரலாறு கொண்டது நம் நாடு. இந்தக் கும்பல்கள் தங்களுடைய உடற்பசியைத் தணிக்கத் தம் நாட்டுப் பெண்களையே சூறையாடியது போன்று, தங்களுடைய வயிற்றுப் பசியையும் நாக்கின் ருசியையும் தணிக்க நாட்டின் மொத்தச் செல்வத்தையும் சூறையாடியுள்ளது. இன்று கூட நாட்டிலுள்ள அரசியல்வாதிகளும் பெரும் தனக்காரர்களும் சினிமாப் பேர்வழிகளும் இத்தகைய செயல்களை மரபு பிறழாமல் காப்பாற்றிவருகின்றனர். பல நேரங்களில் பசிக்கும் வயிற்றை ஈரத்துணியால் அடக்கி வைக்கும் பாமரர்கள் இது போன்றவற்றை எத்தனை முறை சொன்னாலும் புரிந்துகொள்கின்றனரா என்பது தெரியவில்லை. ஆனால் வரலாறு இதை மறைக்கவில்லை. தஞ்சை அரசன் ஒருவன் தன் ஒரு வேளை உணவை எப்படி உண்டான் என்பதை விளக்கும் இந்த வரலாற்றுப் பகுதி இதை உண்மை என்று நிரூபிக்கின்றது. இதனைத் 'தஞ்சை நாயக்கர் வரலாறு' என்னும் தனது நூலில் வெளிப்படுத்தி உள்ள குடவாயில் பாலசுப்ரமணியம் அவர்களுக்கு நன்றி!

பரிமாறப் பெற்ற உணவு வகைகள்

1. அப்பளம் எள்ளுப்பொடியிட்ட கர்ப்பூரக்கோழி.

2. தேங்காய்ப்பொடி, கருவேப்பிலைப்பொடி உள்ளிட்ட பொருள்கள் கலந்த குங்குமக்கோழி.
3. உளுந்து, கடலைப் பருப்பு, சானகி சூர்ணம் ஆகிய பொருள்கள் கலந்து தயாரிக்கப்பெற்ற கஸ்தூரிக் கோழி.
4. சர்க்கரை, வெண்ணெய் உள்ளிட்ட பொருள்கள் கலந்து செய்யப்பெற்ற பால்கோழி.
5. வெங்காயம், பூண்டு, மசாலாப் பொடிகள் கலந்து செய்யப்பெற்ற கட்டுக்கோழி.
6. நுலுவக் கோழி.
7. மீன் வறுவல் வகைகள்.
8. கொத்தவரைப் பொரியல்.
9. பலவிதமான காய்கறிகளில் செய்த உணவுகள்.
10. வாசனை உள்ள ஜாலபத்ரி, ஜாதிக்காய், பருப்பு வகைகள் கலந்த பீரஜ்ஜி.
11. வடாம் பொரித்துக் கூட்டின பொடிமாஸ் கறி.
12. அப்பளம் – வடாம்.
13. எலும்மிச்சை ரசம் மற்றும் உப்புரசம்.

இனிப்பு வகைகள்

14. பேணி
15. மாண்டே
16. லட்டு
17. பூர்ணகலசமோதகம்
18. கஜ்ஜாயம் (சேமியாவில் செய்தது)
19. அதிரசம்
20. பருப்பு வைத்த மோதகம்
21. ஸாரத்தலு
22. மணுகுபூல் (முள் முருக்கு)

வடை வகைகள்

23. கறி வடை
24. தயிர் வடை
25. ஆமவடை

ரொட்டி வகைகள் (சப்பாத்தி)

26. வறுவல் ரொட்டி
27. தேங்காய் ரொட்டி
28. சாம்பார் ரொட்டி
29. திரட்டுப் பால்
30. தேங்காய்ப் பால்
31. பன்னீர்ப் பாயாசம்
32. ஜீரகப் பாயாசம்
33. குளிர்ந்த பாயாசம்
34. ஸொஜ்ஜிப் பாயாசம்
35. சீகரணி எனும் சர்க்கரைச் சாதம்
36. பலவிதமான அன்னங்கள்
37. ரசதாழப் பழம், தேன் கலந்த பலாப் பழம், தேன் கலந்த மாம்பழம், தேன் கலந்த திராட்சைப் பழம்.
38. பல தீவீபங்களில் விளையும் பேரீச்சபழம்.
39. நேரேடு, ரேடு, கித்தடி, பாலபண்ட்லு, வெள்ளரிப்பழம், விளாம்பழம், மாதுளம் பழம்.
40. மீகட சட்லு (பாஸந்தி)
41. ஏலம், சுக்கு, எலுமிச்சை, வெட்டிவேர் கலந்த தண்ணீர்.
42. நீர்மோர்.

ஆகிய பலவிதமான உணவு வகைகள் தட்டில் உள்ள வாழையிலையிலும் அங்கு வைக்கப்பெற்றிருந்த தங்கம் மற்றும் வெள்ளிக் கிண்ணங்களிலும் வாழையிலைத் தொன்னைகளிலும் வைக்கப்பெற்றிருந்ததாக விவரிக்கப் பெற்றுள்ளது. தஞ்சை மன்னர் விஜயராகவ நாயக்கரின் கூற்றால் நாம் அறியும் இச்செய்திகள் உணவு வகைகள் பற்றி ஆராய்வோர்க்குப் பயனளிப்பதாகும்.

29

ஆயுர்வேத உணவு

டாக்டர் எல். மகாதேவன்

தமிழர் சமையல், பல நூற்றாண்டுகளாக தென் இந்தியா, இலங்கை மற்றும் பிற நாடுகளில் வசிக்கும் தமிழர்களால் வளர்த்தெடுக்கப்பட்ட, உலகின் சிறந்த சமையல்களில் ஒன்றாகும். இயற்கையுடனும் காலநிலைகளுடனும் இணைந்த ஒரு கிராமிய சூழலிலேயே இச்சமையல் வளர்ந்தது.

பல்வகை மரக்கறிகள் (காய்கறிகள்), சுவையூட்டும் நறுமணம் தரும் பலசரக்குகள், கடலுணவுகள் ஆகியவை தமிழர் சமையலில் இன்றியமையா இடம் பெறுகின்றன. சோறும் கறியும் தமிழரின் முதன்மை உணவாகும்.

வாழ்ந்த நிலத்துக்கேற்பவும் குலத்துக்கேற்பவும் பண்டைய தமிழரிடையே உணவுகள் வேறுபட்டன. எனினும் அனேக தமிழர்கள் சோறும் மரக்கறியும் புலாலுணவும் மதுவும் விரும்பியுண்டனர்.

தமிழர் உணவு வகைகள்

தமிழர் சமையலில் சைவ உணவு சிறப்பிடம் பெறுகின்றது. சைவம் என்றால் மரக்கறி உணவைக் குறிக்கும். பெரும்பாலான தமிழர்கள் சைவ சமயத்தைப் பின்பற்றுவதால், அச்சமயத்தில் சைவ உணவு பரிந்துரைக்கப்படுவதால் சைவ உணவு தமிழர் சமையலில் ஒரு நீண்ட வரலாற்றையும் விரிவடைந்த ஒரு பங்கையும் வகிக்கின்றது.

தொல்காப்பியம் சொல்லதிகார நூற்பா ஒன்றினுக்கு சேனாவரையர் உரைகூறும்போது 'அடிசில்' என்பது உண்பன, தின்பன, நக்குவன, பருகுவன ஆகிய நால்வகை உணவுகளையும் குறிக்கும் ஒரு பொதுச்சொல் எனக்

336 பக்தவத்சல பாரதி

கூறுகின்றார். அசைத்தல், அதக்குதல், அருந்துதல், ஆர்தல், உண்ணுதல், உதப்புதல், உறிஞ்சுதல், ஒதுக்குதல், கடித்தல், கரும்புதல், கறித்தல், குடித்தல், குதப்புதல், கொறித்தல், சப்புதல், சுவைத்தல், சாப்பிடுதல், சூப்புதல், தின்னுதல், நக்குதல், பருகுதல், மாந்துதல், முக்குதல், மெல்லுதல், விழுங்குதல், மிசைதல் என்பன உட்கொள்ளுதலைக் குறிக்கும்" எனக் கூறுவர். இவையனைத்தையுமே உண்பன, தின்பன, நக்குவன, பருகுவன என நான்கு வகைகளுள் அடக்க இயலும்.

அரிசி பல வகையாயினும் அதைப் பச்சரிசி அல்லது புழுங்கலரிசியாகத்தான் உபயோகிக்கின்றோம்.

உடலில் எரிச்சல் அதிகம் உள்ளவர்களுக்குப் பச்சரிசி மிகவும் ஏற்றது. அதனால் இரைப்பையில் புளிப்பு மிகுந்தவர்களுக்கும் அடிக்கடித் தாமதித்து உண்ண நேர்பவர்களுக்கும் பச்சரிசி ஏற்றதல்ல. இவர்களுக்குப் புழுங்கலரிசியே மிக நல்லது. இயற்கையாக உடற்சூடு மிக்கவர், காங்கை உள்ளவர்களுக்குப் பச்சரிசி நல்லது.

தமிழகத்தில் புழுங்கலரிசிக்குப் பத்திய உணவுக்கேற்றதென்ற புகழ் உண்டு. சிறுவர், முதியவர், வாதரோகிகள், வயிற்றில் புளிப்பு மிக்கவர், கடும் உழைப்புள்ளவர் இவர்களும் வாய்ப்புண் அடிக்கடி ஏற்படும்போதும் மற்ற பத்திய உணவு ஏற்கும்போதும் வீட்டில் புழுக்கிய அரிசியை அன்னமாக்கி உண்பது நல்லது.

அரிசி களைந்த நீர் கழுநீர் எனப்படும். இதனை வடிகட்டி வெளி அழுக்கு நீக்கிச் சர்க்கரை சேர்த்து சாப்பிட, உடற் காங்கை, பெண்களுக்கு உஷ்ண மிகுதியால் ஏற்படும் வெள்ளைப் படுதல், பெரும்பாடு முதலியவை தணியும்.

முதல் நாளிரவு வடித்த அன்னத்தை நீர் ஊற்றி வைத்திருந்து மறுநாள் காலை சிறிது புளித்துள்ள அந்த அன்னத்தைச் சாப்பிட மந்தத்தால் மலம் வெளுப்பாகப் போவது மாறும். உடல் உழைப்பிற்கு ஏற்ப வலிவு கூடும். வாந்தி, பிரட்டல் நிற்கும்.

மிகவும் புளித்த அன்னம் அதிக தூக்கம், மயக்கம் தரும். இது நல்லதல்ல. அதிகம் புளிக்காத சுவையான பழையதுடன் மோரும் தயிரும் கீரையும் மாவடுவும் மற்ற ஊறுகாய்களும் சேர்த்து உண்பது தமிழர்களின் சுவையான உணவுத் திட்டம்.

புளித்த சாதத்தின் மேல் நிற்கும் தெளிந்த நீரை (நீராகாரம்) அதிகாலை வேளையில் சாப்பிட வயிற்றில் புளிப்பு தங்காது.

மலக்கட்டு நீங்கும். குடல் அழற்சி தணியும். சிறிது ஜீரகத்தூள் உப்பு சேர்த்துச் சாப்பிட உமட்டல், வாந்தி நிற்கும்.

சாதம் வெந்துகொண்டிருக்கும்போது முக்கால் பங்கு வெந்ததும், கொதித்துக்கொண்டிருக்கும் கஞ்சியைக் கரண்டியால் எடுத்து வைத்துக்கொண்டு இளஞ்சூடாக ஆறியதும் அதில் வெண்ணெய் நெய் சேர்த்துக் காலையில் சாப்பிட குடலில் வறட்சி நீங்கும்.

புழுங்கலரிசியே கஞ்சிக்கேற்றது. நோய் நிலையிலும் ஆரோக்கிய நிலையிலும் கஞ்சி ஏற்ற உணவே. உடல்நிலைக் கேற்ப அரிசியின் அளவு, ஜலத்தின் அளவு, காய்ச்சும் அளவு இவற்றை அமைத்துக்கொள்ள வேண்டும். புழுங்கலரிசியை வறுத்தும் வறுக்காமலும் உபயோகிக்கலாம். வறுத்த அரிசியிலான கஞ்சி மிக லேசானது. சத்து குறைவானது. நல்ல புஷ்டியான உணவு தேவைப்படும்போது அரிசியை வறுக்காமலே உப யோகிப்பது சிறந்தது.

சாதத்தை வடித்தெடுத்த கஞ்சி ஆறியதும் உறைந்துவிடும். நல்ல தீபன சக்தி உள்ளவர் இதனையே மோரும் உப்பும் சேர்த்துச் சாப்பிடுவது உண்டு. இந்தக் கஞ்சி உடலின் மேல் தேய்த்துக் குளிக்கத் தோல் மென்மையுறும். அரிப்பு, சொறி முதலியவற்றைப் போக்கும். வடித்த கஞ்சி எண்ணெய்ப் பிசுக்கை அகற்றும்.

அரிசியை வறுத்து இடித்த மாவைச் சத்து என்பர். கோதுமை, ரவை, கடலை இவற்றைச் சத்துமாவாக்குவது உண்டு. இதனை ஜலம் விட்டுப் பிசைந்து சர்க்கரை அல்லது உப்பிட்டுச் சாப்பிடக் களைப்பு நீங்கும். நெய்விட்டுப் பிசைந்து சாப்பிடப் பசி அடங்கும். மோர் விட்டுக் குழப்பிப் பருக வயிற்றுவாயு நீங்கும். பொதுவாக சத்து எளிதில் ஜீரணமாகும்; களைப்பை நீக்கும். வயிற்றில் வாயு உபத்திரவத்தால் கஷ்டப்படுபவருக்கு ஏற்ற சிற்றுண்டி.

நெல்லைப் பொரித்து எடுக்க நெற்பொரியாகும். இதனைப் பாகப்படுத்தி உண்ணில் அதிதாகம், வமனம், மந்தாக்கினி (பசி மந்தம்) மதமூர்ச்சை (குடிவெறி நோயில் ஏற்படும் மயக்க நிலை) இவைகள் நீங்கும்.

நெல்லைச் சிறிது நனைத்து உலர்த்தி வறுத்து லேசாக இடிக்கத் தட்டையாகி அவலாகிறது. உமி நீக்கிய அவலைத் தயிரில் ஊறவைத்துத் தயிருடன் அல்லது வெல்லத்துடன் சாப்பிடலாம். அவற்றுடன் பாலும் நெய்யும் சேர்த்துண்டால் சரீரத்துக்குப் பலமும், தயிர் கலந்து உண்டால் மந்தமும்,

பக்தவத்சல பாரதி

நீரில் ஊறவைத்து உண்டால் வாயுவுமாகும். மோரில் கலந்துண்டால் தாகமும் எரிவும், புளிப்புப் பண்டங்களில் கலந்துண்டால் பித்தரோகமும் நீங்கும்.

கோதுமை நொய்யை முதல் நாளிரவு நீரில் ஊறவைத்துக் காலையில் நன்கு கரண்டியால் அடித்துக் கிளறிப் பசையாக்கித் துணியால் வடிகட்டிய கோதுமைப்பால் கப நோயாளிக்கு ஏற்ற பானம். காப்பிக் கொட்டையைப்போல் கோதுமையையும் வறுத்துத் தூளாக்கி வென்னீர் ஊற்றி எடுத்த நீருடன் பால் சேர்த்துச் சாப்பிடக் கபம் கட்டாது. கோதுமையின் வறுத்த மாவைத் தேன் சேர்த்து பிசைந்து சாப்பிடுவது கீல்வலி – முதுகுவலிக்கு நல்லது.

கோதுமை மாவை அக்கி, தோலில் உணரப்படும் அதிகச் சூடு, நெருப்புபட்ட இடம், மேல் தோல் படலம் உரிந்து எரிவுள்ள இடம் இவற்றின் மேல் தூவினாலும், பூசினாலும் எரிவு அடங்கும். உள்புண் ஆறும். களி செய்து வீக்கத்தின் மேல் கட்டலாம். களியுடன் வேப்பெண்ணெய் சேர்த்து மார்பிலும், முதுகிலும் கட்டிவிட கெட்டிப்பட்ட சளி இளகி மூச்சுத்திணறல், விலாவலி குறையும்.

கேழ்வரகை உலர்த்திக் குத்திப் புடைத்து, கல், மண் முதலியவைகளை நீக்கி, இயந்திரக்கல்லில் இட்டு மாவுபோல அரைத்து, வேண்டிய அளவு எடுத்து நீர் விட்டுக் கரைத்து, இரண்டு மூன்று நாட்கள் புளிக்க வைக்க வேண்டும். பிறகு சுத்தமான அரிசி நொய்யை சமம் அல்லது பாதிப் பங்கை கழுவித் தக்க நீர்விட்டு, அடுப்பில் ஏற்றிப் பாதி வெந்த பிறகு, மேற்படி புளித்த மாவையும் சேர்த்துக் கொதிக்கவைக்க வேண்டும், அடிக்கடி துடுப்பினால் கிளற வேண்டும். கையில் ஒட்டாத பக்குவத்தில் இறக்கி வைத்துக்கொண்டு, ஒரு நாள் சென்ற பிறகு உபயோகிக்க வேண்டும்.

கேழ்வரகால் ஆன கூழ் அல்லது களி நல்ல உணவு இதன் மேல்தோல் வயிற்றில் செருகப் பேதியை உண்டாக்கும். அதனால் முளைக் கட்டிக் குத்திப் புடைத்துப் பின் இதன் மாவைக் கஞ்சி, களி, கூழ், தோசை, அடை முதலியவையாக உணவாக்கிக்கொள்ளலாம். நீரழிவு நோயில் அதிக அளவில் சிறுநீர் வெளியாவதைத் தடுக்கும். அதன் மாக்களி கட்டிகளின் மேல் வைத்துக் கட்டச் சீக்கிரம் பழுக்கும்.

இதில் கொழுப்புச் சத்து அதிகமுண்டு. இதைப் பிரதான உணவாக உபயோகிக்க, இரைப்பு, இதைச் சேர்ந்த சில நோய்கள், படை, தினவு, கிரந்தி, பித்தாதிக்கம் இவை உண்டாம்.

இவ்வரிசியை ஏழுதரம் புதிய புதிய நீர்விட்டுத் தேய்த்துக் கழுவி உலையிலிட்டு வெந்த பிறகு வடித்து உபயோகிக்கலாம்.

அடைந்துள்ள பித்தத்தை வெளிப்படுத்துவதற்கு ஏற்ற உணவு. தானியங்களில் தரக்குறைவானதெனினும் பழகி விட்டால் இனிய உணவு. கபக்கட்டுடன் உள்ள சுவாசம், சொறி, சிரங்கு, பித்தாதிக்கம் உள்ளவர்க்கு ஏற்றதல்ல.

தினை, மாவாகவும் கஞ்சியாகவும் உபயோகிப்பதுண்டு. இது சிலேஷ்ம வாத தொந்தத்தை (இரண்டு தோஷங்களின் சேர்க்கை) நீக்கும். இதன் சோறு, பித்த குணத்தைப் பெற்று இருந்தாலும், வீரியத்தை விருத்தி செய்து வாத கோபத்தை நீக்கும். இதன் கஞ்சி சோபை தோடங்களைப் போக்கும்.

சோளத்தின் பச்சைக் கதிர்களைச் சுட்டோ வேகவைத்தோ அதன் மணிகளைத் தின்பது, பொரியாகப் பொரித்துத் தின்பது, மாவாக்கி கஞ்சி தயாரித்து உண்பது, பொரியை மாவாக்கிச் சர்க்கரை கலந்து சாப்பிடுவது இப்படிப் பலவகையில் பயன் படுகிறது. சயரோகிகளுக்கு ஏற்றது. சொறி, சிரங்கு, கரப்பான் உள்ளவர்க்கு ஏற்றதல்ல.

இரைப்பை – குடல் அழற்சியைப் போக்கும். வலிவு தரும். சிறுநீரை அதிக அளவில் பெருக்கி வெளியேற்றும். தாகத்தை அடக்கும். ஜீர்ண சக்தியை வலிவுடையதாக்கும். இதன் அரிசி யைக் கஞ்சியாக்கி அதன் தெளிவை ஜ்வரம், தொண்டைப் புண், சிறுநீர் எரிவு, நாவறட்சி உள்ள நோய்களில் பருகலாம். பால், பழரஸம், மோர், உப்பு, சர்க்கரை இவைகளை அவசியத் திற்கேற்பச் சேர்த்துக் கொடுக்கலாம்.

காய் வகைகள்

கத்தரி (பிஞ்சு, காய்) கரப்பான் படை, சொரி, சிரங்கு நோய்கள் தவிர மற்றவற்றிற்கு ஏற்ற பத்தியமானது. ஜ்வரம் நீங்கியதும் சேர்க்கத்தக்கது. கோழை சளி கட்டாமல் தடுக்கும். கரப்பான், சொரி, சிரங்கு முதலியவற்றில் அரிப்பையும் நீர்க் கசிவையும் அதிகப்படுத்தும். மேக ஊரலை அதிகப்படுத்தும்.

கடாரங்காய் நார்த்தை இனத்தைச் சேர்ந்தது. கைப்பும், புளிப்புமுள்ளது. இதன் பழச்சாறு சர்க்கரையுடன் சாப்பிட தேகச் சூட்டைத் தணிக்கும். தாகத்தையும், பித்த வாந்தியையும் அடக்கும். பழத்தின் மேல்தோலைச் சிறு துண்டாக்கிச் சர்க்கரைப்பாகில் அல்லது தேனில் ஊறவைத்து நாட்பட்ட சீதபேதி, வாந்தி உள்ளவர்க்குக் கொடுக்கலாம்.

இனிப்புப் புளிப்புள்ள களாக்காயால் காதடைப்பு, தாகம், பித்த தோஷம், வாந்தி, அருசி, இரத்தபித்தம் இவை போகும். மிகுபசி உண்டாகும்.

சுண்டை (காய் வற்றல்) இரைப்பை, குடல், கல்லீரல், நுரையீரல் முதலியவற்றில் தடித்த கபப்பூச்சு இருந்தால் கோழை இருந்தால் சமைத்துச் சாப்பிட மிக நல்லது. கைப்புள்ளது வெப்பத்தை அதிகமாக்கும். நெஞ்சில் தங்கிய கபம் குடலில் தங்கிய கிருமி, பூட்டுகளில் தங்கிய வாயு இவை நீங்கும். நன்றாகப் புளித்த மோரில் உப்புடன் இதனை ஊறவைத்து உலர்த்தி வைத்துக்கொண்டு பொரித்துப் பொடியாக, பச்சடி, வறுவல் முதலிய வகையில் பலவிதமாக இதனை உபயோகிப்பர். சுண்டைவற்றல், கருவேப்பிலை, மாங்கொட்டையினுள் பருப்பு, ஓமம், நெல்லிவற்றல், மாதுளை ஓடு, வெந்தயம் இவற்றைச் சம அளவு வறுத்துப் பொடித்து மோரில் கலக்கிச் சாப்பிடுவதும் முதல் பிடி அன்னத்துடன் நெய் அல்லது நல்லெண்ணெய் விட்டுச் சாப்பிடுவதும் குடல் பலவீனத்தில் மிகவும் உதவும்.

இனிப்புச் சுரைக்காய் கறிகாயாகும். பேய்ச்சுரை மருந்தாகும். இனிப்புள்ள காய் சூட்டைத் தணிக்கும். சிறுநீரை அதிகமாக வெளியேற்றும். உடலிற்கு வலிவு தரும். மலத்தை இளக்கும். பசி மந்தமுள்ளவருக்கு ஏற்றதல்ல.

இதனால் மார்பு நோய், பீலிகம், வாய் அருசி முதலிய நோய்கள் உண்டாம்.

பறங்கிக்காய் இனிப்பும், குளிர்ச்சியும் உள்ளது. அழற்சி, பித்தப்பெருக்கு இவற்றைத் தடுக்கும். குழிப்பறங்கி பசியைக் குறைக்கும். உடல்வலி, கடுப்பு அதிகமாக்கும். விதையை வறுத்துச் சர்க்கரை கலந்து சாப்பிட்டு மறுநாள் சிற்றாமணக்கெண்ணெய் சாப்பிடத் தட்டைப் புழுக்கள் மலத்துடன் வெளியாகும். 4 – 6 விதையைக் கஷாயமிட்டுச் சாப்பிடச் சிறுநீரக அழற்சி தணியும்.

பாகலில் பல வகை. மிதிப்பாகல், கொம்புப்பாகல், இவ் விரண்டும் உணவுப்பொருள். இரண்டும் பத்தியத்திற்கேற்றதல்ல. மருந்தின் சக்தியை முறிப்பவை. மலமிளக்கி, பசியைத் தூண்டுவது, ருசி தருவது. இளைப்பு, மூலம், மலக்கிருமி இவற்றிற்கு நல்லது. ரத்தத்தைச் சுத்தி செய்யும்.

பீர்க்கு உள் அழற்சியை ஆற்றவல்லது. சிறுநீரை அதிகமாக வெளியேற்றும். உடலுக்கு வலிவு தரும். காயை வதக்கிப் பல வகைகளில் சமைப்பர். அதிக அளவில் சாப்பிடச் சளியும் பித்தமும் அதிகமாகும்.

புடலங்காய் பத்தியக் காய் வகைகளில் சேர்ந்தது. கசப்பும் குளிர்ச்சியும் உள்ளது. பித்தத்தை நீக்கவல்லது. ருசியூட்டவல்லது.

மிளகாய், காரம் மிக்க ஊசி மிளகாய், குடம்போல் வயிறு பருத்த காரமற்ற குடமிளகாய், பச்சை மிளகாய், மிளகாய் வற்றல் எனப் பல வகையில் தினமும் உணவில் காரச்சுவை தரும் பண்டமாகப் பயன்படுவது. காரமும் சூடும் இதன் தனித்தன்மை. சுறுசுறுப்பு, ருசி, பசி, ஜீர்ணசக்தி, எதிர்க்கும் மனப்பான்மை, எளிதில் சோம்பல் இவற்றைத் தரவல்லது. அதிகம் ஏற்றாலும் ஒத்துக்கொள்ளாவிட்டாலும் இரைப்பை, குடல், ஆசனவாய் முதலியவற்றில் அழற்சி, ஆசனக்கடுப்பு, வயிற்றுநோய், ரத்தபேதி முதலியவற்றைத் தரலாம். காரிலவம், பிசின் அல்லது வெள்வேலம் பிசின், அதிமதுரம் இவற்றுடன் அரைத்துச் சிறு மாத்திரைகளாக்கி வாயிலிட்டுச் சுவைக்கத் தொண்டைக்கம்மல் நீங்கும். உமட்டல், பிரட்டல், வாந்தி, அன்னத் துவேஷம் இவை நீங்க உப்புடன் மோரில் ஊறவைத்து உலர்த்தி நெய் அல்லது எண்ணெய்யில் பொரித்து வியஞ்சனமாகக் கொள்வர்.

ஊசி மிளகாயும், மிளகாய்க்கு ஒத்த குணமுள்ளதே. காரமும் சூடும் அதிகம். அஜீர்ணம், அஜீர்ணபேதி, மார்புவலி, கீல்வாயு, பிரசவித்தவர்களுக்கு ஏற்படும் கடும் ஜ்வரம் முதலிய வற்றில் வற்றலாக்கிப் பொரித்தது உணவிற்குத் துணையாக இருக்கும்.

சில தாவரப் பொருட்கள் சமைக்கும்போதும் உண்ணும் போதும் அதில் புலாலுடையது போன்ற ஒருவித நெடியுடன், ஜீர்ணமாகும் நிலையில் பிராணவாயு அபானவாயு, வியர்வை முதலியவைகளுடன் ஒரு அருவருக்கத்தக்க மணமும் வெளியிடக் கூடியதாக இருக்கும். வெங்காயமும் முள்ளங்கியும் இந்த இரண்டாவது இனத்தைச் சேர்ந்தவை. முள்ளங்கியிலுள்ள கந்தகமும் பாஸ்பரமும் இந்தத் துர்வாஸனையைத் தருகின்றன. இந்தத் துர்வாசனை ஏற்படுத்தும் உணவு ஸாத்விக உணவாவ தில்லை.

முள்ளங்கியில் சிகப்பு முள்ளங்கி, வெள்ளை முள்ளங்கி என இரண்டு உண்டு. வெள்ளை வகையில் அதிகக் காரமும் மணமும் உண்டு. சிகப்பினம் சற்றுச் சப்பென்றிருக்கும். வெள்ளையினம்தான் அதிகக் குணமுள்ளது.

முள்ளங்கிக் கீரையைச் சமைத்துத் தின்பது ஆரோக்கிய உணவாகாது. வயிற்றில் பொறுமல், எரிவு, எதுக்களிப்பு, மலக்

கிருமி முதலியவைகளை உண்டாக்கக்கூடும். ஆகவே தினசரி உபயோகத்திற்கு ஏற்றதல்ல.

முற்றிய முள்ளங்கியில் காரம் மிகுந்து காணப்படும். அதிக உஷ்ணம். ஆனால் குடலை வெகு தாமதமாக இயங்கச் செய்யும். அந்நேரத்தில் இதிலுள்ள கந்தகமும், பாஸ்பரமும் நன்கு வெளியாகி மலத்தை மிகுந்த நெடியுள்ளதாக்கிவிடும். அபான வாயுவும் எரிவுடனும் நெடியுடனும் வெளியாகும். மலத்தேங்கலுக்கு இடமளிக்குமாதலால் கப பித்தவாயு மலங்கள் குடலில் அதிக நேரம் தங்கி வியாதி ஏற்படுத்துமளவிற்குக் கொண்டுவிடக்கூடும். பச்சையாகத் தின்றால் இந்தக் கெடுதி அதிகம். வேகவைத்தால் இந்தக் கெடுதி குறைந்து வாயுவைப் பிரித்துவிடும். எண்ணெய் விட்டு வதக்கிச் சாப்பிட மேலும் கெடுதி குறையும்.

மங்கலப் பொருள்களின் வரிசையில் வாழை மரத்திற்கு முதல் இடமுண்டு. இலை, பூ, பிஞ்சு, காய், பழம், தண்டு, நீர் என்று அத்தனையும் உணவாகக்கூடியது. பூவும், பிஞ்சும், காயும் துவர்ப்புள்ளவை. பழம் இனிக்கும். ஆனால் இவை அனைத்தும் சீதளமானவை. தண்டும் துவர்ப்புதான் எனினும் சூடு தருவது. பழம் பித்தத்தைச் சமனப்படுத்தி மலமிளக்கும் உள்ளழற்சியை நீக்கும். புஷ்டி தரும். தண்டு சிறுநீரை அதிகம் வெளியேற்றும். குடலில் சிக்கிக்கொண்டு ஜீர்ணமாகாத பொருளை வெளியேற்றும். பூ பெண்களின் மாதவிடாய் பெருக்கு மிகுதியிலும், நீரிழிவிலும் ஏற்றது. பிஞ்சு மூலக்கடுப்பை நீக்கும். முற்றிய காய் உடலைப் பருக்கச் செய்யும். வயிற்றில் வாயு சேரச் செய்யும்.

பேயன் பழம் வயிற்றுச் சூட்டைக் குறைத்து மலமிளக்கும். அம்மை முதலியவற்றிற்குப் பின் ஏற்படும் கொதிப்பை அடக்க ஏற்றது. மொந்தன் பழம் மன உறுதி தரும். காமாலை வயிற்றில் கொதிப்பு, கொழுப்பு காய்ந்து தசைகள் வறண்டு ஏற்படும் வாதநோய்களில் ஏற்றது. மொந்தனின் மற்றொரு வகையான நேந்திரன் கடும் பசிக்கு ஏற்றது. உடலை வளர்க்கும். மலைப் பழம் எளிதில் ஜீர்ணமாகும். களைப்பைப் போக்கும். ரஸ்தாளி உடலைப் பெருக்கச் செய்யும்.

ஆண்டவன் வழிபாட்டில் பழங்களுக்கு முக்கிய இடமுண்டு. பஞ்சாமிருதம் என்ற இனிய தயாரிப்பு இறைவனின் அபிஷேகத்தில் முக்கியமானது. முருகனுக்கு மிகப் பிடித்தமானது. முதிர்ந்த பழம் 12, சுமார் (1 கிலோ) ஈரமற்ற ஈயம் பூசிய பாத்திரத்தில் இதனைத் தோல் நீக்கி அரிந்து மத்தால் கடைந்து

ஒரு கிலோ நல்ல வெல்லம் சேர்த்துக் கிளறவும். உப்புக் கரிக்காத குழைவுள்ள அழுக்கில்லாத இனிய வெல்லம் தேவை. திராக்ஷை, பேரீச்சம் பழம் விதை நீக்கி அரிந்தது, கற்கண்டு சிறு தூளாக்கியது, நெய், காயை அப்பொழுதே தோல் உரித்து நசுக்கிய ஏலரிசி, தேன், இவற்றைக் கலந்து கைபடாமல் ஈரமின்றி இதனைத் தயாரித்தால் நாட்பட இருக்கும் பித்த எரிச்சல், புளிப்பு, உட்கொதிப்பு இவற்றிற்கு ஏற்றது. மார்பில் சளியும், வயிறு மந்தமும் உள்ளவர்களுக்கு முக்கியமாக சிசுக்களுக்கு ஏற்றதல்ல. அதிக அளவில் யாருக்குமே ஏற்றதல்ல.

வாழைக் கிழங்கிலும் தண்டிலும் உள்ள நீரைப் பருக நீர்ச் சுருக்கு, நீர்க்கல்லடைப்பு, சிறுநீரக அழற்சி, எலும்புருக்கி இவற்றில் குணம் கிட்டும்.

துவர்க்கின்ற வாழைப்பிஞ்சால், இரத்தக் கடுப்பு, உள் வலய இரத்தமூலம், அதிமூத்திரம், வயிற்று விரணம் இவை போகும்.

செவ்வாழை, வெள்வாழை, இரசதாளி, மொந்தன் வாழை, இடுக்கு வாழை, மலை வாழை, பச்சை வாழை, கருவாழை என்னும் எட்டு வகை வாழைப்பழங்களுள் முதலில் கூறிய நான்கும் நோயாளிகளுக்கும் ஆகும். கருவாழை நன்மை தரும். இவ்வெட்டுமே வாத ரோகிகட்கு உதவாது. ஆயினும், உண்ணின் குற்றமில்லை. பித்த பிணிகள் போகும்.

வாழையில் பல வகைகள் உண்டு. செவ்வாழை, வெள் வாழை, இரசதாளி (ரஸ்தாளி), பொந்தன் வாழை (மொந்தன்) இந்த நான்கும் நல்ல ஜீர்ண சக்தியும் உடல் உழைப்புமுள்ள வர்கள் நோயற்றிருந்தால், ஏற்க வேண்டியவை. மலை வாழை, பூவன் வாழை, பேயன் வாழை, கருவாழை யாவருக்கும் ஜீர்ணமாகக்கூடியவை. பிரதான உணவுடன் சேர்த்து உணவின் நடுவில் இவைகளைக் கொள்வது மிகவும் நல்லது. தேனும் சர்க்கரையும் சேர்த்துண்ண எளிதில் ஜீர்ணமாகும். வாழை அனைத்துமே வாதரோகிகட்கு உதவாது. நேந்திரன் வாழைப் பழத்தை ஆவியில் வேகவைத்துச் சாப்பிடுவது கேரளத்தில் வழக்கம்.

வெள்ளரிப் பிஞ்சு கோடைக்கேற்ற இனிய சுவையுள்ள உணவு. காய் சிறுநீரக அழற்சியையும், நீர்த்தாரை எரிவையும் போக்கும். கடுங்காரமுள்ள மருந்துகள் சாப்பிடும்போது இதனைத் தவிர்ப்பர். உண்ட பின் ஏற்க நல்லது. நல்ல பசி யுள்ள வேளையில் தனித்துச் சாப்பிடப் பசி மந்திக்கும்.

பழம் வறட்சியைப் போக்கும். இதன் விதை வாய்ப்புண், சிறுநீர், கல்லடைப்பு, நீர்த்துவார வெடிப்பு, சதை அடைப்பு, நீர்ச்சுருக்கு இவற்றைப் போக்கிப் பலம் தரும்.

வெங்காயத்தில் சிறிது, பெரிதென இரு வகை உண்டு. சிறிதில் காரம் அதிகம். உடற்சூடு மூலம் சிரங்கு, பித்தத்தால் வரும் வாய்ப்புண், உஷ்ணபேதி முதலியவற்றில் நல்லது. ஜீர்ண சக்தி குறைந்தவர்க்கு வயிற்றுப்புசம் தரும். சிறுநீரை அதிகம் பெருக்கும். இதயத்திற்குப் பலம் தரும். அதனால் இதனைப் பச்சையாக அரிந்து தனித்தோ, தேனில் சேர்த்தோ, தயிருடன் கலந்தோ, வதக்கியோ சாப்பிடுவது நல்லது. பருப்பும், புளியும் சேர்த்துச் சாம்பாராக்கியது வயிற்றில் கனத்தைத் தரும். புஷ்டி தரும். நெய்யில் வதக்கிச் சாப்பிட மூலம் சுருங்கும். வயிற்றழற்சி குணமாகும்.

மாதவிடாய் சரியே வெளியாகாமல் வலி உள்ளவர் இதனை வதக்கிச் சாப்பிடலாம். எண்ணெய் தேய்த்துக்கொண்ட தினத்தன்று ஏற்படும் குளிர் ஜ்வரத்தில் வெங்காயத்துடன் 2, 3 மிளகு சேர்த்து உண்ண இடுப்பு வலி வேகம் குறையும். கும்பிச் சாம்பலில் வேக விட்டரைத்துக் கரையாத கட்டிகள் மீது வைத்துக் கட்டக் கட்டியைப் பழுக்க வைத்து உடைக்கும். இதன் சாற்றை முகர மூர்ச்சை தெளியும். ஸூரிய தாபித சன்னி ஏற்படாதிருக்க அடிக்கடி இதை முகர்வார்கள். பிரஸவித்தவர்களுக்கு ஏற்படும் கடும் ஜுரத்திலும் வெங்காயத்தைக் கசக்கி முகரச் செய்வது வழக்கம். இதன் சாறு காதில் 2, 3 துளிகள் விட காதுவலி நீங்கும். இதன் சாற்றை உட்கொள்ள புகையிலை போட்டதால் ஏற்பட்ட நஞ்சு வேகம் தணியும். சர்க்கரையுடன் சாப்பிட குல்மவலி நீங்கும். தாதுபுஷ்டி தரும். சிறு வெங்காயமே மருத்துவகுணச் சிறப்புள்ளது.

சிகப்பு நிறமுள்ள வெங்காயத்தில்தான் இரும்புச் சத்து அதிகமாகக் காணப்படுவதால் மருந்து முறைக்குச் சிறிய செந்நிறமுள்ள வெங்காயத்தையே உபயோகிக்கிறோம். இதில் உக்கிரமான வாசனையுடனும் காற்றில் பறந்து மறையக்கூடிய ஒருவித எண்ணெய்ச் சத்தும், சிறிது கந்தகமும் இருக்கிறது.

மூளைக்குப் பலம் தரும். க்ஷயம், ஹிருதய பலஹீனம், வாந்தி, வாத வியாதிகள், அதிக வியர்வை, கை கால் வீக்கம், ரத்த சம்பந்தப்பட்ட வியாதிகள் இவைகளைக் கண்டிக்கக்கூடிய குணங்களும் உண்டு.

சிறுநீரைப் பிரிக்கும் சக்தி இதற்கு உண்டு. ஆதலால் சாதாரண ஜுரம், மகோதரம், ஜலதோசம், நாட்பட்ட கப

சம்பந்தமான இருமல், வயிற்று வலி இவைகளில் உபயோகப் படுத்தப்படும். தோல் சம்பந்தப்பட்ட வியாதிகளிலும் இதன் உபயோகம் நன்கு பயன்தரக்கூடியதாகக் காணப்படுகிறது. ரத்தக்கட்டி, முகப்பரு, கண்டமாலை இவைகளில் நெய்யில் வெங்காயத்தை வதக்கி அரைத்து வைத்துக் கட்டினால் சீக்கிரத்தில் உடைந்து ஆறிவிடும். தேள், எட்டுக்கால் பூச்சி, பூரான் போன்ற விஷப்பூச்சிகளின் கடிவாயில் வெங்காயத்தின் சாறைத் தடவி சிறிது நேரம் தேய்த்துவிட்டால், கடுகடுப்பு குறைந்து விஷம் இறங்க ஆரம்பிக்கும்.

தோல் நீக்கிய வெங்காயத்தை நறுக்கிச் சிறு சிறு துண்டுகளாகச் செய்து, தயிரில் போதிய உப்பும் கலந்து ஊறவைத்துப் பிறகு காலை மாலை இரு வேளையும் உட்கொண்டு வந்தால் மூலத்திலிருந்து வெளிப்படும் ரத்தம், கடுகடுப்பு குறைந்து குணம் ஏற்படும். இம்முறையைத் தினமும் புதியதாக அவ்வப்போது தயார்செய்துகொள்ள வேண்டும். வெயிலில் சுற்றுபவர்களுக்கும் பஸ், ரயில் பிரயாணம் விடாமல் செய்யும் தொழில் உள்ளவர்களுக்கும் இம்முறை மிகவும் நன்மை தரக்கூடியது; எளியதும்கூட.

கொப்பரை பிடித்து அதிகம் முற்றாத தேங்காய் காய்கறிகளுடன் துணை சேர்கிறது. புஷ்டி பலம் தரும். வாய் – வயிற்றுப் புண்ணை ஆற்றும். இதன் பாலை வாயிலிட்டுக் கொப்புளிக்கத் தொண்டை, மேலண்ணம், நாக்கு, கன்னத்துச்சதை இவற்றில் ஏற்படும் அழற்சி குறையும். ஜீர்ணிக்கத் தாமதமாகும் பசி மந்தமுள்ளவர்க்கு நல்லதல்ல. இந்தப் பாலுடன் கசகசா சேர்த்து அரைத்துப் பாயஸம் செய்து சாப்பிடலாம். புஷ்டி வீர்யம் தரும்.

தேங்காயுடன் சர்க்கரை அல்லது வெல்லம் சேர்த்துச் சாப்பிட எளிதில் ஜீர்ணமாகும். கொழுக்கட்டை, பர்பி, பாயஸம் போன்ற பக்ஷண வகை புஷ்டி தருபவை. ருசிகரமானவை. எளிதில் ஜீர்ணமாகாதவை.

பழ வகைகள்

அத்திப் பழம் எளிதில் ஜீரணமாவதுடன் கல்லீரல், மண்ணீரல் முதலிய ஜீர்ண உறுப்புகளை நல்ல முறையில் சுறுசுறுப்புடன் இயங்கச் செய்யும். சிறுநீரில் சர்க்கரை நோய் உள்ளவர்கூட இதனைச் சாப்பிடலாம்.

பசுமையான பழங்களை 2 பங்கு ஜலம்விட்டுப் பிசைந்து கசக்கிப் பிழிந்து வடிகட்டிய சாற்றுடன் சர்க்கரை சேர்த்துப்

பானகமாக்கிச் சாப்பிடலாம். கோடை காலத்திற்கேற்ற பானகம். இந்தப் பானகத்தைச் சற்று தடிப்புள்ளதாக்கினால் ஜாம்.

பழங்களை இரவில் வென்னீரில் ஊறப்போட்டுக் காலையில் பிழிந்து வடிகட்டிச் சாப்பிடலாம். காங்கை குறையும். மலமிளகி வெளியாகும்.

எலுமிச்சை வெறும் சாதாரண கனியல்ல. மாம்பழம், வாழைப்பழம்போல் உண்பதற்காக மட்டும் உருவானதல்ல. அது ஒரு ஜீவனுள்ள கனி. கனிகளில் பறித்த பின்னும் ஜீவனுடன் இருப்பது எலுமிச்சைதான். அது மங்களகரமானது. மஞ்சள் நிறமே நேர்மறையான எண்ணங்களைத் தூண்டக் கூடியது. அந்த நிறத்தில்தான் எலுமிச்சை உள்ளது.

எலுமிச்சையில் வைட்டமின் சி, கால்சியம், பாஸ்பரஸ், மெக்னீஷியம், புரோட்டீன்கள், கார்போஹைட்ரேட் என உடலுக்குத் தேவையான பல்வேறு மூலக்கூறுகள் உள்ளன. ஒரு எலுமிச்சைப் பழச்சாறில் 5 விழுக்காடு சிட்ரிக் அமிலம் உண்டு. அடிக்கடி எலுமிச்சைப் பழச்சாறை அருந்துவதன் மூலம் உடலிலுள்ள தேவையற்ற நச்சுப் பொருட்கள் வெளியாவதுடன் குருதியும் தூய்மையாகிறது. எலுமிச்சையில் சிட்ரஸ் அதிக அளவில் உள்ளது. இதில் அதிகம் உள்ள வைட்டமின் சி உடலுக்குப் பல்வேறு வகைகளில் பயனளிக்கிறது. எலுமிச்சைச் சாறு உடல் நோய் எதிர்ப்புச் சக்திக்கும் மிகுந்த பயன்தரும் ஒரு பானமாகும்.

வயிற்றில் புண் இருப்பவர்கள் எலுமிச்சைச் சாறை அதிகம் சேர்த்துக்கொள்ளக் கூடாது.

நார்த்தை என்றவுடனே நம் மனத்தில் தோன்றுவது முதலில் ஊறுகாய்க்காகப் பயன்படும் புளிப்புள்ள காய்தான்.

நார்த்தையுடன் உட்கொண்ட உணவு விரைவில் செரிமானமாகிவிடும். ஆனால் இது செரிமானமாக (மேல் வயிற்றை விட்டுக் கீழிறங்க) வெகுநேரமாகும். சாப்பிட்டு வெகுநேரமாகியும் மேல் வயிறு லேசான உணர்ச்சி வந்தபிறகும் இந்த ஊறுகாயின் மணமுள்ள ஏப்பம் வந்துகொண்டிருக்கும்.

கமலாப்பழம் பற்றற்ற ஞானியைப் போன்றது. தோலுடன் ஒட்டாது. சுளைகளும் உரித்தவுடன் தானே கட்டவிழ்ந்து நிற்கும். சாத்துக்குடிப்பழம் இதற்கு நேர் மாறுபட்டது. நன்கு இணைந்துள்ள தோலும் பிணைக்கப்பட்ட சுளைகளும் அதன் தனி அமைப்பு. இவ்விரு வகையும் நன்கு பழுத்த பிறகே

நல்ல இனிப்பான நிலையில் சாப்பிடத்தக்கவை. பம்பிளிமாசின் சுளைகளும் நல்ல உணவே. இதில் இனிப்புக் குறைவான நிலையில் நேரிடையாகச் சர்க்கரை சேர்த்தே சாப்பிடுவது நல்லது.

கடும் நோய்வாய்ப்பட்டு நோயின் கடுமை தணிந்த பிறகு உடலில் தளர்ச்சியும் களைப்பும் நீங்க இவை நன்கு பயன்படுகின்றன. நாக்குத் தடித்தோ மரத்தோ சுவை உணர முடியாதபடி இருத்தல், அதனால் சுவை உணராதபடி மன முவந்து உணவேற்க முடியாத நிலையில் வாந்தி ஏற்படும். சுவையின்மை, உணவில் வெறுப்பு இவைகளை இது மாற்றி விடுகிறது. உணவு உட்கொண்டதும் மேல்வயிறு இரைப்பை உள்ள இடம் கனத்து அசதி, உணவு சரிவர செரியாமல் உடல் பலவீனப்படுவது இவைகளைத் தடுக்கிறது. உணவு ஜீரணமாகும் நிலையில் ஜீர்ணத் திரவக்கலவை சீர்கெடுவதால் ஏற்படும் வயிற்று உப்புசத்தையும் அஜீர்ணமாக இளகலாகவோ குழம்பலாகவோ மலம் வெளியாவதையும் தடுக்கின்றது. முக்கியமாக இரைப்பை, குடல், கல்லீரம், மண்ணீரல், நாக்கு இவைகளைச் சுறுசுறுப்படையச் செய்து சுத்தமாக்குவதில் இது பெரிதும் உதவுகின்றது.

சாத்துக்குடிப் பழம் கமலாப்பழத்தைவிட நோய் நிலைகளிலும் ஆரோக்கிய நிலைகளிலும் அதிகம் ஏற்றது. மனக்களைப்பு, சரீரக் களைப்பு இரண்டையும் போக்கவல்லது. நல்ல ஜீர்ணசக்தி, ருசி தரும்.

கொய்யாப்பழம் இனிப்புள்ளது. பலம் வீர்யம் தரும். மலத்தைக் கழிக்கும். தலைச்சுற்றுதல், மயக்கம், அருசி, மந்தம், வாந்தி, வயிற்றுப்புசம், கரப்பான் ஏற்படுத்துமாதலால் இந்நோய் களால் பாதிக்கப்பட்டவர்களுக்கு ஏற்றதல்ல. சர்க்கரை சேர்த்துச் சாப்பிட பாதிப்பு குறையும்.

திராக்ஷைப்பழத்தில் புளிப்பும் தித்திப்பும் கொண்டதாக இரு வகை உண்டு. கருஞ்சிகப்பு, சிகப்பு, வெளிர்பச்சை நிறங் களில் காணும். இவற்றில் புளிக்காதவையும் காய்ந்த பழங்களும் எல்லோருக்கும் ஏற்றவை. புளிப்பவையும் காய்ந்ததும் தலைச் சளி, மார்ச்சளி பிடிப்பவர்க்கு ஏற்றதல்ல. புளிக்காத காய்ந்த பழங்கள் உணவிற்கு முன் பின்னும் உணவுடனும் சாப்பிட ஏற்றவை. மலத்தை இளக்கி வெளிக்கொணரும். கல்லீரல் – மண்ணீரல் – ஜீர்ண உறுப்புகள் இதயத்திற்கு வலிவைத் தரும். காங்கையைத் தணிக்கும். நோயால் நலிந்தவர், களைத்தவர், உடல் வற்றியவர், ரத்தக் குறைவுள்ளவர், குடலில் அழற்சியுள்ள வர்க்கு இது ஏற்றது.

உலர்ந்த திராக்ஷையைப் பயன்படுத்துவது மிகவும் நல்லது. திராக்ஷையில் சுண்ணாம்புச் சத்து, இரும்புச் சத்து ஆகியவை உள்ளன.

நாவற்பழமும் ஆக்னி மந்தம் ஏற்படுத்தக்கூடியதே. வாயு தேகிகளுக்கு உடல் நோவும் அதிகமாகக்கூடும். இதனால் அதிக அளவில் சிறுநீர் வெளியாகும்போது அதைக் குறைக்கவும் அதனால் ஏற்படும் நாவறட்சியைப் போக்கவும் இது பயன்படுகிறது. சர்க்கரை நோய்க்கு இது மருந்து, ரத்தத் தாதுவையும் சுக்கிலத் தாதுவையும் அதிகமாக்கும் தன்மை படைத்தது.

35 கிராம் இறைச்சியைச் செரிப்பதற்கு ஒரு கிராம் பப்பாயின் போதும் என்கிறார்கள் ஆராய்ச்சியாளர்கள். அதனால்தான் மாமிச உணவுத் தயாரிப்புக்களை மென்மைப் படுத்த பப்பாயின் பயன்படுத்தப்படுகின்றது. இந்தப் பப்பாயின் நொதிமம் பழுக்காத பப்பாளிக் காயில் நிறைய இருக்கிறது. பப்பாளி இலை, தண்டு போன்றவற்றில் கொஞ்சம் இருக்கிறது. குடல் புண், அஜீர்ணம் போன்ற வயிற்றுக் கோளாறு உள்ளவர்கள் பப்பாளிக்காய் சாப்பிடலாம். இனிய பழம். மலமிளக்கி, வலியூட்டி சிறுநீரை அதிகம் வெளியாக்கும். மூலத் திற்கு இது நல்லது. இதனை உலர்த்திச் சாப்பிட ஈரல் குலை வீக்கம் தணியும். கர்ப்பிணிகளுக்கு ஏற்றதல்ல. சர்க்கரை நோய் உள்ளவர்களுக்குக்கூட மருத்துவர்களால் பரிந்துரைக்கப் படுகிறது.

மா, பலா, வாழை மூன்றும் முக்கனிகள். பலாவில் பல இனங்கள் உண்டு.

பலாவின் சிறுகாய் பலாமுசு எனப்படும். இது எளிதில் ஜீர்ணமாகாது. காய்கறியாகச் சமைத்து உண்பர். எரிச்சல் அடங்கும். ஆண்மை வளரும். வயிற்றுவலி ஏற்படும். பழம் மிகச் சிறந்த உணவு. நெய் தேனுடன் சாப்பிட எளிதில் செரிக்கும். மாந்தப்பண்டம் என ஜீர்ணசக்தி இல்லாதவர் இதனைத் தவிர்ப்பர். உணவுடன் சேர்த்து உண்டாலும் அளவுடன் வேளையில் ஜீர்ணசக்தி அறிந்து உண்டாலும் நல்ல புஷ்டி தரும் உணவு. நெய்ப்பு, குளிர்ச்சி, வீர்யக்கட்டு தரக்கூடியது. கக்குவானில் இருமலைக் குறைக்கத் தேனில் துவைத்துக் கொடுப்பர். பலாப் பழம் தின்பதால் ஏற்படும் அஜீர்ணத்திற்குப் பலாக்கொட்டையே மருந்து. கொட்டையை வறுத்துப் பொடித்து உப்பு, ஓமம் சேர்த்துச் சாப்பிட பலாப்பழ அஜீர்ணம் விலகும்.

பலாப்பழம் பலப் பிணிகளை உண்டாக்கும்.

வாழையைவிடப் பலமடங்கு மந்தம் ஏற்படுத்தக்கூடியது. வாழையும் பலாவும் மாந்தப் பண்டங்கள். எனவே சிசுக்களுக்கு ஏற்றவையல்ல என்பர். இதனால் விளையும் மந்தத்தை மாற்றத் தேனும் நெய்யும் சேர்த்து உண்பதுண்டு. வேர்க்கடலைக்கு வெல்லத்தைப்போலப் பலாவின் மந்த விஷத்தைத் தேனும் நெய்யும் ஓரளவு மாற்றக்கூடும்.

நொங்கு தினந்தோறும் சாப்பிட ஏற்றதல்ல, குளிர் நாட்களிலோ பனி நாட்களிலோ சாப்பிடக் கூடாது. பசியுள்ள போதும் சாப்பிட ஏற்றதல்ல. நல்ல கோடையில் பிற்பகலில் உணவிற்குப்பின் நாவறட்சியும் காங்கையும் நீங்குவதற்குச் சாப்பிடுவது நல்லது. கரப்பான், மலபந்தம், பித்தவாயு உபத்திரவமுள்ளவர்களுக்கு ஏற்றதல்ல. தோலுடன் உள்ள இளம் நொங்கைச் சாப்பிட சீதபேதி நிற்கும்.

பேரீச்சம்பழம் காயாகவும் பழமாகவும் பாடம் பண்ணி நமக்குக் கிடைக்கின்றது. உடலிலுள்ள கப தாது தீர்த்து வெளியாவதைத் தடுத்துப் பலத்தைத் தரக்கூடியது. பசி தீர்க்கும். மலத்தை இளக்கும். வாயில் ஜலம் ஊறுதலையும் அதிக அளவில் சிறுநீர் வெளியாவதையும் தடுக்கும். புஷ்டி தரும். வெயில் மிக்க பிரதேசங்களில் ஏற்ற உணவு. இதனால் பித்தரோகம், நீரிழிவு, மலபந்தம் போகும்.

புளியமரத்திலிருந்து விளைபவைகளில் காயும் பழமும் உணவாகப் பயன்படுவது கொட்டை முதிராத பிஞ்சுக்காய், விதை நீக்கிய பழம் இரண்டும்தான். இலை, பூ, கொட்டை, பட்டை இவை மருந்தாகப் பயன்படுபவை. விதை நீக்கிய புதிய புளி ஆரோக்கியத்தைக் கெடுத்துவிடும். ஆகவே பழுத்து விதை நீக்கி 3 – 6 மாதம் பானைகளில் வைத்திருந்த பின்னரே உபயோகிக்க வேண்டும். பிரசவித்த மாதருக்கும் கடும் நோயிலிருந்து விடுபட்டவர்க்கும் பத்திய உணவிற்காக ஓராண்டுக்கு மேல் பழையதாக கடும் புளிப்பு மாறி இனிப்புடன் கூடிய புளி நல்லது. நிறமும் கொஞ்சம் கொஞ்சமாகக் கறுத்துவிடும். பொதுவாக காயும், பழமும் புளிப்புச் சுவையுள்ளது. நல்ல உஷ்ண வீர்யம்.

புதுப்புளிக்குப் பலவிதத்திலும் மாறுபட்டுள்ள குண முள்ளது பழையபுளி. விதை கோது நீக்கி மூன்று மாதத்திற்குக் குறையாமல் பானைகளிலிட்டு மூடி வேடுகட்டிவைப்பதும் அடிக்கடி வெயிலில் வைப்பதும் சீக்கிரம் பழமை உண்டாக உதவும்.

பக்தவத்சல பாரதி

தகர டின், அலுமினிய டின் முதலிய உலோகப் பாத்திரங்கள் புளி வைக்க ஏற்றவை அல்ல. மரம், மண், பீங்கான் இவைகளாலான பாத்திரங்கள் நன்கு மூடி பொருந்துபவையாக அமையப்பெற்றவையே நல்லது.

புளிப்பு மிகுதியால் ஜீர்ணம் கெட்டு வலி வேக்காளம் புண் ஏற்பட்ட நிலை, தசைகளிலுள்ள கொழுப்பு நீர்த்து வறண்டு உடலில் சூடு குறைந்து வாதரோகங்கள் ஏற்பட்ட நிலை, குடலில் வேக்காளம் மிகுந்தோ, பரபரப்பு மிகுந்தோ, குடல் ஓட்டம் ஏற்பட்டோ, கிரஹணி போன்ற மல இளக்கம் அதிகமாக இருக்கும் நிலை, ரத்தமும் ஊன் நீரும் கெட்டு அரிப்பு, சினப்பு, எரிச்சல் அதிகமாகும் நிலை, அக்கி, கரப்பான், ஊரல் முதலிய தோல் நோய்கள் உள்ள நிலை. பொதுவாக புளிப்பு தவிர்க்க வேண்டிய நோய்கள். இவைகளில் புளி தவிர்க்க வேண்டி வரும்.

மாம்பிஞ்சு துவர்ப்பு மிக்கது. காயில் இனிப்புத் துணையுடன் பழத்தில் தித்திப்பு காரல் துணையுடன் பருப்பு துவர்ப்பு மிக்கது. எல்லாமே சூடு தரக்கூடியது. மாம்பருப்பு மட்டும் குளிர்ச்சி தரும். பிஞ்சு (மாவடு) அருசி, வாந்தி, பசிமந்தம் இவைகளை நீக்கும். தாய் தன் பரிவால் ஊட்ட இயலாத உணவை மாவடு தன் சுவையால் ஊட்டும் என்பர். காய் இதற்கு எதிரிடை எனலாம். வயிற்றில் உஷ்ணத்துடன் வாயு, சிரங்கு, ஆறாத விரணம், சரும வெடிப்பு, பற்கூச்சம், பசிமந்தம், கடைவாய்ப்புண் இவற்றை அதிகமாக்கும். நல்ல இனிய காய் மலமிளக்கும், ருசி தரும். தூள் சேர்ந்து மணக்கும். நல்லபசி ருசி தரவல்லது. பழம் மிகச்சிறந்த பசி உணவு. முப்பழங்களில் ஒன்று. நல்ல புஷ்டியும் பலமும் தரும். உடலில் நமைச்சல், மார்பு எரிவு, கண்ணோய், கரப்பான் உள்ளவர்க்கு ஏற்றதல்ல. மாம்பழம் ஒத்துக்கொள்ளாத குடல்வாகுள்ளவர் கூட அளவுடன் உணவோடு ஏற்றல் சிரமம் தருவதில்லை. பாலுடன் சாப்பிட இதன் சூடு தணியும் என்பது அனுபவம். காய்ச்சிய பசுவின் பாலை முன் சாப்பிட்டுப் பின் பழத்தைச் சாப்பிடுவது முதியவர்களின் அனுபவம்.

மாம்பருப்பைப் பச்சையாகவோ, உலர்த்தியோ கருவேப்பிலை சேர்த்தரைத்து குழம்பு வைப்பர். துவையலாக்குவர். மோரில் கரைத்துச் சாப்பிடுவர். வாந்தி, குடல், பலவீனம், விட்டுவிட்டுப் பேதிக்கு ஆளாவது. நெஞ்செரிவு முதலியவற்றில் இது மிகவும் ஏற்ற பத்திய உணவு.

மாம்பழம் நல்ல தாதுபுஷ்டியும் பலமும் தரும் சிறந்த பழம். பசி நீக்கிப் புஷ்டி தருவதிலே நிகரற்றது. உடலில்

நமைச்சல், மார்பு எரிவு, கண்ணோய், கரப்பான், கிரந்தி உள்ளவர்கள் இதைத் தவிர்ப்பதும் அதிக அளவில் உண்ணாமல் இருப்பதும் நல்லது.

பால் சேராதவர்கள் மாம்பழத்தின் ரசத்துடன் பாலைச் சாப்பிட்டால் சீக்கிரம் ஜீரணமாவதுடன், பாலின் நல்ல குணங்களும் அவர்களுக்குக் கிடைக்கின்றன. க்ஷயம், வயிற்றுக் கோளாறு உள்ளவர்கள் முறைப்படி மாம்பழத்தை உபயோகித்தால் நல்ல ஆரோக்கியத்தை நிச்சயம் பெறுவார்கள்.

மாம்பழத்துடன் காய்ச்சிய பசும்பால்தான் சேர்த்து உட்கொள்ள வேண்டும். க்ஷய நோய் கண்டவர்கள் வெள்ளாட்டுப் பாலுடன் சேர்த்து மாம்பழத்தைச் சாப்பிட வேண்டும். எக்காரணத்தை முன்னிட்டும் மாம்பழம் சாப்பிட்டுவிட்டு பால் சாப்பிடுவது கூடாது.

மாம்பழத்தையே அளவுக்கு அதிகமாக முறை தவறி உட்கொண்டால் ஜீரண சக்தி குறைவு, விஷம ஜ்வரம், ரக்த தோஷங்கள், மலச்சிக்கல், கண்பார்வை மங்கல் உண்டாகும். இந்தக் குணங்கள், புளிப்பு மாம்பழங்களால் உண்டாகக் கூடியது என்றும், நல்ல இனிப்புள்ள மாம்பழங்களால் இவ்வித கெடுதல்கள் வராது என்றும் சிலர் கருதுகின்றனர்.

மாதுளைப் பழத்தில் இனிப்பும், புளிப்பும், இனிப்பு மற்றும் புளிப்புமாக மூன்று வகை. புளிப்புள்ளவைகளில் பத்திய உணவாக ஏற்கத்தக்கது மாதுளையும் நெல்லிக்கனியும். புளிப்பு மாதுளை ஜீர்ண சக்தியைக் கொடுத்துக் குடல் அழற்சியைப் போக்கும். குடலின் இயற்கை அசைதலைச் சீராக்கும். இனிப்பு மாதுளை சரீரத்தின் காங்கையைப் போக்கும். நல்ல ரத்த விருத்தி தரும். காதடைப்பு, மயக்கம், தலைசுற்றுதல், வாந்தி, நாவறட்சி, வாயில் அதிக நீர்ச்சுரப்பு, கசப்பு, விக்கல் முதலிய நிலைகளில் பலவீனத்தை உடன் மாற்றி உபாதைகளைக் குறைக்கும், மலட்டை நீக்கும் என்பதும் இதன் சிறப்பு.

பால்

பசும்பாலில் உடலை வளர்க்கக்கூடிய சத்துகள் பூரணமாக இருப்பினும், பெரியோர்களுக்குத் தேவையான அளவிலில்லை. ஆகவே, பாலை மட்டும் குடித்துத் திடமாக வாழ அவர்களால் இயலாது. பாலின் குணம், பசுவின் நிறத்தையும், சாதியையும் அதன் தீனியையும் பொருந்தி நிற்கும். பசும்புல்லைத் தீனியாகக்கொள்ளும் பசுவின் பால் விசேஷக்

குணமுடையது. இதனைக் குழந்தைகளுக்கு உபயோகித்தல் மிகவும் நன்று. வைக்கோல் தவிடு இவைகளையே தின்னும் பசுவின் பால் மத்திம குணத்தை உடையதாகும். குற்றம் செய்யாது.

வெள்ளாட்டுப்பால், பசும்பால் இவைகளுக்கு எட்டிலொரு பங்கும், எருமை, செம்மறியாடு இவைகளின் பாலுக்குச் சரி பங்கும் நீர் விட்டுக் காய்ச்ச வேண்டும். எவ்விதப் பால்களுக்கும் சுக்கு, சிறுகாஞ்சோறி வேர் சேர்த்துக் காய்ச்ச அவை வெள்ளாட்டுப் பாலுக்குச் சமமாகும். இங்ஙனம் காய்ச்சிய பாலை க்ஷயரோகிகள் குடிக்க நன்மை உண்டாகும்.

இளங்குழந்தைகளுக்குச் சரிக்குச் சரி நீர் விட்டு ஏடுகட்ட விடாமல் காய்ச்சி, சர்க்கரை சேர்த்துப் புகட்ட வேண்டும். குழந்தைகள் வளர வளர நீரைக் குறைத்துக்கொண்டே வர வேண்டும்.

பாலைக் காய்ச்சும்போது சாப்பிடுபவரை ஒட்டிச் சில முறைகளைக் கையாளலாம். புஷ்டிக்காகப் பால் சாப்பிடுபவரானால், அவருக்குப் பால் எளிதில் ஜீர்ணமாகுமானால், பாலை அடுப்பிலேற்றியதிலிருந்து பொங்கும்வரை அதைக் கிளறிக்கொண்டே இருத்தல் அவசியம். இதனால் பாலிலிருந்து வெண்ணெய் பிரியாது. தண்ணீர் சேர்க்காமல் கரண்டியால் கிளறிக்கொண்டே சுண்டக் காய்ச்சிய பால் நல்ல புஷ்டி தரும்.

பாலைக் கிளறாமலேயே இளந்தீயிலிட்டுக் காய்ச்சினால் வெண்ணெய் பிரிந்து ஆடையாகி மேல் மிதக்கும். நல்ல ஜீர்ண சக்தி உள்ளவர் ஜீர்ண சக்திக்கேற்றவாறு ஆடை அதிகமாகச் சேர்த்தோ குறைந்த அளவில் சேர்த்தோ சாப்பிடலாம். ஜீர்ண சக்தி குறைவானவர்கள் ஆடை நீக்கிய பாலைச் சாப்பிடலாம்.

பால் கறந்து 4 – 5 மணி நேரத்திற்குப்பின் பாலில் ஏற்படும் இயற்கைப் பரிணாமத்தால் சிறிது சிறிதாகப் புளிக்க ஆரம்பிக்கும். ஒரு தடவை காய்ச்சி ஆறவைத்த பால் அத்தனைச் சீக்கிரம் புளிக்காது. எப்படி இருந்தாலும் கறந்து 6 – 7 மணிக்குப் பிறகு உபயோகிப்பதாயின் கறந்தவுடன் காய்ச்சுவதுடன், தேவைப்படும்போது லேசான சூட்டில் சுடவைத்து உபயோகிக்கலாம். பொங்கும்வரை காய்ச்சுவது நல்லதல்ல. புளிப்பு மணமும் வெண்ணெய் பிரிந்து உருகிய சுவையும் அதில் காணும். அது ஜீர்ணத்திற்குக் கெடுதல்.

பாலைக் கூழாகக் காய்ச்சி நீர் சுண்டிய நிலையில் வெல்லம் அல்லது சர்க்கரை சேர்த்துத் தயாரித்த இனிய பண்டம். மிகவும் கனத்த உணவு. புஷ்டி, பலம், நிறைவு, மென்மை, அயர்ந்த தூக்கம், சுக்கில விருத்தி, போகசக்தி தரக்கூடியது. முறைப்படி தயாரித்து 2 – 3 நாட்கள் வைத்திருக்கலாம். இதனைப் பக்குவப்படுத்தும் முறையில் பேடா முதலிய இனிய பண்டங்களும் தயாரிப்பர்.

எருமைப்பாலில் தமோகுணம் அதிகம். கொழுப்புச்சத்து மிக்கது அது. அதிக நெய்ப்பும் கொழுப்பும் மிக்கது. நல்ல தூக்கம் வரும். பசுவின்பாலைவிட புத்தி, தெளிவு, சுறுசுறுப்பு தருவது ஸத்வகுணத்தை அதிகப்படுத்துவது முதலியவற்றில் இது தரத்தில் தாழ்ந்ததே. புஷ்டி உடல்வளர்ச்சி, உடல் மழமழப்பு, உடல் பரபரப்பைக் குறைப்பது, உடல் உழைப்பைத் தாங்குவது முதலியவற்றில் இது பசுவின் பாலைவிட அதிகம் உதவும். பித்த மிகுதியால் அடிக்கடி பசிக்கு உட்படுபவருக்கு அந்தப் பித்தத்தைச் சமனப்படுத்திப் பசியை நேராக்க உதவுவது.

பாலைக் கறந்த சுமார் ஒன்றரை மணிக்குள் குடிப்பது நல்லது.

பொதுவாகப் பால் எந்தப் பிராணியுடையதோ அதே குணம் தயிரிலும் காணும். பசுவின் தயிர் சிறந்த நெய்ச்சத்துள்ளது. வயிற்றில் புளிப்பை அதிகரிக்கச் செய்யாது. நல்ல சுவை யுள்ளது. உணவிற்கு சுவை ஊட்டவல்லது. பசி, பலம், வயிற்றுவாயு, சமனம், மனத்தெளிவு, ஸத்வகுண வளர்ச்சி தர வல்லது. எருமையின் தயிரில் நெய் அதிகமாக உள்ளது. வீர்யம், பலம், கபவிருத்தி, தூக்கம் தரவல்லது. புளித்தால் வயிற்றையும், ரத்தத்தையும் கெடுக்கும். எளிதில் ஜீர்ணமாகாது. மற்றவற்றின் தயிர் பொதுவாக ஆரோக்கியத்திற்கு ஏற்றதல்ல.

தயிரின் மீது இருக்கும் ஆடையை எடுத்து, நீர் கொஞ்சங் கொஞ்சமாக விட்டு, நன்றாக மத்தினால் கடைந்து, வெண் ணெயை எடுத்துக்கொண்டு மோரைத் தயிரில் கலந்துவிடுவார் கள். இக்காலத்தில் மிஷின் பால் எனப்படும் வெண்ணெய் எடுத்த பச்சைப் பாலையும், அப்பாலைக் காய்ச்சித் தோய்த்த தயிரையும் கடைகளில் விற்கின்றார்கள். இவைகளின் குணங்கள் மாறுபடும். இவை நற்பயனை அளிக்காது. ஆகையால் இவை களை உபயோகிப்பதில் பயனில்லை. புளித்த தயிர்தான் உடலுக்கு நன்மை பயக்கும் என்பதை 'மூத்த தயிருண்போம்' என்ற வாக்கால் அறிக.

பாலிலுள்ள குணங்களே தயிரிலும் பிரதிபலிக்கும். அதனால் பசுவின் தயிரும் எருமைத் தயிரும் குணத்தில் வேறுபட்டவையே. அனேகமாகப் பசுவின்பால் தனித்துப் பாலாகவும் காபி முதலிய பானங்களாகவும் சாப்பிட வீடுகளில் பயன்பட்டுவிடுவதாலும் பசுவின் தயிர் எருமைத் தயிரைப்போல மோராக்கும்போது ஜலத்தை அதிக அளவில் பெற முடியாமை யாலும் சிக்கனத்தை முன்னிட்டும் எருமைப் பாலே அதிகமாகத் தயிராக்க உபயோகப்படுகின்றது. இனிப்புடன் தயிரையே பெரும்பாலும் மக்கள் விரும்புவர். தயிரை மண்சட்டி, மாக்கல் சட்டிகளிலே வைத்திருப்பது நல்லது. ரிப்ரிஜிரேட்டரில் வைத்த தயிர் சீக்கிரம் புளிப்பதில்லை. ஆனால் அதிகம் குளிர்ச்சி பெற்றுள்ளதால் மணம் ருசியற்றுப்போவதுடன் சீக்கிரத்திலும் ஜீர்ணமாகாது. ஃப்ரிஜ்ஜில் வைத்த தயிரை உபயோகிக்கும் முன் சிறிது நேரமாவது வெளியே வைத்து சம சீதோஷ்ண நிலை அடையவிடுவது நல்லது.

பால் ஜீர்ணமாவதுபோல தயிர் சீக்கிரம் ஜீர்ணமாகாது. சற்று தாமதித்துத்தான் ஜீர்ணமாகும். தயிர் குடலில் நகரும் வேகத்தைவிட கடைந்த மோர் வேகமாக நகர்ந்துவிடும். சீக்கிரமும் ஜீர்ணமாகிவிடும். ஆனால் தயிராகச் சாப்பிடும் போது அதனால் ஏற்படும் பயன் மோராகச் சாப்பிடும்போது கிடைப்பதில்லை.

மலத்தை இறுக்கி கிரஹணி முதலிய நோய்களில் அதிக வயிற்றுப்போக்குள்ள நிலைகளில் ஆடை நீக்கிய வரட்டுத் தயிரை உபயோகிப்பர். குடலுக்குப் பலம் தருவதுடன், உணவுப் பாதையில் உணவை மெதுவாகச் செல்லச் செய்தும் உஷ்ணத்தை அளித்து உணவிலுள்ள திரவச் சத்தைக் குறைத்தும் வயிற்றோட் டத்தைத் தணித்து கிரஹணி, நாட்பட்ட அதிஸாரம் முதலிய குடல் பலவீனத்தால் ஏற்படும் நோய்களைக் குணப்படுத்துகிறது.

ஆயினும் மோரைப்போன்று தினமும் தயிர் அதிகமாக சாப்பிடத்தக்கதல்ல. தினமும் சாப்பிட்டுவர வயிறு மந்தமாகும். சுறுசுறுப்பு குறையும். லேசாக அஜீர்ணமிருந்தாலும் அதை அதிகமாக்கி ஜ்வரம் முதலிய நோய்களை உண்டாக்கும். எண்ணெய் தேய்த்துக்கொண்ட நாளிலும், கடும் தேக உழைப்பு உள்ளபோதும், உடல் களைத்திருக்கும்போதும் மந்தமளிக்கக் கூடிய தயிரை உண்பது நல்லதல்ல.

தயிருடன் சர்க்கரை அல்லது தேன் சேர்த்துச் சாப்பிட்டா லும், பச்சை நெல்லிக்காய் அல்லது நெல்லி வற்றலை அரைத்துக் குழப்பிச் சாப்பிட்டாலும் முன் சொன்ன குறைகள் அனேக

மாகக் குறையும். குடலில் புண், சூடு உள்ள நிலைகளில் பயற்றம் பருப்பு நெய் சேர்த்துச் சாப்பிடலாம்.

தயிரும் தயிரின்மேல் தெளிவாக நிற்கும் திரவமும் குணத்தில் வேறுபட்டவை. தயிரின் மந்தகுணம் இதில் கிடையாது. ஆகையால் அஜீர்ணத்திலும் இதைச் சாப்பிடலாம். ஆனால் அதிஸாரம் கிரஹிணி நிலைகளில் இதைச் சாப்பிடக் கூடாது. கபத்தையும் வாயுவையும் கண்டிக்கும். குடலில் மலத்தாலோ வாயுவாலோ அடைப்பிருந்தால் அதைப் போக்கும். தயிரைப் போல புஷ்டியோ சுக்கில விருத்தியோ அளிக்காது. அதனால் தயிரினால் ஏற்படும் குணத்தை அனுபவிக்க இந்தத் தெளிவை அகற்றியே தயிரை ஏற்க வேண்டும்.

தயிருடன் சர்க்கரை சேர்த்துச் சாப்பிட உடற்காங்கை தணியும். பிராணசக்தி அதிகமாகும். சுறுசுறுப்பு அதிகமாகும். தயிருடன் தேன் சேர்த்துக் காலை வேளைகளில் சாப்பிடுவதுண்டு. (தயிர் 2 – 4 அவுன்ஸ், தேன் 1 அவுன்ஸ்) தேனின் கபத்தைப் போக்கும் சக்தி, தயிரின் கபத்தை அதிகரிக்கும் சக்தியை மாற்றிக் குடலுக்கும் பலம் தரும் ரஸாயனமாகும்.

மண்டைச்சளி, வயிற்றுப்போக்கு, சீதபேதி, முறைக்காய்ச்சல் (காய்ச்சல் இல்லாத நாட்களிலும் வேளைகளிலும்) நாக்கில் ருசியின்மை, சிறுநீர் தடங்கல், உடல் இளைப்பு, காங்கை, சுக்கிலதாது பலவீனம் இவற்றில் தயிர் சிறந்த பத்திய உணவு.

தயிரை நீர்விட்டுக் கடைந்து, வெண்ணெய் நீக்கியோ, நீக்காமலோ எடுக்க மோராகும். எவ்வளவுக்கெவ்வளவு நீர் விட்டு மோரைப் பெருக்குகிறோமோ அவ்வளவுக்கவ்வளவு அது சிறந்ததாகும். ஆகையால் முன்னோர்கள் கூறினவாறே மோரைப் பெருக்கி உபயோகிக்க வேண்டும். உடற்கூறுக்குத் தக்கவாறு வெல்லம், சுக்கு, சித்திர மூலப்பட்டை இவைகளில் ஒன்றைத் தக்க அளவாகத் தயிரில் ஊறவைத்துக் கடைந்து உபயோகிக்கலாம்.

ஆடை, எண்ணெய் அகற்றிக் கடைந்து ஜலம் சேர்க்காத மோர் எளிதில் ஜீரணமாகும். கோடையிலும், புரட்டாசி – ஐப்பசியிலும் ஏற்றது. அதிலேயே கால் பங்கு தண்ணீர் சேர்த்துக் கடைய தக்கிரம். இது எக்காலத்திலும் ஏற்றது. எளிதில் ஜீர்ணமாகும். முக்கியமாக வாழைப்பழமும் மோரும் கூடாத சேர்க்கை. ஆனால் எலுமிச்சம்பழமும் மோரும் இனிய இதமான சேர்க்கை. மோருக்கு நார்த்தை நல்ல உரிய துணை. புதிதாக அறுவை சிகிச்சைக்குட்பட்டவர் புண் ஆறும்வரையில் மோரைத் தவிர்ப்பதே நல்லது.

கடும் நோய்வாய்ப்பட்டவன் முதலில் ஸ்நானம் செய்வதற்குக் கெட்டி மோரில் ஓமத்தைத் தூளாக்கிச் சுடவைத்து உடலில் பூசி வென்னீரில் ஸ்நானம் செய்வது நல்லது. நாட்பட்ட அழுக்கு, தோலின் அழற்சி நீங்கும். காணாக்கடியால் ஏற்படும் தடிப்புகளில் புளிக்காத மோரில் சோடா உப்பு சேர்த்துச் சுடவைத்தோ அப்படியேயோ பூசிக் குளிக்க நல்லது. தோலில் அரிப்பு, சினப்பு முதலியவற்றிலும் ஏற்றதே.

பாலிலிருந்து நேராக எடுக்கப்பெற்ற வெண்ணெயில் சத்து அதிகம். உடற்காங்கை ரத்தப்போக்கு குறைய இது மிக நல்லது. கண்பார்வையில் தெளிவு ஏற்படவும் கண்களில் ரத்தக் கசிவால் ஏற்படும் வேதனை குறையவும் நல்லது. கடைந்த சூட்டுடன் உள்ள பால், வெண்ணெய் இனிப்பு மிக்கது. தாபம், வறட்சி, காங்கை நீக்கும். இதயத்திற்குப் பலம் தரும். க்ஷயம், ரத்தமூலம், முகவாதம் இவைகளில் சிறந்த உணவு. சிசுக்களுக்குப் புதிய வெண்ணெய் வளர்ச்சி தரும்.

பசுவின் வெண்ணெயைவிட எருமை வெண்ணெய் தாமதித்து ஜீர்ணமாகும். நவனீதம் என்ற பெயர் புதிதாக எடுக்கப்பட்டதெனப் பொருள்படும். புதிய வெண்ணெயே உணவாக ஏற்க நல்லது. நாட்பட இருந்தால் புளித்துவிடும். குணச் சிறப்பை இழந்துவிடும். உப்பிட்டு வைத்திருக்க அதிகம் புளிக்காது. ஆனால் நெய்யாக்க அது ருசிக்காது. பணியாரங்களில் சேர்க்கலாம். நாளாக ஆக அது எளிதில் ஜீர்ணமாகாமல் குருவாகிவிடும். உமட்டல் வாந்தி ஏற்படுத்தும்.

வெண்ணெயைத் தோலின் மேல் தடவி நீவிவிட சூடு, வறட்சி, சொரசொரப்பு, அரிப்பு அடங்கும். பழுக்காமல் கடுமையான வலியுள்ள ரத்தக் கட்டிகளின் பேரில் தனித்து வெண்ணெயையோ அல்லது வெண்ணெயையும் சுண்ணாம்பையும் கலந்தோ தடவ, கட்டி பழுத்து முகம் வைத்து உடையும்.

பால் வெண்ணெயில் கிடைக்கும் நெய் சத்து மிக்கது. ஜீர்ணமாகத் தாமதமாகும். மலத்தைக் கட்டும், பார்வைத் தெளிவைத் தரும்.

வெண்ணெயை நன்றாக அலம்பிச் சட்டியிலிட்டுக் காய்ச்ச வேண்டும். அது உருகும். நன்றாய் நீர் சுண்டி ஒரு விதமான கடுகு உண்டாகும் பக்குவம் பார்த்து, முருங்கையிலை, வெற்றிலை ஏதாவதொன்றை அதிலிட அது பொரியும். நல்ல வாசனை உண்டாகும். அப்பக்குவத்தில் அதை இறக்கி, வடிகட்டி எடுத்துக் கொள்ள வேண்டும். ஆறினால் கட்டிப்போகும். வடிகட்ட முடியாது.

இந்த நெய்யைத் தக்க பாத்திரத்தில் வைக்க மூன்று மாதம் வரையும் கெடாமலும், காருதலில்லாமலுமிருக்கும். பசு நெய் சிறிது மஞ்சள் நிறமாயும் நொய் நொய்யாயும் இருக்கும். 'நெய்யில்லா உண்டி பாழ்'. ஆகையால் நெய்யை உணவில் கட்டாயமாகச் சேர்த்துக்கொள்ள வேண்டும்.

நேற்றுக் கறந்த பாலைத் தயிராக்கி இன்று வெண்ணெய் எடுத்துக் காய்ச்சிய நெய் – ஹய்யங்கவினம் என்ற தனிச்சிறப்பு கொண்டது. எல்லா வகைகளிலும் சிறந்தது. காங்கை, வயிற்றின் புண்வலி, நரம்புவலி முதலியவற்றில் மிகச் சிறந்தது. நாட்பட்ட புளித்த வெண்ணெயில் கிடைக்கும் நெய் தரத்தில் குறைந்ததே.

கலப்படமற்ற வெண்ணெயில் உருக்கி எடுத்த நெய் உணவாக ஏற்க முடியாது. ஆனால் மருத்துவ குணம் மிகப் பெற்றது. மூளை, நரம்பு சம்பந்தப்பட்ட நோய்களில் மிகவும் பயன்படுகிறது. நாட்பட்ட தலைவலியில் இந்த நெய்யை அழுத்தித் தேய்த்துத் துடைத்துவிட வலி நீங்கும். உள்ளங் காலில் தேய்க்கக் கால் வறட்சி நீங்கி மென்மையடைவதுடன் கண்களின் பார்வை கூர்மை பெறும். திருச்சிவப்பேரூர் எனும் திருச்சூரில் இறைவனுக்கு அபிஷேகம் செய்யப்படும் நெய் எத்தனை பழமையடைந்தாலும் நோய் தீர்க்கும்.

பக்தவத்சல பாரதி

30

'இந்த உள்ளம் கேட்கட்டுமே மோர்!'

டாக்டர் ஜி. சிவராமன்

சமீபத்தில் வெளியான ஒரு பேட்டி ஒன்றில் கோககோலாவின் ஓர் உயர் அதிகாரியிடம் கேட்கப் பட்ட கேள்வி, இந்த உலகக்கோப்பைக்குப் பின் பெப்ஸி யின் பிரம்மாண்ட விளம்பரத்தால் வீரர்கள் மார்க்கெட் சரியுமா? பெப்ஸியில் போட்டி அதிகரிக்கும் அல்லவா? அதற்கு அவர் பதில் கூறுகிறார் : பெப்ஸி எங்களுக்குப் போட்டி என்று யார் சொன்னார்கள்? ஒருவருக்குத் தாகம் ஏற்பட்டால் தண்ணீருக்குப் பதிலாகக் கோக கோலாவைக் அருந்தச்செய்ய வேண்டும். அதுதான் எங்களுக்குக் குறிக்கோள். அவர்களுடைய வியாபாரத் தொலைநோக்கு பிரமிக்கவைக்கிறது. ஆனாலும் இத் தகைய ஒரு வாழ்க்கை முறை இங்கு வந்துவிட்டால் என்ன விளைவு ஏற்படும்? அத்தகைய வாழ்க்கை முறை இங்கு வரவே, வராது என்று கூறுவதற்கு இடமில்லை. ஏனெனில் அன்னியத் துணிகளைத் தெருவில் குவித்துத் தீயிட்டுக் கொளுத்திவிட்டு, செக்கிழுக்கச் சிறை சென்ற காலம் மலையேறிவிட்டது. மென்று துப்பும் 'சூயிங்கம்' முதல் சொகுசு கார் வரை தயாரிக்கும் பன்னாட்டு நிறுவனங்களுக்குச் சிவப்புக் கம்பள வரவேற்புக் கொடுத்து விட்டு, பணத்தைக் 'காலத்தின் கட்டாயமாக்கி'விட்டோம்.

17ஆம் நூற்றாண்டில் பெருவாரி நுழைந்த காபி, டீயையே நம்மால் பருக முடியவில்லை. சராசரியாக ஒவ்வொருவரும் குறைந்தபட்சம் தினம் இரு முறை காபி, டீ பருகுகின்றனர். இப்பொழுது அதற்கும் மேலாக, தண்ணீருக்குப் பதிலாகப் பன்னாட்டுப் பானங்கள்

வலம் வருகின்றன. இன்று இரத்த அழுத்த நோய், இதய நோய் உடையவர்களுக்கு மருத்துவர்களின் முதல் ஆலோசனை காபி, டீயைக் குறையுங்கள் என்பதுதான். இந்தப் பின்னணியைப் பார்த்தால் நமது உணவு முறையே விரைவில் மாறும் என்பதற்கான அறிகுறிகளையும் காண்கிறோம்.

பன்னாட்டு நிறுவனங்களின் வருகையால் சுதேசித் தொழில் நிறுவனங்கள் சிறு குறுந்தொழில் நிறுவனங்களுக்கு ஏற்படும் பாதிப்புகளைப் பற்றிப் பொருளாதார விமர்சகர்கள், நிபுணர்கள் ஏராளமாய்க் கருத்துச் சொல்லி வருகிறார்கள். இந்தியனின் அடிப்படை வாழ்க்கை முறை. அதனால், இயல்பில் அவன் பெற்றுள்ள அடிப்படை நோய் எதிர்ப்புச்சக்தி, இவற்றை வேரோடு அறுக்க முனையும் பன்னாட்டுப் பானங்கள், உணவு இவற்றின் ஆக்கிரமிப்பை அலசுவது அவசியமாகிறது.

மண்ணுக்கேற்ற நாகரிகம், வாழ்க்கை முறை என்பதுதான் கவலையில்லா வாழ்வின் அடித்தளம். தென்னிந்தியா ஒரு வெப்பமண்டல நாடு. அதிகம் சூட்டைத் தன் காலச் சூழலில் கொண்டுள்ள இந்த மண்ணில் வசித்த மானுடர்கள் தம் வாழ்வை, காலையில் குளித்து, பழங்கஞ்சி பருகி, அரிசி உளுந்து உணவுகளைப் பிரதானமாகப் புசித்து, பருத்தி ஆடை அணிந்து வாழ்க்கை நடத்தினர். ஆனால் இன்றோ 'காவிரி வெற்றிலைக்குக் கங்கையின் கோதுமைப் பண்டம் மாறுகொள்வோம்' என தேசியக் கவி பாடியதற்கு ஒரு படி மேலே போய் இந்திய இட்லியை விற்காமல், இங்கிலாந்து 'பிட்சா'வை மாறுகொண்டு ருசிக்க ஆரம்பித்துவிட்டான் இந்தியன். என்றோ, சுற்றுலாவுக்குச் செல்லும்போது வெளிநாட்டில் 'பிட்சா' 'பர்கர்'களை மேய்வது தவறாகாது. சுப்புராயன் தெருவில் 39^0C வெயிலைத் தோராயமாக வருடத்தில் 9 மாதங்கள் கொண்டு வசிக்கும் மாடசாமியும் முத்துக்கருப்பனும் காலையில் கோக்கும் மாலையில் பெப்ஸியும் மதியம் பர்கரும் சாப்பிடத் தொடங்கியதுதான் வேதனை. நல்வாழ்வை இழக்க, நம்மை அழித்துக்கொள்ள முனைவதால் ஏற்பட்ட வருத்தம் இது.

உணவின் அளவைப் பசியும் உண்ணும் வேளையும் நிர்ணயித்த காலம் போய், ருசியும் கலோரி அளவும் நிர்ணயிக்கத் தொடங்கிவிட்டன. காலையில் அரைவயிறு, மதியம் முழு வயிறு இரவில் கால்வயிறு நிரம்பச் சாப்பிடச் சொன்ன கருத்துகளை மடமையெனப் பரணேற்றிவிட்டு, விளம்பரப் பசி ஏற்பட்டு டெண்டுல்கர் அறிவுரைப்படி நடக்க ஆரம்பித்து விட்டோம்.

அதிக வெப்பப் பூமியான தென்னிந்தியப் பகுதியில் மலைவாழிடம் தவிரப் பிற இடங்களுக்கு அரிசி உணவுதான் ஏற்றது. உடம்பில் இயல்பாகவே மிகுந்து நிற்கும் பித்தச் சூட்டை, தணிக்க உதவும் அரிசி – உளுந்து சேர்த்துத் தயாரிக்கப் படும் உணவு சமச்சீர் உணவும்கூட. இட்லியில் உள்ள அரிசி கார்போஹைட்ரேட்; உளுந்து புரதம், தொட்டுக்கொள்ளத் தேங்காய்ச் சட்னி சற்றுக் கொழுப்புச் சத்துள்ளது. சமைக்க உதவும் நல்லெண்ணெய், உடலைக் குளிர்ப்பிக்கும். (அதனால் தான் மலை வாழிடமான கேரளத்தில் சூட்டைக் கொடுக்கத் தேங்காயெண்ணெய் பயன்படுத்தப்படுகிறது).

ஆலையில் தயாரிக்கப்பட்டுச் சமச்சீர் உணவெனப் பறைசாற்றப்படும் பன்னாட்டு அவல்களை *(Corn Flakes)* விட உலையில் நாம் தயாரிக்கும் இட்லி, பொங்கல் எந்த விதத்திலும் குறைவுபட்டதில்லை. அவசரம் கருதியோ ஆர்வ மிகுதியிலோ நம் வீட்டுக் குழந்தைகளை *Corn Flakes* களுக்கும் *Bread toast* களுக்கும் பழக்க வேண்டியதில்லை. உடற்சூட்டை அதிகரிக்கும் அவை, களைப்படையச் செய்யாமலிருக்குமோ என்னவோ, உடல் நலனுக்கு ஏதும் பெரியதாய்ச் செய்துவிடப் போவது இல்லை. மாறாக, பாக்கெட்டுகளுள் மொறுமொறுப்பு டன் இருக்க, அவ்வுணவுப்பொருட்களுக்குள் என்னென்ன சேர்க்கப்பட்டுள்ளன? அவற்றின் தாக்கம் உடலில் எவ்வாறு இருக்கும் என்பதைப் பாமரன் அறிய இயலவில்லை; படித்த வனுக்கு நேரமில்லை.

சீனாவில் *Coke* மற்றும் *McDonalds* (பிரபலப் பன்னாட்டு உணவு நிறுவனம்) நுழைந்த பின்பு இதய நோய்கள் அதிகமாகி உள்ளதாகப் புள்ளியியல் அடிப்படையில் அமெரிக்க ஜார்ஜ் வாஷிங்டன் பல்கலைக்கழக இதயநோய் நிபுணர் *T. Sung.O.Cheng* கூறியுள்ளார். கடந்த வாரம் பெல்ஜியம் நாட்டில் இப்பானம் ஏற்படுத்திய பரபரப்பு அனைவரும் அறிந்ததே. இன்று பன்னாட்டு நிறுவனங்களின் பானங்கள், உணவு நிறுவனங்கள் குறிவைப்பது இளைய தலைமுறைகளை, குழந்தைகளையும் தான். அடுத்த தலைமுறை தங்கள் ஆதிக்கத்தில் இருக்க வேண்டும் என்ற அவசரம் அவர்களுக்கு.

அரிசி உணவு தொப்பை தருகிறது; நீரிழிவு வருகிறது என்று கூறுகிறார்கள். அளவுக்கு அதிகமானால் அமிர்தமும் நஞ்சென்றவர் தமிழர். அதை அறிந்து அளவறிந்து உண். உண்ட உணவுக்கேற்ற உடல் உழைப்பு இல்லையெனில் உடற்பயிற்சி செய்து உணவை எரியூட்டு, அதை விட்டுவிட்டு உணவைத் தவிர்ப்பதும் மாற்றுவதும் சாக்கடையைச் சுத்தமாக்காமல், வெளியேற்றாமல் கொசுக்களுக்குத் தூபம்

போட்டு விரட்டும் கார்ப்பொரேஷன் கனவு போன்றது. ஆனால், நம்நாட்டில் இதன் தீவிரம் உணரப்படாமல் பஸ்ஸூம் பாதையும் செல்லாத பட்டிதொட்டி கிராமங்களுக்கெல்லாம் பெப்ஸியும் கோக்கும் குடித்தனம் போய்விட்டன.

சென்னையில் மிகப் பிரபலமான, 14 கிளைகளுள்ள ஓட்டல் ஒன்றில் கோக் மீல் அறிமுகப்படுத்தப்பட்டுள்ளது. ஸ்பெஷல் மதியச் சாப்பாட்டில் 200 மில்லி கோக் இலவசம்; மதிய வேளையில் உணவுடன் அருந்த, நீருக்குப் பதில் 'கோக்' வழங்கப்படுகிறது. இதே நடைமுறையை மற்ற உணவு விடுதிகளும் விரைவில் பின்பற்றக்கூடும். இது மேல்தட்டு வர்க்கத்தினரின் வீடுகளுக்கு முதலில் வரும். தூய்மையான தண்ணீர் கிடைப்பது அரிது என்ற நிலையில் தண்ணீருக்குப் பதில் கோக் என்ற நிலை உறுதி பெறலாம்.

உடலின் சீரண மண்டலத்தைப் படிப்படியாகத் தூண்டும் விதமாகத் தமிழர் உணவு பரிமாறும் முறை அமைந்துள்ளது. உமிழ்நீரைச் சுரப்பிக்கச் செய்யும் இனிப்பு முதலாவதாகவும், அறுசுவை உணவான காய்கறி மற்றும் குழம்பு சாதம் இரண் டாவதாகவும் பரிமாறப்படும். இந்த அறுசுவை உணவில் ஏதும் பிழை ஏற்பட்டுச் சுவை கூடிக் குறைந்து மாறுபாடு ஏற்பட்டிருப்பின் அதைச் சரிசெய்யத் திரிதோட சமப் பொருட்களான இஞ்சி, சீரகம், பூண்டு போட்டுச் செய்த இரசம் அடுத்ததாக வரும். இந்தச் சீரணச் செயலில் புண்பட்ட குடலை, இரைப்பையை இயற்கையான *antacid* ஆகிய மோரால் சீர் செய்ய மோர் சாதம் கடைசியாக வழங்கப்படும். 'இடையில் குடியாதே கடையில் மறவாதே' என்பதற்கேற்ப முடிவில் நீரும் அருந்தச் சொன்ன உணவெடுக்கும் முறை அறிவியல் பூர்வமற்றதா? இல்லை சத்துக் குறைவு ஆனதா?

நமது முறையில் உணவை எப்போதும் *'deep frying'* என்னும் எண்ணெயிலேயே பொரித்து வேகவைக்கும் முறை கிடையாது. அதிகமான கொலஸ்டிராலுக்கு வழிகோலும் இந்த *deep frying* முறை குளிர்ப்பிரதேசத்தில் இருந்து இங்குக் குடியேறிய பழக்கம்.

"நீர் சுருக்கி, மோர் பெருக்கி, நெய்யுருக்கி உண்பார் தம் பேருரைக்கில் போமே பிணி" என்று கூறிக் 'காய்த்து ஆறவைத்த நீரை அருந்து; நோய்க்கிருமி அணுகாது, தயிரைக் கட்டியாகச் சாப்பிடாமல், நீர் சேர்த்து மோராகக் கடைந்து வெண்ணெய் நீக்கிச் சாப்பிடு; கொழுப்புச் சத்துச் சேராது. நெய்யை உருக்கி அளவைக் குறைத்துச் சாப்பிடு என்று கூறி இதைப் பின்பற்றுவோருக்கு நோயே வராது என்று

சொன்ன தமிழர் உணவுமுறையை மறந்துவிட்டு, வாய்வுத் தண்ணீரை வாரிக் குடிப்பது நல்லதா என்ன?

பக்கத்து நாடான மலேசியா நமக்குப் பெரிய உதாரணம். கடந்த ஆண்டுகளில் வான் முட்டும் அடுக்குமாடிக் கட்டடம் கட்டுவதிலும், பன்னாட்டு உணவுப் பானத்தை வரவேற்பதிலும் அக்கறை காட்டியதன் விளைவு, உள்ளூர் உணவு உற்பத்தி செய்யும் சுதேசித் தொழிலை மறக்கப்போய் 1997 முதல் பொருளாதாரச் சீர்குலைவே ஏற்பட்டுவிட்டது. டாலருக்கான மாற்று மதிப்புப் பாதிக்கும் கீழே இறங்கியது, மலேசியர் உள்ளூர் உணவை அருந்த மறந்ததும் அதற்கொரு காரணம். அங்குத் 'தண்ணீர்' வேண்டும் என்றால் ஓட்டல் ஊழியர், "என்ன தண்ணீர் வேண்டும்?" என்கிறார். அதற்கு அர்த்தம் 'coke ஆ, Pepsi யா பிறவா?' என்பதுதான்.

அந்த நிலை இங்கு வந்துவிடக் கூடாது. தினமும் இரண்டு, இரண்டரை லிட்டர் தண்ணீரை நாம் அருந்த வேண்டும். ஆஸ்துமா, மலச்சிக்கல், சீரணக் கோளாறு, ரத்தக்கொதிப்பு போன்ற நோய்களை உடையோர் முக்கியமாகக் காலை எழுந்ததும் 4 – 5 குவளை நீர் அருந்த வேண்டும். உணவே மருந்து. மருந்தே உணவு. அதன்படி நம் முதல் உணவான தண்ணீர் சிறந்த மருந்து. அதை மறந்தோமானால் நோய் உறுதி. தாகத்திற்குத் தண்ணீரும் மோரும் போதும். மோர் தாகம் தீர்க்கும் பானம் மட்டுமல்ல, உடலைக் குளிர்ப்பித்து, பசியால் சற்றே சிதைவுறும் இரைப்பைக் குடல் திசுக்களின் புண்ணாற்றும் மருந்து. மோரை அருந்தினால் வாதம், பித்தம், கபம் ஆகிய மூன்று உடல் குற்றங்கள் மேலோங்காமல், உடலை நன்னிலையில் காத்திடும் என்றனர் நம் முன்னோர்.

பரம்பரைச் சொத்தாக நாம் உண்மையில் அடுத்த தலை முறைக்கு விட்டுச் செல்ல வேண்டியது பொன்னும் பொருளும் அல்ல; உடல் நலனும் அறிவு வளமும் மட்டும்தான். வறுமைக் கோட்டுக்குக் கீழ் 40% பேர் இந்நாட்டில் இருக்க உலகக்கோப்பை விளம்பரத்தில் பன்னாட்டுப் பானக்காரர்கள் 300 – 400 கோடி பணத்தை முடக்கி இருக்கிறார்கள். அவர்களின் முதலீடு, கோப்பையை இங்குக் கொண்டுவர அல்ல; அக்குளிர்பானத் திற்கு நம்மை அடிமையாக்க! பிரபலங்கள் உறிஞ்சுவதை நம் இளம் தளிர்கள் மனத்தில்கொண்டு, அடம்பிடிக்கத் தொடங்கும் காலம் வந்துவிட்டது. அடிமைப்படாது தவிர்க்கத் தவறினால், உப்புச் சத்தியாக்கிரகம்போல், தண்ணீர் சத்தியாக் கிரகம் செய்யவேண்டி இருக்கலாம்.

சமயமும் உணவும்

31

சுடலை கேட்ட படைப்புச் சோறு

அ.கா. பெருமாள்

"முத்தாரம்மன் சுத்த சைவம். எனவே வடை, பருப்பு சாம்பார், அவியல், புளிசேரி, எரிசேரி, கட்டித் தயிர், பச்சடி, கிச்சடி, பொரியல், துவரன், உப்பிலிடு வகைகள் அம்பாரமாகக் குவிக்கப்பெற்ற பச்சரிசிச் சோற்றின் மீது கொட்டப்பெற்றன. சோற்றுக் கூம்பின் மீது பப்படம் பாவப்பட்டது. சாய்ந்த தென்னம்பாளைக் கீற்றுகளில் வெள்ளைத் துணி சுற்றி நெய்யில் நனைத்த பந்தங்களும் ஊதுபத்திகளும் படையல்மீது சொருகப் பெற்றன."

"மற்ற தெய்வங்கள் எல்லாவற்றிற்கும் அசைவப் படைப்புகள், குளத்து மீன் கறி, அவித்த முட்டைகள், கோழி, ஆட்டுக்கறி, தீயில் சுட்ட அயிலைக் கருவாடு படைத்தவர்கள் வாயில் வெள்ளைத் துணிகளைக் கட்டிக்கொண்டு மூச்சுவிடாமல்"

நாஞ்சில் நாடனின் 'தெய்வங்கள் ஓநாய்கள் ஆடுகள்' சிறுகதையில் வரும் பகுதி இது. இந்தக் கதையில் வரும் வில்வமங்கலம் வேளாளரின் முத்தாரம்மனைப் போன்ற வள்தான் மற்ற ஊர் வேளாளரின் முத்தாரம்மனும் பிற சாதியினரின் முத்தாரம்மனும்.

நாஞ்சில் நாட்டு நாட்டார் தெய்வங்கள் எல்லாம் ஒரு காலத்தில் சுத்த அசைவ உணவை மட்டுமே ஏற்றுக் கொண்டு வாழ்ந்தன. இப்போதெல்லாம் நிலை தலை கீழாக மாறிவிட்டது. முத்தாரம்மனைப் போன்ற சமூக அந்துஸ்துள்ள அம்மன்கள் வெகு வேகமாகச் சைவச் சாப்பாடே வேண்டும் என்று கேட்க ஆரம்பித்துவிட்டன. சுடலைமாட சாமிகளில் சிலர்கூடச் சைவத்துக்கு மாறி

விட்டனர். இப்படியாக மாறியதற்கு அம்மன்களுக்கும் மாடன்களுக்கும் அஜீரணக் கோளாறோ வாயுத் தொல்லையோ காரணமல்ல.

இதற்கெல்லாம் சரியான காரணத்தைக் கண்டுபிடித்துச் சொல்ல முடியாது. எல்லாச் செயல்பாடுகளும் மாறியதன் விளைவோ வினையோ என்னவோ? புதுமைப்பித்தன் சொல் வதைப்போல் கால விஷேசம் காரணமாக இருக்கலாம். ஆராய்ச்சியாளர்களிடம் இதுபற்றிக் கேட்டால் சமஸ்கிருத மயமாக்கல், பிராமணமயமாக்கல், மேல்நிலையாக்கம் என்னும் சொற்களைப் பிரயோகித்து வியாக்கியானம் தருவார்கள். எந்த முத்தாரம்மனும் சுடலைகளும் தங்களை மேல்நிலையாக்க வேண்டுமென யாரிடமும் விண்ணப்பமும் செய்யவில்லை.

நாட்டார் தெய்வங்களின் வழிபாடு, விழா, சடங்குகள், கோவில் அமைப்பு, முக்கியத் தெய்வ வடிவம், நிகழ்த்துக் கலைகள், நிகழும் முறை ஆகியன மாறியதுபோலவே உணவுப் பழக்கங்களும் மாறிவிட்டன. தமிழகத்தில் இப்படியாக மாறும் கலாச்சாரத்துக்கு எப்போதுமே நாஞ்சில் நாடு முதலில் பச்சைக்கொடி காட்டிவருகிறது. இதற்குக் காரணம் கேரளப் பாதிப்பு என்றும் அதிக அளவில் படித்தவர் வாழும் பகுதி என்றும் எடுத்துக்கொள்ளலாம். நாட்டார் தெய்வக் கோயிலைப் புனரமைப்புச் செய்வதற்குப் பிரசன்னம் பார்த்தல் என்னும் நிறுவன தெய்வக் கோயில் நியதியை அனுசரிப்பது நாஞ்சில் நாட்டில் இப்போது சகஜமாகிவிட்டது.

கோயிலின் கட்டடம், பரிவாரத் தெய்வங்களை வைக்கு மிடம், சடங்குகள் போன்றவற்றைத் தீர்மானிப்பவர்களாய்ப் பிரசன்னம் பார்க்கும் நம்பூதிரிகளோ அவர்களைப் போன்ற வர்களோ இருக்கும்போது சாமிகளின் சாப்பாடு விஷயங்களில் எப்படி விதி விலக்களிக்க முடியும். எதிர்காலத்தில் பரோட்டா, சப்பாத்தி, நாண், நூடுல்ஸ் போன்றவை படைக்கப்பட்டாலும் ஆச்சரியப்படுவதற்கில்லை.

○

கயிலாய மலையில் வேள்விக் குழியிலிருந்து பிறந்த சுடலைமாடன் தனக்குப் படைக்க வேண்டிய படையலைப் பட்டியலிட்டுச் சொல்லியிருக்கிறான். இந்தப் பட்டியல் இப்போது ஆறுமுகப்பெருமாள் நாடாரின் சுடலைமாடன் பதிப்பில் மட்டுமே காணப்படுகிறது. நடைமுறையில் இது பின்பற்றப்படவில்லை என்பது வேறு விஷயம். சுடலை மாடனைப் பிறப்பிப்பதற்காக வேள்விக்குழியில் கருவைப் போட்டவர்கள் குழியிலிருந்து உருப்பெற்று வந்த சுடலை

மாடனிடம் உனக்கு நாங்கள் எப்படிப் பூசை செய்ய வேண்டும், படைப்புப் போட வேண்டும் என்று பணிந்து கேட்கிறார்கள். உடனே கேட்டுக் கொள்ளுங்கள் என்று ஆவேசமாய்ச் சொல்ல ஆரம்பித்தான் சுடலை. "ஆட்டின் தலையைத் தனியே எடுத்து வைத்துவிடவும்; முட்டெலும்பைத் தனியே அவித்துச் சமைக்கவும்; மூளையைப் பிரித்து எடுத்து மிளகு சேர்த்துக் கிண்டிவைக்கவும்; இறைச்சித் துண்டுகளைக் குண்டுச் சட்டியில் வேகவைத்து வண்டு கட்டிவிடு; கோழித்தலையையும் ஈரலையும் நெருப்பிலே சுட்டு வை; பச்சைக் கருவாட்டை நெருப்பில் வாட்டி வை; முட்டையை அவித்து வை; சுட்ட கறிதான் எனக்குப் பிடிக்கும்; எல்லாம் சுடச் சுட வேண்டும்; இலை மட்டுமல்ல மண் தோண்டியிலே கள்ளும் சாராயமும் வைக்க வேண்டும் என்று அடுக்கிக்கொண்டே போகிறான். அவர்களும் தருவதாய்த் தலையசைக்கின்றார்கள்.

இப்படியாகத் தனக்கு வேண்டிய உணவைப் பட்டிய லிடுவது சுடலைக்கு மட்டுமல்ல தமிழகத்தின் பிற நாட்டார் தெய்வங்களுக்கும் பொதுவான அம்சம். நாட்டார் தெய்வம் கேட்காவிட்டாலும் அந்தத் தெய்வங்களின் பக்தர்களோ அருள் வந்து ஆடுபவரோ உனக்கு இதை எல்லாம் படைப்பேன்; எனக்கு இதையெல்லாம் தர வேண்டும் எனப் பேரம் பேசுவதும் உண்டு; அல்லது தெய்வத்தின் பிரதிநிதியாகச் சாமியாடிக் கேட்பதும் உண்டு. இந்தப் பட்டியலும் படைப்பு வேண்டலும் வாய்மொழிப் பாடல்களிலும்கூடக் காணப்படுகின்றன.

நிறுவன சமயத் தெய்வங்களின் கோயில்களில் இன்ன தெய்வத்திற்கு இந்த நைவேத்தியம் என்று முறைப்படுத்தப்பட்ட 'படித்தரம்' உண்டு. படித்தரம் என்பது கோவிலில் நிகழும் வழிபாடு, சடங்கு, தெய்வங்களுக்குரிய நைவேத்தியம், விழா, சிறப்பு நிகழ்ச்சி ஆகியவற்றிற்குச் செலவழிக்க வேண்டியது பற்றிய விபரம்.

திருவிதாங்கூர் கோயில்களின் படித்தர விபரங்கள் கோவிலுக்குக் கோவில் மாறுபடும். தென் திருவிதாங்கூரின் (இன்றைய கன்னியாகுமரி மாவட்டம்) முக்கியமான பெரிய கோயில்களில் தெய்வத்திற்குரிய படையல்களின் பட்டியல் காலங்காலமாக அனுஷ்டிக்கப்பட்டுவருகிறது.

திருவட்டாறு ஆதிகேசவப் பெருமாள் கோவிலில் படைக் கப்படும் நைவேத்தியம் பிற கோவில்களில் படைக்கப்படுப வற்றிலிருந்து வித்தியாசமானது. இங்குப் படைக்கப்படும் நைவேத்தியங்கள் எரிசேரி, ஓலன், புளிசேரி, உப்பேரி, உப்பு மாங்காய், இடிச்சு பிழிஞ்ச பாயசம், உண்ணியப்பம், ஒற்றை

வடை, துலாபாயசம், அரவணை, பால் பாயசம், நெய் ஆகியன.

இந்த நைவேத்தியம் தயாரிப்பதற்குரிய பக்குவம், சேர்மானங்கள் பற்றிய விவரங்கள் ஓலையில் குறிக்கப்பட்டுக் கோயில்களில் பாதுகாக்கும் வழக்கம் 1920இல்கூட இருந்திருக்கிறது. இவற்றின் சுவை, சேர்மானம் போன்றவை சரியாக அமைந்துள்ளனவா, முந்திய கால வழக்கப்படி தயாரிக்கப்படுகின்றனவா என்பதைக் கவனிக்க சிறு அதிகாரி இருந்திருக்கிறார். இதனால் இதுபோன்ற உணவு வகைகளின் சுவை தொடர்ந்து பேணப்பட்டு வந்தது என்று தெரிகிறது.

நாட்டார் தெய்வங்களின் படைப்புப் பற்றிய செய்திகள் எவையும் எழுதிவைக்கப்படவில்லை. இவை வாய்மொழிப் பரவலில் வந்தவைதாம். நிறுவன சமயக் கோவில்களில் நைவேத்தியம் பற்றிய சில செய்திகளின் ரகசியங்கள் பேணப்பட்டது போலவே நாட்டார் தெய்வப் படைப்புகள் பற்றிய செய்திகளும் குறிப்பிட்ட குழுவுக்குள் ரகசியமாக வைக்கப்பட்டுக் காலங்காலமாய்க் கைமாறப்பட்டு வருகின்றன.

தென் திருவிதாங்கூர் கோவில்களில் காணப்படும் கல்வெட்டுக்களில் கோவில் மூலவரின் நைவேத்தியம், பிராமணர்களுக்குக் கொடுக்கப்பட்ட உணவு, இதற்குக் கொடுக்கப்பட்ட நிபந்தம் ஆகியன பற்றிய செய்திகள் நிறையவே காணப்படுகின்றன.

பிராமணர்களுக்குக் கொடுக்கப்பட்ட சாதத்திற்குக் கூட்டுகளாக எரிசேரி, ஓலன், பருப்பு, புளிசேரி, உப்பேரி, உப்பு மாங்காய், ஒற்றை வடை, கீரைக் குழம்பு, வாழைக்காய்க் கூட்டு, வழுதலங்காய் பருப்புக் கூட்டு, பூசணிக் கூட்டு, பச்சடி ஆகிய பெயர்கள் கிடைத்துள்ளன. இந்தக் கூட்டுகளில் நல்லமிளகு மட்டுமே எரிப்பிற்காகப் பயன்படுத்தப்பட்டது. உணவுக்களிக்கப்பட்ட நிபந்தங்களில் நல்லமிளகின் பெயர் மட்டுமே கல்வெட்டுக்களில் வருகின்றன. விஷேச நாட்களில் பருப்பு, நெய், பப்படம், கதலிப் பழம் ஆகியன விநியோகிக்கப்பட்டன. கல்வெட்டுக்களில் வேறு பழங்களின் பெயர்கள் வரவில்லை. பிராமணர்களின் உணவு தொடர்பான இந்தப் பட்டியல் 16ஆம் நூற்றாண்டிற்குப் பிற்பட்ட கல்வெட்டுகளிலேயே விரிவாக வருகின்றன.

தயிர் சாதம், பொங்கல் இரண்டும் பிராமணர்களுக்குப் பொதுவாக அளிக்கப்பட்ட உணவு. பொங்கலில் நல்லமிளகு, நெய், தேங்காய் ஆகியன சேர்க்கப்பட்டன என்பதற்குக் குறிப்பு உண்டு. குறிப்பிட்ட கோவில்களில் பொங்கலுடன்

சுக்கு, சீரகம், நல்லமிளகு, சர்க்கரை, எரிகரும்பு, நெய் ஆகியன சேர்க்கப்பட்டதை 1558ஆம் ஆண்டுக் கல்வெட்டு கூறும்.

நெய், பால், தயிர் ஆகியன கோவில் நைவேத்தியத்திற்கும் பிராமண ஊட்டிற்கும் தாராளமாகச் செலவிடப்பட்டிருக்கின்றன. உணவில் சேர்ப்பதற்குப் பசு நெய்யும் விளக்கெரிக்க ஆடு, எருமை ஆகியவற்றிலிருந்து பெறப்பட்ட பாலிலிருந்து தயாரிக்கப்பட்ட நெய்யும் பயன்படுத்தப்பட்டதைப் பெருமளவு கல்வெட்டுகள் கூறுகின்றன.

தென் திருவிதாங்கூர் பகுதிகளில் உள்ள கல்வெட்டுக்களில் நிறுவன சமயத் தெய்வங்களுக்கும் பிராமணர்களுக்கும் அளிக்கப்பட்ட உணவு வகைகள் பற்றிய செய்திகள் மட்டுமே காணப்படுகின்றன. கோவில்கள் அல்லாத சாலைவழிக் கல்மடங்களில் ஊறுகாயும் நெருப்பும் தண்ணீரும் பிராமணர் அல்லாத சாதியினருக்கு இலவசமாகக் கொடுப்பதற்காக அளிக்கப்பட்ட நிபந்தச் செய்திகள் உள்ளன.

நாட்டார் தெய்வங்கள் தொடர்பான விழாக்களுக்கோ பூசை முறைகளுக்கோ படித்தரங்கள் என்னும் முறைப்படுத்தப்பட்ட வரன்முறை கிடையா. ஆனால் காலங்காலமாகத் தெய்வங்களுக்குப் படைக்கப்பட்ட படைப்பின் சேர்மானமும் சமைக்கும் முறையும் மாறாமல் வருவது நடைமுறையில் உள்ளது. இச்செய்திகள் கோவிலைச் சார்ந்தவர்களின் நிலையிலிருந்தே அடுத்தவருக்குச் சொல்லப்பட்டன.

பொதுவாகப் பலி கொடுக்கப்பட்டுச் சமைக்கப்பட்ட ஆடு, கோழி ஆகியவற்றின் இறைச்சியையும் முட்டையையும் அசைவப் படைப்பில் கலந்து விநியோகிப்பர். பெரும்பாலான கோயில்களில் ஒரேமாதிரியான சைவக் கூட்டு வகைகளே சாதத்தில் கலக்கப்படுகின்றன.

முக்கியத் தெய்வத்தின் முன்னே பச்சரிசிச் சாதம் பொங்கிக் குவிக்கப்பட்டிருக்கும். பருப்பு, துவட்டல், அவியல், முருங்கைக்கீரை துவரன், பப்படம், கோழிக்குழம்பு, ஆட்டுக்கறிக் குழம்பு ஆகியன தனித்தனிப் பாத்திரங்களில் வைக்கப்பட்டிருக்கும். முக்கியத் தெய்வத்திற்கும் துணைத் தெய்வங்களுக்கும் வழிபாட்டுச் சடங்கு முடித்ததும் பச்சரிசிச் சாதத்தைப் பெரிய அலுமினியப் பாத்திரத்தில் போட்டு ஒவ்வொரு குழம்பு, கறிகளையும் தனித்தனியே விட்டு 'குழைச் சட்டுவத்தால்' பிசைவர். பெரிய அளவிலான சட்டுவம் குழைச்சட்டுவம் எனப்படும். இது அண்டாவில் சோறு களையப் பயன்படுத்துவது.

தமிழர் உணவு

இதன் நீண்ட கைப்பிடி மரத்தால் அமைந்திருக்கும். சாதம் சரியான அளவில் விரவப்பட்ட பின் விநியோகிக்கப்படும்.

சைவப் படைப்பு பருப்பு, முருங்கைக்கீரை துவரன், தயிர் பச்சடி, அவியல், எரிசேரி அல்லது சாம்பார் அல்லது கூட்டுக்கறி ஆகியவற்றையும் பச்சரிசிச் சோற்றுடன் ஒன்றாகச் சேர்த்துப் பிசைந்து தயாரிக்கப்படுவது.

கன்னியாகுமரி மாவட்டம் அகஸ்தீஸ்வரம் வட்டம் இராஜாக்கமங்கலம் ஊராட்சியில் அடங்கிய தெக்குறிச்சி ஊரிலும் இதைச் சுற்றி அமைந்த கணபதிபுரம், அமைந்தகரை, சூரப்பள்ளம், பேயோடு, ஈசன்தங்கு, அண்டன் கோட்டை போன்ற ஊர்களில் வாழும் நாடார் சமூகத்தைச் சார்ந்த குறிப்பிட்ட குடும்பத்தினர் மட்டுமே நடத்தும் காளி வழிபாடு 'கோயிலூட்டம்மை வழிபாடு' என்னும் பெயரில் வழங்கப் படுகிறது.

கோயிலூட்டம்மை என்று இங்குக் குறிக்கப்படுவது காளி. இந்தக் காளி இராமாயணத்தில் வரும் ராவணன் வழிபட்ட காளி. ராம ராவண யுத்தத்தின்போது தோற்றுப் போன ராவணன் தன் பலத்தைப் பெருக்கக் காளியை வழி பட்டான் என்பது யுத்தக் காண்ட நிகழ்ச்சி. இது தொடர்பான காளியை இந்தக் குடும்பத்தினர் வழிபடுகின்றனர்.

கோயிலூட்டம்மையான காளி, சூல வடிவில் இருக்கிறாள். இந்தக் காளியை வழிபடும் குடும்பத்தினரின் வீட்டுச் சிறப்பு நிகழ்ச்சியிலோ திங்கள் அல்லது வெள்ளிக்கிழமையிலோ கோயிலூட்டம்மைக்கு அசைவப் படைப்புப் போடுகின்றனர்.

இந்த அம்மைக்குப் பலியாகக் கொடுக்கப்படும் ஆடு மறிக்கிடாவாகவும் கோழி கறுப்பு அல்லது சிவப்பு நிறத்தில் சிறு வெள்ளைப் புள்ளி உடையதாய் முட்டையிடும் பருவத்தில் உள்ளதாயும் இருக்க வேண்டும்.

பலி கொடுக்கப்படும் ஆட்டின் எல்லாப் பாகங்களும் சமைக்கப்பட வேண்டும் என்பது இந்த ஊட்டின் விசேஷம். ஆட்டுத் தோலின் ரோமம் நெருப்பில் எரிக்கப்பட்டு மயிர் சீவப்பட்டுப் பின் தோல் முழுவதுமாய்க் கழுவப்பட்டு மிகச் சிறு துண்டுகளாக நறுக்கப்பட்டுச் சமைக்கப்படும். ஆட்டுக் கால் குழம்பும் கோழித் தூவலும் நெருப்பில் எரிக்கப்படும் அல்லது மண்ணில் புதைக்கப்படும்.

பலி கொடுக்கப்படும் விலங்கு அல்லது பறவையின் சமைப்பதற்குரிய பாகங்களைத் தவிரப் பிறவற்றைப் பூமியில் புதைப்பது அல்லது எரிப்பது என்பது பொதுவான நடைமுறை.

மற்றவர்கள் இவற்றைத் தீண்டுவதோ நாய், நரி போன்றவை தின்பதோ தீட்டாகக் கருதப்படும்.

பலி கொடுக்கப்பட்ட ஆட்டின் தலை, தோல், குடல், கால் போன்ற உறுப்புகளைத் தனியே வெட்டி எடுத்துவிட்டு உடல் பகுதியை மேலிருந்து கீழாக இரண்டாகப் பிளந்து, இதன் வலதுபக்க இறைச்சித் துண்டைத் தனியே வைப்பர். இது முதல் வேலை என்னும் சொல்லால் குறிக்கப்படும். முதல் வேலைப் பகுதியைக் கூட்டுக்கறிக் குழம்பாகச் சமைக்கத் தனிப் பானைகளில் வைத்துவிடுவர்.

ஆட்டின் இரண்டாம் பகுதி இறைச்சி (இடப்பக்கம்) இரண்டாம் வேலை என்ற சொல்லால் குறிக்கப்படும். இந்த இறைச்சிப் பகுதியுடன் ஆட்டின் தலை, தோல், குடல், கால் ஆகியவற்றையும் சேர்த்துச் சமைப்பர். அதோடு பலி கொடுக்கப்பட்ட கோழியின் இறைச்சி, வழுதலங்காய்க் கூட்டு ஆகியவற்றையும் சமைத்து இதனுடன் வைப்பர். இந்த இறைச்சிக் கூட்டு ஏழு சட்டிகளில் வைக்கப்பட்டிருக்கும்.

பலி ஆட்டின் சதை ஒட்டிய எலும்புகள் மிகச் சிறியதாய் வெட்டப்பட்டுக் குழம்பாக வைக்கப்படும்.

கோயிலூட்டம்மை கோவிலுக்குரிய ‘படைப்பு அரிச்சாதம்’ தயாரிக்கப்படும் முறையும் வித்தியாசமானது. கைக்குத்தல் அரிசியையே படைப்புச் சாதம் பொங்கப் பயன்படுத்த வேண்டும் என்பது நியதி. சில வருஷங்களுக்கு முன் ஊட்டு நிகழும் அன்று காலையில் நெல்லை அவித்துக் காயப்போட்டுக் கையால் குத்தி அரிசி எடுப்பது என்ற வழக்கம் இருந்தது.

கைக்குத்தல் அரிசிச் சாதம், ஆட்டு இறைச்சிக் கறி, கோழி இறைச்சிக் கறி, ஆட்டு எலும்புக் குழம்பு, வழுதலங்காய்க் கூட்டு ஆகியன ஏழு பனை ஓலைப் பட்டைகளில் காளியின் முன் வைக்கப்படும். இந்தப் படைப்புக் கூட்டத்தில் ஆட்டின் வலது பக்க இறைச்சியால் சமைத்த கறியும் இடது பக்க இறைச்சியால் சமைத்த கறியும் தனித்தனி ஓலைப்பட்டையில் வைக்கப்பட வேண்டும் என்பது நியதி.

மூத்த நாச்சியார் என்னும் துணைத் தெய்வத்திற்குக் கோழியின் தலையை நெருப்பில் வாட்டி வைப்பர். முந்திய காலங்களில் வடித்த சாராயமும் வைக்கப்படும். இப்போது டாஸ்மாக் கடை பானம்.

கோவிலூட்டு அம்மன் கோவிலுடன் தொடர்புடையவர்களே சமையல் வேலையைக் கவனிக்கின்றனர். சமையலாள் துணியால் வாயைக் கட்டிக்கொண்டிருக்க வேண்டும் என்பது

நியதி. அறியாமல்கூடப் பதார்த்தங்களில் எச்சில் விழுந்து விடக் கூடாது என்பதற்கு இந்த ஏற்பாடு.

கோவிலின் பூசை முடிந்த பின்னர் பக்தர்கள் முக்கியத் தெய்வம் இருக்கும் அறையின் முன் சென்று வணங்குவர். அப்போது பூசகர் பலி ஆட்டின் வலது பக்க இறைச்சிக் குழம்பைக் கைக்குத்தல் அரிசிச் சோற்றுடன் சேர்த்துப் பிசைந்து உருட்டி வழங்குவார். இந்த உருட்டுச் சோற்றை வாங்கியவர்கள் கோயில் வளாகத்தில் தின்றுவிட வேண்டும் என்பது முறை.

பூசாரி வலது பக்க இறைச்சிக் குழம்புச் சோற்றை விநியோகித்த பின்பு வலது, இடது பக்கம் உள்ள ஆட்டிறைச்சிக் கறி, எலும்புக் குழம்பு, வழுதலைப் பொரியல், கைக்குத்தல் அரிசிச் சாதம் ஆகிய அனைத்தும் ஒன்றாகக் கலந்து பிசைந்து விநியோகிக்கப்படும்.

இக்கோவிலின் பலி, படைப்பு, சமையல், விநியோகம், பூசை தொடர்பாகத் தனிச் சொற்கள் உள்ளன. இச்சொற்களைக் கோவிலுக்கு உரிமை உடையவர்களே சொல்கின்றனர். கோவில் படைப்புப் பற்றிப் பேசும்போது இந்தச் சொற்களின் வழியே பேச வேண்டும் என்பதும் நடைமுறையில் உள்ளது. 'படைப்பு'த் தொடர்பான சொற்களுக்கு மந்திரத் தன்மை உண்டு என்பதும் ஒரு காரணம்.

○

கன்னியாகுமரி மாவட்டத்தில் நாட்டார் தெய்வ விழாக் களைக் கொடை விழா, கொடுதி என்ற சொற்களாலும் சிறிய சிறப்பு நிகழ்ச்சிகளைச் சிறப்புப் படுக்கை, வைத்துக் கொடுத்தல் என்னும் சொற்களாலும் குறிப்பிடுவர். இந்தச் சொற்களுக்குத் தெய்வத்துக்கு உணவு படைத்தல் என்பது பொதுவான பொருள். இவை அல்லாத சொல் 'ஊட்டு' இச்சொல்லுக்கு 'உணவை ஊட்டுதல்', 'படைத்தல்' என்ற பொருள் வழக்கில் உள்ளது.

ஊட்டு என்ற சொல் நாட்டார் பெண் தெய்வம், ஆண் தெய்வம் இரண்டிற்கும் இடைவெளியாக வந்தாலும் இது காளியுடன் சார்த்திக் கூறப்படுவது பொதுவான வழக்கு. காளி கோவில் விழாவைக் காளி ஊட்டு என்னும் சொல்லால் குறிப்பர். விதிவிலக்காகக் கடுக்கரை என்ற ஊரில் உள்ள ஆண் தெய்வமான தம்புரானின் கோவில் ஆயினூட்டுத் தம்புரான் கோவில் என்றே வழங்கப்படுகிறது.

காளிக்குக் கொடுக்கப்படும் கடைசிப் படைப்பில் மது முக்கிய இடம் வகிக்கும். பிற நாட்டார் தெய்வங்களில் சாம்பான் சாமி, அரவணைப் போத்தி, முண்டன் போன்ற தெய்வங்களுக்கும் மது படைப்பதுண்டு. இந்த மது கடையில் வாங்கப்பட்ட கள் அல்லது சாராயமாக இருக்கும். இப்படிப் படைக்கப்பட்ட மதுவை இந்தத் தெய்வத்திற்காகச் சாமியாடுகிறவர்களே குடிப்பர். காளிக்கு ஊட்டப்படும் இந்த மது, விழாக் காண வரும் பக்தர்களின் முன்னிலையில் தயாரிக்கப்படும். இந்தத் தயாரிப்பும் கோவில் சடங்குகளில் ஒன்றாகவே இருக்கும்.

காளி ஊட்டு நிகழ்ச்சியில் தயாரிக்கப்படும் மதுவை அரிசியிலிருந்து தயாரிக்கப்படும் பீர் என்று கூறலாம். புளித்த பச்சரிசிச் சாதம், முளை கட்டிய நெல்லை இடித்து எடுத்த அரிசி மாவு, புளித்த தயிர், உமி, தவிடு ஆகியவற்றின் கலவையிலிருந்து பிழியப்பட்ட சாறுதான் மது. சில ஊர்களில் இந்த மதுவில் கொஞ்சம் கள் அல்லது நவதானியங்களைச் சேர்த்து அரைத்துப் பிழிந்த பாலையும் ஊற்றிக்கொள்கின்றனர். இந்த மது இருக்கும் பானையில் சாம்பிராணிப் புகையும் சேருவதால் இது நுரைத்துப் பொங்கும்.

காளிக்குரிய படையலில் பச்சரிசிச் சோறு, கோழிக் குழம்பு, மீன் குழம்பு, ஆட்டுக் கறிக் குழம்பு என எல்லாம் படைக்கப்படும். இது பிற கோவில்களைப்போல்தான் என்றாலும் விழாவில் காளி வாகனத்தில் வலம் வரும்போது இந்த அசைவ உணவு வகைகள் தனித்தனி மண் பானைகளில் வைக்கப்பட்டுத் தனி வாகனத்தில் எடுத்துக் கொண்டுசெல்லப்படும்.

கன்னியாகுமரி மாவட்டம் நாட்டார் தெய்வ விழாக்களில் அதிக எண்ணிக்கைகொண்ட மக்களுக்கு உணவு பரிமாறும் நிகழ்ச்சி கடுக்கரை ஊர் ஆயினூட்டுத் தம்புரான் கோவிலில் நடக்கிறது. இந்த ஊர் நாஞ்சில் நாட்டுத் தோவாளை வட்டத்தில் செழிப்பான பொதிய மலை அடிவாரத்தில் இருக்கிறது. நாகர்கோவிலிலிருந்து 20 கி.மீ. தொலைவில் உள்ளது. இந்த ஊரில் கோவில் கொண்டுள்ள ஆயினூட்டுத் தம்புரான் வேணாட்டு அரச குடும்பத்தில் பிறந்து துறவியாகிச் சமாதி ஆனவர் என்பது வாய்மொழிச் செய்தி.

நாஞ்சில் நாட்டின் 12 பிடாகைகளுடன் தொடர்புடைய பெரிய அளவிலான இரண்டு விழாக்களில் ஒன்று தம்புரான் ஊட்டு விழா. இன்னொன்று, சுசீந்திரம் மார்கழித் தேர்த் திருவிழா. இந்த இரண்டு விழாக்களிலும் பெரும் அளவில் உணவு சமைக்கப்பட்டுப் பரிமாறப்பட்டிருக்கிறது. மார்கழித்

திருவிழாச் சாப்பாட்டைத் திருவிதாங்கூர் திவானாக இருந்த சி.பி. ராமசாமி அய்யர் நிறுத்திவிட்டார்.

கடுக்கரை ஆயினூட்டுத் தம்புரான் கோவில் விழாவில் உணவு ஊட்டுவது என்பது முக்கிய நிகழ்ச்சி. இந்த விழா ஊட்டு என்றே பொதுவாகக் குறிப்பிடப்படுகிறது. இந்தத் தம்புரான் சாமி விழாவுடன், கல்குளம் வட்டம் குலசேகரம் ஊர் காணிக்காரர் என்னும் மலைவாழ் சாதியினர் ஒருவரின் குடும்பம் தொடர்புடையது. இந்தக் காணிக்காரர் இவ்விழாவில் முக்கியப் பங்கு வகிக்கிறார். இங்கே நிகழும் சில சடங்குகளைச் செய்பவர் இவரே. இதுவும் மரபுவழிக் கைமாறப்பட்டு வரும் செய்தி. கோவில் நுழைவு அறிக்கை வரும் முன்பு இக்கோவில் சடங்குகளைச் செய்பவராகவும் இவர் இருந்திருக்கிறார்.

கடுக்கரை தம்புரான் ஊட்டு 12 ஆண்டுகளுக்கு ஒருமுறை நடக்கிறது. இருபதாம் நூற்றாண்டில் ஏழு முறை நடந்திருக் கிறது. கடைசியாக 2003இல் நடந்தது. இனி 2015இல் நடக்கும். 2003இல் நடந்த ஊட்டு விழாவில் 55 செம்பு அரிசி சமைக்கப் பட்டிருக்கிறது.

ஊட்டுவிழா பங்குனிமாதம் (மார்ச் – ஏப்ரல்) வியாழன், வெள்ளி, சனி ஆகிய மூன்று நாட்களில் நடக்கும். இதில் வெள்ளிக்கிழமை பகல் ஒரு மணிக்கு மேல் உணவு பரிமாறப் படும். வெள்ளிக்கிழமை பகல் 12 முதல் 1 மணிக்குள் தம்புரா னுக்குச் சாமியாடுபவர் படைப்புச் சோற்றின் நடுவில் சொருகப் பட்டிருக்கும் பந்தத்தையும் படைப்பின் மேல் போடப்பட்டிருக் கும் பூ மாலையையும் எடுக்க வேண்டும் என்பது முறை. அவர் இதைச் செய்தவுடன் படைப்புச் சாதம் இரண்டாக வெடிக்கும்.

சாதம் வெடித்ததும் பூஜை ஆரம்பமாகும். சாதம் வெடிக்கும் காட்சியைக் காண பக்தர்கள் குவிந்துவிடுவார்கள். இந்த நேரத்தில் பெண் பக்தர்களின் குரவை ஒலி கேட்கும். சாதம் பிளந்த பின் அதைப் பார்க்கப் பார்வையாளர்கள் அனுமதிக்கப் படுகின்றனர். பின்னர் உணவு பரிமாறப்படும்.

தம்புரானின் ஊட்டுக்குரிய சாதம் பொங்குவதற்கு ஒரே வகை அரிசியைப் பயன்படுத்துவதில்லை. ஊட்டுவிழா நடக்கும் வருஷத்தில் கார்த்திகை (ஜூலை) மாதமே ஊட்டு விழாவிற்குரிய பூர்வாங்க வேலை ஆரம்பமாகி விடும்.

முக்கியமாகக் கடுக்கரை ஊரில் உள்ள நிலச்சுவாந்தாரர் களிடம் ஒரு ஏக்கருக்கு ஏழு மரக்கால் நெல்லும் தென்னந் தோப்பு உடையவர்களிடம் ஒரு ஏக்கருக்கு 100 தேங்காயும் நிலமே இல்லாதவர்களிடம் 500 ரூபாயும் சேகரிக்கின்றனர்.

இந்த நெல்லை அவித்துக் காயவிட்டு ஆலையில் அரைக்கும் வேலை கொடை விழாவிற்கு ஒரு வாரம் முன்பே முடிந்துவிடும். அரிசி ஆலை வரும் முன்பு நெல்லை அவித்து அரிசியாக்கும் பொறுப்பை உள்ளூர்ப் பெண்களே செய்து வந்தனர். வெளி யூரிலிருந்து நெல் குத்துவதற்கு ஆள் தருவிப்பதுமுண்டு.

கொடை விழாவிற்குச் சேகரிக்கப்படும் நெல் சம்பா, வாரிசிறை மீண்டான், அரிக்கிராவி, ஐ.ஆர்.8 என எல்லா வகைகளிலும் இருக்கும். வேறுபட்ட அரிசி வகைகள் என்றாலும் ஒன்றாகப் பொங்குவது என்பது முக்கியமாகக் கொள்ளப் படுகிறது.

வெள்ளிக்கிழமை காலை நான்கு மணிக்குச் சாதம் பொங்கும் வேலை ஆரம்பமாகும். 12 மணி வரை இது தொடரும். சாதம் பொங்கித் தட்டுவதிலும் அதைப் படைப்பாகக் குவித்து வைப்பதிலும் பரம்பரையாக ஒரு முறையைக் கையாளுகின்ற னர். படைப்புச் சாதம் இரண்டாக வெடிப்பதன் ரகசியமும் இந்த நுட்பத்தில்தான் உள்ளது.

படைப்புச் சாதத்தைக் கோவிலை அடுத்திருக்கும் கல்பாறை யிலேயே போடுகின்றனர். வியாழக்கிழமை இரவிலேயே இப்பகுதி சுத்தப்படுத்தப்பட்டு ஓலைப்பாய் விரிக்கப்பட்டுச் சாதம் போடத் தயாராக இருக்கும். 55 செம்பு அரிசிச் சாதக் குவியல் எந்த அளவில் பரந்து கிடக்கும் என்பதை முதலில் கணக்கிட்டு அந்த எல்லையைச் சுற்றி மிகப்பருமனான மூங்கில் கழிகள் (தண்டயம் என இது அழைக்கப்படும்) அடுக்கப்படும்.

படைப்புச் சோற்றை வாங்கிப் பாயில் பக்குவமாகத் தட்டுவதற்கென்று மூவர் ஊட்டுக் களத்தில் (படைப்புச் சாதம் போடும் இடம்) நிற்பார்கள். இவர்கள் தங்கள் வாயிலிருந்து எச்சில் தெறிக்காதபடி வெள்ளைத் துணியைக் கட்டியிருப்பர். கால் பாதத்திலிருந்து கணுக்கால் வரை உள்ள பகுதிகளை வெள்ளைத் துணியால் பொதிந்து கட்டியிருப்பர். இவர்கள் ஊட்டு விழா ஆரம்பித்ததும் விரதம் இருப்பார்கள்.

ஊட்டு விழா அன்று காலை நான்கு மணிக்கு ஒரே சமயத்தில் 15 செம்புகளும் 15 கிடார அடுப்புகளில் ஏற்றப்படும். ஒரே நேரத்தில் நெருப்புப் பற்றவைக்கப்படும். ஒரே சமயத்தில் உலைநீர் கொதிக்கும். 15 செம்புகளிலும் ஒரே சமயத்தில் அரிசி போடப்படும். இதையெல்லாம் கவனிக்க ஒவ்வொரு செம்பின் முன்னும் ஒருவர் நிற்பார்.

உலை கொதித்துக் கால் வேக்காடு வந்ததும் சாதத்தைப் பனைநார்ப் பெட்டியில் பகிர்ந்தெடுக்க ஆரம்பிப்பர். ஒவ்வொரு செம்பிலும் உள்ள சாதத்தைப் பகிரும் வேலை தனித்தனியே

தமிழர் உணவு

நடக்கும். பாதி வெந்தும் பாதி வேகாததுமாக இருக்கும் 450 கிலோ சாதத்தை ஊட்டுக் களத்தில் பரவலாக விரித்துப் போடுவர்.

இப்படியாக வெந்த சோற்றைப் போட்டு முடித்த உடனே 15 செம்பிலும் சாதம் பொங்க ஆரம்பிப்பர். இப்போது உலை இரண்டாம் கொதி வந்தவுடன் அரை வேக்காட்டுச் சாதத்தைப் பகிர்ந்து ஏற்கெனவே பரவலாய்ப் போடப்பட்ட சாதத்தின் மேலே போடுவர்.

மூன்றாவது அடுக்கில் போடப் பத்துச் செம்பு அரிசி (30 x 10 = 300 கிலோ) பொங்கப்படும். இப்போது முக்கால் வேக்காட்டில் சாதம் பகிர்ந்தெடுக்கப்படும். இந்தச் சாதம் ஊட்டுக் களத்தில் மூன்றாவது அடுக்கில் போடப்படும். நான்காவது அடுக்கில் போட 15 செம்பு அரிசிச் சாதம் (450 கிலோ) பொங்கப்படும். இந்த முறை சாதம் முழுவதும் நன்றாக வெந்த பின்பே பகிர்ந்தெடுக்கப்படும். இந்தச் சாதம் நான்காவது அடுக்காகப் போடப்படும்.

மொத்தச் சாதக்குவியலின் நான்கு புறமும் ஒதுக்கப்பட்டுக் குவியலாக கலைநயத்துடன் வைக்கப்படும். படைப்புச் சாதத்தின் மேல் தீப்பந்தம் நடப்படும். சாதத்தின் மேல் நீண்ட மாலையைப் போட்டிருப்பர். சாதக் குவியலைச் சுற்றி 21 பானைகளில் 21 கூட்டுகளும் குழம்புகளும் பப்படங்களும் வைக்கப்பட்டிருக்கும்.

இந்தக் காரியங்கள் எல்லாம் பகல் 12 மணிக்குள் முடிந்து விடும். இந்த நேரத்தில் சாமியாடி தம்புரான் கோவிலிலிருந்து கமுகம் பூவை எடுத்துவருவார். அவர் வந்த சில நிமிடங்களில் சாதம் இரண்டு அல்லது மூன்று பகுதிகளாக வெடிக்க ஆரம் பிக்கும். சாதம் வெடித்தால் சாமி ஊட்டை ஏற்றுக்கொண்டதாக ஐதீகம்.

இந்த படைப்புச் சாதத்திற்குரிய கூட்டுக் குழம்பு வகைகள் நாட்டுக் காய்கறிகளாலே தயாரிக்கப்பட வேண்டும் என்பது நியதி. இருபத்தொரு கூட்டுக் குழம்பில் கூட்டுக்கறி கட்டாயம் இருக்க வேண்டும். பூசணிக்காய்ப் பருப்பு உட்படப் பெரும் பாலான நாட்டுக் காய்கறிகளைச் சேர்த்து வைக்கப்படும் கூட்டுக்கறி அதிக அளவில் வைக்கப்படும்.

கூட்டுக் குழம்பு வகைகளில் காய்கறிகளின் துண்டுகள் பெரிய அளவில் போடப்பட்டிருக்கும். ஊட்டு விழாவில் எல்லோரும் ஒன்றாகச் சாதி வேறுபாடின்றி அமர்ந்து சாப்பிட்டது 2003ஆம் ஆண்டின் சிறப்பம்சம்.

32

கோயில் – வழிபாடு – படையல்

ச. நவநீதகிருஷ்ணன்

மனிதன் தொடக்கத்தில் உணவுப் பொருட்களைப் பச்சையாகத் தின்றுவந்தான். காலப்போக்கில் நெருப்பின் பயனை அறிந்த பின் சமைக்கத் தொடங்கினான். அதனால் சமையல் கலன்கள், இடுபொருட்கள், சுவை போன்ற பல நுண்ணுணர்வுகள் தோன்றின, அதன்பின் உணவைச் சில சூழல்களில் ஏற்கவும் ஒதுக்கவும் சிந்தித்த போது படிப்படியாக உணவு பற்றிய பல கருத்தாக்கங்கள் தோன்றின. அதில் ஒன்று வழிபாட்டு உணவாகும்.

வழிபாட்டின் வளர்ச்சியில் தெய்வத்தை மனித உருவில் (Anthropomorphic) வழிபடத் தொடங்கிய மனிதன் அத்தெய்வங்களுக்குத் தன்னைப் போன்று உடை உடுத்தவும், அணிகலன்கள் அணிவிக்கவும் உணவூட்டவும் செய்தான் இத்தகு தெய்வ வழிபாட்டு முறைகள் கால ஓட்டத்தில் 'நாட்டார் வழிபாடு' 'பெருந்தெய்வ (வைதிக) வழிபாடு' என வகைப்பட்டுவிட்டன. இவ்விரு வழி பாட்டிலும் வேறுபட்ட முறையில் உணவுகள் படைக்கப் படுகின்றன.

பெருந்தெய்வக் கோயில்களில் வெண்சோறு எனப் படும் 'சுத்த அன்னம்', கறி அமுது எனப்படும் 'துணைக்கறி' ஆகியவை தெய்வத்திற்குப் படைக்கப்படுகின்றன. தெய்வத்திற்குப் படைக்கப்பட்ட இத்தகு உணவுக் குறிப்பு கள் கல்வெட்டில் காணப்பெறுகின்றன.

கி.பி. பத்தாம் நூற்றாண்டைச் சார்ந்த தஞ்சைப் பெரிய கோயில் இராஜராஜன் காலத்துக் கல்வெட்டு ஒன்று 'பொன் மாளிகைத் துஞ்சிய தேவர்' திருமேனிக்குத் திருவமுது படைப்பதற்காக,

1. போனகப்பழ அரிசி
2. நெய்யமுது
3. கறியமுது
4. பருப்பு
5. சர்க்கரை
6. பொரிக்கறி நெய்
7. வாழைப்பழம்
8. தயிரமுது
9. கடுகு, மிளகு, உப்பு
10. வெற்றிலை
11. பாக்கு

ஆகியன வழங்கப்பட்டதாகத் தெரிவிக்கிறது. இதே கோயிலின் மற்றொரு கல்வெட்டு

1. பழஅரிசி
2. பருப்பு
3. மிளகு
4. சீரகம்
5. சர்க்கரை
6. நெய்
7. புளி
8. தயிர்
9. கொள்ளு
10. வாழைப்பழம்
11. கறிகாய்
12. உப்பு
13. வெற்றிலை, பாக்கு

ஆகியவை வழங்க ஏற்பாடு செய்ததைக் குறிப்பிடுகிறது.

இக்கோயிலின் வேறொரு கல்வெட்டு ஸ்ரீராஜராஜ தேவர் கணபதியாருக்கு வாழைப்பழம் அமுது செய்தருளக் கொடுத்தது குறித்துப் பேசுகிறது, கல்வெட்டுச் செய்தி மூலம் திருச்செந்தூர் முருகன் கோயிலின் பொருளாதார நிலையை ஆராய்ந்த நடன காசிநாதன் அக்கோயிலுக்கு நாள்தோறும் அமுதுபடிக்கு வழங்கிய பொருட்களையும் அதன் அளவையும் பட்டியலிடுகின்றார். அவை :

1. திருவமுதுக்குச் செந்நெற்றீட்டலரிசி	– 16 நாழி
2. திருவமுதுக்குப் பசுவின் நெய்	– 1 நாழி 1 உரி
3. திருவமுதுக்குப் பசுவின் தயிர்	– 16 நாழி
4. திருவமுதுக்குக் கருவாழைப்பழம்	– 16 எண்ணம்
5. திருவமுது நிவேதிக்கச் சர்க்கரை	– 4 பலம்
6. திருவமுது நிவேதிக்கக் கறிஅமுது	– 40 பலம்
7. திருவமுது நிவேதிக்கக் காயம்	– 1 உழக்கு
8. கும்மாயத்திற்குச் சிறு பயற்றம் பருப்பு	– 2 நாழி
9. வெற்றிலை அமுது	– 3 பற்று
10. அடைக்காய்	– 56 பாக்கு

380 பக்தவத்சல பாரதி

என 22 வகையைப் பட்டியலிடுகிறார். இக்கல்வெட்டுகள் பெருந்தெய்வக் கோயில்களில் வெண்சாதம், கும்மாயம், தயிர், பால், நெய், வெண்ணெய், புளி, சிறு பயற்றம் பருப்பு, பச்சரிசி, வாழைப்பழம், வெற்றிலை, பாக்கு ஆகியன அமுதாகப் படைக்கப்பட்ட செய்தியைக் காட்டுகின்றன. மேலும், உணவு முறைகள் தெய்வத்திற்குத் தடையின்றிக் கிடைப்பதற்குச் செய்யப்பட்ட பொருளாதார நடவடிக்கைகளையும் எடுத்தியம்புகின்றன.

தமிழகத்தில் தெய்வத்திற்குப் படைக்கப்பட்ட வகை வகையான உணவுகளோடு, அவ்வுணவைச் சமைக்க ஏற்படுத்திய இடமும் தனித்தன்மை கொண்டதாகும். அங்கு உணவைச் சமைக்க நியமிக்கப்பட்ட அல்லது அனுமதிக்கப்பட்ட மனிதர்களும் தனித்தன்மையானவர்கள். கோயில் என்னும் புனித வளாகத்தின் ஒரு பகுதியான 'மடைப்பள்ளி' பற்றி மக்களிடம் பெருமளவுக்கு நம்பிக்கைகள், விழுமியங்கள் காணப்பெறுகின்றன. சமைப்பதற்காக நியமிக்கப்படும் மனிதர்களும் சில நியதிகளுக்கு உட்பட்டவராவர்.

பெருந்தெய்வக் கோயில்களில் சமையல் ஆக்கும் இடம் 'மடைப்பள்ளி' எனப்படுகிறது, கோயிலின் கருவறை போன்று மடைப்பள்ளியும் புனிதமானதொரு இடமாகும். அவ்விடத்திற்கென நியமிக்கப்படும் பணியாளர்கள் தவிர வேறு எவரும் உள்ளே செல்ல அனுமதிக்கப்படுவதில்லை (இச்செய்தி இன்றும் அறிவிப்புப் பலகை மூலம் வலியுறுத்தப்படுகிறது). 'மடுத்தல்' என்ற சொல்லிலிருந்து மடை என்ற சொல் வந்துள்ளது. புலால் சோற்றை 'விழுக்குடை மடை' என்றும் பால் சோற்றைப் 'பால்மடை' என்றும் சிலப்பதிகாரம் குறிப்பிடுகிறது. அதாவது மடை என்ற சொல் முதலில் சோற்றைக் குறித்துப் பின்னர் அது சோறு சமைக்கும் இடத்தைக் குறிக்கும் சொல்லாகவும் விரிந்துள்ளது. இதன் காரணமாகப் பெருந்தெய்வக் கோயிலின் சமையலறை இன்றும் மடைப்பள்ளி என்றே அழைக்கப்படுகிறது, வடமொழியில் இதைப் 'பாகசாலா' என்பர். கோயிலின் ஆகம நெறிமுறையின்படி கிழக்கு நோக்கிய கோயிலாயின் தென்கிழக்கு மூலையிலும் மேற்கு நோக்கிய கோயிலாயின் வடமேற்கு மூலையிலும் மடைப்பள்ளி அமைக்கப்படுகிறது. இந்த நெறி சைவம். வைணவம் ஆகிய இரு பெருந்தெய்வக் கோயில்களுக்கும் பொதுவானதாகும். ஒவ்வொரு கோயிலிலும் ஒரு மடைப்பள்ளி மட்டுமே அமைக்கப்படுவது பொது வழக்கம். விதிவிலக்காகத் திருநெல்வேலி மாவட்டம் கோடகநல்லூர் பிரகன்மாதவன் பெருமாள் கோயிலில் 'அமிர்தகலசம்' என்னும் உணவு வகை ஒன்று ஆக்கத் தனியானதொரு மடைப்பள்ளி அமைக்கப்பட்டுள்ளது.

மடைப்பள்ளியில் உணவு சமைப்பதற்காகச் சைவக் கோயில்களில் சிவப்பிராமணர்களும் வைணவக் கோவில்களில் 'சாத்தாதார்' எனப்படும் பிராமணரல்லாத வைணவர்களும் நியமிக்கப்படுகிறார்கள். மடைப்பள்ளியில் சமைக்கப்படும் உணவு துணியால் மூடப்பட்டு மடைப்பள்ளிப் பணியாளரா லேயே கருவறைக்கு எடுத்துச் செல்லப்படுகிறது, பணியாளர் தவிர்த்த பிறரின் பார்வை பட்டு உணவு தீட்டுப்படாமலிருக்க இந்த நடைமுறை பின்பற்றப்படுகிறது.

மடைப்பள்ளி உணவு போன்று மடைப்பள்ளி நெருப்பும் கோயிலில் புனிதம் பெறுகிறது. கோயிலின் நெருப்பை எவருக்கும் வெளியே கொடுப்பதில்லை. ஆனால் வைணவக் கோயில்களில் கோயில் பணியாளர் எவராவது இறந்துவிட்டால் மடைப்பள்ளி அடுப்பிலிருக்கும் நெருப்பைத் தேங்காய்ச் சிரட்டையில் எடுத்து அதைக் கோயிலின் முன் வாசலில் நிற்கும் இறந்தவரின் உறவுக்காரர் ஒருவரிடம் கொடுப்பது கோயில் மரபாகும். இந்த நெருப்பைக் கொண்டே இறந்தவரின் உடலுக்குத் தீ மூட்டுவர். வைணவக் கோயில் பணியாளர்கள் இதையே கோயில் தமக்குச் செய்யும் உயர்ந்த மரியாதையாகக் கருதுகின்றனர். இது, மடைப்பள்ளி நெருப்பின் புனிதத்தைக் காட்டுகிறது.

தூத்துக்குடி மாவட்டம் பெருங்குளம் மாயக்கூத்தன் பெருமாள் கோயிலில் மடைப்பள்ளியை ஒட்டிய தென் கிழக்கு மூலையில் சுற்றுச் சுவரின் வெளிப்புறத்தில் 'கழுநீர்சாஸ்தா' என்னும் நாட்டார் தெய்வம் ஒன்றுள்ளது. இத்தெய்வம் குறித்துப் பழமரபுக் கதையொன்று இப்பகுதி மக்களிடம் வழக்கிலுள்ளது. முன்பொரு காலத்தில் இக்கோயில் பெருமாளுக்குப் படைக்கப்படும் உணவை அதன் சுவை கருதித் தனக்கும் படைக்கும் படி தெய்வம் ஒன்று வேண்டியது. இதன் காரணமாக இருவருக்கும் சண்டை ஏற்பட்டது. சண்டையில் பெருமாள் வெற்றிபெற்றார். அதனால் அத்தெய்வம் தனது தோல்வியை ஏற்றுக்கொண்டு உணவு படைக்காமல் இருந்தாலும் பரவாயில்லை உணவு சமைக்கும்போது தானியங்களைக் களைந்து வெளிவிடும் கழிவு நீரை உண்டு வாழ அனுமதி வேண்டியது. பெருமாள் இதற்குச் சம்மதம் தெரிவித்தார். அத்தெய்வம் மடைப்பள்ளிக் கழிவுநீர் வெளிவரும் பாதையில் தனது இருப்பிடத்தை ஏற்படுத்திக்கொண்டது. இன்றும் இத்தெய்வம் மடைப்பள்ளிக் கழிவுநீரை உண்டு வாழ்கிறது. இதனாலேயே 'கழுநீர் சாஸ்தா' என அழைக்கப் படுகிறது என்கின்றனர். இது நாட்டார் பழமரபுக் கதையாகும். இக்கதை நாட்டார் ஒருவர் பெருந்தெய்வக் கோயில் உணவின் மீது தொடுத்த உரிமையையும் சுட்டி நிற்கிறது. பெருந்தெய்வக்

கோயில் ஒன்று தனது கழிவு நீர் வெளிவரும் இடத்தில் நாட்டார் தெய்வம் ஒன்றைப் படுத்தி அதை வழிபட அனுமதி வழங்கியிருப்பது பெரும்பாலும் உணவின்மீதான உரிமையையும் களவையும் தவிர்க்கும் விதமாக ஏற்படுத்திக்கொண்ட காப்பு நடவடிக்கையாகும். பெருந்தெய்வக் கோயில் மடைப்பள்ளியிலிருந்து உணவு துணியால் மூடப்பட்ட நிலையில் கருவறைக்கு எடுத்துச் செல்வதைக் கேள்வி / கேலிக்குள்ளாக்கும் விதமாகப் பல்வேறு வகையான நாட்டார் கதைகள் மக்களிடம் வழக்கிலுள்ளன. செங்கல்லைச் சுடவைத்து ஆவி வருமாறு எடுத்து வருகின்றனர், பாத்திரத்தைச் சூடுசெய்து அவற்றில் நீர் தெளித்து ஆவி வருமாறு எடுத்துவருகின்றனர் என்பன போன்ற கதைகள் அவை. இக்கதைகள் யாவும் நாட்டார் பெருந்தெய்வக் கோயில் உணவின்மீது அல்லது பணியாளர்மீது கொண்டுள்ள ஐயத்தை வெளிக்காட்டுகின்றன. திருப்பதி வேங்கடாசலபதி கோயிலில் அடியவர்களுக்கு லட்டு வழங்குவதில் சிக்கல் ஏற்பட்டபோது அதைச் சரி செய்ய லட்டுகளை மடைப்பள்ளி தவிர்த்த பிற இடங்களில் தயாரிக்கலாம் என்ற முடிவு எடுக்கப்பட்டது. ஆனால் கோயில் பிரசாதங்கள் மடைப்பள்ளி தவிர்த்து வேறு இடங்களில் ஆக்குதல் கூடாது என்ற ஆகம நெறிப்படி அம்முடிவு பின்னர் கைவிடப்பட்டது. நாட்டார் மரபில் தெய்வங்களுக்கு உணவு சமைக்க ஏற்படுத்தப்படும் இடம் 'ஆக்குப்புரை', 'சமையலறை' என்று அழைக்கப்படுகிறது. ஆக்குப்புரை அமைப்பதில் திசை குறித்த நெறிகள் எவையும் கிடையாது. இங்குச் சமையலில் கைதேர்ந்தவர்கள் எவரும் அனுமதிக்கப்படுகின்றனர்.

சங்க காலக் கோயில்களில் (கோட்டங்களில்) தெய்வங்களுக்கு நீராட்டுதல், பூவிடுதல் போன்ற வழிபாட்டு முறைகள் மட்டுமே நடைபெற்றுள்ளன. தமிழகத்தில் கி.பி. ஐந்தாம் நூற்றாண்டில் எழுந்த பக்தி இயக்கக் காலத்தில் குறிப்பாகப் பல்லவ அரசின் தொடக்கக் காலத்தில் தெய்வத்திற்கு உணவு படைத்தல் தொடங்கியுள்ளது. கோயில்கள் கற்கட்டுமானக் கோயில்களாக எழுப்பப்பட்ட காலத்தில் கோயிலில் கருவறையுடன் தென்கிழக்கு மூலை அல்லது வடமேற்கு மூலையில் மடைப்பள்ளியை எழுப்பினர். 'முப்போதும் திருமேனி தீண்டுவார்' என்ற பெரிய புராணத் தொடரே தெய்வத்திற்கு நாள் தோறும் மூன்று காலப் பூசை நடை பெற்றதை முதன் முதலில் சுட்டுகிறது. பின்னர் அது அரசு ஆதரவுடன் ஆறு காலப் பூசையாக வளர்ச்சி பெற்றது. அப்போது ஒவ்வொரு பூசையிலும் தெய்வத்திற்கு வகை வகையான உணவுகள் படைக்கப்பட்டன.

பெருந்தெய்வக் கோயில் தெய்வத்திற்குப் படைக்கப்படும் உணவு 'திருவமுது', 'கறிஅமுது' எனப்படுகிறது. முன்னது

சோற்றையும், பின்னது அதற்கான துணைக் கறியையும் குறிக்கின்றன. இவை யாவும் அடியவர்களின் பார்வை படாத திரையிட்ட நிலையிலேயே தெய்வத்திற்குப் படைக்கப்படுகின் றன. திரையிட்ட நிலையில் உணவூட்டல் என்பது பிராமணர் வழக்கமாகும். (இன்றும் பிராமணர்கள் தங்கள் வீடுகளில் சாப்பாட்டின்போது பிறரை அனுமதிப்பதில்லை. திருமணம், பூப்புப் போன்ற சடங்குகளின்போது பிராமணர் அல்லாதோரை முதல் பந்தியில் அவர்களுடன் ஒன்றாக அமர்ந்து உண்ண அனுமதிப்பதில்லை). நாட்டார் மரபில் தெய்வத்திற்கு அளிக்கப் படும் உணவு 'படைப்பு', 'படப்பு' எனப்படுகிறது. இப்படைப்புக் கள் அளவில் பெரியதாகவும், அடியவர்களின் பார்வைபடும் படியாகவும் தெய்வத்திற்குப் படைக்கப்படுகின்றன. உணவுப் பொருட்களும் முழுமையாகவோ பகுதியாகவோ சமைத்தோ சமைக்காமலோ படைக்கப்படுகின்றன. இது பிராமணர் அல்லா தாரின் உணவு உண்ணும் பண்பாடாடும். அதாவது அவரவரர் பண்பாடு அவரவர் பூசை செய்யும் தெய்வ உணவூட்டல் முறையில் பின்பற்றப்படுகிறது எனலாம்.

இறைவன் உண்டது போக எஞ்சிய உணவை அடியவர் களுக்கு வழங்கும் முறை பெருந்தெய்வம், நாட்டார் தெய்வ வழிபாடுகளில் காணப்படுகிறது. பெருந்தெய்வக் கோயிலின் எஞ்சிய உணவு 'பிரசாதம்', 'சேஷப் பிரசாதம்' என அழைக்கப் படுகிறது. நாட்டார் மரபில் இது 'இனிமம்', 'இனிவம்' எனப்படுகிறது.

பெருந்தெய்வக் கோயிலில் சைவ உணவும் நாட்டார் தெய்வக் கோயிலில் புலால் உணவுமே படைக்கப்படுகின்றன எனப் பொதுமைப்படுத்திக் கூறினும் அவை தம்மில் வேறுபட்ட சில பண்பாட்டுக் கூறுகளைக் கொண்டுள்ளன. பெருந்தெய்வக் கோயில்கள் பெரும்பாலும் நீர்ப்பாசனப் பகுதிகளில் எழுப்பப் பட்டிருப்பதால் அங்கு விளையும் நெல் அரிசியால் ஆக்கிய உணவே முதன்மையாகப் படைக்கப்படுகின்றது. நெல் அரிசியும் புழுங்கல் அரிசியாக இல்லாமல் பச்சை அரிசியாகவே இருக்கும். புழுங்கல் அரிசி பிராமணர் கருத்துப்படி தீட்டுக்குரியதாகும். ஆகவேதான் பிராமணர்கள் தாங்கள் பூசை செய்யும் தெய்வங் களுக்குப் பச்சை அரிசி உணவையே படைக்கின்றனர். தங்கள் வீட்டுச் சமையலிலும் பச்சை அரிசியையே பயன்படுத்துகின்ற னர். நாட்டார் தெய்வங்களுக்கு அத்தெய்வங்கள் குடிகொண் டுள்ள நிலப்பகுதியில் விளையும் தானிய வகைகளும் கிழங்கு வகைகளும் படைக்கப்படுகின்றன. குறிப்பாகக் கஞ்சி (கூழ்) காய்ச்சி ஊற்றுதல் நிகழ்வின்போது அந்த நிலப்பகுதியில் விளைந்த தானியங்களே (கேழ்வரகு, கம்பு, நெல்லரிசி) பயன்

படுத்தப்படுகின்றன. நாட்டார் தெய்வங்கள் புலால் உண்ணக் கூடியன எனினும் புலால் உணவிற்காக வெட்டப்படும் விலங்கின் நிறம், பால், வயது, வெட்டப்படும் முறை ஆகியன வேறுபடுகின்றன. இவை அத்தெய்வத்தின் தோற்றப் புராணத் தோடு தொடர்புடையதாகும். அதாவது அத்தெய்வத்தின் பண்பாட்டுச் சூழலை விளக்குவதாக அமைகிறது.

பெருந்தெய்வக் கோயில்களில் காரட், பீன்ஸ், முட்டைக் கோஸ், உருளைக்கிழங்கு போன்ற ஆங்கிலக் காய்கறி வகை களும் மண்ணிற்குக் கீழே விளையும் கருணை, சேனை, வள்ளி, சேம்பு, பனங்கிழங்கு போன்ற கிழங்கு வகைகளும் படைக்கப் படுவதில்லை. (பிராமணர் வீடுகளிலும் இவை இன்று வரை ஏற்றுக்கொள்ளப்படவில்லை). வானம் உயர்ந்தது; பூமி தாழ்ந்தது, இறைவன் வானிலிருந்து பூமிக்கு வந்தவன், வேள்விகள் யாவும் வானை நோக்கியதாக இருக்க வேண்டும், படைக்கப்படும் உணவுகளும் வானை நோக்கிச் செல்வது போன்று பாவனை செய்ய வேண்டும் என்பது வேதாந்தத் தத்துவமாகும். பிராமணர் கள் இக்கருத்தியலைக் கடைப்பிடித்து வாழக்கூடியவர்கள். இதன் காரணமாகத் தீட்டுக்குரியதான நிலத்தின் அடிப்பகுதியில் விளையும் பொருட்களை அவர்கள் தங்கள் வீடுகளிலும் தாம் பூசனை செய்யும் கோயில்களிலும் அனுமதிக்கவில்லை. பெருந்தெய்வக் கோயில்களில் பின்பற்றப்படும் இந்த உணவு ஒதுக்கல் முறை ஒரு பிராமண வழக்கமாகும்.

நாட்டாருக்குப் பூமி புனிதமானது. பூமி அவனுக்கு காய், கனி, கிழங்கு வழங்கி அவனை வாழவைக்கிறது. ஆகவே அதைத் 'தாய்' என்று அழைக்கிறான். எனவே நாட்டார் தெய்வ வழிபாட்டில் நிலத்திற்கு அடியில் விளையும் கிழங்கு வகைகள் முதன்மை பெறுகின்றன. தைப் பொங்கல் திருவிழா வின்போது இறைவனுக்குப் படைக்கப்படும் உணவில் கிழங்கு வகைகளே முதன்மை பெறுகின்றன. (தைப் பொங்கல் திருவிழா வைப் பிராமணர்கள் பொங்கலிட்டுக் கொண்டாடுவதில்லை என்பது இங்கு நினைவுகூரத்தக்கது). மேலும் அப்பகுதியில் விளையும் எல்லாக் கிழங்கு, காய்கறி வகைகளை முழுமை யாகவோ பகுதியாகவோ சமைத்தோ சமைக்காமலோ படைப் பது நாட்டார் தெய்வ உணவூட்டல் முறையாகும். அதாவது நாட்டாரின் பண்பாட்டு அசைவு ஒன்றைக் கோயில் பிரதி பலிக்கிறது எனலாம்.

கீரை வகைகள் நாட்டார், பெருந்தெய்வக் கோயில் உணவூட்டல் முறைகளில் இடம்பெறுவதில்லை. தமிழ்ச் சமூகத்தில் கீரை வறுமையின் குறியீடாக நிலை பெற்றுள்ளது. வறுமைக் காலத்தில் மக்கள் கீரையை முதல் உணவாக

உண்டதாகச் சங்க இலக்கியங்கள் பதிவுசெய்கின்றன. இப் பதிவுகள் மேற்கூறிய கருத்தை உறுதிப்படுத்துகின்றன. ஆகவே தான் நாட்டார் கோயில்களிலும் சொத்துடைமை நிறுவனமான பெருந்தெய்வக் கோயில்களிலும் கீரை இன்று வரை தெய்வ உணவாகச் சேர்த்துக்கொள்ளப்படவில்லை.

தமிழ்ப் பண்பாட்டில் சில பயறு வகைகள் (மொச்சை) இறப்போடு தொடர்புடையதாகும். இன்றும் திருநெல்வேலிப் பகுதியில் ஒருவரைத் திட்ட உனக்குப் 'பயறு அவிக்க' என்ற தொடரைப் பயன்படுத்துகின்றனர். இது 'நீ இறந்து போவாயாக' என்ற பொருளில் பயன்படுத்தப்படுகிறது. இப்பகுதியில் இன்றும் இறப்பு வீட்டில் உப்பில்லாத பயறு வகைகளே இறந்தோருக்கான உணவாகப் படைக்கப்படுகின்றன. பயறு இறப்போடு தொடர்பு டையதால் சில பயறு வகைகள் நாட்டார், பெருந்தெய்வ உணவு முறைகளில் அனுமதிக்கப்படவில்லை. உப்பு என்பது தொடர்பின் குறியீடாகும். ஆகவேதான் 'உப்பிட்டவரை உள்ளளவும் நினை' என்ற பழமொழி அவரோடு நீண்ட நாட்கள் உறவு வைத்துக்கொள் எனப் பொருள்படுகிறது. இறந்தவர்களோடு நேரிடையான தொடர்பை வைத்துக்கொள்ள விரும்பாத காரணத்தால் இறந்தோருக்கு உப்பு இல்லாத உணவுகள் படைக்கப்படுகின்றன. பெருந்தெய்வக் கோயில்களில் 'சுத்த அன்னம்' எனப்படும் பச்சரிசிச் சோற்றில் உப்புச் சேர்க்கப் படுவதில்லை. இது பிராமணர் வழக்கமாகும். பிராமணர் தம் வீடுகளில் உப்பில்லாமல் சோறு சமைப்பது போன்றே தாம் பூசை செய்யும் தெய்வத்திற்கும் உப்பில்லாத பச்சை அரிசிச் சோற்றைப் படைக்கின்றனர்.

பக்தி இயக்கத்தின் விளைவாகப் பெருந்தெய்வக் கோயில் கள் 'வீடுபேறு', 'பேரின்பம்' போன்ற கருத்தாக்கங்களைப் பேசத் தொடங்கின. இவை உயர்ந்ததாகக் கருத்துருவப்படுத்தப் பட்டு அதனை அடைய வழிமுறைகளும் போதிக்கப்பட்டன. 'பூமியில் வாழ்தல்', சிற்றின்பம் (உடலியல் இன்பம்) ஆகியன இதற்கு எதிராக நிலைநிறுத்தப்பட்டன. இத்தகைய தத்துவார்த்த நெறிமுறைக்குக் காய்கறிகளும் அகப்பட்டன. மிளகாய், முருங்கை, பூண்டு, உள்ளி என அழைக்கப்படும் சிறிய வெங்காயம் ஆகியவை பால் உணர்ச்சியைத் தூண்டிச் சிற்றின் பத்திற்கு வழிவகுக்கக் கூடியன எனக் கருத்துருவப்படுத்தப் பட்டன. ஆகவே பேரின்பம் தேடும் தத்துவம் சார்ந்த பெருந் தெய்வக் கோயில்களில் இவை விலக்கப்பட்டன. நாட்டார் தெய்வங்கள் அன்றாட எதார்த்த வாழ்வு குறித்த தத்துவார்த்த நெறிமுறைகளைக் கொண்டவை. அவை மேலுலகு குறித்து அக்கறைப்படுவதில்லை. ஆகவேதான் பெருந்தெய்வக் கோயிலால்

பால் உணர்ச்சியைத் தூண்டக் கூடியன எனக் கருத்துருவப் படுத்தப்பட்ட காய்கறிகள் இங்குச் சேர்த்துக்கொள்ளப்பட்டன.

மிளகாய் 11ஆம் நூற்றாண்டிற்குப் பின்னர் தமிழ்நாட்டிற்கு வந்திறங்கிய பயிராகும். இதற்கு முன் எரிப்புச் சுவைக்காகத் தமிழர் 'மிளகை'ப் பயன்படுத்தி வந்ததால் புதியதாக வந்த எரிப்புச் சுவை தரும் இந்தப் பயிருக்கு 'மிளகாய்' எனப் பெயரிட்டனர். காலத்தால் பிற்பட்ட ஓர் அந்நிய எரிப்புப் பொருள் பெருந்தெய்வக் கோயில் வழிபாட்டு உணவில் கலப்பது எளிதன்று. எனவேதான் நிகழ்காலத் தமிழரின் உணவுப் பொருளில் முக்கிய இடத்தைப் பெற்றுள்ள மிளகாய் இன்றுவரை செல்வச் செழிப்பான பெருந்தெய்வக் கோயில் உணவில் இடம்பெற முடியவில்லை. எரிப்புச் சுவைக்காகப் பழந்தமிழர் பயன்படுத்திய மிளகு மட்டுமே கோயில் உணவில் பங்கு வகிக்கிறது.

தமிழ்ச் சமூகத்தில் அன்றாட உணவிற்குப் போதிய பச்சைக் காய்கறிகள், கிழங்கு வகைகள் கிடைக்காத காலங்களில் இவற்றின் வற்றல்கள் உணவில் சேர்த்துக்கொள்ளப்படுகின்றன. இதன் காரணமாக வற்றல்கள் வறுமையின் குறியீடாக நிலை பெற்றுவிட்டன. ஆகவே வற்றல்கள் பெருந்தெய்வ, நாட்டார் தெய்வப் படையல்களில் சேர்க்கப்படுவதில்லை.

பெருங்கோயில் தெய்வப் பண்புகளில் ஒன்று அவை நிலவுடைமை நிறுவனத்தின் தலைமையாக விளங்குவதாகும். அத்தெய்வங்கள் தமது ஆட்சிப் பரப்பைத் தக்கவைத்துக்கொள்ள விளைநிலப்பகுதியைப் பார்வையிடச் செல்வது வழக்கம். ஒவ்வொரு திசைக்கும் வருடத்தில் ஒருநாள் பயணம் செய்வது ண்டு. அவ்வாறான பயணங்கள் பல நாட்கள் நீடிப்பதுமுண்டு. அவ்வாறான பயணத்தின்போது தெய்வங்கள் சில இடங்களில் தங்கிச் செல்லுவது வழக்கம். தங்குதல் என்பது ஒரு நிலப்பகுதி அதன் உரிமையாளரால் பார்வையிடப்படுகிறது என்ற குறியீட்டுத் தன்மையைக்கொண்டுள்ளது. இவ்வாறான பயணத்தின்போது தெய்வங்கள் தம்முடன் 'கட்டுச் சோறு', 'கட்டமுது' எனப்படும் உணவை எடுத்துச்செல்கின்றன. புளியோ தரை, எலுமிச்சைச் சாதம், ஆகியன கட்டுச்சோறு வகையில் அடங்குவன. பெருங்கோயிலில் நடைபெறும் இந்தப் பயண விழாவை நிகழ்த்துவதற்குப் பணம், ஆட்பலம் பெருமளவில் தேவைப்படுகின்றன. வருவாய் குறைந்த கோயில்களில் இவ்விழா இப்போது நடைபெறுவதில்லை. (இறைவன் தனது நிலப்பகுதி யைச் சரியாகப் பார்வையிடாத காரணத்தால் வருவாய் குறைவதும் வருவாய் கிடைக்காத காரணத்தால் தனது நிலப்பகுதியைப் பார்வையிடாததும் ஒன்றை ஒன்று தீர்மானிக்

கும் காரணிகளாக அமைகின்றன.) இருப்பினும் அன்றைய தினம் கோயில் இறைவனைக் கோயில் வளாகத்தினுள் ஒரு இடத்தில் எழுந்தருளச் செய்து இந்தப் பயண உணவுகள் படைக்கப்படுகின்றன. இது இப்போது வருவாய் குறைந்த கோயில்களில் ஒரு பெரிய திருவிழாவின் எச்சச் சடங்காக நிகழ்த்தப்படுகிறது. திருநெல்வேலி மாவட்டக் கோயில்களில் இச்சடங்கு தீபாவளித் தினத்திற்கு மறுநாள் 'வேடுபறி' உற்சவம் என்னும் திருவிழாவாகக் கொண்டாடப்படுகிறது. நாட்டார் தெய்வங்கள் சுருங்கிய ஆட்சிப் பரப்பையுடையன என்பதால் அவை நெடுந்தொலைவிற்குப் பயணிப்பதில்லை. ஆகவே இத்தெய்வ வழிபாட்டில் பயண உணவுகள் இடம்பெறவில்லை.

தான் படைத்த தெய்வத்திற்கு மனிதன் தன்னை ஒத்த வாழ்க்கை வட்டச் சடங்குகளை நிகழ்த்தினான். அச்சடங்கு களின்போது தான் தின்னும் தின்பண்டங்களைப் படைக்க லானான். திருநெல்வேலி நெல்லையப்பர் கோயிலில் ஆடி மாதம் அத்தலத்து இறைவிக்கு, (காந்திமதியம்மனுக்கு) 'வளை காப்புத் திருவிழா' என்னும் சடங்கு நிகழ்த்தப்படுகிறது. அத்திருவிழாவின்போது அம்மனுக்குத் தினமும் முறுக்கு, சீடை, தட்டை, அதிரசம், தேன்குழல், பொரிவிளங்காய், பாலாடு, முந்திரிக்கொத்து போன்ற தின்பண்டங்கள் அடியவர் களால் படைக்கப்படுகின்றன. இது இந்நிலப்பகுதிக்குரிய ஒரு பண்பாட்டுக் கூறாகும். அதாவது கருவுற்ற பெண்ணை மகப்பேற்றிற்கு முன்னர் தின்பண்டப் பொருள்கள் ஏதேனும் ஒன்றைக் கொடுத்துப் பார்த்துவருவது வழக்கம். இதைச் 'சீமந்தம்' என்பர். இதில் தின்பண்டங்களும் வளையல்களுமே முதன்மை பெறுகின்றன. இப்பண்பாடே பெருந்தெய்வக் கோயிலில் பிரதிபலிக்கிறது எனலாம்.

தூத்துக்குடி மாவட்டம், ஆழ்வார் திருநகரி ஆதிநாதர் கோயில் மார்கழி மாத 'இராப் பத்து, பகல் பத்து' திருவிழா வின்போது முதல் பத்து நாட்கள் (பகல் பத்து) நம்மாழ்வாரைத் தாலாட்டுப் பாடியபடி (நம்மாழ்வார் திருத்தாலாட்டு என்றொரு, சிற்றிலக்கிய வகை உள்ளது) பல்லக்கில் அழைத்துவந்து பகல் பத்து மண்டபத்தில் எழுந்தருளச் செய்வர். அவ்வாறு வரும்போது தேங்காய்ப் பூவில் வெல்லம் கலந்த இனிப்புப் பொருள் ஒன்று அடியவர்களுக்குப் பிரசாதமாக வழங்கப்படு கிறது. இந்த இனிப்புப் பொருள் குழந்தைத் தின்பண்டத்தின் ஒரு வகையாகும். நம்மாழ்வார் இத்தலத்தில் குழந்தைப் பருவம் தாண்டாத நிலையிலே வாழ்கிறார் என்பதால் அவருக்குத் தாலாட்டுப்பாடிக் குழந்தைத் தின்பண்டம் ஒன்றை யும் படைக்கின்றனர். இது ஒரு பெருந்தெய்வக் கோயில்

அப்பகுதியின் குழந்தை உணவுடன் செய்துகொண்ட ஒரு பண்பாட்டு உறவாகும்.

பெருந்தெய்வக் கோயில்கள் சிறுவர் உணவுடன் செய்து கொண்ட பண்பாட்டு உறவு போன்று அந்நிலப்பகுதிக்குரிய மருத்துவ உணவுடனும் தொடர்புகொண்டுள்ளன. திருச்செந்தூர் சுப்பிரமணியசுவாமி கோயில் ஒரு கடற்கரைக் கோயிலாகும். திருநெல்வேலி மாவட்டம் குற்றாலம், குற்றாலநாதர் கோயில் ஓர் அருவிக் கரைக் கோயிலாகும். இந்த இரு கோயில்களிலும் அர்த்தசாமப் பூசையின்போது இறைவனுக்குச் 'சுக்குவெந்நீர்' படைக்கப்படுகிறது. குற்றாலநாதர் கோயிலில் சுக்கு வெந்நீர் படைப்பது குறித்து, சொல்லாடல் ஒன்று இப்பகுதி மக்களிடம் வழக்கிலுள்ளது. அதாவது;

குற்றால நாதருக்கும்; குழல்வாய் மொழிக்கும்
தீராத தலைவலி, நித்திய கசாயம்

என்பதாகும்.

திருச்செந்தூர் முருகனுக்கு ஓயாத கடல் அலைப் பேரிரைச் சலாலும் குற்றால நாதருக்கு ஓயாத அருவிச் சத்தத்தாலும், தலைவலி வருவதால் இந்தத் தலைவலியிலிருந்து சுகம்பெற அவர்களுக்கு நாள்தோறும் சுக்கு வெந்நீர் படைக்கப்படுகிறது. சுக்கு வெந்நீர் என்பது சுக்கும் கருப்பட்டியும் கலந்த காப்பி யாகும். (பெருந்தெய்வக் கோயில்களில் கருப்பட்டி அதன் தயாரிப்பு முறை, தயாரிப்போர் சாதிய அடையாளம் கருதி விலக்கப்பட்ட ஒன்றாகும்). இந்நிலப்பகுதி மக்கள் தலைவலி நீங்கவும் உடல்வலி தீரவும் சுக்கு வெந்நீர் குடிப்பதுண்டு. அதாவது சுக்கு வெந்நீர் ஒரு மருந்துக் குடிநீர் உணவாகும். இத்தகைய மருத்துவ உணவு ஒன்றைப் பெருங்கோயிலில் படைப்பது என்பது அக்கோயில் தான் சார்ந்த மக்களின் மருத்துவ உணவுடன் செய்துகொண்ட ஒரு பண்பாட்டுச் சமரசத்தைக் காட்டுகிறது.

தெய்வங்கள் எப்போதும் புராணங்கள், பழமரபுக் கதைகள் போன்ற கதையாடல்களுடன் தொடர்புடையன. இவை வாய் மொழியாகவும் எழுத்திலக்கியங்களாகவும் நமக்குச் கிடைக் கின்றன. இக்கதையாடல்கள் தெய்வங்களின் செயல்கள், அற்புதங்கள், அவை விரும்பி உண்ணும் உணவு ஆகியவற்றை விவரிக்கின்றன. இத்தகைய கதையாடல்கள் கோயில்களில் சடங்காக நிகழ்த்திக் காட்டப்படுகின்றன. அவ்வாறான நிகழ்த்து தலின்போது பதிவுகளில் கூறப்பட்ட தன்மையில் தெய்வத்திற்கு உணவுகள் படைக்கப்படுகின்றன. மதுரை அழகர் கோயில்

அழகரை மணவாளனாக வரித்த ஆண்டாள் தம் நாச்சியார் திருமொழியில்,

> நாறுநறும் பொழில் சூழ் மாலிருஞ் சோலை – நம்பிக்கு நான்
> நூறுதடா வில்வெண்ணெய் வாய்நேர்ந்து பராவி வைத்தேன்
> நூறுதடா நிறைந்த அக்கார வடிசில் சொன்னேன்
> ஏறு திருவுடையான் இன்று வந்திவை கொள்ளுங் கொலோ

– நாலாயிரத்திவ்விய பிரபந்தம் பாடல் 592

எனப் பாடுகிறார். இந்த இலக்கியப் பதிவை அவ்வாறே நிகழ்த்திக்காட்டும் விதமாக மதுரை அழகர் கோயிலில் மார்கழி மாதம் இருபத்தேழாம் நாள் நூறு கிண்ணங்களில் அக்கார வடிசில் (சர்க்கரைப் பொங்கல்) இறைவனுக்குப் படைக்கப் படுகிறது. (தொ. பரமசிவன், 1989 : 136)

நாட்டார் தெய்வக் கோயில்களிலும் தெய்வத்திற்குப் படைக்கப்படும் புலால் உணவுகளான கோழி, ஆடு, பன்றி ஆகியன அத்தெய்வக் கதையாடலோடு தொடர்புடையதாகவே உள்ளன. விலங்கின் நிறம், வெட்டப்படும் முறை, விலங்கின் வயது, பால், கருத்தன்மை (சூல்) ஆகியன வாய்மொழி இலக்கியப் பதிவுகளின் அடிப்படையிலேயே அமைகின்றன.

பெருந்தெய்வக் கோயில்களின் ஆகம நெறிமுறைகளின் அடிப்படையிலேயே உணவுகள் படைக்கப்படுகின்றன (சேர்க்கப் படுகின்றன அல்லது தவிர்க்கப்படுகின்றன) என்று கூறினாலும் இவை துல்லியமான, கறாரான வரையறையாக எப்போதும் நடைமுறைப்படுத்தப்படுவதில்லை. இக்கோயில்கள் சில நேரங்களில் விலக்கப்பட்ட உணவுப் பொருளை ஏற்றுக்கொள் கின்றன. பயறு வகைகள் பொதுவாகத் தவிர்க்கப்பட்டாலும் பயற்றை அப்படியே படைக்காமல் அதை நீரில் ஊறவைத்து முளைக் கட்டுதல் என்னும் வளர்நிலைக்கு உட்படுத்திக் கோயில்கள் அதை ஏற்றுக்கொள்கின்றன. இவை வளமைச் சடங்காக நிகழ்த்தப்படுகின்றன.

பெருங்கோயில்கள் தனது நிலவுடைமைத் தன்மை காரணமாக நெல் தவிர்த்த பிற தானிய வகைகளைத் (கேழ்வரகு, கம்பு) தவிர்த்தாலும் ஆழ்வார் திருநகரி ஆதிநாதர் கோயிலில் நம்மாழ்வாருக்குத் தேனும் தினைமாவும் படைக்கப்படுகின்றன. இதற்கான காரணத்தை விளக்கும் விதமாக மக்களிடம் சில கருத்துகள் நிலவிவருகின்றன. முன்பொரு காலத்தில் நம்மாழ் வார் செப்புத் திருமேனி காணாமல்போனபோது அதை மலைக்குறவர் இன மக்கள் கண்டெடுத்துப் பாதுகாத்து வந்தனர். அப்போது செப்புத் திருமேனிக்குத் தாம் உண்ணும் தேனும் தினைமாவும் படைத்து வழிபட்டுவந்தனர். இதன்

நினைவாக இன்றும் நம்மாழ்வாருக்குத் தேனும் தினைமாவும் படைக்கப்படுகின்றன என்கின்றனர். நாகர்கோவில் அருகிலுள்ள குமாரகோயிலில் 'குறவன்படுகளம்' என்னும் திருவிழா அப்பகுதியிலுள்ள மலைக்குறவரின மக்களால் நடத்தப்படுகிறது. அத்திருவிழாவின்போது குறிஞ்சி நிலத் தெய்வமான முருகனுக்கு அத்திணை சார் உணவான தேனும் தினைமாவும் படைக்கப்படுகின்றன. திருவிழாவின் இறுதியில் தினைமாவு பிரசாதமாக அடியவர்களுக்குக் குறவர் இன மக்களால் வழங்கப்படுகிறது. தேன், தினை ஆகிய இரண்டும் குறிஞ்சி நில மக்களின் உணவாகும். ஒரு கோயில் தனக்கு அருகிலிருக்கும் குறிஞ்சி நில மக்களோடு தன்னை இணைத்துக்கொள்ள அவர்களது உணவு முறையைத் தம்முள் நடைமுறைப்படுத்து கிறது எனலாம். மதுரை அழகர் கோயிலில் ஆவணி மாதத் தேரோட்டத்தின்போது தெற்கு வீதியில் தேர் திரும்பும்போது காணப்பருப்பால் (கொள்ளுப் பருப்பால்) ஆக்கிய சோறும் 'காத்தெட்டிக்காய்' வற்றலும் படைக்கும் வழக்கம் ஒரு காலத்தில் இருந்ததாகத் தொ. பரமசிவன் பதிவுசெய்கின்றார். காணப் பருப்பும் காத்தெட்டிக்காய் வற்றலும் அப்பகுதி மக்களின் உணவாகும். ஒரு திணை சார்ந்த அல்லது நிலப்பகுதி சார்ந்த உணவைப் பெருங்கோயில் காரணம் கருதியே ஏற்றுக் கொண்டுள்ளது. நிலப்பகுதி மக்களோடுகொண்ட தம் நெருக் கத்தை அதிகப்படுத்தவே இம்முறையை ஏற்றுக்கொண்டுள்ளது எனலாம்.

பெருந்தெய்வக் கோயில்கள் விலக்கப்பட்ட காய்கறிகளைச் சில தினங்களில் ஏற்றுக்கொள்வதுண்டு. புடலங்காய் பொதுவாக விலக்கப்பட்ட காய் எனினும் பெருங்குளம் மாயக்கூத்தன் கோயிலில் வருடத்தில் ஒரு நாள் அங்குள்ள மணவாள மாமுனிக்குப் பாலும் புடலங்காயும் சேர்த்துச் சமைத்த 'பால் புடலங்காய்' என்னும் உணவு படைக்கப்படுகிறது. தமிழ்ச் சமூகத்தில் சுரைக்காய் விலக்கப்பட்ட உணவு என்ப தோடு அது பன்றியின் மாமிசத்தை ஒத்ததாகக் கருத்துருவப் படுத்தப்பட்டுள்ளது. திருநெல்வேலி மாவட்டம் வீரவநல்லூர் கிராம பூமிநாதர் கோயிலில் வருடம் ஒருமுறை அத்தலத்து இறைவனுக்குச் சுரைக்காய் உணவு படைக்கப்படுகிறது. இது அந்நிலப்பகுதி பண்பாட்டோடு தொடர்புடையதாகும். கீரை வறுமையின் குறியீடு கருதிக் கோயில்களில் விலக்கப்பட்ட ஒன்று எனினும் மார்கழி மாதம் ஏகாதசித் தினத்திற்கு மறுநாளான துவாதசித் தினத்தன்று பெரும்பாலான பெருமாள் கோயில்களில் இறைவனுக்கு அகத்திக் கீரை படைக்கப்படுகிறது. அகத்திக்கீரை இறப்பின் குறியீடாக இருப்பினும் அந்நிலப்பகுதி மக்களின் அன்றைய உணவு

முறையோடு தன்னை இணைத்துக்கொள்ளக் கோயில் தன் உணவில் அன்று அகத்திக்கீரை சேர்த்துக்கொள்கின்றது. இது ஒரு பண்பாட்டுச் சமரசமாகும்.

திருப்பதி வேங்கடேசப் பெருமாள் கோயிலில் இறைவனுக்கு லட்டு படைக்கப்படுவதும் திருவரங்கம் ரெங்கநாதர் கோயிலில் நாச்சியாருக்கு ரொட்டி படைக்கப்படுவதும் ஒரு பண்பாட்டுச் சமரசமாகும். அதாவது லட்டும் ரொட்டியும் வடமாநில உணவு வகையாகும். இவை தென் மாநிலத்தில் அமைந்துள்ள ஒரு கோயிலில் படைக்கப்படுதல் என்பது வடமாநில மக்களோடு பெருந்தெய்வக் கோயில் உறவுகொள்ள இதைப் பின்பற்றுகிறது எனலாம்.

பெருந்தெய்வக் கோயில்களின் உணவு முறைகளை மேலோட்டமாகப் பார்க்கும்போது அவை ஆகம நெறிமுறைக் குட்பட்ட துல்லியமானதொரு உணவு முறையைக் கடைபிடிப்பதுபோல் தோன்றுகின்றன. இந்த உணவு முறைகள் கறாரானவையல்ல. நிலப்பகுதி சார்ந்த தானியங்களை உணவில் சேர்த்துக்கொண்டதும்; விலக்கப்பட்ட காய்கறிகளைச் சில தினங்களில் ஏற்றுக்கொண்டதும்; மகப்பேற்றுத் தின்பண்ட உணவுகளைத் தமதாக்கிக்கொண்டதும்; மக்களின் மருத்துவ உணவைத் தமக்குரியதாக்கிக்கொண்டதும்; நாட்டார் தெய்வ வழிபாட்டு உணவு முறைகளை உள்வாங்கிக்கொண்டதும், பெருங்கோயிலில் காணப்படும் நடைமுறை நிகழ்வாகும். ஆகம நெறி முறையிலிருந்து விலகிய இந்த நிகழ்வுகளே கோயில் ஒன்று தான் அமைந்துள்ள நிலப்பகுதிப் பண்பாட்டோடு செய்துகொண்ட சமரசமாக அமைகின்றன. இந்தச் சமரசக் கூறுகளே அடியவர்கள் கோயிலோடு இணையும் பணியை வலுப்படுத்துகின்றன. இவை கோயில் உயிரோடு வாழத் துணைசெய்கின்றன.

33

இஸ்லாமியர் உணவு

தாழை மதியவன்

இரு வேறு உணவுகள்

உலகெங்கும் இருவேறு உணவு வகைகளே உள்ளன. ஒன்று காய்கறி உணவு; மற்றொன்று மாமிச உணவு. காய்கறி உணவு உண்போரில் சிலர் மாமிச உணவு உண்பதில்லை. ஆனால் மாமிச உணவு உண்போரில் பலரும் காய்கறி உணவு உண்கின்றனர்.

மேற்குறிப்பிட்ட இரண்டாவது வகையினரைச் சேர்ந்தவர்களில் முஸ்லிம்கள் அடங்குவர். உணவு உண்பதில் முஸ்லிம்கள் சிலவற்றைத் தவிர்க்கின்றனர். பலவற்றை ஏற்கின்றனர். தவிர்ப்பதை 'ஹராம்' என்கின்றனர். ஏற்பதை 'ஹலால்' என்கின்றனர்.

பன்றிக்கறி, நாய்க்கறி, மிருகங்களின் ரத்தம், புலால் உண்ணும் மிருகங்களும் பறவைகளும் 'ஹராம்' ஆகும். மற்றவை அனைத்தும் 'ஹலால்' ஆகும். மாமிச உணவைப் பொறுத்தே மேலே சொன்ன இலக்கணம், தானியங் களைப் பொறுத்து, தடையேதும் இல்லை. வடநாட்டில் வாழ்பவர்கள் கோதுமையையும் தென்னாட்டில் வாழ்பவர்கள் அரிசியையும் முக்கிய மூலப்பொருள் களாகக் கொண்டுள்ளனர்.

வடக்கில் வாழும் முஸ்லிம்கள் கோதுமை ரொட்டிக் குப் பருப்புக் கறியைத் தொட்டுக்கொள்கின்றனர். அவர் களில் பலர் ஆடு, மாடு, கோழி எனக் 'கர்வா' செய்து ரொட்டியோடு உண்கின்றனர். முக்கிய உணவு ரொட்டி யும் சால்னாவும் என்றால் தின்பண்டங்கள், பண்டிகைக் கால உணவுகள் பல்வேறு வகைப்படும்.

தெற்கில் சோறும் ஆணமும் மட்டுமே பெரும்பாலான தமிழ் முஸ்லிம்களின் பகல், இரவு உணவுகள். பருப்பாணம், மீன் ஆணம், கறியாணம் என ஏதாவது ஒன்று பெரும்பாலான வேளைகளில் இருக்கும்.

காலை உணவாக ரொட்டி, பரோட்டா, ஆப்பம், இடி யாப்பம், தேங்காய்க்கஞ்சி, சுடுகஞ்சி, ஏன் பழங்கஞ்சிகூட இருக்கும்.

பெரும்பாலான முஸ்லிம் வீடுகளில் மேற்சொன்ன உணவு வகைகளே எப்போதும் இருக்கும் என்றாலும் கேரள எல்லை முஸ்லிம் கிராமங்களில் மலையாள வாடை அடிக்கும் புட்டும் தேங்காய்ப்பூவும் சர்க்கரையும் கலந்தது காலை உணவாகும். அதேபோல் இலங்கைத் தொடர்பு இருந்தால் பாசிப்பயறும் சர்க்கரையும் தேங்காய்ப் பூவும் தட்டுகளில் சிரிக்கும்.

தேங்காய்ப்பட்டினம், குளச்சல், அஞ்சுகிராமம், ஏரல், காயல்பட்டினம், கீழக்கரை, தொண்டி, அதிராம்பட்டினம், முத்துப்பேட்டை போன்ற அலைவாய்க்கரை ஊர்க்காரர்கள், ஈழ, மலேசியா, சிங்கப்பூர், புருணை ஆகிய நாடுகளோடு வணிகத் தொடர்புகொண்டிருந்ததால் அங்குள்ள உணவு வகைகளும் இங்குப் பிரபலம்.

விழாக்கால விருந்து

காலை உணவுக்கு ரொட்டி, பரோட்டா, ஆப்பம், இடியாப்பம் ஆகியவை பொதுவான உணவாக இருந்தாலும் பண்டிகைக் காலங்களில் 'கோழியாப்பம்' எனும் ஆப்பம் அரங்கேறும். கோழிக்கறியோடு சாப்பிடும் இந்த ஆப்பத்தைச் செய்ய அரிசி மாவும் தேங்காய்ப்பாலும் பயன்படும். தோசை யைப்போல் வார்க்காமல் சட்டியில் ஊற்றப்படும் மாவும் பாலும் கலந்த திரவ வடிவம் சட்டியைத் தூக்கி ஒரு சுற்றுச் சுற்ற மெல்லிய ஆடையைப் போல் தயாராகிவிடும்.

இதன் துணைக்கறி கோழிப்பாணம் மட்டுமல்ல, வட்டிலப் பமும் ஆகும். கோழி முட்டைகள், தேங்காய்ப்பால், சர்க்கரை சேர்த்து வட்டிலில் வைத்து நீராவியால் வேகவைக்க வட்டிலப்பம் தயாராகும்.

பண்டிகை நாட்களில் பகலுணவுக்குத் தேங்காய்ச் சோறு, நெய்ச்சோறு ஆக்கப்படும். தண்ணீரை உலையில் ஏற்றாமல் தேங்காய்ப்பாலை உலை நீராக்கி ஆக்கப்படும் இவ்வகைச் சோறு வாசமும் மணமுமாக இருக்கும்.

பிற்காலங்களில்தான் 'பிரியாணி' வந்து இடம்பிடித்தது. தேங்காய்ச் சோற்றின் இடத்தை அதனால் பிடிக்க முடியவில்லை.

மொகலாயப் படை வீரர்கள் போருக்குச் செல்லும்போது உண்ணக் கட்டிக் கொடுத்த மசாலா சோறுதான் பிரியாணியாகி விட்டது. ஷாஜஹானின் மும்தாஜ்தான் தலைப்பாகை கட்டாத பிரியாணியைக் கண்டுபிடித்தார்.

மணவிழா விருந்து

திருமண விழாக்களில் இன்று பிரியாணி இடம்பிடித்தாலும் அது இரண்டாவது மனைவிபோலவே விளங்குகிறது. முதல் மனைவி வெண்சோறுதான்.

அலைவாய்க்கரை ஊர்களில் வெண்சோறும் கறியும் 'கலியா' எனும் வாழைக்காய்க் கூட்டும் திருமண விழா உணவாகும். இதைக் 'களரிச்சோறு' எனக் கூறுகின்றனர். ஐந்தைந்து பேராய் அமர்ந்து பெரிய தட்டில் சாப்பிடுவது இன்றும் நடக்கிறது. சோறும் கறியும் தெரியும், கலியாவைத் தெரியுமா? வாழைக்காய்களைக் காயுமில்லாமல் கூழுமில்லாமல் ஆக்கி ஈரல், நுரையீரல்களைக் கலந்து ஆக்குவதுதான் கலியா.

தேவகோட்டை போன்ற ஊரிலுள்ள முஸ்லிம்கள் திருமண விருந்தில் ஆட்டுக்கறியோடு, தலை, குடல், ஈரல் ஆகியவற்றையும் சேர்த்து ஆக்கிவிடுவர்; அது ஒரு தனி ருசி!

மண விழாக்களில் அல்வாவும் மஸ்கோத்தும் கீர்ப் பணியாரமும் வெங்காயப் பணியாரமும் குறிச்சியாவும் நடமாடும்.

அல்வாவை உங்களுக்குத் தெரியும், மிகக் கெட்டியாகச் செய்யப்படும் அல்வாவின் உடன்பிறப்பான மஸ்கோத்தையும் உங்களுக்குத் தெரியும். அரிசிமாவும் முட்டையும் சர்க்கரையும் சேர்த்துக் கனமாக நீட்டிய விரல்களோடு மடக்கிய உள்ளங்கையைப் போல் செய்யப்படும் கீர்ப்பணியாரத்தைப் பார்த்தும் ரசிக்கலாம்; சுவைத்தும் ரசிக்கலாம். அதே மாவை நட்சத்திரம் போல் வடித்துச் சுடப்படும் தின்பண்டம்தான் குறிச்சியா. அதே மாவில் தண்ணீர் சேர்த்துச் சின்னச் சின்ன போண்டாக்களைப் போல் செய்யப்படுவதுதான் வெங்காயப் பணியாரம். வெங்காயத்துக்குச் சம்பந்தம் இல்லாவிட்டாலும் அது சின்ன வெங்காயம்போல் வடிவம்கொண்டுவிடுவதால் வெங்காயப் பணியாரம் எனப் பெயர் பெற்றுவிட்டது.

அன்றாட வாழ்வில்...

கறியைப் பல்வேறு விதமான சுவைகளில் ஆக்கும் முஸ்லிம்கள் அதை உப்புக் கண்டம் போட்டும் வறுத்துச் சாப்பிடுகின்றனர். இது கறிக் கருவாடு!

மசாலா சேர்த்த குழம்பு, தேங்காய்ப்பால் குழம்பு ஆகிய இரண்டும் பிரபலம். இவற்றில் மீனோ கோழியோ ஆட்டுக் கால்கள் கறியோ சேர்க்கப்படலாம். மசாலாக் கறி, சாப்ஸ், குருமா, பாயா என அவற்றுக்குப் பெயர்கள்.

இவை தவிரக் 'கடுகுக்கோழி' என்பது வெளிநாட்டு இறக்குமதி! கோழியைப் பெரிய பெரிய துண்டுகளாக்கி அவித்து அதில் தேங்காய்ப்பால் மசாலா சேர்த்து அதிகமான கடுகைப் போட்டு வறுத்து ஆக்கப்படும் கெட்டியான குழம்பு 'கடுகுக் கோழி' எனக் கூறப்படுகிறது.

ஆக்கிய மீன்களை எடுத்துப் பொரிப்பதும் பொரித்த மீன்களைக் கொண்டு ஆணம் காய்ச்சுவதும் வாடிக்கை, தலைகீழ்ப் பாடம்!

இறால்களைக் காய்கறிக் குழம்பில் போட்டு ஆக்குவதும் அவற்றை வெங்காயத்தோடு போட்டு வறுப்பதும் நாவில் நீரூறச் செய்யும். இறால்களை அரிசிமாவோடு சேர்த்துக் கொழுக்கட்டையாக்கிச் சாப்பிடுவதும் உண்டு. அதே கொழுக் கட்டைகளைத் தேங்காய்ப்பால் ஆணத்தில் போட்டுச் சாப்பிடு வதும் நன்று. ஆணக் கொழுக்கட்டைகள் 'தக்கடி' என அழைக்கப் படும். அரேபியாவில் சுரைக்காய் ஆணத்தில் ஆட்டுக்கால் களைப் போட்டுத் 'தக்கடி' செய்கின்றனர்.

ஆக்கிய கறி மிச்சமானால் அதை அரிசிமாவுக் கரைசலில் முக்கி எடுத்து பஜ்ஜியைப்போல் பொரித்தெடுக்கும் அறுசுவை பலகாரம் புலாச்சப்பம் (புலால் + அப்பத்தில் எப்படி 'ச்' புகுந்தது). எச்சிலை ஊற வைப்பதாலோ?

காரைக்கால், நாகூர், புதுச்சேரி போன்ற ஊர்களில் இறாலைச் சேர்த்து பஜ்ஜிகள் செய்து விற்கின்றனர். இவை 'கவாப்' எனக் கூறப்படுகிறது. 'கவாப்' சாப்பிட்டால் 'நவாப்' ஆகலாம். அரிசிமாவில் வெங்காயம், பச்சை மிளகாய், இறால் கலந்து அடை செய்யப்படுகிறது. இதுவே இறால் அடை.

இறால்களை அம்மியில் வைத்து அரைத்தோ மிக்ஸியில் போட்டுப் பொடியாக்கியோ முட்டைகளோடு கலந்து வெங்

பக்தவத்சல பாரதி

காயம், பச்சை மிளகாய் சேர்த்து 'ஆம்லெட்' செய்யப்படுகிறது. "முட்டை பொரித்து, முழுக் கோழிதான் பொரித்து, தட்டைப் பீங்கானில் வைத்துத் தருவேன் பராபரமே!" எனப் பாடத் தோன்றும். எதைச் சேர்த்தாலும் எதைச் சேர்க்காவிட்டாலும் மிகமிகச் சுவையானது இறால். 24 கேரட் தங்கத்தை நகையாக்கச் செம்பைச் சேர்ப்பார்கள். இறாலை உயர் சுவை உணவாக்கத் தாளிப்புக்குத் தேவையான எண்ணெய் சேர்த்தால் போதும். வாணலியில் சிறிது எண்ணெய் ஊற்றி இறால்களைக் கொட்டி வறுத்துவிட்டால் போதும், அவை செந்நிறமாகிவிடும்.

புழுதி வண்ணமிருந்த இறால்கள் செம்பொன்னாகிவிடும் ரசவாதம்!

நண்டுக் குழம்பும் கணவாய்க் கூட்டும் கடற்கரை ஊர்களின் காற்றோடு சங்கமிக்கும். மீன் குழம்பின் மணத்தைக் கருவாட்டுப் பொரியல் வாசம் காணாமல் ஆக்கும்.

தர்காக்களில்

கடலோரக் கிராம முஸ்லிம்கள் தர்கா கலாச்சாரத்தோடு வளர்ந்தவர்கள். ஆங்காங்கு இஸ்லாத்தைப் பரப்பிய இறை நேசச் செல்வர்களின் சமாதிகளே தர்காக்கள் என அழைக்கப்படுகின்றன. அவற்றை நாடி வியாழன், ஞாயிறு பின்னேரங்களில் முஸ்லிம்கள் வழிபடுவார்கள். அப்போது அவர்கள் கட்டுச் சோற்றில் கருவாட்டுக் குழம்பு இருக்கும்.

தனவந்தர்கள் சிலர் வண்டிகளில் குடும்பத்தோடு தர்காவுக்குச் சென்று தங்கி மறுநாள் 'தந்தூரி'ச் சோறு பங்கிட்டுக் கொடுப்பார்கள்.

சோற்றையும் ஆட்டுக்கறியையும் பெரிய சட்டிகளில் ஆக்கிப் பலருக்கும் கொடுப்பார்கள். சிலர் இரண்டையும் கலந்து கொடுப்பார்கள். தர்காவுக்கு எதிரான குரல்கள் இன்று பல இடங்களில் எழுப்பியும் இக்கலாச்சாரம் தொடர்கிறது.

துவரங்குறிச்சி போன்ற ஊர்களில் முஸ்லிம்கள் தர்காச் சோற்றைப் மிகப்பெரிய அளவில் கொடுக்கின்றனர். இங்கு வழங்கப்படும் 'தாளியானா' எனும் குழம்பு மிகப் பிரபலமானது.

ஒரு கிலோ கறிக்கு அரைக்கிலோ வாழைக்காய் என்ற விகிதத்தில் மசாலா வகையறா வித்தியாசமாகச் சேர்த்துப் பெரிய பெரிய சட்டிகளில் ஆக்கப்படும் 'தாளியானா' கந்தூரி விழாவின்போது ஊரிலுள்ள அனைவருக்கும் கொடுக்கப் படுகிறது.

சோற்றைத் தயாராக ஆக்கி வைத்திருக்கும் மக்கள் 'தாளியானா' வழங்கப்பட்டவுடன் ஒரு பிடிபிடிக்க வேண்டியது தான். வித்தியாசமான விழாக்கால விருந்து இது.

புத்தாநத்தம், மணப்பாறைப் பகுதிகளில் முஸ்லிம் வீடுகளில் சிறப்பான குழம்பு தாளியானா. இங்கு ஆக்கப்படும் பருப்புச் சோறும் நம்மைச் சம்மணம் போட்டு உட்கார வைத்துவிடும்.

மீலாது விழாக்களில் . . .

நீண்டகாலமாக நடைபெற்றுவரும் மீலாத் விழாக்களில் அண்ணல் நபி ஸல் அவர்களின் புகழ் பேசப்படுகிறது. பல ஊர்களில் மௌசாது என்னும் நபிப் புகழ்ப் பாக்கள் பாடப் படுகின்றன. இத்தகைய விழாக்களின்போது தேங்காய்ச் சோறும் ஆட்டுக்கறியும் பெரும் விருந்தாகிவிடுகிறது. பெரும் பாலான முஸ்லிம் ஊர்களில் இவ்விருந்து ஆண்டுதோறும் நடத்தப்படுகிறது.

நோன்புக் காலங்களில் . . .

நோன்பு வைக்கும் காலங்களில் மாலையில் நோன்பைத் துறக்க 'நோன்புக்கஞ்சி' தயாரிக்கப்படுகிறது. கிழக்காசிய நாடுகள், இலங்கை, தமிழகம் தவிர வேறெங்கும் இந்தக் கஞ்சி நோன்பின்போது புழக்கத்தில் இல்லை.

அரிசியை உருத்தெரியாமல் ஆக்கி அதில் கறியைப் பொடி யாக்கிச் சேர்த்து மசாலா மணக்கத் தயாரிக்கப்படும் நோன்புக் கஞ்சி நோன்பைத் துறக்கும்போது பேரானந்தத்தைக் கொடுக்கும்.

'முட்டடை' என்று ஒரு மாலை நேரப் பணியாரம் செய்யப்படுவதுண்டு. அரிசி மாவு, முட்டை, தேங்காய்ப்பால் அளவோடு சேர்த்து மத்தால் கடைந்து சட்டியில் ஊற்றிப் புழுங்க வைக்கப்படும் பணியாரம். இது பேக்கரிகளில் விற்கப்படும் கேக்குகளைவிட மிக ருசியாக இருக்கும்.

'தேத்தண்ணி'க் கடைகளில் . . .

மைதாமாவு, முட்டை, சர்க்கரை சேர்த்துப் பிசைந்து தயாரிக்கப்படும் 'கஜீர்' எனும் கேக்குகள் முஸ்லிம் ஊர்களி லுள்ள 'தேத்தண்ணிக்கடை'களில் கிடைக்கும். அங்கு மைதா மாவை இதழ் இதழாக மாற்றி அடுக்கி அடுக்கி வாழைக்காய் வடிவத்தில் பொரித்தெடுக்க மஞ்சள் பூவாக மாறும். அதில் பாகு ஊற்றிப் பனி மலராகும். இந்தக் கேசரி நிறப் பூரியும் இனிப்பும் போண்டா கேக்குகளோடு கிடைக்கும்.

கேக்கையும் பூரியையும் வெல்லும் இன்னொரு தின் பண்டம் 'தொதல்'. அரிசிமாவு, கருப்பட்டி, தேங்காய்பால் கலந்து செய்யப்பட்டுக்கொண்டிருந்த தொதல் இப்போது அரிசிமாவுக்குப் பதில் மைதா மாவு சேர்த்துச் செய்யப்படுகிறது.

அல்வாவை ஐரோப்பியன் எனச் சொன்னால் 'தொதலை' ஆப்பிரிக்கன் எனச் சொல்லலாம். கருப்பட்டியும் எண்ணெயும் தொதலுக்குக் கவர்ச்சியைக் கொடுக்கின்றன.

ஐரோப்பியரையும் ஆப்பிரிக்கரையும் ஒன்றாகக் கருதும் முஸ்லிம்கள் உண்ணும் உணவு எங்கே கிடைக்கும்? அவற்றை நீங்கள் இதுவரை சுவைக்காமலிருந்தால் சுவைத்துப்பாருங்கள். இதற்காக நீங்கள் காரைக்கால், நாகூர், முத்துப்பேட்டை, கீழக்கரை, ஏர்வாடி எனக் கிழக்குக்கரைப் பட்டினங்களுக்குப் பயணம் மேற்கொள்ளலாம்.

34

மிளகாயைப் போன்ற பாண்டுரங்கன்

பி.ஏ. கிருஷ்ணன்

யாக்ஞவல்கியரிடம் மாட்டு மாமிசம் சாப்பிடுவது பாவமான செயல் என்று சொன்னார்களாம். அவரது பதில் : இருக்கலாம், ஆனால் மாமிசம் மிருதுவாக இருந்தால் சாப்பிடத்தான் செய்வேன். இது 'சதபதப் பிராமண'த்தில் வருகிறது.

தமிழ்நாட்டிலும் பிராமணர்கள் மாமிசத்தை முழுவதும் வெறுத்து ஒதுக்கியதாகத் தெரியவில்லை. கபிலரைப் படித்தவர்களுக்கு இது தெரியும். ஆனால் 'பெரும் பாணாற்றுப்படை'யின் இந்த வரிகள் பிராமணர்கள் வீட்டில் வெள்ளரிசிச் சோறோடு நெய்யில் பொரித்த மாதுளங்காய்க் கறி பெறலாம் என்று கூறுகின்றன. மாமிசத்தைப் பற்றிப் பேச்சே இல்லை.

சேதா நறு மோர் வெண்ணெயின் மாதுளத்து
உறுப்புறு பசுங்காய்ப் போழொடு கறி கலந்து,
கஞ்சக நறு முறி அளைஇ பைந்துணர்
நெடுமரக் கொக்கின நறு வடி விதிர்த்த
தகை மாண் காடியின் வகைப் படப் பெறுகுவிர்.

என் தந்தையார் இந்த வரிகளை அடிக்கடி மேற்கோள் காட்டுவார். நான் மாமிசப் பாதையில் போய்விடக் கூடாது என்பதற்காக எனக்குப் போடப்பட்ட சங்கிலிகளில் இதுவும் ஒன்று. அவரைச் சீண்டுவதற்காக நான் "சதபதப் பிராமணத்தில் இப்படிச் சொல்லியிருக்கிறதே" என்பேன். "இந்தக் கோசாம்பி புத்தகத்தைப் படிச்சுட்டு ஆடாதே (நான் இந்த மேற்கோளை முதலில் படித்தது

டி.டி. கோசாம்பியின் *An Introduction to the Study of Indian History* என்னும் புத்தகத்தில்). அவன் கிடக்கிறான். 'சதபதப் பிராமண'த்தில சொன்னா என்ன? யாக்ஞவல்கியன் வடக்கத்தி யான். இப்பவும் வடக்க பிராமணா மாமிசம் சாப்பிடறா. ஆனா நாம தமிழ்த் தேசத்தவாடா. மேலால வைஷ்ணவா. குறைஞ்சது ஆயிரத்து ஐந்நூறு வருஷமா நாம தொட்ட தில்லடா. இப்ப தொடணும்னு என்ன கட்டாயம்?" என்று அவர் சொல்லுவார். அவர் திருநெல்வேலிக் கம்பன் கழகத்தின் தலைவராக இருந்தபோது இராமன் மாமிசம் சாப்பிட்டது சரியா தவறா என்று ஒரு பட்டிமன்றம் நடந்ததாக ஞாபகம்!

தாங்கள் சாப்பிட்ட உணவைத்தான் தங்களது மூதாதை யர்களும் சாப்பிட்டு வந்ததாக நமது பெற்றோர்கள் நினைத்துக் கொண்டிருந்தார்கள். நாமும் புது உணவை வரவேற்கத் தயக்கம் காட்டுகிறோம். நம்மில் எத்தனை பேர் நமது குழந்தைகள் பீட்ஸா, பர்கர் சாப்பிடுவதை விரும்புகிறோம். ஆனால் மனிதன் தான் சாப்பிடுவதை மாற்றிக்கொண்டே இருந்திருக்கிறான். நாம் நமது கலாச்சாரத்திற்கு வேர்கள் என்று நினைக்கும் சில உணவு வகைகள் நம்மிடம் வந்து சில நூற்றாண்டுகளே ஆகின்றன. உதாரணமாகத் தோசை, இட்லியை எடுத்துக் கொள்வோம். தமிழனின் தனிப்பெரும் உணவுச் சின்னங்களாக அவை அறியப்படுபவை. தோசையைப் பற்றிய குறிப்புகள் 'திவாகரம்', 'பிங்கலந்தை', 'சூடாமணி' போன்ற நிகண்டுகளில் வருகின்றன என்று நண்பர் சலபதி சொன்னார். ஆனால் கூளப்ப நாயக்கன் 'விறலிவிடு தூது'வில் (முந்நூறு ஆண்டு களுக்கு முன்னால் எழுதப்பட்டது) தாய்க் கிழவி சொல்வதாக வரும் இந்த வரிகளில்தான் நான் முதலில் தமிழ் இலக்கியத்தில் தோசையைப் பார்த்தேன்.

இது அவதானி என்னும் பார்ப்பனனுக்கு எதற்காகக் கடன் கொடுத்தாள் என்பதைத் தாய்க் கிழவி தெரிவிக்கும் வகையில் கூறுவது :

இங்கு வந்த நாள் முதலா ஏது கொடுத்தான், தனக்கு
குங்குமச் சம்பா அரிசி கொள்ள என்றும் – பொங்கலுக்குப்
பாசிப் பயறென்றும் பாலென்றும் நெய்யென்றும்
தோசைக்கு உளுந்தென்றும் . . .
படுக்கைக்கு வாழைப் பழமென்றும் கேட்பான்
கொடுக்கும் கடன் போற கொடுத்தேன்.

இட்லி விவகாரம் இதைவிட மோசம். நண்பர் சலபதி 17 – 18ஆம் நூற்றாண்டுகளுக்கு முன்னால் இட்லியைப் பற்றிய பேச்சே இலக்கியத்தில் இல்லை என்கிறார். ஆனால் திருப்பதி தேவஸ்தான வரலாறு, திருப்பதி கோவிலில் இட்லியும்

தோசையும் பதினைந்தாம் நூற்றாண்டிலேயே கடவுளுக்குப் படைக்கப்பட்டதெனக் கல்வெட்டுச் சான்றுகள் இருப்பதாகக் கூறுகிறது.

சாப்பிடும்போது சாப்பிடப்படும் உணவை நமது முன்னோர்கள் எப்போது சாப்பிடத் தொடங்கினார்கள் என்னும் ஆராய்ச்சியில் இறங்கினால், சாப்பிடுவது ருசிக்காமல் போய்விடும் சாத்தியக் கூறுகள் இருக்கின்றன. ஆனால் நமக்காக இந்த ஆராய்ச்சிகளெல்லாம் செய்து இந்திய உணவின் வரலாற்றைப் பற்றிய ஓர் அருமையான புத்தகத்தை ஒருவர் எழுதியிருக்கிறார். நான் சமீபத்தில் மிகுந்த ஆர்வத்தோடு படித்த புத்தகம் அது. K.T. அசயா எழுதிய *Indian Food - A Historical Companion* (இந்திய உணவு – அதன் வரலாற்றுத் துணைவன்) புத்தகத்தில் கொடுக்கப்பட்டிருக்கும் தகவல்களில் பல நம்மை வியப்பில் ஆழ்த்துபவை.

இட்லியைப் பற்றி அசயா கூறும் தகவல்களைப் பார்ப்போம். இட்லி 'வட்டாராதனே' என்னும் கன்னட நூலில் (கி.பி. 920இல் எழுதப்பட்டது) முதன்முதலில் குறிப்பிடப்படுவதாகக் கூறுகிறார். சிவகோத்யாசார்யா என்னும் புலவர் எழுதிய இந்த நூலில் இட்லி, வீடு திரும்பும் பிரம்மச்சாரிக்குப் படைக்கப்படும் பதினெட்டு உணவுகளில் ஒன்று. இது எப்படிச் செய்யப்படுகிறது?

உளுத்தம் பருப்பை மோரில் ஊறவையுங்கள். நன்றாக அரையுங்கள். அரைத்ததைத் தயிர், சீரகம், கொத்துமல்லி, மிளகு, பெருங்காயத்துடன் கலக்குங்கள். வட்ட வடிவமாக்குங்கள்.

பின்னால் என்ன செய்ய வேண்டும் என்பதை 'வட்டாராதனே' கூறவில்லை என்று நினைக்கிறேன். அசயாவும் கூறவில்லை. ஆனால் கி.பி. 1130இல் எழுதப்பட்ட 'மனஸோல்லாஸா' என்னும் வடமொழி நூல் 'இட்டரிகா' என்னும் இட்லி (மேற்கூறிய கலவையாகத்தான் இருக்க வேண்டும்) நெய்யில் பொரிக்கப்படுகிறது என்று கூறுகிறது. 13ஆம் நூற்றாண்டு கன்னட நூல் ஒன்று 'இட்லி, மதிப்பு அதிகம் உள்ள காசுகளைப்போல மிக லேசானது' என்கிறது. தமிழில் இட்லியைப் பற்றிய முதல் குறிப்பு 'மச்ச புராண'த்தில் (17ஆம் நூற்றாண்டு) வருகிறது என்று சொல்லும் அசயா, இலக்கிய இட்லிக்கும் இன்றைய இட்லிக்கும் உள்ள மூன்று வித்தியாசங்களைக் கூறுகிறார். இலக்கிய இட்லியில் அரிசிக் கலவை இல்லை; அரைத்து மறுநாள்வரை வைத்துப் புளிக்க வைப்பது இல்லை; கடைசியாக நீராவியில் வேகவைக்கும் பேச்சே இல்லை!

இந்தப் புளிக்கவைத்து வேகவைக்கும் உத்திகள் எங்கிருந்து வந்தன ?

இந்தோனேசியர் எல்லாவற்றையும் (மீன், சோயா, வேர்க்கடலை போன்றவற்றைக்கூட) புளிக்கவைப்பார்கள் என்று கூறும் ஆசிரியர், அவர்கள் உணவில் இதேபோலப் புளிக்கவைத்து வேகவைக்கப்படும் 'கெட்லி' என்ற உணவு வகை இருக்கிறது என்கிறார். இந்தோனேசிய இந்து அரசர்கள் இந்தியாவிற்குப் பெண் எடுக்க வந்தபோது அவர்களுடன் வந்த சமையற்காரர்கள் இந்த உத்திகளை அறிமுகம் செய்திருக்க லாம் என்கிறார். செய்யும் முறை மாறினாலும் பெயர் மாறாமல் இருந்திருக்கலாம்.

தோசை சங்க இலக்கியத்தில் கூறப்படுகிறது என்று அசயா கூறுகிறார் – கனகசபையின் புத்தகத்தை மேற்கோள் காட்டி. சங்கத் தமிழர்கள் தோசை உண்டதாக எனக்குத் தெரியவில்லை. உங்களுக்குத் தெரியுமா?

பஜ்ஜி தென்னிந்திய உணவுதான் என்று சத்தியம் செய்யும் ஆசிரியர், இங்கிருந்துதான் அது போர்த்துக்கீசியர் களால் ஜப்பானுக்குக் கொண்டுசெல்லப்பட்டு அங்கு டெம்புரா என்னும் பெயர் கொடுக்கப்பட்டது என்கிறார். ஜப்பான் பஜ்ஜிக்குள் இருப்பது வாழைக்காய் அல்ல; மீன்.

வடை, அல்லது வடகா 2500 வருடங்களுக்கு முன்பே புத்த மதம் சார்ந்த இலக்கியத்தில் சொல்லப்பட்டிருக்கிறது. தமிழில் வடையைப் பற்றிய குறிப்பு முதலில் எப்போது வருகிறது என்பது தெரியவில்லை. ஆனால் அசயா தமிழ் வடைதான் வடமொழி வடகாவாக ஆயிற்று என்கிறார்.

உணவு, காய் கனி வகைகளைக் குறிக்கும் சொற்களில் தமிழ் மற்றும் முண்டா மொழிகளிலிருந்து வடமொழி மற்றும் மேலை மொழிகளுக்குச் சென்றவற்றில் சில :

வடமொழி மற்றும் இந்தி

முட்கா (பாசிப் பருப்பு), மசூரா (மசூர் பருப்பு), ஸர்ஷபா (ஸர்ஸோன் – கடுகு), விரின்டகா (கத்தரிக் காய்), அலாபு (பூசணிக்காய்), ஹரித்ரா (மஞ்சள்) போன்றவை முண்டா மொழியிலிருந்து சென்றவை.

சிருங்க வேரா (இஞ்சி வேர்), கதலி (வாழைப்பழம்), மிரியம் (மிளகு – மற்றொரு பெயர் யவனப் பிரியா – யவனர் களுக்குப் பிடித்தமானது!), துவரிகா (துவரை), ஆம்ரா அல்லது

அம்பா (மாங்காய்), பலாவோ (புலவு – மாமிச உணவு), பெண்டி – ஹிந்தி (வெண்டைக்காய்) போன்றவை தமிழிலிருந்து சென்றவை.

தென்மொழிகளிலிருந்து மேலை மொழிகளுக்குச் சென்றவை :

Oryza	(கிரேக்கம்)	–	அரிசி
Rice	(ஆங்கிலம்)	–	அரிசி
Jack fruit	(ஆங்கிலம்)	–	சக்கைப் பழம்
Betel	(ஆங்கிலம்)	–	வெற்றிலை
Areca	(ஆங்கிலம்)	–	அடைக்காய்
Curry	(ஆங்கிலம்)	–	கறி
Hopper	(ஆங்கிலம்)	–	ஆப்பம்
Mulligatawny	(ஆங்கிலம்)	–	மிளகுத் தண்ணீர்

தமிழர் ஊனை நெய்யில் பொரித்து உண்பது உண்டு என்று கே.கே. பிள்ளை 'தமிழக வரலாறு : மக்களும் பண்பாடும்' என்னும் புத்தகத்தில் கூறுகிறார். 'பால் சோறை மூட நெய் பெய்ய வேண்டும்' என்று திருப்பாவை கூறுகிறது. ஆனாலும் தமிழன் எண்ணெய், நெய்யில் பொரித்த பண்டங்களை அதிகம் உண்ணவில்லை என்று தொ. பரமசிவன் 'பண்பாட்டு அசைவுகள்' நூலில் சொல்வது சரி என்றுதான் தோன்றுகிறது. ஆனால் கன்னட நாட்டில் பொரித்து உண்பது 10ஆம் நூற்றாண்டிலேயே பரவலாகிவிட்டது. பூரி அப்போதே இருந்தது. ஹப்பலா (அப்பளம்) 12ஆம் நூற்றாண்டிலிருந்தே உணவின் இன்றியமையாத ஓர் அங்கம். சக்கலி (முறுக்கு) 16ஆம் நூற்றாண்டில் வருகிறது. அதிரசம் 17ஆம் நூற்றாண்டின் முதல் ஆண்டுகளில்; சாம்பார் இடை ஆண்டுகளில்.

பூண்டும் வெங்காயமும் இன்று எல்லோராலும் விரும்பி உண்ணப்படுபவை. ஆனால் என் அன்னையார் உயிரோடு இருந்தவரையில் வெங்காயமோ பூண்டோ எங்கள் வீட்டுச் சமையல் அறைக்குள் நுழைந்தது இல்லை. இன்றும் என் சகோதரிகள் பூண்டு சேர்ப்பது இல்லை. இந்த வெறுப்புப் பல நூற்றாண்டுகள் பழமையானது. பாஹியன் தனது பயணக் கட்டுரைகளில் இந்தியர்கள் வெங்காயம், பூண்டு உண்பதில்லை என்கிறார். அவருக்குப் பின்னால் வந்த ஹியூன் சாங் யாராவது வெங்காயம், பூண்டு சாப்பிட்டால் அவர்கள் நகர மதில்களுக்கு அப்பால் வெளியேற்றப்படுகிறார்கள் என்கிறார்.

உண்டு இனிது இருந்த உயர் பேரோளற்கு
அம்மென் திரையலொடு அடைக்காய் ஈத்த
மை ஈர் ஓதி...

என்று இளங்கோ அடிகள் கண்ணகி கோவலனுக்கு வெற்றிலையும் பாக்கும் அளித்ததைக் குறிப்பிடுகிறார். வெற்றிலை ஜாதகக் கதைகளில் கூறப்பட்டாலும் வெற்றிலை போடுவது தென்னாட்டுப் பழக்கம் என்பது காளிதாசனின் 'ரகுவம்ச'த்திலிருந்து தெரிகிறது.

அரசர்கள் எவ்வாறான உணவை உண்டார்கள்? 'மனஸோல்லாஸா' நூல் ஒரு பெரிய பட்டியலையே தருகிறது.

'மண்டகா' என்னும் இன்றைய பரோட்டா. தேன், வெல்லம் மற்றும் பருப்பு வகையாலும் பொதிக்கப்பட்டது. கார வகையும் உண்டு. சுகாரி என்னும் இன்றைய பாதுஷா (பாலு ஷாஹி). கசரா என்னும் இன்னொரு பூரி வகை. பத்திரிகா என்னும் இன்றைய போளி. போண்டா. சேவிகா என்னும் ஓமப்பொடி. பொரி. வேஷ்டிகா என்னும் கடலைப் பருப்பு இனிப்பு வடை. வடைகளிலும் பல வகைகள். ஐந்து துளைகள் உள்ள வடையிலிருந்து நமது தயிர் வடைவரை.

பாக்கு மாதிரித் துண்டிக்கப்பட்டு நெய்யில் பொரிக்கப் பட்ட ஆட்டின் ஈரல். தீயில் வாட்டிய ஆமை. எண்ணெயில் பொரிக்கப்பட்ட மீன். இன்றைய கபாப் போன்ற ஒரு வகை மாமிசம் உள்ளே அடைக்கப்பட்டு நெய்யில் வதக்கப்பட்ட கத்தரிக்காய். ஆற்றோரம் பிடிக்கப்பட்ட எலி!

உளுந்து பற்றிச் சங்க இலக்கியத்தில் ஒரு குறிப்பும் இல்லை என்று அசயா தவறாகச் சொல்கிறார். 'உழுந்து தலைப் பெய்த கொழுங்களி மிதவை'ப் பற்றி அவருக்குத் தெரிந்திருக்க வாய்ப்பில்லை.

பூழ்க்காலன்ன செங்கா லுழுந்தின்
ஊழ்ப்படு முதுகா யுழையினங் கவரும்

என்று 'குறுந்தொகை' முதிர்ந்த உளுத்தங்காய்களை மான் கூட்டம் விரும்பி உண்பதைச் சொல்கிறது.

வேர்க்கடலை மிக மிகச் சமீபத்தில்தான் இந்தியாவிற்கு – முதலாகத் தென்னாட்டிற்கு – வந்தது 1850களில்தான். ஆனால் முந்திரிப் பருப்பு 16ஆம் நூற்றாண்டிலேயே வந்துவிட்டது. 1578இல் அது கொச்சி ராஜியத்தில் செழிப்பாக வளர்ந்ததாகக் குறிப்பு ஒன்று இருக்கிறது. இதேபோலப் பாதாம் பருப்பும்

பின்னால்தான் வந்தது. இதன் சமஸ்கிருதப் பெயர் வாதமா. இதே பெயர்கொண்ட மற்றொரு பருப்பை சரகர் தன்னுடைய 'சம்ஹிதை'யில் குறிப்பிடுகிறார். இந்தப் பருப்பு நாம் எல்லாம் அறிந்த வாதாம் பருப்புத்தான். இந்த வாதா மரம் நாங்கு னேரியில் எங்கள் வீட்டிற்குப் பின்னால் இருந்தது. இதன் பருப்புச் சிறியதாக, கடிப்பதற்கு இதமாக, மிகவும் இனிப்பாக இருக்கும். இதன் பெயரை எங்கிருந்தோ வந்த பாதாம் எடுத்துக் கொண்டுவிட்டது.

பழங்களில் கொய்யாப் பழம் 16ஆம் நூற்றாண்டில் இந்தியாவிற்கு வந்ததாகத் தெரிகிறது. அது பெரு நாட்டைச் சேர்ந்தது. பெரு நாட்டைச் சேர்ந்த உருளைக் கிழங்கும் 17ஆம் நூற்றாண்டில் வந்தடைந்தது. ஸர் தாமஸ் ரோ அசப் கான் என்பவருக்குக் கொடுத்த விருந்தில் அது முதல்முதலாகப் படைக்கப்பட்டதாகத் தெரிகிறது. உருளைக்கிழங்கு பதினெட் டாம் நூற்றாண்டிலும் மிகவும் அரிதாக இருந்தது என்பதை வாரன் ஹேஸ்டிங்ஸுக்கு ஒரு கூடை உருளைக்கிழங்குகள் பரிசு அளிக்கப்பட்டதிலிருந்து தெரிந்துகொள்ளலாம். இதே போன்று மரச்சீனிக் கிழங்கும் தென் அமெரிக்காவிலிருந்து 19ஆம் நூற்றாண்டின் ஆரம்பத்தில் வந்ததாகத் தெரிகிறது. ஆப்ரிக்காவிலிருந்தும் வந்திருக்கலாம்.

ஐரோப்பாவிற்கு 1550இல் வந்த தக்காளி எப்போது இந்தியா வந்தது என்பது பற்றிச் சரியாகத் தெரியவில்லை என்கிறார் ஆசிரியர். நூறு, நூற்றைம்பது ஆண்டுகளுக்கு முன்வரை நமது நாட்டில் தக்காளி ஐரோப்பியர்களுக்காகவே பயிரிடப் பட்டு வந்தது. தக்காளி ரசம் நிச்சயம் அதற்குப் பின்னாலேயே வந்திருக்க வேண்டும்.

மிளகாய் எங்கிருந்து, எப்போது வந்தது? அது நம் நாட்டது அல்ல என்பதே ஆச்சரியமாக இருக்கிறது. மெக்ஸிகோ நாட்டின் மிளகாய் பற்றிய குறிப்புப் புரந்தரதாசர் கிருதி ஒன்றில்தான் முதலில் வருகிறது என்கிறார் ஆசிரியர்.

"உன்னைப் பச்சை வண்ணத்தில் பார்த்தேன். முதிர முதிரச் செவ்வண்ணம் அடைந்தாய் – பார்ப்பதற்கு அழகாய், உணவிற்கு உயிர் ஊட்டுவதாய், ஆனால் அதிகம் சேர்த்தால் உணவுப் பாதையை எரிப்பதாய்.

ஏழையின் நாயகனே, உணவுக்குச் சுவை சேர்ப்பவனே, கடித்தால் காரமானவனே, பாண்டுரங்கா, நீ அணுகுவதற்குக் கடினமானவன், மிளகாய்போல."

புரந்தரதாசர் பதினைந்து, பதினாறாம் நூற்றாண்டில் வாழ்ந்தவர். இந்தியா வந்தடைந்த மிகக் குறுகிய காலத்திலேயே மிளகாயின் அருமை நமது முன்னோர்களுக்குத் தெரிந்துவிட்டது.

இந்தப் புத்தகத்தில் தரப்பட்டிருக்கும் செய்திகள் எல்லா வற்றையும் பற்றிப் பேசுவது இயலாதது. ஆனாலும் அவர் கர்நாடகப் பிராமண விருந்து ஒன்றில் பரிமாறப்படுவதைப் பற்றிக் கூறுவதை இங்குச் சொல்லித்தான் ஆக வேண்டும். அண்ணாஜி 1600இல் எழுதியது : வகைவகையான சித்திரான் னங்கள். கட்டோகரை. கலசோகரை. (இவை என்ன என்பதைக் கன்னடியரைத்தான் கேட்டுத் தெரிந்துகொள்ள வேண்டும்.) தொன்னையில் மஞ்சள்கல் போன்று பளிச்சிடும் நெய். செதில் செதிலாக உதிரும்வரை காய்ச்சப்பட்ட பால். அப்போதுதான் போடப்பட்ட பசுமை மாறாத மாங்காய் ஊறுகாய். விதவிதமான காய்கறிகள் – உப்பும் உறைப்பும் ஏற்றி எண்ணெய் மினுங்குபவை.

கொலஸ்டரால் கண்டுபிடிக்கப்படாத காலம் அது.

35

சொர்க்கத்தில் கட்டெறும்பு

குமாரசெல்வா

'நூற்றிநாலு நீக்கம்பு' என்னும் சொல் விளவங்கோடு பகுதி மக்கள் வாயில் அடிக்கடி புரளும். அடிதடிகளின்போது மட்டுமல்லாமல், சாதாரணப் பேச்சிலும் இதைக் கேட்கலாம். 1104 கொல்லம் வருடத்தில் அதாவது 1929ஆம் ஆண்டு வாக்கில் மக்களை வாரிச் சென்ற கொடுமையான காலரா நோயையே அது குறிக்கும். முதல், இரண்டாம் உலகப் போர்களையடுத்த காலகட்டங்களில் காலரா நோய் இப்பகுதிகளை அதிகமாக மேய்ந்து சென்றது. பஞ்சத்தில் அடிபட்ட மக்கள் உணவுக்காகப் புதிய பழக்கங்களை மேற்கொண்டதும் இதற்கான ஒரு காரணமாகும்.

நமது மக்கள் தலைமுறை தலைமுறையாகப் பசியையும் பட்டினியையும் சுமந்து திரிந்த பரம்பரையாகும். பனையைச் செதுக்கத் தொடங்கியதும், மரச்சீனிக் கிழங்கின் பயன்பாட்டை அறிந்ததும்கூடப் பசியை விரட்டுவதற்காகத்தான். முந்தைய தலைமுறை மக்களைக் கேட்டால் சொல்வார்கள். இன்றுபோல வேலை வாய்ப்புகளோ மருத்துவ வசதிகளோ எதுவும் அற்ற காலம். மின்சாரம் கிடையாது. மண் வெட்டவோ உழவோ சென்றால் ஒருநாள் கூலி ஏழு சக்கறம். இன்றைய நாலணா. பனையேறுபவன் வீட்டில்தான் சாப்பிட ஏதாவது கிட்டும். ஆகையால்தான் இன்று மருத்துவர்களுக்கும் வாத்தியானுவளுக்கும் பெண் கொடுக்க முந்துவது போன்ற வாய்ப்பு அன்று பனையேறிகளுக்கு இருந்தது. 'வச்சி வெள்ளம் ஊத்துவான்' என்னும் பதமே ஓரளவு புசிக்க ஏதாவது கிடைக்கும் என்பதையே குறிக்கும்.

ஒருமுறை பெரியவர் ஒருவர், 'ஆண்டவரே! கன்னியா குமரி மாவட்டத்தில் ஒரு பனைகூட நிக்கப்பிடாது. எல்லாம் அழிஞ்சி மண்ணாப்போணுமே' என்று ஜெபம் செய்தாராம். ஏனென்றால் ஒருநாள் அதிகாலை நான்கு மணிக்கு ஒருவன் பனையேறத் தொடங்கினால் மறுநாள் காலை இரண்டு மணிவரையிலும் ஏறிக்கொண்டே இருப்பான். இத்தொழிலில் ஆண்களைவிடப் பெண்களுக்கே அதிகம் வேலை. தீ அடுப்பின் முன் நின்று எப்போதும் வெந்துகொண்டே இருப்பார்கள். இந்தச் சூழ்நிலையில் சுத்தமாக உடம்பை வைத்திருக்கவோ சரியாக ஆடை உடுத்தவோ உணவு உண்ணவோ அவர்களால் இயலாது. மரச்சீனிக் கிழங்கை நறுக்கி அவிக்க நேரம் இருக்காது. அக்கானி காயும் அடுப்பிலிட்டுச் சுட்டோ முழுசாக அவித்தோ மாடு தின்னுவதுபோலத்தான் தின்பார்கள். பனை சார்ந்த வாழ்க்கை மாறிப் பல தொழில் செய்து பிழைக்கும் இன்றைய சூழ்நிலையிலும்கூட இந்த மக்களின் உணவுப் பழக்கவழக்கங் களில் இதன் தொடர்ச்சியை நம்மால் காண முடியும்.

வீட்டில் பெண்கள் கோழி வளர்த்து முட்டை எடுத்துச் சந்தைக்குக் கொண்டுசென்று விற்பார்கள். நாட்டு முட்டைக்கு எப்போதும் மதிப்புத்தான். விற்ற பணத்தில் கருவாடு வாங்கி வந்து கறி வைப்பார்களே தவிர, அதில் ரெண்டு முட்டையை எடுத்துச் சாப்பிடுவோம் என்று நினைக்கமாட்டார்கள். கல்யாண வீடுகளில் இவர்கள் சாப்பிடும் முறையைக் கவனித் தால் நான் கூறுவது மேலும் விளங்கும். சோற்றுக்கு விடும் பருப்புக் கறி, சாம்பார், இதோடு அடங்கிவிடுவார்கள். ரசம், மோர் வரும்போது சினிமாவில் பாட்டு சீனுக்கு 'தம்' அடிக்கச் செல்பவர்களின் வேகத்தில் இலையை மறித்து வைத்துவிட்டுக் கைகழுவச் செல்வார்கள். மோரை விட்டுவிடுவோம். சித்த மருத்துவம் வளர்ச்சி அடைந்த இப்பகுதிகளில் அதன் சாயலில் நல்லமிளகுக் கஷாயம்போலச் செய்யப்படும் ரசத்தில்கூட அவர்கள் சிந்தைகொள்ளாததுதான் ஆச்சரியம். காய்கறிகளை விளைவித்துக் கொடுப்பவர்கள் காய்கறி சார்ந்த உணவுகளை ஒதுக்கிவிடுவது ஒருபுறம் இருக்க, காய்கறி சார்ந்த சாம்பாரை மட்டும் அதிகம் விரும்புவது இன்னும் வேடிக்கை. அதை 'வெட்டி முறிச்சான் கறி' என்பார்கள். கத்தரிக்காய், கும்பளங் காய்களைப் பெரிய சைசில் வெட்டி முறித்துப் போடுவதால் இப்பெயர். பழைய நாயர் தறவாடுகளில் அடிமைச் சேவகம் செய்த காலங்களில் பனையோலைகளில் 'பட்டைக் கஞ்சி' விளம்பும்போது அத்துடன் சாம்பாரும் கலந்துகொடுத்த சாதிப் பின்னணிதான் இவர்கள் சாம்பாரை அதிகம் விரும்புவதற்கான காரணம்.

தமிழ்நாட்டில் பறட்டைத் தலையுடன் நான்கைந்து பிள்ளைகளைக் கையில் அணைத்துக்கொண்டு கற்சிலைகளின் மேல் பாலும் நெய்யும் வார்க்கும் தாய்மார்களிடம், 'இந்தப் பாலைக் குழந்தைகளுக்குக் குடிக்கக் கொடுத்து நெய்யைத் தலையில் தேய்த்துக் குளிக்க வைக்காமல் இப்படி வீணாக்கு கிறாயே?' என்று கேட்ட பெரியாரைப் போன்ற ஒருவர் இவர்களுக்கு இன்று சாப்பிடச் சொல்லிக் கொடுக்கத் தேவைப் படுகிறார்.

நாட்டம்பொறத்தில் இரண்டு விஷயங்களில் கூச்சப்படக் கூடாது என்று சொல்வார்கள். அதில் ஒன்று சாப்பாட்டு விஷயம். எவ்வளவு பெரியவனாக இருந்தாலும், எத்தனை சிறியவனாக இருந்தாலும் உணவு ஒருவனைக் கூச்ச நாச்சங் களைக் கடந்த நிலைக்குக் கொண்டுசெல்வதும் உண்டு.

ஒரு ஊரில் ஒரு மனிதர் இறந்துபோனார். போக்குவரத்து வசதிகள் இல்லாத அந்தக் காலத்தில் நாள் முழுக்க நடந்து சென்றுதான் துக்கச் செய்தியை உறவினர்களுக்குத் தெரிவிப் பார்கள். அவ்வாறு அறுபது கி.மீ. தூரம் நடந்து சென்று இறந்த தகவலைத் தெரிவிக்கச் சென்றான் ஒருவன். அவன் சென்ற வீட்டினர் அப்போது கோழியை அறுத்துச் சமையல் செய்துகொண்டிருந்தனர். போனவன் துக்கச் செய்தியை முதலிலேயே தெரிவிக்காமல் மதியம்வரை உட்கார்ந்து அவர் களுடன் சாப்பிட்டுவிட்டு எல்லாம் முடிந்ததும் இறுதியில் கூறினான்.

எல்லா ஜீவராசிகளின் நிலையும் இதுதான். ஒரு கட் டெறும்பு தனது தவப்பயனால் சொர்க்கத்திற்குச் சென்றதாம். எல்லாம் பிடித்துப்போன அதனால் தேவலோக உணவைச் சகித்துக்கொள்ள முடியவில்லை. மீண்டும் பூலோக அவதாரமே போதும் என்று வந்துவிட்டதாம். உலகின் பல பாகங்களுக்கும் சென்று நவீன உணவகங்களில் உண்பவர்கள்கூடச் சொந்த ஊருக்கு வந்து தனது வீட்டில் சாப்பிடும்போது அடையும் இன்பம் இருக்கிறதே, அதன் வகையே தனி.

பனை சார்ந்த வாழ்க்கை இருந்த காலத்தில் 'பதநீர்' என்று சொல்லப்படும் அக்கானிக்கு உணவுப் பொருட்களில் முதலிடம் இருந்தது. நொங்கு, பனங்காய், பனங்கிழங்கு போன்ற பனையின் இதர பொருள்களைவிட அதன் முக்கியத்துவம் பெரிது. அக்கானியை 'மாயப்பால்' என்னும் பெயரால் அழைத்தார்கள். சாதாரண நிலையில் பானமாகப் பருகுவது முதல் அதைப் பக்குவப்படுத்திப் பல நிலைகளில் பயன்படுத்தி வந்தார்கள். காய்ச்சிக் கருப்புக்கட்டிகளாக்கி வைத்து, பல

வருடங்கள் வரை உபயோகிப்பார்கள். நாட்கள் செல்லச் செல்லத்தான் கருப்புக்கட்டியின் குணம் மேலும் அதிகரிக்கும். 'பத்தாயக் கருப்புக்கட்டி' என்பது வைக்கோலில் பொதிந்து பெரிய பத்தாயங்களில் வருடக்கணக்கில் வைத்திருப்பதாகும். இதைப் 'பழங்கருப்புக்கட்டி' எனவும் சொல்வார்கள். பொடித்தால் மாவுபோல உள்ளிருந்து உதிரும். மூன்று வருடங்களுக்கும் மேலாக இவ்வாறு வைத்திருக்கும் கருப்புக்கட்டிகள் நீர்க் கடுப்பு, உள்சூடு போன்ற நோய்களுக்கும் மருந்துப் பொருட்கள் தயாரிக்கவும் பயன்படுத்தப்படும்.

அக்கானியைக் காய்ச்சும்போது தேன் போன்ற பருவத்தை அடையும் நிலையில் அதைப் 'பைனி' என்பார்கள். இதனுடன் புளியையும் சேர்த்து ஒரு பானையில் போட்டு அதன் வாய்ப் பாகத்தைத் துணியால் இறுகக் கட்டிவைப்பார்கள். பங்குனி மாதம் இவ்வாறு வைத்தால் ஆனி மாதம் மழைக் காலத்தில் எடுத்து உபயோகிப்பார்கள். இதற்குப் 'புளிப்பைனி' என்று பெயர். புளிப்பும் இனிப்புமான சுவை சேர்ந்து சரல் வைத்திருக்கும் அதைச் சாப்பிட விரும்பாதவர் யாருமே இருக்கமாட்டார்கள். அதிகமும் மழைக் காலத்தில் உள்ள அக்கானியிலோ சுண்ணாம்பு கூடின அக்கானியிலோதான் புளிப்பைனி வைப்பார்கள். ஏனெனில் மழைநீர் கலந்தால் கருப்புக்கட்டி சரியாக வராது என்பதால் அதனை இப்படிப்பட்ட வேறு வகைக் காரியங்களுக்குப் பயன்படுத்துவார்கள். சுண்ணாம்பு கூடின அக்கானியில்தான் சரல் அதிகமாகப் பிடிக்கும்.

அக்கானி காய்ந்து ஒற்றைத் துளிப்பருவம் தாண்டிச் சடைப் பருவம் என்னும் நிலையை அடையும். இரண்டு சடை தாண்டும்போது ஒரு பானையில் ஓர் அடுக்கு விடுவார்கள். இன்னொரு அடுக்கு, துடுப்பால் கிண்டி மறுநாள் விடுவார்கள். கிண்டாமல் விட்ட பகுதி சரல் பிடிக்கும். கிண்டிவிட்ட பகுதி கருப்புக்கட்டிபோல மாறும். இவ்வாறு ஒரு பானையில் பல அடுக்குகள் மாறிமாறி இருக்கும். இதைப் 'பானை கருப்புக்கட்டி' என்பார்கள். ஆனி, ஆடி மாதம் பனையேற்று இல்லாத காலங்களில் வயல் வேலை செய்யப் போகிறவர்கள் உடம்பு சூட்டுக்காகக் கையில் வைத்துப் பொடித்துத் தின்றுகொண்டே செல்வார்கள். கஞ்சிக்குக் கூட்டாகவும் இதைப் பயன்படுத்துவார்கள்.

அக்கானியோடு அரிசி மற்றும் பயறு வகைகளைக் கலந்து காடியாகப் பயன்படுத்தும் முறையும் உண்டு. மழைக் காலங்களில் வீணாகும் அக்கானியை எடுத்து அத்துடன் அரிசி மாவும் கலந்து தேங்காய்ப்பால், சுக்கு, வெந்தயம் சேர்த்துக் கிண்டி 'அரிசிக் காடி' செய்வார்கள். அரிசி மாவுக்குப்

பதிலாகக் கிழங்குமாவைச் சேர்த்தால் அது 'கிழங்குக் காடி' யாகும். இதுபோல மாங்கொட்டையிலுள்ள பருப்பிலிருந்து செய்யப்படுவது 'மாவண்டிக் காடி'. மாங்கொட்டைப் பருப்பைப் பதினான்கு நாள்கள் தண்ணீரில் ஊறவைத்து ஏழு வெள்ளம் வடித்துக் காயவைத்து இதைத் தயாரிப்பார்கள். அதுபோலச் சணங்கு என்றொரு மரம் உண்டு. அதன் ஓலை 'சளஓலை' எனப்படும். திருமண வீடுகளை அலங்கரிக்க இதைப் பயன்படுத்துவார்கள். அநேகமும் காடுகளிலும் மலைப் பகுதிகளிலும் நிற்கும் இம்மரத்திலிருந்து 'சணங்காய்' கிடைக்கும். அதன் பருப்பை எடுத்து உணத்தி இதுபோல ஏழு வெள்ளம் வடித்துக் காடி காய்ப்பதும் உண்டு. இவ்வாறு செய்யப்படும் காடியில் பெரும்பயறையும் சேர்ப்பார்கள். இவை அனைத்துமே இடித்து மாவெடுத்துச் செய்யப்படுவதால் 'இடிகஞ்சி' என்றும் அழைப்பார்கள்.

கஞ்சி வகைகளில் 'காணக்கஞ்சி' குறிப்பிடத்தக்கது. தமிழ்நாட்டில் 'கொள்ளு' என்னும் பெயரில் அழைக்கப்படும் காணத்தை வறுத்துத் தொலி புடைத்து வறுத்த மல்லி, மிளகுடன் 'காணச் சம்மந்தி' செய்வார்கள். 'கருங்காணம்' மருந்துப் பொருளாகவும் பயன்படும். குறிப்பாக மாசி மாதம் இங்குள்ள பனைகளில் அக்கானி தீரும், பங்குனி மாதம் பலத்த மழை. சித்திரை மாதம் விவசாயம் இல்லாதவர்கள் 'மானாட்டு'க்குப் பனையேறப் போவார்கள். 'பாண்டிக்குப் போதல்' என்றும் இதைச் சொல்வார்கள். வைகாசி, ஆனியில் மரச்சீனிக் கிழங்கு வகைகளுடன் பயறு வகைகளும் நடுவார்கள். ஆடியில் களையெடுத்து ஆவணியில் பயறு பறிப்பார்கள். புரட்டாசியில் காணம் விதைப்பர்.

பயறு வகைகளில் பெரும்பயறு, சிறுபயறு, துவரம் பயறு, உளுந்தம்பயறு ஆகியவற்றைப் பயிரிடுவார்கள். பெரும்பயறில் கொழிஞ்சி, செந்தண்டன் என இரண்டு வகைகள் உண்டு. கொழிஞ்சிப்பயறு ஒரு பூவோடு காய்த்துத் தீரும். செந்தண்டன் பயறு திரும்பத் திரும்பக் காய்க்கும். சிறுபயறில் சிறுமணி, பெருமணி என இரண்டு வகைகள் உண்டு. சிறுமணி தாழி இனத்தைச் சேர்ந்தது. அதன் தோடு ஒரே நிரப்பாக இருக்கும். பெருமணியின் தோட்டில் பூனை முடிபோல முளைத்துக் காணப்படும். நரிப்பயறு என்றொரு பயறு வகை இருந்ததாம். அது இப்போது அழிந்துவிட்டது.

கிழங்கு வகைகளில் பனங்கிழங்கு, காய்ச்சிக் கிழங்கு, முக்கிழங்கு எனப் பல வகைகள் இருந்தாலும் மரச்சீனிக் கிழங்கே மக்களின் உணவில் முக்கியமான இடம் பிடித்துக் கொண்டது. விசாகம் திருநாள் மகாராஜாவால் மக்களின்

பசியைப் போக்கத் தென் அமெரிக்காவிலிருந்து கொண்டுவரப் பட்ட மரச்சீனிக் கிழங்கில் ஆனமறவன், கரியலபொரியன், சுந்தரிவெள்ள, கோயிலுவெள்ள, கையாலசாடி, கறுத்தகலியன், நூறுமுட்டன், அடுக்குமுட்டன் எனப் பல வகைகள் உண்டு. செங்கம்பன் என்னும் மரச்சீனிக் கிழங்கு கசப்பு வகையைச் சேர்ந்தது. நான்கைந்து தண்ணீர் வடித்தால்தான் சாப்பிட முடியும். நறுக்கு என்னும் வகைக் கிழங்கில் மாவுத் தன்மை கூடுதலாக இருக்கும். கூவைக் கிழங்கு என்ற கிழங்கும் மாவுத் தன்மைமிக்கது. சேனைக் கிழங்கு, சேம்புக் கிழங்கு, சீனிக் கிழங்கு போன்ற கிழங்குகளும் பயன்பாட்டில் இருந்தன. கிழங்கு வகைகளை அன்று எந்த அளவு விரும்பினர் என்பதற்கு ஒரு கதையும் சொல்லப்படுவது உண்டு.

நாயர் வீட்டில் பனையேறி ஒருவன் பனையேறிவந்தான். 'காய்ச்சி' என்னும் கிழங்கு கொடியாகப் படரக் கூடியது. பனை மரங்களில் ஐம்பது அடிகள் வரையிலும் ஏறிப் படரும். அதுபோல ஒரு பனைமரம் படர்ந்து காய்த்துத் தொங்கிய காய்ச்சிக் கிழங்குகளைக் கண்டதும் அவனுக்கு அவற்றைப் பறிக்கும் ஆசை வந்தது. நேரடியாகச் சென்று பறிக்க முடியாது. எனவே இன்னொரு பனையிலிருந்து அறுத்தெடுத்த அலுவாச்சி யைக் கொண்டுபோய்க் காய்ச்சி படர்ந்துகிடந்த பனையில் கட்டினான். நாயரின் மனைவியிடம் சென்று, 'பனையில் பாளை வந்துள்ளது. இடுக்கட்டா?' என்று கேட்டான். அவளும் சம்மதம் தெரிவிக்கவே, மேலே ஏறிச்சென்று பொய்யாகக் கலயமும் கட்டினான். பிறகு தினந்தோறும் வேறு பனை யிலிருந்து எடுத்த கொஞ்சம்போல அக்கானியைக் கொண்டு மேலே ஏறி, இறங்கும்போது காய்ச்சிக் கிழங்குகளைப் பறித் தெடுத்துவிட்டு இறங்குவான். நாயரின் மனைவிக்கு அந்த அக்கானியையும் கொடுத்துவிட்டுச் செல்வான். இவ்வாறு செய்து வந்தவன் ஒரு நாள் காய்ச்சிக் கிழங்கு தீர்ந்ததும் 'பனையில் ஊற்றுத் தீர்ந்துவிட்டது' என்று கூறியவாறு கலயத்தை அவிழ்த்தான்.

'முக்கிழங்'கின் நாலு பக்கமும் முட்கள் இருக்கும். பக்கத்து விளையில் ஒருவன் இந்தக் கிழங்கை நட்டிருந்தால் வேலிக்கு வெளியே ஓரிடத்தில் நாம் பெரிய குழிதோண்டி சாம்பல், உரம் இவற்றைப் போட்டுவைத்திருந்தால் கிழங்கு அந்த உரக் குண்டில் சாடி இறங்கிவந்து பருக்கும். நட்டவனுக்குக் கொடி யையும் அடுத்தவனுக்குக் கிழங்கையும் கொடுக்கும் இதை வேகவைக்கும்போது இரும்பு பட்டால் வேகாது. எனவே அகப்பையோ சிப்பித்தோடுகொண்டோ தோலை இழைத்து அகப்பையின் கணைகொண்டு செதுக்கி வேகவைப்பார்கள்.

விளவங்கோடு பகுதி மக்கள் உண்ணும் உணவு வகைகளில் இவ்வாறு மாச்சத்தே அதிகமாகக் காணப்படும். உடல் சக்திக் குரிய இதர சத்துகளை இவர்கள் மீனிலிருந்தே பெறுகிறார்கள் எனலாம். மீனில்லாமல் எந்த உணவையும் இவர்கள் சாப்பிடுவதில்லை. காலையில் கிழங்கும் பழையதும் சாப்பிடும்போதும் மதிய, இரவு உணவுகளின்போதும் கட்டாயம் மீன் இருக்கும். புட்டு, ஆப்பம், தோசையைக்கூட மீன்வைத்தே சாப்பிடுவார்கள். முக்கடல் சூழ்ந்த கன்னியாகுமரி மாவட்டத்தில் மீனுக்குப் பஞ்சமே இல்லை. சீசனுக்கு ஒவ்வொரு வகை மீனாக வந்து குவியும். சித்திரை மாதம், சிறு குதிப்பும் நெத்தோலியும்; வைகாசி மாதம் பண்டிவாளை; ஆனி மாதம் பீத்தேடு; ஆடி மாதம் பூவாலந்தேடும் சாளக்கொடுக்கும்; ஆவணி மாதம் இறாலும் நெய்மீனும்; புரட்டாசி மாதம் செந்நவரை; ஐப்பசி மாதம் கிளாத்தி; கார்த்திகை மாதம் சிப்பி, கல்லுறாலு; மார்கழி மாதம் முட்டி; தை மாதம் சூரை மீன்; பங்குனி மாதம் பல மீன் குவியும். எத்தனை வகையான மீன்கள் குவிந்தாலும் சாளை மீன்போல் ஒரு மீன் இவர்களுக்கு இல்லை. பனையேறிகளின் சக்தியே சாளை மீனிலும் மரச் சீனிக் கிழங்கிலும்தான் உள்ளது. இதைத் தவிரக் கடல் ஆமை, சிப்பி இவற்றையும் சாப்பிடுவார்கள். தற்போது கடல் ஆமையை எவனாவது தொட்டால் ஆறு மாதம் உள்ளேதான்.

கடல் மீன்களைப்போல ஆற்று மீன்களையும் பயன்படுத்துவார்கள் என்பதோடு மீனை ஒரு மருந்துப் பொருளாகவும் உபயோகித்தார்கள். சாளை மீனைச் சுட்டுத் தின்னும் பழக்கம் மருத்துவத்தில் இன்றும் உண்டு. எலும்புருக்கி நோய்க்கு அது கைகண்ட மருந்து. இதுபோல ஒவ்வொரு நோய்க்கும் ஒரு மீன் மருந்தாகப் பயன்படும். ஆற்றில் வாழும் விலாங்கு மீனைப் பிடித்துக்கொண்டு வருவார்கள். நெல் பால் வைக்கும் பருவத்தில் பிழிந்து மண் சட்டியில் காய்ச்சி உறையவைப்பார்கள். பிறகு அந்த மாவை ஒரு பாயில் தட்டி விலாங்கு மீனை அதன்மேல் போட்டு விரவி இழுப்பார்கள். அதன் ஊனும் சதையும் நெய்போல் உருகி மாவுடன் கலக்கும். கடைசியில் கையில் தோல் மட்டும்தான் மிஞ்சும். மாவை உருட்டி இட்லித் தட்டில் வைத்து ஆவியில் வேகவிடுவார்கள். சிறிய குழந்தைகளைப் பாதிக்கும் கணை மற்றும் இழுப்பு நோய்களுக்கு இது கைகண்ட மருந்தாகும். அதுபோலப் பச்சைத் தவளை எனப்படும் கிடா மாக்கானும் தலைசிறந்த மருந்துப் பொருளாகப் பயன்படுத்தப்படுகிறது. வயல் நண்டு, நத்தை, எலி, அணில், பழவுண்ணி, நெடுவாலி (உடும்பு) இவற்றுடன் காக்கைக் குஞ்சு, காக்கை முட்டை, காடை, குயில், புறா, நரிச்சி, குளக்கோழி, கொக்கு, வெளவால்

பக்தவத்சல பாரதி

இவையும் இவர்களின் விருப்பமான உணவு. முற்காலங்களில் ‘முப்பறி செமை’ என்றொரு நோய் சிறுவர்களைத் தாக்கும். இதை *whooping cough* என்று சொல்லலாம். கண்கள் சிவந்து ஒரு மாதிரியாகக் காணப்படும் இந்நோய்க்கு அணிலின் இறைச்சி மருந்தாகப் பயன்பட்டது. அன்றுபோல இன்று மலை அணில்களைக் காண முடியவில்லை. அந்த நோயும் இப்போது இல்லை.

வள்ளிப்புலி எனப்படும் காட்டுப் பூனையும் ஒரு மருந்துப் பொருள்தான். பூனையைத் தலைகீழாகத் தொங்கவிடுவார்கள். அதன் விஷம் தலையில் இறங்கிவிடும் என்பது நம்பிக்கை. தலையை வெட்டிக் கொன்று இறைச்சியைப் புசிப்பார்கள். தேனீயை வறுத்து உண்பார்கள். ஈசல் பூச்சியை நிலக் கடலை, சர்க்கரை இவற்றுடன் சேர்த்து உண்பார்கள். இவ்வாறு ஊரும் பறக்கும் ஐந்துக்களை எல்லாம் பயன்படுத்தும் இவர்கள் மாட்டுக்கறி சாப்பிடப் பழகியது இடைக்காலத்தில்தான்.

முன்பு மாடுகளைச் சந்தைக்குக் கொண்டு செல்லும்போது சுழி பார்த்துத்தான் வாங்குவார்கள். வாலாமடை சுழி, விலங்கன் சுழி என்றெல்லாம் ஒரு மாட்டின் உடம்பில் பல சுழிகள் இருக்கும். விலங்கன் சுழி இருக்கும் மாட்டை ஒருவன் வைத்திருந்தால் அவன் கையில் விலங்கு மாட்டப் பட்டுக் காவலில் இருக்க நேரிடும் என்னும் நம்பிக்கையில் அந்த மாட்டை ஒதுக்கித்தள்ளவே நினைப்பார்கள். எனவே சுழி இருக்கும் இடத்திலுள்ள மயிரைப் பிடுங்கி அதை மாற்றிச் சந்தைக்குக் கொண்டுவருவார்கள். தரகர்கள் அதைக் கண்டுபிடித்துத் தகராறு செய்வார்கள். விற்காத மாட்டைச் சந்தையின் ஓரம் ஏதாவது மரத்திலோ கல்லிலோ கட்டி வைத்துவிட்டுச் செல்வார்களே தவிரக் கசாப்புக்குப் பயன் படுத்த மாட்டார்கள். பனையேறிகள் ஆட்டிறைச்சியையும் பன்றி இறைச்சியையும் சாப்பிடுவார்கள். பிற்காலத்தில் இப்போது மாட்டை உரிப்பதும் விற்பதும் இவர்கள் கையில் தான் என்று சொல்லும் அளவுக்குத் தொழிலாகச் செய்கிறார்கள். அன்று ஆட்டிறைச்சி ஒரு ராத்தல் ஆறு சக்கறம். ஒரு தொழி லாளியின் ஒரு நாள் கூலி அது. பன்றி இறைச்சி இரண்டு சக்கறம். அன்று மாட்டை அறுப்பவர்களும் தின்பவர்களும் பறையர்கள்தான். இவர்களை நாடார்கள் ‘சம்புத்தின்னிகள்’ எனக் கேலி செய்வார்கள். மீன் விற்பவர்கள் வசிக்கும் இடத்தைக் கூடச் ‘சம்ப கடை’ என்று சொல்வார்கள். பன்றிக்கறி உண்பவன் புல் தின்னும் மாட்டின் கறியைச் சாப்பிடுபவனைப் பார்த்து அன்று அவ்வாறு பேசியது வேடிக்கையாக இருக்கிறதல்லவா.